AF747609

ಡಾ. ಮುಜಾಫರ್ ಅಸ್ಸಾದಿ

ಮೈಸೂರು ವಿಶ್ವವಿದ್ಯಾನಿಲಯದ ಕಲಾನಿಕಾಯದ ಡೀನ್ ಹಾಗೂ ರಾಜ್ಯಶಾಸ್ತ್ರ ಮತ್ತು ಸಾರ್ವಜನಿಕ ಆಡಳಿತದ ವಿಭಾಗದ ಮುಖ್ಯಸ್ಥರು.

ಪದವಿ ತನಕ ಕಲಿತದ್ದು ತನ್ನ ಹುಟ್ಟೂರಾದ ಉಡುಪಿ ತಾಲ್ಲೂಕಿನ ಶಿರ್ವಾ ಗ್ರಾಮದಲ್ಲಿ, ತದನಂತರ ಸ್ನಾತಕೋತ್ತರವನ್ನು ಮಂಗಳೂರು ವಿಶ್ವವಿದ್ಯಾನಿಲಯದಿಂದ, ಎಂ.ಫಿಲ್ ಮತ್ತು ಪಿಹೆಚ್‌ಡಿಯನ್ನು ನವದೆಹಲಿಯ ಜವಹರಲಾಲ್ ವಿಶ್ವವಿದ್ಯಾನಿಲಯದಿಂದ ಹಾಗೂ ಪೋಸ್ಟ್-ಡಾಕ್ಟರೇಟನ್ನು ಶಿಕಾಗೋ ವಿಶ್ವವಿದ್ಯಾನಿಲಯದಿಂದ ಪಡೆದರು.

ಕೆಲಕಾಲ ಮಂಗಳೂರು ಮತ್ತು ಗೋವಾ ವಿಶ್ವವಿದ್ಯಾನಿಲಯದಲ್ಲಿ ಉಪನ್ಯಾಸಕರಾಗಿ, ತದನಂತರ ಮೈಸೂರು ವಿಶ್ವವಿದ್ಯಾನಿಲಯದಲ್ಲಿ ರೀಡರ್ (1994) ಮತ್ತು ಪ್ರಾಧ್ಯಾಪಕರಾಗಿ (2002 ರಿಂದ) ನಾಲ್ಕು ಸಲ ವಿಭಾಗದ ಅಧ್ಯಕ್ಷರಾಗಿ, ಕೆಲಕಾಲ ಗಾಂಧಿ ಭವನದ ಮತ್ತು ಹೊರಗುಳುವಿಕೆ-ಒಳಗೊಳ್ಳುವಿಕೆ ಕೇಂದ್ರದ ನಿರ್ದೇಶಕರಾಗಿ ಕೆಲಸ ನಿರ್ವಹಿಸಿದ ಅನುಭವ.

ಪ್ರಸ್ತಾಪಿತ ರಾಯಚೂರು ವಿಶ್ವವಿದ್ಯಾನಿಲಯದ ವಿಶೇಷಾಧಿಕಾರಿಯಾಗಿ ಎರಡು ವರ್ಷ ಸೇವೆ ಸಲ್ಲಿಸಿದ ಅನುಭವ. 12 ಕೃತಿಗಳು, 200ಕ್ಕೂ ಹೆಚ್ಚು ಲೇಖನಗಳು, ಐನೂರಕ್ಕೂ ಹೆಚ್ಚು ಭಾಷಣಗಳು, ಐನೂರಕ್ಕೂ ಮಿಕ್ಕಿ ರಾಷ್ಟ್ರೀಯ ಮತ್ತು ಅಂತರರಾಷ್ಟ್ರೀಯ ಸೆಮಿನಾರುಗಳಲ್ಲಿ ಪ್ರಬಂಧ ಮಂಡನೆ, ರಶ್ಯನ್ ಸ್ಟೇಟ್ ಯೂನಿವರ್ಸಿಟಿ, ಮಾಸ್ಕೋ, ಪಾಂಡಿಚೇರಿ, ಪಂಜಾಬ್, ಕೇರಳ ಇತ್ಯಾದಿ ವಿಶ್ವವಿದ್ಯಾನಿಲಯದ ಸಂದರ್ಶಕ ಪ್ರಾಧ್ಯಾಪಕರು.

ಆದಿವಾಸಿ ಸಮುದಾಯದ ಸ್ಥಳಾಂತರ ಮತ್ತು ಪುನರ್ ವಸತಿ ಕುರಿತಂತೆ ಹೈಕೋರ್ಟ್ ನೇಮಿಸಿದ ಸಮಿತಿಯ ಅಧ್ಯಕ್ಷರಾಗಿ, ಹಲವು ಆಯ್ಕೆ ಮತ್ತು ನೇಮಕಾತಿ ಸಮಿತಿಗಳ ಸದಸ್ಯರಾಗಿ ಸೇವೆ. ಹತ್ತು ಹಲವು ದೇಶಗಳ ಸಂಚಾರ. ಇವರ ಮಾರ್ಗದರ್ಶನದಡಿಯಲ್ಲಿ 21 ವಿದ್ಯಾರ್ಥಿಗಳಿಗೆ ಡಾಕ್ಟರೇಟ್ ಪದವಿ ಇತ್ಯಾದಿ ಹೆಗ್ಗಳಿಕೆ. ಅವರ ಚೊಚ್ಚಲ ಕೃತಿ 'ಕರ್ನಾಟಕದಲ್ಲಿ ಐಡೆಂಟಿಟಿ ರಾಜಕೀಯ'ಕ್ಕೆ ಕರ್ನಾಟಕ ಸಾಹಿತ್ಯ ಅಕಾಡೆಮಿಯ ಪ್ರಶಸ್ತಿ. ಕನ್ನಡದಲ್ಲಿ ಬರೆದ ಕೆಲವು ಲೇಖನಗಳು ವಿಶ್ವವಿದ್ಯಾನಿಲಯಗಳಲ್ಲಿ ಪಠ್ಯಪುಸ್ತಕದ ಭಾಗಗಳಾಗಿವೆ.

ಅಲ್ಪಸಂಖ್ಯಾತರು ಮತ್ತು ಜಾತಿ ವ್ಯವಸ್ಥೆ

ಅಸ್ಮಿತೆ, ವಸಾಹತುಶಾಹಿ ಮತ್ತು ಮೀಸಲಾತಿ

• ಡಾ. ಮುಜಾಫರ್ ಅಸ್ಸಾದಿ

ಬಹುರೂಪಿ
ಎಂಬೆಸಿ ಸೆಂಟರ್, 111, ಮೊದಲನೇ ಮಹಡಿ, ಕ್ರೆಸೆಂಟ್ ರಸೆ,
ಕುಮಾರಪಾರ್ಕ್ ಈಸ್ಟ್, ಬೆಂಗಳೂರು 560 001
Online Book Store Bahuroopi.in
Bahuroopi.official/
editor.bahuroopi@gmail.com
Phone : 70191 82729

ALPASANKHYATARU MATTU JAATI VYAVASTHE-
An attempt to interrogate the historicity of caste
among Muslims
By Dr. Muzzafar Assadi
Mobile: 94481 86295
muzaffar.assadi@gmail.com

Published by
Bahuroopi
Embassy Centre, 111, First Floor,
Crescent Road, Kumarapark East,
Bangalore 560001

editor.bahuroopi@gmail.com
Mobile: 70191 82729

online book store:
bahuroopi.in

Whats App Bookstore:
70191 82729

978-81-949833-0-9
First Edition: October 2021
Pages: 264
Price: Rs 300

Cover and Inside Design: **Arun Kumar**

Produced by
Bahuroopi Designs and Prints
Bangalore
99454 40841

ಪತ್ನಿ
ಹಾಜಿರಾ ಮಸ್ರೂರ್
ಮಕ್ಕಳಾದ
ಮೆಹಕ್ ತಾಜ್ ಮತ್ತು ಮೆಹದಿ ಸಾದತ್
ಇವರಿಗೆ

ಬರೆಯುವ ಮುನ್ನ

ಬಹಳ ವರುಷದ ಹಿಂದಿನ ಮಾತಿದು. ಚಿಕ್ಕವನಾಗಿದ್ದಾಗ ಒಂದು ಪ್ರಶ್ನೆ ಆಗಾಗ ಕಾಡುತ್ತಿತ್ತು. "ನನ್ನ ಮೂಲ ಯಾವುದು? ನನ್ನ ಅಸ್ಮಿತೆ ಯಾವುದು?" ಈ ಪ್ರಶ್ನೆಗೆ ಉತ್ತರವೆಂಬಂತೆ, "ಮೂಲತಃವಾಗಿ ಬಾಗ್ದಾದಿನವರು, ಪರ್ಷಿಯಾ ದೇಶದಿಂದ ಬಂದು ಕರ್ನಾಟಕದಲ್ಲಿ ನೆಲೆನಿಂತು ಭಾರತೀಯರಾದವರು" ಎಂಬ ಉತ್ತರ ಸಹಜವಾಗಿ ದೊರೆಯುತ್ತಿತ್ತು.

ಭಾರತೀಯತೆಗೆ ಗಾಂಧಿಯನ್ನು ಅತೀ ಹತ್ತಿರದಿಂದ ನೋಡಿದ ನೆನಪು ಮತ್ತು ಮಲೆನಾಡಿನ ಸಮಾಜವಾದಿ ಚಳವಳಿಯ ನೆನಪುಗಳನ್ನು ಮೆಲುಕು ಹಾಕುತ್ತಿದ್ದರು. 'ಬಾಗ್ದಾದ್'ನ ಹೆಸರನ್ನು ಉಚ್ಚರಿಸುವಾಗ ಧನ್ಯತಾಭಾವ ಇರುತ್ತಿತ್ತು, ಹೆಮ್ಮೆಯೂ ಇರುತ್ತಿತ್ತು, ಅದರೊಟ್ಟಿಗೆ ಗಂಭೀರತೆ, ಸ್ಥಳದ ಪಾವಿತ್ರ್ಯತೆ ಮತ್ತು ಇತಿಹಾಸದ ನೆನಪುಗಳಿರುತ್ತಿದ್ದವು. ಇತಿಹಾಸದ ಘಟನಾವಳಿಯಿಂದ ಬಾಗ್ದಾದ್ ಒಂದು ಪವಿತ್ರ ಸ್ಥಳವಾಗಿತ್ತು. ಪ್ರವಾದಿಯವರ ಮೊಮ್ಮಕ್ಕಳಾದ ಹಸನ್ ಮತ್ತು

ಹುಸೈನ್ ಬಾಗ್ದಾದಿನ ಪಕ್ಕದ ಕರ್ಬಲಾ ಪ್ರದೇಶದಲ್ಲಿ ಹುತಾತ್ಮರಾದ ಪ್ರದೇಶವಿದು. ವಾಸ್ತವವಾಗಿ ಇದು ಶಿಯಾಗಳಿಗೆ ಅತ್ಯಂತ ಪವಿತ್ರ ಪ್ರದೇಶವಾದರೂ, ಸುನ್ನಿಗಳು ಕೂಡ ಅದಕ್ಕೆ ಅಷ್ಟೇ ಮಹತ್ವವನ್ನು ನೀಡುತ್ತಿದ್ದರು. ವಿಚಿತ್ರವೆಂದರೆ ಅಸ್ಸಾದಿಗಳು ಪ್ರವಾದಿ ಕುಟುಂಬಕ್ಕೆ ಹತ್ತಿರವಾದವರು, ಪವಿತ್ರ ಪ್ರದೇಶದ ಹಿನ್ನೆಲೆಯವರು ಎಂಬ ವಾದವನ್ನು ದಿನನಿತ್ಯದ ಕಥನಗಳಲ್ಲಿ ಮುನ್ನೆಲೆಗೆ ತರಲಾಗುತ್ತಿತ್ತು.

ವಾಸ್ತವವಾಗಿ ಅಸ್ಸಾದಿಗಳ ಬರವಣಿಗೆಯ ಇತಿಹಾಸ ನಷ್ಟವಾಗಿದ್ದರೂ, ಮೌಖಿಕ ಇತಿಹಾಸದಲ್ಲಿ "ಅವರು ವ್ಯಾಪಾರಸ್ಥರಾಗಿ ಹದಿನೆಂಟನೇ ಶತಮಾನದಲ್ಲಿ ಕರ್ನಾಟಕದ ಕರಾವಳಿಯಲ್ಲಿ ಬಂದು ನೆಲೆನಿಂತರು, ಆದರೆ ತಾವು ಉನ್ನತ ಸಾಮಾಜಿಕ ಶ್ರೇಣಿಯವರಾದ ಕಾರಣ ಸ್ವಬಾಂಧವ್ಯ ವಿವಾಹವನ್ನು ಮಾಡಿಕೊಳ್ಳುತ್ತಿದ್ದರು". ಆದರೆ ಅವರೆಂದೂ ತಾವು ಶಿಯಾಗಳೆಂದು ಹೇಳಿಕೊಳ್ಳಲಿಲ್ಲ. ಅದರೊಂದಿಗೆ ಊರಿನಲ್ಲಿದ್ದ ಮಾಪಿಳ್ಳೆ ಅಥವಾ, ಬ್ಯಾರಿಗಳೊಂದಿಗೆ ವಿವಾಹ ಸಂಬಂಧವನ್ನು ಇಟ್ಟುಕೊಳ್ಳುತ್ತಿರಲಿಲ್ಲ. ಅಂತಹ ಬದಲಾವಣೆ ಬಂದದ್ದು ಇತ್ತೀಚೆಗೆ. ಇಲ್ಲಿ ಒಂದು ರೀತಿಯ ಸಾಮಾಜಿಕ ಅಂತರ, ಮೇಲು-ಕೀಳು ಇತ್ತು. ಅದೇನೇ ಇದ್ದರೂ, ಅವರ ಸಂಬಂಧಗಳಿದ್ದದ್ದು ಪ್ರವಾದಿಯ ವಂಶಸ್ಥರಾದ ಸೈಯ್ಯದ್, ಶೇಖ್‌ಗಳೊಂದಿಗೆ ಮಾತ್ರ. ಯಾಕೆಂದರೆ ಅವರು ಕೂಡ ಪವಿತ್ರ ಪ್ರದೇಶದಿಂದ ಬಂದ ಪ್ರವಾದಿಯ ವಂಶಸ್ಥರು. ಕೊನೆಗೂ ಭಾರತ ಮತ್ತು ಮಧ್ಯಪೂರ್ವದ ಇತಿಹಾಸದಲ್ಲಿ ಮೂರು ಕಡೆ ಅಸ್ಸಾದಿಗಳ ಉಲ್ಲೇಖವಾಗುತ್ತದೆ.

ಮೊದಲನೆದಾಗಿ ಗ್ರೀಕ್ ಚಕ್ರವರ್ತಿ ಅಲೆಕ್ಸಾಂಡರ್‌ನ ಇತಿಹಾಸಕಾರ ಮತ್ತು ರಾಜಕೀಯ ಮುತ್ಸದ್ಧಿ ಮೆಗಾಸ್ತನೀಸ್ "ಅಸ್ಸಾದಿಗಳ" (ಜೆ.ಡಬ್ಲ್ಯು.ಮೆಕ್ರಿಂಡಲ್:1877) ಹೆಸರುಗಳನ್ನು ಸಿಂಧೂ ನದಿಯ ಆಸುಪಾಸಿನಲ್ಲಿ ಇರುವುದನ್ನು ಉಲ್ಲೇಖಿಸುತ್ತಾನೆ. ಅಸ್ಸಾದಿಗಳೆಂದರೆ 'ವಸತಿ' ಎಂಬ ವಿವರಣೆ ನೀಡುವ ಕಾರಣ ಈ ವಾದವನ್ನು ತಿರಸ್ಕರಿಸಬಹುದು. ನಂತರದಲ್ಲಿ ಉಲ್ಲೇಖ ಸಿಗುವುದು ದಕ್ಷಿಣ ಭಾರತದ ಜಾತಿಗಳ ಮೇಲೆ ಕುಲಶಾಸ್ತ್ರೀಯ ಅಧ್ಯಯನ ಮಾಡಿದ ಥರ್‌ಸ್ಟನ್‌ನ. "ಕಾಸ್ಟ್ ಅಂಡ್ ಟ್ರೈಬ್ ಆಫ್ ಸೌತ್ ಇಂಡಿಯಾ" ಪುಸ್ತಕದಲ್ಲಿ (ಥರ್‌ಸ್ಟನ್:1909). ಮಾದಿಗರಲ್ಲಿ ಮಾತಂಗಿಯಾಗುವ ಪ್ರಕ್ರಿಯೆಯ ಸಂದರ್ಭದಲ್ಲಿ ಎಲ್ಲಮ್ಮನನ್ನು ಕುರಿತು ಹಾಡುವ ಅಸ್ಸಾದಿಗಳನ್ನು ಮತ್ತು ಅಸ್ಸಾದಿ ಪದ್ಯಗಳನ್ನು ಥರ್‌ಸ್ಟನ್ ಉಲ್ಲೇಖಿಸುತ್ತಾರೆ. ಈ ರೀತಿಯ ಸಂಸ್ಕೃತಿ ಕರಾವಳಿಯ ಅಸ್ಸಾದಿಗಳಲ್ಲಿ ಇಲ್ಲದಿರುವ ಕಾರಣ ಈ ವಾದವನ್ನು ಕೂಡ ತಿರಸ್ಕರಿಸಬಹುದು. ಅವರ ವಾದಕ್ಕೆ ಅತೀ ಹತ್ತಿರವಾಗಿರುವ ವಾದವೆಂದರೆ ಮಧ್ಯಪೂರ್ವದ ಬನಿ-ಅಸ್ಸದ್ ಬುಡಕಟ್ಟಿನದು. ಒಂದು ಕಾಲದಲ್ಲಿ ಇರಾಕ್‌ನ ಕುಫದಲ್ಲಿ ರಾಜ್ಯವನ್ನು ಆಳಿದ ಈ ಬುಡಕಟ್ಟು ಕರ್ಬಲಾ ಯುದ್ಧದಲ್ಲಿ

ಭಾಗವಹಿಸಿದ ಕಾರಣ, ಯುದ್ಧದಲ್ಲಿ ಹುತಾತ್ಮರಾದವರನ್ನು ದಫನ್ ಮಾಡುವ ಅವಕಾಶ ಪಡೆದ ಕಾರಣ, ಅವರ ಕತೆಗಳಿಗೆ ಒಂದು ಪಾವಿತ್ರ್ಯತೆ ದೊರೆಯಿತು. ದುರಂತವೆಂದರೆ ಅವರ ಕತೆಗಳಲ್ಲಿ ಕರ್ಬಲಾ ಮಾತ್ರ ನೆನಪಿನಲ್ಲಿ ಉಳಿಯಿತು. ಉಳಿದವು ಯುದ್ಧದಲ್ಲಿ ಹುತಾತ್ಮರಾದದ್ದು ಮತ್ತು ರಾಜ್ಯದ ಸ್ಥಾಪನೆ- ವಿಸ್ಮೃತಿಯ ಭಾಗವಾಯಿತು.

ವಾಸ್ತವವಾಗಿ ಒಂದು ಕಡೆ, ಸಾಮಾಜಿಕವಾಗಿ ಎಲ್ಲರೂ ಮುಸ್ಲಿಮ್ "ಉಮ್ಮಾ"ದ ಭಾಗವೆಂದರೂ, ತಾರತಮ್ಯತೆ ಎದ್ದು ಕಾಣುತ್ತಿತ್ತು. ಇದು ಅಸ್ಸಾದಿಯವರಿಗೆ ಮಾತ್ರ ಸೀಮಿತವಾಗಿರಲಿಲ್ಲ. ವಿಚಿತ್ರವೆಂದರೆ ಕರಾವಳಿಯಲ್ಲಿ ಬೆರಳೆಣಿಕೆಯ ಅಸ್ಸಾದಿಗಳಿದ್ದರೂ, ಅವರ್‍ಯಾರು ವಸಾಹತುಶಾಹಿಯ ಜನಗಣತಿಯಲ್ಲಾಗಲೀ, ಗಝೆಟಿಯರ್‌ಗಳಲ್ಲಾಗಲೀ, ಕುಲಶಾಸ್ತ್ರಿಯ ಅಧ್ಯಯನಗಳಲ್ಲಾಗಲೀ ದಾಖಲಾಗುವುದೇ ಇಲ್ಲ. ಸೋಜಿಗವೆಂದರೆ ಇವತ್ತೂ ಕೂಡ ಹಿಂದುಳಿದ ವರ್ಗಗಳ ಪಟ್ಟಿಯಲ್ಲಿ, ಸರ್ಕಾರದ ಮತ್ತು ಆಯೋಗಗಳ ಪಟ್ಟಿಯಲ್ಲೂ ಕೂಡ ದಾಖಲಾಗುವುದಿಲ್ಲ.

ಇವುಗಳ ನಡುವೆ ಅಸ್ಸಾದಿಗಳೊಂದಿಗೆ ಬಂದ ಮೆಹ್ತಾ (ಮೆಹತಾಬ್)ಗಳು, ಮನ್ನಾಗಳು ಕೂಡ ದಾಖಲಾಗುವುದಿಲ್ಲ. ಈ ಮೆಹ್ತಾಗಳು ಕಾಲಾಂತರದಲ್ಲಿ ಅಸ್ಸಾದಿಗಳಾಗಿ ರೂಪಾಂತರ ಹೊಂದಿದ್ದು ಒಂದು ವಾಸ್ತವ. ಈ ಸ್ಥಿತಿ ಕರ್ನಾಟಕದ ಕರಾವಳಿಗೆ ಮಾತ್ರ ಸೀಮಿತಗೊಂಡಿದೆ ಎಂದು ವಾದಿಸಿದರೆ ಅದೊಂದು ಮಿಥ್ಯೆ. ಭಾರತದ ಎಲ್ಲಾ ಕಡೆ ಇಂತಹ ಅಂಶಗಳು ಸಹಜವಾಗಿ ಕಂಡುಬರುತ್ತದೆ. ಕೆಲವು ಕಡೆ ಅದು ವಿಭಿನ್ನವಾಗಿರಬಹುದು, ಕೆಲವು ಕಡೆ ಅದು ತೀಕ್ಷ್ಣವಾಗಿರಬಹುದು, ಇನ್ನು ಕೆಲವು ಕಡೆ ಅದು ಸುಪ್ತವಾಗಿರಬಹುದು.

ಈ ರೀತಿಯ ತಾರತಮ್ಯತೆ, ಶ್ರೇಣೀಕೃತ ವ್ಯವಸ್ಥೆ, ಮೇಲು-ಕೀಳು, ರೂಪಾಂತರ ಅಥವಾ ಅಶ್ರಫೀಕರಣ/ಮೇಲ್ಜಾತೀಕರಣ ಏನನ್ನು ಪ್ರತಿನಿಧಿಸುತ್ತದೆ? ಎಂಬ ಪ್ರಶ್ನೆಯನ್ನು ಮುಂದಿಟ್ಟು ಅವಲೋಕಿಸಿದಾಗ "ಜಾತಿ" ಎಂಬ ಗೊಂದಲಪೂರಿತ ಸಾಮಾಜಿಕ ಚೌಕಟ್ಟು ನಮ್ಮ ಮುಂದೆ ಬರುತ್ತದೆ. ಧರ್ಮ ಮೂಲತಃವಾಗಿ ಜಾತಿ, ಬುಡಕಟ್ಟು, ಪಂಥ, ಇತ್ಯಾದಿಗಳನ್ನು ಒಪ್ಪುವುದಿಲ್ಲ, ನಿರಾಕರಿಸುತ್ತದೆ. ಆದರೆ ಮಧ್ಯಪೂರ್ವದಿಂದ, ಅಫಘಾನಿಸ್ತಾನದ ಕಡೆ ಒಂದಿಷ್ಟು ಕಣ್ಣು ಹಾಯಿಸಿದರೆ ನಮಗೆ ಸಿಗುವುದು ಧರ್ಮದ ಪರಿಪಾಲನೆಯ ಅಡಿಯಲ್ಲಿರುವುದು ಬುಡಕಟ್ಟುಗಳ, ಜನಾಂಗಗಳ ಅಸ್ಮಿತೆ. ಭಾರತದಲ್ಲಿ ಇದೇ ರೀತಿಯ ವಸ್ತುಸ್ಥಿತಿ ಇರಬಹುದೇ? ಎಂಬ ಪ್ರಶ್ನೆ ಕಾಡಿದ್ದು ಸಹಜ.

ವಸಾಹತುಶಾಹಿಯ 1871–1931ರ ಜನಗಣತಿ, ಪ್ರವಾಸ ಕಥನಗಳು, ಸರಕಾರಿ ವರದಿಗಳು, ಗಝೆಟಿಯರ್‌ಗಳು, ಕುಲಶಾಸ್ತ್ರೀಯ ಅಧ್ಯಯನಗಳು ಇತ್ಯಾದಿಗಳನ್ನು ಪರಿಶೀಲಿಸುತ್ತಾ ಹೋದಂತೆಲ್ಲಾ ಜಾತಿಯ ಪ್ರಶ್ನೆಗಳು ಅನಾವರಣಗೊಳ್ಳುತ್ತಾ ಹೋಗುತ್ತವೆ. ವಸಾಹತುಶಾಹಿ ಪೂರ್ವದಲ್ಲಿ ಜಾತಿ ಇತ್ತೇ ಎಂಬುದನ್ನು ಪರೀಕ್ಷಿಸಿದಾಗ ಜಾತಿಗೆ ಸಮನಾದ ವಿಭಿನ್ನತೆಯನ್ನು ಉಲ್ಲೇಖಿಸಿದವರು ಕೆಲವು ಪಂಡಿತರು ಮತ್ತು ಶಾಸ್ತ್ರಜ್ಞರು. ಇಬ್ನ್–ಕೊರ್ದಾಧ್ಬೆ, ಜಿಯಾವುದ್ದೀನ್ ಬರನಿ, ಅಲ್ ಬರುನಿ, ಇಬ್ನ್ ಬಟೂಟ, ಅಬುಲ್ ಫಜಲ್, ಶೆರಿಯಾರ್ ಇತ್ಯಾದಿಯವರು. ಕವಿ ಇಕ್ಬಾಲ್ ಅದನ್ನು ಭಾರತದ ವಾಸ್ತವವೆಂದು ಒಪ್ಪಿಕೊಂಡರು. ಜಾತಿಯ ಚೌಕಟ್ಟಿನ ಬೆಳವಣಿಗೆಗೆ ಸೂಫಿ ಸಂತರ ಕೊಡುಗೆ ಅಪಾರ. ಅವರ ಜೀವನ ಶೈಲಿ, ಆಧ್ಯಾತ್ಮಿಕ ಜೀವನ, ತತ್ವಜ್ಞಾನ, ದಾರ್ಶನಿಕತೆ, ಬಡತನವನ್ನು ಅಪ್ಪಿಕೊಳ್ಳುವ ರೀತಿ ಹತ್ತಾರು ಜಾತಿಗಳನ್ನು ಆಕರ್ಷಿಸಿತ್ತು. ಆದಕಾರಣ ಮುಸ್ಲಿಮರ ಜಾತಿ ವಸಾಹತುಶಾಹಿ ಪೂರ್ವದ ಒಂದು ಸಾಮಾಜಿಕ ಪ್ರಕ್ರಿಯೆಯ ಭಾಗವಾಯಿತು. ಇತಿಹಾಸದ ಒಂದು ಕಾಲಘಟ್ಟದಲ್ಲಿ ನಿರ್ಮಾಣ ಅಥವಾ ಹುಟ್ಟಿತ್ತು. ಅದಕ್ಕೆ ಸಾವಿರಾರು ವರ್ಷದ ಇತಿಹಾಸವಿಲ್ಲ. ಅದು ಹುಟ್ಟಿದ್ದೇ 7–8ನೇ ಶತಮಾನದ ನಂತರ, ಮುಸ್ಲಿಮರ ಆಗಮನದ ನಂತರ. ಆದರೆ ಸೂಫಿ ಸಂತರಿಗೂ ಮತ್ತು ವಸಾಹತುಶಾಹಿಗೂ ಇದ್ದ ಒಂದೇ ವ್ಯತ್ಯಾಸವೆಂದರೆ ಅವರ ದಾರ್ಶನಿಕತೆ, ಬರವಣಿಗೆಯ ಅಥವಾ ಕಥನಗಳ ಹಿಂದೆ ಬಹುದೊಡ್ಡ ರಾಜಕೀಯ ಯೋಜನೆ ಅಥವಾ ಹುನ್ನಾರವಿರಲಿಲ್ಲ, ಯಜಮಾನಿಕೆಯನ್ನು ಗಟ್ಟಿಗೊಳಿಸುವ ಯಾವುದೇ ತಂತ್ರಗಾರಿಕೆಯೂ ಇರಲಿಲ್ಲ.

ವಸಾಹತುಶಾಹಿ ಮುಸಲ್ಮಾನರಲ್ಲಿ ಜಾತಿಗಳಿರುವುದನ್ನು ಗುರುತಿಸಿದ್ದು, ಅದನ್ನು ದಾಖಲಿಸಿದ್ದು ದಿಟ. ಅದರೊಂದಿಗೆ ಅದರ ಅಕ್ಷರ ತಪ್ಪುಗಳು ಹೊಸ ಜಾತಿಗಳನ್ನು ನಿರ್ಮಿಸಿದ್ದು ಕೂಡ ಅಷ್ಟೇ ಸತ್ಯ. ಅಲ್ಲದೇ ಜನರೇ ಜಾತಿಗಳನ್ನು ನಿರ್ಮಿಸಿದ್ದು ಕೂಡ ಹೌದು. ಅದೇನೇ ಇದ್ದರೂ, ವಸಾಹತುಶಾಹಿ ಮುಸಲ್ಮಾನರಲ್ಲಿ ಜಾತಿಗಳನ್ನು ಹುಡುಕಿದ್ದು ಏಕೆ? ಮತ್ತು ನಿರ್ಮಿಸಿದ್ದು ಏಕೆ? ವಾಸ್ತವವಾಗಿ ಜಾತಿ, ಪಂಗಡಗಳನ್ನು ಇಸ್ಲಾಂ ಧರ್ಮ ಒಪ್ಪುವುದಿಲ್ಲವೆಂದು ಅರಿತಿದ್ದರೂ, ಅದು ಜಾತಿಯನ್ನು ಹುಡುಕಲು ಒಂದು ಬಲವಾದ ಕಾರಣವಿತ್ತು. ಅದಕ್ಕೆ ಭಾರತದ ಮೇಲೆ ಯಜಮಾನಿಕೆಯನ್ನು, ತನ್ನ ಹಿಡಿತವನ್ನು ಸಾಧಿಸಲು ಧರ್ಮದೊಳಗೆ ವಿಭಜನೆಗಳು, ಪ್ರಭೇದಗಳು ಅವಶ್ಯಕವಾಗಿತ್ತು. ಅದೊಂದು ವಿಶಾಲವಾದ ಯೋಜನೆಯ ಭಾಗವಾಗಿತ್ತು. ಅದಕ್ಕೆ ಹಿಂದೂಗಳು ಮತ್ತು ಮುಸಲ್ಮಾನರು ಸಮಾನವಾಗಿ ಬಲಿಯಾದದ್ದು ನಿಶ್ಚಿತ. ವಸಾಹತುಶಾಹಿ ಇವೆರಡು ಧರ್ಮಗಳ ಬೌದ್ಧಿಕ ಜ್ಞಾನ ಸಂಪತ್ತಿನ ಕೊಡುಗೆಗಳನ್ನು, ನಾಗರೀಕತೆಯ ಕೊಡುಗೆಗಳನ್ನು ನಿರಾಕರಿಸಿತ್ತು ಮತ್ತು ಅವುಗಳು ವಸಾಹತುಶಾಹಿಯ

"ಉದ್ದೇಶ ಪೂರ್ವಕ ವಿಸ್ಮೃತಿ"ಯ ಭಾಗವಾದವು. ಆದಕಾರಣ ಅದು ಹಿಂದೂಗಳಲ್ಲಿ ಮತ್ತು ಮುಸಲ್ಮಾನರಲ್ಲಿ ಸಮಾನವಾಗಿ ಜಾತಿ, ಉಪಜಾತಿ, ಪಂಗಡ, ಪಂಥಗಳನ್ನು ಹುಡುಕುತ್ತಾ ಹೋಯಿತು. ಇದನ್ನು ಅಭ್ಯಸಿಸಲು, ದಾಖಲಿಸಲು ಜನಗಣತಿಯನ್ನು ಜಾರಿಗೆ ತಂದಿತ್ತು, ಗಝೆಟಿಯರ್‌ಗಳನ್ನು ಪ್ರಕಟಿಸಿತ್ತು, ಪ್ರವಾಸ ಕಥನಗಳನ್ನು ಬರೆಯಿಸಿತು, ಕುಲಶಾಸ್ತ್ರೀಯ ಅಧ್ಯಯನಗಳನ್ನು ಕೂಡ ಮಾಡಿತ್ತು. ಈ ಪ್ರಯತ್ನ ಬರೆ ವಸಾಹತುಶಾಹಿಗೆ ಮಾತ್ರ ಸೀಮಿತವಾಗಿರಲಿಲ್ಲ, ಅವರ ಪ್ರತಿಚ್ಛಾಯೆಯಂತಿದ್ದ ಮೈಸೂರು ಸಂಸ್ಥಾನ, ಹೈದ್ರಾಬಾದ್ ಸಂಸ್ಥಾನ, ಮದ್ರಾಸ್, ಕೊಡಗು ಮತ್ತು ಮುಂಬಯಿ ಪ್ರೆಸಿಡೆನ್ಸಿ ಪ್ರದೇಶಗಳಲ್ಲಿ ಕೂಡ ಈ ರೀತಿಯ ಪ್ರಯತ್ನಗಳು ನಡೆದವು.

ಇದರರ್ಥ ವಸಾಹತುಶಾಹಿ ಜಾತಿಗಳನ್ನು ಪಟ್ಟಿ ಮಾಡುವಾಗ ಜಾತಿ, ಸಮುದಾಯಗಳ ಕುರಿತು ಅದಕ್ಕೆ ಪೂರ್ಣ ಪ್ರಮಾಣದ ಜ್ಞಾನವಿತ್ತು ಎಂಬರ್ಥವಲ್ಲ. ಅದರ ಜ್ಞಾನ ಒಂದು ರೀತಿಯಲ್ಲಿ ಅರೆ-ಬರೆಯಾಗಿತ್ತು ಎಂದರೂ ಸುಳ್ಳಲ್ಲ. ಕೆಲವೊಮ್ಮೆ ಒಬ್ಬ ಕಳ್ಳತನ ಮಾಡಿದಕ್ಕೆ ಇಡೀ ಸಮುದಾಯವನ್ನು ಕ್ರಿಮಿನಲ್ ಅಥವಾ ಅಪರಾಧಿ ಜಾತಿಯೆಂದು ದಾಖಲಿಸಿದ್ದು ಇದೆ. ಗಲಾಟೆ ಮಾಡಿದಕ್ಕೆ "ಗಲಾಟೆಕೋರ/ತಂಟೆಕೋರ" ಜಾತಿಗಳೆಂದು ಕರೆದದ್ದು ಇದೆ, ಪ್ರತಿರೋಧಿಸಿದವರನ್ನ 'ಭಯಾನಕ' ಜಾತಿಗಳೆಂದು ನಾಮಕರಿಸಿದ್ದು ಇದೆ. ಕೆಲವೊಮ್ಮೆ ಅದು ಜಾತಿಗಳ ಇತಿಹಾಸವನ್ನು ಕಟ್ಟುವಲ್ಲಿ ದೊಡ್ಡ ಪ್ರಮಾದಗಳನ್ನೆ ಮಾಡುತ್ತಿತ್ತು. ಇದಕ್ಕೆ ಪೂರಕವೆಂಬಂತೆ ಕೆಲವೊಮ್ಮೆ ಜಾತಿಗಳೇ ಪಂಗಡಗಳಾಗುತ್ತಿದ್ದವು, ಪಂಗಡಗಳೇ ಪಂಥಗಳಾಗುತ್ತಿದ್ದವು. ಇಡೀ ಯೋಜನೆಯಲ್ಲಿ ಬಹಳಷ್ಟು ಜಾತಿಗಳು ಸರಕಾರಿ ಪಟ್ಟಿಯಿಂದ ಹೊರಗುಳಿದದ್ದು ವಾಸ್ತವ. ಅದಕ್ಕೆ ಕರಾವಳಿಯ ಅಸ್ಸಾದಿಗಳು, ಖುದಾಗವಾಗಳು, ಮೆಹ್ತಾಗಳು ಉದಾಹರಣೆಗಳು. ಕೆಲವೊಮ್ಮೆ ಒಮ್ಮೆ ದಾಖಲಾದ ಜಾತಿಗಳು ಮುಂದೆ ದಾಖಲೆಗಳಲ್ಲಿ ಕಣ್ಮರೆಯಾಗಿ ಬಿಡುತ್ತಿದ್ದವು. ಗೌಳಿಗರು, ಯೆನ್ನೆಗೌಳಿಗರು ಇದಕ್ಕೆ ಸಾಕ್ಷಿ. ಇವುಗಳ ಪಟ್ಟಿ ದೊಡ್ಡದಿದೆ. ಇವೆಲ್ಲ ರಾಜಕಾರಣದ ನಡುವೆ ಜಾತಿಗಳ ಪುನರ್ ವರ್ಗೀಕರಣ, ಬುಡಕಟ್ಟುಗಳ ಜಾತೀಕರಣ, ಅಪರಾಧಿ ಜಾತೀಕರಣ ನಡೆದವು. ಇವೆಲ್ಲಾ ರಾಜಕಾರಣದ ನಡುವೆ ಮುಸ್ಲಿಮರು ತಮ್ಮ ಜಾತಿಯ ಪುನರ್ ವರ್ಗೀಕರಣಕ್ಕೆ ಜನಗಣತಿಯ ಸಂದರ್ಭದಲ್ಲಿ, 1931ರ ಜನಗಣತಿ ಸಂದರ್ಭದಲ್ಲಿ ಜಮ್ಮು ಕಾಶ್ಮೀರದ ಜನಗಣತಿ ಮತ್ತು ಮುಂಬಯಿ ಪ್ರೆಸಿಡೆನ್ಸಿಯ 1921ರ ಜನಗಣತಿಯನ್ನು ಹೊರತುಪಡಿಸಿದರೆ ಉಳಿದೆಡೆ, ಕರ್ನಾಟಕವನ್ನು ಒಳಗೊಂಡಂತೆ, ಬೇಡಿಕೆ ಇಟ್ಟ ನಿದರ್ಶನಗಳು ದೊರೆಯುವುದಿಲ್ಲ. ಅವರೇನಾದರೂ ಬೇಡಿಕೆ ಇಟ್ಟಿದ್ದರೆ ಅದು ಸಮುದಾಯದತ್ತವಾಗಿತ್ತು.

ವಸಾಹತುಶಾಹಿ ಜಾತಿಗಳನ್ನು ಗುರುತಿಸುತ್ತಾ ಕೆಲವು ಬಹುಮುಖ್ಯ ಅಂಶಗಳನ್ನು ಬಹಿರಂಗಪಡಿಸಿತ್ತು. ಅದರಲ್ಲಿ ಮುಖ್ಯವೆನಿಸುವುದು ಮುಸಲ್ಮಾನರ ಜಾತಿಗಳ ಮೂಲಗಳು: ವಿದೇಶದ ಮೇಲ್ಜಾತಿಗಳ ಆಗಮನ ಜಾತಿಯನ್ನು ನಿರ್ಮಿಸಿದರೆ, ದೇಸಿ ಮೂಲದಿಂದ ಅದರಲ್ಲೂ ಹಿಂದುಳಿದ ಮತ್ತು ಅಸ್ಪೃಶ್ಯ ಜಾತಿಗಳಿಂದ ಮತಾಂತರಗೊಂಡವರು ಜಾತಿಗಳನ್ನು ನಿರ್ಮಿಸಿದರು. ಇವುಗಳಲ್ಲಿ ಬಹುಸಂಖ್ಯಾತ ಜಾತಿಗಳು ವೃತ್ತಿ ಆಧಾರಿತ ಜಾತಿಗಳು. ಇವುಗಳ ನಡುವೆ ಸೈನ್ಯದೊಂದಿಗೆ ಬಂದ ಸೈನಿಕರು, ಮಾವುತರು, ಗುಲಾಮರು ಜಾತಿಗಳಾಗಿ ಪರಿವರ್ತಿತವಾದದ್ದು ಇದೆ. ಅಲ್ಲದೇ ಬೇರೆ ಧರ್ಮಿಯರೂ ಮತಾಂತರಗೊಂಡದ್ದೂ ಇದೆ. ಅದೇನೇ ಇದ್ದರೂ ಈ ಜಾತಿಗಳು ಮತಾಂತರಗೊಂಡ ನಂತರವೂ, ತೆಳು ಧರ್ಮಗಳನ್ನು ಸಮನ್ವಯ ಸಂಸ್ಕೃತಿಯನ್ನು ಹುಟ್ಟು ಹಾಕಿದ್ದನ್ನು ಅದು ಗುರುತಿಸಿತ್ತು, ಜನಪದ ಧರ್ಮವನ್ನು ಕೂಡ ನಿರ್ಮಿಸಿದ್ದು ಇದೆ. ಬಹಳ ಮುಖ್ಯವಾಗಿ ಮುಸಲ್ಮಾನರಾಗಿ ಪರಿವರ್ತಿತರಾದವರಿಗೆ ಆಂತರಿಕ ಸಂಚಲನಕ್ಕೆ ಅವಕಾಶಗಳು ವಿಫುಲವಾಗಿದ್ದವು. ಆದಕಾರಣ ಕೆಳ ಜಾತಿಗಳು ಮತಾಂತರಗೊಂಡ ನಂತರ ಅವರಿಗೆ ಮೇಲ್ಜಾತಿಯ ಹೆಸರುಗಳನ್ನು ಇಟ್ಟುಕೊಳ್ಳಲು ಅವಕಾಶ ಸಾಕಷ್ಟು ಇತ್ತು. ಪಿಂಜಾರ್‌ಗಳು, ಲಬ್ಬಯೆಗಳು, ದರ್ವೇಶಿಗಳು, ಖಿದಾಗವಾಗಳು, ಶೇಖ್, ಸೈಯ್ಯದ್‌ಗಳಾಗಬಹುದಿತ್ತು. ಅಲ್ಲದೇ ಸ್ಥಿತಿವಂತರು, ಪ್ರಭಾವಶಾಲಿಗಳು ಸೈಯ್ಯದ್‌ಗಳಾಗಬಹುದೆಂದು ಗ್ವಾಲಿಯರ್ ಪ್ರಾಂತ್ಯದ 1901ರ ಜನಗಣತಿ ಪ್ರತಿಪಾದಿಸಿದ್ದು ಇದೆ. ಆದಕಾರಣ ಈ ಜಾತಿಗಳಿಂದ ಬಂದವರ ಹೆಸರಿನ ಮುಂದೆ ಮೇಲ್ಜಾತಿ/ಮೇಲ್ ಪಂಥದ ಶೇಖ್, ಸೈಯ್ಯದ್ ಎಂಬ ಪದನಾಮ ಇರುವುದು ಸಹಜವಾಗಿ ಕಂಡು ಬರುತ್ತದೆ. ಇದೊಂದು ಸಂಸ್ಕೃತೀಕರಣಕ್ಕೆ ಸಮಾನಾಂತರವಾಗಿರುವ ಅಶ್ರಫೀಕರಣ/ಉಚ್ಚ ಜಾತೀಕರಣದ ಪ್ರಕ್ರಿಯೆ, ಅಶ್ರಫೀಕರಣವು ಸಾಮಾಜಿಕ ಸ್ಥಾನಮಾನವನ್ನು ಉನ್ನತೀಕರಿಸುತ್ತದೆ ಎಂಬ ಗಟ್ಟಿಯಾದ ನಂಬಿಕೆ ಇಲ್ಲಿ ಕೆಲಸ ಮಾಡುತ್ತಿರುತ್ತದೆ. ಈ ನಂಬಿಕೆ ಸಂಪೂರ್ಣವಾಗಿ ಸತ್ಯವಲ್ಲ. ಅದೇನೇ ಇದ್ದರೂ ಮುಸ್ಲಿಮ್ ಜಾತಿಗಳು ಚಲನಶೀಲ ಜಾತಿಗಳೆಂದರೂ ತಪ್ಪೇನಿಲ್ಲ.

1931ರ ನಂತರದ ಜನಗಣತಿಯ ದಾಖಲಾತಿಗಳಲ್ಲಿ ಮುಸ್ಲಿಮ್ ಜಾತಿಗಳು ದಾಖಲಾಗುವುದಿಲ್ಲ. ಅದಕ್ಕೆ ಅಪವಾದವೆಂದರೆ 1951 ಜನಗಣತಿ. ಆದರೆ ಅದನ್ನು ಸರಕಾರ ಒಪ್ಪದಿರುವ ಕಾರಣ ಅದಕ್ಕೆ ಅಧಿಕೃತ ಮುದ್ರೆ ಸಿಗುವುದಿಲ್ಲ. ಆದರೆ ವಿವಿಧ ಹಿಂದುಳಿದ ಆಯೋಗಗಳ ಪಟ್ಟಿಯಲ್ಲಿ ದಾಖಲಾಗುತ್ತದೆ, ವಾಸ್ತವವಾಗಿ ಜಾತಿಯ ರಾಜಕಾರಣ ಸ್ವಾತಂತ್ರ್ಯದ ನಂತರ ಮೀಸಲಾತಿಯ ರಾಜಕಾರಣದ ಒಂದು ಬಹು ಮುಖ್ಯ ಭಾಗವಾದುದನ್ನು ಗಮನಿಸಬೇಕು. ಅದರರ್ಥ ಜಾತಿಯ ರಾಜಕಾರಣ

ಮುಗಿದಿದೆ ಎಂಬರ್ಥವಲ್ಲ. ಈಗಲೂ ಎಷ್ಟೋ ಜಾತಿಗಳು ಸರಕಾರಿ ಪಟ್ಟಿಯಿಂದ, ಮೀಸಲಾತಿಯಿಂದ ಹೊರಗಿವೆ, ಎಷ್ಟೋ ಜಾತಿಗಳು "ಅಸ್ತಿತ್ವದಲ್ಲಿದ್ದರೂ ಪಟ್ಟಿಯೊಳಗೆ ಬಂದಿಲ್ಲ", ಕೆಲವು ಮೇಲ್ಜಾತಿಗಳು/ಪಂಗಡಗಳು ಸಾಮಾಜಿಕ ಕಾರಣಗಳಿಂದಲೇ ಹಿಂದುಳಿದ ವರ್ಗಗಳ ಪಟ್ಟಿಯಿಂದ ಹೊರಗೆ ಹೋಗಿವೆ. ಕೆಲವು ಜಾತಿಗಳು ರಾಜ್ಯ ಪಟ್ಟಿಯಲ್ಲಿದ್ದರೆ, ಕೇಂದ್ರ ಪಟ್ಟಿಯಿಂದ ಕಾಣೆಯಾಗುತ್ತವೆ, ಕೆಲವು ಬುಡಕಟ್ಟುಗಳು ಮತ್ತು ಹಿಂದುಳಿದ ಜಾತಿಗಳು ಪುನರ್ ವರ್ಗೀಕರಣಕ್ಕೆ ಬೇಡಿಕೆ ಇಟ್ಟರೂ, ಪ್ರತಿರೋಧದಿಂದಾಗಿ ಏನೂ ಮಾಡದ ಸ್ಥಿತಿಗೆ ತಲುಪಿವೆ. ಅವೆರಲ್ಲರ ಅಸ್ಮಿತೆ ಡೋಲಾಯಮಾನವಾಗಿರುವುದು ಅಷ್ಟೇ ಸ್ಪಷ್ಟ.

ಇದೊಂದು ಸಂಶೋಧನಾ ಗ್ರಂಥವೆಂದು ಹೇಳಿಕೊಳ್ಳುವುದರಲ್ಲಿ ನನಗೆ ಸಂಕೋಚವಿಲ್ಲ. ಈ ಸಂಶೋಧನೆಯ ಹಿಂದೆ ಬಾಲ್ಯದ ನೆನಪುಗಳಿವೆ, ವೈಯಕ್ತಿಕವಾಗಿ ಮತ್ತು ಸಮಷ್ಟಿಯಾಗಿ ಎದುರಿಸಿದ ಸಮಸ್ಯೆಗಳಿವೆ. ಇತಿಹಾಸದ ಭಾರವಿದೆ. ಅದಕ್ಕಾಗಿಯೇ ಪ್ರತಿ ವಾದಕ್ಕೆ, ಕಥನಕ್ಕೆ ಐತಿಹಾಸಿಕ ಪುರಾವೆಗಳನ್ನು ನೀಡಲು ಯತ್ನಿಸಿದ್ದೇನೆ. ವಿವಿಧ ಬೌದ್ಧಿಕ ಚರ್ಚೆಗಳನ್ನು ಮುಂದಿಟ್ಟು ವಾದಿಸಿದ್ದೇನೆ. ಆದರೂ ಸಾಕಷ್ಟು ವಿಷಯಗಳು, ಮತ್ತು ಜಾತಿಗಳು ಈ ಅಧ್ಯಯನದಿಂದ ಹೊರಗಿವೆ. ಆದಕಾರಣ ಇದನ್ನು ಪರಿಪೂರ್ಣವಾದ ಸಂಶೋಧನಾ ಗ್ರಂಥವೆಂದು ನಾನು ಕರೆಯಲು ಬಯಸುವುದಿಲ್ಲ.

ಈ ಪುಸ್ತಕಕ್ಕೆ ಅದ್ಭುತವಾದ ಮುನ್ನುಡಿಯನ್ನು ಖ್ಯಾತ ಚಿಂತಕರು, ಬುದ್ಧಿಜೀವಿಗಳು, ಸಂಶೋಧಕರು, ಜನಪರ ಹೋರಾಟಗಾರರು ಆದ ಪ್ರೊ. ಪುರುಷೋತ್ತಮ ಬಿಳಿಮಲೆಯವರು ಬರೆದಿದ್ದಾರೆ. ಬಿಳಿಮಲೆಯವರು ಅಖಿಲ ಭಾರತದ ಸಾಹಿತ್ಯ ಮತ್ತು ಚಳವಳಿಗಳ ಖ್ಯಾತ ಚಿಂತಕರೆಂದು ಗುರುತಿಸಲ್ಪಡುತ್ತಿರುವುದು ದಿಟ. ಅವರ ಬರವಣಿಗೆಯ ಸಾಲುಗಳೇ ನಮಗೆ ಸ್ಫೂರ್ತಿ. ಅವರಿಗೆ ಧನ್ಯವಾದಗಳನ್ನು ಸಮರ್ಪಿಸುವುದು ಅಷ್ಟು ಸುಲಭವಲ್ಲ.

ಈ ಪುಸ್ತಕದ ಪ್ರಕಟಣೆಯ ಪೂರ್ವದಲ್ಲಿ ಕೆಲವರು ಹಸ್ತಪ್ರತಿಯನ್ನು ಓದಿದ್ದಾರೆ, ವಿಮರ್ಶಿಸಿದ್ದಾರೆ, ಟೀಕೆಯನ್ನು ಮಾಡಿದ್ದಾರೆ. ಹಸ್ತಪ್ರತಿಯನ್ನು ಓದಿದವರಲ್ಲಿ ನನ್ನ ರಾಯಚೂರಿಯ ಯುವ ಮಿತ್ರ ಡಾ. ಮೊಹಮ್ಮದ್ ಹಬೀಬ್, ಚಿಂತಕರ ಚಾವಡಿಯ ಪೀರ್ ಬಾಶ, ಸೈಯ್ಯದ್ ಸಜ್ಜಾದ್ ಸಾಹೇಬ್, ಸಮಾಜ ಶಾಸ್ತ್ರಜ್ಞರಾದ ಡಾ. ಸಂತೋಷ್ ನಾಯಕ್ ಆರ್., ಪ್ರೊ. ಶೌಕತ್ ಅಜೀಂ, ಚಿಂತಕರಾದ ನಾ.ದಿವಾಕರ್, ಯುವ ಮಿತ್ರರಾದ ನೌಶಾದ್, ಮೌಲಾನ ಅಜಾದ್ ವಿ.ವಿ.ಯ ಶಬಾನ ಫರೀನ್, ಗೌಸ್ ಮೊಹಿದ್ದೀನ್ ಹಸ್ತಪ್ರತಿಯನ್ನು ಓದಿ ತಿದ್ದಿದ ಡಾ. ಕಾವ್ಯಶ್ರೀ ಎಚ್. ಪ್ರಮುಖರು.

ಈ ಗ್ರಂಥವನ್ನು ಅತ್ಯಂತ ಜರೂರು ಎಂದು ಪರಿಗಣಿಸಿ ಪ್ರಕಟಿಸಿದ 'ಬಹುರೂಪಿ'ಯ ಶ್ರೀ ಜಿ.ಎನ್.ಮೋಹನ್,

ಲಾಕ್‌ಡೌನ್ ಸಂದರ್ಭದಲ್ಲಿ ಈ ಹಸ್ತಪ್ರತಿಯನ್ನು ಪೂರ್ಣಗೊಳಿಸಲು ಸಹಕರಿಸಿದ ಪತ್ನಿ ಹಾಜ್ರ ಮಸ್ರೂರು, ಮಕ್ಕಳಾದ ಮೆಹಖ್ ಮತ್ತು ಮೆಹದಿಗೆ,

ಅಸ್ಸಾದಿಗಳ ಮೂಲದ ಕುರಿತು ಚರ್ಚೆ ಮಾಡುತ್ತಾ, ಗೊಂದಲಗಳಿಗೆ ಹೊಸ ಸ್ವರೂಪವನ್ನು ನೀಡಲು ಯತ್ನಿಸುತ್ತಾ ಬಂದ ನನ್ನ ಸಹೋದರರು ಮತ್ತು ಸಹೋದರ ಸಂಬಂಧಿಗಳಾದ ಡಾ.ಅಶ್ಫಾಕ್, ಡಾ.ತಾಹೇರ್, ಸಜ್ಜಾದ್, ಎಜಾಸ್, ಶೌಕತ್, ಅನ್ವರ್, ರಿಯಾಜ್, ಅಮಾನತ್, ಇರ್ಫಾನ್, ಅತಾವುಲ್ಲ ಮತ್ತು ನನ್ನ ಸಹೋದರಳಿಯರಾದ ಸರ್ಫಾಜ್ ಆಲಂ, ಝಿಕ್ರಿಯಾ, ಇಮಾದ್ ಮತ್ತು ಉಮ್ಮೆ ಝೋಹ್ರಾಗೆ ಆಭಾರಿ.

ಡಾ. ಮುಜಾಫರ್ ಅಸ್ಸಾದಿ

ಅರಿವಿನ ಗಡಿಗಳ ವಿಸ್ತರಣೆ..

ಎಂ ಎನ್ ಶ್ರೀನಿವಾಸರೂ ಸೇರಿದಂತೆ ಕರ್ನಾಟಕದ ಪ್ರಸಿದ್ಧ ಸಮಾಜ ವಿಜ್ಞಾನಿಗಳೆಲ್ಲರೂ ಇಂಗ್ಲಿಷಿನಲ್ಲಿಯೇ ಬರೆದು ಪ್ರಖ್ಯಾತರಾದರು. ಅವರ ತಿಳಿವಳಿಕೆಗಳು ಶೈಕ್ಷಣಿಕ ವಲಯಗಳಲ್ಲಿ ಸಾಕಷ್ಟು ಚರ್ಚೆಗೆ ಒಳಗಾಗಿರುವುದು ಹೌದಾದರೂ ಸಾಮಾನ್ಯ ಕನ್ನಡಿಗರವರೆಗೆ ಅವು ತಲುಪಿದ್ದು ಕಡಿಮೆಯೇ. ಕನ್ನಡದಲ್ಲಿಯೇ ಬರೆಯುವ, ಓದುವ, ಚರ್ಚಿಸುವ ವಿದ್ವತ್ ವಲಯವನ್ನೂ ಅವರೆಲ್ಲ ಪ್ರಭಾವಿಸಿದ್ದು ಇಲ್ಲವೆಂಬಷ್ಟು ಕಡಿಮೆ. ವಿಶ್ವದ ಅತ್ಯುತ್ತಮ ವಿದ್ವಾಂಸರಲ್ಲಿ ಒಬ್ಬರೆಂಬ ಖ್ಯಾತಿಯ ಕನ್ನಡಿಗ ಎ ಕೆ ರಾಮಾನುಜನ್ ಅವರ ಬರೆಹಗಳು ಕನ್ನಡದ ಎಷ್ಟು ಜನ ಜನಪದ ತಜ್ಞರ ಮೇಲೆ ಪರಿಣಾಮ ಬೀರಿದೆ ಎಂಬುದನ್ನು ಗಮನಿಸಿದರೆ, ಈ ಅಂತರದ ಬಗ್ಗೆ ನಮಗೆ ಅರಿವು ಮೂಡಿತು. ಸಮಾಜ ವಿಜ್ಞಾನಗಳಿಗೆ ಸಂಬಂಧಿಸಿದ ಕೆಲವು ಪುಸ್ತಕಗಳು ಅನುವಾದಗೊಂಡು ಕನ್ನಡಕ್ಕೆ ಬಂದಿರುವುದು ನಿಜ. ಆದರೆ ಅವು ಪಾರಿಭಾಷಿಕ ಪದಗಳ ಗೊಂದಲಗಳಿಂದ ಸೊರಗಿವೆ. ಮೈಸೂರು ವಿಶ್ವವಿದ್ಯಾಲಯದಲ್ಲಿ ರಾಜ್ಯಶಾಸ್ತ್ರ ಪ್ರಾಧ್ಯಾಪಕರಾಗಿರುವ ಪ್ರೊ. ಮುಜಾಫರ್ ಅಸ್ಸಾದಿಯವರು ಮೇಲಿನ ನನ್ನ ಮಾತಿಗೊಂದು ಅಪವಾದವಾಗಿದ್ದಾರೆ. ಕನ್ನಡದ

ಜೊತೆಗೆ ಹಿಂದಿ, ಇಂಗ್ಲಿಷ್, ಉರ್ದು, ತುಳು, ಕೊಂಕಣಿ ಭಾಷೆಗಳನ್ನು ಬಲ್ಲ ಪ್ರೊ. ಅಸ್ಸಾದಿಯವರು ಕೃಷಿ ಅಧ್ಯಯನ, ಜಾಗತೀಕರಣ, ಗಾಂಧೀವಾದ, ಸಾಮಾಜಿಕ ಚಳುವಳಿಗಳು, ಮಾನವ ಹಕ್ಕುಗಳು ಮತ್ತಿತರ ಕ್ಷೇತ್ರಗಳಲ್ಲಿ ಅಪಾರ ಹಿಡಿತವಿರುವ ಅಪೂರ್ವ ವಿದ್ವಾಂಸ. ಅವರು ಕನ್ನಡ ಮತ್ತು ಇಂಗ್ಲಿಷ್ ಭಾಷೆಗಳಲ್ಲಿ 300ಕ್ಕೂ ಹೆಚ್ಚು ಲೇಖನಗಳನ್ನೂ ಹತ್ತು ಪುಸ್ತಕಗಳನ್ನೂ ಬರೆದು ದೇಶ ವಿದೇಶಗಳಲ್ಲಿ ಪ್ರಸಿದ್ಧರಾಗಿದ್ದಾರೆ. ಕನ್ನಡದ ನಿಯತಕಾಲಿಕಗಳಲ್ಲಿ ಅವರು ಬರೆದ ಅಂಕಣಗಳು ಕನ್ನಡಿಗರನ್ನು ಆಳವಾಗಿ ಪ್ರಭಾವಿಸಿವೆ. ಅವರೀಗ 'ಅಲ್ಪಸಂಖ್ಯಾತರು ಮತ್ತು ಜಾತಿ ವ್ಯವಸ್ಥೆ : ಅಸ್ಮಿತೆ, ವಸಾಹತುಶಾಹಿ ಮತ್ತು ಮೀಸಲಾತಿ' ಎಂಬ ಪುಸ್ತಕವನ್ನು ಕನ್ನಡದಲ್ಲಿ ಬರೆದು ಪ್ರಕಟಿಸುತ್ತಿದ್ದಾರೆ. ನಮ್ಮ ಕಾಲಕ್ಕೆ ಬಹಳ ಅಗತ್ಯವಾಗಿ ಬೇಕಾಗಿರುವ ಪುಸ್ತಕವಿದು.

ಈ ಪುಸ್ತಕವು ಅಲ್ಪಸಂಖ್ಯಾತರ ಒಳ ಪ್ರಬೇಧಗಳ ಕುರಿತಾದ ಚರ್ಚೆಯನ್ನು ತನ್ನ ಕೇಂದ್ರದಲ್ಲಿ ಇರಿಸಿಕೊಂಡರೂ ಅಲ್ಲಿಯೇ ನಿಲ್ಲದೆ, ಅದಕ್ಕೆ ಅಂಟಿಕೊಂಡ ಇತರ ಅನೇಕ ವಿಷಯಗಳನ್ನು ಮೊದಲ ಬಾರಿಗೆ ಓದುಗರ ಮುಂದಿಡುತ್ತಿದೆ. ನಮ್ಮ ನಡುವೆ ಬಹುಕಾಲದಿಂದ ಪ್ರಚಲಿತದಲ್ಲಿರುವ ಅನೇಕ ಮಿಥ್ಯೆಗಳನ್ನು ಅದು ಒಡೆಯುತ್ತದೆ. ವಸಾಹತು ಕಾಲಘಟ್ಟದಲ್ಲಿ ಪ್ರಭುತ್ವವು ಕಟ್ಟಿಕೊಟ್ಟ ಚರಿತ್ರೆ ಮತ್ತು ವಾಸ್ತವಗಳನ್ನು ಪ್ರಸ್ತುತ ಪುಸ್ತಕವು ದಿಟ್ಟವಾಗಿ ಆಧಾರ ಸಮೇತ ಪರೀಕ್ಷಿಸುತ್ತದೆ. ಧರ್ಮ, ಜಾತಿ, ಜನಗಣತಿ, ಮೀಸಲಾತಿ, ರಾಜಕಾರಣ, ಸಂಶೋಧನೆ, ಮತ್ತು ಕೆಲವು ದಾಖಲೆಗಳು ಹೇಗೆ ನಮ್ಮ ವರ್ತಮಾನವನ್ನು ಹಾಳುಗೆಡವಿವೆ ಎಂಬುದನ್ನು ಅರ್ಥಮಾಡಿಕೊಳ್ಳಬಯಸುವವರು ಅಸ್ಸಾದಿಯವರ ಈ ಪುಸ್ತಕವನ್ನು ಧ್ಯಾನಿಸಿ ಓದಬೇಕು. ಇದರಲ್ಲಿರುವ ಅನೇಕ ವಿಷಯಗಳನ್ನು ಆಧರಿಸಿಕೊಂಡು, ನಮ್ಮ ಸಂಶೋಧನೆಗಳನ್ನು ಇನ್ನಷ್ಟು ವಿಸ್ತರಿಸಿಕೊಳ್ಳಲು ಸಾಧ್ಯವಿದೆ.

ವರ್ತಮಾನ ಕಾಲದ ಶಕ್ತಿ ರಾಜಕಾರಣವು ಪ್ರಜೆಗಳ ಮೇಲಿನ ತನ್ನ ಹಿಡಿತವನ್ನು ಇನ್ನಷ್ಟು ಬಲಗೊಳಿಸಿಕೊಳ್ಳಲು ಕೃತಕವಾಗಿ ಹಿಂದೂ, ಮುಸ್ಲಿಂ, ದಲಿತ ಇತ್ಯಾದಿ ಕೆಲವು ಪ್ರವರ್ಗಗಳನ್ನು (category) ನಿರ್ಮಾಣ ಮಾಡಿಕೊಂಡಿದೆ. ದೇಶದ ನಾಗರಿಕರನ್ನು ಅದು ಡಿಜಿಟಲ್ ಸಂಕೇತಗಳನ್ನಾಗಿಯೂ ಪರಿವರ್ತಿಸಿದೆ. ಈ ಪ್ರವರ್ಗಗಳು ಪರಸ್ಪರ ಕಾದಾಡಿಕೊಂಡಷ್ಟೂ ಪ್ರಭುತ್ವಕ್ಕೆ ಸಂತೋಷವಾಗುತ್ತದೆ, ಡಿಜಿಟಲ್ ಸಂಕೇತಗಳು ಹೆಚ್ಚಾದಷ್ಟೂ ಪ್ರಭುತ್ವ ತನ್ನ ಕ್ರೌರ್ಯವನ್ನು ವೃದ್ಧಿಸಿಕೊಳ್ಳುತ್ತದೆ. ಉದಾಹರಣೆಗೆ, ಇವತ್ತು ನಡೆಯುತ್ತಿರುವ ಹಿಂದೂ – ಮುಸ್ಲಿಂ ಸಂಘರ್ಷಗಳನ್ನೇ ನೋಡಬಹುದು. ಅವು ಎಲ್ಲ ಹಿಂದೂಗಳನ್ನು ಒಂದು ಪ್ರವರ್ಗವಾಗಿಯೂ, ಮುಸ್ಲಿಮರನ್ನು ಇನ್ನೊಂದು ಪ್ರವರ್ಗವಾಗಿಯೂ ಸರಳವಾಗಿ ಪರಿಕಲ್ಪಿಸಿಕೊಳ್ಳಲು

ಸಾಮಾನ್ಯ ಜನರನ್ನು ಪ್ರಚೋದಿಸುತ್ತದೆ. ಆದರೆ ವಾಸ್ತವದಲ್ಲಿ ಎಲ್ಲ ಹಿಂದೂಗಳೂ ಒಂದು ಪ್ರವರ್ಗವಾಗಿರದೆ, ಅನೇಕ ಜಾತಿಗಳ ನಡುವೆ ಒಡೆದುಹೋಗಿರುತ್ತದೆ. ಈ ಜಾತಿಗಳು ಮತ್ತೆ ಶ್ರೇಣೀಕರಣಕ್ಕೆ ಒಳಗಾಗಿ, ಡ್ಯೂಮೋ ಅವರು ಸರಿಯಾಗಿ ಗುರುತಿಸಿರುವಂತೆ, ಮಡಿ – ಮೈಲಿಗೆಗಳನ್ನು ನಿರಂತರವಾಗಿ ಕಾಯ್ದುಕೊಂಡು ಹೋಗಲು ಬಗೆ ಬಗೆಯ ತಂತ್ರಗಳನ್ನು ಪರಿಶೋಧಿಸುತ್ತಾ ಇರುತ್ತದೆ. ಅಂತರ ಜಾತೀಯ ಮದುವೆಗಳನ್ನು ನಿರಾಕರಿಸಿ, ಜಾತಿಯ ಅಸ್ಮಿತೆಗಳು ಕುಸಿಯದಂತೆ ನೋಡಿಕೊಳ್ಳುತ್ತದೆ. ಹೀಗಿರುವಾಗ ಹಿಂದೂಗಳನ್ನು ಒಂದು ಪ್ರವರ್ಗವಾಗಿ ಗುರುತಿಸುವ ಬಗೆ ಹೇಗೆ? ಎಂಬ ಪ್ರಶ್ನೆಯನ್ನು ಸಮಾಜ ವಿಜ್ಞಾನಿಗಳು ಕೇಳುತ್ತಾರೆ. ಸಾಂಪ್ರದಾಯಕ ಹಿಂದೂ ಸಮಾಜದ ನಾಲ್ಕು ವರ್ಣಗಳಿಂದ ಹೊರಗಿರುವ ಎಲ್ಲರನ್ನೂ 'ಪಂಚಮ'ರೆಂದು ಕರೆದಿರುವುದು ನಮಗೆಲ್ಲಾ ತಿಳಿದಿರುವ ವಿಷಯ. ಈ 'ಪಂಚಮ'ರನ್ನೇ ಮಹಾತ್ಮಾ ಗಾಂಧಿಯವರು 'ಹರಿಜನ' ಎಂದು ಕರೆದರು. ಹೀಗೆ ಕರೆದಾಗ ಹೆಸರೇನೋ ಬದಲಾಯಿತು. ಆದರೆ ಆ ಕಲ್ಪಿತ ಪ್ರವರ್ಗ ಮಾತ್ರ ಬದಲಾಗಲಿಲ್ಲ. ಈಚಿನ ದಿನಗಳಲ್ಲಿ ಅದೇ ಘಟಕವನ್ನು ಮತ್ತೆ 'ದಲಿತ'ರೆಂದು ಕರೆಯಲಾಗುತ್ತಿದೆ. ಇದೇ ಜನವರ್ಗವನ್ನು ಸರಕಾರೀ ಕಡತಗಳಲ್ಲಿ 'ಪರಿಶಿಷ್ಟ ಜಾತಿ' ಮತ್ತು 'ಪರಿಶಿಷ್ಟ ಪಂಗಡ' ಎಂದು ಎರಡು ಪ್ರವರ್ಗಗಳಲ್ಲಿ ನಮೂದಿಸಲಾಗುತ್ತಿದೆ. ಹೀಗೆ ಶತಮಾನಗಳಿಂದಲೂ ವರ್ಣಾಶ್ರಮ ಧರ್ಮದ ಹೊರಗಿರುವ ಜನರನ್ನು ಇಡಿಯಾಗಿ ಮತ್ತು ಅಖಂಡವಾಗಿ ಗ್ರಹಿಸುವ ಪ್ರಯತ್ನವೊಂದನ್ನು ಮಾಡುತ್ತಾ ಬರಲಾಗಿದೆ. ಹಾಗೆ ಮಾಡಿದವರು ವರ್ಣಾಶ್ರಮ ಧರ್ಮಕ್ಕೆ ಸೇರಿದ ಜನರೇ ಹೊರತು ಬೇರ್‍ಯಾರೂ ಅಲ್ಲ. ಇಂಥ ಪ್ರಯತ್ನಗಳು ವಾಸ್ತವವಾಗಿ ದಲಿತರ ಒಳಗಿರುವ ಅಪಾರ ವೈವಿಧ್ಯಗಳನ್ನು ಗೌಣಗೊಳಿಸಿಬಿಟ್ಟಿವೆ. ರಾಜಕೀಯವಾಗಿ ಅದು ಸರಿಯೇ ಇರಬಹುದು. ಆದರೆ ಸಾಂಸ್ಕೃತಿಕವಾಗಿ ಅದು ಹಾಗಿರಲು ಸಾಧ್ಯವಿಲ್ಲ. ಏಕೆಂದರೆ ಇಡೀ ಭಾರತ ದೇಶದ 'ದಲಿತರು' ಒಂದು ಪ್ರವರ್ಗವಾಗಿರಲು ಸಾಧ್ಯವೇ ಇಲ್ಲ. ಅವರಲ್ಲಿ ಮತ್ತೆ ಅನೇಕ ಪಂಗಡಗಳಿವೆ, ಒಳ ಗುಂಪುಗಳಿವೆ. ಈ ಗುಂಪುಗಳು ತಮ್ಮದೇ ಆದ ಸಾಂಸ್ಕೃತಿಕ ಅನನ್ಯತೆಯನ್ನು ಬೆಳೆಸಿಕೊಂಡಿರುತ್ತವೆ. ಈ ಸಾಂಸ್ಕೃತಿಕ ಅನನ್ಯತೆಗಳು ಕೂಡಾ ಕಾಲ ಮತ್ತು ಪ್ರದೇಶಗಳಿಗೆ ಅನುಗುಣವಾಗಿ ಬದಲಾಗುತ್ತವೆ. ಹೀಗಾಗಿ ನಾವು ನಮ್ಮ ಅಧ್ಯಯನಗಳ ಸಂದರ್ಭದಲ್ಲಿ ಭಾರತದ ಕೆಲವು ಸಮುದಾಯಗಳನ್ನು ಒಂದು ಭದ್ರವಾದ ಚೌಕಟ್ಟಿನಲ್ಲಿರಿಸಿ ನೋಡಿದರೆ ಅವರನ್ನು ಅರ್ಥ ಮಾಡಿಕೊಳ್ಳುವುದು ಅಸಾಧ್ಯ. ಬ್ರಾಹ್ಮಣ, ಒಕ್ಕಲಿಗ ಮತ್ತಿತರ ಪ್ರವರ್ಗಗಳ ಒಳಗೆ ಅನೇಕ ಪಂಗಡಗಳಿವೆ. ಇತಿಹಾಸ, ಪ್ರಸಾರ, ಉಗಮ, ಉತ್ಪತ್ತಿ, ಪರಿಭಾಷೆ, ಧರ್ಮ, ಬದುಕಿನ ರೀತಿ–ನೀತಿಗಳು, ಜಾನಪದ ಮತ್ತಿತರ ವಿಷಯಗಳಲ್ಲಿ ಅವು

ತಮ್ಮ ಭಿನ್ನತೆಯನ್ನು ಸದಾ ತೋರಿಸುತ್ತವೆ. ಮೇಲ್ನೋಟಕ್ಕೆ ಒಂದೇ ಜಾತಿಯಾಗಿದ್ದು, ತಮ್ಮ ಸದಸ್ಯರ ನಡುವೆ ಮದುವೆಯನ್ನು ನಿರಾಕರಿಸುವಂತಿದ್ದರೆ, ಆಗ ಅದನ್ನು ಒಂದು ಪ್ರವರ್ಗವೆಂದು ಗುರುತಿಸಲಾಗುವುದಿಲ್ಲ.

ಪ್ರೊ. ಮುಜಾಫರ್ ಅಸ್ಸಾದಿಯವರ ಪ್ರಸ್ತುತ ಪುಸ್ತಕವು 'ಮುಸ್ಲಿಮರೆಲ್ಲ ಒಂದು ಪ್ರವರ್ಗಕ್ಕೆ ಸೇರಿದವರು' ಎಂಬ ಕಲ್ಪಿತ ನಂಬಿಕೆಯನ್ನು ಬಲವಾಗಿ ನಿರಾಕರಿಸಿ, ಅದರೊಳಗಿನ ಉಪ ವರ್ಗಗಳನ್ನು ಗುರುತಿಸಿ, ಅದಕ್ಕೆ ಕಾರಣಗಳನ್ನು ಹುಡುಕುತ್ತದೆ. ಇದೊಂದು ಅಸಾಮಾನ್ಯವಾದ ಮತ್ತು ಗಂಭೀರವಾದ ಕೆಲಸ ಯಾಕೆಂದರೆ, ಇಂಥ ಕೆಲಸಗಳು ಎರಡೂ ಕಡೆಗಳಲ್ಲಿರುವ ಕೋಮುವಾದಿಗಳು ಕಟ್ಟಿರುವ ಕಲ್ಪಿತ ಮತ್ತು ಸರಳೀಕೃತವಾದ ಪ್ರವರ್ಗಗಳನ್ನು ತಿರಸ್ಕರಿಸಿ, ಐತಿಹಾಸಿಕವಾಗಿ ನಡೆದ ತಪ್ಪುಗಳನ್ನು ಮುನ್ನೆಲೆಗೆ ತರುತ್ತದೆ. ಧರ್ಮ ಮತ್ತು ಸಂಪ್ರದಾಯಕ್ಕೆ ಸಂಬಂಧಿಸಿದಂತೆ ದಿನೇ ದಿನೇ ಸೃಷ್ಟಿಯಾಗುತ್ತಿರುವ ಅಪನಂಬಿಕೆಗಳು ದೂರವಾಗಬೇಕಾದರೆ, ಇಂಥ ಪುಸ್ತಕಗಳನ್ನು ನಾವು ಹೆಚ್ಚು ಹೆಚ್ಚು ಓದಬೇಕು. ಈ ದೇಶದ ದೊಡ್ಡ ಪ್ರವರ್ಗದೊಳಗಣ ಅತಿ ಚಿಕ್ಕ ಉಪವರ್ಗವನ್ನು ಕೂಡಾ ಅತ್ಯಂತ ಸೌಹಾರ್ದತೆಯಿಂದ ಏಕೆ ನೋಡಿಕೊಳ್ಳಬೇಕಾಗುತ್ತದೆ ಎಂಬುದನ್ನು ಈ ಪುಸ್ತಕ ನಮಗೆ ತಿಳಿಸಿಕೊಡುತ್ತದೆ.

ಪುಸ್ತಕದಲ್ಲಿ ಏನಿದೆ? ಎಂಬುದನ್ನು ನಾನಿಲ್ಲಿ ಮತ್ತೆ ಸಂಗ್ರಹಿಸಿ ಕೊಡಬೇಕಾಗಿಲ್ಲ. ಅಸ್ಸಾದಿಯವರ ಸುಲಲಿತ ಶೈಲಿಯು ಪುಸ್ತಕವನ್ನು ಸುಲಭವಾಗಿ ಓದಿಸಿಕೊಂಡು ಹೋಗುತ್ತದೆ. ಅವರು ಇಲ್ಲಿ ಎತ್ತಿಕೊಂಡಿರುವ ಪ್ರಶ್ನೆಗಳ ಕುರಿತು ಅವರೇ ಹೀಗೆ ಬರೆದುಕೊಂಡಿದ್ದಾರೆ. "ಮುಸ್ಲಿಮರಲ್ಲಿ ಜಾತಿ ಕುರಿತಂತೆ ನಡೆದ ಸಂಶೋಧನೆಗಳು, ಚರ್ಚೆಗಳು ಬಹಳ ಕಡಿಮೆ. ವಾಸ್ತವವಾಗಿ ಜಾತಿ ವಿಷಯಗಳು ಮುನ್ನೆಲೆಗೆ ಬಂದದ್ದು ಇತ್ತೀಚಿನ ವರುಷಗಳಲ್ಲಿ. ಬಹಳ ವರುಷಗಳ ಕಾಲ ಮುಸಲ್ಮಾನರ ಸಮಸ್ಯೆಯೆಂದರೆ ಸೀಮಿತ ಸಮಸ್ಯೆಯೆಂದು ಪ್ರತಿಬಿಂಬಿಸಲಾಗುತ್ತಿತ್ತು. ಅವುಗಳಲ್ಲಿ ಕಾಶ್ಮೀರ ಕುರಿತಾದ 370 ಪರಿಚ್ಛೇದ, ತ್ರಿವಳಿ ತಲಾಕ್, ಅಲಿಘರ್ ಮುಸ್ಲಿಂ ವಿಶ್ವವಿದ್ಯಾನಿಲಯಕ್ಕೆ ಅಲ್ಪಸಂಖ್ಯಾತ ಸ್ಥಾನಮಾನ, ಗೋಹತ್ಯೆ ಇತ್ಯಾದಿ. ಅದರಾಚೆ ಇದ್ದ ವಿಷಯಗಳು ನಗಣ್ಯವಾದವು". ಈ ನಿಟ್ಟಿನಲ್ಲಿ ಅಸ್ಸಾದಿಯವರು ಮುಸ್ಲಿಮರ ಕುರಿತಾದ ವರ್ತಮಾನದ ಮುಖ್ಯ ಚರ್ಚೆಗಳಿಂದಾಚೆ ಓದುಗರನ್ನು ಕೊಂಡೊಯ್ಯಬಯಸಿದ್ದಾರೆ. ಇದೊಂದು ರೀತಿಯ ಆಳವಾದ ಪ್ರತಿಭಟನೆಯೂ ಹೌದು.

ಪಶ್ಚಿಮದ ಕೆಲವು ಯೋಚನೆಗಳು ಯಾವುದೇ ಧರ್ಮಗಳಿಗೆ ಸೇರದ ಪ್ಲೇಟೋ, ಅರಿಸ್ಟಾಟಲ್, ಹೋಮರ್ ಮೊದಲಾದವರನ್ನು ತನ್ನ ಚಿಂತನೆಗಳಲ್ಲಿ

ಮತ್ತು ಕಥನಗಳಲ್ಲಿ ಕ್ರೈಸ್ತರಾಗಿ ಪರಿವರ್ತಿಸಿಕೊಂಡ ಬಗೆಯನ್ನು ಹಿನ್ನೆಲೆಯಾಗಿ ಬಳಸಿಕೊಳ್ಳುವ ಲೇಖಕರು, ಅಂತಹ ಪ್ರಕ್ರಿಯೆಗಳನ್ನು 'ಬೌದ್ಧಿಕತೆಯ ಅಪಹರಣ' ಎಂದು ಕರೆಯುತ್ತಾರೆ. ಇತಿಹಾಸದುದ್ದಕ್ಕೂ ಇಂತಹ ಬೌದ್ಧಿಕ ಅಪಹರಣಗಳು ನಡೆದುಕೊಂಡೇ ಬಂದಿವೆ. ತಮ್ಮದೇ ಆದ ಆಚರಣೆಗಳು, ಸಂಪ್ರದಾಯ, ಸಂಸ್ಕೃತಿ, ಮೂರ್ತಿಗಳು, ಪೂಜೆ, ದೇವರುಗಳಿದ್ದ ಬುಡಕಟ್ಟುಗಳು ಹೇಗೆ ತಮ್ಮ ಅಸ್ಮಿತೆಯನ್ನು ಕಳೆದುಕೊಂಡು ಹೊಸ ವ್ಯವಸ್ಥೆಯ ಅಡಿ ಬಂದವು ಎಂಬುದನ್ನು ಅವರು ಅತ್ಯಂತ ಸಂಯಮದಿಂದ ಗುರುತಿಸುತ್ತಾರೆ. "ಧರ್ಮ ಉಗಮವಾದದ್ದೇ ಈ ನಿರಾಕರಣೆ ಮೂಲಕ, ಎಲ್ಲಾ ಅಸ್ಮಿತೆಗಳು ಧರ್ಮದೊಳಗೆ ವಿಲೀನವಾಗುವ ಕಾರಣ ಬುಡಕಟ್ಟು, ಪಂಗಡಗಳ ಅಸ್ಮಿತೆ ಬಹುಮುಖ್ಯವೆನಿಸುವುದಿಲ್ಲ" ಎಂಬ ಅವರ ಮಾತು ಬಹಳ ಮಹತ್ವದ್ದು. ಈಗ ನಡೆಯುತ್ತಿರುವ ಹಿಂದೂ ಧರ್ಮ ವಿಸ್ತರಣಾ ಕಾರ್ಯಕ್ರಮಗಳಲ್ಲಿ ನಾವದನ್ನು ಸುಲಭವಾಗಿ ಗುರುತಿಸಬಹುದು. ಕರಾವಳಿಯ ಸಣ್ಣಪುಟ್ಟ ಅವೈದಿಕ ದೈವಗಳೆಲ್ಲಾ ವೈದಿಕೀಕರಣಕ್ಕೊಳಪಡುತ್ತಿರುವುದನ್ನು ಈಗಲೂ ನಾವು ಕಾಣಬಹುದು. ಈ ಪ್ರಕ್ರಿಯೆ ಎಷ್ಟು ಜೋರಾಗಿದೆಯೆಂದರೆ, ಮುಸ್ಲಿಂ ದೈವ ಬಬ್ಬರ್ಯನನ್ನು ಕೂಡಾ ಬಬ್ರುವಾಹನನ ಅವತಾರವೆಂದೂ ಲೇಖಕರೊಬ್ಬರು ಬರೆದಿದ್ದಾರೆ.

ಈ ಬಗೆಯ ಬೆಳವಣಿಗೆಗಳು ಆರಂಭದಲ್ಲಿ ವಸಾಹತು ರಾಜಕಾರಣದ ಭಾಗವಾಗಿದ್ದುದನ್ನು ಸರಿಯಾಗಿಯೇ ಗುರುತಿಸಿದ ಪ್ರೊ. ಅಸ್ಸಾದಿಯವರು ಮುಂದೆ ತಮ್ಮ ವಾದಗಳನ್ನು ಬೆಳೆಸಲು ಸ್ವಾತಂತ್ರ್ಯ ಪೂರ್ವದಲ್ಲಿ ಸಿದ್ಧಗೊಂಡ ವಿವಿಧ ಸರಕಾರಿ ವರದಿಗಳು, ಗಝೆಟಿಯರ್‌ಗಳು, ಕಾನೂನುಗಳು, ಪ್ರವಾಸ ಕಥನಗಳು, ಮಿಶನರಿ ಕೆಲಸಗಳು, ಕೈಪಿಡಿಗಳು ಮತ್ತು ಜನಗಣತಿಗಳನ್ನು ಆಧರಿಸುತ್ತಾರೆ. ಅವರು ಬರೆಯುತ್ತಾರೆ. "ಮುಸ್ಲಿಂ ಜಾತಿಗಳ ದಾಖಲಾತಿ, ಉಲ್ಲೇಖ, ನಿರ್ಮಿತಿ ಕೂಡ ವಸಾಹತುಶಾಹಿ ಜ್ಞಾನದ ಉತ್ಪಾದನೆಯ ಒಂದು ಭಾಗ, ಯಜಮಾನಿಕೆಯ ಭಾಗ. ಇದನ್ನು ಸಾಧಿಸಲು ಅದು ತನ್ನದೇ ಮಾನದಂಡಗಳನ್ನು ಮತ್ತು ವಿಧಾನಗಳನ್ನು ಉಪಯೋಗಿಸಿತ್ತು. ಜನಗಣತಿ ಇದರ ಒಂದು ಭಾಗವಷ್ಟೇ ಮತ್ತು ಜನಗಣತಿಯನ್ನು ಮುಂದೆ ಎಲ್ಲಾ ಪ್ರಾಂತ್ಯಗಳಲ್ಲಿ ಏಕರೂಪವಾಗಿ ಜಾರಿಗೊಳಿಸಿತ್ತು. ಈ ಮಾನದಂಡಗಳು ಮತ್ತು ವಿಧಾನಗಳು ಎಲ್ಲಾ ಸಂದರ್ಭದಲ್ಲಿ ಸಮರ್ಪಕವಾಗಿ ಮತ್ತು ಸ್ಪಷ್ಟವಾದ ದಾಖಲಾತಿಗಳನ್ನು ಮಾಡಲು ವಿಫಲವಾಯಿತು". ಮುಂದೆ ಅವರು 1871, 1881, 1891, 1901, 1911, 1921, 1931, 1951ರ ಜನಗಣತಿಗಳು ಮಾಡಿದ ಅವಾಂತರಗಳನ್ನು ದಿಟ್ಟವಾಗಿ ಬಯಲಿಗೆಳೆಯುತ್ತಾರೆ. ಇವತ್ತು ಕೋಮುವಾದಿ ಹಿಂದೂಗಳಿಗೆ ಬಹುದೊಡ್ಡ ಸಮಸ್ಯೆಯಾಗಿರುವ ಮುಸ್ಲಿಮರು

ಸುಮಾರು ನೂರು ವರ್ಷಗಳ ಹಿಂದೆ ಸಮಸ್ಯೆಯೇ ಆಗಿರಲಿಲ್ಲ ಎಂಬ ಮಾತನ್ನು ಅಸ್ಸಾದಿಯವರು ಹೇಳುತ್ತಾರೆ. "ವಾಸ್ತವವಾಗಿ ಜನಗಣತಿಯನ್ನು ಆರಂಭಿಸುವ ಕಾಲದಲ್ಲಿ ರಾಜಕೀಯವಾಗಿ ಮತ್ತು ಸಾಮಾಜಿಕವಾಗಿ ಮುಸಲ್ಮಾನರು ನಗಣ್ಯ ವರ್ಗವಾಗಿದ್ದರು. ಅವರು ಆಳುವ ವರ್ಗವಾಗಿ ಉಳಿದಿರಲಿಲ್ಲ. ಆದಕಾರಣ ಅವರ ಬಗ್ಗೆ ಗಂಭೀರವಾದ ಮತ್ತು ಆಳವಾದ ಅಧ್ಯಯನಗಳ ಅವಶ್ಯಕತೆ ವಸಾಹತುಶಾಹಿಗೆ ಇರಲಿಲ್ಲ. ಮೈಸೂರು ಪ್ರಾಂತ್ಯದಲ್ಲೂ ಇದೇ ಸ್ಥಿತಿ ಇತ್ತು. ಇದೇ ಕಾರಣಕ್ಕಾಗಿ ವಸಾಹತು ಸಂದರ್ಭದ ಕುಲಶಾಸ್ತ್ರೀಯ ಅಧ್ಯಯನಗಳಲ್ಲಿ ಜನಗಣತಿಯಲ್ಲಿ ಸರಕಾರಿ ದಾಖಲೆಗಳಲ್ಲಿ ಆದಿವಾಸಿಗಳು, ಜಾತಿಗಳು ಪ್ರಮುಖ ಸ್ಥಾನವನ್ನು ಪಡೆಯುತ್ತಾರೆಯೇ ಹೊರತು ಮುಸಲ್ಮಾನರಲ್ಲ". ಮುಂದೆ ಲೇಖಕರು ಜಾತಿಯ ಶೋಷಣೆಗಳಿಗಿಂತಲೂ ವಾಣಿಜ್ಯ / ವ್ಯಾಪಾರದ ಆಸಕ್ತಿಗಳು ಮತಾಂತರಕ್ಕೆ ಕಾರಣವಾದ ಅಂಶಗಳ ಕುರಿತು ಉಪಯುಕ್ತ ಮಾಹಿತಿ ನೀಡಿದ್ದು, ಅವು ಬಹಳ ಕುತೂಹಲಕರವಾಗಿವೆ. ಇವೆಲ್ಲವೂ ನಮ್ಮ ಇದುವರೆಗಿನ ಕೆಲವು ನಂಬುಗೆಗಳನ್ನು ಅಲುಗಾಡಿಸುತ್ತವೆ.

ಪುಸ್ತಕವು ಒಂದು ಅಂಶವನ್ನು ಪ್ರಧಾನವಾಗಿ ಸ್ಥಾಪಿಸುತ್ತದೆ. ಅದೆಂದರೆ, ಮುಸ್ಲಿಮರಲ್ಲಿ ಅಥವಾ ಅಲ್ಪಸಂಖ್ಯಾತರಲ್ಲಿ ಏಕರೂಪಿ ಸಮಾಜದ ಕಲ್ಪನೆ ಇರಲಿಲ್ಲವೆಂಬ ಕಟು ಸತ್ಯ. ಪ್ರವಾದಿ, ಪವಿತ್ರ ಗ್ರಂಥ ಇತ್ಯಾದಿಗಳ ನಡುವೆಯೂ ಆಂತರಿಕ ವಿಭಿನ್ನತೆ, ಬಹುತ್ವ ಇತ್ಯಾದಿಗಳು ಜೊತೆ ಜೊತೆಯಾಗಿಯೇ ಉಳಿದುಕೊಂಡು ಬಂದಿವೆ. ಈ ಭಿನ್ನತೆಗಳನ್ನು ಭಾರತೀಯ ಜಾತಿ ವ್ಯವಸ್ಥೆಯ ಚೌಕಟ್ಟಿನಲ್ಲಿ ನೋಡಲು ಸಾಧ್ಯವೇ ಎಂಬ ಇನ್ನೊಂದು ಜಟಿಲ ಪ್ರಶ್ನೆಯನ್ನೂ ಲೇಖಕರು ಎತ್ತಿಕೊಂಡು ಪುಸ್ತಕದುದ್ದಕ್ಕೂ ಅದನ್ನು ಚರ್ಚಿಸಿದ್ದಾರೆ. 1931ರ ಜನಗಣತಿಯು ಮುಸ್ಲಿಮರಲ್ಲಿ ಶೇಖ್, ಸಯ್ಯದ್, ಪಠಾಣ್, ಪಿಂಜಾರಿ, ಮೊಘಲ್ ಮತ್ತು ಲಬ್ಬಯೆಗಳೆಂಬ ಆರು ವರ್ಗಗಳನ್ನು ಗುರುತಿಸುತ್ತದೆ. 20 ವರ್ಷಗಳ ಆನಂತರ 1951ರಲ್ಲಿ ನಡೆದ ಜನಗಣತಿಯಲ್ಲಿ ಆ ಸಂಖ್ಯೆಯು ಒಂಬತ್ತಕ್ಕೆ ಏರಿತು. ಈ ನಡುವೆ ಕೆಲವು ವರದಿಗಳು ಮುಸಲ್ಮಾನರಲ್ಲಿ ನಾಲ್ಕು ಗುಂಪುಗಳಿರುವುದನ್ನು ದಾಖಲಿಸಿ, ಅವುಗಳನ್ನು ಮೂರು ಜಾತಿಗಳಾಗಿ ವಿಭಜಿಸಿದ್ದೂ ಇದೆ. ಈ ನಾಲ್ಕು ಗುಂಪುಗಳಲ್ಲಿ ಮೊದಲನೆಯ ಗುಂಪು ಅರಬಸ್ತಾನ, ಅಫಘಾನಿಸ್ತಾನ, ಪರ್ಶಿಯಾ ಮತ್ತು ಟರ್ಕಿಯೇ ಮೊದಲಾದ ವಿದೇಶೀ ಮೂಲವನ್ನು ಗುರುತಿಸಿಕೊಂಡರೆ, ಎರಡನೆಯ ಗುಂಪು ಹಿಂದೂ ಮೇಲ್ಜಾತಿಗಳಿಂದ ಮತಾಂತರ ಹೊಂದಿದ್ದನ್ನು ಆಧರಿಸಿರುತ್ತದೆ. ಮೂರನೆಯ ಗುಂಪು ಮಧ್ಯಮ ಜಾತಿಗಳಿಂದ ಮತಾಂತರ ಹೊಂದಿದವರನ್ನು ಒಳಗೊಂಡರೆ, ಕೊನೆಯದು ದಲಿತ ಸಮುದಾಯಗಳಿಂದ ಮತಾಂತರಗೊಂಡು ಬಂದವರನ್ನು ಆಧರಿಸಿ ಮಾಡಿದ ವಿಭಜನೆಯಾಗಿರುತ್ತದೆ. ಇಷ್ಟೆಲ್ಲಾ ಗೊಂದಲಗಳಿದ್ದಾಗಲೂ, ಜನಗಣತಿಯ

ಸಂದರ್ಭದಲ್ಲಿ ಬೇರೆ ಬೇರೆ ಸಮುದಾಯಗಳು ತಮ್ಮನ್ನು ಹೇಗೆ ಗುರುತಿಸಬೇಕೆಂದು ಅಧಿಕಾರಿಗಳ ಮೇಲೆ ಒತ್ತಡ ಹಾಕಿದ ಹಾಗೆ, ಮುಸಲ್ಮಾನರು ಯಾವುದೇ ಒತ್ತಡ ಹಾಕಿದ್ದಕ್ಕೆ ದಾಖಲೆಗಳಿಲ್ಲ. ತಮ್ಮ ಗುರುತಿಸುವಿಕೆಯ ಸಮಸ್ಯೆಗಳನ್ನು ಪರಿಹರಿಸಿಕೊಳ್ಳಲು ಅವರು ಅಂತಹ ಒಂದೇ ಒಂದು ಮನವಿ ಸಲ್ಲಿಸದೇ ಇರುವ ಅಂಶವು ಓದುಗರನ್ನು ಬೆಚ್ಚಿ ಬೀಳಿಸುತ್ತದೆ. 1980ರ ದಶಕದಲ್ಲಿ ಹಿಂದುಳಿದ ವರ್ಗಗಳ ರಾಜಕಾರಣ ದೊಡ್ಡ ಮಟ್ಟದಲ್ಲಿಯೇ ನಡೆಯಿತು. ಆಗ ಮೀಸಲಾತಿಯ ಕುರಿತಾದ ಚರ್ಚೆಯು ಸಾಮಾಜಿಕ ನ್ಯಾಯದ ಪರಿಕಲ್ಪನೆಯ ಭಾಗವಾಗಿ ಪ್ರಚಲಿತದಲ್ಲಿತ್ತು. ಅಚ್ಚರಿಯ ಸಂಗತಿಯೆಂದರೆ, ಅಲ್ಪಸಂಖ್ಯಾತರು ಆಗಲೂ ಈ ಚರ್ಚೆಯ ಮುಖ್ಯ ಭಾಗವಾಗಿರಲೇ ಇಲ್ಲ. ಈ ಕುರಿತು ಪ್ರೊ. ಅಸ್ಸಾದಿಯವರು ಬರೆಯುವುದು ಹೀಗೆ– "ಆ ಸಂದರ್ಭದಲ್ಲಿ ನೇಮಕಗೊಂಡ ಆಯೋಗಗಳು ಅಲ್ಪಸಂಖ್ಯಾತರ ಕುರಿತು ಒಂದಿಷ್ಟು ಬೆಳಕು ಚೆಲ್ಲಿದರೂ, ಮುಸಲ್ಮಾನರ ವಿಷಯಗಳು ಕೆಲವೇ ಸಂಗತಿಗಳಿಗೆ ಸೀಮಿತವಾದವು. ಅವುಗಳು ಕೋಮು ಚೌಕಟ್ಟಿನ ವಿಷಯಗಳಾದವೇ ಹೊರತು ಸಾಮಾಜಿಕ ನ್ಯಾಯದ ವಿಷಯಗಳಾಗಿ ಪರಿವರ್ತಿತವಾಗಲಿಲ್ಲ". ಮುಸಲ್ಮಾನರ ಕುರಿತಂತೆ ಐತಿಹಾಸಿಕವಾಗಿ ನಡೆದುಹೋದ ಇಂತಹ ಪ್ರಮಾದಗಳು ಹೇಗೆ ಆ ಸಮುದಾಯವನ್ನು ಹಿಂದುಳಿಸಿಬಿಟ್ಟವು ಎಂಬುದನ್ನು ಅಸ್ಸಾದಿಯವರು ಸ್ಪಷ್ಟವಾಗಿ ವಿವರಿಸಿದ್ದಾರೆ. ಕರ್ನಾಟಕದ ಪ್ರಬಲ ಜಾತಿಗಳೆಲ್ಲವೂ ಮೀಸಲಾತಿಗಾಗಿ ಬೇಡಿಕೆಯಿಟ್ಟು ಬೀದಿ ಚಳವಳಿಗಳನ್ನು ನಡೆಸುತ್ತಿರುವಾಗ ಮುಸಲ್ಮಾನರು ಅಂತಹ ಯಾವ ಚಳುವಳಿಗಳನ್ನೂ ನಡೆಸದಿರುವುದನ್ನು ನಾವಿಂದು ಹೆಚ್ಚು ಸಹಾನುಭೂತಿಯಿಂದ ಪರಿಶೀಲಿಸಬೇಕಾಗಿದೆ.

ವಸಾಹತು ಆಡಳಿತ ಕಾಲದಲ್ಲಿ ಪಾಶ್ಚಿಮಾತ್ಯ ಶಿಕ್ಷಣದ ಬೆಳಕಿನಲ್ಲಿ ಭಾರತವನ್ನು ಮನಾರೂಪಿಸಿದ ರಾಜಾರಾಂ ಮೋಹನ ರಾಯ್, ದಯಾನಂದ ಸರಸ್ವತಿ, ಈಶ್ವರಚಂದ್ರ ವಿದ್ಯಾಸಾಗರ, ರಾಮಕೃಷ್ಣ ಪರಮಹಂಸ, ವಿವೇಕಾನಂದ, ಮೊದಲಾದವರು ಇಂಗ್ಲಿಷ್ ವಿದ್ಯಾಭ್ಯಾಸಕ್ಕೆ ತಮ್ಮನ್ನು ಮುಕ್ತವಾಗಿ ತೆರೆದುಕೊಂಡಿದ್ದರು. ಆದರೆ ಈ ಮಟ್ಟದಲ್ಲಿ ಮುಸ್ಲಿಮರು ಇಂಗ್ಲಿಷಿಗೆ ತೆರೆದುಕೊಳ್ಳಲಿಲ್ಲ. ಬ್ರಿಟಿಷರನ್ನು ತೀವ್ರವಾಗಿ ಇದಿರಿಸಿದ ಅವರು, ಇಂಗ್ಲಿಷನ್ನು ತಿರಸ್ಕರಿಸಿ ಉರ್ದುವಿಗೇ ಬಲವಾಗಿ ಅಂಟಿಕೊಂಡರು. ಆದರೆ ಮುಂದೆ ಅವರು ಹಿಂದಿಯ ರಾಜಕೀಯಕ್ಕೆ ಬಲಿಯಾಗಿ, ಈ ಭಾಷಾ ರಾಜಕೀಯದ ವಿರುದ್ಧವೂ ಹೋರಾಡಬೇಕಾಯಿತು. ಸರ್ ಸೈಯದ್ ಅಹಮದ್ ಖಾನ್ (1817–1898) ಅವರು ಹಿಂದಿ ಮತ್ತು ಉರ್ದುಗಳ ನಡುವಣ ಜಗಳವನ್ನು ಕಡಿಮೆ ಮಾಡಲು ಪ್ರಯತ್ನಿಸಿದ್ದು ಈಗ ಇತಿಹಾಸ. "ಉರ್ದು ಮತ್ತು ಹಿಂದೀ ಭಾಷೆಗಳು ಹಿಂದೂ ಮುಸಲ್ಮಾನರನ್ನು ಬೆಸೆಯುವ ಗಂಗಾ–ಜಮುನೆಯರು"

ಎಂದು ಅವರು ವ್ಯಾಖ್ಯಾನಿಸಿದ್ದರು. ಉರ್ದುವಿನಲ್ಲಿ ಪ್ರಕಟವಾಗುತ್ತಿದ್ದ ಅರ್ಧಕ್ಕಿಂತ ಹೆಚ್ಚು ಪುಸ್ತಕಗಳ ಲೇಖಕರು ಹಿಂದೂಗಳಾಗಿರುವುದರಿಂದ ಉರ್ದುವನ್ನು ಮುಸಲ್ಮಾನರ ಭಾಷೆ ಎಂದು ಹೇಳಬಾರದೆಂಬುದು ಅವರ ಅಭಿಪ್ರಾಯವಾಗಿತ್ತು. ಆದರೆ, ಅವರ ಪ್ರಯತ್ನ ಮುಂದಿನ ದಿನಗಳಲ್ಲಿ ನಿರೀಕ್ಷಿತ ಪರಿಣಾಮಗಳನ್ನು ಬೀರಲೇ ಇಲ್ಲ.

1857ರ ಮೊದಲ ಸ್ವಾತಂತ್ರ್ಯ ಹೋರಾಟದ ಆನಂತರ ಭಾರತೀಯ ಮುಸಲ್ಮಾನರು ಬಡವರಾಗುತ್ತಲೇ ಹೋದರು. ಇಸ್ಲಾಂ ಅರಸರ ಕಾಲದಲ್ಲಿ ತುಂಬ ಪ್ರಭಾವೀ ಹುದ್ದೆಗಳನ್ನು ಹೊಂದಿದ್ದ ಅವರು ಇದ್ದಕ್ಕಿದ್ದಂತೆಯೇ ಬಡವರಾದದ್ದು ಹೇಗೆ? ಈ ಕುರಿತು ನೆಹರೂ ಅವರು ಹೇಳಿದ ಒಂದು ಮಾತು ನೆನಪಿಗೆ ಬರುತ್ತಿದೆ. 'ಜನಕ್ರಾಂತಿಯನ್ನು ಅಡಗಿಸಿದ ಆನಂತರ ಬ್ರಿಟಿಷ್ ಸರ್ಕಾರ ಉದ್ದೇಶಪೂರ್ವಕವಾಗಿ ಮುಸಲ್ಮಾನರನ್ನು ಹೆಚ್ಚು ನಿಗ್ರಹಿಸಿತು. ಮುಸಲ್ಮಾನರಿಗೆ ಕೆಲಸ ಸಿಗುವ ದಾರಿಗಳೆಲ್ಲವೂ ಮುಚ್ಚಿಹೋಯಿತು'. ನೆಹರೂ ಅವರ ಮಾತು ಎರಡು ವಿಷಯಗಳ ಕಡೆಗೆ ನಮ್ಮ ಗಮನವನ್ನು ಸೆಳೆಯುತ್ತದೆ. ಮೊದನೆಯದಾಗಿ, ಮುಸಲ್ಮಾನರು ಹೆಚ್ಚು ಉಗ್ರವಾಗಿ ಬ್ರಿಟಿಷರೊಡನೆ ಕಾದಾಡಿದ್ದಾರೆ ಮತ್ತು ಎರಡನೆಯದಾಗಿ, ಈ ಹೋರಾಟದ ಆನಂತರ ಹೆಚ್ಚಿನ ಮುಸಲ್ಮಾನರು ಬೀದಿಗೆ ಬಿದ್ದಿದ್ದಾರೆ.

ಹೀಗೆ ಈ ಪುಸ್ತಕವು ಭಾರತದಲ್ಲಿರುವ ಸುಮಾರು 20 ಕೋಟಿ ಮುಸಲ್ಮಾನರನ್ನು ಅರ್ಥಮಾಡಿಕೊಳ್ಳಲು ಅಗತ್ಯವಾಗಿರುವ ಒಂದು ಚೌಕಟ್ಟನ್ನು ಒದಗಿಸಿಕೊಡುತ್ತದೆ. ಈ ಮುಸಲ್ಮಾನರು ಇವತ್ತು ಉದ್ಯೋಗ, ವಿದ್ಯೆ ಮತ್ತಿತರ ಕ್ಷೇತ್ರಗಳಲ್ಲಿ ದಿನನಿತ್ಯ ಬಗೆ ಬಗೆಯ ಅವಮಾನಗಳಿಗೆ ಗುರಿಯಾಗುತ್ತಿದ್ದಾರೆ. ಅವರು ಪ್ರಬಲವಾದ ಒಂದು ರಾಜಕೀಯ ಶಕ್ತಿಯಾಗಿ ಬೆಳೆಯದಂತೆ ಮಾಡುವ ಹುನ್ನಾರಗಳನ್ನು ಭಾರತೀಯ ಸಮಾಜ ಬೆಳೆಸಿಕೊಂಡಿದೆ. ಕೋಮುವಾದಕ್ಕೆ ಅಮಾಯಕ ಮುಸಲ್ಮಾನರು ಬಲಿಯಾಗುತ್ತಿದ್ದಾರೆ. ಅವರ ಕೆಲವು ಹಕ್ಕುಗಳನ್ನು ಕಸಿದುಕೊಳ್ಳುವ ಮಾತುಗಳನ್ನೂ ನಾವು ಆಗಾಗ ಕೇಳುತ್ತಿದ್ದೇವೆ. ಇಂಥ ಬಿಕ್ಕಟ್ಟಿನ ಕ್ಷಣಗಳಲ್ಲಿ ಗೆಳೆಯ ಅಸ್ಸಾದಿಯರ ಈ ಪುಸ್ತಕದ ಓದು ಮುಸಲ್ಮಾನರ ಬಗೆಗಿನ ನಮ್ಮ ಅರಿವಿನ ಗಡಿಗಳನ್ನು ಗಮನಾರ್ಹವಾಗಿ ವಿಸ್ತರಿಸುತ್ತದೆ.

ಶ್ರಮ ಸಾಧ್ಯವಾದ ಇಂಥದ್ದೊಂದು ಗಂಭೀರವಾದ ಪುಸ್ತಕವನ್ನು ಬರೆದ ಅಸ್ಸಾದಿಯವರಿಗೆ ಅಭಿನಂದನೆಗಳು.

– ಪುರುಷೋತ್ತಮ ಬಿಳಿಮಲೆ

ಒಳ ಪುಟಗಳಲ್ಲಿ...

ಅಧ್ಯಾಯ 01

ಧರ್ಮ, ಜಾತಿ, ಮತ್ತು ಕಥನಗಳು: ಮುಖಾಮುಖಿಯಾದ ಸಂದರ್ಭದ ಚರ್ಚೆ

ಭಾರತದ ಸಂದರ್ಭದಲ್ಲಿ ಅಲ್ಪಸಂಖ್ಯಾತರಾದ ಮುಸ್ಲಿಮರಲ್ಲಿ ಹಿಂದೂಗಳಲ್ಲಿರುವಂತೆ ತಳಸ್ತರದ ಜಾತಿಗಳಿವೆಯೇ? ಅಥವಾ ಜಾತಿ ತರಹ ಚೌಕಟ್ಟುಗಳಿವೆಯೇ? ಜಾತಿಗಳನ್ನು, ಬುಡಕಟ್ಟುಗಳನ್ನು ಇನ್ನಿತರ ಸಾಮಾಜಿಕ ಅಸ್ಮಿತೆಗಳನ್ನು ನಿರಾಕರಿಸುವ ಧರ್ಮ ಭಾರತದ ಸಂದರ್ಭದಲ್ಲಿ ಜಾತಿಗಳನ್ನು ಒಪ್ಪಿಕೊಳ್ಳುತ್ತದೆಯೇ?[1] ಇತ್ಯಾದಿ ಬಹುಮುಖ್ಯವಾದ ಪ್ರಶ್ನೆಗಳು ಇತ್ತೀಚಿನ ವರುಷಗಳಲ್ಲಿ ಮುನ್ನೆಲೆಗೆ ಬರುತ್ತಿವೆ. ಭಾರತ ಜಾತಿ ಪ್ರಧಾನವಾಗಿರುವ ದೇಶ, ಈ ಸಂದರ್ಭದಲ್ಲಿ ಜಾತಿಯ ಚೌಕಟ್ಟನ್ನು ಭಾರತದ ಮುಸ್ಲಿಮರ, ಸಾಮಾಜಿಕ, ರಾಜಕೀಯ ಮತ್ತು ಆರ್ಥಿಕ

1 T.N. Madan (éd.), Muslim Communities of South Asia. Culture, Society and Power, New Delhi, Manohar, 1976, Azra Khanum, Muslim Backward Classes, New Delhi, Sage, 2013. Imtiaz Ahmad, , Caste and social stratification among Muslims in India. New Delhi: Manohar, 1978, Irfan Ahmed, A Different Jihad: Dalit Muslims' Challenge to Ashraf Hegemony, Economic and Political Weekly, Vol. 38, No. 46 Nov. 15-21, 2003, pp.4886-4891, Anwar Alam , Democratisation of Indian Muslims: Some Reflections, Economic and Political Weekly, Vol. 38, No. 46 , Nov. 15-21, 2003, pp. 4881-4885, Mohd Shakil Ahmed, Social Stratification: Ashrafisation in Manipur, Economic and Political Weekly, Vol. 44, No. 34 , August 22-28, 2009, pp. 18-20, Khalid Anis Ansari, Rethinking the Pasmanda Movement, Economic and Political Weekly , Mar. 28 - Apr. 3, 2009,

ಸ್ಥಿತಿಗತಿಗಳನ್ನು ಅರ್ಥ ಮಾಡಿಕೊಳ್ಳಲು ಉಪಯೋಗಿಸಬೇಕು ಎಂದು ಪ್ರಬಲವಾಗಿ ವಾದಿಸುವ ಗುಂಪು ಒಂದಿದೆ[2]. ಅವರ ಪ್ರಕಾರ ಜಾತಿಯ ಗುರುತಿಸುವಿಕೆ ಬಹುಮುಖ್ಯವಾಗಲು ಎರಡು ಕಾರಣವಿದೆ: ವ್ಯವಸ್ಥೆಯು ಸಮುದಾಯಗಳನ್ನು ಬಹುಮುಖ್ಯವಾಗಿ ಗುರುತಿಸುವುದು ಜಾತಿಯ ಹಿನ್ನೆಲೆಯಿಂದ, ಅದರ ಕಲ್ಯಾಣ ಕಾರ್ಯಕ್ರಮಗಳು ಅಲ್ಪಸಂಖ್ಯಾತರಿಗೆ ದೊರೆಯಬೇಕಾದರೆ ಅಥವಾ ತಲುಪಬೇಕಾದರೆ ಅವರಲ್ಲಿರುವ ವಿವಿಧ ಅಸ್ಮಿತೆಗಳನ್ನು, ಅದರಲ್ಲೂ ಜಾತಿಗಳ ರೂಪದಲ್ಲಿ ಗುರುತಿಸುವುದು ಬಹಳ ಅವಶ್ಯಕ. ಇವುಗಳು ದೊರೆಯದಿದ್ದರೆ, ಖ್ಯಾತ ಭಾಷಾ ಶಾಸ್ತ್ರೀಯ ತಜ್ಞರಾದ ಚಾರ್ಲ್ಸ್ ಟೇಲರ್ ಹೇಳಿದಂತೆ "ಸಮುದಾಯ ಮತ್ತೆ ಮತ್ತೆ ಅಂಚಿಗೆ ತಳ್ಳಲ್ಪಡುತ್ತದೆ."[3] ಈ ಗುರುತಿಸುವಿಕೆಯನ್ನು ವ್ಯವಸ್ಥೆ ವಿವಿಧ ರೂಪದಲ್ಲಿ ಮಾಡುತ್ತದೆ. ಮೀಸಲಾತಿ ಇದರ ಒಂದು ಭಾಗವಷ್ಟೇ. ಇದಕ್ಕಾಗಿ ಜಾತಿಯನ್ನು ಅಥವಾ ಜಾತಿಯಂತಿರುವ ಚೌಕಟ್ಟಿನ ಅಸ್ತಿತ್ವವನ್ನು ಒಪ್ಪಿಕೊಳ್ಳುತ್ತಾ, ಅದನ್ನು ರಾಜಕೀಯ ಕಾರಣಕ್ಕಾಗಿ ಉಪಯೋಗಿಸಬೇಕೆ ಹೊರತು, ಅದನ್ನು ದಿನ ನಿತ್ಯದ ಆಗುಹೋಗುಗಳ, ಸಾಮಾಜಿಕ ಸಂಬಂಧಗಳ ಭಾಗವನ್ನಾಗಿರಿಸಬಾರದು.

ಎರಡನೆಯ ವಾದ ಮುಸ್ಲಿಮರಿಗೆ ಹಿಂದುಳಿದ ವರ್ಗದಡಿಯಲ್ಲಿ, ಬುಡಕಟ್ಟುಗಳಡಿಯಲ್ಲಿ, ವಿಮುಕ್ತಿ ಜಾತಿ ಮತ್ತು ಅಲೆಮಾರಿ ಬುಡಕಟ್ಟುಗಳಡಿಯಲ್ಲಿ ಈಗಾಗಲೇ ಮೀಸಲಾತಿ ನೀಡುತ್ತಿರುವ ಕಾರಣ, ಧರ್ಮಾಧಾರಿತವಾಗಿ ಮೀಸಲಾತಿಯನ್ನು ನೀಡುವುದು ಸೂಕ್ತವಲ್ಲ. ಇದನ್ನು ಹತ್ತು ಹಲವು ಸಂಘಟನೆಗಳು ಪ್ರತಿಪಾದಿಸಿದವು. ಅವುಗಳಲ್ಲಿ ಮಹಾರಾಷ್ಟ್ರದ ಅಖಿಲ ಭಾರತ ಮುಸ್ಲಿಂ ಓಬಿಸಿ ಸಂಘಟನೆ (ಆಲ್ ಇಂಡಿಯಾ ಮುಸ್ಲಿಂ ಆರ್ಗನೈಜೇಶನ್) ಒಂದು. ಈ ವಾದ ಬಂದಿರುವುದು ಮರಾಠರಿಗೆ ಮಹಾರಾಷ್ಟ್ರದಲ್ಲಿ ಮೀಸಲಾತಿಯನ್ನು ವಿಸ್ತರಿಸುವ ಸಂದರ್ಭದಲ್ಲಿ.

ಮೂರನೆಯದಾಗಿ, ಮುಸ್ಲಿಮರಲ್ಲಿ ದಲಿತರಿರುವುದನ್ನು ಗುರುತಿಸಬೇಕೇ ? ಎಂಬ ವಾದ. ಇಲ್ಲಿ ಎರಡು ರೂಪದ ವಾದಗಳಿವೆ. ಒಂದೆಡೆ, ಈ ರೀತಿಯ ಮೀಸಲಾತಿ ಮತಾಂತರವನ್ನು ಪ್ರಚೋದಿಸುತ್ತದೆ. ಆದಕಾರಣ ಈ ಬೇಡಿಕೆ "ಸಮ್ಮತವಲ್ಲ"[4]. ಎರಡನೆಯದಾಗಿ, ಮುಸ್ಲಿಮರಲ್ಲಿರುವ ದಲಿತ ಜಾತಿಗಳನ್ನು ಗುರುತಿಸಿದರೆ ಅದರ ನಷ್ಟ ದಲಿತರಿಗೆ ಆಗುವುದು ಸಹಜ. ಒಂದೆಡೆ ಧರ್ಮಾಧಾರಿತ ಮೀಸಲಾತಿಯನ್ನು,

2_Rémy Delage, Muslim Castes in India, Books and Ideas, College De France , 2014, Charles Lindholm, Caste in Islam and the Problem of Deviant Systems: A Critique of Recent Theory , Contributions to Indian Sociology, January, Vol. 20, No 1 1986, pp. :61-73
3_Charles Taylor.. "The Politics of Recognition " in Amy Gutmann (edited) Multiculturalism , Princeton University Press. New Jersey, 1994.
4_India Today, February 15 2015.

ಒಂದೆರೆಡು ಧರ್ಮಗಳನ್ನು ಹೊರತುಪಡಿಸಿ, ಸಂವಿಧಾನವೇ/ರಾಷ್ಟ್ರಪತಿಗಳ 1950ರ ಅಧ್ಯಾದೇಶ ನಿರಾಕರಿಸುತ್ತದೆ, ಮತ್ತೊಂದೆಡೆ ಮುಸ್ಲಿಮರಲ್ಲಿನ ದಲಿತರನ್ನು ಧಾರ್ಮಿಕ ನೆಲೆಗಟ್ಟಿನಲ್ಲಿ ಗುರುತಿಸಿದರೆ ಹಿಂದೂ, ಸಿಖ್, ಮತ್ತು ಬೌದ್ಧ ದಲಿತರ ಮೀಸಲಾತಿಯಲ್ಲಿ ಕಡಿತವಾಗುವುದು ದಿಟ. ವಾಸ್ತವವಾಗಿ ಈ ವಾದ ರಂಗನಾಥ ಆಯೋಗದ ಶಿಫಾರಸ್ಸಿನ ನಂತರ ಮುನ್ನೆಲೆಗೆ ಬಂತು. ರಂಗನಾಥ ಮಿಶ್ರ ಆಯೋಗ ದಲಿತರೊಳಗೆ ಮುಸ್ಲಿಂ ದಲಿತರನ್ನು ಗುರುತಿಸಬೇಕಲ್ಲದೇ, ಅವರಿಗೂ ಒಳ ಮೀಸಲಾತಿಯನ್ನು ನೀಡಬೇಕೆಂದು ಶಿಫಾರಸ್ಸು ಮಾಡಿತ್ತು. ಇದರ ಪೂರ್ವದಲ್ಲಿ ಅಲ್ಪಸಂಖ್ಯಾತರ ಸ್ಥಿತಿಗತಿಗಳನ್ನು ಅರಿಯಲು 1983ರಲ್ಲಿ ನೇಮಿಸಿದ್ದ ಗೋಪಾಲ್ ಸಿಂಗ್ ಸಮಿತಿ ಮತ್ತು ಅಲ್ಪಸಂಖ್ಯಾತರ ಆಯೋಗವು ಸರ್ಕಾರಿ ಅಧ್ಯಾದೇಶದ ಮೂರನೆಯ ಸಾಲು, ಬಹುಮುಖ್ಯವಾಗಿ, ಹಿಂದೂ, ಸಿಖ್ ಮತ್ತು ಬೌದ್ಧ ಧರ್ಮದ ಹೊರತಾಗಿ ಉಳಿದ ಧರ್ಮವನ್ನು ಅನುಸರಿಸುವವರನ್ನು "ಪರಿಶಿಷ್ಟ ಜಾತಿಗಳೆಂದು" ಪರಿಗಣಿಸಲಾಗದು ಎಂಬ ವಾಕ್ಯವನ್ನು ತೆಗೆಯಲು ಶಿಫಾರಸ್ಸು ಮಾಡಿದ್ದನ್ನು ಇಲ್ಲಿ ಗಮನಿಸಬೇಕು. ಅದೇ ರೀತಿ ಮಂಡಲ್ ವರದಿ, ಸಾಚಾರ್ ಸಮಿತಿ ಮುಸ್ಲಿಮ್-ದಲಿತ ಅಸ್ತಿತ್ವವನ್ನು ಗುರುತಿಸಿತ್ತು. ಅಷ್ಟು ಮಾತ್ರವಲ್ಲದೇ ಸಾಚಾರ್ ಮತ್ತು ರಂಗನಾಥ್ ಮಿಶ್ರ ವರದಿಗಳು ಹಿಂದುಳಿದ ವರ್ಗದ ಪಟ್ಟಿಯಲ್ಲಿರುವ ಜಾತಿಗಳನ್ನು ದಲಿತರ ಪಟ್ಟಿಯಲ್ಲಿ ಪುನರ್ ವರ್ಗೀಕರಣ ಮಾಡಬೇಕೆಂದು ಶಿಫಾರಸ್ಸು ಮಾಡಿತ್ತು.[5] ಇಲ್ಲೊಂದು ವಿಚಿತ್ರ ಸನ್ನಿವೇಶವಿದೆ. 1975ರ ಸರ್ಕಾರಿ ಆದೇಶದಂತೆ ಮುಸ್ಲಿಂ ದಲಿತ ಪುನಃ ಮತಾಂತರ ಹೊಂದಿ ಹಿಂದೂ ದಲಿತನಾದರೆ ಅವನು ಎಲ್ಲಾ ಸವಲತ್ತುಗಳನ್ನು ಪಡೆಯಲು ಹಕ್ಕುದಾರನಾಗುತ್ತಾನೆ. ಆದರೆ ಅದೇ ಹಿಂದೂ ದಲಿತ ಮುಸ್ಲಿಂ-ದಲಿತನಾದರೆ ಅವನಿಗೆ ಯಾವುದೇ ಸೌಲಭ್ಯ ಸಿಗುವುದಿಲ್ಲ.[6] ಮತ್ತು ಹಕ್ಕುದಾರನಾಗುವುದಿಲ್ಲ. ಅದೇನೆ ಇರಲಿ, ರಾಷ್ಟ್ರಪತಿಯವರ 1950ರ ಆದೇಶದ ಕುರಿತಂತೆ ಬಹಳಷ್ಟು ವಿರೋಧಗಳು ಬಂದಿವೆ. ಆ ವಿರೋಧಗಳನ್ನು ಈ ರೀತಿ ಪಟ್ಟಿ ಮಾಡಬಹುದು: ಅಧ್ಯಾದೇಶ ಸಂವಿಧಾನದ ಮೂಲ ಆಶಯಗಳಾದ ಸಮಾನತೆಯ ಹಕ್ಕು ಮತ್ತು ಪ್ರಸ್ತಾವನೆಯ ವಿರುದ್ಧವಾಗಿ ಹೋಗುವ ಕಾರಣ ಈ ಅಧ್ಯಾದೇಶವನ್ನು ತಿರಸ್ಕರಿಸಬೇಕು, ಎರಡನೆಯದಾಗಿ, ಮತಾಂತರದ ನಂತರವೂ ಭಾರತದ ಸಂದರ್ಭದಲ್ಲಿ ಜಾತಿಯ 'ಕಳಂಕ'ಗಳು, ಮೌಲ್ಯಗಳು ಹಾಗೆಯೇ ಉಳಿಯುವ ಕಾರಣ, ಅಧ್ಯಾದೇಶ ಉಳಿದ ಧರ್ಮಗಳಲ್ಲಿರುವ ಜಾತಿಯ ಚೌಕಟ್ಟುಗಳನ್ನು ಉಪೇಕ್ಷೆ ಮಾಡುತ್ತದೆ. ಮೂರನೆಯದಾಗಿ ದಲಿತರ

5_Ministry of Minority Affairs, Report of the National Commission for Religious and Linguistic Minorities, 2007, p.154

6_MHRD, circular letter No: 35/ 1/ 72- RU (SCTV))

ಮೇಲಿನ ದೌರ್ಜನ್ಯಕ್ಕೆ ಒಂದು ಸೀಮಿತತೆಯನ್ನು ಹಾಕಲು ಸಾಧ್ಯವಿಲ್ಲ. ಎಲ್ಲಾ ಜಾತಿಯ ಮತ್ತು ಧರ್ಮದಲ್ಲಿರುವ ದಲಿತರು ದೌರ್ಜನ್ಯಕ್ಕೊಳಗಾಗುತ್ತಿರುವುದು ವಾಸ್ತವ. ಇದಕ್ಕೆ ಹಿಂದೂ ಧರ್ಮವಾಗಲೀ, ಕ್ರೈಸ್ತ ಧರ್ಮವಾಗಲೀ ಅಪವಾದವಲ್ಲ. ನಾಲ್ಕನೆಯದಾಗಿ, ಹಿಂದೂಯೇತರ ಧರ್ಮದೊಳಗಿನ ದಲಿತರನ್ನು ಉಳಿದ ದಲಿತರಂತೆ ನೋಡಿಕೊಳ್ಳುವುದು. ಸಾಮಾಜಿಕ ಬಹಿಷ್ಕಾರ, ಸಾಮಾಜಿಕ ಅಂತರ, ಸೀಮಿತವಾದ ಸ್ಮಶಾನಗಳು, ವಿವಾಹ ಆಚರಣೆಯಲ್ಲಿ ತಾರತಮ್ಯ ಇತ್ಯಾದಿ. ಒಂದು ಸಮಾನ ಮನಸ್ಥಿತಿಯನ್ನು, ಸಮಾನ ವ್ಯವಸ್ಥೆಯ ಕರಾಳ ಮುಖವನ್ನು ಎತ್ತಿ ತೋರಿಸುತ್ತದೆ. ಇವೆಲ್ಲಾ ಕಾರಣಗಳಿಗಾಗಿ ಅಧ್ಯಾದೇಶವನ್ನು ವಿರೋಧಿಸಲಾಯಿತು.

ಇಲ್ಲಿರುವ ಇನ್ನೊಂದು ತೊಡಕನ್ನು ಕೂಡ ಗಮನಿಸಬೇಕು. ಅದೇನೆಂದರೆ ಮುಸ್ಲಿಮರಿಗೆ ಧಾರ್ಮಿಕ ನೆಲೆಗಳ ಮೇಲೆ ಮೀಸಲಾತಿಯನ್ನು ನೀಡಿದರೆ ಅದಕ್ಕೆ ಬರುವ ತೀವ್ರತರ ಪ್ರತಿರೋಧ. ಈ ಪ್ರತಿರೋಧಗಳು "ಹಿಂಸಾತ್ಮಕ"ವಾಗಿರುತ್ತದೆ ಮತ್ತು ರಾಜಕೀಯ ಅಲ್ಲೋಲ ಕಲ್ಲೋಲವನ್ನು ಉಂಟುಮಾಡಬಲ್ಲುದು ಎಂದು ಬಹಳಷ್ಟು ಸಂಶೋಧಕರು, ಶಾಸ್ತ್ರಜ್ಞರು ವಾದಿಸಿರುವುದನ್ನು ಇಲ್ಲಿ ಗಮನಿಸಬೇಕು. (ಮಾರ್ಕ್ ಗ್ಯಾಲಂಟರ್–1984, ಮೈನರ್ ವೀನರ್–1984 ಇತ್ಯಾದಿ).[7]

ಮೂರನೆಯ ವಾದ, ಅಸ್ಮಿತೆಯನ್ನು ತೋರ್ಪಡಿಸುವ ಸಂದರ್ಭದಲ್ಲಿ ಜಾತಿಯ ಪ್ರಾಧಾನ್ಯತೆಯನ್ನು ಸಂಪೂರ್ಣವಾಗಿ ನಿರಾಕರಿಸಿ, ಸಮುದಾಯವನ್ನು ವರ್ಗದ ರೂಪದಲ್ಲಿ ಕಲ್ಪಿಸುತ್ತದೆ. ಯಾಕೆಂದರೆ ಜಾಗತೀಕರಣವು ಸಮುದಾಯವನ್ನು ಸಂಪೂರ್ಣವಾಗಿ ಅಂಚಿಗೆ ತಳ್ಳಿದ ಕಾರಣ ಅದೊಂದು ಜಾತಿಯಾಗಿ ಅಥವಾ ಸಮುದಾಯವಾಗಿ ಉಳಿದಿಲ್ಲ, ಹೊರತು ಅದೊಂದು ವರ್ಗವಾಗಿ, ಅದರಲ್ಲೂ ಅಂಚಿಗೆ ತಳ್ಳಲ್ಪಟ್ಟ, ವರ್ಗವಾಗಿ ಪರಿವರ್ತಿತವಾಗಿದೆ ಎಂದು ವಾದಿಸುತ್ತದೆ[8].

ಇದಕ್ಕೆ ಪೂರಕವಾಗಿ ಇನ್ನೊಂದು ವಾದವಿದೆ. ಜಾತಿಯ ಬದಲಿಗೆ ಜನಾಂಗೀಯತೆಯನ್ನು, ಬುಡಕಟ್ಟುವಿನ ತಳಹದಿಯನ್ನು ಯಥಾವತ್ತಾಗಿ ಒಪ್ಪಿಕೊಳ್ಳುವುದು. ಯಾಕೆಂದರೆ ಜಾತಿ ಸೃಷ್ಟಿಸಿದಷ್ಟು ಗೊಂದಲಗಳನ್ನು ಈ ಬುಡಕಟ್ಟುಗಳು ಸೃಷ್ಟಿಸುವುದಿಲ್ಲ ಎಂಬ ನಂಬಿಕೆ ಇಲ್ಲಿ ಕೆಲಸ ಮಾಡುತ್ತಿತ್ತು. ವಾಸ್ತವವಾಗಿ ಇದು ಪರಿಪೂರ್ಣವಾಗಿ ಸರಿಯಾದ ವಾದವಲ್ಲ. ಬುಡಕಟ್ಟುಗಳೊಳಗೆ

7 Theodore P. Wright, Jr A New Demand for Muslim Reservations in India, Asian Survey , Vol. 37, No. 9 Sept., 1997, pp. 852-858, Marc Galanter, Competing Equalities: Law and the Backward Classes in India, Oxford University Press, Delhi, 1984. Mohd. Sanjeer Alam Affirmative Action for Muslims? Arguments, Contentions and Alternatives, Studies in Indian Politics, Vol. 2, No 2, 2014 pp.215-229 ,

8 Maidul Islam, Rethinking the Muslim Question in Post-Colonial India, Social Scientist , Vol. 40, No. 7/8 , July-August 2012, pp. 61-84

ಹತ್ತಾರು ಉಪ ಪಂಗಡಗಳಿರುವುದನ್ನು, ಅವುಗಳಿಗೆ ತಮ್ಮದೇ ಆದ ಇತಿಹಾಸ, ಪರಂಪರೆ, ಭಾಷೆ, ಸಂಸ್ಕೃತಿ, ಸಂಪ್ರದಾಯಗಳಿರುವುದು ದಿಟ. ಅದರ ಮೇಲ್ಪದರಲ್ಲಿ ಧರ್ಮವಿರಬಹುದು ಅಥವಾ ಅದು ಧರ್ಮಕ್ಕೆ ತಳಹದಿಯನ್ನು ನೀಡಿರಬಹುದು, ಆದರೆ ಸಂಘರ್ಷಗಳನ್ನು, ಗೊಂದಲಗಳನ್ನು ಕಡಿಮೆ ಮಾಡಿಲ್ಲವೆಂಬುದು ಅಷ್ಟೇ ಸ್ಪಷ್ಟ. ಬಹಳಷ್ಟು ಸಂದರ್ಭದಲ್ಲಿ ಧಾರ್ಮಿಕ ಅಸ್ಮಿತೆಗಿಂತಲೂ ಬುಡಕಟ್ಟು, ಜನಾಂಗೀಯ ಅಸ್ಮಿತೆ ಪ್ರಧಾನವಾಗಿ ಕಂಡು ಬರುವುದು ಸತ್ಯ.ಇದು ಮುಸ್ಲಿಮ್ ಆದಿವಾಸಿ ಬುಡಕಟ್ಟುಗಳಿಗೂ (ಸಿದ್ದಿ), ಅಲೆಮಾರಿ ಬುಡಕಟ್ಟುಗಳಿಗೂ (ಬಕ್ರೆವಾಲ), ಜನಾಂಗೀಯ ಗುಂಪುಗಳಿಗೂ ಸಮಾನವಾಗಿ ಅನ್ವಯವಾಗುತ್ತದೆ. ಆದಕಾರಣವೇ ಮುಸ್ಲಿಮರನ್ನು ಒಂದು "ಬಿರಾದರಿ" (ಭ್ರಾತೃತ್ವ) ಚೌಕಟ್ಟಿನೊಳಗೆ ಸೀಮಿತಗೊಳಿಸುವುದು ಸರಿಯಾದ ತೀರ್ಮಾನವಲ್ಲ ಎಂಬ ವಾದ ಈ ಹಿಂದಿನ ವಾದಕ್ಕೆ ಪೂರಕವಾಗಿ ಬಂದಿದೆ.

ಕೊನೆಯದಾಗಿ, ಧರ್ಮ ಮೀಸಲಾತಿ ಮತ್ತು ಜಾತಿಯನ್ನು ತಿರಸ್ಕರಿಸುವ ಕಾರಣ, ಬಹಳ ಮುಖ್ಯವಾಗಿ ಇಸ್ಲಾಂ ಜಾತಿಗಳನ್ನಾಗಲೀ, ಜಾತಿಯಂತಿರುವ ಚೌಕಟ್ಟುಗಳನ್ನಾಗಲೀ, ಬುಡಕಟ್ಟು ಅಸ್ಮಿತೆ ಇತ್ಯಾದಿಗಳನ್ನು ಒಪ್ಪದಿರುವ ಕಾರಣ, ಇವೆರಡನ್ನು ಸಾರಾಸಗಟಾಗಿ ತಿರಸ್ಕರಿಸಬೇಕು. ಆದಕಾರಣ ಈ ರೀತಿಯ ಚರ್ಚೆಯೇ ಸೂಕ್ತವಲ್ಲ. ಇಸ್ಲಾಂ ಮೂಲತಃವಾಗಿ ನಂಬುವ "ಉಮ್ಮಾ", ಅಂದರೆ ವಿಶಾಲವಾದ ಸಮುದಾಯದ ಕಲ್ಪನೆಯ ಹಿನ್ನೆಲೆಯಲ್ಲಿ ಜಾತಿಗೆ ಅನುಮತಿ ಮತ್ತು ಪ್ರಾಶಸ್ತ್ಯ ನೀಡುವುದಿಲ್ಲ. ಜಾತಿ ಬಹಳ ಮುಖ್ಯವಾಗಿ, ಹಿಂದೂ ಸಂಸ್ಕೃತಿಯ ಭಾಗವಾಗಿರುವ ಕಾರಣ, ಮುಸ್ಲಿಮ್ ಅಥವಾ ಅಲ್ಪಸಂಖ್ಯಾತರಿಗೆ ಇದು ಅನ್ವಯಿಸುವುದಿಲ್ಲ. ಎರಡನೆಯದಾಗಿ ಮುಸ್ಲಿಮರು ದಾರುಲ್ ಹರಬ್‌ನಲ್ಲಿರುವ ಕಾರಣ, ಅಂದರೆ ಇಸ್ಲಾಮೇತರ ದೇಶಗಲ್ಲಿ – ಆ ದೇಶದ ಸರ್ಕಾರದಿಂದ ಸಹಾಯ ಹಸ್ತ ಚಾಚುವುದು, ಕೈಯೊಡ್ಡುವುದು, ಮತ್ತದರ ಭಾಗವಾಗುವುದು ಮುಸ್ಲಿಮರಿಗೆ ಸಮರ್ಥನೀಯವಲ್ಲ ಎಂಬ ವಾದ ಈ ಸಂದರ್ಭದಲ್ಲಿ ನೋಡಬೇಕು. ಈ ವಾದ ಇತ್ತೀಚೆಗೆ ಮುನ್ನೆಲೆಗೆ ಬಂದರೂ, ಅದು ವಾಸ್ತವವಾಗಿ ಶತಮಾನದಷ್ಟು ಹಳೆಯದು. 1870–80ರ ಸುಮಾರಿಗೆ, ಅದರಲ್ಲೂ ಮೊಗಲರ ಆಳ್ವಿಕೆಯ ಮುಕ್ತಾಯದ ನಂತರ, ವಹಾಬಿಗಳ ಹಾಗೂ ಉತ್ತರ ಭಾರತದ ಪಂಜಾಬ್, ಪಶ್ಚಿಮ ಬಂಗಾಳದಲ್ಲಿ ಮುಸ್ಲಿಮರ ದಂಗೆಯ ಸಂದರ್ಭದಲ್ಲಿ ಮುನ್ನೆಲೆಗೆ ಬಂತು, ವಹಾಭಿ ದಂಗೆಗಳ ಕುರಿತು ಹಂಟರ್ ನೇತೃತ್ವದಲ್ಲಿ ನೇಮಕಗೊಂಡ[9] ಬ್ರಿಟಿಷ್ ಸಮಿತಿಯೊಂದು ತನ್ನ 1876ರ ವರದಿಯಲ್ಲಿ ಇದನ್ನು ಸ್ಪಷ್ಟೀಕರಿಸಿತ್ತು[10], ಅದರ ಪ್ರಕಾರ ದೇಶವೊಂದು ಶತ್ರು

9_W.W.Hunter, Indian Musulmans, Trunerner, UK, 1876
10 Ibid.

ರಾಷ್ಟ್ರವಾಗುವುದು ಎರಡು ಸಂದರ್ಭದಲ್ಲಿ. ಮೊದಲನೆಯ ಸಂದರ್ಭದಲ್ಲಿ, ಧಾರ್ಮಿಕ ಸ್ಥಾನಮಾನವನ್ನು ವಿಧರ್ಮಿಗಳು ನಿರ್ಧರಿಸಿದಾಗ, ಎರಡನೆ ಸಂದರ್ಭದಲ್ಲಿ, ಹಿಂದಿನ ಧಾರ್ಮಿಕ ಸ್ಥಾನಮಾನ ಪ್ರಸ್ತುತ ಸಂದರ್ಭದಲ್ಲಿ ಇಲ್ಲದಿರುವಾಗ ಅಥವಾ ನಿರಾಕರಿಸಿದಾಗ. ಈ ದಾರುಲ್ ಹರಬ್‌ನ ಪರ ಮತ್ತು ವಿರೋಧ ಚರ್ಚೆಯಲ್ಲಿ ನಾಲ್ಕು ವಿದ್ವಾಂಸರು ಪ್ರಮುಖರಾಗುತ್ತಾರೆ. ಅದರಲ್ಲಿ ಒಬ್ಬರು ಪವಿತ್ರ ಗ್ರಂಥದ ಮೂಲದೊಂದಿಗೆ ಸಮುದಾಯ ತನ್ನತನವನ್ನು ಕಟ್ಟಿಕೊಳ್ಳಬೇಕೆಂದು ವಾದಿಸಿದರೆ (ದೆಹಲಿಯ ಶಾ ಅಬ್ದುಲ್ ಅಜೀಜ್), ಇಬ್ಬರು ದಾರುಲ್ ಹರಬ್ ವಾದವನ್ನು ತೀವ್ರವಾಗಿ ಪ್ರತಿಪಾದಿಸಿದರು (ಬರೇಲಿಯ ಸೈಯ್ಯದ್ ಅಹಮದ್ ಮತ್ತು ಫರೀದ್ ಪುರದ ಶರೀಯತುಲ್ಲ) ಮತ್ತು ಕೊನೆಯದಾಗಿ ಒಬ್ಬರು ದಾರುಲ್ ಹರಬ್ ಪರಿಕಲ್ಪನೆಯನ್ನೇ ಅನ್ನು ತೀವ್ರವಾಗಿ ವಿರೋಧಿಸಿದರು (ಕರಾಮತ್ ಅಲಿ)[11].

ಇದರ ಪರಿಣಾಮವೆಂಬಂತೆ ಮೊಘಲ್ ಸಾಮ್ರಾಜ್ಯದ ಪತನದ ಮೂವತ್ತು ವರ್ಷದ[12] ಅವಧಿಯೊಳಗೆ ಮುಸ್ಲಿಮರು ತಮ್ಮ ಯಜಮಾನಿಕೆಯನ್ನು ಕಳೆದುಕೊಂಡು "ಸಬಾಲ್ಟರ್ನ್" ವರ್ಗಗಳಾದರು, ಬಡವರಾದರು ಭೂಮಾಲೀಕರು, ಜಮೀನ್ದಾರರು ತಮ್ಮ ಹಿಡಿತಗಳನ್ನು ಕಳೆದುಕೊಂಡು ಬಡವರಾದರು[13]. ಬ್ರಿಟಿಷರು ಅಳವಡಿಸಿದ ಜಮೀನ್ದಾರಿ ಪದ್ಧತಿ, ಇಂಗ್ಲೀಷ್ ಭಾಷೆ, ಕೋರ್ಟ್‌ಗಳಲ್ಲಿ ಇಂಗ್ಲೀಷ್‌ನ ಅಳವಡಿಕೆ, ಸೈನ್ಯದಲ್ಲಿ ಅವಕಾಶ ನಿರಾಕರಣೆ, ಜಮೀನ್ದಾರಿ ಪದ್ಧತಿಯ ಅಳವಡಿಕೆ, ಕೋರ್ಟ್‌ಗಳಿಂದ ಮುಸ್ಲಿಮ್ ಖಾಜಿಗಳ ಬದಲಾವಣೆ ಇತ್ಯಾದಿಗಳು ಕೂಡ ಈ ನಿಟ್ಟಿನಲ್ಲಿ ಕೆಲಸ ಮಾಡಿದವು.[14] ಅದೇ ಸುಮಾರಿಗೆ ಮುಸಲ್ಮಾನರಲ್ಲಿ ಹೊಗೆಯಾಡುತ್ತಿದ್ದ ಅತೃಪ್ತಿಗಳ ಪಟ್ಟಿಯನ್ನು ಹಂಟರ್ ತನ್ನ 1876ರ ವರದಿಯಲ್ಲಿ ಈ ರೀತಿ ಮಾಡುತ್ತಾನೆ. ಸಮುದಾಯಕ್ಕಿದ್ದ ಗೌರವಾನ್ವಿತ ಹುದ್ದೆಗಳು ಕೊನೆಗೊಂಡವು, ವಸಾಹತುಶಾಹಿ ಜಾರಿಗೆ ತಂದ ಶಿಕ್ಷಣ ಇಡೀ ಸಮುದಾಯವನ್ನು ಕೀಳರಿಮೆಯೊಂದಿಗೆ ಭಿಕ್ಷುಕರನ್ನಾಗಿಸಿತ್ತು, ಕೌಟುಂಬಿಕ ಸಮಸ್ಯೆಗಳು ಇನ್ನಷ್ಟು ಜಟಿಲವಾದವು, ಧಾರ್ಮಿಕ ಆಚರಣೆಗಳು ಪಲ್ಲಟಗೊಂಡವು.

ಇದೇ ಸಂದರ್ಭದಲ್ಲಿ ಈ ವರದಿಯ ಪೂರ್ವದಲ್ಲಿದ್ದ ಎರಡು ವಾದಗಳನ್ನು ಗಮನಿಸಬೇಕು. ಮೊದಲನೆಯ ವಾದ ಭಾರತವನ್ನು ಅಧೀನಪಡಿಸಲು ತೆಗೆದುಕೊಳ್ಳಬೇಕಾದ ತಂತ್ರಗಳು. ಅದರಲ್ಲಿ ಐರೋಪ್ಯದ ಧರ್ಮ, ಕಾನೂನು,

---

11_M .L. S. S. O'Malley, Modern India and the West: A Study of the interaction of their Civilizations, Oxford Univerrity, Oxford , 1841, p.368

12_T.R.E Holmes, A History of Indian Mutiny, W.H.Allen and Company, , London, 1885

13_James Routledge, English Rule and Native Opinion in India: From the Notes taken between 1870-74, London , 1878, pp.67.

14_Ibid.

ಮತ್ತು ಸಾಹಿತ್ಯವನ್ನು ಒಂದು ತಂತ್ರವಾಗಿ ಉಪಯೋಗಿಸುವ ಯತ್ನವನ್ನು ಸ್ಪಷ್ಟವಾಗಿ ಗುರುತಿಸಬಹುದು. ಇವು ಹಲವು ಸಂದರ್ಭದಲ್ಲಿ ಸ್ಪಷ್ಟವಾಗಿ ಕಂಡು ಬರುತ್ತದೆ. ಇದರ ಪ್ರಪ್ರಥಮ ಉಲ್ಲೇಖ ದೊರೆಯುವುದು ಭಾರತೀಯರಿಗೆ ಶಿಕ್ಷಣದ ಬಗ್ಗೆ ಕಾಳಜಿ ಹೊಂದಿದ, ಆದರೆ ಭಾರತೀಯರ ಬಗ್ಗೆ ಅಸಮಾಧಾನ ಹೊಂದಿದ್ದ ಚಾರ್ಲ್ಸ್ ಗ್ರಾಂಟ್ 1792–97ರ ನಡುವೆ ಕಂಪೆನಿ ಸರಕಾರಕ್ಕೆ ಬರೆದ ಪತ್ರಗಳಲ್ಲಿ ಕಂಡುಬರುತ್ತದೆ.[15] ತದನಂತರ ಈಸ್ಟ್ ಇಂಡಿಯಾ ಸರ್ಕಾರದ 1817[16], 1828ರ ಗಝೆಟಿಯರ್, ಕ್ರಿಶ್ಚಿಯನ್ ಪಾದರಿ ಜಾರ್ಜ್ ಸ್ಮಿತ್‌ನ 1893 ಟಿಪ್ಪಣಿ ಗ್ರಂಥ ಸ್ಪಷ್ಟವಾಗಿ ಹೇಳುತ್ತದೆ. 1813ರಲ್ಲಿ ಕಂಪೆನಿಗೆ ಬ್ರಿಟಿಷ್ ಸರ್ಕಾರ ನೀಡಿದ ಸನ್ನದನ್ನು ಈ ಹಿನ್ನೆಲೆಯಲ್ಲಿ ನೋಡಬೇಕೆಂದು ಜಾರ್ಜ್ ಸ್ಮಿತ್ ಸ್ಪಷ್ಟವಾಗಿ ಗುರುತಿಸುತ್ತಾನೆ[17], " the Charter of 1813 was thus the foundation not only of ecceciasltical establishment, but what is of far more importantce for the civilization and the Christianization of its people'of the educational system of India".

ಇನ್ನೊಂದು ವಾದವನ್ನು ಗಮನಿಸಬೇಕು. ಅದೇನೆಂದರೆ ಜ್ಞಾನದ ಕೊಡುಗೆಯ ಒಂದೋ ನಿರಾಕರಣೆ ಇಲ್ಲವೇ ನಗಣ್ಯತೆ. ಇದು ವಸಾಹತುಶಾಹಿಯ ಜ್ಞಾನದ ಕೊಡುಗೆಯ ಕುರಿತಾದ ಪೂರ್ವಾಗ್ರಹವನ್ನು ವ್ಯಕ್ತಗೊಳಿಸುತ್ತದೆ ಎಂದರೂ ಸುಳ್ಳಲ್ಲ. ಪ್ರಥಮ ಮಹಾಸಂಗ್ರಾಮದ ಮೂರು ವರುಷದ ಪೂರ್ವದಲ್ಲಿ ಪ್ರಕಟಗೊಂಡ ಈಸ್ಟ್ ಇಂಡಿಯಾ ಕಂಪನಿಯ ಗಝೆಟಿಯರ್‌ನಲ್ಲಿ ಇದು ಸ್ಪಷ್ಟವಾಗಿ ಗೋಚರಿಸುತ್ತದೆ. ಬಿಷಪ್ ಹೆಬರ್‌ರನ್ನು ಉಲ್ಲೇಖಿಸುತ್ತಾ ಗಝೆಟಿಯರ್ ಈ ರೀತಿ ಹೇಳುತ್ತದೆ[18].

"The Mussulman lilterature very nearly resemble what the literature of Europe was before the time of CopernIcus, Gahleo, and Bacon. The Mussulmans take theIr logIc from Aristotle, filtered through many successive translations and commentaries; and their metaphysical system is professedly derived from Plato. Both Mohamedans and Hindoos have the same natural philosophy, which is also that of Aristotle in zoology and botany, and Ptolemy in astronomy, for which the Hindoos have forsaken their more ancient notions of their seven seas and the six earths. " From this state of mental thraldom the native mind could never be expected to emancipate itself without assistance"

15_Syed Mahmood, M, A History of English Education in India, Aligarh, 1895.

16_The East-India Gazetteer , Containing particular Descriptions , London, 1828, p.201

17_George Smith, The Conversion of India, From Pantanus to Present times, AD 193-1893 , John Murray, London, 1893 p.109

18_Edward Thornton, Gazetteer of the Territories under the Government of India , the Native States on the Continent of India, Vol.11, London 1854, pp.17-23

ಇದರ ಪೂರ್ವದಲ್ಲಿ ಕೂಡ ಪೂರ್ವಾಗ್ರಹಗಳು, ಪಡಿಯಚ್ಚುಗಳು ಸಾಕಷ್ಟು ಕೆಲಸ ಮಾಡಿದವು. ಇವುಗಳ ನಡುವೆ ಇಂಗ್ಲೀಷ್ ಭಾಷೆಯ ಕುರಿತು ಸಾಕಷ್ಟು ಟಿಪ್ಪಣಿಗಳು, ವಾದಗಳು ಬಂದಿದ್ದವು. ಇವುಗಳನ್ನು ಗಣನೆಗೆ ತೆಗೆದುಕೊಂಡರೆ ಇಂಗ್ಲೀಷ್ ಅಳವಡಿಕೆ ಮೆಕಾಲೆಯ 1835ರ ಟಿಪ್ಪಣಿ ನಂತರವೇ ಆರಂಭಗೊಂಡಿತ್ತು ಎನ್ನುವುದು ಸುಳ್ಳಾಗುತ್ತದೆ. ಇದನ್ನು 1895ರಲ್ಲಿ ಪ್ರಕಟಗೊಂಡ ಸೈಯ್ಯದ್ ಮಹಮೂದ್‌ರ ಕೃತಿ "ಹಿಸ್ಟರಿ ಆಫ್ ಇಂಗ್ಲೀಷ್ ಎಜುಕೇಷನ್ ಇನ್ ಇಂಡಿಯಾ"[19] ವಸ್ತುನಿಷ್ಠವಾಗಿ ವಿವರಿಸುತ್ತದೆ. ವಾಸ್ತವವಾಗಿ ಇಂಗ್ಲೀಷ್ ಭಾಷೆಯ ಅಳವಡಿಕೆ, ಪೂರ್ವಾಗ್ರಹ, ಭಾರತೀಯರ ಕುರಿತಾದ ತಿರಸ್ಕಾರದ ಕುರಿತಾದ ಪ್ರಥಮ ಟಿಪ್ಪಣಿಯನ್ನು 1797ರಲ್ಲಿ ನೋಡಬಹುದು. ಈ ಹಿಂದೆ ಉಲ್ಲೇಖಿಸಿದಂತೆ ಬ್ರಿಟಿಷ್ ಈಸ್ಟ್ ಇಂಡಿಯಾ ಕಂಪನಿ ನಿರ್ದೇಶಕರಲ್ಲೊಬ್ಬರಾಗಿದ್ದ ಚಾರ್ಲ್ಸ್ ಗ್ರಾಂಟ್ ತನ್ನ ಕಂಪೆನಿ ಸರ್ಕಾರಕ್ಕೆ ನೀಡಿದ ಟಿಪ್ಪಣಿಯಲ್ಲಿ ಹಿಂದೂಗಳನ್ನು ಮತ್ತು ಮುಸಲ್ಮಾನರನ್ನು ನೈತಿಕತೆ, ಧೋರಣೆಗಳಿಲ್ಲದವರು ಎಂದು ಜರೆಯುತ್ತಾ, ತುಚ್ಛೀಕರಿಸುತ್ತಾ ಆಕ್ರಮಣಕಾರಿಗಳ ಭಾಷೆಯನ್ನು ಆಕ್ರಮಿತ ಪ್ರದೇಶದ ಜನರ ಮೇಲೆ ಹೇರಬೇಕು ಮತ್ತು ಅದನ್ನು ಅಧೀನತೆಯನ್ನು ಸಾಧಿಸುವ ತಂತ್ರಗಾರಿಕೆಯ ಭಾಗವನ್ನಾಗಿಸಬೇಕೆಂದು ವಾದಿಸಿದ್ದ.[20] ಇದರ ನಡುವೆ ಅವನ ಇನ್ನೊಂದು ಮಾತನ್ನು ಇಲ್ಲಿ ಉಲ್ಲೇಖಿಸಬೇಕು, ಅವನ ಪ್ರಕಾರ "ಹಿಂದೂಸ್ಥಾನದವರಿಗೆ ದೇಶಭಕ್ತಿ ಎಂಬುದೇ ಗೊತ್ತಿಲ್ಲ"[21]. ಇದನ್ನು ಸ್ಪಷ್ಟವಾಗಿ ಹೇಳುವುದಾದರೆ ಇಂಗ್ಲೀಷ್ ಭಾಷೆಯನ್ನು ಆಡಳಿತ ಭಾಷೆಯನ್ನಾಗಿಸುವುದು, ಇದು ದೇಶಭಕ್ತಿಯನ್ನು, ನಾಗರೀಕತೆಯನ್ನು, ಹೊಸ ಸಂಸ್ಕೃತಿಯನ್ನು ಪರಿಚಯಿಸುತ್ತದೆ[22]. ಇದರ ನಡುವೆ ಕಂಪೆನಿ ಸರ್ಕಾರಕ್ಕೆ ಒಂದು ವಿಚಿತ್ರವಾದ ಹೆದರಿಕೆ ಇತ್ತು. ಅಮೇರಿಕಾವನ್ನು ಕಳೆದುಕೊಂಡಂತೆ ತಾವು ಕೂಡ ಭಾರತವನ್ನು ಕಳೆದುಕೊಳ್ಳಬಹುದು ಎಂಬುದು. ಏಕೆಂದರೆ ಅಮೇರಿಕಾ ಸಂದರ್ಭದಲ್ಲಿ ಇಂಗ್ಲೀಷ್ ಭಾಷೆ ಎಲ್ಲರನ್ನು ಒಗ್ಗೂಡಿಸುತ್ತಾ ಪ್ರತ್ಯೇಕತೆಯನ್ನು ಪ್ರೋತ್ಸಾಹಿಸಿತ್ತು. ಯುದ್ಧಕ್ಕೆ ಮತ್ತು ಅಮೇರಿಕಾದ ಸ್ವಾತಂತ್ರ್ಯಕ್ಕೆ ಕಾರಣವಾಯಿತು. ಆದಕಾರಣ ಕಂಪೆನಿ ಸರ್ಕಾರ ಆರಂಭದ ದಿನಗಳಲ್ಲಿ ಇಂಗ್ಲೀಷ್‌ಗೆ ಅಷ್ಟು ಪ್ರೋತ್ಸಾಹ ನೀಡಲಿಲ್ಲ. ದೇಶಿಯ ಭಾಷೆಗೆ ಬೆಂಬಲವೆಂಬಂತೆ 1781ರಲ್ಲಿ ಕಲ್ಕತ್ತಾದಲ್ಲಿ ಮದರಸ ಸ್ಥಾಪನೆಯಾಯಿತು, 1791ರಲ್ಲಿ ಬನಾರಸ್‌ನಲ್ಲಿ ಸಂಸ್ಕೃತ ಕಾಲೇಜ್ ಕೂಡ ಆರಂಭಗೊಂಡಿತ್ತು.

19 Syed Mahmood, M, Op.cit.
20 Ibid
21 Ibid p.7
22 Ibid p.15.

ಚಾರ್ಲ್ಸ್ ಗ್ರಾಂಟ್‌ನ ಟಿಪ್ಪಣಿ ನಂತರ ಭಾಷೆಯ ಕುರಿತಂತೆ ಇನ್ನಷ್ಟು ವಿಷಯಗಳು ಚರ್ಚೆಯ ಮುನ್ನೆಲೆಗೆ ಬಂದವು. 1811ರಲ್ಲಿ ಲಾರ್ಡ್ ಮಿಂಟೋ, ಅಂದಿನ ಗವರ್ನರ್ ಜನರಲ್ ಶಿಕ್ಷಣದ ಕುರಿತಂತೆ ಒಂದು ಟಿಪ್ಪಣಿ ಬರೆಯುತ್ತಾನೆ. ಈ ಟಿಪ್ಪಣಿಯಲ್ಲಿ ಮೂರು ಅಂಶಗಳಿದ್ದವು: ಮೊದಲನೆಯದಾಗಿ, ಮಿಂಟೋ ಹೇಳಿದಂತೆ "ಸಂಸ್ಕೃತ, ಹಿಂದೂ ವಿಜ್ಞಾನ ಮತ್ತು ಸಾಹಿತ್ಯದ" ಅಳವಡಿಕೆಗೆ ಬೆಂಬಲ, ಎರಡನೆಯದಾಗಿ ಈ ಟಿಪ್ಪಣಿ ಅರಬಿಕ್ ಮತ್ತು ಪರ್ಶಿಯನ್ ಭಾಷೆಯಲ್ಲಿದ್ದ ವಿಜ್ಞಾನದ ಕೊಡುಗೆಯನ್ನು ಸಂಪೂರ್ಣವಾಗಿ ತಿರಸ್ಕರಿಸಿತು, ಆದರೆ ಅರೆಬಿಕ್ ಕಾಲೇಜುಗಳ ಸ್ಥಾಪನೆ, ಮತ್ತು ಸುಧಾರಣೆಗೆ ಒತ್ತು ನೀಡಿತ್ತು. ಈ ಟಿಪ್ಪಣಿಯಲ್ಲಿ ಇಂಗ್ಲೀಷ್ ಭಾಷೆಯ ಅಳವಡಿಕೆ ಬಗ್ಗೆ ಯಾವುದೇ ಉಲ್ಲೇಖವಿರಲಿಲ್ಲ. [23] ವಾಸ್ತವವಾಗಿ ಭಾರತೀಯರಿಗೆ ಶಿಕ್ಷಣ ನೀಡುವ ಕುರಿತು ಬ್ರಿಟಿಷ್ ಸರ್ಕಾರದ ಕಾನೂನು ಬಂದದ್ದೇ 1813ರಲ್ಲಿ. ಇವುಗಳ ನಡುವೆ 1816ರಲ್ಲಿ ಆಂಗ್ಲೋ-ಇಂಡಿಯನ್ ಕಾಲೇಜ್. ತದನಂತರ 1818ರಲ್ಲಿ ಅಜ್ಮೀರ್ ಶಾಲೆ, 1821ರಲ್ಲಿ ಪೂನಾದಲ್ಲಿ ಹಿಂದೂ ಕಾಲೇಜ್, 1822ರಲ್ಲಿ ಆಗ್ರಾ ಕಾಲೇಜ್ 1823ರಲ್ಲಿ ಬಾಗಲಪುರದಲ್ಲಿ ಶಾಲೆ, 1825ರಲ್ಲಿ ಮಹಿಳೆಯರಿಗಾಗಿ ಶಾಲೆ ಸ್ಥಾಪನೆಯಾಯಿತು.

ಅದೇ ಸುಮಾರಿಗೆ ಇಂಗ್ಲೀಷ್ ಶಿಕ್ಷಣವನ್ನು ರಾಜಾರಾಮ್ ಮೋಹನ್ ರಾಯ್ ಗಟ್ಟಿಧ್ವನಿಯಲ್ಲಿ ವಿಮೋಚನೆಯ ದಾರಿ ಎಂಬಂತೆ ಪ್ರತಿಪಾದಿಸಿದರು. ಅದಕ್ಕಾಗಿ "ಏಷ್ಯಾದಲ್ಲಿ ವಿಜ್ಞಾನ ಮತ್ತು ಕಲೆಯನ್ನು ಅಳವಡಿಸಿದ ಪಾಶ್ಚಾತ್ಯದ ಅತೀ ವಿವೇಚನಾ ಮತ್ತು ಉದಾರವಾದಿ ರಾಷ್ಟ್ರವನ್ನು ಕೊಡುಗೆಯಾಗಿ ನೀಡಿದ ದೇವರಿಗೆ, ನಾನು ನಮನ ಸಲ್ಲಿಸುತ್ತೇನೆ"[24]. ವಾಸ್ತವವಾಗಿ ಸಂಸ್ಕೃತ ಅಧ್ಯಯನಕ್ಕೆ ಹಣಕಾಸು ನೆರವು ನೀಡಬಾರದೆಂದು ಅವರು ಪ್ರತಿಭಟಿಸಿದ್ದು ಇದೆ[25]. ಇದಕ್ಕೆ ತಕ್ಕಂತೆ ಮುಸಲ್ಮಾನರು ಪ್ರತಿಕ್ರಿಯಿಸಲೇ ಇಲ್ಲ.

ಇಂಗ್ಲೀಷ್ ಭಾಷೆಯ ಅಳವಡಿಕೆಯ ಕುರಿತು ಪ್ರಥಮ ಕುರುಹು ಸಿಗುವುದು 1830ರ ಬ್ರಿಟಿಷರ ಟಿಪ್ಪಣಿಗಳಲ್ಲಿ. ಅದರಲ್ಲಿ ಕೆಲವು ಅಂಶಗಳಿದ್ದವು. ಸರ್ಕಾರಿ ನೌಕರಿಗೆ ಭಾರತೀಯರನ್ನು ತಯಾರಿಗೊಳಿಸುವುದು, ಇಂಗ್ಲೀಷನ್ನು ಹಂತ ಹಂತವಾಗಿ ಅಳವಡಿಸುವುದು, ಬ್ರಿಟಿಷರ ಬಗ್ಗೆ ನಂಬಿಕೆಯನ್ನು ಹರಡಿಸುವುದು. ಇದೆಲ್ಲದರ ಪರಿಣಾಮವೆಂಬಂತೆ 1835ರಲ್ಲಿ ಇಂಗ್ಲೀಷ್ ಶಿಕ್ಷಣ ಮತ್ತು ಆಡಳಿತದ ಭಾಷೆಯಾಯಿತು. ಮೆಕಾಲೆಯ ಟಿಪ್ಪಣಿಯನ್ನು ಒಪ್ಪಿಕೊಳ್ಳುತ್ತಾ, ಗವರ್ನರ್

23 .Ibid p.24.
24 -Ibid.p.19.
25 M. Azizul Haque, History 'and Problems of Moslem Education in Bengal, , Thaker , Spink and Co., Calcutta, 1917, p.19

ಜನರಲ್ ವಿಲಿಯಂ ಬೆಂಟಿಕ್‌ನ ಕೌನ್ಸಿಲ್ ನಿರ್ಣಯವೊಂದನ್ನು ಅಂಗೀಕರಿಸಿತ್ತು. ಇಲ್ಲಿ ಮೆಕಾಲೆ ಭಾರತಕ್ಕೆ ಶಿಕ್ಷಣ ಕುರಿತಂತೆ ಸಮಿತಿಗೆ ನೀಡಿದ ಟಿಪ್ಪಣಿಯನ್ನು ಉಲ್ಲೇಖಿಸಬೇಕು[26]. ಅವನ ಪ್ರಕಾರ ಐರೋಪಿನ ಉತ್ತಮವೆನಿಸುವ ಗ್ರಂಥಾಲಯದ ಪುಸ್ತಕದ ಒಂದು ಕಪಾಟು ಭಾರತ ಮತ್ತು ಅರೇಬಿಯಾದಲ್ಲಿರುವ ಒಟ್ಟು ಬರಹ ಸಂಪತ್ತಿಗೆ ಸಮ. ಇಲ್ಲಿ ತೆಗಳಿಕೆ ಇದೆ, ಹೀಯಾಳಿಕೆ ಇದೆ, ತಾವು ಗ್ರೀಕ್ ಜ್ಞಾನದ ವಾರಸುದಾರರೆಂಬ ಹುಂಬತನ ಇದೆ. ಟಿಪ್ಪಣಿಯ ಎರಡನೆಯ ಅಂಶದಲ್ಲಿ ಸಂಸ್ಕೃತ ಮತ್ತು ಅರೆಬಿಕ್ ಕಾಲೇಜುಗಳಿಗೆ ವ್ಯಯಿಸುವ ವೆಚ್ಚವೆಂದರೆ ಅಸತ್ಯಕ್ಕಾಗಿ ವ್ಯಯಿಸುವ ದುಂದುವೆಚ್ಚವೆಂಬ ತಿರಸ್ಕಾರವಿದೆ. ಇವನ ಟಿಪ್ಪಣಿಯ ಕೊನೆಯ ವಾದ ಭಾರತದ ಭಾಷಾ ರಾಜಕಾರಣವನ್ನು ಬದಲಾಯಿಸಿತ್ತು. [27] "We must at present do our best to form a class who may be interpreters between us and the millions whom we govern, --a class of persons Indian in blood and colour, but English in tastes, in opinions, in morals and in intellect."

ಅಂದರೆ ದೈಹಿಕವಾಗಿ ಮತ್ತು ಬಣ್ಣದಲ್ಲಿ ಭಾರತೀಯರಾಗಿರಬೇಕು, ಆದರೆ ಅಭಿಪ್ರಾಯಗಳಲ್ಲಿ, ನೈತಿಕತೆಯಲ್ಲಿ, ಬೌದ್ಧಿಕತೆಯಲ್ಲಿ ಮತ್ತು ಆಸಕ್ತಿಗಳಲ್ಲಿ ಬ್ರಿಟಿಷರಾಗಿರಬೇಕು. ಈ ಮೂಲಕ ವಸಾಹತುಶಾಹಿ ನಿರ್ಮಿಸಲು ಹೊರಟದ್ದು "ಬೌದ್ಧಿಕತೆಯ ವಸಾಹತುಶಾಹಿ" ಎನ್ನಬಹುದು, ಇದರ ಪರಿಣಾಮವೆಂಬಂತೆ ಇಂಗ್ಲೀಷ್ ಸಾಹಿತ್ಯ, ಕಲೆ, ಕಾನೂನು, ವಿಜ್ಞಾನಕ್ಕೆ ಪ್ರೋತ್ಸಾಹ ನೀಡಲಾಯಿತು. ಇಂಗ್ಲೀಷ್ ಆಡಳಿತ ಭಾಷೆಯಾಯಿತು ಮತ್ತು ಅದೇ ಸಂದರ್ಭದಲ್ಲಿ ಅರೆಬಿಕ್ ಮತ್ತು ಸಂಸ್ಕೃತಕ್ಕೆ ನೀಡುತ್ತಿದ್ದ ಧನಸಹಾಯವನ್ನು ಹಿಂಪಡೆಯಲಾಯಿತು. ಈ ಸಂದರ್ಭದಲ್ಲಿ ಧಾರ್ಮಿಕತೆಯ ಕೆಲಸ ಮಿಶನರಿಗಳಿಗೆ ವಹಿಸಲಾಯಿತು. ಇದರರ್ಥ ಚರ್ಚ್ ಮತ್ತು ಪ್ರಭುತ್ವ ವಿಭಿನ್ನ ದಿಕ್ಕಿನಲ್ಲಿ ಚಲಿಸಿದವು ಎಂದರ್ಥವಲ್ಲ, ಅವುಗಳು ಒಂದಕ್ಕೊಂದು ಪೂರಕವಾಗಿ ಕೆಲಸ ಮಾಡಿದವು. ಮಿಶನರಿ ಕೈಗೊಂಡ ಎಷ್ಟೋ ಕುಲಶಾಸ್ತ್ರೀಯ ಅಧ್ಯಯನಗಳು, ಪ್ರವಾಸ ಕಥನಗಳು, ಅವರ ಟಿಪ್ಪಣಿಗಳು, ಕಂಪೆನಿ ಸರಕಾರಕ್ಕೆ ಮತ್ತು ತದನಂತರ ಸ್ಥಾಪಿತವಾದ ವಸಾಹತು ಸರ್ಕಾರಕ್ಕೆ ಯಜಮಾನಿಕೆಯನ್ನು ಗಟ್ಟಿಗೊಳಿಸಲು, ಕಥನಗಳನ್ನು ನಿರ್ಮಿಸಲು ಸಹಾಯ ಮಾಡಿತ್ತು. ಇದೇ ಕಾರಣಕ್ಕಾಗಿ ಮಿಶನರಿಗಳ ಕಥನಗಳನ್ನು, ಅಧ್ಯಯನಗಳನ್ನು ವಿಭಿನ್ನವಾಗಿ ಮತ್ತು ವಸಾಹತುಶಾಹಿಯ ಹೊರತಾಗಿ ನೋಡಬಾರದು, ಅದನ್ನು ವಸಾಹತುಶಾಹಿಯ ಭಾಗವಾಗಿಯೇ ನೋಡಬೇಕು.

26 Speeches of the Right Honorable T.B. Macaulay, M.P.London 1854., Columbia.edu/itc/mealac/pritchett/00generallinks/macaulay/txt_minute_education_1835.html

27 Ibid.

ಇಂಗ್ಲೀಷ್ ಭಾಷೆಯನ್ನು ಶಿಕ್ಷಣ ಕ್ಷೇತ್ರಕ್ಕೆ ವಿಸ್ತರಿಸಿದಾಗ ಅದನ್ನು ಕೂಡಲೇ ಅಪ್ಪಿಕೊಂಡವರು ಮುಸಲ್ಮಾನರಲ್ಲ. ಇಲ್ಲಿ ಅವರಿಗೆ ಬಲವಾದ ಗುಮಾನಿಗಳಿದ್ದವು. ಆ ಗುಮಾನಿಯಲ್ಲಿ ಮತಾಂತರ, ಸಂಸ್ಕೃತಿಯ ನಷ್ಟ, ನಂಬಿಕೆಗಳ ನಷ್ಟ ಕೂಡ ಸೇರಿತ್ತು. ಬ್ರಿಟನ್ ಪಾರ್ಲಿಮೆಂಟಿನ ಸಮಿತಿ ಮುಂದೆ 1835ರಲ್ಲಿ ಸಾಕ್ಷಿ ಹೇಳಿದ ಸಂಸ್ಕೃತ ವಿದ್ವಾನ್ ಎಚ್ ಎಚ್ ವಿಲ್ಸನ್ ಪ್ರಕಾರ, [28] "the evident object of the Government was the conversion of the Natives; that they encouraged English exclusively, and discouraged Mahomedan and Hindu studies, because they wanted. to induce the people to become Christians ; they looked upon their exclusive encouragement of English as a step towards conversion" At the same time they had other suspicious of replacement of their fundamental cultural practice of islam by non-islamic colonialist".

ಗುಮಾನಿ ಬೇರೆ ರೂಪವನ್ನು ಪಡೆಯಿತು ಎಂದು ಕೂಡ ವಾದಿಸಬಹುದು. ಇದು ವಸಾಹತು ಶಾಹಿಯ ವೈಚಾರಿಕತೆಗೆ, ಗುಲಾಮಗಿರಿಗೆ, ನಾಗರೀಕತೆಗೆ ಅದರ ಹಿಂದಿದ್ದ ವಿಶಾಲವಾದ ಯೋಜನೆಗೆ ಒಂದು ಪ್ರತಿರೋಧದ ಸಂಕೇತವಾಗಿತ್ತು. ಈ ಪ್ರತಿರೋಧ ಜಾಗತಿಕ ಪ್ರತಿರೋಧದ ಭಾಗವಾಗಿತ್ತು, ಮತ್ತು ಅದಕ್ಕೆ ಒಂದು ಇತಿಹಾಸವೇ ಇತ್ತು. [29]

ಇಂಗ್ಲೀಷ್ ಭಾಷೆಯ ಅಳವಡಿಕೆ ಯಾವ ರೀತಿ ಮುಸಲ್ಮಾನರ ಮೇಲೆ ಪರಿಣಾಮ ಬೀರಿತ್ತು ಎಂಬುದನ್ನು ಅರಿಯಬೇಕಾದರೆ ಒಂದೆರೆಡು ಸಮಿತಿಗಳ, ವ್ಯಕ್ತಿಗಳ ವರದಿಗಳನ್ನು ನೋಡಬೇಕು. ಅದರಲ್ಲಿ ಬಹುಮುಖ್ಯವಾಗಿರುವುದು 1872ರ ಹಂಟರ್ ಸಮಿತಿಯ ವರದಿ[30], 1915ರಲ್ಲಿ ಬೆಂಗಾಲ್ ಸರ್ಕಾರಕ್ಕೆ ಸಲ್ಲಿಸಿದ ಹಾರ್ನೆಲ್ ಸಮಿತಿಯ ವರದಿ[31] ಮತ್ತು 1917ರ ಮೊಹಮ್ಮಡನ್ ಶಿಕ್ಷಣ ಸಂಸ್ಥೆಯ ಅಝೀಜುಲ್ ಹಕ್‌ರ ಅಧ್ಯಯನ. ಹಂಟರ್ ಸಮಿತಿ 1860 ಮತ್ತು 1872 ನಡುವೆ ಮುಸಲ್ಮಾನರ ಪ್ರತಿನಿಧಿತ್ವ ಆಡಳಿತದಲ್ಲಿ ಹೇಗೆ ಹಂತ ಹಂತವಾಗಿ ಇಳಿಮುಖವಾಗುತ್ತಾ ಹೋಯಿತು ಎಂದು ಟಿಪ್ಪಣಿಸಿದರೆ, ಹಾರ್ನಲ್ ವರದಿ ಇಂಗ್ಲೀಷ್ ಭಾಷೆಯ ನಿರಾಕರಣೆ ಮುಸಲ್ಮಾನರ ಪ್ರಭಾವವನ್ನು ಕಡಿಮೆ ಮಾಡಿತ್ತು ಎಂದು ಹೇಳಿತ್ತು. ಅಲ್ಲದೆ "ಪರ್ಶಿಯನ್ ಬದಲಿಗೆ ಇಂಗ್ಲೀಷ್ ಮತ್ತು ವಿವಿಧ ಭಾಷೆಗಳನ್ನು ಕೋರ್ಟ್‌ನ ಭಾಷೆಯಾಗಿ ಅಳವಡಿಸಲಾದ ದಿನದಿಂದ ಮುಸ್ಲಿಮರ ಪ್ರಭಾವವು ಮತ್ತು ಪ್ರಾತಿನಿಧ್ಯವು ಗಣನೀಯವಾಗಿ ಇಳಿಮುಖವಾಗುತ್ತಾ ಹೋಯಿತು."

28 Ibid . pp.79-83

29 Mashal Saif, The Subject of Education: Manāẓir Aḥsan Gīlānī's Proposal for a Unified System of Muslim Education in British India, Islamic Studies , Vol. 54, No. 3/4 , 2015, pp. 169-184

30 W.W.Hunter, Op.cit p.168

31 W.W. Hornell, Report of the Committee Appointed by the engal Government to consider questions connected with Muhammadan Education, Calcutta, 1915, p.3

ಇಲ್ಲಿಯೂ ಕೂಡ ಒಂದು ಅಪನಂಬಿಕೆ ಇದ್ದದ್ದನ್ನು ಸಮಿತಿ ಗುರುತಿಸಿತ್ತು. ಅದರಂತೆ[32], "ಇಂಗ್ಲೀಷ್ ಮತ್ತು ವಿವಿಧ ಭಾಷೆಗಳ ಜ್ಞಾನ ಇಸ್ಲಾಂನ ಮೂಲಭೂತ ನಂಬಿಕೆಗಳನ್ನು ಪಲ್ಲಟಗೊಳಿಸಬಹುದು", ಈ ರೀತಿಯ ಅಪನಂಬಿಕೆ, ಗುಮಾನಿ ಬಹಳ ವರುಷಗಳ ಕಾಲ ಕಾಡಿತ್ತು. ಇದು ಶಿಕ್ಷಣದ ಕಾರಣದಿಂದಲೇ ಮುಸಲ್ಮಾನರು ಸಬಾಲ್ಟರ್ನ್‌ಗಳಾದ ಕತೆಯ ಭಾಗವೂ ಹೌದು. ಇದನ್ನು ಪುಷ್ಟೀಕರಿಸುವಂತೆ ಮೊಹಮ್ಮಡನ್ ಶಿಕ್ಷಣ ಸಂಸ್ಥೆಯ ಜಂಟಿ ಕಾರ್ಯದರ್ಶಿಯಾದ ಅಜೀಜುಲ್ ಹಕ್‌ರ 1917ರ ಟಿಪ್ಪಣಿಯನ್ನು ಗಮನಿಸಬೇಕು[33], "Poor in education. lost in power. shut out from all legitimate and noble vocations of life by force of circumstances and stress of competition and lastly reduced to the lowest stage of penury. we find ourselves hopelessly lost in the battle of life".

ಅದೇನೂ ಇದ್ದರೂ, ಮುಸಲ್ಮಾನರು ಕೆಲವೇ ವರ್ಷಗಳಲ್ಲಿ ಅಂಚಿಗೆ ತಳ್ಳಲ್ಪಟ್ಟ ಸಬಾಲ್ಟರ್ನ್‌ಗಳಾದರು. ಇದೇ ಸುಮಾರಿಗೆ ಕರ್ನಾಟಕದಲ್ಲಿ ಕೂಡ ಮುಸ್ಲಿಮರು ಎಲ್ಲವನ್ನು ಕಳೆದುಕೊಂಡ ವರ್ಗಗಳಾದವು. 75 ವರುಷದೊಳಗೆ ಯಜಮಾನಿಕೆಯ ರೂಪಕವಾಗಿದ್ದ ಸಮುದಾಯ "ಹಿಂದುಳಿದ ವರ್ಗವಾಗಿ" ಪರಿವರ್ತಿತವಾಯಿತು. 1874ರಲ್ಲಿ ವಸಾಹತು ಹಿಡಿತದಲ್ಲಿದ್ದ ಅಂದಿನ ಮೈಸೂರು ಸಂಸ್ಥಾನ/ಬ್ರಿಟಿಷ್ ಸರ್ಕಾರ ಮುಸ್ಲಿಮರನ್ನು "ಹಿಂದುಳಿದ ವರ್ಗದ ಪಟ್ಟಿಯಲ್ಲಿ" ಸೇರಿಸಿಬಿಟ್ಟಿತ್ತು.

ಈ ಚರ್ಚೆ ಎರಡು ರೀತಿಯ ಪರಿಕಲ್ಪನೆಗಳನ್ನು ಒಂದೋ ತಿರಸ್ಕರಿಸುತ್ತದೆ ಇಲ್ಲವೇ ಪುರಸ್ಕರಿಸುತ್ತದೆ. ಮೊದಲನೆಯದಾಗಿ, ಮೆಕಾಲೆಯ ಟಿಪ್ಪಣಿ ನಂತರವೇ ಇಂಗ್ಲೀಷ್ ಅನ್ನು ಅಳವಡಿಸಲಾಯಿತು ಎಂಬ ವಾದ. ಇದು ಅರ್ಧಸತ್ಯ. ಈ ಹಿಂದೆ ಹೇಳಿದಂತೆ ಇಂಗ್ಲೀಷ್ ಭಾಷೆಯ ಅಳವಡಿಕೆ ಕುರಿತಂತೆ ಮೆಕಾಲೆಯ ಪೂರ್ವದಲ್ಲಿ ಸಾಕಷ್ಟು ಟಿಪ್ಪಣಿಗಳು, ಚರ್ಚೆಗಳು ನಡೆದಿದ್ದವು. ಎರಡನೆಯದಾಗಿ, ವಸಾಹತುಶಾಹಿ ಶಿಕ್ಷಣ ನೀತಿಯನ್ನು ತಮ್ಮ ಪರವಾಗಿ ಮುಸಲ್ಮಾನರು ಉಪಯೋಗಿಸಲಿಲ್ಲ. ಇದನ್ನು ಸಂಪೂರ್ಣವಾಗಿ ನಿರಾಕರಿಸಲು ಸಾಧ್ಯವಿಲ್ಲ. ಬ್ರಿಟಿಷ್ ಶಿಕ್ಷಣ ನೀತಿಯನ್ನು ಮುಸಲ್ಮಾನರ ಪರವಾಗಿ ಉಪಯೋಗಿಸಿದವರು ಆಲಿಘರ್‌ನ ಸರ್ ಸೈಯ್ಯದ್ ಅಹಮದ್‌ರವರು. 1889ರಲ್ಲಿ ಮೊಹಮ್ಮಡನ್ ಆಂಗ್ಲೋ-ಒರಿಯಂಟ್ ಕಾಲೇಜ್ ಅನ್ನು ಸ್ಥಾಪಿಸಿದರೂ, ಅದರ ಪ್ರಭಾವ ದೇಶದ ಎಲ್ಲಾ ಕಡೆ ಏಕರೂಪಿಯಾಗಿ ಹರಡಲಿಲ್ಲ.

ಅದೇನೆ ಇದ್ದರೂ ಚರ್ಚೆಯ ಆರಂಭದಲ್ಲಿ ಹೇಳಿದಂತೆ ದಾರುಲ್ ಹರಬ್‌ನ ವಾದ ಮೀಸಲಾತಿಯ ಸಂದರ್ಭದಲ್ಲಿ, ಅದರಲ್ಲೂ ಅಂದಿನ ಆಂಧ್ರಪ್ರದೇಶ

32 Ibid. p.3.

33 M.Azeezul Haque, op.cit.p.3.

ಸರ್ಕಾರ ಮುಸ್ಲಿಮರಿಗಾಗಿಯೇ ನಾಲ್ಕು ಶೇಕಡಾ ಮೀಸಲಾತಿಯನ್ನು ಘೋಷಣೆ ಮಾಡುವ ಸಂದರ್ಭದಲ್ಲಿ ವ್ಯಕ್ತವಾಯಿತು.

ಇವುಗಳ ನಡುವೆ ಒಂದು ಚರ್ಚೆ ಮುಖ್ಯವೆನಿಸುತ್ತದೆ. ಮುಸ್ಲಿಮರು ದಾರುಲ್ ಅಮನ್[34] (ಮುಸ್ಲಿಂ ವಿರೋಧಿಯಲ್ಲದ) ದೇಶದಲ್ಲಿರುವ ಕಾರಣ ಸರ್ಕಾರದ ಸವಲತ್ತುಗಳನ್ನು ಪಡೆಯುವುದು, ಅದಕ್ಕಾಗಿ ಬೇಡಿಕೆಗಳನ್ನು ಮುಂದಿಡುವುದು ತಪ್ಪೇನಲ್ಲ. ಇದು ಸಾಂಪ್ರದಾಯಿಕ ಸೆಮಿನರಿಯಾದ, ಹೆಚ್ಚಿನ ಮುಸಲ್ಮಾನರು ಒಪ್ಪಿಕೊಳ್ಳುವ ದಿಯೋಬಂದ್ ಸೆಮಿನರಿಯ ನಿಲುವು.

ಅನುಸಂಧಾನ ಅಥವಾ ತಿರಸ್ಕರಣೆ

ಅದೇನೆ ಇದ್ದರೂ ಜಾತಿಯ ಚರ್ಚೆಯನ್ನು ಆರಂಭಿಸುವ ಮೊದಲು ಜನರ ಪ್ರತಿನಿತ್ಯ ಬದುಕಿನ ಅನುಭವಗಳು ಮತ್ತು ಧರ್ಮ ಮುಖಾಮುಖಿಯಾದಾಗ ಆಗುವ ಪರಿಣಾಮಗಳೇನು? ಅದು ಜನಾಂಗೀಯ ವೈವಿಧ್ಯತೆಯನ್ನು ಒಪ್ಪಿಕೊಳ್ಳುತ್ತದೆಯೇ? ಇಸ್ಲಾಂ ವಿವಿಧ ದೇಶಗಳಿಗೆ ಹರಡಿದಾಗ ಅದು ಆ ದೇಶದ ಸಾಮಾಜಿಕ ಸಂಸ್ಕೃತಿಗಳೊಂದಿಗೆ ಅನುಸಂಧಾನ ಮಾಡುತ್ತಾ ಹೋಗುತ್ತದೆಯೆ? ಅಥವಾ ಅದನ್ನು ಸಂಪೂರ್ಣವಾಗಿ ತಿರಸ್ಕರಿಸುತ್ತದೆಯೇ? ಜಾತಿ, ಭಾರತಕ್ಕೆ ಅದರಲ್ಲೂ ಹಿಂದೂಗಳಿಗೆ ಮಾತ್ರವೇ ಸೀಮಿತವೇ? "ಕಬಿಲಾ" ಮತ್ತು ಜಾತಿ ಒಂದೇ ನಾಣ್ಯದ ಎರಡು ಮುಖಗಳೇ? ಎಂಬಿತ್ಯಾದಿ ಪ್ರಶ್ನೆಗಳನ್ನು ಕೇಳುವುದು ಅವಶ್ಯಕ. ಕೊನೆಯದಾಗಿ ಬಲಾತ್ಕಾರದ ಮತಾಂತರವನ್ನು ಧರ್ಮ ಒಪ್ಪಿಕೊಳ್ಳುತ್ತದೆಯೇ?

ಮೊದಲನೆ ಚರ್ಚೆ ಬಹುಮುಖ್ಯವಾಗಿ ಧರ್ಮ ಮತ್ತು ಪ್ರತಿನಿತ್ಯದ ಜೀವನದ ನಡುವಿನ ಸಂಬಂಧಗಳ ಕುರಿತಾಗಿರುವುದು, ಧರ್ಮದಲ್ಲಿ ಏಕರೂಪಿ ಆಚರಣೆ ಇದೆಯೇ? ಅಥವಾ ಇಲ್ಲದಿದ್ದರೆ ಅದು ಯಾವ ರೂಪದಲ್ಲಿರುತ್ತದೆ. ಕೆಲವರ ಪ್ರಕಾರ ಧರ್ಮದ ಆಚರಣೆ, ಸಂಪ್ರದಾಯಗಳು ಬಹುರೂಪಿ, ಏಕರೂಪಿಯಲ್ಲ. ಭಾರತದ ಸಂದರ್ಭದಲ್ಲಿ ಬಹುರೂಪಿ ಆಚರಣೆಗಳು, ಮತ್ತು ನಂಬಿಕೆಗಳು ಹಿಂದೂ ಧರ್ಮದ ಮುಖಾಮುಖಿಯಿಂದ, ಕೊಡುಕೊಳ್ಳುವ ಜೀವನ ಮೌಲ್ಯಗಳಿಂದ ಮತ್ತು ಚಾರಿತ್ರಿಕ ಘಟನೆಗಳಿಂದ ಬಂದಿದೆ. ಧರ್ಮ ಇಂತಹ ಅಸ್ಮಿತೆಗಳನ್ನು ನಿರಾಕರಿಸಿದರೂ, ಅವುಗಳು ಸ್ಪಷ್ಟ ಮತ್ತು ಅಸ್ಪಷ್ಟ ರೂಪದಲ್ಲಿ ಪದೇ ಪದೇ ಅಭಿವ್ಯಕ್ತಗೊಳ್ಳುವುದನ್ನು ನಿರಾಕರಿಸುವಂತಿಲ್ಲ. ಕೆಲವೊಮ್ಮೆ ಅವುಗಳು ಅಸ್ಪಷ್ಟ ಸಮಾಜದ ನಿರ್ಮಿತಿಯಲ್ಲಿ, ಹುಟ್ಟುವಿಕೆಯಲ್ಲಿ ಕಂಡು ಬರುತ್ತದೆ. ಧರ್ಮದ ಶುದ್ಧೀಕರಣದ ಪ್ರಕ್ರಿಯೆಯಲ್ಲಿ ಅಸ್ಪಷ್ಟ ಸಮುದಾಯಗಳನ್ನು ತಿರಸ್ಕರಿಸುವ ಪ್ರಯತ್ನಗಳಿರುವುದನ್ನು ಅಲ್ಲಗಳೆಯಬಾರದು. ಸಮನ್ವಯ ಸಂಸ್ಕೃತಿಯನ್ನು

34 Amit A. Pandya, Muslim Indians Struggle for Inclusion, The Henry L. Stimson Center, Washington, 2010, p.6.

ಪ್ರತಿಬಿಂಬಿಸುವ ಸೂಫಿಸಂ ಮೇಲಿನ ವಿಮರ್ಶೆಯನ್ನು ಈ ನಿಟ್ಟಿನಲ್ಲಿ ನೋಡಬೇಕು. ಅದನ್ನು "ಇಸ್ಲಾಂ"ನಿಂದ ದೂರ ಸರಿದ ಚಿಂತನೆ, ದರ್ಗಾಗಳ ಪ್ರಾರ್ಥನೆ ಧರ್ಮವಿರೋಧಿ ಎಂಬ ಕಲ್ಪನೆಗಳನ್ನು ಈ ಸಂದರ್ಭದಲ್ಲಿ ತೇಲಿಬಿಡಲಾಗುತ್ತದೆ. ಕಬೀರ್ ಪಂಥವನ್ನು, ಶಿಶುನಾಳ ಶರೀಫರನ್ನು, ಅಹಮದೀಯರನ್ನು, ಮಹದಾವಿಗಳನ್ನು ಮುಸ್ಲಿಂ ಸಾಂಸ್ಕೃತಿಕ ಜಗತ್ತಿನ ಭಾಗವಾಗಿ ನೋಡದಿರುವುದನ್ನು ಇಲ್ಲಿ ಉಲ್ಲೇಖಿಸಬೇಕು. ವಾಸ್ತವವಾಗಿ, ಸಾಂಸ್ಕೃತಿಕ ಮುಖಾಮುಖಿ, ಅದು ಬರಿ ಹಿಂದೂ ಧರ್ಮಕ್ಕೆ ಸೀಮಿತವಾಗಿದೆ ಎಂದರೂ ಸರಿಯಲ್ಲ. ಸೂಫಿ ಸಂತ ಬಾಬ ಫರೀದ್ ಸಿಖ್ ಗ್ರಂಥದ ಭಾಗವಾಗಿರುವುದು ಇದಕ್ಕೆ ಸಾಕ್ಷಿ. ಇದೇ ಕಾರಣಕ್ಕಾಗಿ ಭಾರತದ ಸಂದರ್ಭದಲ್ಲಿ ಎರಡು ರೂಪದ ಧರ್ಮದ ಅವತರಣಿಕೆ ಇದೆಯೆಂದು ವಾದಿಸುತ್ತಾರೆ: ಒಂದು ಜಾಗತಿಕ ನಂಬಿಕೆಯ ಮತ್ತು ಅಂತಿಮವಾಗಿ ಗ್ರಂಥ, ಪ್ರವಾದಿಯನ್ನು ನಂಬುವ ಪ್ರಶ್ನಾತೀತ ಧರ್ಮ, ಎರಡನೆಯದಾಗಿ, ನೆಲದ ಸಂಪ್ರದಾಯಗಳನ್ನು, ಆಚಾರಗಳನ್ನು, ನಂಬಿಕೆಗಳನ್ನು, ಸಂಬಂಧಗಳನ್ನು ಒಳಗೊಂಡ ಧರ್ಮ. ಆದಕಾರಣ ಇಲ್ಲಿ ಎರಡು ಅಂಶಗಳು ದಟ್ಟವಾಗಿ ಕಂಡುಬರುತ್ತದೆ: ಮೊದಲನೆಯದು, ಧರ್ಮದ ಮೇಲಿನ ಅಚಲ ನಂಬಿಕೆ, ಎರಡನೆಯದು, ಪ್ರತಿನಿತ್ಯದ ಬದುಕು[35]. ಇವುಗಳ ನಡುವೆ ಇರುವ ಸಂಬಂಧಗಳು ತಲ್ಲಣಗಳ ರೂಪವಾಗಿ ಅಭಿವ್ಯಕ್ತಗೊಳ್ಳುತ್ತವೆಯೇ? ಅಥವಾ ಗೊಂದಲದ ಗೂಡೇ? ಜಾತಿಗಳ ಪಟ್ಟಿ ಮತ್ತದರ ಸಂಪ್ರದಾಯಗಳನ್ನು ವಿಶ್ಲೇಷಿಸುವಾಗ ಇವುಗಳು ವ್ಯಕ್ತವಾಗುವುದು ಸಹಜ, ಸರ್ಕಾರಿ ಜನಗಣತಿಯ ದಾಖಲೆ ಇದಕ್ಕೆ ಉತ್ತಮ ಉದಾಹರಣೆ.

ವಾಸ್ತವವಾಗಿ ಇಸ್ಲಾಂ ಮತ್ತು ವಿವಿಧ ಧರ್ಮಗಳ ಅನುಸಂಧಾನ ಹೊಸತೇನಲ್ಲ, ಅದು ಧರ್ಮದ ಹುಟ್ಟಿವಿನೊಂದಿಗೆ, ಘರ್ಷಣೆಗಳೊಂದಿಗೆ, ಕಥನಗಳೊಂದಿಗೆ, ಮುಖಾಮುಖಿಯೊಂದಿಗೆ ಆರಂಭಗೊಂಡಿತ್ತು. ಇದರಲ್ಲಿ ಅನುಸಂಧಾನಕ್ಕಿಂತಲೂ ಹೆಚ್ಚಾಗಿ ಮುಖಾಮುಖಿಯಾದದ್ದು ಕ್ರೈಸ್ತ ಧರ್ಮ ಮತ್ತು ಯಹೂದಿ ಧರ್ಮ.ಇತಿಹಾಸದ ಸಂಘರ್ಷದಲ್ಲಿ ಕ್ರೈಸ್ತ ಧರ್ಮ ಮತ್ತು ಇಸ್ಲಾಂ ಧರ್ಮದ ನಡುವಿನ ಮಧ್ಯಕಾಲೀನ ನಾಲ್ಕು ಕ್ರುಸೇಡ್ ಯುದ್ಧಗಳು ಅತ್ಯಂತ ಗಮನಾರ್ಹ.ಇದೇ ಕಾರಣಕ್ಕಾಗಿ ಕ್ರೈಸ್ತ ಪಾದರಿ ಮತ್ತು ವಸಾಹತು ಶಾಹಿ ಬರಹಗಾರನಾದ ಜಾರ್ಜ್ ಸ್ಮಿತ್ ಕ್ರೈಸ್ತ ಧರ್ಮದ ಪ್ರಾಥಮಿಕ ವೈರಿಗಳಾದ ಹಲ್ಲಾಸ್ ಮತ್ತು ರೋಮನ್ ಚಕ್ರಾಧಿಪತ್ಯಕ್ಕಿಂತಲೂ ಅತ್ಯಂತ ಕಡು ವೈರಿ ಇಸ್ಲಾಂ ಧರ್ಮವೆಂದು 1893[36] ರಲ್ಲಿಯೇ ಪ್ರತಿಪಾದಿಸುತ್ತಾನೆ. ವಿಚಿತ್ರವೆಂದರೆ ಈ ವೈರುಧ್ಧದ ಪ್ರತಿವಾದನೆ ನಡುವೆ ನಿರ್ಮಿಸಿದ/ಹುಟ್ಟಿದ ಪಡಿಯಚ್ಚುಗಳನ್ನು ಮುಂದೆ ವಸಾಹತುಶಾಹಿ ಯಥೇಚ್ಛವಾಗಿ ತನ್ನ ಪರವಾಗಿ ಉಪಯೋಗಿಸಿತ್ತು. ಭಾರತದ ಸಂದರ್ಭದಲ್ಲಿದ್ದ ಒಂದು ವಾದವೆಂದರೆ ಅನುಸಂಧಾನ ಅಸಾಧ್ಯ. ಈ ಅನುಸಂಧಾನ

35 Charles Lindholm, Op.cit.p.73
36 Geogre Smith, Op.cit. p..2

ಸಾಧ್ಯವಿಲ್ಲದ್ದಕ್ಕೆ ಒಂದು ಕಾರಣವಿದೆ: ಬ್ರಿಟಿಷರ ಪ್ರಕಾರ ಇಸ್ಲಾಮಿಕ್ ಚರಿತ್ರೆ ಬೌದ್ಧಿಕತೆಗೆ ನೀಡಿದ ಕೊಡುಗೆ ನಗಣ್ಯ. ಈ ಇಡೀ ವಾದವನ್ನು 1810ರ ಮಾರ್ಕ್ ವಿಲ್ಕ್ಸನ ಕೃತಿ, 'ಸ್ಕೆಚಸ್ ಆಫ್ ದಿ ಸೌತ್ ಇಂಡಿಯಾ'ಕ್ಕೆ ಬರೆದ ಮುರ್ರೆ ಹಮುಕ್‌ನ ಟಿಪ್ಪಣಿಯಲ್ಲಿ ನೋಡಬಹುದು, [37] ಅದನ್ನು ಸೂಕ್ಷ್ಮವಾಗಿ ಹೇಳುವುದಾದರೆ. "ಇಲಿಯಡ್ ಮತ್ತು ಕುರಾನ್ ಜೊತೆಯಾಗಿ ಇರಲು ಸಾಧ್ಯವಿಲ್ಲ", " ಅರಬರಿಗೆ ಬರೇ ಹೊಮರನ ಹೆಸರು ಗೊತ್ತಿತ್ತು, ಅದು ಕೂಡ ಅವರಿಗೆ ಹೊಮರ ಪರಿಚಯವಾದದ್ದು 995ರ ಕ್ರಿಸ್ತ ಶಕದಲ್ಲಿ". ಇದನ್ನು ಮುರ್ರೆ ವಿರೋಧಿಸುತ್ತಾನೆ. ಅವನ ಪ್ರಕಾರ "ಗ್ರೀಕ್ ಮಹಾಕಾವ್ಯಗಳು ಇಲ್ಲದಿರುವಿಕೆಗೆ ಮಧ್ಯವರ್ತಿಗಳಿಗೆ, ಒರಿಯಂಟಲ್ ಕ್ರೈಸ್ತ ಅನುವಾದಕರಿಗೆ ಇದ್ದ ಅನಾಸಕ್ತಿಯೇ ಕಾರಣ". ವಾಸ್ತವವಾಗಿ ಇಲ್ಲೊಂದು ರಾಜಕೀಯವಿದೆ. ಯಾವುದೇ ಧರ್ಮಗಳಿಗೆ ಸೇರದ ಪ್ಲೇಟೋ, ಅರಿಸ್ಟಾಟಲ್, ಹೊಮರ್ ಮುಂತಾದವರನ್ನು ಪಾಶ್ಚಾತ್ಯ ಜಗತ್ತು ತನ್ನದಾಗಿಸುತ್ತಾ, ತನ್ನ ಚಿಂತನೆಗಳಲ್ಲಿ, ಕಥನಗಳಲ್ಲಿ, ಮುಖಾಮುಖಿಯಲ್ಲಿ ಕ್ರೈಸ್ತರಾಗಿ ಪ್ರತಿಬಿಂಬಿತರಾಗುವುದನ್ನು ನೋಡಬಹುದು. ಇದನ್ನು ಬೌದ್ಧಿಕತೆಯ ಅಪಹರಣ ಎನ್ನಬಹುದು.

ವಾಸ್ತವವಾಗಿ ಜ್ಞಾನದ ಕೊಡುಗೆಯ ನಿರಾಕರಣೆ ಒಂದು ಆಶ್ಚರ್ಯಕರ ಸಂಗತಿಯೇನೂ ಆಗಿರಲಿಲ್ಲ. ಈ ರೀತಿಯ ಭಾವನೆ ವಸಾಹತುಶಾಹಿಯ ಚಿಂತನೆಗಳಲ್ಲಿ, ಜನಗಣತಿಗಳಲ್ಲಿ, ಅಧ್ಯಯನಗಳಲ್ಲಿ ಅಂತರ್ಗತವಾಗಿದ್ದುದು ದಿಟ. ಇದಕ್ಕೆ ಪೂರಕವೆಂಬಂತೆ ಮುಸ್ಲಿಮ್ ಜಗತ್ತಿನ ಕೊಡುಗೆಗಳನ್ನು ಅದು ಒಂದೋ ನಿರಾಕರಿಸಿತ್ತು ಇಲ್ಲವೇ ತೆಗಳಿತ್ತು. ಇದೇ ಕಾರಣಕ್ಕಾಗಿ ಅರಿಸ್ಟಾಟಲ್, ಪ್ಲೇಟೋ, ಸೊಫಿಸ್ಟ್ ಹಾಗೂ ಗ್ರೀಕ್ ತತ್ವಜ್ಞಾನಿಗಳ ಚಿಂತನೆಗಳನ್ನು ವಿಮರ್ಶಿಸಿದ ಇಸ್ಲಾಮಿಕ್ ಜಗತ್ತಿನ ಇತಿಹಾಸಕಾರರು, ವಿಜ್ಞಾನಿಗಳು, ಮತ್ತು ತತ್ವಜ್ಞಾನಿಗಳಾದ ಇಬ್ನ್-ಕಿಂಡಿ (ಕ್ರಿ.ಶ801-873), ಇಬ್ನ್-ಸಿನಾ (ಕ್ರಿ.ಶ970-1037), ಇಬ್ನ್-ಖಾಲ್ದೂನ್, (ಕ್ರಿ.ಶ1332-1406)[38] ಇಬ್ನ್ -ಫರಬಿ (ಕ್ರಿ.ಶ870-950) ಇಬ್ನ್-ರಶೀದ್ (ಕ್ರಿ.ಶ. 1126-1198) ಇವರ ಪ್ರಸ್ತಾವವನ್ನು, ಮತ್ತು ಅವರ ಕೊಡುಗೆಗಳನ್ನು ವಸಾಹತುಶಾಹಿ ಎಲ್ಲಿಯೂ ಉಲ್ಲೇಖಿಸುವುದೇ ಇಲ್ಲ. ಭಾರತದಲ್ಲಿ ಒಂದೋ ನೆಲೆನಿಂತು, ಇಲ್ಲವೇ ಭಾರತದಲ್ಲಿ ಹುಟ್ಟಿ ಬೆಳೆದು ರಾಜಕೀಯ ಚಿಂತನೆ ಮತ್ತು ತೌಲನಿಕ ಶಾಸ್ತ್ರಕ್ಕೆ ಹೊಸ ಮುನ್ನುಡಿ ಬರೆದ ಅಲ್ ಬರುನಿ ಅಥವಾ ಜಿಯಾವುದ್ದೀನ್ ಬರನಿ ನೆನಪಾಗುವುದೇ ಇಲ್ಲ. ಅವರೆಲ್ಲರೂ ವಸಾಹತುಶಾಹಿಯ ವಿಸ್ಮೃತಿಯ ಭಾಗವಾಗುತ್ತಾರೆ.

37 Mark Wilks, Sketches of the South India, Mysore , Vol.1, Longman, London, 1810, p.577
38 Abdur Rahman bin Muhammed ibn Khaldun, The Muqaddiah (Translated by Franz Rosenthal).n.d

ಭಾರತದ ಸಂದರ್ಭದಲ್ಲಿ ಹಿಂದೂ ಮತ್ತು ಮುಸ್ಲಿಂ ಸಾಂಸ್ಕೃತಿಕ, ಬೌದ್ಧಿಕ ಅನುಸಂಧಾನದ ಆರಂಭವನ್ನು 8ನೇ ಶತಮಾನದಿಂದಲೇ ನೋಡಬಹುದು. ಯಾವಾಗ ಇಸ್ಲಾಂ ಸಿಂಧ್ ಪ್ರಾಂತ್ಯಕ್ಕೆ ಆಗಮಿಸಿತ್ತೋ, ಆಗ ಈ ಅನುಸಂಧಾನದ ಪ್ರಾರಂಭವನ್ನು ನೋಡಬಹುದು. ಆದರೆ ಅರಬ್ ಜಗತ್ತಿನೊಂದಿಗೆ ಭಾರತದ ಅನುಸಂಧಾನ ಬಹಳ ಹಳೆಯದು. ಧರ್ಮ ಹುಟ್ಟುವ ಮೊದಲೇ ಇತ್ತು. ಅದು ಅರಬ್ ಮತ್ತು ಭಾರತದ ನಡುವಿನ ವ್ಯಾಪಾರ ಸಂಬಂಧಗಳಿಂದ ಆರಂಭಗೊಳ್ಳುತ್ತದೆ. ರೋಮ್ ಮತ್ತು ಗ್ರೀಕರೊಂದಿಗಿನ ವ್ಯಾಪಾರ ಸಂಬಂಧಗಳು ಆರಂಭಗೊಳ್ಳುವ ಪೂರ್ವದಲ್ಲಿಯೇ ಈಜಿಪ್ಟ್ ಮತ್ತು ಮೆಡಿಟರೇನಿಯನ್ ದೇಶಗಳೊಂದಿಗೆ ಸಾಂಬಾರು ದಿನಿಸು, ಸುಗಂಧ ದ್ರವ್ಯ, ಚಿನ್ನ, ಮಸ್ಲೀನ್ ಬಟ್ಟೆ ಇತ್ಯಾದಿಗಳ ವ್ಯಾಪಾರ ವಹಿವಾಟುಗಳಿದ್ದವು ಎಂದು ಇತಿಹಾಸದಲ್ಲಿನ ಜಲಮಾರ್ಗದ ಅನ್ವೇಷಣೆಯ ದಾಖಲೆ, The Periplus of the Erythreaten Sea ಹೇಳುತ್ತದೆ[39]. ರೋಮನರ ದಂಡನಾಯಕ, ತತ್ವಜ್ಞಾನಿ ಮತ್ತು ನಾವಿಕನಾಗಿದ್ದ ಪ್ಲೀನಿ ಇದನ್ನುಪುಷ್ಟೀಕರಿಸುತ್ತಾನೆ. ಭಾರತ ಮತ್ತು ಅರಬ್ ಜಗತ್ತಿನ ಜಲಮಾರ್ಗದ ವ್ಯಾಪಾರ ಸಂಬಂಧಗಳ ಬಗ್ಗೆ ಬಹಳಷ್ಟು ದಾಖಲೆಗಳಿವೆ- ಕ್ರಿ.ಶ 176 ರಲ್ಲಿ ಅಗಾರ್‌ಸೀಡ್ ಭಾರತದ ನೌಕೆಗಳು ಸಬಿಯಾ ಬಂದರುಗಳಲ್ಲಿ ವ್ಯಾಪಾರಕ್ಕಾಗಿ ಬರುತ್ತಿದ್ದವು ಎಂದು ದಾಖಲಿಸುತ್ತಾನೆ[40] ಈ ದಾಖಲೆಗಳಲ್ಲಿ ಪ್ಲೀನಿಯ ದಾಖಲೆ ಬಹಳ ಮಹತ್ವದ್ದು.ಅವನ ಪ್ರಕಾರ ಒಂದನೇ ಶತಮಾನದಲ್ಲಿಯೇ ಅರಬ್ಬರು ಭಾರತದ ಮಲಬಾರಿನಲ್ಲಿ ಬಂದು ನೆಲೆ ನಿಂತಿದ್ದರು[41]. ಈ ವಿವರಣೆ ಬಹಳ ಮಹತ್ವದು. ಮುಂದೆ ಇದೇ ಅರಬ್ಬರು ಮಲಬಾರಿನ ಮಹಿಳೆಯರನ್ನು ಮದುವೆಯಾಗಿ ಮಾಪಿಳ್ಳೆಗಳೆಂಬ ಹೊಸ ಮುಸ್ಲಿಮ್ ಜಾತಿಯನ್ನೇ ಹುಟ್ಟು ಹಾಕಿದ್ದನ್ನು ಗಮನಿಸಬೇಕು. ಈ ಸಂದರ್ಭದಲ್ಲಿ ಅರಬ್ಬರಿಗೆ ಭಾರತದ ಧಾರ್ಮಿಕ ನಂಬಿಕೆ, ವಿವಿಧ ಪಂಥಗಳು, ಜಾತಿಗಳನ್ನು ಅರಿಯುವ ಉತ್ಸುಕತೆ ಇತ್ತು ಎಂದು ಇಸ್ಲಾಮಿಕ್ ಇತಿಹಾಸಕಾರ ನಿಜಾಮಿ[42] ವಾದಿಸುವುದರಲ್ಲಿ ಅತಿಶಯೋಕ್ತಿ ಇಲ್ಲ. ಅದಕ್ಕೆ ಪೂರಕವೆಂಬಂತೆ ಭಾರತಕ್ಕೆ ಭೇಟಿ ನೀಡಿದ ಅರಬ್ ವಿದ್ವಾಂಸ ಇಬ್ನ್-ಕಿಂಡಿ ಕೆಲವು ಪಂಥಗಳನ್ನು ಉಲ್ಲೇಖಿಸುತ್ತಾನೆ. ಅವುಗಳಲ್ಲಿ ಮಹಾಕಾಳಿಯ, ಅಲ್ದನಿಕತ್ಯ (ಆಧಿತ್ ಭಕ್ತಿ), ಚಂದ್ರ ಭಕ್ತಿಯ, ಬಕರಾಂತನಿಯ, ಗಂಗಾಯಾತ್ರಿ ಮತ್ತು ರಜಪೂತ್ಯ. ಇಬ್ನ್-ಕೊರ್ದಾದ್ಬೆ ಎಂಬ

39 Wilfred H.Schoff, The Periplus of the Erythreaten Sea, - Travel and Trade in the Indin Ocean by a Merchant of the First Century, Longman , London, 1912

40 Mark Wilks, Historical Sketches of the South India, Vol III, Longman, London, 1817, p.19

41 Victor D'Souza, The Navayats of Kanara: A Study in Culture Contact, Kannada Research Institute, Dharwad, 1955, p.1

42 Khaliq Ahmad Nizami , Early Arab Contact with South Asia, Journal of Islamic Studies, Vol.5 No.1.1994. pp . 66.

9ನೇ ಶತಮಾನದ ವಿದ್ವಾಂಸ (ಕ್ರಿ.ಶ 820–912) ಏಳು ಜಾತಿಗಳನ್ನು ಮತ್ತು 42 ಪಂಥಗಳನ್ನು ಉಲ್ಲೇಖಿಸುತ್ತಾನೆ. ಇದರಲ್ಲಿದ್ದ ಒಂದು ಪ್ರಮುಖ ಜಾತಿಯೆಂದರೆ ಜಾಟರು, ತದನಂತರ ಶಿವಭಾಜ. ಈ ಜಾತಿಗಳ ವ್ಯಾಪಾರಸ್ಥರು ಧರ್ಮ ಹುಟ್ಟುವ ಪೂರ್ವದಲ್ಲಿಯೇ ಅರಬ್ ಜಗತ್ತಿಗೆ ವ್ಯಾಪಾರಕ್ಕಾಗಿ ಹೋಗುತ್ತಿದ್ದರು ಎಂಬ ಪ್ರತೀತಿ ಇದೆ. ಧರ್ಮದ ಹುಟ್ಟುವ ಸಂದರ್ಭದಲ್ಲೂ ಇವರ ಇರುವಿಕೆಯನ್ನು ಗುರುತಿಸಲಾಗಿತ್ತು. ಕ್ರಿ.ಶ 680ರಲ್ಲಿ ನಡೆದ ಕರ್ಬಲಾ ಯುದ್ಧದ ಸಂದರ್ಭದಲ್ಲಿ ಸಿಂಧು ಪ್ರದೇಶದಿಂದ ಬ್ರಾಹ್ಮಣರ ಸಮುದಾಯವೊಂದು ಪ್ರವಾದಿ ಮೊಮ್ಮಕ್ಕಳಾದ ಹಸನ್– ಹುಸೈನ್‌ರ ಪರವಾಗಿ ಯುದ್ಧದಲ್ಲಿ ಪಾಲ್ಗೊಂಡಿದ್ದರು. ಆದಕಾರಣವೇ ಅವರು ಇತಿಹಾಸದಲ್ಲಿ "ಹುಸೈನಿ ಬ್ರಾಹ್ಮಣ"ರೆಂದು ಕರೆಯಲ್ಪಟ್ಟರು ಎಂದು ಹೇಳಲಾಗುತ್ತದೆ. ದುರಂತವೆಂದರೆ ಅವರನ್ನು "ಕೀಳು ಬ್ರಾಹ್ಮಣ"ರೆಂದು, "ವಿಭಿನ್ನ ಪಂಥೀಯರು"ಎಂದು ವಸಾಹತುಶಾಹಿ ಚಿತ್ರಿಸಿತ್ತು[43]. ವಾಸ್ತವವಾಗಿ "ಹಿಂದ್" ಎಂಬ ಶಬ್ದ ಪ್ರವಾದಿ ಕಾಲದಲ್ಲಿಯೇ ದೊರೆಯುತ್ತದೆ[44].

ಅನುಸಂಧಾನದ ಎರಡನೇ ಹಂತದಲ್ಲಿ ರಾಜಕೀಯದಲ್ಲಿನ ವಿನಿಮಯಗಳನ್ನು ನೋಡಬಹುದು.ಇದರ ಮುಂದುವರಿಕೆಯಾಗಿ ಅಲ್–ಮಾಮುನ್‌ನ (ಕ್ರಿ.ಶ 813–330) ಆಡಳಿತದ ಸಂದರ್ಭದಲ್ಲಿ ಬಾಗ್ದಾದಿಗೆ ಅಲ್ ಹಕೀಮ್‌ನನ್ನು ವೈದ್ಯರಾಗಿ ನೇಮಕ ಮಾಡಲಾಯಿತು. ಖಲೀಫ ಹಾರೂನ್ ರಶೀದ್ ಗಂಭೀರವಾಗಿ ಕಾಯಿಲೆಗೊಳಗಾದಾಗ ಸಿಂಧಿ ವೈದ್ಯನಾದ ಮಂಕ ಅಲ್–ಹಿಂದ್‌ನನ್ನು ಕಳುಹಿಸಿಕೊಡಲಾಗಿತ್ತು.

ಅನುಸಂಧಾನದ ಮುಂದುವರಿಕೆಯನ್ನು ಸಾಹಿತ್ಯ, ಸಾಂಸ್ಕೃತಿಕ ಮಟ್ಟದಲ್ಲೂ ನೋಡಬಹುದು. ಈ ಅನುಸಂಧಾನದ ಸಾಂಸ್ಕೃತಿಕ ಭಾಗವಾಗಿ ಭಾರತದ ಗಣಿತ ಶಾಸ್ತ್ರ, ಖಗೋಳ ಶಾಸ್ತ್ರ, ವೈದ್ಯಕೀಯ ಶಾಸ್ತ್ರ 9ನೇ ಮತ್ತು 10ನೇ ಶತಮಾನದಲ್ಲಿ ಪರ್ಶಿಯನ್ ಭಾಷೆಗೆ ತರ್ಜುಮೆಗೊಂಡು ಇಸ್ಲಾಮಿಕ್ ಜಗತ್ತಿಗೆ ಪರಿಚಯವಾದವು. ಇದರ ಪೂರ್ವದಲ್ಲಿ ಭಾರತೀಯ ಸಂಖ್ಯಾಶಾಸ್ತ್ರವನ್ನು ಉಪಯೋಗಿಸಿ ಮೊಹಮ್ಮದ್ ಇಬ್ನ್ ಮುಸಾ ಅಲ್–ಕ್ವರಿಜಿಮಿ (ಕ್ರಿ.ಶ 780–850) ಬೀಜಗಣಿತವನ್ನು ಹುಟ್ಟು ಹಾಕಿದ. ಇದು ಮುಂದೆ ಇಂಡೋ–ಅರಬ್ ಸಂಖ್ಯೆಗಳೆಂದು ಪ್ರಖ್ಯಾತಿಯಾಯಿತು. ಹೆಚ್ಚು ಕಡಿಮೆ ಇದೇ ಸುಮಾರಿಗೆ ಇಬ್ನ್ ಅಲ್–ಮುಕಫ್ಫಕ್ (ಕ್ರಿ.ಶ 759) ಪಂಚತಂತ್ರ ಮತ್ತು ಹಿತೋಪದೇಶವನ್ನು ಪರ್ಶಿಯನ್ ಭಾಷೆಗೆ Kalila wa Dimna, ಎಂಬ ಶೀರ್ಷಿಕೆಯಡಿಯಲ್ಲಿ ಪ್ರಕಟಿಸಿದ.

43_Yogendrnath Bhattacharya, Hidu Castes and Sects, Calcutta, 1896. Ibid, p.118

44_Al-Buldan of al-Imam abul Abbas Ahmed Ibn Jabir al-Baladuri, Kitab Futah (Translated by Phillip Khuri Hitti, The Origins of Islamic State) Vo1, Columbia, University, New York, 1916, p.155.

ವಾಸ್ತವವಾಗಿ ಹಿಂದ್ ಎಂಬ ಶಬ್ದ ನಮಗೆ ಬಹಳ ಸ್ಪಷ್ಟವಾಗಿ ಕಂಡು ಬರುವುದು ಅಲ್ ಬರುನಿಯ ಕೃತಿಗಳಲ್ಲಿ.[45] ವಾಸ್ತವವಾಗಿ 10ನೇ ಶತಮಾನವನ್ನು ಸಾಂಸ್ಕೃತಿಕ ಅನುಸಂಧಾನಗಳ ಉಚ್ಛ್ರಾಯ ಕಾಲವೆನ್ನಬಹುದು. ಇದಕ್ಕೆ ಸಾಕ್ಷಿ ಎಂಬಂತೆ 10ನೇ ಶತಮಾನದ ದಾರ್ಶನಿಕ, ರಾಜಕೀಯ ಮುತ್ಸದ್ದಿ ಅಲ್ ಬರುನಿ ಸಂಸ್ಕೃತದಿಂದ ತರ್ಜುಮೆ ಮಾಡಿದ ಕೃತಿಗಳಾದ ಕಪಿಲನ ಸಂಖ್ಯಾ, ಪತಾಂಜಲಿಯ ಯೋಗಸೂತ್ರ ಸಿಗುತ್ತವೆ. ಅಲ್ಲದೇ ಅವನು ಮನನ ಮಾಡಿದ ಗ್ರಂಥಗಳ ಪಟ್ಟಿಯಲ್ಲಿ ಉಪನಿಷತ್, ಭಗವತ್‌ಗೀತ, ವಿಷ್ಣು ಪುರಾಣ, ಮತ್ಸ್ಯ ಪುರಾಣ, ವಾಯು ಪುರಾಣ ಮತ್ತು ಆದಿತ್ಯ ಪುರಾಣ ಸೇರಿಕೊಂಡಿತ್ತು. ಹಿಂದೂ ಖಗೋಳಶಾಸ್ತ್ರ, ಗಣಿತ ಶಾಸ್ತ್ರ, ಭೌಗೋಳಿಕ ಶಾಸ್ತ್ರ ಇತ್ಯಾದಿಗಳ ಕುರಿತಾದ ಅವನ ಜ್ಞಾನ ಅಗಾಧವಾಗಿತ್ತು. ಅದಕ್ಕಾಗಿ ಅವನು ಅವಲಂಬಿಸಿದ್ದು ಬ್ರಹ್ಮಸೂತ್ರ (598 ಕ್ರಿ. ಶ), ವರಹಮಿರ (550 ಕ್ರಿ. ಶ) ಮತ್ತು ಆರ್ಯಭಟನ (ಕ್ರಿ. ಶ. 476) ಕೃತಿಗಳು. ಅವನ ಕೃತಿಯಲ್ಲಿ ಚರಕ ಸಂಹಿತವನ್ನು ಕೂಡ ಉಲ್ಲೇಖಿಸುತ್ತಾನೆ. ಈ ರೀತಿಯ ಅನುಸಂಧಾನ ಫಿರೋಜ್ ಶಾ ತುಘಲಕ್ ಕಾಲದಲ್ಲೂ ನಡೆಯಿತು. ಅವನ ಕಾಲದಲ್ಲಿ ಜೈವಿಕ ತತ್ವಶಾಸ್ತ್ರವನ್ನು Dalaili Firozshshi ಎಂಬ ಶೀರ್ಷಿಕೆಯಡಿಯಲ್ಲಿ ತರ್ಜುಮೆಗೊಂಡಿತ್ತು. ಈ ರೀತಿಯ ಅನುಸಂಧಾನ ಮೊಘಲ ಕಾಲದಲ್ಲೂ ಮುಂದುವರಿಯುತ್ತದೆ. ಅಕ್ಬರನ ಕಾಲದಲ್ಲಿ ಅಬುಲ್ ಫಜಲ್ ಮಹಾಭಾರತ ಮತ್ತು ಭಗವತ್ ಗೀತಾವನ್ನು ಭಾಷಾಂತರಿಸಿದ. ದಕ್ಷಿಣ ಏಶಿಯಾದ ಖ್ಯಾತ ಇತಿಹಾಸ ತಜ್ಞೆ ಅವ್‌ಡ್ರೆ ತ್ರುಶ್ಕೆ ಮೊಘಲರ ಕಾಲದ ಸಾಂಸ್ಕೃತಿಕ ಅನುಸಂಧಾನವನ್ನು "ಹೈಬ್ರಿಡಿಟಿ ಆಫ್ ಪೊಲಿಟಿಕಲ್ ಐಡೆಂಟಿಟಿ" ರಾಜಕೀಯ ಅಸ್ಮಿತೆಯ ಸಂಕರ ಎಂದು ಹೇಳಿರುವುದನ್ನು ಇಲ್ಲಿ ಗಮನಿಸಬೇಕು[46]. ಕೊನೆಯ ಹಂತದಲ್ಲಿ ಸೂಫಿ ಸಂತರ ಗ್ರಂಥ ರಚನೆಯಲ್ಲಿ ಈ ಅನುಸಂಧಾನ ಸ್ಪಷ್ಟವಾಗಿ ಅಭಿವ್ಯಕ್ತಗೊಳ್ಳುತ್ತದೆ. ಶಹಜಹಾನ್ ಚಕ್ರವರ್ತಿಯ ಪುತ್ರ ಮತ್ತು ಸೂಫಿ ಅನುಯಾಯಿಯಾದ ದಾರಾಶಿಕೊ ಐವತ್ತು ಶಾಸ್ತ್ರೀಯ ಗ್ರಂಥಗಳನ್ನು ತರ್ಜುಮೆ ಮಾಡುತ್ತಾ, ಅದಕ್ಕೆ ಸೂಫಿ ದೃಷ್ಟಿಕೋನವನ್ನು ನೀಡಿದ್ದ. ಇದರಲ್ಲಿ ಭಗವತ್ ಗೀತಾ, ಉಪನಿಷತ್‌ಗಳೂ ಕೂಡ ಸೇರಿಕೊಂಡಿದ್ದವು. ಇನ್ನೊಬ್ಬ ಸೂಫಿ ಸಂತ ಅಬ್ದುಲ್ ರಹೆಮಾನ್ ಚಿಸ್ತಿ (ಮರಣ ಕ್ರಿ.ಶ 1683) ಭಗವತ್ ಗೀತಾವನ್ನು Mir'at al-Haqiq ಎಂಬ ಶೀರ್ಷಿಕೆಯಡಿಯಲ್ಲಿ ಭಾಷಾಂತರಿಸಿದ್ದ.

45 Edwrd C.Sachu , Alberuni's India, Kegan Paul, London, 1910, Arshad Islam, The Civilizational role of Islam in the Indian subcontinent: The Delhi sultanate Intellectual Discourse, , Vol.25, No.1 2017, pp.101-134

46 Marguerite Rigoglioso, Stanford scholar Casts new light on Hindu-Muslim relations, Stanford News, September 9 2015

ಧರ್ಮ, ಬುಡಕಟ್ಟು ಮತ್ತು ಜಾತಿ

ಇಸ್ಲಾಂ ಹುಟ್ಟಿದ್ದೇ ಬುಡಕಟ್ಟುಗಳ ನಡುವೆ. ಅದರ ಆರ್ಥಿಕತೆಯ ನೆಲೆಗಟ್ಟು ಇದ್ದದ್ದೇ ಬುಡಕಟ್ಟು ಆರ್ಥಿಕತೆಯ ಮೇಲೆ. [47] ಅವುಗಳ ನಡುವಿನ ಬಾಂಧವ್ಯ ಮುಂದೆ ವ್ಯಾಪಾರಿ ಬಂಡವಾಳಕ್ಕೆ, ದಾರಿ ಮಾಡಿಕೊಟ್ಟಿತ್ತು. ಇವುಗಳ ನಡುವೆ ಜಾತಿ ಪರಿಕಲ್ಪನೆ ಇರಲಿಲ್ಲವೆಂದೇ ಹೇಳಬೇಕು, ವಾಸ್ತವವಾಗಿ ಧರ್ಮ ಹುಟ್ಟುವ ಕಾಲದಲ್ಲಿ ಹತ್ತು ಹಲವು ಬುಡಕಟ್ಟುಗಳಿದ್ದವು. ಅರೇಬಿಯಾ ಬುಡಕಟ್ಟುಗಳ ನಾಡಾಗಿತ್ತು. ಅವುಗಳು ಮುಖ್ಯವಾಗಿ ಬದೌನಿ ಬುಡಕಟ್ಟುಗಳೆಂದರೂ ಅವುಗಳಲ್ಲಿ ವೈವಿಧ್ಯತೆ ಇತ್ತು. ವಿವಿಧ ಬುಡಕಟ್ಟುಗಳನ್ನು ಹೀಗೆ ಪಟ್ಟಿ ಮಾಡಬಹುದು: ಖುರೈಷಿ, ಬಾನು ಕಿನ್ಹಾನ್, ಬಾನು ಅಲ್ ಅಖ್ದರಿ, ಬಾನು ಜದೀಮ, ಬಾನು ಹೊತಾಲ್, ಬಾನು ತಗೀಫ್, ಬಾನು ಉತಾಬ್, ಬಾನು ಹಿಲಾಲ್, ಬಾನು ತಾಮಿಮ್, ಬಾನು ಸಾದ್, ಬಾನು ದಾವ್ಸ್, ಬಾನು ಕಿನಾನ್ಹ, ಬಾನು ಖಝ್ರಾಜ್, ಬಾನು ಖುರೈಝಾ, ಬಾನು ನಾದಿರ್, ಬಾನು ಕ್ವೆನ್ಹುಗ ಇತ್ಯಾದಿ. ಕೊನೆಯ ಮೂರು ಬುಡಕಟ್ಟುಗಳು ಯಹೂದಿ ಬುಡಕಟ್ಟುಗಳಾಗಿದ್ದವು. ಇವುಗಳಲ್ಲಿ ಅತ್ಯಂತ ಬಲಾಢ್ಯ ಮೇಲ್ಪಂಕ್ತಿಯಲ್ಲಿದ್ದದ್ದು ಖುರೇಷಿ ಬುಡಕಟ್ಟು ಎಂಬುದು ದಿಟ. ಅದನ್ನು ಶುದ್ಧ, ಮಾನ್ಯ ಎಂದೆಲ್ಲಾ ಗುರುತಿಸಲಾಗುತ್ತದೆ. ಉಳಿದ ಬುಡಕಟ್ಟುಗಳ ಸಾಮಾಜಿಕ ಸ್ಥಾನಮಾನ ತದನಂತರ ಬರುತ್ತದೆ. ಈ ಬುಡಕಟ್ಟುಗಳಲ್ಲಿ ವಿವಿಧ ಉಪ-ಕುಲಗಳಿದ್ದವು. ಬಾನು ಹಾಷೀಮ್ ಎಂಬುದು ಪ್ರವಾದಿಯವರ ಉಪ-ಕುಲ. ಖುರೇಷಿ ಬುಡಕಟ್ಟಿನಲ್ಲಿದ್ದ ಇನ್ನೊಂದು ಉಪ ಕುಲವಾದ ಅಬ್ದ್ ಶಾಮ್ ಪ್ರವಾದಿಯವರ ಬದ್ಧ ವೈರಿ ಬುಡಕಟ್ಟು, ಪ್ರವಾದಿ ನಂತರ ಖುರೇಷಿ ಬುಡಕಟ್ಟು ಮುಸ್ಲಿಮ್ ಸಮುದಾಯದ ಮೇಲೆ ತನ್ನ ಹಿಡಿತವನ್ನು ಸಾಧಿಸಿದ್ದು ಸುಳ್ಳಲ್ಲ. ಖುರೇಷಿ ಬುಡಕಟ್ಟುಗಳ ಹೊರತಾಗಿ ಸ್ವಲ್ಪ ಬಲಾಢ್ಯವೆಂದರೆ ಘುಸ್ ಮತ್ತು ಖಿಸ್ರಾಜ್, ಮಾತ್ರವಲ್ಲದೇ ಯಹೂದಿ ಬುಡಕಟ್ಟುಗಳಾದ ನಧೀರ, ಖ್ವೆನುಗಾ. ಮತ್ತು ಖುರೈಝ್ಯ.

ವಾಸ್ತವವಾಗಿ ವಿವಿಧ ಬುಡಕಟ್ಟುಗಳಿಗೆ ತಮ್ಮದೇ ಆದ ಆಚರಣೆಗಳು, ಸಂಪ್ರದಾಯ, ಸಂಸ್ಕೃತಿ, ಮೂರ್ತಿಗಳು, ಪೂಜೆ, ದೇವರುಗಳು ಇದ್ದವು. ಇವುಗಳನ್ನು ನಾಶಮಾಡಿ ಹೊಸ ವ್ಯವಸ್ಥೆಯನ್ನು ನಿರ್ಮಿಸುವುದು ಅಷ್ಟು ಸುಲಭವಾಗಿರಲಿಲ್ಲ. ಬುಡಕಟ್ಟುಗಳ ನಡುವೆ ಹುಟ್ಟಿದ ಧರ್ಮ ಎಷ್ಟರ ಮಟ್ಟಿಗೆ ಪಂಗಡಗಳ ಮತ್ತು ಬುಡಕಟ್ಟುಗಳ ಅಸ್ಮಿತೆಯನ್ನು ನಿರಾಕರಿಸಲು ಸಾಧ್ಯವಾಯಿತು?. ಧರ್ಮ ಉಗಮವಾದದ್ದೇ ಈ ನಿರಾಕರಣೆಯ ಮೂಲಕ, ಎಲ್ಲಾ ಅಸ್ಮಿತೆಗಳು

47 Mahmood Ibrahim , Social and Economic Conditions in Pre-Islamic Mecca, International Journal of Middle East Studies , Vol. 14, No. 3 , Aug., 1982, pp. 343-358.

ಧರ್ಮದೊಳಗೆ ವಿಲೀನವಾಗುವ ಕಾರಣ ಬುಡಕಟ್ಟು, ಪಂಗಡಗಳ ಅಸ್ಮಿತೆ ಬಹುಮುಖ್ಯವೆನಿಸುವುದಿಲ್ಲ. ಧರ್ಮ ಹುಟ್ಟುವ ಮತ್ತು ತದನಂತರ ಇಡೀ ಅರಬ್ ಜಗತ್ತಿನಲ್ಲಿ ಅಂತರ್ ಬುಡಕಟ್ಟು ಸಂಘರ್ಷ[48] ಮತ್ತು ಮುಖಾಮುಖಿ ಸರ್ವೇಸಾಮಾನ್ಯವಾಗಿತ್ತು. ವಿಚಿತ್ರವೆಂದರೆ ಈ "ಉಮ್ಮಾ" ವಾದದ ನಡುವೆಯೂ ಬುಡಕಟ್ಟುಗಳು ಧರ್ಮದ ತಳಹದಿಯಾಗಿರುವುದನ್ನು ನಾವು ನೋಡಬಹುದು. ಏಕೆಂದರೆ ಧರ್ಮ ವಿಸ್ತಾರವಾದಂತೆಲ್ಲಾ ನೂರಾರು ಪಂಗಡಗಳು ಮತ್ತು ಬುಡಕಟ್ಟುಗಳು ಧರ್ಮದ ಭಾಗವಾದರೂ, ನೂರಾರು ಬುಡಕಟ್ಟುಗಳು ಜಗತ್ತಿನ ಹತ್ತು ಹಲವು ಕಡೆ ಧರ್ಮವನ್ನು ಒಪ್ಪಿಕೊಂಡರೂ ಬುಡಕಟ್ಟುಗಳ ಅಸ್ಮಿತೆ ಹಾಗೇನೆ ಉಳಿದುಬಿಟ್ಟಿತ್ತು ಅಥವಾ ತಿರಸ್ಕರಿಸಲಿಲ್ಲವೆಂದೇ ಹೇಳಬೇಕು. ವಾಸ್ತವವಾಗಿ ಇಲ್ಲೊಂದು ಚರ್ಚೆ ಇದೆ. ಬಹಳಷ್ಟು ಚಿಂತಕರು ವಿವಿಧ ಸಾಮಾಜಿಕ ವರ್ಗಗಳ ಅಸ್ಮಿತೆಯನ್ನು ವಿವಿಧ ಕಾರಣಕ್ಕಾಗಿ ಗುರುತಿಸಬೇಕೆಂದು ವಾದಿಸುತ್ತಾರೆ. ಅದರಲ್ಲಿ ಬುಡಕಟ್ಟು ಕೂಡ ಒಂದು ಅಸ್ಮಿತೆ. ಈ ಅಸ್ಮಿತೆಗಳು ರಾಷ್ಟ್ರ ರಚನೆಗೆ ಸಹಾಯ ಮಾಡುತ್ತವೆ ಎಂಬ ಕಲ್ಪನೆ ಬಹುಮುಖ್ಯವಾಗಿ ಕೆಲಸ ಮಾಡಿತ್ತು.[49] ಖ್ಯಾತ ತತ್ವಜ್ಞಾನಿ ಇಬ್ನ್-ಖಾಲ್ದೂನ್ ಹತ್ತು ಹಲವು ವರ್ಗಗಳು ಒಂದು ರಾಜ್ಯದಲ್ಲಿರಬೇಕೆಂದು ವಾದಿಸಿದ್ದ- ನ್ಯಾಯಾಧೀಶರು, ಧಾರ್ಮಿಕ ಗುರುಗಳು, ಪ್ರಾರ್ಥನಾ ಗುರುಗಳು, ಬೋಧಕರು, ಕುಶಲ ಕರ್ಮಿಗಳು, ಬರಹಗಾರರು ಇತ್ಯಾದಿಗಳು[50]. ಇದೇ ಕಾರಣಕ್ಕೆ ಸಮಾಜಶಾಸ್ತ್ರಜ್ಞ ಅಕ್ಬರ್ ಅಹಮದ್, ಏಕರೂಪಿ ಮುಸ್ಲಿಮ್ ಸಮಾಜದ ಪರಿಕಲ್ಪನೆಯನ್ನು ತಿರಸ್ಕರಿಸುತ್ತಾರೆ. "ಬುಡಕಟ್ಟು ಇಸ್ಲಾಂ ಇದೆ". ಅಥವಾ ಬುಡಕಟ್ಟು ದೃಷ್ಟಿಕೋನದ ಇಸ್ಲಾಂ ಇದೆ ಎಂದು ಗುರುತಿಸುತ್ತಾರೆ[51]. ಯಾಕೆಂದರೆ ಅವರ ಪ್ರಕಾರ ಬುಡಕಟ್ಟು ಸಂಸ್ಕೃತಿ, ಮತಾಂತರ ಪೂರ್ವದ ಸಂಸ್ಕೃತಿ (ಮರ್ಯಾದ ಹತ್ಯೆ ಅಥವಾ ಹೆಣ್ಣು ಮಕ್ಕಳ ಮುಂಜಿ, ರಕ್ತ ಸೇಡು) ಮತ್ತು ಇಸ್ಲಾಂ ಸಂಸ್ಕೃತಿ ಇವುಗಳ ನಡುವೆ ಯಾವುದೇ ರೀತಿಯ ವೈರುಧ್ಯ ಅಥವಾ ವಿರೋಧಾಭಾಸಗಳಿರುವುದಿಲ್ಲವೆಂದು ವಾದಿಸುತ್ತಾರೆ, ಅವುಗಳು ಜೊತೆ ಜೊತೆಯಾಗಿ ಇದ್ದು ಬಿಡುತ್ತವೆ. ಬುಡಕಟ್ಟು ಸಂಸ್ಕೃತಿಯೇ ಇಸ್ಲಾಂ ಸಂಸ್ಕೃತಿಯ ಅವಿಭಾಜ್ಯ ಭಾಗವೆಂದು ಭಾವಿಸುತ್ತಾರೆ.

ಹಾಗೇ ನೋಡಿದರೆ ವಸಾಹತುಶಾಹಿ ಬರೇ ಮುಸ್ಲಿಮ್ ಜಾತಿಗಳನ್ನು ಮಾತ್ರ ದಾಖಲಿಸಿತ್ತು ಎಂದು ವಾದಿಸಿದರೆ ಅದು ಒಂದು ಮಿಥ್ಯೆ. ಅದು ಇತಿಹಾಸದಲ್ಲಿ ಅಲೆಮಾರಿ ಬುಡಕಟ್ಟುಗಳನ್ನು, ಆದಿವಾಸಿ ಮುಸ್ಲಿಮ್ ಬುಡಕಟ್ಟುಗಳನ್ನು, ಜನಾಂಗೀಯ

48 William Muir, Caliphate: Its Rise and Decline, The Religious Tract Society, Lodon, 1892

49 Baris Isci Pembeci , Religion and the Construction of Ethnic Identity in Kyrgyzstan, Special Issue: National Minorities in the Soviet Bloc after 1945): New Historical Research in Micro- and Regional Studies, Vol. 6, No. 1, 2017, pp. 133-152

50 Abdur Rahman bin Muhammed ibn Khaldun, Op.cit, p.512

51 Akbar Ahmed, Understanding Tribal Islam, Oped. October 20 2018.

ಬುಡಕಟ್ಟುಗಳನ್ನು, ಕ್ರಿಮಿನಲ್ ಬುಡಕಟ್ಟುಗಳನ್ನು ವಿವಿಧ ಜನಗಣತಿಯಲ್ಲಿ, ಕುಲಶಾಸ್ತ್ರೀಯ ಅಧ್ಯಯನಗಳಲ್ಲಿ ಮತ್ತು ಸರ್ಕಾರಿ ವರದಿಗಳಲ್ಲಿ ಧಾಖಲಿಸಿದ್ದು ದಿಟ [52]. ಪಂಜಾಬ್-ಸಿಂಧ್ ಪ್ರಾಂತ್ಯದಲ್ಲಿ ಅದು ನೂರಾರು ಜನಾಂಗೀಯ ಬುಡಕಟ್ಟುಗಳನ್ನು ಗುರುತಿಸಿತ್ತು. (ಆಫ್ರಿದಿ, ಭಟ್ಟಿ, .ಭಾರತದ ವಿವಿಧೆಡೆ ಅದು ಅಲೆಮಾರಿ (ಮಿಯೋ, ಪಿಂಜಾರ್), ಅರೆ-ಅಲೆಮಾರಿ (ಕಂಚಾರ್, ಲಂಬಾಣಿ, ರೊಹಿಲಾ, ಗುಜ್ಜರ್, ಭಿಲ್, ಪಖಾಲಿ, ಮೀನಾ) ಮತ್ತು ಕ್ರಿಮಿನಲ್ ಬುಡಕಟ್ಟುಗಳನ್ನು (ಬಕ್ರೆವಾಲ, ಪಿಂಡಾರ್, ಚಪ್ಪರ್ ಬಂದ್) ಬಿಹಾರ-ಬೆಂಗಾಲದ ನಡುವೆ ಮತ್ತು ಕರ್ನಾಟಕದ ಕರಾವಳಿಯಲ್ಲಿ ಆದಿವಾಸಿ ಬುಡಕಟ್ಟುಗಳನ್ನು ಗುರುತಿಸಿತ್ತು. (ಸಿದ್ದಿ, ತರಿಭಿಲ್ ಸಂತಾಲರು, ಮುಂಡಾ, ಒರಾನ್). ಇವುಗಳಲ್ಲಿರುವ ಉಪ-ಪಂಗಡಗಳನ್ನು ಕೂಡ ಗುರುತಿಸಿತ್ತು. [53] ಅವರನ್ನು ಯಾವ ಸೂಫಿ ಸಂತ ಇತಿಹಾಸದಲ್ಲಿ ಮತಾಂತರಿಸಿದರು? ಅವರ ಸಾಂಸ್ಕೃತಿಕ ಪರಂಪರೆಯೇನು? ಕಲ್ಪಿತ ಇತಿಹಾಸವೇನು? ಅವುಗಳು ಅಶ್ರಫೀಕರಣಗೊಂಡಿವೆಯಾ? ಎಂದೆಲ್ಲಾ ಪ್ರಶ್ನೆಗಳನ್ನು ಕೇಳುತ್ತಾ ಅವರ ಇರುವಿಕೆಯನ್ನು ದಾಖಲಿಸುತ್ತಾ ಹೋಯಿತು. ವಾಸ್ತವವಾಗಿ ಈ ಬುಡಕಟ್ಟುಗಳು ಇತಿಹಾಸದ ವಿವಿಧ ಕಾಲಘಟ್ಟದಲ್ಲಿ ಮತಾಂತರಗೊಂಡಿದ್ದವು. ಕೆಲವರು ಆಳರಸರಿಂದ ಮತಾಂತರಗೊಂಡರೆ, ಇನ್ನು ಕೆಲವರು ಸೂಫಿ ಸಂತರಿಂದ ಮತಾಂತರಗೊಂಡವು.

ಅಂತಿಮ ವಿಶ್ಲೇಷಣೆಯಲ್ಲಿ ಹೇಳುವುದಾದರೆ, ಇಲ್ಲಿ ಬುಡಕಟ್ಟುಗಳಿಗೆ ಧರ್ಮ ಮತ್ತು ಬುಡಕಟ್ಟು ಏಕಕಾಲದಲ್ಲಿ ಎರಡು ರೂಪದ ಅಸ್ಮಿತೆಯನ್ನು ನೀಡುತ್ತದೆ. ಒಮ್ಮೆ ಅದು ಬುಡಕಟ್ಟಿನ ಅಸ್ಮಿತೆ ಕುರುಹಾದರೆ, ಇನ್ನೊಮ್ಮೆ ಅದು ಧರ್ಮದ ಕುರುಹಾಗುತ್ತದೆ. ಇದೇ ಬುಡಕಟ್ಟುಗಳಿಂದ ಹತ್ತು ಹಲವು ಶ್ರೇಷ್ಠ ಚಿಂತಕರು ಹುಟ್ಟಿದ್ದು ಗಮನಾರ್ಹ. ಇಸ್ಲಾಂನ ಶ್ರೇಷ್ಠ ಚಿಂತಕ ಇಬ್ನ್ ಖಾಲ್ದೂನ್, ಅರಸ ಶೇರ್ ಶಾ ಸೂರಿ, ಸಲಾಹಿದೀನ್ ಮುಂತಾದವರು.

ಇದಕ್ಕೆ ಪೂರಕವೆಂಬಂತೆ ಇಸ್ಲಾಂ ಬೇರೆ ದೇಶಗಳಿಗೆ ವಿಸ್ತರಿಸುತ್ತಾ ಹೋದಾಗಲೆಲ್ಲಾ, ಅಲ್ಲಿನ ಮೂಲ ಧರ್ಮವನ್ನು ಸಂಪೂರ್ಣವಾಗಿ ನಾಶಪಡಿಸದೇ ಒಂದು ವಿಶಿಷ್ಟವಾದ ಸಮುದಾಯವನ್ನು ನಿರ್ಮಿಸಿದ್ದೂ ಕೂಡ ಅಷ್ಟೇ ಸತ್ಯ. ಇದನ್ನು ಹೈಬ್ರಿಡ್ ಧರ್ಮವೆನ್ನಬಹುದು, ಅಥವಾ ಸಮನ್ವಯ ಸಂಸ್ಕೃತಿಯ ಧರ್ಮ ಅನ್ನಬಹುದು. ಇದಕ್ಕೆ ಉದಾಹರಣೆಯಾಗಿ ಇಂಡೋನೇಶಿಯಾದ ಬಾಲಿ ದ್ವೀಪವನ್ನು ನೀಡಲಾಗುತ್ತದೆ. ಬಾಲಿ ದ್ವೀಪವನ್ನು ಮೂಲತಃವಾಗಿ ಹಿಂದೂ ಸಮುದಾಯದ

52 M.A.Sherring, Caste and Tribes, Thacker, Spink and Company Calcutta 1879, p.253, E.Thurston, Caste nd Tribes of South India, Vo.2, , Government Press Madras, 1909.

53 M.A.Sherring, Ibid.

ದ್ವೀಪವೆಂದರೂ, ಅಂಡ್ರಿಯನ್ ವಿಕಿಯರ್ಸ್ ಹೇಳುವಂತೆ "ಬಾಲಿಯಲ್ಲಿ ಇಸ್ಲಾಮಿಕ್ ಪೂರ್ವಜರನ್ನು ಗುರುತಿಸುವ ಸಮುದಾಯ ಸಾಂಸ್ಕೃತಿಕವಾಗಿ ಹಿಂದೂ ಆಗಿತ್ತು"[54] ಅಲ್ಲದೇ ಇಸ್ಲಾಮಿಕ್ ಚೌಕಟ್ಟಿನಲ್ಲಿ ಅವುಗಳ ಸ್ಥಾನ ಶ್ರೇಷ್ಠವಾಗಿರದೇ ಮಧ್ಯಮವಾಗಿತ್ತು. ಈ ರೀತಿಯ ವಿಶಿಷ್ಟ ಸಮುದಾಯಗಳು ಅಂಡಮಾನ್‌ನಲ್ಲಿ, ಅಥವಾ ದಕ್ಷಿಣ ಆಫ್ರಿಕಾದಲ್ಲಿ, ಫಿಜಿಯಲ್ಲಿ, ಮಾರೀಶಸ್, ಟ್ರಿನಿಟಾಡ್ ಟೊಬಾಗೊನಲ್ಲಿ ಕಂಡುಬರುತ್ತವೆ. ಇದು ಐತಿಹಾಸಿಕ ಕಾರಣಗಳಿಂದ ಸಾಧ್ಯವಾಯಿತು. ಎಲ್ಲೆಲ್ಲಾ ಬ್ರಿಟಿಷ್ ವಸಾಹತುಶಾಹಿ ತನ್ನ ಯಜಮಾನಿಕೆಯನ್ನು ಹರಡಿತ್ತೋ, ಅಲ್ಲೆಲ್ಲಾ ಈ ರೀತಿಯ ಹೈಬ್ರಿಡ್ ಸಮಾಜಗಳು ಹುಟ್ಟಿದ್ದು ಸಹಜ. ಅಂಡಮಾನ್ ಮತ್ತು ನಿಕೋಬಾರ್ ದ್ವೀಪಗಳಲ್ಲಿ ರಾಜಕೀಯ ಶಿಕ್ಷೆಯ ಕಾರಣಗಳಿಗಳಾಗಿ ಈ ರೀತಿಯ ಹಿಂದೂ ಅಲ್ಲದ ಮುಸ್ಲಿಂ ಅಲ್ಲದ ಸಮುದಾಯಗಳು ನಿರ್ಮಾಣವಾದವು. ಅವುಗಳು ಕರಾರು ಕೂಲಿಯ ಭಾಗವಾಗಿ, 1830ರ ತದನಂತರ ಗುಲಾಮಗಿರಿಯ ನಾಶದ ನಂತರ ಅದರ ಪರ್ಯಾಯವಾಗಿ ಕಬ್ಬಿನ ತೋಟಗಳಿಗೆ ಭಾರತದ ವಿವಿಧ ಮೂಲೆಗಳಿಂದ ಸಾಗಿಸಲ್ಪಟ್ಟ ಕೂಲಿಗಳ ರೂಪದಲ್ಲಿ ಹುಟ್ಟಿತ್ತು. ಇದನ್ನು ಹೊಸ ಗುಲಾಮಗಿರಿಯ ವ್ಯವಸ್ಥೆಯೆಂದು ಕರೆಯುತ್ತಾರೆ. ಅದೇನೆ ಇದ್ದರೂ ಇದೊಂದು ಹೈಬ್ರಿಡ್ ಧರ್ಮವನ್ನು ಮತ್ತು ಸಂಸ್ಕೃತಿಯನ್ನು ನಿರ್ಮಿಸಿದ್ದು ಸ್ಪಷ್ಟ. ಇಲ್ಲಿನ ಸಂಸ್ಕೃತಿಯನ್ನು "ಕ್ರಿವೋಲ್[55]", ಅಂದರೆ ಪರದೇಶದಿಂದ ಬಂದವರ ಮಿಶ್ರಣದಿಂದ ಹುಟ್ಟಿದ ಹೊಸ ಸಂಸ್ಕೃತಿ ಎನ್ನುತ್ತಾರೆ. ವಿಚಿತ್ರವೆಂದರೆ ಇಲ್ಲಿ ವಸಾಹತುಶಾಹಿಯ ನೆನಪುಗಳು ಕೆಲವು ಕಡೆ ಮಾಸಿ ಹೋಗಿರುವುದು ದಿಟ. ಇನ್ನು ಕೆಲವೆಡೆ ತಮ್ಮ ಕಳೆದು ಹೋದ ಸಾಂಸ್ಕೃತಿಕ ಕೊಂಡಿ, ಕಳೆದುಕೊಂಡ 'ಮೂಲ ನೆಲೆ'ಯ ನೆನೆಪುಗಳು ಗಟ್ಟಿಯಾಗಿರುವುದು ಕೂಡ ಅಷ್ಟೇ ಸತ್ಯ.

ಇವುಗಳ ನಡುವೆ ಜಾತಿಯ ಕುರಿತಾದ ವಾದಗಳನ್ನು ವಿಶ್ಲೇಷಿಸುವುದು ಅವಶ್ಯಕ. ಜಾತಿ ಶಬ್ದಕ್ಕೆ ತತ್ಸಮಾನವಾಗಿರುವ ಶಬ್ದ 'ಕಾಸ್ಟ್'. ಕಾಸ್ಟ್ ಎಂಬ ಪರಿಕಲ್ಪನೆ ಬಂದದ್ದೇ ಪೋರ್ಚ್‌ಗೀಸರ ಕಾಸ್ಟದಿಂದ. ವಾಸ್ತವವಾಗಿ. ಇದನ್ನೇ ಭಾರತದ ಸಂದರ್ಭದಲ್ಲಿ ಜಾತಿಗೆ ಉಪಯೋಗಿಸಲಾಯಿತು. ಕಾಸ್ಟ್ ಶಬ್ದದ ಉಪಯೋಗದ ಪೂರ್ವದಲ್ಲಿ ಚಾಲ್ತಿಯಲ್ಲಿದ್ದದ್ದು ಜಾತಿ ಮತ್ತು ವರ್ಣ ಶಬ್ದಗಳು. ಕಾಸ್ಟದಲ್ಲಿದ್ದ ಕೆಲವು ಗುಣಲಕ್ಷಣಗಳು– ಶ್ರೇಣೀಕೃತ ವ್ಯವಸ್ಥೆ, ಸಾಮಾಜಿಕ ಅಂತರ, ನಿಶ್ಚಲತೆ, ಗಡಸುತನ ಭಾರತದ ಜಾತಿ ವ್ಯವಸ್ಥೆಯಲ್ಲೂ ಇರುವ ಕಾರಣ ಜಾತಿಯನ್ನು ಕಾಸ್ಟ ಎಂದು

54 Adrian Vickers, Hinduism and Islam in Indonesia: Bali and the Pasisir World , Indonesia , No. 44 , Oct., 1987, pp. 30-58

55 Patrick Eisenlohr, Religion and Diaspora: Islam as Ancestral Heritage in Mauritius, Journal of Muslims in Europe, Vol.5, 2016, pp. 87-105

ಕರೆಯಲು ಸುಲಭವಾಯಿತು. ಇದೇ ಕಾಸ್ಟ ಮುಂದೆ ಕಾಸ್ಟ್ ಆಗಿ ಜನಪ್ರಿಯವಾಯತು. ವಸಾಹತುಶಾಹಿಯ ಜ್ಞಾನದ ಮತ್ತು ಭಾಷೆಯ ಭಾಗವಾಯಿತು. ವಿಚಿತ್ರವೆಂದರೆ ಬರ್ಬೋಜ (ಕ್ರಿ.ಶ 1480–1521) ಮತ್ತು ಕಾಮೋಸ್ (ಕ್ರಿ.ಶ 1524–1580) ರನ್ನು ಹೊರತು ಪಡಿಸಿದರೆ ಪೋರ್ಚುಗೀಸರು, ಬ್ರಿಟಿಷರಂತೆ ಜಾತಿ ಕುರಿತು ಗಂಭೀರವಾದ ಸಂಶೋಧನೆ, ಚಿಂತನೆ ಮತ್ತು ಬರವಣಿಗೆಯನ್ನು ಮಾಡಲಿಲ್ಲ. ಬರ್ಬೋಜ ಮತ್ತು ಕಾಮೋಸ್‌ರ ಬರವಣಿಗೆಗಳು ಬಹುಮುಖ್ಯವಾಗಿ ಮಲಬಾರಿಗೆ ಸೀಮಿತವಾಗಿದ್ದವು. ಅವರ ವಸಾಹತುಶಾಹಿ ಭಾರತದ ಕೆಲವು ಕಡೆ ಸೀಮಿತವಾದ ಕಾರಣ– ಗೋವಾ, ಡಿಯು, ಡಾಮನ್ ಇತ್ಯಾದಿಗಳಿಗೆ ಅವರಿಗೆ ಇದರ ಕುರಿತು ಇಚ್ಛಾಶಕ್ತಿಯೂ, ದೊಡ್ಡ ಯೋಜನೆಗಳು ಕೂಡ ಇರಲಿಲ್ಲ. ಇಡೀ ಭಾರತವನ್ನು ತನ್ನ ವಸಾಹತುವನ್ನಾಗಿಸುವ ಆಲೋಚನೆಯೂ ಇರಲಿಲ್ಲ. ಅವರಿಗೆ ಆರಂಭದಲ್ಲಿ ವ್ಯಾಪಾರ[56] ಒಂದು ಪ್ರಮುಖ ಅಂಶವಾಗಿತ್ತೇ ಹೊರತು ಜಾತಿಯಲ್ಲ. ಅವರು ಆಗಮಿಸುವಾಗ, ಕಲ್ಲಿಕೋಟೆ ಅಂದಿನ ದಿನಗಳಲ್ಲಿ ವಾಣಿಜ್ಯ ಬಂಡವಾಳದ ಕೇಂದ್ರವಾಗಿತ್ತು[57]. ಅದರ ಮೇಲೆ ಹಿಡಿತ ಸಾಧಿಸುವುದೇ ಪೋರ್ಚುಗೀಸರ ಪ್ರಾಥಮಿಕ ಗುರಿಯಾಗಿತ್ತು. ಬಹುಶಃ ಜಾತಿಯೊಂದಿಗೆ ಅವರು ಪ್ರಪ್ರಥಮವಾಗಿ ಮುಖಾಮುಖಿಯಾದದ್ದು ಇದೇ ಕಲ್ಲಿಕೋಟೆಯಲ್ಲಿ. ಬರ್ಬೋಜ ಇಲ್ಲಿ ಹದಿನೆಂಟು ಜಾತಿಗಳನ್ನು ಪಟ್ಟಿ ಮಾಡಿದ್ದ. ಕಾಮೋಸ್ ಇಡೀ ಸಮಾಜವನ್ನು ಎರಡು ವರ್ಗವಾಗಿ ವಿಶ್ಲೇಷಿಸಿದ್ದ[58]. ಇಲ್ಲೊಂದು ಕತೆ ಇದೆ. ಮಲಬಾರ್‌ನ ಕೈಪಿಡಿ ಬರೆದ ವಿಲ್ಲಿಯಂ ಲೊಗನ್ (1887) ಮತ್ತು ಗರ್ಝುಟಿಯರ್ (1951)ರ ಪ್ರಕಾರ ಕಲ್ಲಿಕೋಟೆಯ ಝುಮೋರಿನ್‌ಗೆ ತನ್ನ ನೌಕಾಪಡೆಯ ಉಸ್ತುವಾರಿಗಾಗಿ ಮತ್ತು ಅರಬರೊಂದಿಗ ವ್ಯಾಪಾರಕ್ಕಾಗಿ ಜನ ಬೇಕಾಗಿತ್ತು. ಅದಕ್ಕಾಗಿ ಪ್ರತೀ ಹಿಂದೂ ಮನೆತನದಿಂದ (ಕೆಳಜಾತಿಗಳಿಂದ) ಅದರಲ್ಲೂ ಮೀನುಗಾರರ ಜಾತಿಯಿಂದ (ಮುಕ್ಕವನ್) ಕಡೆಯ ಪಕ್ಷ ಇಬ್ಬರಾದರೂ ಮುಸಲ್ಮಾನರಾಗಿ ಮತಾಂತರ ಹೊಂದಬೇಕೆಂದು ಆಜ್ಞಾಪಿಸಿದ್ದ.[59] ಇದನ್ನು ಗುಲಾಮಗಿರಿಯಿಂದ ಹಿಂದುಳಿದ ಜಾತಿಗಳ ಬಿಡುಗಡೆ ಎನ್ನಲಾಗಿದೆ. ತದನಂತರ ಕೆಳಜಾತಿಗಳಾದ ತಿಯಾನ್ ಮತ್ತು ಚೆರುಮಾರನ್ ಇತ್ಯಾದಿ ಮತಾಂತರಗೊಂಡವು. ಗೋವಾ ವಸಾಹತು ಪೋರ್ಚುಗೀಸರಿಗೆ ಬೇರೆ ಕಾರಣಕ್ಕಾಗಿ ಪ್ರಮುಖವಾಗಿತ್ತು. ಇಲ್ಲಿ ವ್ಯಾಪಾರದೊಂದಿಗೆ ಬಲಾತ್ಕಾರದ

---

56 O.P. Salahudheen, Malabar and the Potugese, Proceedings of the Indian History Congress , Vol. 77 , 2016), pp. 179-191

57 Jairus Banaji, A Brief History of Commercial Capitalism, Haymarket Books, Chicago, 2020.p.15.

58 Renu Elizabeth Abraham History Writing and Global Encounters in Sixteenth-Century Kerala, Ph.D. Dissertation , University of Kent and University of Porto 2020. p.231

59 William Logan, Malabar, Vol 1, Madras, 1887 (reprinted in 1951), p.197.

ಮತಾಂತರ ಅಥವಾ ಇನ್ಕ್ವಿಜೀಸನ್ ಬಹಳ ಮುಖ್ಯವಾಗಿತ್ತು.[60] ಆದಕಾರಣ ಹತ್ತು ಹಲವು ಜಾತಿಗಳು, ಅದರೊಟ್ಟಿಗೆ ಕೆಲ ಮುಸಲ್ಮಾನರೂ ಕೂಡ ಮತಾಂತರ ಹೊಂದಲೇ ಬೇಕಾಯಿತು. ಕಲ್ಲಿಕೋಟೆಯಲ್ಲಿ ಪೋರ್ಚುಗೀಸರು ಮುಸ್ಲಿಮ್ ಮಾಪಿಳ್ಳೆಗಳೊಂದಿಗೆ, ಮುಖಾಮುಖಿಯಾಗಲೇ ಬೇಕಾಯಿತು. ಯಾಕೆಂದರೆ ಸಮುದ್ರದ ವ್ಯಾಪಾರ ಅವರ ಅಧಿಪತ್ಯದಲ್ಲಿತ್ತು. ಅದಕ್ಕಾಗಿ ನಿರಂತರ ಕಾದಾಟ, ಯದ್ಧ ಅನಿವಾರ್ಯವಾಗಿತ್ತು. ಈ ಸಮುದ್ರದ ಯುದ್ಧಗಳು ಹೆಚ್ಚು ಕಡಿಮೆ ಐವತ್ತು ವರುಷಗಳ ಕಾಲ ನಡೆದವು. ಈ ಕಾರಣದಿಂದಾಗಿ ವಸಾಹತುಶಾಹಿ ವಿರೋಧದ ಪ್ರಥಮ ಹೆಜ್ಜೆ ಗುರುತುಗಳನ್ನು ಮಲಬಾರಿನಲ್ಲಿ, 1530–80ರ ನಡುವೆ ಗುರುತಿಸಬೇಕೆಂದು ವಾದಿಸುವವರು ಇದ್ದಾರೆ.

ಅದೇನೇ ಇದ್ದರೂ, ಈ ಕಾಸ್ಟ ಪರಿಕಲ್ಪನೆಯನ್ನು ತನ್ನ ವಸಾಹತುಶಾಹಿಯ ಅಸ್ತ್ರವನ್ನಾಗಿ ತೆಗೆದುಕೊಂಡು ಹೋದ ಇನ್ನೊಂದು ದೇಶವೆಂದರೆ ಸ್ಪೇನ್. ಅದು ಲ್ಯಾಟೀನ್ ಅಮೇರಿಕಾದ ಮೂಲನಿವಾಸಿಗಳನ್ನು ಅಭ್ಯಸಿಸಲು, ಅವರ ಮೇಲೆ ದಬ್ಬಾಳಿಕೆ ನಡೆಸಲು ಉಪಯೋಗಿಸಿತ್ತು. ಇದು ಕೂಡ ಶ್ರೇಣೀಕೃತ ವ್ಯವಸ್ಥೆಯನ್ನು ನಿರ್ಮಿಸಿತ್ತಲ್ಲದೆ, ಗುರುತಿಸುತ್ತಾ ಹೋಯಿತು– ಅತ್ಯಂತ ಮೇಲ್ಪದರದಲ್ಲಿ ಶ್ವೇತ ವರ್ಣೀಯರು, ಎರಡನೆಯ ಹಂತದಲ್ಲಿ ಮಿಶ್ರ ಜನಾಂಗ– ಸ್ಪಾನೀಶರು ಮತ್ತು ಮೂಲ ನಿವಾಸಿಗಳು ಇಲ್ಲವೇ ಆಫ್ರಿಕನರು. ಮೂರನೆಯ ಹಂತದಲ್ಲಿ ಮೂಲ ನಿವಾಸಿಗಳು ಮತ್ತು ಆಫ್ರಿಕನರು. ಇದರ ಅಳವಡಿಕೆಯಲ್ಲಿದ್ದ ಒಂದು ವ್ಯತ್ಯಾಸವೆಂದರೆ ಬ್ರಿಟಿಷರ ತರಹ ಇದು ನಾಲ್ಕು ಜಾತಿಗಳನ್ನು ಗುರುತಿಸದೇ, ಮೂರು ಜಾತಿಗಳನ್ನು ಗುರುತಿಸಿತು. ಮತ್ತು ಹದಿನಾರು ವರ್ಣಾಧಾರಿತ ಉಪ ಕಾಸ್ಟ್‌ಗಳನ್ನು ಗುರುತಿಸಿತ್ತು. ಅಲ್ಲದೆ ಭಾರತದ ಜಾತಿ ತರಹ ಅದು ಜಡ ಮತ್ತು ನಿಶ್ಚಲವಾಗಿರಲಿಲ್ಲ– ಅನಮ್ಯತೆ ಇರುವ ಕಾರಣ ವಿವಿಧ ಕಾಸ್ಟ್‌ಗಳಿಗೆ ಪರಿವರ್ತನೆಯಾಗುವುದಕ್ಕೆ, ಮೇಲ್ವರ್ಗವಾಗಲು ನಿರ್ಬಂಧಗಳಿರಲಿಲ್ಲ. ಇಲ್ಲಿ ಜಾತಿ ವರ್ಣಾಧಾರಿತವಾಗಿತ್ತು. ಸ್ಪಾನೀಶ್ ಅಮೇರಿಕಾ ಈ ಕಾಸ್ಟ್ (ಜಾತಿಯನ್ನು) ಒಪ್ಪಿಕೊಂಡರೂ, ನ್ಯೂ ಗ್ರನೇಡ ಈ ಪದ್ಧತಿಯನ್ನು ತಿರಸ್ಕರಿಸಿತ್ತು. ಪೆರು ದೇಶದಲ್ಲಿ ಇದರ ಬಳಕೆ ಕನಿಷ್ಠವಾಗಿತ್ತು. ಅಮೇರಿಕಾದಲ್ಲೂ ವರ್ಣವನ್ನು ಜಾತಿಗೆ ಹೋಲಿಸಲಾಗುತ್ತದೆ.

ಜಾತಿ ಮತ್ತು ವಸಾಹತುಶಾಹಿ

ಜಾತಿ ಬಗ್ಗೆ ಗಂಭೀರವಾದ ಚಿಂತನೆಗಳನ್ನು ಮಾಡಿದ್ದು ಬಿಟಿಷ್ ವಸಾಹತುಶಾಹಿ. ಈ ವಸಾಹತುಶಾಹಿ ಜಾತಿಯನ್ನು ಕಾಸ್ಟಗೆ ಸಮೀಕರಿಸುತ್ತಾ ಮತ್ತು ಕರೆಯುತ್ತಾ

60 S. M. Ghazanfar, Vasco da Gama's Voyages to India: Messianism, Mercantilism, and Sacred Exploits , Journal of Global Initiatives, Vol. 13, No. 1, 2018, pp. 15-40.

ಭಾರತದ ವಾಸ್ತವತೆ ಜಾತಿ ಎಂದು ಪರಿಗಣಿಸಿತ್ತು. ಇದಕ್ಕೆ ಪೂರಕವೆಂಬಂತೆ ಜಾತಿ ಕುರಿತು ಹತ್ತು ಹಲವು ಶಾಸ್ತ್ರೀಯ ಅಧ್ಯಯನಗಳು ವಸಾಹತು ಅಡಿಯಲ್ಲಿ ನಡೆದವು, ಅವುಗಳಲ್ಲಿ ಕ್ರಿಶ್ಚಿಯನ್ ಮೆಶಿನರಿಗಳು ಕೂಡ ಇದ್ದರು, ಜನಗಣತಿ, ಗಜೆಟಿಯರ್ಗಳು, ಪೋಲಿಸ್ ವರದಿಗಳು ಜಾತಿಗಳನ್ನು ದಾಖಲಿಸಿದವು. ಅಷ್ಟು ಮಾತ್ರವಲ್ಲದೇ ಜಾತಿಗಳನ್ನು ಸಂಖ್ಯಾಧಾರಿತವಾಗಿ, ಸಾಮಾಜಿಕವಾಗಿ ಶೈಕ್ಷಣಿಕವಾಗಿ ಮತ್ತು ಔದ್ಯೋಗಿಕವಾಗಿ ದಾಖಲಿಸುತ್ತಾ, ವರ್ಗೀಕರಿಸಿದವು, ಕುಲಶಾಸ್ತ್ರೀಯ ಅಧ್ಯಯನಗಳಲ್ಲಿ ಎಂತೊವನ್, ಹಟ್ಟನ್, ಥರ್ಸ್ಟನ್ ಇತ್ಯಾದಿಗಳು ಪ್ರಮುಖರು, ಇವುಗಳ ಹೊರತಾಗಿ ಕ್ರಿಶ್ಚಿಯನ್ ಪಾದ್ರಿಗಳಾದ ಫ್ರಾನ್ಸಿಸ್ ಕ್ಷವೀಯರ್,[61] ಫಾದರ್ ಕಾನ್ಸ್ಟಾಂಟ್ ಲಿವನ್ಸ್ (ಕ್ರಿ.ಶ1856–93), ಜೆ.ಎಚ್ ಹಾಫ್‌ಮಾನ್ (ಕ್ರಿ.ಶ.1857–1928), ಮ್ಯಾಥು ಅಟ್ಮೊರ್ ಶೆರಿಂಗ್ (ಕ್ರಿ.ಶ 1826–1880). ಇತ್ಯಾದಿ ಅಷ್ಟೇ ಪ್ರಮುಖರಾಗುತ್ತಾರೆ. ಇವರಲ್ಲಿ ಅಟ್ಮೋರ್ ಶೇರಿಂಗ್ ವಾಯುವ್ಯ ಪ್ರಾಂತ್ಯದಲ್ಲಿರುವ ಹತ್ತಾರು ಮುಸ್ಲಿಮ್ ಆದಿವಾಸಿಗಳನ್ನು ತಮ್ಮ "ಹಿಂದೂ ಕಾಸ್ಟ್ ಆಂಡ್ ಟ್ರೈಬ್‌ನಲ್ಲಿ (1872) ದಾಖಲಿಸುತ್ತಾರೆ[62].ಕೆಲವರು ಆದಿವಾಸಿಗಳನ್ನು ದಾಖಲಿಸುತ್ತಾ ಆದಿವಾಸಿ ಭಾಷೆಯ ವಿಶ್ವಕೋಶವನ್ನೇ (ಮುಂಡಾ), ವ್ಯಾಕರಣ (ಸಂತಾಲರ) ಮತ್ತು ಭಾಷೆಯನ್ನೇ ರಚಿಸುತ್ತಾರೆ (ಜೆ.ಎಚ್ ಹಾಫ್‌ಮಾನ್), ಕೆಲವರು ಸಹಕಾರಿ ಮತ್ತು ಬೀಜ ಬ್ಯಾಂಕ್‌ಗಳನ್ನು ಸ್ಥಾಪಿಸುತ್ತಾರೆ. ಇನ್ನು ಕೆಲವರಂತು ಗೇಣಿದಾರರ ಕಾನೂನು ಜಾರಿಗೆ ಗೊಳಿಸಲು ಸರ್ಕಾರಕ್ಕೆ ಸಹಾಯ ಮಾಡುತ್ತಾರೆ. ಅಲ್ಲದೇ ಈ ಮಿಶನರಿಗಳು ಆದಿವಾಸಿಗಳ ಜನಜೀವನ, ಪಂಗಡಗಳು, ಮತಾಂತರ ಇತ್ಯಾದಿಗಳನ್ನು ದಾಖಲಿಸುತ್ತಾ ಹೋದರು. ಇವುಗಳು ಜಾತಿಗಳನ್ನು ಗುರುತಿಸುತ್ತಾ ಅವುಗಳಿಗೆ ಪ್ರಪ್ರಥಮ ಬಾರಿಗೆ ಸರ್ಕಾರಿ ದಾಖಲೆಗಳಲ್ಲಿ ಹೊಸ ಅಸ್ಮಿತೆಯನ್ನೇ ನೀಡಿದವು. ಈ ಪ್ರಕ್ರಿಯೆಯಲ್ಲಿ ಜನಗಣತಿ ವಿಶಿಷ್ಟವಾಗುತ್ತದೆ.

ವಸಾಹತುಶಾಹಿಯ ಜನಗಣತಿ ಒಂದು ಬರೇ ಜನಸಂಖ್ಯೆಯ ದಾಖಲೆಯೆಂದು ಅಥವಾ ಒಟ್ಟು ಜನಸಂಖ್ಯೆಯ ಲೆಕ್ಕಾಚಾರವೆಂದು ವಾದಿಸಿದರೆ ಅದು ಅಸತ್ಯ, ಅಲ್ಲದೇ ಅದು "ದೇಶದಲ್ಲಿ ಅಭಿವೃದ್ಧಿ, ವ್ಯಾಪಾರದಲ್ಲಿ ಬದಲಾವಣೆ, ಉದ್ಯೋಗ, ವಯಸ್ಸು ಮತ್ತು ಲಿಂಗಾಧಾರಿತ ಸಂಖ್ಯೆಯಲ್ಲಿನ ವ್ಯತ್ಯಾಸ, ವಿವಿಧ ಪ್ರಾಂತ್ಯದಲ್ಲಿ ಜನಸಂಖ್ಯೆಯ ಹೆಚ್ಚಳ" ಇತ್ಯಾದಿಗಳನ್ನು ಅರ್ಥ ಮಾಡಿಕೊಳ್ಳುವ ಮಾನದಂಡವೆಂದು ಮೇಲ್ನೋಟಕ್ಕೆ ಹೇಳಿದರೂ ಅದೊಂದು ಅಷ್ಟು ಸುಲಭವಾಗಿ ಅರ್ಥ ಮಾಡಿಕೊಳ್ಳುವ ವಿಷಯವಲ್ಲ. ಬ್ರಿಟಿಷ್ ವಸಾಹತುಶಾಹಿಗೆ ಜಾತಿಯ ದಾಖಲಾತಿ ಬರೇ ದಾಖಲಾತಿಯಾಗಿರಲಿಲ್ಲ,

---

61 Sanjay Kumar , Christianisation among the Oraons of Chotanagpu, rProceedings of the Indian History Congress , 1, Vol. 51, 19, 90, , pp. 434-439

62 Mathew Atmore Sherring , Op.cit:pp.378-420.

ಅದೊಂದು ಭಾರತವನ್ನು ಅರ್ಥಮಾಡಿಕೊಳ್ಳುವ, ವಿಭಜಿಸುವ, ಜನರನ್ನು ಹತೋಟಿಯಲ್ಲಿಡುವ, ತಮ್ಮ ವಸಾಹತುಶಾಹಿ ಯಜಮಾನಿಕೆಯನ್ನು ಎತ್ತಿ ಹಿಡಿಯುವ ಮತ್ತು ಗಟ್ಟಿಗೊಳಿಸುವ, ದೇಶದ ವಿವಿಧೆಡೆ ಆಕ್ರಮಣವನ್ನು ಪ್ರತಿಪಾದಿಸುವ ಸಾಧನವಾಗಿತ್ತು. ಇಡೀ ಯೋಜನೆ ಒಂದು ರಾಜಕೀಯ ಯೋಜನೆಯಾಗಿತ್ತು.[63] ಆದಕಾರಣ ವಸಾಹತುವಿನ ಜಾತಿಯ ಕುರಿತಾದ ಜ್ಞಾನದ ಉತ್ಪಾದನೆ- ಪುನರ್ ಉತ್ಪಾದನೆ- ಈ ರಾಜಕೀಯದ ಭಾಗವಾಗಿತ್ತು. ಇದನ್ನು ವಿಸ್ತರಿಸಿ ಹೇಳುವುದಾದರೆ ಮುಸ್ಲಿಮ್ ಜಾತಿಗಳ ದಾಖಲಾತಿ, ಉಲ್ಲೇಖ, ನಿರ್ಮಿತಿ ಕೂಡ ವಸಾಹತುಶಾಹಿ ಜ್ಞಾನದ ಉತ್ಪಾದನೆಯ ಒಂದು ಭಾಗ, ಯಜಮಾನಿಕೆಯ ಭಾಗ. ಇದನ್ನು ಸಾಧಿಸಲು ಅದು ತನ್ನದೇ ಮಾನದಂಡಗಳನ್ನು ಮತ್ತು ವಿಧಾನಗಳನ್ನು ಉಪಯೋಗಿಸಿತ್ತು, ಜನಗಣತಿ ಇದರ ಒಂದು ಭಾಗವಷ್ಟೇ. ಮತ್ತು ಜನಗಣತಿಯನ್ನು ಮುಂದೆ ಎಲ್ಲಾ ಪ್ರಾಂತ್ಯಗಳಲ್ಲಿ ಏಕರೂಪವಾಗಿ ಜಾರಿಗೊಳಿಸಿತ್ತು. ಈ ಮಾನದಂಡಗಳು ಮತ್ತು ವಿಧಾನಗಳು ಎಲ್ಲಾ ಸಂದರ್ಭದಲ್ಲಿ ಸಮರ್ಪಕವಾಗಿ ಮತ್ತು ಸ್ಪಷ್ಟವಾದ ದಾಖಲಾತಿಗಳನ್ನು ಮಾಡಲು ವಿಫಲವಾಯಿತು ಎಂದೇ ಹೇಳಬೇಕು. ಇದೇ ಮಾನದಂಡ ಮತ್ತು ವಿಧಾನಗಳ ಮೂಲಕ ಜನರನ್ನು ವರ್ಗೀಕರಿಸಿತು, ಜಾತಿಯೊಳಗಿದ್ದ ಅಸಂಖ್ಯಾತ ಉಪ ಜಾತಿಗಳನ್ನು ಕ್ರೋಢೀಕರಿಸಿತು. ಇದೇ ಕಾರಣಕ್ಕಾಗಿ ಒಂದು ಜನಗಣತಿಯಿಂದ ಮತ್ತೊಂದು ಜನಗಣತಿಗೆ ಬಂದಾಗಲೆಲ್ಲ ಜಾತಿಯ ಅಸ್ಮಿತೆ ಬದಲಾಗುತ್ತಾ ಹೋಯಿತು. ಲೆಕ್ಕಾಚಾರಗಳು ಬದಲಾಗುತ್ತಾ ಹೋದವು. ವಾಸ್ತವವಾಗಿ ಜನಗಣತಿ ಜನರ ಕುರಿತು ಅಗಾಧವಾದ ಜ್ಞಾನ ಸಂಪತ್ತನ್ನೇ ನಿರ್ಮಿಸಿತ್ತು. ಅಲ್ಲದೇ ಇದೊಂದು ಅಸ್ಮಿತೆಯನ್ನು ಬದಲಾಯಿಸುವ, ಪಲ್ಲಟಿಸುವ, ಹೊಸ ದೃಷ್ಟಿಕೋನವನ್ನು ನೀಡುವ ಸ್ಪೇಸ್ ಅಥವಾ ಅವಕಾಶ ಕೂಡ ಆಯಿತು. ಅದು ಬರೇ ಜಾತಿಯನ್ನು ಮಾತ್ರ ಲೆಕ್ಕ ಹಾಕಲಿಲ್ಲ, ಹೊರತು ಉಪ-ಜಾತಿ, ಪಂಗಡ, ಪಂಥ, ಉಪ ಪಂಗಡ, ಇತ್ಯಾದಿಗಳನ್ನು ಕೂಡ ಲೆಕ್ಕ ಹಾಕಿತ್ತು. ಈ ಎಲ್ಲಾ ಪ್ರಕ್ರಿಯೆಯಲ್ಲಿ ಜನಗಣತಿ ಒಂದು ಗೊಂದಲದ ಗೂಡಾಗಿತ್ತು, ಇತಿಹಾಸವನ್ನು ಅಂಕುಡೊಂಕಾಗಿಸಿತ್ತು ಎಂದರೂ ತಪ್ಪಲ್ಲ. ಆದಕಾರಣ ಅದಕ್ಕೆ ಜಾತಿಯ ಕುರಿತು ಸ್ಪಷ್ಟ ಪರಿಕಲ್ಪನೆಗಳಿರಲಿಲ್ಲವೆಂಬುದು ಬಹುಮುಖ್ಯವಾಗಿ ಸಾಬೀತಾಗುತ್ತದೆ. ಇವುಗಳ ನಡುವೆ ಜಾತಿಯನ್ನು ಅಭ್ಯಸಿಸುತ್ತಾ ಭಾರತವನ್ನು ಅನಾಗರೀಕತ್ವದ, ಆಧುನಿಕವಲ್ಲದ ಜಗತ್ತು ಎಂದೆಲ್ಲಾ ಬಣ್ಣಿಸುತ್ತಾ ಹೋಯಿತು. ನಿಶ್ಚಲ ಭಾರತಕ್ಕೆ ಈ ಜಾತಿ ವ್ಯವಸ್ಥೆ ಕಾರಣ ಎಂದು ಕೂಡ ವಾದಿಸುತ್ತಾ ಹೋಯಿತು (ಈ ಬಣ್ಣನೆಗೆ ಸಮಾಜಶಾಸ್ತ್ರಜ್ಞ ವೆಬರ್, ಕಾರ್ಲ್ ಮಾರ್ಕ್ಸ್ ಕೂಡ ಹೊರತಾಗಿರಲಿಲ್ಲ). ಈ

63 Anastsia Piliavsky, The "Criminal Tribe" in India before the British, Comparative Studies in Society and History 2015;Vol.57 No 2, · April 2015 pp.323-354

ಹಿನ್ನೆಲೆಯಲ್ಲಿ ಜಾತಿ ಕುರಿತು ಬಂದಿರುವ, ಉತ್ಪಾದಿಸಿದ ಅಗಾಧವಾದ ಜ್ಞಾನ ಪರಂಪರೆಯನ್ನು ನೋಡಬೇಕು. ಪೋರ್ಚುಗೀಸರಿಗೆ ಜಾತಿ ಮತಾಂತರ, ವ್ಯಾಪಾರ ಮತ್ತು "ಅನ್ವೇಷಣೆಯ ತತ್ವ"ದ ಭಾಗವಾದರೆ, ಬ್ರಿಟಿಷರಿಗೆ ಜಾತಿ ಯಜಮಾನಿಕೆಯ ಭಾಗವಾಗಿತ್ತು, "ಐರೋಪ್ಯದ ಹೊರತಾಗಿರುವ" ಭಾಗವಾಗಿತ್ತು. ಇದೇ ಸಂದರ್ಭದಲ್ಲಿ ಜಾತಿಯನ್ನು ಸ್ಪಾನೀಷರಂತೆ ವರ್ಣಕ್ಕೆ ಸಮೀಕರಿಸಿ ವಿಶ್ಲೇಷಿಸುವ ಯತ್ನವನ್ನು ಕೂಡ ಮಾಡಿತ್ತು. ಬ್ರಿಟಿಷ್ ಅಧಿಕಾರಿ ಕುಲ ಶಾಸ್ತ್ರಜ್ಞ ರಿಸ್ಲೇ[64] ಅಂತ್ರೋಪೊಮೆಟ್ರಿಕ್ ಅಧ್ಯಯನವನ್ನು ಉಪಯೋಗಿಸಿ ಜಾತಿಗಳನ್ನು ಮತ್ತು ಸಮುದಾಯಗಳನ್ನು ವಿವಿಧ ರೂಪವಾಗಿ ವಿಭಜಿಸಿದ. ಇದು ಮೈಬಣ್ಣ ಮತ್ತು ದೈಹಿಕ ಭಾಗಗಳ ಅಧ್ಯಯನ. ಇದು ಒಂದು ರೀತಿಯ ಜೈವಿಕ ಮತ್ತು ಕುಲಶಾಸ್ತ್ರೀಯ ಅಧ್ಯಯನದ ಸಂಕರ. ರಿಸ್ಲೇಯ ಪ್ರಕಾರ ಜಾತಿಗಳನ್ನು ಕುಲ ಕಸುಬುಗಳಾಧಾರಿತವಾಗಿ ದಾಖಲಿಸದೇ, ಸಂಪ್ರದಾಯದ ರೂಢಿಯಿಂದ ದಾಖಲಿಸಬೇಕು. ಅದರೊಂದಿಗೆ ವಸಾಹತುಶಾಹಿ ಜಾತಿಯನ್ನು ಕುಲಗಳಿಗೆ, ವರ್ಣ ಸಂಕುಲಗಳಿಗೆ ಸಮೀಕರಿಸಿದ್ದೂ ಇದೆ. ಅದೇ ಸುಮಾರಿಗೆ, ಅಂದರೆ 18ನೇ ಶತಮನದಲ್ಲಿ, ಸರ್ ವಿಲ್ಲಿಯಂ ಜೋನ್ಸ್ ಮಾಡಿದ ಭಾಷಣ "ಆರ್ಯನ್ ಆಕ್ರಮಣ"ದ[65] ಸಿದ್ಧಾಂತಕ್ಕೆ ಕಾರಣವಾಯಿತಲ್ಲದೇ, ಅದು ತದನಂತರ ವಸಾಹತುಶಾಹಿಯ ಬಹಳ ಮುಖ್ಯ ಕಥನದ ಭಾಗವಾಯಿತು. ಅವನ ಪ್ರಕಾರ "ಪರ್ಶಿಯನ್ ಮತ್ತು ಸಂಸ್ಕೃತ ಭಾಷೆಯ ಹುಟ್ಟು ಭಾರತದಿಂದ ಹೊರತಾಗಿರುವ ಪ್ರದೇಶದಲ್ಲಿದೆ– ಅವುಗಳು ಹುಟ್ಟಿದ್ದೇ ಒಂದು ಪ್ರದೇಶದಲ್ಲಿ". ಜಾತಿಯ ಉಗಮವನ್ನು ಇದೇ ನಿಟ್ಟಿನಲ್ಲಿ ವಿಶ್ಲೇಷಿಸಲಾಯಿತು. ಮುಸ್ಲಿಮ್ ಜಾತಿಯ ಉಗಮವನ್ನು ಕೂಡ ಸ್ವಲ್ಪ ಬದಲಾವಣೆಯೊಂದಿಗೆ ಈ ಚೌಕಟ್ಟಿನೊಳಗೆ ದಾಖಲಿಸಲು ವಸಾಹತುಶಾಹಿ ಯತ್ನವನ್ನು ಕೂಡ ಮಾಡಿತ್ತು. ಅದೇನೇ ಇದ್ದರೂ ಇಂಗ್ಲೀಷ್‌ನಲ್ಲಿ ಜಾತಿ ಕಾಸ್ಟ್ ಆಗಿ ಪರಿವರ್ತಿತವಾಯಿತು. ಉರ್ದುವಿನಲ್ಲಿ ಅದು ಝಾತ್ ಆಯಿತು. ಇನ್ನಿತರ ಭಾಷೆಗಳಲ್ಲಿ ಅದು ಜಾತಿಯಾಗಿ ಉಳಿಯಿತು, ಇಲ್ಲವೇ ಝಾತ್ ಆಗಿ ಉಳಿಯಿತು. ಅಲ್ಲದೇ ಅದು ಅಸಮಾನತೆಯ ರೂಪಕವಾಗಿ, ಪ್ರತೀಕವಾಗಿ, ದಿನ ನಿತ್ಯದ ಸಾಮಾಜಿಕ ಸಂಬಂಧಗಳ ಕಲ್ಪನೆಯಾಗಿ ಉಳಿದು ಬಿಟ್ಟಿತ್ತು. ಇಲ್ಲಿ ಎರಡು ಪ್ರಶ್ನೆಗಳಿವೆ: ಜಾತಿಯೇ ಕಾಸ್ಟ್ ಆಗಿದೆಯೇ? ಅಥವಾ ಜಾತಿ ವಿಭಿನ್ನವೇ? ಜಾತಿಯನ್ನು ಅತ್ಯಂತ ಅಸ್ಖಲಿತವಾಗಿ ಉಪಯೋಗಿಸುವ ಸಂದರ್ಭದಲ್ಲಿ ಜಾತಿಯು ಭಾರತಕ್ಕೆ ಮಾತ್ರ ಸೀಮಿತವಾಗಿತ್ತೇ.

64 H.H Risley, People of India, Thackery, Calcutta, 1915.H.H.Risley, The Tribes and Castes of Bengal, Ethnographic Glosssary, Calcutta, 1892, .H.H Risley, Tribes and Caste of Bengal, , Anthropometric Data, Vol.2, Bengal Secretariat Press, Calcutta, 1891.

65 Crispin Bates , Race, Caste and Tribe in Central India: The Early Origins of Indian Anthropometry, Edinburgh Papers In South Asian Studies, Number 3 , 1991. pp.1-34.

ಈ ಸಂದರ್ಭದಲ್ಲಿ ಬಂದಿರುವ ವಾದಗಳನ್ನು ಗಮನಿಸಬೇಕು: ಕೆಲವು ಶಾಸ್ತ್ರಜ್ಞರ ಪ್ರಕಾರ ಭಾರತದಲ್ಲಿ ಸಾವಿರಾರು ಜಾತಿಗಳು ಇಂದಿನ ಸಂದರ್ಭದಲ್ಲಿರಲು ವಸಾಹತುಶಾಹಿಯೇ ಕಾರಣ. ಖ್ಯಾತ ಸಮಾಜಶಾಸ್ತ್ರಜ್ಞ ಡಿರ್ಸ್ಕ ಪ್ರಕಾರ "ಜಾತಿ ಎಂಬುದು ವಸಾಹತುಶಾಹಿಯ ಸಂಶೋಧನೆ"[66]. ಎರಡನೆಯದಾಗಿ, ವಸಾಹತುಶಾಹಿಯ ಜಾತಿಯ ರಾಜಕಾರಣವೇ ಭಾರತದಲ್ಲಿ ಜಾತಿ ಸಂಘಟನೆಗಳಿಗೆ ಮತ್ತು ತೀವ್ರತರ ಸಂಘರ್ಷಗಳಿಗೆ ಕಾರಣ, ಬಹಳ ಮುಖ್ಯವಾಗಿ ಕಾಸ್ಟ್ ಎಂಬ ಪರಿಕಲ್ಪನೆ ವಸಾಹತುಶಾಹಿಯ ಕೊಡುಗೆ. ಇವುಗಳ ನಡುವೆ ಮತ್ತೊಂದು ವಾದ ಇತ್ತೀಚಿನ ದಿನಗಳಲ್ಲಿ ಮುನ್ನಲೆಗೆ ಬರುತ್ತಿದೆ. ಚಾರ್ಲ್ಸ್ ಲಿಂಡೋಮ್[67] ಪ್ರಕಾರ ಮುಸ್ಲಿಮರಲ್ಲಿರುವ ಜಾತಿ ಪರಿಕಲ್ಪನೆ ಮೂಲತಃವಾಗಿ ಭಾರತದಿಂದ ಬರಲಿಲ್ಲ, ಹೊರತು ಮಧ್ಯ ಪೂರ್ವದಿಂದ ಬಂತು. ಅಲ್ಲಿನ ಶ್ರೇಣೀಕೃತ ವ್ಯವಸ್ಥೆ, ಸಾಮಾಜಿಕ ಅಂತರ ಇತ್ಯಾದಿ ಭಾರತಕ್ಕೆ ಬೇರೆ ಬೇರೆ ಕಾಲಘಟ್ಟದಲ್ಲಿ ಬಂತು. ಈ ನಡುವೆ ಸರ್ಕಾರಿ ವರದಿಗಳು ಭಾರತದ ಮುಸಲ್ಮಾನರ ಜಾತಿಗಳಿಗೆ ಅಫ್ಘಾನಿಸ್ತಾನ, ಪರ್ಶಿಯಾ ಇತ್ಯಾದಿಗಳಿಂದ ವಲಸೆ ಬಂದ ಮೇಲ್ವರ್ಗದವರಾದ ಸೈಯ್ಯದ್, ಶೇಖ್, ಪಠಾಣ್ ಮತ್ತು ಮೊಘಲರು ಕಾರಣ ಎಂದು ಹೇಳಿತ್ತು. ಈ ಪರಿಕಲ್ಪನೆ ಎಷ್ಟರಮಟ್ಟಿಗೆ ಸರಿ ಎಂಬುದು ಚರ್ಚಾಸ್ಪದ[68]. ಜಾತಿ ಮೂಲತಃವಾಗಿ ಕಾಸ್ಟ್ ಎಂಬ ಪರಿಕಲ್ಪನೆಯ ಹುಟ್ಟುವುದಕ್ಕೆ ಪೂರ್ವದಲ್ಲಿತ್ತು ಎಂಬುದು ದಿಟ. ವಿಚಿತ್ರವೆಂದರೆ ಗ್ರೀಕ್ ಇತಿಹಾಸಕಾರ, ಚಂದ್ರಗುಪ್ತನ ಆಸ್ಥಾನದ ಗ್ರೀಕ್ ರಾಯಭಾರಿ ಮೆಗಾಸ್ತನೀಸ್ ಕೂಡ ತನ್ನ ಗ್ರಂಥ "ಇಂಡಿಕಾದಲ್ಲಿ" ಜಾತಿ ಕುರಿತು ಉಲ್ಲೇಖಿಸುತ್ತಾನೆ, ಆದರೆ ಈ ವಾದನ್ನು ಕೆಲವರು ವಿರೋಧಿಸುತ್ತಾರೆ[69]. ಇದನ್ನು ಇತಿಹಾಸದ ದಾಖಲೆಗಳು ಮರೆಮಾಚಿದ್ದನ್ನು ಇಲ್ಲಿ ನೆನಪಿಸಬೇಕು. ಅವನ ಪ್ರಕಾರ ಏಳು ರೂಪದ ಜಾತಿಗಳಿದ್ದವು[70]. ತತ್ವಜ್ಞಾನಿಗಳು, ರೈತರು, ಬೇಟೆಗಾರರು ಮತ್ತು ದನಗಾಹಿಗಳು, ದೈಹಿಕ ಕೆಲಸಗಾರರು ಮತ್ತು ವ್ಯಾಪಾರಸ್ಥರು, ಸೈನಿಕರು, ಮೇಲುಸ್ತುವಾರಿಯವರು (ಪ್ರಚಾರರು), ಮತ್ತು ಕೌನ್ಸಿಲರ್ ಮತ್ತು ಅಂದಾಜು ಮಾಡುವವರು. ಇವುಗಳನ್ನು ಜಾತಿಗಳೆಂದು ಕರೆಯಲು ಕೆಲವು ಲಕ್ಷಣಗಳನ್ನು ಮೆಗಾಸ್ತನೀಸ್ ಗುರುತಿಸುತ್ತಾನೆ. ತನ್ನ ಜಾತಿಯ ಹೊರತಾಗಿ ಬೇರೆ ಜಾತಿಯವರನ್ನು ಮದುವೆಯಾಗುವಂತಿಲ್ಲ, ತನ್ನ ಕಸುಬು ಮತ್ತು ವ್ಯಾಪಾರವನ್ನು ಬದಲಿಸುವಂತಿಲ್ಲ, ಒಂದಕ್ಕಿಂತ ಹೆಚ್ಚು

66 Nicholas B. Dirks. Castes of Mind: Colonialism and the Making of Modern India Published by: Princeton University Press, 2001

67 Charles Lindholm, Op.cit. pp. 1-13

68 Alexander Lee, The Origins of Ethnic Activism: Caste Politics in Colonial India, (Working paper), June 26, 2018

69 Mountstuart Elphinstone, . The History of India, Vol 1, London, 1842, R.C Majumdagr, The claasicl Accounts of India, Calcutta, 1960.

70 J.W McCrindle, Ancient India as Described by Megashanese and Arian, Bombay 1877.

ಉದ್ಯೋಗವನ್ನು ಮಾಡುವಂತಿಲ್ಲ. ಇದಕ್ಕೆ ಅಪವಾದವೆಂದರೆ ತತ್ವಜ್ಞಾನಿಗಳು, ಅವರು ತಮ್ಮ ಜಾತಿಯನ್ನು ಬದಲಾಯಿಸಬಹುದು. ಇದು ಅವರ ಸದ್ಗುಣಗಳಿಗೆ ನೀಡಿದ ಗೌರವ. ಇದೇ ಸಂದರ್ಭದಲ್ಲಿ ಪಾಟಲಿಪುತ್ರಕ್ಕೆ ಭೇಟಿ ನೀಡಿದ ಮತ್ತೊಬ್ಬ ಗ್ರೀಕ್ ಪಂಡಿತ ಏರಿಯನ್ ಕೂಡ ಅಂದಿನ ಭಾರತದ ಸಂದರ್ಭದಲ್ಲಿ ಏಳು ಜಾತಿಗಳನ್ನು ಪಟ್ಟಿ ಮಾಡುತ್ತಾನೆ:[71] ಮೊದಲನೆಯ ಜಾತಿಗಳನ್ನು ಸೋಫಿಸ್ಟ್‌ಗಳೆಂದು ಕರೆಯುತ್ತಾರೆ. ಅವರು ಹೆಚ್ಚುಕಡಿಮೆ ನಮ್ಮ ಬ್ರಾಹ್ಮಣರು/ ಋಷಿಮುನಿಗಳು. ದೈಹಿಕ ಶ್ರಮ ಮಾಡದ, ಪೂಜೆ ಹವನಗಳನ್ನು ಮಾಡುವ, ಭವಿಷ್ಯಗಳನ್ನು ಹೇಳುವ, ತಪ್ಪು ಮಾಡಿದರೂ ಶಿಕ್ಷೆಗೊಳಗಾಗದೆ, ಹಣ್ಣು ಹಂಪಲುಗಳ ಮೇಲೆ ಜೀವಿಸುವ ವರ್ಗ, ಎರಡನೆಯ ವರ್ಗ ಕೃಷಿಕ ವರ್ಗ/ಜಾತಿ ಅಥವಾ ಭೂಮಿಯ ಹದ ಮಾಡುವ ರೈತಾಪಿ ಜಾತಿ. ಮಣ್ಣಿನೊಂದಿಗೆ ದುಡಿಯುವ ಈ ವರ್ಗ ಯುದ್ಧಕ್ಕೆ ಹೋಗುವುದಿಲ್ಲ, ಸೈನಿಕನಾಗಿ ಸೇವೆ ಸಲ್ಲಿಸುವುದಿಲ್ಲ. ಮೂರನೆಯ ಜಾತಿ ಕುರಿಗಾಹಿಗಳು ಅಥವಾ ದನಗಾಹಿಗಳು– ಇವರು ಅಲೆಮಾರಿಗಳು, ಬೆಟ್ಟಗಳ ಮೇಲೆ ಬದುಕುವ, ಸರ್ಕಾರಕ್ಕೆ ಕಪ್ಪಕಾಣಿಕೆಯನ್ನು ದನಕರುಗಳ ರೂಪದಲ್ಲಿ ನೀಡುವ ಜಾತಿಗಳು, ನಾಲ್ಕನೇ ಜಾತಿ ಕುಶಲಕರ್ಮಿಗಳು ಮತ್ತು ದಿನಸಿ ವ್ಯಾಪಾರಿಗಳು. ಇವರಲ್ಲಿ ನಾವಿಕರನ್ನು ಮತ್ತು ಹಡಗು ನಿರ್ಮಾಪಕರನ್ನು ಏರಿಯನ್ ಸೇರಿಸುತ್ತಾನೆ, ಸರ್ಕಾರದಿಂದ ಸಂಬಳ ಪಡೆದರೂ, ಸರ್ಕಾರಕ್ಕೆ ಕೆಲವು ಕೆಲಸ ಕಾರ್ಯಗಳನ್ನು ಮಾಡಿಕೊಡಲೇಬೇಕಾದ ವರ್ಗವಿದು. ಐದನೆಯದಾಗಿ, ಸೈನಿಕರು. ಅತ್ಯಂತ ಸ್ವಾತಂತ್ರ್ಯವನ್ನು ಅನುಭವಿಸುವ ಜಾತಿ ಎಂದು ಏರಿಯನ್ ವಾದಿಸುತ್ತಾನೆ. ಆರನೇ ಜಾತಿ ಗೂಢಾಚಾರಿಗಳು ಅಥವಾ ಅಭಯಂತ ಅಧಿಕಾರಿಗಳು. ಎಲ್ಲರ ಮೇಲೆ ಕಣ್ಣಿಡುತ್ತಾ, ಗುಪ್ತಚಾರಿಕೆಯನ್ನು ನಡೆಸುವ ಜಾತಿಗಳು. ಕೊನೆಯ ಜಾತಿಗಳೆಂದರೆ ಸರ್ಕಾರಕ್ಕೆ ಸಲಹೆ ನೀಡುವ ಕೌನ್ಸಿಲರುಗಳು. ಇವರ ಜ್ಞಾನವಂತಿಕೆ, ವೈಚಾರಿಕತೆಯಿಂದಾಗಿ ದೇಶದ ಆಡಳಿತಗಾರರಾಗಿ, ಸರ್ಕಾರದ ಸಲಹೆಗಾರರಾಗಿ ನೇಮಕಗೊಳ್ಳುತ್ತಾರೆ. ಈ ರೀತಿಯ ವರ್ಗೀಕರಣವನ್ನು ಜಾತಿಯೆಂದು ಕರೆಯುವಾಗ ಜಾತಿಯ ಗುಣ ಲಕ್ಷಣಗಳನ್ನು ಸ್ಪಷ್ಟವಾಗಿ ಏರಿಯನ್ ಗುರುತಿಸಿದ್ದ. ವಿವಾಹ ಸಂಬಂಧಗಳ ಬಗ್ಗೆ ಬಂದಾಗ ಕುರಿಗಾಹಿಗಳು, ಕುಶಲಕರ್ಮಿಗಳೊಂದಿಗೆ ವಿವಾಹ ಸಂಬಂಧವನ್ನು ಇಟ್ಟುಕೊಳ್ಳುವಂತಿಲ್ಲ, ಒಂದು ಜಾತಿಯಿಂದ ಮತ್ತೊಂದು ಜಾತಿಗೆ ಸ್ಥಾನ ಪಲ್ಲಟಗೊಳ್ಳಲು ಸಾಧ್ಯವಿರಲಿಲ್ಲ. ಕುರಿಗಾಹಿ ದನಗಾಹಿಯಾಗಲು ಸಾಧ್ಯವಿರಲಿಲ್ಲ, ದನಗಾಹಿ ಕುಶಲಕರ್ಮಿಯಾಗಲು ಸಾಧ್ಯವಿರಲಿಲ್ಲ. ಇಲ್ಲೊಂದು ಅಪವಾದವನ್ನು ಏರಿಯನ್ ಮಾಡುತ್ತಾನೆ: ಸೋಫಿಸ್ಟ್‌ಗಳು ಅಥವಾ ಋಷಿಗಳು ಯಾವುದೇ

---

71 Ibid.pp.210-213.

ಜಾತಿಯ ಹಿನ್ನೆಲೆಯಿಂದ ಬರಬಹುದಾಗಿತ್ತು. ಏಕೆಂದರೆ ಸೋಫಿಸ್ಟ್ ಆಗುವುದು ಅತ್ಯಂತ ಕಠಿಣ ಕೆಲಸವಾಗಿತ್ತು.

ವಿಚಿತ್ರವೆಂದರೆ ವಸಾಹತುಶಾಹಿಯ ಬರವಣಿಗೆಯಲ್ಲಿ ಮೆಗಾಸ್ತನೀಸ್ ಅಥವಾ ಏರಿಯನ್ ಉಲ್ಲೇಖವಾಗುವುದಿಲ್ಲ ಅಥವಾ ವಸಾಹತುಶಾಹಿಯ ಚಿಂತನೆಯ, ತಾತ್ವಿಕತೆಯ ಭಾಗವಾಗುವುದಿಲ್ಲ. ಏಕೆಂದರೆ ಇವರ ಕೃತಿಗಳು ಇಂಗ್ಲೀಷ್‌ಗೆ ಭಾಷಾಂತರ ಆಗುವ ಮೊದಲೇ ವಸಾಹತುಶಾಹಿ ಜಾತಿಯ ಕುರಿತು ತನ್ನ ಸಿದ್ಧಾಂತವನ್ನು, ಅಭಿಪ್ರಾಯವನ್ನು ಕ್ರೋಢೀಕರಿಸಿಯಾಗಿತ್ತು, ಪ್ರತಿಪಾದಿಸಿಯಾಗಿತ್ತು. ಅದರಲ್ಲಿ ಈ ಹಿಂದೆ ಹೇಳಿದಂತೆ "ಆರ್ಯನರ ಆಕ್ರಮಣದ ವಾದ", ವರ್ಣಸಂಕರದ ವಾದ ಇತ್ಯಾದಿಗಳು ಬಹುಮುಖ್ಯವಾಗಿತ್ತು. ಅದೇನೆ ಇದ್ದರೂ, ವಸಾಹತುಶಾಹಿ ನೂರಾರು ಜಾತಿಗಳನ್ನು ನಿರ್ಮಿಸಿತ್ತೇ? ಎಂಬ ಪ್ರಶ್ನೆ ಉಳಿದು ಬಿಡುತ್ತದೆ.

ಒಂದನೇ ವಾದ ಭಾರತದಲ್ಲಿ ನೂರಾರು ಜಾತಿಗಳ ಹುಟ್ಟುವಿಕೆಗೆ ವಸಾಹತುಶಾಹಿಯೇ ಕಾರಣವೇ? ಇದನ್ನು ಪರಿಪೂರ್ಣವಾಗಿ ಸತ್ಯವೆಂದು ಭಾವಿಸಬೇಕಾಗಿಲ್ಲ. ಇದರ ಪ್ರತಿಪಾದಕರ[72] ಪ್ರಕಾರ ವಸಾಹತುಶಾಹಿಯ ಜಾತಿಯ ನಿರ್ಮಿತಿ ಒಂದು ಸಹಜ ಪ್ರಕ್ರಿಯೆ ಮತ್ತು ಯಜಮಾನಿಕೆಯ ಗಟ್ಟಿತನಗೊಳಿಸುವ ಯೋಜನೆಯ ಒಂದು ಭಾಗ. ವಾಸ್ತವವಾಗಿ ಮುಸ್ಲಿಮ್ ಜಾತಿಗಳ ಹುಟ್ಟಿನ ಆರಂಭ ವಸಾಹತು ಪೂರ್ವದಲ್ಲಿ ಅದರಲ್ಲೂ 7–8ನೇ ಶತಮಾನದಲ್ಲಿ.ಈ ಜಾತಿಗಳು ಹುಟ್ಟಿದ್ದೇ ಬೇರೆ ಬೇರೆ ಕಾರಣಗಳಿಗೆ: ಸೂಫಿ ಸಂತರ ಪ್ರಭಾವದಿಂದ, ವಿದೇಶಿ/ಆಳುವ ವರ್ಗದ ಆಗಮನದಿಂದ, ಪ್ರಲೋಭನೆಯಿಂದ, ಸೌಮ್ಯ ಮತ್ತು ತೀವ್ರತರ ಮತಾಂತರದಿಂದ, ವ್ಯಾಪಾರದ ಕಾರಣಗಳಿಂದ, ಉದ್ಯೋಗದ ಕಾರಣಗಳಿಂದ ಮತ್ತು ರಾಜಕೀಯ ನೀತಿಗಳಿಂದ. ಈ ಜಾತಿಯ ನಿರ್ಮಿತಿಗೆ ಒಂದು ನಿರ್ಧಿಷ್ಟ ಕಾಲಘಟ್ಟವಿದೆ. ಅದನ್ನು ಪ್ರಾಚೀನ ಭಾರತದಲ್ಲಿ, ಶಾಸ್ತ್ರೀಯ ಗ್ರಂಥಗಳಲ್ಲಿ ಹುಡುಕಲು ಸಾಧ್ಯವಿಲ್ಲ.[73] ಮಧ್ಯಕಾಲೀನದಲ್ಲಿ ಮುಸ್ಲಿಮ್ ಜಾತಿಗಳು ಸಾಕಷ್ಟು ಹುಟ್ಟಿದವು, ಆದರೆ ಬಹಳಷ್ಟು ಜಾತಿಗಳು ತಮ್ಮ ಮೂಲ ಸಂಸ್ಕೃತಿಯನ್ನು ಸಂಪೂರ್ಣವಾಗಿ ಮರೆಯಲಿಲ್ಲ.

---

72 Nicholas B. Dirks, The Invention of Caste: Civil Society in Colonial India, Social Analysis, The International Journal of Anthropology , No. 25 September 1989, Nicholas B. Dirks, Identity, Consciousness and The Past, The South Asian Scene, September 1989, pp. 42-52 , Vaidyanathan. R, 'Caste discrimination:A British invention, bigger than steam engine', in Daily News & Analysis, 26 February 2008, online, accessed on May 19th 2021.

73 A.W.C Lindsay, Supplement to Mysore General Cenus of 1871, Mysore , Government Press, Bangalore, 1875.p.41

ಅದೇ ಸಂದರ್ಭದಲ್ಲಿ ಪ್ರತೀ ಜನಗಣತಿ ಭಾರತದ ಸಂದರ್ಭದಲ್ಲಿ ನೂರಾರು ಜಾತಿಗಳನ್ನು, ಉಪಜಾತಿಗಳನ್ನು, ಪಂಗಡಗಳನ್ನು, ಪಂಥಗಳನ್ನು ನಿರ್ಮಿಸಿದ್ದು ಅಷ್ಟೇ ಸತ್ಯ ಆದರೆ ಅದರ ದಾಖಲಾತಿ ಸಮರ್ಪಕವಾಗಿರಲಿಲ್ಲ. ವಸಾಹತು ಕಲ್ಪನೆಯಲ್ಲಿ ಮತ್ತು ದಾಖಲಾತಿಯಲ್ಲಿ ಸಾಕಷ್ಟು ವಿಭಿನ್ನತೆ, ವ್ಯತ್ಯಾಸ ಇತ್ತು. ಅದರ ದೃಷ್ಟಿಯಲ್ಲಿ ಜಾತಿಗಳೇ ಪಂಗಡಗಳಾದವು, ಪಂಗಡಗಳೇ ಪಂಥಗಳಾದವು, ಪಂಥಗಳೇ ಜಾತಿಗಳಾದವು, ಜಾತಿಗಳೇ ಧರ್ಮಗಳಾದವು. ಪ್ರತಿ ಜನಗಣತಿ ಎಂದರೆ ಹೊಸ ಹೊಸ ಜಾತಿಗಳ ಸೇರ್ಪಡೆ. ಕೆಲವೊಮ್ಮೆ ಅದರ ಪಟ್ಟಿಯಲ್ಲಿ ಕಡಿಮೆ ಎಂದರೆ ಒಂದು ಸಾವಿರ ಜಾತಿಗಳಿದ್ದದ್ದೂ ಇದೆ. ಅದಕ್ಕೆ ನಿರ್ದಿಷ್ಟತೆ ಇರಲಿಲ್ಲ. ಇದೇ ರೀತಿ ಮುಸಲ್ಮಾನರ ಜಾತಿ ಸಂಖ್ಯೆಗಳಲ್ಲಿ ಏರು ಪೇರಾಗುತ್ತಿದ್ದರೂ, ಸಂಖ್ಯೆ ಐನೂರು ದಾಟುತ್ತಿರಲಿಲ್ಲ. ವಾಸ್ತವವಾಗಿ ಜನಗಣತಿದಾರ ಮತ್ತು ಅದನ್ನು ದಾಖಲಾಗಿಸುವವನ ನಡುವೆ ಇದ್ದ ಸಂವಹನದ ಕೊರತೆ ಹೊಸ ಹೊಸ ಜಾತಿಗಳ ನಿರ್ಮಿತಿಗೆ ಅಷ್ಟೇ ಕಾರಣವಾಯಿತು. ವಸಾಹತುಶಾಹಿ ಜಾತಿಗಳನ್ನು ಒಂದೆಡೆ ದಾಖಲಿಸುತ್ತಾ, ಮತ್ತೊಂದೆಡೆ ಅಕ್ಷರ ತಪ್ಪಿನಿಂದ ಜಾತಿಗಳನ್ನು ನಿರ್ಮಿಸಿದ್ದೂ ಇದೆ. ಒಂದು ಒತ್ತಕ್ಷರದ ತಪ್ಪು ಕೂಡ ಇದಕ್ಕೆ ಕಾರಣ ಅನ್ನುವುದು ಕೂಡ ಅಷ್ಟೇ ವಾಸ್ತವ. ಇದು 1931ರಲ್ಲಿ ಹಟ್ಟನ್ ನೇತೃತ್ವದಲ್ಲಿ ನಡೆದ ಜನಗಣತಿಯಲ್ಲಿ ದಾಖಲಾಗಿರುವುದನ್ನು ನೋಡಬಹುದು. ವಾಸ್ತವವಾಗಿ 1931ರ ಜನಗಣತಿ ಒಂದು ಒತ್ತಕ್ಷರದ ತಪ್ಪಿನಿಂದಾಗಿ ಹೇಗೆ ಹೊಸ ಜಾತಿ ದಾಖಲೆಗಳಲ್ಲಿ ಸೇರಿತ್ತು ಎಂದು ವಿವರಿಸಲು "ಮಿರಿ" ಜಾತಿಯನ್ನು ಉದಾಹರಿಸುತ್ತದೆ[74]. ಉರ್ದುವಿನಲ್ಲಿ ಬರೆದ ಮಿರಿ ಶಬ್ದದ ಮೇಲೆ ಹಾಕಿದ ಒತ್ತು ಒಂದು ಹಿಂದೂ ಮಿರಿ ಜಾತಿಯನ್ನೇ ನಿರ್ಮಿಸಿತ್ತು ಎಂದು ಹೇಳಲಾಗುತ್ತದೆ. ಅದೇ ರೀತಿ ತೀಜಾರ ಎಂಬ ಬುಡಕಟ್ಟು ಹಿಜ್ರಾವಾಯಿತು. ಇಂತಹ ಪ್ರಮಾದಗಳು ಅನೇಕ. ಇದೇ ಕಾರಣಕ್ಕಾಗಿ ಸಾವಿರಾರು ಬುಡಕಟ್ಟುಗಳು ತಮ್ಮ ಅಸ್ಮಿತೆಯನ್ನು ಕಳೆದುಕೊಂಡು "ಹಿಂದೂಗಳಾಗಿ" ದಾಖಲಾದವು, ಅಷ್ಟೇ ಪ್ರಮಾಣದಲ್ಲಿ ಬುಡಕಟ್ಟುಗಳ ಸಂಖ್ಯೆ ಗಣನೀಯವಾಗಿ ಕಡಿಮೆಯಾಯಿತು. ಇವುಗಳ ನಡುವೆ ವೈಯಕ್ತಿಕ ಜಾತಿಯ ಭಾವನೆಗಳು ಕೂಡ ಕೆಲಸ ಮಾಡಿದವು. ಮೇಲ್ಜಾತಿಯ ಜನಗಣತಿದಾರ ತನ್ನ ಜಾತಿಯ ದೃಷ್ಟಿಕೋನದಲ್ಲಿ ದಾಖಲಿಸಿದ್ದು ಇದಕ್ಕೆ ಕಾರಣ. ವಸಾಹತುಶಾಹಿ ಸಂದರ್ಭದಲ್ಲಿ ಕೆಲವು ಅಪರಾಧಗಳನ್ನು ಮಾಡುತ್ತಿದ್ದ ಜಾತಿಗಳು ಕ್ರಿಮಿನಲ್ ಜಾತಿಗಳ ಪಟ್ಟಿಯ ಭಾಗವಾದದ್ದು ಇದೆ. ಆದ ಕಾರಣ ಜಾತಿಗಳು ಅಪರಾಧದ ಹಿನ್ನೆಲೆಯಲ್ಲಿ ಹುಟ್ಟಿದವು. ಕರ್ನಾಟಕದ ಚಪ್ಪರ್ ಬಂದ್, ಪಿಂಡಾರಿಗಳು ಈ ಕಾರಣಕ್ಕೆ ಕ್ರಿಮಿನಲ್ ಜಾತಿಗಳಾದವು ಕೆಲವೊಮ್ಮೆ ಗೊಂದಲಗಳು ಬೇರೆ ಸ್ವರೂಪದಲ್ಲಿದ್ದವು.

74 J.H Hutton, Census of India, 193, VoL. · I, India, Part I Report, Delhi, 1933, p.386

ಪಿಂಡಾರಿಗಳನ್ನು ಮುಸಲ್ಮಾನರೆಂದು ಗುರುತಿಸಬೇಕೆ? ಅಥವಾ ಹಿಂದೂಗಳೆಂದು- ಏಕೆಂದರೆ ಅವರಿಬ್ಬರ ಕಸುಬು ಒಂದೇ ಆಗಿದ್ದವು.

ಇದೇ ಸಂದರ್ಭದಲ್ಲಿ ಜನರೇ ಜಾತಿಗಳನ್ನು ನಿರ್ಮಿಸಿದ್ದು ಇದೆ. ಕೆಲವೊಮ್ಮೆ ಜಾತಿಗಳು ತಮ್ಮ ಸಾಮಾಜಿಕ ಅಂತಸ್ತನ್ನು ಬದಲಾಯಿಸಲು ಜನಗಣತಿಯಲ್ಲಿ ಹೊಸ ಜಾತಿಗಳ ಹೆಸರಿನಲ್ಲಿ ದಾಖಲಾತಿ ಮಾಡಿದ್ದು ಇದೆ. ಈ ಸಂದರ್ಭದಲ್ಲಿ ತಮ್ಮ ಹಿಂದಿನ ಜಾತಿಯ ಸ್ಥಾನಮಾನಗಳನ್ನು ಮರೆತು ಬಿಟ್ಟ ಜಾತಿಗಳು ಕಡಿಮೆ ಇರಲಿಲ್ಲ. ಎಷ್ಟೋ ಸಂದರ್ಭದಲ್ಲಿ ಜಾತಿಗಳು ಹೊಸ ಸ್ಥಾನಮಾನಕ್ಕಾಗಿ, ಹೊಸ ಜಾತಿಯ ಹೆಸರಿಗಾಗಿ ಮನವಿ ಸಲ್ಲಿಸಿದ್ದು ಇದೆ. ಇದನ್ನು ಸಂಸ್ಕೃತೀಕರಣದ ಭಾಗವೆನ್ನಬಹುದು. ಜನಗಣತಿ ಇಂತಹ ಬೇಡಿಕೆಗಳನ್ನು, ಅದರಲ್ಲೂ ಗೊಂದಲಗಳಾಗದ ಸಂದರ್ಭದಲ್ಲಿ, ಪುಷ್ಟೀಕರಿಸಿತ್ತು. ಆದಕಾರಣ ಇತಿಹಾಸದಲ್ಲಿ ಬರುವ ಕ್ಷೌರಿಕ ಜಾತಿಯ ಹಜಾಮ್‌ಗಳನ್ನು ನಯೀ ಬ್ರಾಹ್ಮಣರೆಂದು ದಾಖಲಿಸಿಕೊಳ್ಳಲು ಜನಗಣತಿ ಹಿಂಜರಿಯಲಿಲ್ಲ. ಆದರೆ ಅವರನ್ನು ಬ್ರಾಹ್ಮಣರ ಪಟ್ಟಿಯಲ್ಲಿ ದಾಖಲಿಸಲು ಒಪ್ಪಿಕೊಳ್ಳಲಿಲ್ಲ. ಇದೇ ರೀತಿ ದೇಡ್‌ಗಳನ್ನು ವನಕ್ಕಾರ್ಸ್ ಎಂದು ಒಪ್ಪಿಕೊಂಡಿತ್ತು. ಅಲ್ಲದೇ ಬೆರಿಯಾ ಜಾತಿಗಳನ್ನು ಕೊಲಿ ಜಾತಿಯಿಂದ ಬೇರ್ಪಡಿಸಿದರೂ, ಅವರನ್ನು ರಜಪೂತರೆಂದು ಜನಗಣತಿ ಒಪ್ಪಿಕೊಳ್ಳಲಿಲ್ಲ. ಕುನ್ಬಿಗಳನ್ನು ಪತಿದಾರರೆಂದು ಒಪ್ಪಿಕೊಂಡು ಬಿಟ್ಟಿತ್ತು. [75] ಇದೇ ರೀತಿ ಮುಸ್ಲಿಮ್ ನೇಕಾರರನ್ನು ಜುಹಾಲಗಳೆಂದು ನಮೂದಿಸಲು 1931ರ ಕಾಶ್ಮೀರದ ಜನಗಣತಿ ಒಪ್ಪಿಕೊಳ್ಳಲಿಲ್ಲ.

ಎರಡನೆಯ ವಾದ, ಜಾತಿಯ ಹುಟ್ಟುವಿಕೆಯನ್ನು ಶಾಸ್ತ್ರೀಯ ನಂಬಿಕೆಗಳಾದ ಬ್ರಾಹ್ಮಣ ತಲೆಯಿಂದ, ಕ್ಷತ್ರಿಯ ಭುಜದಿಂದ ಇತ್ಯಾದಿಗಳಿಂದ ಹೊರತಾಗಿ ನೋಡಬಹುದೇ?. ವಿಚಿತ್ರವೆಂದರೆ ವಸಾಹತುವಿನ ಬರವಣಿಗೆಯಲ್ಲಿ, ಅದರಲ್ಲೂ 1911ರ ಮೈಸೂರು ಪ್ರಾಂತ್ಯದ ಜನಗಣತಿಯಲ್ಲಿ ಒಂದು ವಿಚಿತ್ರವಾದ ವಾದವೊಂದು ದೊರೆಯುತ್ತದೆ. ಅದರ ಪ್ರಕಾರ ಜಾತಿ ಏಳು ರೂಪದಲ್ಲಿ ಹುಟ್ಟಿತ್ತು. ಮೊದಲನೆಯದು ಬುಡಕಟ್ಟು ಜಾತಿಯಾಗುವ ಪ್ರಕ್ರಿಯೆ. ಇದನ್ನು "ರಜಪೂತನೀಕರಣ ಅಥವಾ ಕ್ಷತ್ರೀಯಕರಣ"ವೆಂದು ವಸಾಹತುಶಾಹಿ ದಾಖಲೆಗಳು ಹೇಳುತ್ತವೆ. ಕುಲಶಾಸ್ತ್ರೀಯ ಅಧ್ಯಯನ ಮಾಡಿದ ರಿಸ್ಲೇ 1893ರಲ್ಲಿ ಇದನ್ನು ಹಂತ ಹಂತದ ಪ್ರಕ್ರಿಯೆ ಎಂದು ಕರೆಯುತ್ತಾನೆ. ದೀರ್ಘ ಕಾಲದ ಒಡನಾಟ ಇದಕ್ಕೆ ಒಂದು ಕಾರಣವೆಂದರೂ, ಬುಡಕಟ್ಟುಗಳ ಸ್ವಇಚ್ಛೆ, ಮಾತ್ರವಲ್ಲದೇ ಇದೊಂದು ಸಹಜ ಪ್ರಕ್ರಿಯೆ ಎಂದೆಲ್ಲಾ ವಾದಿಸಲಾಗುತ್ತದೆ. ಭೂ ಸಂಬಂಧಗಳು ಕೂಡ ಇದಕ್ಕೆ ಕಾರಣ. ಒಂದು

75 Ibid.

ಕಾಲದಲ್ಲಿ ಬುಡಕಟ್ಟುಗಳಾಗಿದ್ದ ಹೊಲೆಯರು ಮತ್ತು ಮಾದಿಗರು ಜಾತಿಗಳಾಗಿ ಪರಿವರ್ತಿತವಾಗಿರುವುದಕ್ಕೆ ಮೈಸೂರು ಪ್ರಾಂತ್ಯದ 1871ರ ಜನಗಣತಿ ಉದಾಹರಣೆಯಾಗಿ ನೀಡಬಹುದು[76]. ಎರಡನೆಯದಾಗಿ ಕುಲಕಸುಬುಗಳೇ ಜಾತಿಗಳಾಗುವ ಪ್ರಕ್ರಿಯೆ. ಇದು ಹೊಸತಲ್ಲ. ಕೆಲವೊಮ್ಮೆ ಕಸುಬುಗಳೇ ಜಾತಿಗಳಾದವು. ಇದನ್ನು ಮುಸಲ್ಮಾನರಲ್ಲಿರುವುದನ್ನು ವಸಾಹತುಶಾಹಿ ಸ್ಪಷ್ಟವಾಗಿ ಗುರುತಿಸಿತ್ತು. ಈ ಪ್ರಕ್ರಿಯೆಯಲ್ಲಿ ವೃತ್ತಿ ಆಧಾರಿತ ವರ್ಗಗಳಾದ ನೇಕಾರರು, ಕ್ಷೌರಿಕರು, ಕಟುಕರು, ಅಗಸರು, ಚರ್ಮಕಾರರು, ಮೀನುಗಾರರು ಇತ್ಯಾದಿಗಳು ವಸಾಹತು ಲೆಕ್ಕಚಾರದಲ್ಲಿ ಮುಸ್ಲಿಮ್ ಜಾತಿಗಳಾಗಿ, ಅದರಲ್ಲೂ ಜುಹಾಲ, ಹಜ್ಜಾಮ್, ಕಸ್ಬೆ, ಧೋಬಿ, ಮೋಚಿ, ಖಾರ್ವಿ ಇತ್ಯಾದಿಯಾಗಿ ದಾಖಲಾದವು. ಮುಸ್ಲಿಮ್ ವೃತ್ತಿಯಾಧಾರಿತ ಜಾತಿಗಳ ಜನಸಂಖ್ಯೆಯಲ್ಲಿ ಗಣನೀಯವಾಗಿ ಏರಿಕೆಯಾಗಿರುವುದನ್ನು ವಸಾಹತುಶಾಹಿ ತನ್ನ ವಿವಿಧ ಜನಗಣತಿಯಲ್ಲಿ, ಅಧ್ಯಯನದಲ್ಲಿ ಬೊಟ್ಟು ಮಾಡಿ ತೋರಿಸಿತ್ತು. ಇದಕ್ಕಾಗಿಯೇ ಕುಲಶಾಸ್ತ್ರೀಯ ಪಂಡಿತ ನೆಸ್‌ಫೀಲ್ಡ್ 1885ರಲ್ಲಿಯೇ 'ಜಾತಿಯೆಂದರೆ ಕಸುಬುಗಳ ಒಕ್ಕೂಟ"ವೆಂದೂ, ಇದೊಂದು "ಪ್ರತಿರೋಧದ ಸಂಕೇತ"ವೆಂದೂ ಕರೆಯುತ್ತಾನೆ.[77]

ಈ ಪ್ರಕ್ರಿಯೆಯಲ್ಲೊಂದು ಸಮಸ್ಯೆ ಇದೆ. ಕೆಲವೊಮ್ಮೆ ಬೇರೆ ಬೇರೆ ಜಾತಿಗಳು, ಉದಾಹರಣೆಗೆ ಕೃಷಿಯನ್ನು, ಕಸುಬನ್ನಾಗಿ ಘೋಷಿಸಿದಾಗ ಸಮಸ್ಯೆ ಉಂಟಾಗುತ್ತದೆ. ಕೊಡಗಿನ 1871ರಿಂದ 1931ರವರೆಗಿನ ಜನಗಣತಿಗಳಲ್ಲಿ ಬಹಳಷ್ಟು ಸಲ ಬ್ರಾಹ್ಮಣ, ಲಿಂಗಾಯತ, ಒಕ್ಕಲಿಗರು ತಮ್ಮ ಕಸುಬು ಕೃಷಿ ಎಂದು ದಾಖಲಿಸಿದ್ದನ್ನು ಇಲ್ಲಿ ಗಮನಿಸಬೇಕು. ಇದರಲ್ಲಿ ಲಿಂಗಾಯತರ ಮತ್ತು ಒಕ್ಕಲಿಗರ ಕಸುಬುವನ್ನು ಒಪ್ಪಬಹುದು, ಆದರೆ ಬ್ರಾಹ್ಮಣರು ಯಾವತ್ತೂ ತಮ್ಮ ಮೂಲ ಕಸುಬನ್ನು ಕೃಷಿಯೆಂದು ಘೋಷಿಸಿದ್ದು ಇತಿಹಾಸದ ಗ್ರಂಥ ಪುಸ್ತಕಗಳಲ್ಲಿ ದೊರೆಯುವುದಿಲ್ಲ, ಹೊರತು ವಸಾಹತುಶಾಹಿ ಜನಗಣತಿ ಇದಕ್ಕೆ ಅಪವಾದವಾಗುತ್ತವೆ. ಇದೇ ಸುಮಾರಿಗೆ ಮುಸ್ಲಿಮರ ಮೇಲ್ಜಾತಿಗಳಾದ ಸೈಯ್ಯದ್, ಶೇಖ್ ಇತ್ಯಾದಿಗಳು ಕೂಡ ತಾವು ಕೃಷಿಕರೆಂದು ದಾಖಲಿಸಿದ್ದು ಇದೆ. ಮೂರನೆಯದಾಗಿ, ಪಂಥಗಳೇ ಜಾತಿಗಳಾಗುವ ಪ್ರಕ್ರಿಯೆ ಇದಕ್ಕೆ ಲಿಂಗಾಯತ ಪಂಥವನ್ನು ಉದಾಹರಿಸಲಾಗುತ್ತದೆ. ಇದರ ಕುರಿತು ಸಾಕಷ್ಟು ಗೊಂದಲಗಳಿವೆ. ಮೈಸೂರು ಪ್ರಾಂತ್ಯದ ಪ್ರಥಮ ಜನಗಣತಿ 1871ರ ಪ್ರಕಾರ, "ಸರಿಯಾಗಿ ವಿಶ್ಲೇಷಿಸಿ ಹೇಳುವುದಾದರೆ ಲಿಂಗಾಯತ ಜಾತಿ ಎಂಬುದೇ ಇಲ್ಲ, ಆದರೆ ಹಲವು ಜಾತಿಗಳು ಲಿಂಗಾಯತ ಧರ್ಮದ ಜಾತಿಗಳು[78]. ಅದೇ ಸುಮಾರಿಗೆ

76 ರ, Lindsay, Op.cit, p..4

77 John C.Nesfield , Brief View of the Caste system of the North Wesrtern Provinces and Oudh North Western Provinces and Oudh Government Press, Allahabad, 1885. pp.126-137

78 Ibid p.250

ಜನಗಣತಿ 'ಲಿಂಗಾಯತವು ಹಲವು ಜಾತಿಗಳಿಂದ ಕೂಡಿದ ಧರ್ಮವೆಂದು" ವಾದಿಸುತ್ತದೆ. ಇದೇ ರೀತಿ ಕಬೀರ್ ಪಂಥೀಯರನ್ನು, ಹುಸೈನಿ ಬ್ರಾಹ್ಮಣರನ್ನು ಯಾವ ಧರ್ಮದಲ್ಲಿ ಗುರುತಿಸಬೇಕು ಎಂಬ ಗೊಂದಲವಿದೆ. ನಾಲ್ಕನೆಯದಾಗಿ ಜಾತಿಗಳು ಹುಟ್ಟಿದ್ದು ಮಿಶ್ರತಳಿಗಳಿಂದ- ದ್ರಾವಿಡ ಮತ್ತು ಆರ್ಯರು, ಮಂಗೋಲ್-ದ್ರಾವಿಡರು ಮತ್ತು ಸಿತಿಯೋ-ದ್ರಾವಿಡರು ಇತ್ಯಾದಿಗಳ ಮಿಶ್ರತಳಿಗಳು. ಐದನೆಯದಾಗಿ ರಾಷ್ಟ್ರ-ರೂಪಗಳು ಜಾತಿಗಳಾಗಿ ಪರಿವರ್ತನೆಯಾಗುವ ರೂಪಕ್ಕೆ ಮರಾಠರು ಒಂದು ಉತ್ತಮ ನಿದರ್ಶನ, ಆರನೆಯದಾಗಿ, ವಲಸೆಗಳಿಂದಾಗಿ ಜಾತಿಗಳು ಹುಟ್ಟಿದವು ಎಂದು ಕೂಡ ವಾದಿಸಿತ್ತು. ಕೊನೆಯದಾಗಿ ಸಂಸ್ಕೃತಿಯ ಬದಲಾವಣೆಯಿಂದಲೂ ಜಾತಿಗಳು ಹುಟ್ಟಿದವು ಎಂಬ ವಾದ. ಇದೇ ಸಂದರ್ಭದಲ್ಲಿ ಬಂದಿರುವ ಇನ್ನೊಂದು ವಾದವನ್ನು ಗಮನಿಸಬೇಕು. ಅದೇನೆಂದರೆ ಜಾತಿಗಳನ್ನು ಶಾಸ್ತ್ರೀಯ ಪರಿಕಲ್ಪನೆಯಲ್ಲಿ ನೋಡಬಾರದು, ಬಹಳ ಮುಖ್ಯವಾಗಿ ಕೆಳಜಾತಿ ಮತ್ತು ಮೇಲ್ಜಾತಿ ನಡುವಿರುವ ಶ್ರೇಣೀಕೃತ ವ್ಯವಸ್ಥೆ. ಸಾಮಾಜಿಕ ಅಂತರ, ಬ್ರಾಹ್ಮಣರ ಯಜಮಾನಿಕೆ, ಕರ್ಮ ಸಿದ್ಧಾಂತ ಇತ್ಯಾದಿಗಳಲ್ಲಿ ನೋಡಬಾರದು. ಏಕೆಂದರೆ ಈ ಸಿದ್ಧಾಂತವೂ ಎಲ್ಲಾ ಜಾತಿಗಳಿಗೆ ಮತ್ತು ಉಪಜಾತಿಗೆ ಅನ್ವಯಿಸದೇ ಇರಬಹುದು, ಅವುಗಳಿಗೆ ತಮ್ಮದೇ ಆದ ಮಿತಿಗಳಿವೆ, ಅವುಗಳೊಳಗೆ ಶ್ರೇಣೀಕೃತ ವ್ಯವಸ್ಥೆ, ಸಾಮಾಜಿಕ ಅಂತರ, ವಿಭಿನ್ನ ಚೌಕಟ್ಟುಗಳಿರಬಹುದು. ಎಲ್ಲಾ ಜಾತಿಗಳು ಬ್ರಾಹ್ಮಣರ ಯಜಮಾನಿಕೆಯನ್ನು ಒಪ್ಪಬೇಕಾಗಿಲ್ಲ, ಕೆಲವು ಜಾತಿಗಳು ಇದನ್ನು ಖಡಾಖಂಡಿತಾವಾಗಿ ನಿರಾಕರಿಸುತ್ತವೆ. - ತಾವೇ ಬ್ರಾಹ್ಮಣರಿಗಿಂತ ಮೇಲ್ಪಂಕ್ತಿಯವರು ಎಂದು ವಾದಿಸುತ್ತಾರೆ (ಅಕ್ಕಸಾಲಿಗರು), ಇದಕ್ಕೆ ಪೂರಕವೆಂಬಂತೆ- ದಲಿತರಲ್ಲಿರುವ ಬಲಗೈಗಳು ಎಡಗೈಯೊಂದಿಗೆ ಕನಿಷ್ಠ ಸಾಮಾಜಿಕ ಸಂಬಂಧಗಳನ್ನು ಇಟ್ಟುಕೊಳ್ಳುತ್ತಾರೆ. (ಮಾರ್ಕ್ ವಿಲ್ಕ್ಸ್ ಇದನ್ನು ಟಿಪ್ಪುವಿನ ಕಾಲದಿಂದಲೇ ನೋಡುತ್ತಾನೆ). ಜೇನು ಕುರುಬರು, ನಾಡ ಕುರುಬರೊಂದಿಗೆ ಸಾಮಾಜಿಕ ಸಂಬಂಧಗಳ ಬದಲಿಗೆ ಅಂತರವನ್ನು ಕಾಪಾಡಿಕೊಳ್ಳುತ್ತಾರೆ. ಇವೆಲ್ಲಾ ಕಾರಣಗಳಿಗಾಗಿ ಕೆಲವು ಪ್ರಶ್ನೆಗಳು ಉದ್ಭವಿಸುವುದು ಸಹಜ; ಜಾತಿ ಎಂದರೆ ಭಾರತಕ್ಕೆ ಸೀಮಿತವಾದ ಒಂದು ಸಾಮಾಜಿಕ ಚೌಕಟ್ಟೇ ಅಥವಾ ಸಾಮಾಜಿಕ ತಾರತಮ್ಯತೆ, ಅಂತರ, ಮೇಲುಕೀಳು, ವಂಶಪಾರಂಪರ್ಯದ ಶ್ರೇಣೀಕೃತ ವ್ಯವಸ್ಥೆಯಲ್ಲಿ ಇತ್ಯಾದಿಗಳಲ್ಲಿ ನೋಡಬಹುದೇ? ಇವೆಲ್ಲವನ್ನು ಗಮನಿಸಿದಾಗ ಜಾತಿಯ ಆಯಾಮಗಳು ಕೆಲವೇ ಜಾತಿಗಳಿಗೆ ಸೀಮಿತವಾಗುವುದಿಲ್ಲ. ಅವುಗಳು ಕೆಳಜಾತಿಗಳಿಗೆ, ಹಿಂದುಳಿದ ಜಾತಿಗಳಿಗೆ, ಬುಡಕಟ್ಟಿನಿಂದ ಪರಿವರ್ತಿತವಾದ ಜಾತಿಗಳಿಗೂ ಅನ್ವಯಿಸುತ್ತದೆ. ಎರಡನೆಯದಾಗಿ, ಜಾತಿಯನ್ನು ಭಾರತಕ್ಕೆ ಮಾತ್ರ ಸೀಮಿತಗೊಳಿಸಬಾರದು. ಕಾರ್ಟರ್ ವಿಲ್ಸನ್,

ಇಸಾಬೆಲ್ ವಿಲ್ಕರ್ಸನ್ ಇತ್ಯಾದಿಯವರು ಅಮೇರಿಕಾದಲ್ಲಿ ಈಗಲೂ ವರ್ಣಬೇಧದ ಮೂಲಕ ಜಾತಿ ಅಸ್ತಿತ್ವದಲ್ಲಿರುವುದನ್ನು ಗುರುತಿಸುತ್ತಾರೆ, ಮೆಕ್ಸಿಕೋದಲ್ಲಿ, ಜಪಾನ್‌ನಲ್ಲಿ ಈ ಜಾತಿ (ಕಾಸ್ಟ್) ವ್ಯವಸ್ಥೆ ಇರುವುದು ಸ್ಪಷ್ಟ. ವಾಸ್ತವವಾಗಿ ದಕ್ಷಿಣ ಏಷ್ಯಾ ಜಾತಿಗಳ ಸಂಗಮ ಎನ್ನಬಹುದು.

ಇವುಗಳ ನಡುವೆ ಜಾತಿಗಳ ಮೂಲ ವೃತ್ತಿಯ ಬದಲಾವಣೆಗೆ ಕಾರಣೀಭೂತವಾದ ಅಂಶಗಳ್ಯಾವುವು? ಇದನ್ನು ವಿಶ್ಲೇಷಿಸಬೇಕಾದರೆ ಎರಡು ಅಂಶಗಳನ್ನು ಗಣನೆಗೆ ತೆಗೆದುಕೊಳ್ಳಬೇಕು. ಒಂದು, ಜಾತಿಗೆ ಸಿಗುತ್ತಿದ್ದ ರಾಜಕೀಯ ನೆಲೆಯ ನಷ್ಟ, ಎರಡನೆಯದು, ಆಧುನಿಕತೆಯ ಪ್ರಭಾವ. ಕೆಲವು ಜಾತಿಗಳು ತಮ್ಮ ಅಸ್ತಿತ್ವಕ್ಕಾಗಿ ಮೊಘಲರ ಮೇಲೆ, ಮರಾಠರ ಮೇಲೆ ಅವಲಂಬಿತವಾಗದ್ದದ್ದು ಇತಿಹಾಸದ ಪುಟದಲ್ಲಿ ದೊರೆಯುತ್ತದೆ. ಅವುಗಳಲ್ಲಿ ಚಪ್ಪರ್ ಬಂದ್‌ಗಳನ್ನು, ಪಿಂಡಾರ್‌ಗಳನ್ನು ಮತ್ತು ಇನ್ನಿತರ ಜಾತಿಗಳನ್ನು ಗುರುತಿಸಬಹುದು. ಈ ಜಾತಿಗಳ ಕೆಲಸ ಸೈನ್ಯಕ್ಕೆ ಸಹಾಯಕರಾಗಿ ದುಡಿಯುವುದು, ಅವರಿಗಾಗಿ ಟೆಂಟ್‌ಗಳನ್ನು ನಿರ್ಮಿಸುವುದು, ಅಥವಾ ಸೈನಿಕರಾಗಿ ದುಡಿಯುವುದು. ಕಾಲಾಂತರದಲ್ಲಿ ಈ ಸಾಮ್ರಾಜ್ಯಗಳು ನಶಿಸಿ ಹೋದನಂತರ, ಇಂತಹ ಜಾತಿಗಳು ಹೊಸ ವೃತ್ತಿಗಳನ್ನು ಹುಡುಕುವುದು ಅನಿವಾರ್ಯವಾಯಿತು. ಇದೇ ಕಾರಣಕ್ಕಾಗಿ ಪಿಂಡಾರಿಗಳು ಕ್ರಿಮಿನಲ್ ಜಾತಿಗಳಾಗಿ ಪರಿಪವರ್ತಿತವಾದವು, ಚಪ್ಪರ್ ಬಂದ್‌ಗಳು ಖೋಟಾ ನಾಣ್ಯದ ಕೆಲಸಗಳಲ್ಲಿ ತೊಡಗಿಸಿಕೊಂಡವು. ಇದೇ ರೀತಿಯಾಗಿ ವಸಾಹತುಶಾಹಿಯ ಆಧುನಿಕತೆ ಮುಸ್ಲಿಮ್ ಜಾತಿಗಳ ಮೇಲೆ ಪ್ರಭಾವಿಸಿದವು. ರೈಲ್ವೆ ಒಂದೇ ಸಾಕು. ಅದು ಹತ್ತು ಹಲವು ಜಾತಿಗಳ ವೃತ್ತಿಯನ್ನೇ ಬದಲಾಯಿಸಿತು.

ಧರ್ಮ ಮತ್ತು ಸೂಫಿಸಂ

ಅದೇನೇ ಇದ್ದರೂ ಇಸ್ಲಾಂ ಭಾರತಕ್ಕೆ ವಿವಿಧ ರೂಪದಲ್ಲಿ ಆಗಮಿಸಿತ್ತು. ಇದರ ಆರಂಭವನ್ನು 7ನೇ ಶತಮಾನದಲ್ಲಿಯೇ ನೋಡಬಹುದು. ಪ್ರವಾದಿಯವರ ಸಹಪಾಠಿ ಅಥವಾ ಸಹಾಬ, ಮಲಿಕ್ ಬಿನ್ ದಿನಾರ್, ಹಬೀಬ್ ಇಬ್ನ್ ಮಲಿಕ್, ಶರೀಫ್ ಇಬ್ನ್ ಮಲಿಕ್, ಮಲಿಕ್ ಇಬ್ನ್ ಮಲಿಕ್, ಮೂಲಕ ಪಶ್ಚಿಮ ಕರಾವಳಿ ಪ್ರದೇಶಕ್ಕೆ ಪ್ರವೇಶಿಸಿತು. ಅದೇ ಕಾಲದಲ್ಲಿ ಮಲಬಾರಿನ ಚೆರುಮಾನ್ ಪೆರುಮಾಳ್ ರಾಜ ಮಕ್ಕಾಕ್ಕೆ ಹೋಗಿ ಮುಸ್ಲಿಂರಾದ ಮತ್ತು ಅಲ್ಲಿಯೇ ನಿಧನರಾದ ಕತೆ ಇದೆ. ಸಿಂಧ್ ಪ್ರಾಂತ್ಯಕ್ಕೆ ಮೊಹಮ್ಮದ್ ಖಾಸಿಂನ ಮೂಲಕವೂ ಆಗಮಿಸಿತ್ತು. ಡೆಕ್ಕನಿಗೆ 13ನೇ ಶತಮಾನದಲ್ಲಿ ಬಂತು. ಆದರೆ ಅದು ತಲುಪಿದ್ದು ಮಾತ್ರ ಜಾತಿಯಿಂದ ಜರ್ಜರಿತವಾದ, ಬ್ರಾಹ್ಮಣ್ಯವೇ ಹಿಂದೂ ಎಂದು ಒಪ್ಪುವ ಮತ್ತು ಸಮೀಕರಿಸುವ,

ನೂರಾರು ಬುಡಕಟ್ಟು ಸಂಸ್ಕೃತಿಯ ಬಹುತತ್ವ, ಸಮನ್ವಯತೆಯ ಮತ್ತು ವಿಶಿಷ್ಟ ಭಾರತವನ್ನು. ಭಾರತವೆಂದರೆ ಮ್ಯಾಕ್ಸ್ ಮುಲ್ಲರ್ ಹೇಳಿದಂತೆ "ವಿಲಕ್ಷಣ" ದೇಶವಾಗಿತ್ತು. ಇದೇ ಕಾಲಘಟ್ಟದಲ್ಲಿ ಅಂದರೆ 8ನೇ ಶತಮಾನದಲ್ಲಿಯೇ ಮತಾಂತರ[79]. ಸ್ವಪ್ರೇರಣೆ, ಸಂಧಾನ, ಯುದ್ಧ, ಸೂಫಿ ಸಂತರ ಪ್ರಭಾವ ಮತ್ತು ಗುಲಾಮರಿಗೆ ವಿಮುಕ್ತಿಯ ಭಾಗವಾಗಿ ಆರಂಭವಾಯಿತು[80]. ಎಂದು ಪ್ರಪ್ರಥಮ ಇಸ್ಲಾಮಿಕ್ ಇತಿಹಾಸಕಾರ ಅಲ್ ಬಲದೂರಿ ಕ್ರಿ.ಶ. 896ರಲ್ಲಿ ವಾದಿಸುತ್ತಾನೆ[81]. ಅಷ್ಟು ಮಾತ್ರವಲ್ಲದೇ ಸಿಂಧ್‌ನ ಅರಸ ಜಯಸಿಂಹ (ಜಯಶಿವ) (776 ಕ್ರಿ.ಶ) ಮತಾಂತರವಾದ ಕತೆಯನ್ನು ಕೂಡ ಹೇಳುತ್ತಾನೆ. ಆದರೆ ಇಸ್ಲಾಮಿಕ್ ಇತಿಹಾಸದಲ್ಲಿ ವಿವಿಧ ಪ್ರಕಾರದ ಮತಾಂತರಗಳನ್ನು ಪ್ರಪ್ರಥಮ ಬಾರಿಗೆ ಗುರುತಿಸಿದ್ದು ಇಬ್ನ್ ಇಸಾಕ್ (ಕ್ರಿ.ಶ 704– 767) ತನ್ನ ಹದೀಸ್ ಮತ್ತು ಇತಿಹಾಸ ಸಮ್ಮಿಳಿತ ಗ್ರಂಥವಾದ "Sirat Rasul Allah (ಸೀರತ್ ರಸುಲ್ಲಲಾ)ನಲ್ಲಿ.

ಇವುಗಳ ನಡುವೆ ಭಾರತದಲ್ಲಿ ಅಸ್ಪೃಶ್ಯತೆ ಕುರಿತು ಮೊದಲ ಬಾರಿಗೆ ದಾಖಲಿಸಿದ್ದು ಪರ್ಶಿಯನ್ ನಾವಿಕನಾದ ಬುಝುಗ್ ಇಬ್ನ್ ಶರ್‌ಯಾರ್. ತನ್ನ "ಅಜಾಬುಲ್ ಹಿಂದ್" ಎಂಬ ಪ್ರವಾಸ ಕಥನದಲ್ಲಿ ಕ್ರಿ.ಶ. 953–954ರ ನಡುವೆ ಇದನ್ನು ದಾಖಲಿಸುತ್ತಾನೆ[82]. ಆ ಕಥನದಲ್ಲಿ ಇದರ ಹೊರತಾಗಿ ದಕ್ಷಿಣ ಭಾರತ ಮತ್ತು ಗುಜರಾತ್‌ನಲ್ಲಿ ನಡೆದ ಘಟನೆಗಳು, ಹಿಂದಿಗೆ ಭಾಷಾಂತರಿಸಿದ ಪವಿತ್ರ ಗ್ರಂಥ ಮತ್ತು ಹಿಂದೂ ರಾಜನ ಕತೆ, ಯೋಗಿಗಳ ವಿಚಿತ್ರ ನಡವಳಿಕೆ ಮತ್ತು ಸಂಸ್ಕಾರ, ಹಿಂದೂ ಬನಿಯಾ ಜಾತಿಯ ವ್ಯಾಪಾರ ಇತ್ಯಾದಿಗಳಿವೆ[83], ಇದರ ಅರ್ಥವೆಂದರೆ ಇಬ್ನ್ ಬಟೂಟ ಅಥವಾ ಅಲ್ ಬರೂನಿಗಿಂತಲೂ ಪೂರ್ವದಲ್ಲಿ ವಿವಿಧ ಅರಬ್ ಮತ್ತು ಪರ್ಶಿಯನ್ ಪ್ರಯಾಣಿಕರು ಭಾರತದ ವೈವಿಧ್ಯತೆ ಕುರಿತು ದಾಖಲಿಸಿದ್ದು ದಿಟ. ಅವರಲ್ಲಿ ಮುಸ್ಲಿಂ ಜಾತಿಗಳ ಉಲ್ಲೇಖವಿರದಿರಬಹುದು, ಆದರೆ ಬುಡಕಟ್ಟುಗಳ, ಗುಲಾಮರ, ರೈತರ, ಕೃಷಿಕರ, ಸೈನಿಕರ, ಸೈನ್ಯದ ಸಹಾಯಕರ, ನೃತ್ಯ ಮಾಡುವವರ ಉಲ್ಲೇಖವಿರುವುದು ಅಷ್ಟೇ ಸ್ಪಷ್ಟ. ಅವರಿಗೆ ಭಾರತ "ಅಲ್-ಹಿಂದ್" ಆಗಿತ್ತು, ಭಾರತದ ಜನರು, ಗ್ರಂಥದ ಜನರಾಗಿದ್ದರು".

79 al-Buldan of al-Imam abu-l Abbas Ahmed ibn—Jabir al-Baladhuri, Op.cit.

80 Arshad Islam, The Civilizational role of Islam in the Indian subcontinent: The Delhi sultanate, Intellectual Discourse, Vol.25, No.1, 2017, pp. 101-134, Nasreen Afzal , Arwa Juzer, AL Baladhuri's Kitab Futuh al- Buldan: Third Century Hijri Humanistic History , TO BHMA TΩN KOINΩNIKΩN EΠIΣTHMΩN 2014, pp.06-115

81 Al-Baladuri., Futūḥ al-buldān (The Origins of the Islamic State), 1916, 1924

82 Shafiq Suhanna, Seafarers of the Seven Seas: The Maritime culture in the Kitabajaib-ul Hind by Buzurg Ibn Shariyar, Berlin, n.p, 2013.

83 Ibid.

ಇಲ್ಲಿ ಧರ್ಮ ಸ್ಥಾನೀಯಗೊಳ್ಳಬೇಕಾದರೆ ಅಲ್ಲಿನ ಮತ್ತು ಅಂದಿನ ಸಾಮಾಜಿಕ ಚೌಕಟ್ಟಿನೊಂದಿಗೆ ಅನುಸಂಧಾನ ಮಾಡಿಕೊಳ್ಳಬೇಕಾಗಿತ್ತು. ಇದು ಅನಿವಾರ್ಯವೂ ಆಗಿತ್ತು. ಇದಕ್ಕೆ ಪೂರಕವೆಂಬಂತೆ ಹತ್ತು ಹಲವು ಸೂಫಿ ಸಂತರು ಒಂದು ಸಮನ್ವಯ ಸಂಸ್ಕೃತಿಯನ್ನೇ ನಿರ್ಮಿಸಿದರು. ಇದರ ಫಲಶ್ರುತಿಯಾಗಿ ಅಸ್ಪಷ್ಟ ಸಮಾಜಗಳು ಹುಟ್ಟಿದವು- ಅವುಗಳು ಒಂದೆಡೆ ಮುಸ್ಲಿಮರು ಎಂದು ಹೇಳಿಕೊಳ್ಳುತ್ತಾ ತಮ್ಮ ಮತಾಂತರ ಪೂರ್ವದ ಎಷ್ಟೋ ಮೌಲ್ಯಗಳನ್ನು ಉಳಿಸಿಕೊಂಡವು. ಅದರಲ್ಲಿ ಜನಪದ ಸಂಸ್ಕೃತಿಯೂ ಅಡಗಿತ್ತು. ಇದನ್ನು ಖ್ಯಾತ ಸಮಾಜಶಾಸ್ತ್ರಜ್ಞೆ ವೀಣಾ ದಾಸ್ ಹೇಳಿದಂತೆ, "ಜನಪದ ದೇವಶಾಸ್ತ್ರದ ಇಸ್ಲಾಂ" ಎಂದು ಕೂಡ ಕರೆಯಬಹುದು. [84] ಈ ಜನಪದ ದೇವಶಾಸ್ತ್ರಗಳಲ್ಲಿ ನೂರಾರು ದರ್ಗಾಗಳನ್ನು, ನೂರಾರು ದೇವಸ್ಥಾನಗಳನ್ನು ಹೆಸರಿಸಬಹುದು. ಇವುಗಳಲ್ಲಿ ಭಕ್ತಿ- ಸೂಫಿ ಸಂಪ್ರದಾಯ ಅಡಕವಾಗಿದೆ. ಕರ್ನಾಟಕದ ಮುಲ್ಕಿಯ ಬಪ್ಪನಾಡು ದುರ್ಗಾ ಪರಮೇಶ್ವರಿ ದೇವಸ್ಥಾನವನ್ನು ಕಟ್ಟಿದವನು ಬಪ್ಪಬ್ಯಾರಿ ಎಂಬ ವ್ಯಾಪಾರಿ. ಇವತ್ತಿಗೂ ವಾರ್ಷಿಕ ಹಬ್ಬ ಆರಂಭಗೊಳ್ಳುವುದೇ ಅವನ ಮನೆತನದವರ ಅನುಮತಿಯಿಂದ. ಇದು ಹೆಚ್ಚೂಕಡಿಮೆ 800 ವರುಷದ ಹಿಂದಿನ ಕತೆ. ಇದೇ ರೀತಿ ಹಿಂದೂಗಳು ಮಸೀದಿಗಳನ್ನು ಕಟ್ಟಿದ ಕತೆಗಳು ಸಿಗುತ್ತವೆ. 1537 ಕ್ರಿ.ಶ.ದಲ್ಲಿ ಮಂಡ್ಯದ ಸಿದ್ದಘಟ್ಟದಲ್ಲಿ ಕಲ್ಲಿನ ಮಸೀದಿಯೊಂದನ್ನು ಬಾಬು ಸೆಟ್ಟಿ ಕಟ್ಟಿಸಿದ ಇತಿಹಾಸವಿದೆ[85]. ಇದನ್ನು "ಕಲ್ಲ ಮಸೀತಿಯ ದೇವಸ್ಥಾನ"ವೆಂದು ಕರೆಯಲಾಗುತ್ತದೆ. ಇನ್ನೊಂದು ಕತೆಯಲ್ಲಿ ವಿಜಯ ನಗರದ ಅರಸರು ಪೆನಗೊಂಡದ ದೇವಸ್ಥಾನವೊಂದರಲ್ಲಿ ನೆಲೆಸಿದ್ದ ಫಕೀರನೊಬ್ಬನಿಗಾಗಿ ಅದೇ ದೇವಸ್ಥಾನವನ್ನೇ ಮಸೀದಿಯನ್ನಾಗಿಸಿ, ಅವನ ಸಾವಿನ ನಂತರ ದರ್ಗಾವನ್ನು ಕಟ್ಟಿದ ಇತಿಹಾಸವಿದೆ.[86] ವಿಜಯನಗರದ ಸಾಮ್ರಾಟ ಎರಡನೆಯ ದೇವರಾಯ (1414–44) ತನ್ನ ಮುಸ್ಲಿಂ ಸೈನಿಕರಿಗಾಗಿ ವಿಜಯನಗರದ ಬೀಜನ್ನೂರು/ಕೋಟೆಯೊಳಗೆ ಮಸೀದಿ ಕಟ್ಟಿದ್ದನ್ನು ಇಲ್ಲಿ ನೆನೆಪಿಸಬೇಕು. ಇದನ್ನು ವಿಜಯನಗರಕ್ಕೆ ಭೇಟಿ ನೀಡಿದ ಪ್ರವಾಸಿ ಫರಿಸ್ತಾ ಈ ರೀತಿ ವಿವರಿಸಿದ್ದ ಎಂದು ರಾಬರ್ಟ್ ಸೆವೆಲ್ ಹೇಳುತ್ತಾರೆ:[87]

"Deo Roy upon this gave orders for the entertainment of mussulmauns in his service, allotted them jaghires, erected a mosque for their use in the city of Beejanuggur, and commanded that no one should molest them in the exercise of their religion. He also ordered a koraun to be placed

84 Veena. Das, . 'For a Folk-Theology and Theological Anthropology of Islam, Contributions to Indian Sociology , Vol.18, No 2, 1984, pp.293-300.

85 S.N. Shivarudraswamy, Hindu-Muslim Relations under the Vijayanagara Empire, Proceedings of the Indian History Congress , , Vol. 66, 2005-2006, pp. 394-398

86 Ibid. 396.

87 Robert Sewell, Text of a Forgotten Empire: Vijayanagar; A Contribution to the History of India, The Project Gutenberg, July, 2002, p..40

before his throne, on a rich desk, that the mussulmauns might perform the ceremony of obeisance in his presence, without sinning against their laws. He also made all the Hindoo soldiers learn the discipline of the bow; in which he and his officers used such exertions, that he had at length two thousand mussulmauns and sixty thousand Hindoos, well skilled in archery, besides eighty thousand horse and two hundred thousand foot, armed in the usual manner with pikes and lances". 1928ರ ಕರ್ನಾಟಕ ಏಕೀಕರಣ ಸಮಿತಿ ಹೇಳಿದಂತೆ "ಹಿಂದೂಗಳು ಮತ್ತು ಮುಸಲ್ಮಾನರು ಧಾರವಾಡ ಜಿಲ್ಲೆಯ ಯಮನೂರಿನಲ್ಲಿ ಜೊತೆಯಾಗಿ ಪೂಜಿಸುತ್ತಾರೆ." ಇದೇ ರೀತಿಯ ಸಂಪ್ರದಾಯ ಬಾಬಾ ಬುಡಾನ್‌ಗಿರಿಯಲ್ಲಿ ಕಂಡು ಬರುತ್ತದೆ. ಇವರುಗಳ ನಡುವೆ ಕೆಲವು ಸಂತರು ಬೇರೆ ಧರ್ಮದಿಂದ ತಮ್ಮ ಶಿಷ್ಯರನ್ನಾಗಿಸಿದ್ದು ಇದೆ. ಇದಕ್ಕೆ ತಕ್ಕುದಾದ ಉದಾಹರಣೆಯಂದರೆ ಶಿಶುನಾಳ ಶರೀಫ. ಗೋವಿಂದಾಚಾರ್ ಇವರ ಗುರುಗಳಾಗಿದ್ದರು. ಇವುಗಳ ನಡುವೆ ಕೆಲವು ತಳ ಸಮುದಾಯದ ಭೂತಗಳು ಮೂಲತಃವಾಗಿ ಮುಸಲ್ಮಾನ ಜಾತಿಯಿಂದ ಬಂದಿರುವುದಾಗಿರುತ್ತವೆ. ಕರ್ನಾಟಕದ ಕರಾವಳಿಯ ತಳ ಸಮುದಾಯದ ಭೂತಗಳಾದ ಆಲಿ ಚಾಮುಂಡಿ, ಬೊಬ್ಬರ್ಯ ಮೂಲತಃವಾಗಿ ಮುಸಲ್ಮಾನರಿಂದ ಬಂದವುಗಳು.

ವಾಸ್ತವವಾಗಿ, ಬಲಾತ್ಕಾರದಿಂದ, ಯುದ್ಧದಿಂದ, ರಾಜಾಶ್ರಯದಿಂದ, ಮತಾಂತರಗೊಂಡವರಲ್ಲಿ ಈ ಅಂಶಗಳಿಲ್ಲವೆಂದೇ ಹೇಳಬೇಕು. ಅವರು ಏಕರೂಪಿ ಸಮುದಾಯ ಮತ್ತು ಧರ್ಮವನ್ನು ಒಪ್ಪಿಕೊಳ್ಳುತ್ತಾ ಶುದ್ಧೀಕರಣದ ಪ್ರಕ್ರಿಯೆಯ ಭಾಗವಾದರು. ಬಲಾತ್ಕಾರದಿಂದ ಮತಾಂತರಗೊಂಡ ಹಲವು ಮಂದಿ ತಮ್ಮ ಮೂಲ ಧರ್ಮಕ್ಕೆ ಹಿಂತಿರುಗಿದ ಉದಾಹರಣೆಗಳಿವೆ. ಆದರೆ ಮುಸ್ಲಿಮರ ಜಾತಿಯ ಗುರುತಿಸುವಿಕೆಯಲ್ಲಿ, ಸಮನ್ವಯತೆಯಲ್ಲಿ ಸೂಫಿಗಳ ದೊಡ್ಡ ಕೊಡುಗೆಗಳಿವೆ. ಸೂಫಿಗಳಲ್ಲಿ ಏಳು ಚಿಂತನಾಶಾಲೆಗಳು ಅಥವಾ ಸಿಲ್ಸಿಲಾಗಳಿವೆ. ಭಾರತದಲ್ಲಿ ಚಿಸ್ತಿ, ಕಲಂದರಿಯಾ ಸಿಲ್ಸಿಲಾ ಬಹಳ ಪ್ರಸಿದ್ಧಿ ಹೊಂದಿದೆ. ಸೂಫಿಸಂ ಹಿಂದೂ ಧರ್ಮದೊಳಗಿನ ಜಾತಿ ತಾರತಮ್ಯ, ಶೋಷಣೆಯಿಂದ ಕೆಳ ಜಾತಿಗಳಿಗೆ ಮುಕ್ತಿ ಹೊಂದಲು ಕಾರಣವಾಗಿದ್ದರೂ, ಸೂಫಿಗಳ ಕೊಡುಗೆಯನ್ನು ತಳ್ಳಿ ಹಾಕುವಂತಿಲ್ಲ. ಇವೆಲ್ಲ ನಡೆದದ್ದು ವಸಾಹತುಪೂರ್ವದಲ್ಲಿ, ಮಧ್ಯಕಾಲೀನ ಯುಗದಲ್ಲಿ. ಅವರ ಜೀವನ ಶೈಲಿ, ಜನರನ್ನು ಮುಟ್ಟುವ ರೀತಿ, ದಾರ್ಶನಿಕತೆ, ಸಮಾನತೆಯ ವಾದ, ಒಳಗೊಳ್ಳುವಿಕೆ ಇತ್ಯಾದಿಗಳಿಂದಾಗಿ ಹಿಂದುಳಿದ ಜಾತಿಗಳು, ಆದಿವಾಸಿಗಳು, ಬಹುಸಂಖ್ಯೆಯಲ್ಲಿ ಆಕರ್ಷಿತರಾದವು. ಮೇಲ್ಜಾತಿಗಳು, ಅಂದಿನ ಅರಸರು, ರಾಜಕುಮಾರರು ಕೂಡ ಅವರ ಅನುಯಾಯಿಗಳಾದರು-ಅಕ್ಬರ್, ಆದಿಲ್

ಶಾಹಿಗಳು, ತೊಘಲಕ್, ಫಿರೋಜ್ ಶಾ, ದಾರಾ ಶಿಕೋ, ಅವನ ಸಹೋದರಿ ಜಹನಾರ ಬೇಗಂ ಈ ಪಟ್ಟಿಯಲ್ಲಿ ಸೇರುತ್ತಾರೆ. ಅಸ್ಪಷ್ಟ ಜಾತಿ ಮತ್ತು ಸಮನ್ವಯ ಸಮಾಜವನ್ನು ಕಟ್ಟಿದ ಹತ್ತು ಹಲವು ಸೂಫಿಗಳೆಂದರೆ ಸೂಫಿ ಬಹಲುದ್ದೀನ್ ಮುಲ್ತಾನಿ, ಶೇಕ್ ನೂರುದ್ದೀನ್, ಆಜಾನ್ ಫಕೀರ್, ಸಾಲೆ ಸಹಾಬ್, ಖಾಜ ಮೊಹಿನುದ್ದೀನ್ ಚಿಸ್ತಿ ಮುಂತಾದವರು. ಸೂಫಿಗಳಲ್ಲಿ ಬರುವ ತಸವ್ವುಫ್, ಚಿಲ್ಲಾ (ಕಟು ಪ್ರಾರ್ಥನಾ ಸ್ಥಳ) ರಿಯಾಸತ್ ಇತ್ಯಾದಿಗಳು ಹಿಂದೂ ಸಂಪ್ರದಾಯದಿಂದ ಬಂದಿದೆ, ಅಥವಾ ಬುದ್ಧ ಧರ್ಮದ ಯೋಗ ತತ್ವದಿಂದ ಪ್ರಭಾವಿತವಾಗಿದೆ[88] ಎಂಬ ವಾದವಿದೆ. ಕೆಲವರಂತೂ ಯೋಗವನ್ನೇ ಅನುಸರಿಸಿದರು (ಶೇಕ್ ನಸೀರುದ್ದೀನ್), ಶೇಕ್ ಗೇಸು ದರಾಝ್ ಎಂಬ ಸೂಫಿ ಸಂತ ನಿರ್ಗುಣ ಮತ್ತು ಸದ್ಗುಣ ಹಿಂದೂ ಸಂಪ್ರದಾಯದಿಂದ ತಂದು ಸೂಫಿಸಂನಲ್ಲಿ ಅಳವಡಿಸಿದ[89]. ವಿಲ್ಲಿಯಂ ಜೋನ್ಸ್ ಸೂಫಿಸಂ ಬಹಳಷ್ಟು ಅಂಶಗಳು ವೇದಾಂತ ತತ್ವದಿಂದ ಬಂದವುಗಳು ಎಂದು ವಾದಿಸಿದ. ಇದಕ್ಕೆ ತದ್ವಿರುದ್ಧವಾದ ವಾದವೂ ಇದೆ. ಸೂಫಿಸಂ ಹುಟ್ಟಿದ್ದು ಪರ್ಶಿಯಾದಲ್ಲಿ, ಆ ಕಾಲದಲ್ಲಿ ವೇದಾಂತ ತತ್ವ ಹುಟ್ಟಿರಲಿಲ್ಲ. ಆದರೆ ಸೂಫಿಸಂ ಮೇಲೆ ಕೆಲಸ ಮಾಡಿದ ಹೊರ್ಟನ್, ಬ್ಲೋಷೆಟ್, ಮಸಿಗ್ನೊನ್ ಪ್ರಕಾರ ಇದು ಹಿಂದೂ ಧರ್ಮದಿಂದ ಮತ್ತು ಅದರ ಆಚರಣೆಗಳಿಂದ ಸಾಕಷ್ಟು ಪಡೆದಿದೆ. ಗೋಲ್ಡ್ಝಿಯರ್ ಮತ್ತು ಒಲೆರಿ ಪ್ರಕಾರ ಇದು ಬೌದ್ಧ ಧರ್ಮದ ಪ್ರಭಾವದಿಂದ ಬೆಳೆದಿದೆ. ಇದಕ್ಕೆ ವಿರೋಧಿಸುವವರ ಪ್ರಕಾರ ಬುದ್ಧ ದೇವರನ್ನೇ ಒಪ್ಪಲಿಲ್ಲ. ಸೂಫಿಗಳು ದೇವರ ಅಸ್ತಿತ್ವವನ್ನು ನಿರಾಕರಿಸಲಿಲ್ಲ. ವಾಸ್ತವವಾಗಿ ಹತ್ತನೇ ಶತಮಾನದಲ್ಲಿದ್ದ ವಿದ್ವಾಂಸ ಅಲ್ ಬರುನಿ ಸೂಫಿಸಂ ಮತ್ತು ಹಿಂದೂ ಧರ್ಮವನ್ನು ಬಹಳ ಹಿಂದೆಯೇ ಸಮೀಕರಿಸಿದ್ದ- ಅದರಲ್ಲಿ ಸೂಫಿ ಸಿದ್ಧಾಂತವಾದ ಆತ್ಮ ಪತಂಜಲಿಯ ಯೋಗ ಸೂತ್ರಕ್ಕೆ ಸಮಾನವೆಂದು ವಾದಿಸಿದ್ದ. ಭಾರತದ ಸೂಫಿಗಳು ವಿದ್ವಾಂಸರು, ತರ್ಕ, ತತ್ವಶಾಸ್ತ್ರ, ಜ್ಞಾನ ಇತ್ಯಾದಿಗಳ ಬಗ್ಗೆ ಸಾಕಷ್ಟು ಬರೆದಿದ್ದಾರೆ. ವಿವಿಧ ಪರಂಪರೆ ಅಥವಾ ಸಿಲ್‌ಸಿಲಾಗಳ ಕುರಿತು ಬೆಳಕು ಚೆಲ್ಲಿದ್ದಾರೆ, ಭಾರತದ ಹೊರತಾದ ಪ್ರಭಾವವನ್ನು, ಅದರ ಉಗಮವನ್ನು, ಬೆಳವಣಿಗೆಯನ್ನು ಚರ್ಚಿಸಿದ್ದಾರೆ. ಬಡತನವನ್ನು ತನ್ನ ಕಥನಗಳಲ್ಲಿ ಪ್ರೀತಿಸಿದ ಸೂಫಿಯೆಂದರೆ ಉಸ್ಮಾನ್ ಅಲ್ ಹುಜುರಿ ಅನ್ನಬಹುದು. ಅವನ ಕೃತಿ, ಕಶ್ಫ್ ಅಲ್ ಮಹಜೂಬ್ (ಹತ್ತನೇ ಶತಮಾನ)ನಲ್ಲಿ ಸ್ಪಷ್ಟವಾಗಿ ಕಂಡು ಬರುತ್ತದೆ. ಸೂಫಿಗಳ ಅನುಭವದಲ್ಲಿ ಪ್ರೀತಿ, ಸಂಯಮ, ಆರಾಧನೆ, ಸಮನ್ವಯತೆ ಸ್ಪಷ್ಟವಾಗಿ ಕಂಡು ಬರುತ್ತದೆ. ಬಹಳಷ್ಟು ಅರಸರು, ರಾಜಕುಮಾರರು, ರಾಜಕುಮಾರಿಯರು ಕೂಡ ಸೂಫಿ ಪ್ರೇಮಕವನಗಳನ್ನು ದಾರ್ಶನಿಕತೆಯನ್ನು ತಮ್ಮ

88 Hazrat Ali Bin Usman Al- Hujwiri, The Persian Treatise on Sufism, Kshf-al Majhub, Lahore, 2001, p.19.

89 M.Mujeeb, The Indian Muslims, Jamia Milia, New Delhi, , 1960, pp.166

ಜೀವನದ ಅನನ್ಯ ಭಾಗವಾಗಿಸಿದ್ದಾರೆ- ದಾರಾಶೀಕೋ, ಬಿಜಾಪುರದ ಆದಿಲ್ ಶಾಹಿಗಳು[90], ರಾಜಕುಮಾರಿ ಜಹನಾರ (ಔರಂಗಜೇಬನ ಮೊದಲನೆಯ ಮಗಳು) ಇದರಿಂದ ಹೊರತಾಗಿರಲಿಲ್ಲ. ಇವರೆಲ್ಲರ ದಾರ್ಶನಿಕತೆಗೆ ದ್ಯೋತಕವಾಗಿ ನೂರಾರು ದರ್ಗಾಗಳು ಸ್ಥಾಪಿತವಾಗಿದೆ. ಅವುಗಳು ಹಿಂದೂ-ಮುಸ್ಲಿಂ ತೆಳು ಧರ್ಮದ ಜಾಗಗಳು ಎನ್ನಬಹುದು. ಇಲ್ಲಿ ಜಾತಿ ನಗಣ್ಯವಾಗುತ್ತದೆ. ಕರ್ನಾಟಕದಲ್ಲಿ ಹತ್ತು ಹಲವು ಸೂಫಿ ದರ್ಗಾಗಳಿವೆ. ಗುಲ್ಬರ್ಗಾದ ಖ್ವಾಜಾ ಬಂದೆ ನವಾಜ್ ದರ್ಗಾ, ಬೀದರ್‌ನ ಅಹಮ್ಮದ್ ಶಾವಲಿ ಸ್ಮಾರಕ, ಯಾದಗಿರಿಯ ಯಾಕಬ್ ಖಾದ್ರಿ ದರ್ಗಾ, ಸಾಗರ್‌ನ ಸರ್‌ಮಸ್ತ್ ದರ್ಗಾ, ಆಳಂದ್‌ನ ಲಾಡ್ಲೆ ಮಶಾಕ್ ದರ್ಗಾ, ಜೇವರ್ಗಿ ತಾಲ್ಲೂಕಿನ ಅಮೀನ್ ಸಾಬ್ ದರ್ಗಾ, ಗೋಗಿಯ ಚಂದಾ ಹುಸೈನಿ ದರ್ಗಾ, ಗುಲಬರ್ಗಾ ಪಕ್ಕದ ಸೈಯ್ಯದ್ ಅಬೀಬ್ ಶಾವಲಿ ದರ್ಗಾ, ಉಳ್ಳಾಲದ ಸೈಯ್ಯದ್ ಮದನಿ ದರ್ಗಾ, ಚಿಂಚೋಳಿಯ ಖುದಾನ್ಮ ಹುಸೈನಿ ದರ್ಗಾ, ಚಿತ್ತಾಪುರದ ಚಿತಾ ಶಾವಲಿ ದರ್ಗಾ, ಕರ್ಜಗಿಯ ಖಾಜಿ ಶಹಾಬುದ್ದಿನ್ ದರ್ಗಾ, ತಾಳಿಕೋಟೆಯ ಪಂಜೆ ಸಾಬ್ ದರ್ಗಾ, ಭಾಲ್ಕಿಯ ಹಸನ್ ಡೊಂಗ್ರಿ ದರ್ಗಾ, ಮಂಗಳೂರಿನ ಬೀಬಿ ಅಲಾಬಿ ದರ್ಗಾ ಇಲ್ಲಿ ಧರ್ಮಗಳು ತೆಳುಗೋಡೆಗಳಾಗುತ್ತವೆ, ಜಾತಿಗಳು ಅಸ್ಪಷ್ಟವಾಗುತ್ತದೆ. ಇಲ್ಲಿ ಸಂತನ ಹೆಸರಿನಲ್ಲಿ ನಡೆಯುವ ಉರುಸ್ ಹಬ್ಬಗಳು ಜಾತ್ರೆಗಳಾಗಿ ಸಮೀಕರಿಸಲ್ಪಡುತ್ತವೆ. ಬೀದರ್ ಪಕ್ಕದ ಅಸ್ತೂರಿನ ಅಹಮ್ಮದ್ ಶಾವಲಿಯ ಉರುಸನ್ನು ವೀರಶೈವರ ಜಾತ್ರೆಯೆಂದು ಕೂಡ ಕರೆಯಲಾಗುತ್ತದೆ. ಈ ಸೂಫಿಯನ್ನು ವೀರಶೈವ-ಲಿಂಗಾಯತರ ಅಲ್ಲಮಪ್ರಭುಗೆ ಹೋಲಿಸಲಾಗುತ್ತದೆ.

ಇದರರ್ಥ ಸೂಫಿಗಳೇ ಹಿಂದೂ ಕೆಳಜಾತಿಗಳ ಮತಾಂತರಕ್ಕೆ ಕಾರಣರೆಂದರೆ ಅದು ಸಂಪೂರ್ಣ ಸುಳ್ಳು. ಮತಾಂತರ "ಮುಕ್ತಿ ಧರ್ಮ"ವನ್ನು ಪ್ರತಿಪಾದಿಸುವ ಸಂದರ್ಭದ ಪ್ರಕ್ರಿಯೆಯಲ್ಲಿ ಒಂದು ಭಾಗವಷ್ಟೇ. ಖ್ಯಾತ ಇತಿಹಾಸತಜ್ಞ ರಿಚರ್ಡ್ ಈಟನ್ ವಾದಿಸಿದಂತೆ ಭಾರತದ ಮತಾಂತರದ ಸಂದರ್ಭದಲ್ಲಿ ಮೂರು ವಾದಗಳನ್ನು ಮುನ್ನೆಲೆಗೆ ತರಲಾಗುತ್ತಿದೆ. ಮೊದಲನೆಯದು "ಖಡ್ಗ ಮತ್ತು ಮತಾಂತರ ಸಿದ್ಧಾಂತ", "ಆಶ್ರಯ ಮತ್ತು ಪೋಷಣೆ ಸಿದ್ಧಾಂತ" ಮತ್ತು "ಸಮಾನತೆಯ ಆಕರ್ಷಣೆಯ ಸಿದ್ಧಾಂತ".[91] ಇದಕ್ಕೆ ಒಂದೆರಡು ಹೊಸ ಅಂಶಗಳನ್ನು ಸೇರಿಸಬೇಕು. ಒಂದು, ಮತಾಂತರ ಅನಿವಾರ್ಯವಾದಾಗ. ಇದಕ್ಕೆ ಸಾಕ್ಷಿಯೆಂಬಂತೆ ಬಂಗಾಳದ ಪ್ರೆಸಿಡೆನ್ಸಿಯ

90 Nile Green , Indian Sufism since the Seventeenth Century Saints, Books, and Empires in the Muslim Deccan, London: Routledge, London, 2006.

91 Richard Maxwell Eaton, The Sufis of Bijapur, 1300-1700: Social Roles of Sufis in Medieval India Princeton UniversityPress, Princeton, 1978, Richard Eaton. Shrines, Cultivators, and Muslim 'Conversion' in Punjab and Bengal, 1300-1700 , The Medieval History Journal, Vol. 12, 2009, pp. 191-220.

ಮೂಲ ನಿವಾಸಿಗಳ ಇತಿಹಾಸವನ್ನು ಕೆದಕಬೇಕು. ಇದಕ್ಕಿಂತ ವಿಭಿನ್ನವಾಗಿರುವುದು "ಮುಕ್ತಿ ಅಥವಾ ಬಿಡುಗಡೆ ಸಿದ್ಧಾಂತ". ಸೂಫಿಗಳು ಪ್ರತಿಪಾದಿಸಿದ್ದು ಮುಕ್ತಿ ಸಿದ್ಧಾಂತ. ಸೂಫಿ ದರ್ಗಾಗಳು ಹೊಸ ಹೊಸ ಜಾತಿಗಳನ್ನು ಆಕರ್ಷಿಸಿದವಲ್ಲದೇ, ರಾಜಕೀಯ ಶಕ್ತಿಯ ಕೇಂದ್ರಗಳಾದವು. ಈಟನ್ ಹೇಳುವಂತೆ ದರ್ಗಾಗಳು ಜಾಟ್ ಜಾತಿಗಳನ್ನು ಮತಾಂತರಿಸುತ್ತಾ ತಮ್ಮ ಅಕ್ಕಪಕ್ಕದಲ್ಲಿ ರೈತರನ್ನಾಗಿಸಿ ನೆಲೆಯೂರಲು ಅವಕಾಶ ಮಾಡಿಕೊಟ್ಟವು. ಈ ರೀತಿಯ ಪರಿವರ್ತನೆಯ ಆರಂಭ ಘಟ್ಟವನ್ನು 7ನೇ ಶತಮಾನದಿಂದ ನೋಡಿದರೂ, ಜಾತಿ ಚೌಕಟ್ಟಿನಿಂದ ಹೊರತಾಗಿದ್ದ ಆದಿವಾಸಿಗಳನ್ನು ಸೂಫಿಗಳು ತಲುಪಲು ಆರಂಭಿಸಿದ್ದು 10ನೇ ಶತಮಾನದ ನಂತರವೆಂದೇ ಹೇಳಬೇಕು. ಈ ಕಾಲಘಟ್ಟದಲ್ಲಿ ಉತ್ತರ ಭಾರತದ ಮುಂಡಾಗಳು, ಹೊ, ಒರಾನ್ಸ್‌ಗಳು, ಭಿಲ್ ಆದಿವಾಸಿಗಳು/ಬುಡಕಟ್ಟುಗಳು ಮತಾಂತರಗೊಂಡವು. ಸೂಫಿ ಬಹಲುದ್ದಿನ್ ಮುಲ್ತಾನಿ (1170–1262) ಹನ್ನೆರಡು ಬುಡಕಟ್ಟು ಪಂಗಡಗಳನ್ನು ಮತಾಂತರಿಸಿದ ದಾಖಲೆ ಇದೆ. ಬುಡಕಟ್ಟುಗಳನ್ನು ಮತಾಂತರಿಸಿದ ಇನ್ನಿತರ ಸೂಫಿಗಳೆಂದರೆ ಅಝಾನ್ ಫಕೀರ್, ಸಲೇಹ್ ಸಾಹೇಬ್. ಜಾತಿಗಳನ್ನು ಮತಾಂತರಿಸಿದ ಜಾತಿಗಳ ಒಂದು ಪಟ್ಟಿಯೇ ಇದೆ: ರಜಪೂಟರು, ಜಾಟರು, ಚೆರುಮಾನ್, ತಿಯಾ, ಬೋಹ್ರಾ, ಖೋಜಾ. ಖತ್ರಿ, ಭಟ್, ದಡೆಕುಲ ಇತ್ಯಾದಿ. ಕಾಶ್ಮೀರದ ಹೆಸರಾಂತ ಸೂಫಿ ಸಂತ ಶಾಹಿ ಹಮ್ದಾನ್ (ಕ್ರಿ, ಶ 1314–84) 37, 000 ವಿವಿಧ ಜಾತಿಯ ಜನರನ್ನು ತನ್ನ ಅಲೌಕಿಕ ಪ್ರೇಮದ ಕುರುಹಾಗಿ ಪರಿವರ್ತಿಸಿದ್ದ. ಬ್ರಿಟಿಷ್ ಅಧಿಕಾರಿ ರಿಸ್ಲೇ[92] 1892ರಲ್ಲಿ ಹೇಳಿದಂತೆ ನವ–ಮುಸ್ಲಿಮರು ತಮ್ಮ ಪೂರ್ವದ ನೆನಪುಗಳನ್ನು, ಸಂಪ್ರದಾಯಗಳನ್ನು ಪಳೆಯುಳಿಕೆಯನ್ನು ಇಸ್ಲಾಮೀಕರಣ ಪ್ರಕ್ರಿಯೆ ಸಂದರ್ಭದಲ್ಲಿ ಸಹಜವಾಗಿ ಉಳಿಸಿಕೊಳ್ಳಲು ಸಾಧ್ಯವಾಗದಿದ್ದರೂ, ಬಹಳಷ್ಟು ನವ–ಮುಸಲ್ಮಾನರು ಮತಾಂತರ ಪೂರ್ವದ ಪಳೆಯುಳಿಕೆಗಳನ್ನು ಉಳಿಸಿದ್ದು ಅಷ್ಟೇ ವಾಸ್ತವ. ಅವರು ಕುಲಗಳನ್ನು, ಗೋತ್ರಾ, ಆದಿವಾಸಿ ಮತ್ತು ಜಾತಿ ಪಂಚಾಯತ್ ವ್ಯವಸ್ಥೆಯನ್ನು, ಸಾಮಾಜಿಕ ಅಂತರವನ್ನು ಉಳಿಸಿಕೊಂಡುಬಿಟ್ಟರು. ರಿಸ್ಲೇ ಹೊರತಾಗಿ, ಉಳಿದ ವಸಾಹತುಶಾಹಿಯ ಬರಹಗಾರರ ಪ್ರಕಾರ ಬಂಜಾರರು ವಸಾಹತು ಕಾಲದ ಸಂದರ್ಭದಲ್ಲಿ ತಮ್ಮ ಮತಾಂತರ ಪೂರ್ವದ 12 ಗೋತ್ರಗಳನ್ನು ಮತಾಂತರ ನಂತರವೂ ಅಷ್ಟೇ ಜತನವಾಗಿ ಉಳಿಸಿಕೊಂಡಿದ್ದರು. ಮಿಯೋಗಳು, ಮುಸ್ಲಿಮ್ ಜಾಟರು ಈಗಲೂ ಜಾತಿ ಪಂಚಾಯತ್‌ಗಳನ್ನು ಉಳಿಸಿರುವುದು ಇನ್ನೊಂದು ಉದಾಹರಣೆ. ಬೋಹ್ರಾಗಳಲ್ಲಿ, ಖೋಜಾಗಳ ಮದುವೆ ಸಂಹಿತೆಯಲ್ಲಿ ಈಗಲೂ ಹಿಂದೂ ಸಂಪ್ರದಾಯಗಳಿವೆ.

ಇವುಗಳ ನಡುವೆ ಸಾವಿರಾರು ಕಾಲಾಳುಗಳ, ಸೈನಿಕರ ಮತಾಂತರವನ್ನು

92 Herbert Risley, The People of India, Thacker Pink, Clcutta, 1896/1915

ಅಲ್ಲಗಳೆಯಲು ಸಾಧ್ಯವಿಲ್ಲ, ಸೂಫಿಗಳು ಈ ಮತಾಂತರ ಮಾಡಿದ್ದರು ಕೂಡ ದಿಟ. ಅವರ ಮತಾಂತರಕ್ಕೆ ಬಲವಾದ ಕಾರಣ ಸೈನಿಕನ ಮತ್ತು ಸೈನ್ಯದಲ್ಲಿದ್ದ ಚಿಕ್ಕ ಪುಟ್ಟ ಹುದ್ದೆಗಳು. ಅಲ್ಲಾವುದ್ದೀನ್ ಖಿಲ್ಜಿಯ ಇತಿಹಾಸಕಾರ ಜೆಯಾವುದ್ದೀನ್ ಬರನಿ ಕಾಲಾಳುಗಳು, ಸೈನಿಕರು ಮತಾಂತರವಾದದ್ದನ್ನೂ, ತದನಂತರ ದಂಗೆ ಎದ್ದಿದ್ದನ್ನೂ ದಾಖಲಿಸುತ್ತಾನೆ. ಇತಿಹಾಸಕಾರ ರಿಜ್ವಿ[93] ಪ್ರಕಾರ, ಮಧ್ಯ ಕಾಲದಲ್ಲಿ ಮಂಗೋಲ್ ಕೈದಿಗಳನ್ನು ಸಾರಾಸಗಟಾಗಿ ಮತಾಂತರಗೊಳಿಸಲಾಗಿತ್ತು. ಇವರೆಲ್ಲಾ ಯುದ್ಧ ಕೈದಿಗಳು.ಇವರನ್ನೆಲ್ಲಾ ಮತಾಂತರಗೊಳಿಸುವ ಕೆಲಸಗಳು ರಾಜಕೀಯದ ಒಂದು ಭಾಗವಾಗಿತ್ತು[94]. ಆಳುವ ವರ್ಗಕ್ಕೆ ಅಕ್ರಮಿತ ಪ್ರದೇಶಗಳಲ್ಲಿ ಪ್ರತಿರೋಧವನ್ನು ತಡೆಯುವ ಸಾಮಾಜಿಕ ತಳಹದಿಗಳನ್ನು ನಿರ್ಮಿಸುವ ಯೋಜನೆ ಈ ಮತಾಂತರದಲ್ಲಿ ಅಡಕವಾಗಿತ್ತು. ಆದರೆ ಅವರೆಲ್ಲಾ ವಿಭಿನ್ನ ಜಾತಿಗಳಾಗಿ ಪರಿವರ್ತಿತವಾದವೇ ಎಂಬುದರ ಕುರಿತು ಒಂದಿಷ್ಟು ಗೊಂದಲಗಳಿವೆ. ಇದಕ್ಕೆ ತದ್ವಿರುದ್ಧವಾದ ಕತೆ ವಿದೇಶದಿಂದ ಬಂದ ಈಜಿಪ್ಟಿನಿಯರ, ಇರಾನಿಯನ್ನರ, ಸಿರಿಯನ್ನರ ಮತ್ತು ಅರಬ್ಬರ ಕತೆ. ವ್ಯಾಪಾರಸ್ಥರಾಗಿ ಬಂದ ಅರಬ್ಬರು ಸ್ಥಳೀಯರನ್ನು ವಿವಾಹವಾಗಿ ಸೃಷ್ಟಿಸಿದ್ದು ಒಂದು ಹೈಬ್ರೀಡ್ ಜಾತಿಯನ್ನು- ಕರ್ನಾಟಕ ಮತ್ತು ಮಹಾರಾಷ್ಟ್ರದ ಕೊಂಕಣದ ಸಂದರ್ಭದಲ್ಲಿ ನವಾಯತರನ್ನು, ತಮಿಳುನಾಡಿನಲ್ಲಿ ಲಬ್ಬಯೆಗಳನ್ನು, ಮಲಬಾರಿನಲ್ಲಿ ಮಾಪಿಳ್ಳೆಗಳನ್ನು. ವಿಚಿತ್ರವೆಂದರೆ ಕರ್ನಾಟಕದ ಸಂದರ್ಭದಲ್ಲಿ ಮತಾಂತರಿಗಳನ್ನು ಅಹಮದಿಗಳೆಂದು ನಾಮಕರಿಸಲಾಯಿತೆಂದು 18ನೇ ಶತಮಾನದ ಇತಿಹಾಸಕಾರ ಕಿರ್ಮಾನಿ[95] ಹೇಳುತ್ತಾನೆ.. ವಿಚಿತ್ರವೆಂದರೆ ಟಿಪ್ಪುವಿನ ಸೈನ್ಯದಲ್ಲಿ ಪಂಗಡ ಆಧಾರಿತ ರೆಜಿಮೆಂಟ್‌ಗಳಿದ್ದವು: ಶೇಖ್ ರೆಜಿಮೆಂಟ್, ಸೈಯ್ಯದ್ ರೆಜಿಮೆಂಟ್ ಮತ್ತು ಮೊಘಲ್, ಪಠಾಣ್ ಮತ್ತು ಹಿಂದೂ ಸೈನಿಕರ ಮಿಶ್ರಿತ ರೆಜಿಮೆಂಟಿಗಳಿದ್ದವು. ಇವುಗಳ ನಡುವೆ ಮತಾಂತರಕ್ಕೆ ಇನ್ನೊಂದು ಅಂಶವಿತ್ತು: ಕೌಟುಂಬಿಕ ಆಸ್ತಿಯನ್ನು ಕುಟುಂಬದೊಳಗೆ ಉಳಿಸಿಕೊಳ್ಳಲಿಕ್ಕಾಗಿ ಮತ್ತದರ ರಕ್ಷಣೆಗಾಗಿ ಪ್ರೇರೇಪಿಸಲಾಗುತ್ತಿತ್ತು.

---

93 S. A. A. Rizvi, The Wonder that was India, Volume II, 1200-1700, Rupa, Co Sidgwick & Jackson Ltd., London 1987, p.199

94 Shamim Ahmad and A. K. Chakravarti, Some Regional Characteristics of Muslim Caste Systems in India, GeoJournal , , Vol. 5, No. 1, 1981, pp. 55-60. Charles Stewart, The Texkereh Al Vakiar or Private Memoirs of the Moghul Emperor Humayun, The Oirental Translation Fund, , Lodon, 1832 , Jamshid H Balimoria, Ruka-at -i--Alamgir, or Letter of Aurangazeb, Luzac and Company, London, 1908

95 Mir Hussain Ali Khan Kirmani, History of Tipu Sultan (Translated by W.Miles, 'Being a continuation of the Nishani Hydari) Susil Gupta, Calcutta, 1958, p.39

ಸೂಫಿಸಂ ನಿರ್ಮಿಸಿದ ಅಸ್ಪಷ್ಟ ಸಮುದಾಯ, ತೆಳು ಗೋಡೆಯ ಸಮುದಾಯ ಅಥವಾ ಸಮನ್ವಯ ಸಂಸ್ಕೃತಿ ನಡುವೆ ಇನ್ನೊಂದು ಸಮುದಾಯವನ್ನು ಚಿತ್ರಿಸಲು ಸಾಧ್ಯವೆ? ಇತಿಹಾಸದ ಪಲ್ಲಟಗಳಲ್ಲಿ ಇದು ಅಸಾಧ್ಯವೇನೂ ಅಲ್ಲವೆಂದು ಒಂದೆರಡು ದಾಖಲೆಗಳು ಹೇಳುತ್ತವೆ. ಬ್ರಿಟಿಷ್ ಇಂಪೀರಿಯಲ್ ಗಝೆಟಿಯರ್ ಇದರ ಸಾಧ್ಯತೆಯನ್ನು 18ನೇ ಶತಮಾನದಲ್ಲಿ ಹೇಳುತ್ತದೆ, ಅದರಲ್ಲೂ ಬಹುಮುಖ್ಯವಾಗಿ ಅನಿಮಿಷ್ಟ್ ಧರ್ಮದೊಂದಿಗೆ ಮುಖಾಮುಖಿಯಾದಾಗ ಇದರ ಸಾಧ್ಯತೆಗಳನ್ನು ಹೇಳುತ್ತದೆ. ಅನಿಮಿಷ್ಟ್ ಅಂದರೆ ಶಕ್ತಿ ಆರಾಧನೆ ಅಥವಾ ಅಗೋಚರ ಶಕ್ತಿ, ಪ್ರಾಣಿ, ಪಕ್ಷಿ, ಭೂತಗಳನ್ನು ಆರಾಧಿಸುವ ಸಮುದಾಯ. ಇದನ್ನು ಬಹುಮುಖ್ಯವಾಗಿ ಬುಡಕಟ್ಟುಗಳಲ್ಲಿ ಗುರುತಿಸಿದರೂ, ಇನ್ನಿತರ ಸಮುದಾಯಗಳಲ್ಲಿ ಇದರ ಸಾಧ್ಯತೆಗಳಿವೆ. ಇದು ಬಹುಮುಖ್ಯವಾಗಿ ಅಸ್ಸಾಂ ಮತ್ತು ಬಂಗಾಳದಲ್ಲಿರುವ ಪಾಚ್ ಪ್ರಿಯ ಸಮುದಾಯದಲ್ಲಿ ಕಂಡು ಬರುತ್ತದೆ ಎಂದು 1909ರ ಗಝೆಟಿಯರ್ ವಾದಿಸಿತ್ತು. ಅದರಲ್ಲಿ ಎರಡು ರೀತಿಯ ಆರಾಧನೆ ಸಮ್ಮಿಳಿತವಾಗಿತ್ತು- ಸೂಫಿ ಅಥವಾ ಪೀರ್ ಪರಂಪರೆ ಮತ್ತು ಶಕ್ತಿದೇವತೆಗಳಾದ ಭವಾನಿ ಇತ್ಯಾದಿ. ಇದರ ವಿಸ್ತೃತವಾದ ವಿವರಣೆ ಮುಂದೆ ಸಿಗುವುದಿಲ್ಲ. ಇದನ್ನು ದೈನಂದಿಕ ಅಥವಾ ಜನಸಾಮಾನ್ಯ ಜೀವನದ ಭಾಗವಾಗಿ ನೋಡಲೂಬಾರದು, ಹೊರತು ಇದನ್ನು ಒಂದು ಅಪವಾದವಾಗಿ ನೋಡಬೇಕು.

ಮತಾಂತರವನ್ನು ಮತ್ತು ಅದರೊಟ್ಟಿಗೆ ಹುಟ್ಟಿದ ಸಮನ್ವಯ ಸಂಸ್ಕೃತಿ, ಅಸ್ಪಷ್ಟ ಸಮುದಾಯ-ಜಾತಿ ಸೂಫಿಗಳಿಗೆ ಮಾತ್ರ ಸೀಮಿತವಾಗಿತ್ತೇ?. ಇದನ್ನು ಪೂರ್ಣವಾಗಿ ಒಪ್ಪಿಕೊಳ್ಳಲು ಸಾಧ್ಯವಿಲ್ಲ. ವಿವಿಧ ಕ್ರಿಸ್ತ ಮಿಶನರಿಗಳಂತೆ ಕೆಲಸ ಮಾಡುತ್ತಿದ್ದ ಸಂಸ್ಥೆಗಳು ಕೂಡ ಈ ನಿಟ್ಟಿನಲ್ಲಿ ಕೆಲಸ ಮಾಡುತ್ತಿದ್ದವು. ಅವುಗಳಲ್ಲಿ ಇಸ್ಮಾಯಿಲ್ ಮಿಶನರಿ ಅಥವಾ ನಿಝರಿ/ದವಾ ಬಹು ಮುಖ್ಯವೆನಿಸುತ್ತದೆ[96] ಈ ಮಿಶಿನರಿಗಳು ಸಾಂಪ್ರದಾಯಿಕ, ಶಾಸ್ತ್ರಬದ್ಧ ಧರ್ಮವನ್ನು ಅನುಸರಿಸದೆ ಬಹುರೂಪಿ ಸಂಸ್ಕೃತಿಯನ್ನು ಒಪ್ಪಿಕೊಂಡು ಅದನ್ನು ಮತಾಂತದ ನಂತರವೂ ಅನುಸರಿಸಿದವರು. ಆದಕಾರಣ ಇವರ ನಂಬುಕೆಯನ್ನು "ಅಶುದ್ಧ", "ನಂಬಿಕೆ ಅರ್ಹರಲ್ಲ"ವೆಂದೆಲ್ಲಾ ಟೀಕೆ ಮಾಡಲಾಗುತ್ತದೆ. [97] ಇದರ ಫಲಶ್ರುತಿಯಂತೆ ಗುಜರಾತ್, ಸಿಂಧ್ ಮತ್ತು ಪಂಜಾಬ್ ಪ್ರಾಂತ್ಯದಲ್ಲಿ ಕುನ್ಬಿ ಜಾತಿಗಳು ಖೋಜಾ ಇಸ್ಮಾಯಿಲ್‌ಗಳಾಗಿ ಅಥವಾ ಸಾತ್‌ಪಂಥ್ ಖೋಜಾಗಳಾಗಿ ಪರಿವರ್ತಿತವಾದವು.[98]ತದನಂತರ ಪಟಿದಾರರು,

---

96 D. S.Margoliouth, Mohammadanism, Williams and Norgate Ltd, London, 1921.

97 Peter B. Clarke, The Ismailis: A Study of Community The British Journal of Sociology , Vol. 27, No. 4 Dec., 1976, pp. 484- 494

98 Karim Gillani, The Ismaili "Ginan" Tradition from the Indian Subcontinent, Middle East Studies Association Bulletin , Vol. 38, No. 2 , December 2004, pp. 175-185

ಸುಮ್ರೊ, ಸುಮಾಹ ಬುಡಕಟ್ಟುಗಳು ಕೂಡ ಮತಾಂತರ ಹೊಂದಿದರು. ಇಲ್ಲೊಂದು ಕತೆ ಇದೆ. ಸತ್ಗುರು ನೂರ್ ಎಂಬ ಪ್ರಪ್ರಥಮ ಇಸ್ಮಾಯಿಲಿ ಸಂತ 11ನೇ ಶತಮಾನದಲ್ಲಿ ಅಂದಿನ ಗುಜರಾತಿನ ಅರಸ ಸಿದ್ಧರಾಜು ಜಯಸಿಂಹನನ್ನು ಮತಾಂತರಿಸಿದ್ದರಂತೆ. 14ನೇ ಶತಮಾನದಲ್ಲಿ ಇನ್ನಷ್ಟು ಕುನ್ಬಿಗಳು ಮತ್ತೊಬ್ಬ ಸಂತ, ಇತ್ನ ಅಶರಿಯವಯರಿಂದ ಮತಾಂತರ ಹೊಂದಿದರು. ಈ ಇಸ್ಮಾಯಿಲ್ ಮಿಶನರಿಗಳು ಮಾಡಿದ ಬಹುಮುಖ್ಯ ಕೆಲಸವೆಂದರೆ ಎರಡು ಸಂಸ್ಕೃತಿಗಳನ್ನು, ಅದರಲ್ಲೂ ವೈಷ್ಣವ ಮತ್ತು ಅಸಂಪ್ರದಾಯಿಕ ಇಸ್ಮಾಯಿಲ್ ಸಂಸ್ಕೃತಿಯನ್ನು ಒಟ್ಟುಗೂಡಿಸಿ ಹೊಸ ಸಂಸ್ಕೃತಿ[99], ಜಾತಿಯನ್ನು ಕಟ್ಟಿದ್ದು. ಇದನ್ನು ಇನ್ನೊಂದು ರೂಪದ ಸಮನ್ವಯ ಸಂಸ್ಕೃತಿ ಎಂದೂ ಕೂಡ ಕರೆಯಬಹುದು. ಅವರು ಕೂಡ ಅಸ್ಪಷ್ಟ ಸಮಾಜ ಮತ್ತು ಜಾತಿಯನ್ನು – ಶೈವ ಮತ್ತು ಇಸ್ಲಾಮಿಕ್ ಧರ್ಮದ ಮಿಶ್ರಿತ– ನಿರ್ಮಿಸಿದರು ಎಂದು ಸತೀಶ್ ಸಬರ್‌ವಾಲ್ ಒಂದು ಕಡೆ ವಾದಿಸುತ್ತಾರೆ[100].

ತದನಂತರ ನಮಗೆ 19ನೇ ಶತಮಾನದಲ್ಲಿ ಮುಖಾಮುಖಿಯಾಗುವವರು ಆರ್ಯ ಸಮಾಜ ಮತ್ತು ತಂಝೀಮ್‌ಗಳು. ತಂಝೀಮ್ ಚಳವಳಿ ಹುಟ್ಟಿದ್ದೇ ಆರ್ಯ ಸಮಾಜದ ಮತಾಂತರ ಪ್ರಕ್ರಿಯೆಯ "ಶುದ್ಧಿ"ಗೆ ಪರ್ಯಾಯವಾಗಿ. ವಾಸ್ತವವಾಗಿ ತಂಝೀಮ್ ಚಳವಳಿಯ ಮುಖ್ಯ ಧ್ಯೇಯ ಶುದ್ಧಿಯಿಂದ ಮತಾಂತರಗೊಂಡವರನ್ನು ಇಸ್ಲಾಂ ಧರ್ಮಕ್ಕೆ ಮತ್ತೊಮ್ಮೆ ಮತಾಂತರಿಸುವುದು. ಇದರ ಚಟುವಟಿಕೆಗಳು ಕೆಲವೇ ಪ್ರದೇಶಗಳಿಗೆ, ಅದರಲ್ಲೂ ಆಗ್ರಾ ಮತ್ತು ಮಥುರಾ ಜಿಲ್ಲೆ, ಸೀಮಿತವಾದ ಕಾರಣ ಇದರ ಪ್ರಭಾವ ಎಲ್ಲಾ ಕಡೆ ತೀಕ್ಷ್ಣವಾಗಿ ಹರಡಲಿಲ್ಲವೆಂದೇ ಹೇಳಬೇಕು[101] ಆದರೆ ಆರ್ಯ ಸಮಾಜದ ಶುದ್ಧಿ ಚಳವಳಿ ಬಹಳಷ್ಟು ಜಾತಿಗಳನ್ನು ಮುಟ್ಟಲು ಸಾಧ್ಯವಾಯಿತು. ಇದರಲ್ಲಿ ಮಲ್ಕಾನಿ ರಜಪೂತರು, ಜೋಧಪುರದ ಭಂಗಿಗಳು, ಮತ್ತು ಜಾಟರನ್ನು ಸೇರಿಸಬಹುದು. ಇದರ ಅಡ್ಡ ಪರಿಣಾಮವೆಂಬಂತೆ ಉತ್ತರ ಪ್ರದೇಶದಲ್ಲಿ ದಿಯೊಬಂದಿ ಧಾರ್ಮಿಕ ಸೆಮಿನರಿಯ ಸ್ಥಾಪನೆಯಾಯಿತು.[102]

ವಾಸ್ತವವಾಗಿ ಸೂಫಿಸಂ ತೆಳುಗೋಡೆಯ ಧರ್ಮವನ್ನು, ಜಾತಿಗಳನ್ನು ನಿರ್ಮಿಸಿದರೆ, ಅದೇ ಸುಮಾರಿಗೆ ವಿವಿಧ ಪಂಥಗಳು ಕೂಡ ಈ ತೆಳುಗೋಡೆಗಳನ್ನು ನಿರ್ಮಿಸಿತ್ತು. ಇವು ಕಾಲಾಂತರ ಒಂದೋ ಹಿಂದೂ ಧರ್ಮದೊಂದಿಗೆ ಅಥವಾ ಇಸ್ಲಾಮ್ ಧರ್ಮದೊಂದಿಗೆ ವಿಲೀನಗೊಂಡಿವು. ಇವುಗಳಲ್ಲಿ ಮತೀಯಾ, ಕಬೀರ್

99 Shafique N Virani, "Taqiyya" and Identity in a South Asian Community, The Journal of Asian Studies Vol. 70, No. 1, February: 2011, pp. 99-139.

100_Satish Saberwal , On the Making of Muslims in India Historically, Sociological Bulletin , Vol. 55, No. 2 , May-August 2006, pp. 237-266

101_H.J Hutton, Op.cit p.390.

102_Satih Sabarwal, Op.cit.

ಪಂಥ ಮೊಮ್ನ, ಮೊಲೆಸಲಾಮ್, ಸಂಗೋಗಿ, ಸಂಗಾಗರ್, ದಡುಪಂತ್ ಇತ್ಯಾದಿ. ಇವುಗಳು ಶಾಸ್ತ್ರಬದ್ಧ ಸಂಪ್ರದಾಯಗಳನ್ನು, ಆಚರಣೆಗಳನ್ನು, ಸಾಮಾಜಿಕ ಶ್ರೇಣೀಕೃತ ವ್ಯವಸ್ಥೆಗಳನ್ನು ನಿರಾಕರಿಸುತ್ತಾ, ಎರಡು ಧರ್ಮಗಳ ನಡುವೆ ಸಮನ್ವಯತೆಯನ್ನು ಸಾಧಿಸಲು ಪ್ರಯತ್ನಿಸಿದವು. 1931ರ ವಸಾಹತುಶಾಹಿ ಜನಗಣತಿ ಸಮನ್ವಯತೆಯ ಒಂದು ದೊಡ್ಡ ಪಟ್ಟಿಯನ್ನೇ ನೀಡಿತ್ತು.[103]ಮಾಳ್ವದ ನಯಿತಾರುಗಳು ಹಿಂದೂ ನಾಮ ಮತ್ತು ಧಿರಿಸುಗಳೊಂದಿಗೆ ಗಣೇಶ ಮತ್ತು ಅಲ್ಲಾನನ್ನು ಸಮಾನವಾಗಿ ಆರಾಧಿಸುವ ಸಮನ್ವಯತೆ, ಬಂಗಾಳದ ಸತ್ಯ ಧರ್ಮಿಯರು, ಅಂತರ ಧರ್ಮ ವಿವಾಹವಾಗದಿದ್ದರೂ, ಸಮನ್ವಯತೆಗೆ ಸಾಕ್ಷಿಯಾಗುತ್ತಾರೆ.

ಇಲ್ಲೊಂದು ಪ್ರಶ್ನೆ ಕೇಳುವ ಅವಶ್ಯಕತೆ ಇದೆ. ಮತಾಂತರ ಹಿಂದುಳಿದ ಜಾತಿ ಅಥವಾ ತಳಸಮುದಾಯದಿಂದ ಇಸ್ಲಾಂಗೆ ಮಾತ್ರ ಸೀಮಿತವಾಯಿತೆ? ಅಥವಾ ಇಸ್ಲಾಂನಿಂದ ಹಿಂದೂ ಧರ್ಮಕ್ಕೆ ಮರು ಮತಾಂತರವೂ ಆಯಿತೇ? ಇಲ್ಲಿ ಎರಡು ವಾದಗಳನ್ನು ನೀಡಬಹುದು. ತಳಸಮುದಾಯದಿಂದಲೇ ಮತಾಂತರ ಮಾತ್ರವಾಯಿತು ಎಂಬುದು ಅಸತ್ಯ. ಮೇಲ್ಜಾತಿಗಳು ಮತಾಂತರವಾದ ಕತೆಗಳು ಬಹಳಷ್ಟು ಸಿಗುತ್ತದೆ– ಅದರಲ್ಲೂ ಪ್ರಮುಖವಾಗಿ ರಜಪೂತರು, ಜಾಟರು, ಕಾಯಸ್ಥರು, ಭಟ್, ಇತ್ಯಾದಿ. ಇನ್ನೊಂದೆಡೆ ಬೇರೆ ಧರ್ಮೀಯರು ಅದರಲ್ಲೂ ಜೈನರು ಮುಸಲ್ಮಾನರಾದ ಕತೆ ಕರ್ನಾಟಕದ ಬಿಜಾಪುರ ಮತ್ತು ಭಟ್ಕಳದಲ್ಲಿ ದೊರೆಯುತ್ತದೆ. ಬೌದ್ಧರು ಮತಾಂತರವಾದ ಕತೆ ಕಾಶ್ಮೀರದ ಲಡಕ್‌ನಲ್ಲಿ ದೊರೆಯುತ್ತದೆ. ಕ್ರೈಸ್ತರು[104] ಮುಸಲ್ಮಾನರಾದ ಕತೆ ದಕ್ಷಿಣ ಕನ್ನಡದಲ್ಲಿ ದೊರೆಯುತ್ತದೆ. ಇದೇ ರೀತಿಯ ಕತೆ ಕೊಡಗಿನಲ್ಲೂ 1783ರಲ್ಲಿ ದೊರೆಯುತ್ತದೆ. ಇಲ್ಲಿ ಸಂಖ್ಯೆಯ ಬಗ್ಗೆ ಮತ್ತು ಅದರ ಮೂಲ ಕಾರಣಗಳ ಬಗ್ಗೆ ಜಿಜ್ಞಾಸೆ ಇದೆ. ವಿವಿಧ ಸಮಕಾಲೀನ ಬರಹಗಾರರು ಈ ಸಂಖ್ಯೆಯನ್ನು ನಿರ್ಧಿಷ್ಟವಾಗಿ ಅಂದಾಜು ಮಾಡಲು ಸಾಧ್ಯವೇ ಆಗಲಿಲ್ಲ[105]: ಇದಕ್ಕಿಂತ ಪ್ರಮುಖವಾಗಿ ಇಸ್ಲಾಂನಿಂದ ಮತ್ತೊಮ್ಮೆ ಹಿಂದೂ ಧರ್ಮಕ್ಕೆ ಮರುಮತಾಂತರವಾದ ಕತೆಗಳು ಇವೆ. ಅವರನ್ನು ಹೊಸ ಹೆಸರಿನಲ್ಲಿ ಕರೆಯುವುದನ್ನು ಕೇರಳದ ಮಲಬಾರಿನಲ್ಲಿ ನೋಡಬಹುದು.ನಂಬೂದರಿಗಳು ಚೆಲಾ ನಂಬೂದರಿಗಳಾದ, ನಾಯರ್‌ಗಳು ಚೆಲಾ ನಾಯರ್‌ಗಳಾದ ಇತಿಹಾಸದ ಕತೆ ಇದೆ[106]. ಸಂತ ಕವಿ ಚೈತನ್ಯ ಪಠಾಣರನ್ನು ಮರು ಮತಾಂತರ ಮಾಡಿದ ನಂತರ "ಪಠಾಣ

103 J.H.Hutton Op.cit, pp.82-85

104 George Smith, The Conversion of India, From Pantenus to Present Times, John Murry, London 1893

105 ಸಮಕಾಲೀನ ಮರಾಠಿ ಬರಹಗಾರ ರಾಮಚಂದ್ರ ರಾವ್ ಪುಂಗನೂರಿ ಪ್ರಕಾರ 500 ಜನ, ಕಿರ್ಮಾನಿ ಪ್ರಕಾರ 80, 000, ಮತ್ತು ಮಾರ್ಕ್ ವಿಲ್ಕ್ಸ್ ಪ್ರಕಾರ 85, 000 ಜನರನ್ನು ಬಲಾತ್ಕರವಾಗಿ ಕೊಂಡೊಯ್ಯಲಾಯಿತು. ಅದರಲ್ಲಿ ಎಲ್ಲರನ್ನು ಮತಾಂತರ ಮಾಡಲಾಗಿತ್ತೇ? ಎಂಬುದು ಅಸ್ಪಷ್ಟವಾಗಿ ಉಳಿಯುತ್ತದೆ. ನೋಡಿ: Ramchnadra Rao Punganuri, Memoirs of Hyder and Tippoo, (Translated from Maratha by Charles William Phillip,)Simrins and Com.Madras , 1840 p.37, Kirmani Ibid, Mark Wilks.Op.cit.

106 C. A. Innes Madras District Gazetteers, Malbar and Anjengo , Government Press, Madras, 1910, p190.

ವೈಷ್ಣವ"ಎಂದು ನಾಮಕರಣ ಮಾಡಿದ್ದನ್ನು ಇತಿಹಾಸ ತಜ್ಞ ಹರ್ಬನ್ಸ್ ಮುಖಿಯಾ ಉಲ್ಲೇಖಿಸುತ್ತಾರೆ. ಅವರ ಪ್ರಕಾರ,[107] ಇಸ್ಲಾಂನಿಂದ ಮರು ಮತಾಂತರ ಬಲಾತ್ಕಾರದಿಂದ ಹೊರತಾಗಿ ವೈಯಕ್ತಿಕ ಮತ್ತು ಸಾಮೂಹಿಕ ನೆಲೆಯಲ್ಲಿ ನಡೆಯುತ್ತಿತ್ತು. ಇದಕ್ಕೆ ವ್ಯವಸ್ಥೆ ಕೂಡ ಬೆಂಬಲ ನೀಡುತ್ತಿತ್ತು. ಈ ರೀತಿಯ ಬದಲಾವಣೆಯ ಸ್ಥಿತಿಯನ್ನು "ಫ್ಲುಯಿಡ್ ಫೇತ್" (ಅನಿಶ್ಚಲ ನಂಬಿಕೆ) ಎಂದು ಹರ್ಬನ್ಸ್ ಮುಖಿಯಾ ಕರೆಯುತ್ತಾರೆ. ಇದಕ್ಕೆ ಐತಿಹಾಸಿಕ ಘಟನೆಗಳು ಸಾಕ್ಷಿ ಇವೆ. ಜಹಾಂಗೀರ್, ಅಕ್ಬರ್ ಮತ್ತು ಶಹಜಹಾನ್, ಕಾಶ್ಮೀರದ ಅರಸ ಜೈನುಲ್ ಆಬಿದಿನ್ ಕಾಲದ ಮರು ಮತಾಂತರವನ್ನು ಉದಾಹರಿಸುತ್ತಾ ಹರ್ಬನ್ಸ್ ಮುಖಿಯಾ ಈ ರೀತಿ ವಿವರಿಸುತ್ತಾರೆ, "Mahmud bin Amir Ali Balkhi, a Central Asian traveler to India in Jahangir's reign was horrified to see a group of 23 Muslims in Banaras who had deserted their religion and turned Hindu, having fallen in love with Hindu women. Zain al-Abidin (1420-70) formally permitted Muslim converts to return to their Hindu faith As did Akbar later on, who also decreed that a Hindu converted against his will at any age "could return to the religion of his forefathers". The eminent 15th-16th century saint-poet Chaitanya Mahaprabhu reconverted the Muslim governor of Odisha and converted a group of Pathans, who were not Hindus in the first instance, even as Hinduism is not a proselytising religion. They earned the sobriquet of 'Pathan Vaishnavas'. "

The Persian language text of the 17th century, Dabistan-i Mazahib, written by a Zoroastrian, Mobed, implies the considerable existence of reconversion at the higher levels and mentions, among others, two high nobles of Shah Jahan's court - Mirza Salih and Mirza Haidar - who had converted from Hinduism and then returned to their original religion. Neither was punished.

At the mass level, Shah Jahan discovered that in the Bhimbhar region of Kashmir, it was common for Muslim boys to marry Hindu girls, with the boys then converting to Hinduism. He tried to stop it but found that his diktat had no effect. The Sikh Guru, Guru Hargobind, also reconverted a large number and the Dabistan mentions this with some hyperbole: "Not a Muslim was left between the hills of Kiratpur in Punjab and the frontiers of Tibet and Khotan'.

107 Harbans Mukhia, The other side of History: Mosques were demolished too to build temples, The Siasat Daily, November 1 2017.

ಹಾಗೇ ನೋಡಿದರೆ, ಇಸ್ಲಾಂನಿಂದ ಕ್ರೈಸ್ತ ಧರ್ಮಕ್ಕೆ ಮತಾಂತರವಾಗಿರುವುದು ಇದೆ. 15ನೇ ಶತಮಾನದಲ್ಲಿ ಮಿಶಿನರಿಗಳು ಚಕ್ರವರ್ತಿ ಅಕ್ಬರನನ್ನು ಮತಾಂತರ ಮಾಡಲು ಯತ್ನಿಸಿ ವಿಫಲರಾದದ್ದನ್ನು[108] ಜೆಸ್ವಿಟ್ ಫಾದರ್ ಹಂಫ್ರೆ ಮಿಲ್ಫೋಡ್ರ್[109] ತಮ್ಮ ಟಿಪ್ಪಣಿಯಲ್ಲಿ ಬರೆಯುತ್ತಾರೆ. 16ನೇ ಶತಮಾನದಲ್ಲಿ ಜಹಾಂಗೀರನ ಆಸ್ಥಾನದ ಹಲವು ಮಂದಿ ಕದ್ದುಮುಚ್ಚಿ ಮತಾಂತರವಾಗಿದ್ದರು ಎಂದು ಇತಿಹಾಸದ ದಾಖಲೆಗಳು ಹೇಳುತ್ತವೆ. 18–19ನೇ ಶತಮಾನದಲ್ಲಿ ಸಾಕಷ್ಟು ಮುಸಲ್ಮಾನರು ಆಗ್ರಾ, ಬೆಂಗಾಲ್ ಪ್ರದೇಶಗಳಲ್ಲಿ ಮತಾಂತರ ಹೊಂದಿದ ನಿದರ್ಶನಗಳು ದೊರೆಯುತ್ತದೆ.[110] ಅವರನ್ನು ನಯಿ–ಮುಸ್ಲಿಮರೆಂದು ಕರೆಯಲಾಗುತ್ತಿತ್ತು. ಈ ಮತಾಂತರ ಆರಂಭದಲ್ಲಿ ಮೇಲ್ಪದರದ ಶೇಖ್, ಸೈಯ್ಯದ್‌ಗಳಿಗೆ ಸೀಮಿತವಾಗಿದ್ದರೆ, ತದನಂತರ ಕೆಳ ಜಾತಿಯ ಮುಸಲ್ಮಾನರು ಇದರಲ್ಲಿ ಒಳಗೊಂಡಿದ್ದರು. ವಾಸ್ತವವಾಗಿ ಮತಾಂತರದ ನಂತರ ಈ ಮತಾಂತರಿಗಳ ಜಾತಿಯ ಸ್ಥಾನಮಾನ ಕೆಲವು ಚರ್ಚ್‌ಗಳಡಿಯಲ್ಲಿ ಬದಲಾಗಲಿಲ್ಲ, ಹೊರತು ಮುಂದುವರಿಯುತ್ತಾ ಹೋಯಿತು. ಇನ್ನು ಕೆಲವೆಡೆ ಅದು ಚರ್ಚ್‌ನ ಗುರುತಿನೊಂದಿಗೆ ವಿಲೀನವಾಯಿತು. ವಿಚಿತ್ರವೆಂದರೆ ಕ್ರೈಸ್ತರು ಇಸ್ಲಾಂಗೆ ಮತಾಂತರಗೊಂಡಾಗ "ಶೇಖ್" ಎಂದು ಕರೆಯಿಸಿಕೊಂಡದ್ದನ್ನು ವಸಾಹತು ಬರಹಗಾರ ನೆಸ್‌ಫೀಲ್ಡ್ 1885ರಲ್ಲಿಯೇ ದಾಖಲಿಸುತ್ತಾನೆ.[111]

ಇವುಗಳಿಗೆ ಪೂರಕವಾದ ಇನ್ನೊಂದು ಚರ್ಚೆ ಇದೆ. ಮತಾಂತರಕ್ಕೆ ಜಾತಿಯೇ ಬಹುಮುಖ್ಯ ಕಾರಣವಾಯಿತೆ? ಅದರ ಹೊರತಾಗಿರುವ ವಿಷಯಗಳು ಇರಲಿಲ್ಲವೆ? ಈ ಹಿಂದೆ ಹೇಳಿದಂತೆ ಮಲಬಾರಿನಲ್ಲಿ ಅರಬ್‌ರೊಂದಿಗೆ ವ್ಯಾಪಾರಕ್ಕಾಗಿ ಮತಾಂತರವನ್ನು ಪ್ರೇರೇಪಿಸುವುದು ಅನಿವಾರ್ಯವಾಗಿತ್ತು. ಹೆಚ್ಚೂ ಕಡಿಮೆ ಇದೇ ರೀತಿಯ ವಾದವನ್ನು ಗುಜರಾತ್‌ನಲ್ಲಿ ನೋಡಬಹುದು– ಖೋಜಾಗಳು, ಬೋಹ್ರಾಗಳು ಮುಸಲ್ಮಾನರಾಗಲು ವಾಣಿಜ್ಯ ಅಥವಾ ವ್ಯಾಪಾರ ಪ್ರಮುಖವಾದ ವಿಷಯವಾಯಿತೇ ಹೊರತು ಜಾತಿಗಳ ದೌರ್ಜನ್ಯವಲ್ಲ. ಕರ್ನಾಟಕದ ಭಟ್ಕಳದ ಜೈನರ ಮತಾಂತರ ಹಿಂದೆ, ಮಲಬಾರಿನ ಮಾಪಿಳ್ಳೆಗಳ ಮತಾಂತರದ ಹಿಂದೆ ಹಾಗೂ ತಮಿಳುನಾಡಿನ ಲಬ್ಬಯೆಗಳ ಮತಾಂತರದ ಹಿಂದೆ ಜಾತಿಯ ಶೋಷಣೆಗಿಂತಲೂ

108_Pedro Moura Carvalho, Mir'āt al-quds (Mirror of Holiness): A Life of Christ for Emperor Akbar A Commentary on Father Jerome Xavier's Text , Miniatures of Cleveland Museum of Art, Leiden, 2005 p.34

109 Edward Maclagan, The Jesuits and the Great Mogul, Buns Oats, London, 1932 pP.31-33, J. S. Hoyland, Commentary of Father Monserate, Humphrey Milford, London, 1922

110 Geogrge Smith, Op.cit. pp. 222-24

111 Nesfield, Brief, View of the caste system of the North -West Provinces and Oudh, North Western Provinces and Oudh Government Press, Allahabad, 1885 p.116

ವಾಣಿಜ್ಯ/ವ್ಯಾಪಾರದ ಆಸಕ್ತಿ ಬಹುಮುಖ್ಯವಾಗಿತ್ತು. ತಮಿಳುನಾಡಿನ ಕೆಲವು ಕಡೆ ಮತಾಂತರದ ನಂತರವೂ ಭಾರತದ ಉಳಿದೆಡೆ ಇರುವ ಸಾಮಾಜಿಕ ವರ್ಗಗಳಾದ ಅಶ್ರಫ್- ಅರ್ಜಲ್ಸ್ ಎಂಬ ಬೈನರಿ/ವಿರೋಧಗಳು ಇರಲಿಲ್ಲವೆಂಬುದು ಸತ್ಯ. ಇದೇ ರೀತಿಯ ಅಂಶವನ್ನು ಭಟ್ಕಳದಲ್ಲಿ ನೋಡಬಹುದು. ವಿಚಿತ್ರವೆಂದರೆ ಇಲ್ಲಿ ಮತಾಂತರಗೊಂಡವರೆಲ್ಲಾ ಅಶ್ರಫರೆಂದು ಕರೆಯಿಸಿಕೊಳ್ಳದೆ ಮೇಲ್ಜಾತಿಗಳಾಗಿ ಪ್ರತಿಬಿಂಬಿತರಾದರು.

ಇವುಗಳ ನಡುವೆ ಇನ್ನೊಂದು ಬಹುಮುಖ್ಯವಾದ ಪ್ರಶ್ನೆಯೊಂದಿದೆ. ಹಿಂದೂ ಧರ್ಮದಿಂದ ಮತಾಂತರಗೊಂಡ ನಂತರ ನವ ಮುಸ್ಲಿಮರು ಯಾವ ಜಾತಿ/ ವರ್ಗವನ್ನು ಅಪ್ಪಿಕೊಂಡವು? ಹಿಂದೂ ಧರ್ಮದಲ್ಲಿರುವ ಜಾತಿಯ ಜಡತ್ವ ಮುಸ್ಲಿಮರಲ್ಲಿಯೂ ಇತ್ತೇ? ಅಥವಾ ಮುಸ್ಲಿಮರಲ್ಲಿಯೂ 'ಸಂಸ್ಕೃತೀಕರಣ' ಪ್ರಕ್ರಿಯೆ ನಡೆದಿತ್ತೇ? ಇಲ್ಲಿರುವ ಇನ್ನೊಂದು ಅಂಶಗಳನ್ನು ಗಮನಿಸಬೇಕು. ಮತಾಂತರ ನಂತರ ಹಲವು ಜಾತಿಗಳಿಗೆ ಸಿಗುತ್ತಿದ್ದ ಮೇಲ್ಜಾತಿಯ ಸ್ಥಾನಮಾನಗಳು ಮುಕ್ತಾಯಗೊಳ್ಳಲಿಲ್ಲ, ಹೊರತು ಮುಂದುವರಿಯಿತು. ಇದೇ ಕಾರಣಕ್ಕಾಗಿ ಇತಿಹಾಸದಲ್ಲಿ ರಜಪೂತರ ಬಹಳಷ್ಟು ಜಾತಿಗಳು ಅದರಲ್ಲೂ ಬಹೇಸುಲ್ತಾನ, ಭಟ್ಟಿ, ಚೌಹಾನ್, ಪುನ್ವರ್, ರಾಯ್ಕರ್ ಇತ್ಯಾದಿಗಳು ಆಶ್ರಫ್ ಜಾತಿಗಳಾಗಿ ಪರಿವರ್ತಿತವಾಗಲು ಕಷ್ಟವಾಗಲಿಲ್ಲ.[112] ಈ ಎಲ್ಲಾ ಜಾತಿಗಳು ಶೇಖ್, ಸೈಯ್ಯದ್‌ಗಳಾದವು ಆಥವಾ ತಮ್ಮನ್ನು ತಾವು ಶೇಖ್, ಸೈಯ್ಯದ್‌ಗಳೆಂದು ಕರೆಯಿಸಿಕೊಂಡವು. ಅಲ್ಲದೇ ಸ್ಥಿತಿವಂತರು, ಪ್ರಭಾವಶಾಲಿಗಳು ಸೈಯ್ಯದ್‌ಗಳಾಗಬಹುದೆಂದು ಗ್ವಾಲಿಯರ್ ಪ್ರಾಂತ್ಯದ 1901ರ ಜನಗಣತಿ ಪ್ರತಿಪಾದಿಸಿತ್ತು, 1931ರ ವಸಾಹತುಶಾಹಿಯ ಜನಗಣತಿ ಹೇಳುವಂತೆ ಪಿಂಜಾರಗಳು ಮತಾಂತರ ಹೊಂದಿದ ನಂತರ ತಮ್ಮನ್ನು ತಾವು ಪಠಾಣರು, ಮಲೆಕ್ಸ್, ಕಾಸ್‌ಬಾತೀಸ್ ಅಥವಾ ಶೇಖ್‌ಗಳೆಂದು, ಹಳ್ಳಿಗಳಲ್ಲಿ ಗಾಂಚಿಗಳೆಂದು ಗುರುತಿಸಿಕೊಳ್ಳುತ್ತಿದ್ದರು. ಶೇಖ್‌ಗಳೆಂದು ಹೊಸ ನಾಮಕರಣಗೊಳ್ಳುವ ಜಾತಿಗಳು ಬಹಳ ಇವೆ. ಇದರಲ್ಲಿ ಲಬ್ಬಯೆಗಳು, ಧರ್ವೇಶಿಗಳು, ಖುದಾಗವಾಗಳು, ಪಿರಾಣರನ್ನು ಕೂಡ ಸೇರಿಸಬೇಕು, ಈ ಸಂದರ್ಭದಲ್ಲಿ "ಶೇಖ್" ಎಂಬ ಜಾತಿವಾಚಕ ಹೆಸರು ತನ್ನ ಮಹತ್ವವನ್ನು ಕಳೆದುಕೊಳ್ಳುತ್ತದೆ ಎಂದು ಹಟ್ಟನ್ ವಾದಿಸುತ್ತಾನೆ. ಏಕೆಂದರೆ "ಶೇಖ್" ಎಂಬುದು, ಸೈಯ್ಯದರ ನಂತರ ಬರುವ ಮೇರು ಸ್ಥಾನ. ಇದು ಜಾತಿಯ ಮಿಶ್ರಣವನ್ನು ನಿರಾಕರಿಸುವ ಕಾರಣ, ನವ- ಮುಸ್ಲಿಮರ ಜಾತಿಯ ಪಳೆಯುಳಿಕೆಗಳನ್ನು ಅದು ತಿರಸ್ಕರಿಸುತ್ತದೆ. ಇದೇ ಸ್ಥಿತಿ ಮೇಲ್ಜಾತಿಗಳಾದ ಸೈಯ್ಯದ್‌ಗಳಿಗಿಲ್ಲದಿದ್ದರೂ, ಕೆಲವೊಮ್ಮೆ ಇಂತಹ

112 Shamim Ahmad and A. K. Chakravart, Op.cit. pp. 55-60

ಪ್ರಮಾದಗಳು ನಡೆಯುತ್ತದೆ. ಇದನ್ನು "ಉಚ್ಚ ಜಾತೀಕರಣ ಅಥವಾ ಊಂಚ್ ಝಾತೀಕರಣ" ಎಂದು ಕರೆಯಬಹುದು. ಕೆಳ ಜಾತಿಗಳು ಮತಾಂತರ ನಂತರ ಮೇಲ್ಜಾತಿಯಂತೆ ಗುರುತಿಸಿಕೊಳ್ಳುವ ಪ್ರಕ್ರಿಯೆಯನ್ನು "ಉಚ್ಚ ಜಾತೀಕರಣ" ಅಥವಾ "ಅಶ್ರಫೀಕರಣ" ಇಲ್ಲವೇ "ಸೈಯ್ಯದೀಕರಣ"ವೆನ್ನಬಹುದು. ಒಂದು ಲೆಕ್ಕಾಚಾರದಂತೆ ಉತ್ತರ ಪ್ರಾಂತ್ಯಗಳಲ್ಲಿ (ದೆಹಲಿ, ಉತ್ತರ ಪ್ರದೇಶ ಇತ್ಯಾದಿ) ಹದಿನಾರು ರಜಪೂತ ಉಪ ಜಾತಿಗಳು, ಪಶ್ಚಿಮ ಪ್ರಾಂತ್ಯದಲ್ಲಿ (ರಾಜಸ್ತಾನ, ಗುಜರಾತ್ ಮತ್ತು ಮಧ್ಯಪ್ರದೇಶ) ಐದು ಜಾತಿಗಳು, ವಾಯುವ್ಯ ಪ್ರಾಂತ್ಯದಲ್ಲಿ (ಪಂಜಾಬ್, ಹರಿಯಾಣ) ನಾಲ್ಕು ಜಾತಿಗಳು ಮತಾಂತರ ನಂತರ ಮೇಲ್ಜಾತಿಗಳ ಸ್ಥಾನಮಾನವನ್ನು (ಸೈಯ್ಯದ್, ಶೇಖ್, ಮೊಘಲ್, ಪಠಾಣ್ ಇತ್ಯಾದಿ) ಪ್ರತಿಪಾದಿಸಿ "ಆಶ್ರಫ್"ಗಳಾದವು. ವಿಚಿತ್ರವೆಂದರೆ ಮೇಲ್ಜಾತಿಗಳಲ್ಲು ಹತ್ತು ಹಲವು ಉಪ-ಜಾತಿಗಳಿವೆ. ಉತ್ತರ ಪ್ರಾಂತ್ಯದಲ್ಲಿ ಸೈಯ್ಯದ್ ಜಾತಿಗಳಲ್ಲಿ ಹದಿನಾಲ್ಕು ಉಪ-ಜಾತಿಗಳು (ಅಲವಿ, ಅಬಿದಿ, ಅಸ್ಕರಿ ಇತ್ಯಾದಿ), ಶೇಖ್‌ಗಳಲ್ಲಿ ಏಳು ಉಪ-ಜಾತಿಗಳು (ಫರೂಕಿ, ಖುರಸಾನಿ, ಸಿದ್ದೀಕ್ ಅನ್ಸಾರಿ ಇತ್ಯಾದಿ), ಮೊಘಲರಲ್ಲಿ ಆರು ಉಪ-ಜಾತಿಗಳು (ತಾಜಿಕ್, ತಿಮೂರು, ಉಜ್ಬೇಕ್ ಇತ್ಯಾದಿ), ಪಠಾಣರಲ್ಲಿ ಹದಿನಾರು ಉಪ-ಜಾತಿಗಳಿವೆಯೆಂದು (ಆಫ್ರಿದಿ, ಬಂಗೇಶ್, ದುರಾನಿ ಇತ್ಯಾದಿ) ಒಂದು ಕುಲಶಾಸ್ತ್ರೀಯ ಅಧ್ಯಯನ ಹೇಳುತ್ತದೆ[113]. ಈ ಸಂದರ್ಭದಲ್ಲಿ ಜನಗಣತಿ/ಕುಲಶಾಸ್ತ್ರೀಯ ಅಧ್ಯಯನದಲ್ಲಿ ದಾಖಲಾಗದೇ ಇರುವ ಹೊಸ ಅಶ್ರಫೀಕರಣ ಪ್ರಕ್ರಿಯೆಯನ್ನು ನೋಡಬಹುದು. ಕರ್ನಾಟಕದ ಕರಾವಳಿ ಕಡೆಯಲ್ಲಿ ಮೆಹ್ತಾಗಳು ಅಸ್ಸಾದಿಗಳಾಗುವ ಪ್ರಕ್ರಿಯೆ – ಮೆಹ್ತಾರು ಅಸ್ಸಾದಿಗಳ ಸಹಾಯಕರು. ಅಸ್ಸಾದಿಗಳು ಮೂಲತಃವಾಗಿ ಅಂದಿನ ಪರ್ಶಿಯಾದಿಂದ ವಲಸೆ ಬಂದ ವ್ಯಾಪಾರಸ್ಥರು, ಮೇಲ್‌ಸ್ತರದವರು[114]. ಇದು ಜಾತಿಗಿಂತಲೂ ಪಂಗಡದೊಳಗಿನ "ಅಶ್ರಫೀಕರಣ" ಎನ್ನಬಹುದು. ಇದರೊಟ್ಟಿಗೆ, ಉತ್ತರ ಕನ್ನಡದ ದಾಲ್ಜಿಗಳು ಶೇಖ್‌ಗಳೆಂದು ಕರೆಸಿಕೊಳ್ಳುವುದನ್ನು "ಅಶ್ರಫೀಕರಣದ" ನಿಟ್ಟಿನಲ್ಲಿ ನೋಡಬಹುದು.

ಇವುಗಳ ನಡುವೆ ಒಂದು ಚರ್ಚೆಯನ್ನು ಗಮನಿಸಬೇಕು. ಅದೇನೆಂದರೆ ಬಲಾತ್ಕಾರದ, ಆಮಿಷದ ಮತಾಂತರಕ್ಕೆ ಧರ್ಮದೊಳಗೆ ಮಾನ್ಯತೆ ಇತ್ತೇ? ಅಥವಾ ಇದೆಯೇ? ಬಲಾತ್ಕಾರದ ಮತಾಂತರವಾಗಿರುವುದು ಎಷ್ಟು ಸತ್ಯವೊ, ಸಾಮಾಜಿಕ ತಾರತಮ್ಯಗಳಿಂದ ಮತಾಂತರವಾದದ್ದು ಅಷ್ಟೇ ದಿಟ. ಕೆಲವೊಮ್ಮೆ ರಾಜಕೀಯ ಕಾರಣಕ್ಕಾಗಿ, ರಾಜ್ಯದ ಶಕ್ತಿವರ್ಧನೆಗಾಗಿ, ತಳಹದಿಯ ವಿಸ್ತರಣೆಗಾಗಿ ಮತಾಂತರ ನಡೆದದ್ದೂ ಇದೆ. ಆದರೆ

113 : S. Shamim Ahmad and A. K. Chakravarti , Op.cit. pp. 55-60

114 Personal interview with many Assdi's including Zikriya Assadi, dated March 5th 2021.

ಇಲ್ಲಿ ಚರ್ಚೆ ಇರುವುದು "ಬಲಾತ್ಕಾರದ ಮತಾಂತರ". ಈ ಚರ್ಚೆ ವಸಾಹತು ಸಂದರ್ಭದಲ್ಲಿ ಆರಂಭಗೊಂಡರೂ, ಇದರ ಕುರಿತು ಕೆಲವು ಟಿಪ್ಪಣಿಗಳು 10ನೇ ಶತಮಾನದಲ್ಲಿ ದೊರೆಯುತ್ತದೆ. ಇತಿಹಾಸಕಾರನಾದ ಜಿಯಾವುದ್ದಿನ್ ಬರನಿ ಇದರ ಕುರಿತು ತನ್ನ ಕೃತಿ[115] "ತಾರೀಕಿ ಫೀರೋಜ್ ಶಾಹಿ" (Tarik-i Firuz Shahi)ನಲ್ಲಿ ಚರ್ಚಿಸಿದ್ದಾನೆ, ಬಹುಮುಖ್ಯವಾಗಿ ಅಲ್ಲಾವುದ್ದೀನ್ ಖಿಲ್ಜಿ ಮತ್ತು ಸೂಫಿ ಸಂತರೊಬ್ಬರ ನಡುವೆ ನಡೆದೆನ್ನಲಾದ ಚರ್ಚೆಯಲ್ಲಿ ಸೂಕ್ಷ್ಮವಾಗಿ ಗಮನಿಸಿದ್ದಾನೆ. ಧರ್ಮ ಲೂಟಿ, ಕ್ರೌರ್ಯ, ದೌರ್ಜನ್ಯ, ಬಲಾತ್ಕಾರ ಇತ್ಯಾದಿಗಳಿಗೆ ಮಾನ್ಯತೆ ನೀಡುತ್ತದೆಯೇ ಎಂಬ ಪ್ರಶ್ನೆಗೆ ಸೂಫಿ ಸಂತರು ನಕಾರಾತ್ಮಕವಾಗಿ ಉತ್ತರಿಸಿದ್ದಾರೆ.

ಇದರ ವಿಸ್ತೃತ ಚರ್ಚೆ ನಡೆದದ್ದು 1885ರಲ್ಲಿ. ಅದೇ ವರುಷ ಪ್ರಕಟವಾದ ಮೌಲ್ವಿ ಚಿರಾಗ್ ಆಲಿರವರ ಕೃತಿ "ಎ ಕ್ರಿಟಿಕಲ್ ಎಕ್ಸ್‌ಪೋಸಿಶನ್ ಆಫ್ ದಿ ಪಾಪ್ಯುಲರ್ ಜೆಹಾದ್"[116] ಜೆಹಾದ್‌ನ ಅರ್ಥವನ್ನು ವಿವರಿಸುತ್ತಾ ಬಲಾತ್ಕಾರದ ಮತಾಂತರ ಕುರಿತಂತೆ ಧರ್ಮದ ನಿಲುವೇನು? ಎಂಬ ಪ್ರಶ್ನೆಯನ್ನು ಮುಂದಿಡುತ್ತದೆ. ಈ ಕೃತಿ ಪ್ರಕಟವಾದ ಸಂದರ್ಭವನ್ನು ಗಮನಿಸಬೇಕು: ಮುಸ್ಲಿಮರು ಸಬಾಲ್ಟರ್ನ್‌ಗಳಾಗುತ್ತಿರುವ ಕಾಲಘಟ್ಟ, ವಸಾಹತುಶಾಹಿ ಮುಸ್ಲಿಮರಲ್ಲಿದ್ದ ಜಾತಿಗಳನ್ನು ದಾಖಲಿಸುತ್ತಿರುವ ಸಂದರ್ಭ, ಶಿಕ್ಷಣ ಮತ್ತು ಆಧುನಿಕತೆಯನ್ನು ಒಪ್ಪಬೇಕೇ? ಅಥವಾ ಬಿಟ್ಟುಬಿಡಬೇಕೆ? ಎಂಬ ಚರ್ಚೆಯ ಕಾಲಘಟ್ಟ ಮತ್ತು ವಾಯುವ್ಯ ಮತ್ತು ಬಂಗಾಳ ಪ್ರಾಂತ್ಯದಲ್ಲಿ ವಹಾಬಿ ಮತ್ತು ಇನ್ನಿತರರ ಪ್ರತಿರೋಧದ ಕಾಲಘಟ್ಟ.. ಇದಕ್ಕಿಂತಲೂ ಮುಖ್ಯವಾಗಿ ವಸಾಹತುಶಾಹಿ ಹಿಂದೂ–ಮುಸ್ಲಿಮರ ಮೇಲೆ ಯಜಮಾನಿಕೆಯನ್ನು ಸಾಧಿಸಲು ವಿವಿಧ ತಂತ್ರಗಾರಿಕೆಗಳನ್ನು ಉಪಯೋಗಿಸುತ್ತಿದ್ದ ಮತ್ತು ದಾಖಲಿಸುತ್ತಿದ್ದ ಕಾಲಘಟ್ಟ, ಇತಿಹಾಸವನ್ನು, ಸಂಸ್ಕೃತಿಯನ್ನು, ಜನಜೀವನವನ್ನು, ಪರಂಪರೆಯನ್ನು ತನ್ನ ದೃಷ್ಟಿಕೋನದಿಂದ ಬರೆಯುತ್ತಿದ್ದ ಕಾಲಘಟ್ಟ, ಈ ಸಂದರ್ಭದಲ್ಲಿ ಪ್ರಕಟಗೊಂಡ ಚಿರಾಗ್ ಆಲಿಯವರ ಕೃತಿ ಬ್ರಿಟಿಷರ ಕಣ್ಣಿಗೆ ಬೀಳಲಿಲ್ಲ. ಅವರ ವಾದವನ್ನು – ಧರ್ಮದಲ್ಲಿ ಬಲಾತ್ಕಾರದ ಮತಾಂತರಕ್ಕೆ ಮಾನ್ಯತೆ ಇಲ್ಲ–ವಸಾಹತುಶಾಹಿ ಸ್ವೀಕರಿಸುವ ಮನಸ್ಥಿತಿಯಲ್ಲಿ ಇರಲಿಲ್ಲ. ವಸಾಹತು ದೃಷ್ಟಿಕೋನದಲ್ಲಿ ಈ ಬಲಾತ್ಕಾರದ ನೆನಪುಗಳು ಸದಾ ಇರಲೇ ಬೇಕು. ಇದೇ ಕಾರಣಕ್ಕಾಗಿ ವಸಾಹತುಶಾಹಿ ತನ್ನ ಬರವಣಿಗೆಗಳಲ್ಲಿ, ದಾಖಲೆಗಳಲ್ಲಿ ವರದಿಗಳಲ್ಲಿ, ಜನಗಣತಿಗಳಲ್ಲಿ ಈ ನೆನಪುಗಳು ಮಾಸದಂತೆ ಮತ್ತೆ ಮತ್ತೆ ವಿಷಯಗಳನ್ನು ಕೆದಕುತ್ತದೆ. ಇವುಗಳು ಮುಂದೆ ಪ್ರತಿನಿತ್ಯದ ಕಥನಗಳ ಭಾಗವಾಗುವಂತೆ ವಸಾಹತುಶಾಹಿ ನೋಡಿಕೊಳ್ಳುತ್ತದೆ ಮತ್ತು ಅದರಲ್ಲಿ ಯಶಸ್ವಿಯಾಗುತ್ತದೆ.

---

115 Ziauddin Baraanai, Tarik-I Firuz Shahi (translated by A.R.Fuller and M.Khallaque), Pilgrim Pub, Calcutta, 1960.pp.85-90

116 Moulvi Cheragh Ali, A Critical Exposition of Popular Jihad, Calcutta, 1885

ಮುಸ್ಲಿಮರೊಳಗಿನ ವಿಭಿನ್ನತೆ ಮತ್ತು ಜಾತಿ

ಭಾರತದ ಸಂದರ್ಭದಲ್ಲಿ ಮುಸ್ಲಿಮರ ನಡುವೆ ಇರುವ ವಿಭಿನ್ನತೆ ಕುರಿತು ಪ್ರಪ್ರಥಮವೆನ್ನಲಾದ ಉಲ್ಲೇಖ ದೊರೆಯುವುದು ಮಹಮ್ಮದ್ ಬಿನ್ ತುಘಲಕ್‌ನ (1290– 1351) ಆಸ್ಥಾನದಲ್ಲಿದ್ದ ಜಿಯಾವುದ್ದೀನ್ ಭರನಿಯ ಫತವೆ ಎ–ಜಹಂದಾರಿಯ ಕೃತಿಯಲ್ಲಿ[117]. ಫತಯೆ ಜಹಂದಾರಿಯ ಕೃತಿಯನ್ನು ರಾಜಕೀಯ ಸಿದ್ಧಾಂತದ ಗ್ರಂಥವೆಂದು ಕರೆಯುತ್ತಾರೆ. ಹಾಗೆ ನೋಡುವುದಾದರೆ ಇಲ್ತುಮಷ್‌ನ ಸಮಕಾಲೀನ ಫಖ್ರ್ ಎ ಮುದಬ್ಬೀ ಬರೆದ ಪುಸ್ತಕಗಳಾದ Adab-ul-Muluk wa Kifayat al Mamluk ಮತ್ತು Adab-ul-Harab wal-Shujaat ಗಳನ್ನು ಭಾರತದ ಮುಸ್ಲಿಂ ರಾಜಕೀಯ ಸಿದ್ಧಾಂತಗಳ ಪ್ರಥಮ ಗ್ರಂಥಗಳೆನ್ನಬಹುದು. ಮುಸ್ಲಿಂ ಆಡಳಿತವು ಯುದ್ಧಗಳಿಗೆ ಮಾತ್ರ ಸೀಮಿತವಾಗದೆ, ಸರ್ಕಾರ ಮತ್ತು ಆಡಳಿತ ಹೇಗಿರಬೇಕೆಂಬ ಸಿದ್ಧಾಂತವನ್ನು ಪ್ರತಿಪಾದಿಸುವ ಪ್ರಥಮ ಗ್ರಂಥವೆಂದು ಹೇಳಬಹುದು. ಮುದಬ್ಬೀಯ ಈ ಗ್ರಂಥಗಳು ಹೆಚ್ಚೂ ಕಡಿಮೆ ಕೌಟಿಲ್ಯನ ಅರ್ಥಶಾಸ್ತ್ರವನ್ನು ಹೋಲುವ ಗ್ರಂಥಗಳು– ಸರ್ಕಾರದ ರಚನೆ ಹೇಗಿರಬೇಕು, ವಿವಿಧ ಅಧಿಕಾರಿಗಳನ್ನು ಹೇಗೆ ನೇಮಿಸಬೇಕು, ಅರಸನೊಬ್ಬನ ಸವಲತ್ತುಗಳು ಮತ್ತು ಜವಾಬ್ದಾರಿಗಳು, ಯುದ್ಧದ ಕಲೆ ಇತ್ಯಾದಿಗಳನ್ನು ಒಳಗೊಂಡಿರುವ ಗ್ರಂಥವಾದ ಕಾರಣ ಇಲ್ಲಿ ಜಾತಿಯ ಉಲ್ಲೇಖವಿಲ್ಲ.

ಜಿಯಾವುದ್ದೀನ್ ಭರನಿಯ ಪೂರ್ವದಲ್ಲಿದ್ದ ಪಂಡಿತ, ಗಣಿತಶಾಸ್ತ್ರಜ್ಞ, ಭೂಗೋಳ ಮತ್ತು ಖಗೋಳಶಾಸ್ತ್ರಜ್ಞ, ಇತಿಹಾಸಕಾರ, ತತ್ವಜ್ಞಾನಿ ಎಂದರೆ ಅಲ್ ಬರುನಿ (ಕ್ರಿ.ಶ 937–1050.). ಬಹಳ ಮುಖ್ಯವಾಗಿ ಅಂದಿನ ಭಾರತವನ್ನು ಅರಬ್ ಮತ್ತು ಮುಸ್ಲಿಂ ಜಗತ್ತಿಗೆ ಪರಿಚಯಿಸಿದವ. ಮಹಮ್ಮದ್ ಘಜನಿಯೊಂದಿಗೆ ಭಾರತಕ್ಕೆ ಬಂದು ಭಾರತದ ಖಗೋಳಶಾಸ್ತ್ರ, ಸಾಮಾಜಿಕ ಸಂಪ್ರದಾಯಗಳು, ಸಮಾಜದ ರಚನೆ, ಭೂಗೋಳಶಾಸ್ತ್ರ, ತತ್ವಶಾಸ್ತ್ರ ಇತ್ಯಾದಿಗಳನ್ನು ಅಭ್ಯಸಿಸಿದವನು. ಭಾರತದ ಜಾತಿ ವ್ಯವಸ್ಥೆಯನ್ನು ಉಲ್ಲೇಖಿಸುವಾಗ ಮುಸಲ್ಮಾನರಲ್ಲೂ ಈ ರೀತಿಯ ಜಾತಿ ರೂಪದ ಪಂಗಡಗಳಿದ್ದವು ಎಂದು ವಾದಿಸುತ್ತಾನೆ. ಅದಕ್ಕಾಗಿ ಪರ್ಶಿಯಾ ಸಾಮ್ರಾಜ್ಯದ ಉದಾಹರಣೆಯನ್ನು ನೀಡುತ್ತಾನೆ. ಪ್ರಾಚೀನ ಪರ್ಶಿಯಾ (ಕುಸ್ರಾನ್)ದಲ್ಲಿ ಇದ್ದ ನಾಲ್ಕು ವಿಂಗಡಣೆಗಳನ್ನು, ಅದನ್ನು ಜಾತಿಗಳೆಂದೂ ಕೂಡ ಕರೆಯುತ್ತಾನೆ,[118] ಇವುಗಳೆಂದರೆ, 1) ಅತ್ಯಂತ ಮೇಲ್ವರ್ಗವೆಂದರೆ ರಾಜ ಕುಮಾರರು ಮತ್ತು ವೀರಯೋಧರು, 2) ಎರಡನೆಯ ವರ್ಗ ಕಾನೂನು ತಜ್ಞರು,

117 Ziauddin Barani, The Fatawa-I -Jahandari (Translated by in Mohammad Habib , and Afsar Urmar Salim Khan, The Political Theory of Delhi Sultanate), Kitab Mahal. Allahabad, , n.d

118 Ibid.100

ಅಗ್ನಿ-ಪಂಡಿತರು, ಸನ್ಯಾಸಿಗಳು, 3) ವೈದ್ಯರು, ಭೂಗೋಳಶಾಸ್ತ್ರಜ್ಞರು, ಮತ್ತು ಇತರ ವಿಜ್ಞಾನಿಗಳು ಮತ್ತು 4) ದನಕಾಯುವವರು ಮತ್ತು ಕುಶಲಕರ್ಮಿಗಳು. ಇದೇ ಸಂದರ್ಭದಲ್ಲಿ ಇಸ್ಲಾಂ ಮತ್ತು ಹಿಂದೂ ಧರ್ಮವನ್ನು ಮೌಲ್ಯೀಕರಿಸುತ್ತಾ ಸಮಾನತೆ ಇಸ್ಲಾಂನ ಉದಾತ್ತ ಗುಣವೆನ್ನುತ್ತಾನೆ, ಹಿಂದೂಗಳಿಗೆ ಮುಸಲ್ಮಾನರು ಮ್ಲೇಚ್ಛರು, ಹೊರಗಿನವರು, ಆದಕಾರಣ ಅವರಿಬ್ಬರ ನಡುವೆ ಯಾವುದೇ ರೀತಿಯ ಸಾಮಾಜಿಕ ಸಂಬಂಧಗಳು ಸಾಧ್ಯವಾಗುತ್ತಿಲ್ಲ ಎಂದು ವಾದಿಸುತ್ತಾನೆ. ಅಲ್ ಬರುನಿ ಹಿಂದೂ ಧರ್ಮದಲ್ಲಿ ವರ್ಣಾಧಾರಿತ ನಾಲ್ಕು ಜಾತಿಯಲ್ಲದೇ ಐದನೇ ಜಾತಿಯಾದ 'ಅಂತ್ಯಜ'ರನ್ನು ಕೂಡ ಗುರುತಿಸುತ್ತಾನೆ. ಅಂತ್ಯಜರಲ್ಲಿ ಎಂಟು ಉಪ ಜಾತಿಗಳಿರುವುದನ್ನು, ಕುಲಕಸುಬಾಧಾರಿತವಾಗಿ, ಪಟ್ಟಿ ಮಾಡುತ್ತಾನೆ- ಹಿಂದೂ ಧರ್ಮದ ನಾಲ್ಕು ಜಾತಿಗಳು ಇವರೊಂದಿಗೆ ಯಾವುದೇ ಸಂಬಂಧಗಳನ್ನು ಇರಿಸಿಕೊಳ್ಳುವುದಿಲ್ಲ ಎಂದು ವಾದಿಸುತ್ತಾನೆ. ಈ ಎಂಟು ಉಪಜಾತಿಗಳ ಕಸುಬುಗಳೆಂದರೆ ಫುಲ್ಲರ್, ಶೂ ತಯಾರಕರು, ದೊಂಬರಾಟದವರು, ಬುಟ್ಟಿ ಹಣೆಯುವವರು, ನಾವಿಕರು, ಮೀನುಗಾರರು, ವನ್ಯಜೀವಿಗಳ ಬೇಟೆಗಾರರು, ನೇಕಾರರು, ಅಲ್ ಬರುನಿ ನಾಲ್ಕು ಜಾತಿಗಳ ಸಾಮಾಜಿಕ ಸಂಬಂಧಗಳನ್ನು, ಹಿಂದೂ ಧರ್ಮದ ವಿವಿಧ ಆಚರಣೆಗಳನ್ನು, ವೈಜ್ಞಾನಿಕ ವಾದಗಳನ್ನು, ಖಗೋಳ ಶಾಸ್ತ್ರ, ಕಾಲ ಚಕ್ರ, ಇತ್ಯಾದಿಗಳನ್ನು ಸುದೀರ್ಘವಾಗಿ ವಿಶ್ಲೇಷಿಸುತ್ತಾನೆ[119].

ಜಿಯಾವುದ್ದಿನ್ ಭರನಿ ಮಾತ್ರ ಇದಕ್ಕೆ ತೀರಾ ತದ್ವಿರುದ್ಧವಾಗಿದ್ದ. ಪ್ರಪ್ರಥಮ ಬಾರಿಗೆ ಅಂದಿನ ಭಾರತದ ಸಂದರ್ಭದಲ್ಲಿ ಎರಡು ವರ್ಗಗಳಿರುವುದನ್ನು ಗುರುತಿಸುತ್ತಾ- ಮೇಲ್ವರ್ಗ ಮತ್ತು ನೀಚ ವರ್ಗ, ನೀಚ ವರ್ಗವನ್ನು ಅತ್ಯಂತ ತುಚ್ಛೀಕರಿಸಿ ನೋಡಿದವ. ಈ ನೀಚ ವರ್ಗದಲ್ಲಿ ಗುಲಾಮರು ಮತ್ತು ವ್ಯಾಪಾರಿಗಳು ಮತ್ತು ಇನ್ನಿತರರು ಸೇರಿದ್ದರು. ಮೇಲ್ವರ್ಗ ಅವನ ಪ್ರಕಾರ ಸುಭಿಕ್ಷಿತರು, ಈ ವಿಭಜನೆ ಮಾನವ ನಿರ್ಮಿತವಲ್ಲ ಹೊರತು ದೈವದತ್ತವಾಗಿರುವುದು ಮತ್ತು ವಂಶಪಾರಂಪರ್ಯವಾಗಿರುವುದು ಎಂದು ವಾದಿಸುತ್ತಾನೆ. ಇದು ಒಂದೆಡೆ ಉದಾತ್ತವಾದ ವರ್ಗನ್ನು ನಿರ್ಮಿಸಿತ್ತು- ಅದಕ್ಕಿರುವ ಗುಣಲಕ್ಷಣಗಳೆಂದರೆ ಉದಾತ್ತತೆ, ಸತ್ಯವಂತಿಕೆ, ನಿರ್ಭೀತಿ, ಧಾರ್ಮಿಕತೆ, ಸದ್ಗುಣಶೀಲ, ವಿಧೇಯತೆ, ನ್ಯಾಯಪರತೆ, ಸಮಾನತೆ, ಹಕ್ಕುಗಳನ್ನು ಗುರುತಿಸುವವ, ಇತ್ಯಾದಿ. ಈ ವರ್ಗವೇ ಸರ್ಕಾರದ ಅಧಿಕಾರವನ್ನು ಚಲಾಯಿಸಲು ಸಾಧ್ಯ ಇದಕ್ಕೆ ತೀರಾ ವಿರುದ್ಧವಾಗಿರುವುದು ನೀಚ ವರ್ಗ- ಲಜ್ಜೆಗೆಟ್ಟ, ಸುಳ್ಳಾಡುವ, ಜಿಪುಣತನದ, ಕಬಳಿಸುವ, ತಪ್ಪು ದಾರಿಯಲ್ಲಿರುವ, ಕೆಟ್ಟದ್ದನ್ನು ಹೇಳುವ, ಕೃತಘ್ನ, ಕೊಳಕ, ಅನ್ಯಾಯದ ಪರವಿರುವ, ಕ್ರೂರಿ,

119 Bīrūnī, Muḥammad ibn Aḥmad, Alberuni's India (Vol 1)London : Kegan Paul, Trench, Trübner & Co., London, 1910.

ಹಕ್ಕುಗಳನ್ನು ನಿರಾಕರಿಸುವವ, ನಾಚಿಕೆ ಇಲ್ಲದವವ ಇತ್ಯಾದಿ. ಇದರಲ್ಲಿ ಅವನು ಕಟುಕರನ್ನು, 'ಬಝಾರ್' ಎಂದರೆ ವರ್ತಕರನ್ನು ಕೂಡ ಸೇರಿಸುತ್ತಾನೆ. ಇದರ ಪಟ್ಟಿ ಇನ್ನು ದೊಡ್ಡದಿದೆ. ಇದನ್ನು ಅಸಹನೆಯ ಪರಾಕಾಷ್ಟೆ ಎನ್ನಬಹದು. ಈ ರೀತಿಯ ವರ್ಗೀಕರಣಕ್ಕೆ ಅವನು ಎರಡು ಸಾಕ್ಷ್ಯಾಧಾರಗಳನ್ನು ಮುಂದಿಡುತ್ತಾನೆ. ಒಂದನೆಯದು ತಾರೀಕ್ ಎ ಮಾಸಿರ್ ಇ ತಬಾಹ, ಮತ್ತು ತಾರೀಕ್ ಎ ಅಬ್ಬಾಸಿಯ (ಅಬ್ಬಾಸಿಯದ ಇತಿಹಾಸ). ಮೊದಲನೆಯದರಲ್ಲಿ ಖಲೀಫ ಉಮರ್ ಮುಸ್ಲಿಂ ಸಮುದಾಯದಲ್ಲಿ ಹೇಗೆ ವಿವಿಧ ವರ್ಗಗಳನ್ನು ಮತ್ತು ಶ್ರೇಣಿಗಳನ್ನು ನಿರ್ಮಿಸಿದ್ದರು ಎಂಬ ಸುಳ್ಳನ್ನು ಪ್ರತಿಪಾದಿಸುತ್ತಾನೆ. ಎರಡನೆಯದರಲ್ಲಿ ಖಲೀಫ ಮಾಮುನ್ ಕೂಡ ಬಾಗ್ದಾದಿನ ಗಣ್ಯರು ಮತ್ತು ಖಲೀಫರ ಆಡಳಿಗಾರರ ನಡುವೆ ವಿವಿಧ ಶ್ರೇಣಿಗಳನ್ನು ನಿರ್ಮಿಸಿದ್ದ ಎಂದೂ ಕೂಡ ವಾದಿಸುತ್ತಾನೆ. ನೀಚ ವರ್ಗದ ನೀಚತನಕ್ಕೆ ಅವನು ನೀಡುವ ಇನ್ನೊಂದು ಇತಿಹಾಸದ ಸಾಕ್ಷ್ಯಾಧಾರವೆಂದರೆ ತಾರಿಕ್ ಎ ಕೊರಸ್ಸಮ್ (ಕೊರಸ್ಸಮ್ ನ ಇತಿಹಾಸ)

ಮುಸ್ಲಿಂ ನೀಚ ವರ್ಗದ ಬಗ್ಗೆ ಅವನಿಗೆ ಅಸಹನೀಯತೆ ಎಷ್ಟಿತ್ತು ಎಂದರೆ, ಅವರ್‍ಯಾರಿಗೂ ಓದಲು ಮತ್ತು ಬರೆಯಲು ಅವಕಾಶ ನೀಡಬಾರದು, ಹಾಗೆ ನೀಡಿದರೆ ನೀಚ ವರ್ಗದ ಜ್ಞಾನದಿಂದ ಹುಟ್ಟಿದ ಕೌಶಲ್ಯ ಹತ್ತು ಹಲವು ಕೋಲಾಹಲಗಳನ್ನು ನಿರ್ಮಿಸುತ್ತದೆ, ಅವರಿಗೆ ಯಾರಾದರು ಜ್ಞಾನ ನೀಡಿದರೆ ಅವರನ್ನು ಕಠಿಣವಾಗಿ ಶಿಕ್ಷಿಸಬೇಕು ಎಂದು ಸಾರಾಸಗಟಾಗಿ ವಾದಿಸಿದ್ದ. ಕೆಳವರ್ಗಕ್ಕೆ ಶಿಕ್ಷೆಯ ವಿಷಯ ಬಂದಾಗ ಇವನ ವಾದ ಮನುಧರ್ಮಶಾಸ್ತ್ರದ ವಾದದಿಂದ ಕಡಿಮೆ ಏನಿರಲಿಲ್ಲ. ಇದೇ ಗ್ರಂಥದಲ್ಲಿ "ಬ್ರಾಹ್ಮಣರ" ಇರುವಿಕೆಯನ್ನ ಉಲ್ಲೇಖಿಸುತ್ತಾನೆ, ಹೆಚ್ಚೂಕಡಿಮೆ ಹಿಂದೂ ಧರ್ಮವನ್ನು ಬ್ರಾಹ್ಮಣ್ಯದ ರೂಪದಲ್ಲಿಯೇ ವಿಶ್ಲೇಷಿಸುವುದು ಅವನ ವಿಶಿಷ್ಟತೆ. ಜಹಂದಾರಿಯಾ ಕೃತಿಯಲ್ಲಿ ಬರೆದ ಅಂಶಗಳು ಅಂತಿಮ ವಿಶ್ಲೇಷಣೆಯಲ್ಲಿ ಅವನ ವೈಯಕ್ತಿಕ ಅಭಿಪ್ರಾಯಗಳಾಗಿದ್ದ ಕಾರಣ, ಮುಸ್ಲಿಂ ಜಗತ್ತು ಇದನ್ನು ಗಂಭೀರವಾಗಿ ಪರಿಗಣಿಸಲಿಲ್ಲ. ಅವನ ಸಮಕಾಲೀನ ಅಮೀರ್ ಖುಸ್ರೋ ಕೂಡ ಇದರ ಕುರಿತು ಉಲ್ಲೇಖಿಸಲಿಲ್ಲವೆಂಬುದೇ ಒಂದು ದೊಡ್ಡ ಸೋಜಿಗದ ಸಂಗತಿ. ಅದೇನೇ ಇದ್ದರೂ ರಾಜಕೀಯ ತತ್ವಶಾಸ್ತ್ರಕ್ಕೆ ಅವನ ಕೊಡುಗೆಯನ್ನು ನಿರಾಕರಿಸುವಂತಿಲ್ಲ. ಅವನ ಪ್ರಕಾರ ರಾಜಪ್ರಭುತ್ವ ಮೂಲತಃವಾಗಿ ಇಸ್ಲಾಂ ವಿರೋಧಿ. ಆದರೂ ಅವನು ಸಾಂಸ್ಥಿಕ ರಾಜಪ್ರಭುತ್ವದ ಪರವಾಗಿದ್ದ. ಅವನು ಧಾರ್ಮಿಕ ರಾಜ್ಯದ ವಿರೋಧಿಯಾಗಿದ್ದನು, ಅದರ ಪರ್ಯಾಯವಾಗಿ ಕಾನೂನಿನ ರಾಜ್ಯವನ್ನು ಪ್ರತಿಪಾದಿಸಿದನು. ಅವನ ಗ್ರಂಥದಲ್ಲೂ ಕೌಟಿಲ್ಯನ ಛಾಯೆ ಸ್ಪಷ್ಟವಾಗಿ

ಗೋಚರಿಸುತ್ತದೆ– ಕೌಟಿಲ್ಯನ ತರಹ ಯುದ್ಧದ ಕುರಿತು, ರಾಜನ ಕರ್ತವ್ಯದ ಕುರಿತು, ಆಡಳಿತದ ಕುರಿತು ಚರ್ಚಿಸುತ್ತಾನೆ ಇದರ ಕುರಿತು ಮುಂದೆ ಚರ್ಚೆಯಾಗುವುದಿಲ್ಲ.

ಐನ್ ಇ ಅಕ್ಬರಿ ಬರೆದ ಫಜಲ್ ಇಲಾಹಿ[120] ಗ್ರೀಕರ ರೀತಿಯಲ್ಲಿ ವರ್ಗಗಳನ್ನು ಉದಾತ್ತ, ಕುಲೀನ ಮತ್ತು ಮಧ್ಯಮ ಎಂದು ವಿಭಾಗಿಸಿದರೂ ಅವನು ಮುಸ್ಲಿಮರಲ್ಲಿ ಇರಬಹದಾದ ಒಂದೆರಡು ಜಾತಿಗಳ ಕುರಿತು ಉಲ್ಲೇಖಿಸುತ್ತಾನೆ, ವಿಚಿತ್ರವೆಂದರೆ ಮುಸ್ಲಿಂ ಹೊಂದಿದ ವಿವಿಧ ಭೂ/ಗೇಣಿಗಳ ಕುರಿತು ವಿವರಣೆ ನೀಡುತ್ತಾನೆ (ಉಶ್ರಿ, ಖಿರಾಜಿ, ಸುಲ್ಹಿ). ಅದೇ ಸಂದರ್ಭದಲ್ಲಿ ಸಮಾಜದಲ್ಲಿ ನಾಲ್ಕು ವರ್ಗಗಳ ಅವಶ್ಯಕತೆಯನ್ನು ಒತ್ತಿ ಹೇಳುತ್ತಾನೆ. ಸಮಾಜವನ್ನು ದೇಹದ ನಾಲ್ಕು ಅಂಗಗಳಿಗೆ ತುಲನೆ ಮಾಡುತ್ತಾ, ಈ ವರ್ಗಗಳನ್ನು ಈ ರೀತಿ ವಿವರಿಸುತ್ತಾನೆ. 1) ಯುದ್ಧದ ಸೈನಿಕರು 2) ವ್ಯಾಪಾರಿಗಳು ಮತ್ತು ಕಲೆಗಾರರು, 3) ತತ್ವಜ್ಞಾನಿಗಳು, ವೈದ್ಯರು, ಭೂಗೋಳಶಾಸ್ತ್ರಜ್ಞರು, ಖಗೋಳಶಾಸ್ತ್ರಜ್ಞರು 4) ದನಗಾಹಿಗಳು ಮತ್ತು ಕಾರ್ಮಿಕ ವರ್ಗ. ಇವರು ಬೆಂಕಿ, ವಾಯು, ನೀರು, ಮಣ್ಣುಗಳನ್ನು ಪ್ರತಿನಿಧಿಸುತ್ತಾರೆ ಎಂದು ಅಬುಲ್ ಫಜಲ್ ವಾದಿಸುತ್ತಾನೆ, [121] ಇಷ್ಟು ಮಾತ್ರವಲ್ಲದೆ ಅಬುಲ್ ಫಜಲ್ ಒಂದೆರಡು ಜಾತಿಗಳನ್ನು, ಅವುಗಳ ಮಹತ್ವದಿಂದ ಗುರುತಿಸುತ್ತಾನೆ. ಇವುಗಳಲ್ಲಿ ಒಂದು ಜಾತಿಯೆಂದರೆ ಮಿರ್ಶಿಕಾರ್ಸ್. ಬೇಟೆಯಾಡುವ ಜಾತಿ. ಇನ್ನೊಂದು ಪ್ರಮುಖ ಜಾತಿಯೆಂದರೆ ಹಲಾಲಕೋರ/ಭಂಗಿ ಅಥವಾ ಖಾಕ್ರೊಬ್. ಸಾಮ್ರಾಟ ಅಕ್ಬರ್ ಈ ಹೆಸರನ್ನು ಚಾಲ್ತಿಗೆ ತಂದನೆಂದು ಫಜ್ಹಲ್ ವಾದಿಸುತ್ತಾನೆ.ಇವುಗಳ ನಡುವೆ ಗುಲಾಮರನ್ನು[122] ತೃತೀಯ ಲಿಂಗಿಗಳನ್ನು ದಾಖಲಿಸುತ್ತಾನೆ. ವಿಚಿತ್ರವೆಂದರೆ ಗುಲಾಮರ ಇರುವಿಕೆ ಅಬುಲ್ ಫಜಲ್‌ಗಿಂತಲೂ ಪೂರ್ವದಲ್ಲಿತ್ತು.ಅವರ ಸಂತತಿ ಆಳುವ ವರ್ಗವಾಗಿತ್ತು, ಆಡಳಿತ ವರ್ಗವಾಗಿತ್ತು, ಅಲ್ಲದೇ ಒಂದು ಜಾತಿಯಾಗಿತ್ತು, ಗುಲಾಮ ಸಂತತಿ ಸಾಮ್ರಾಜ್ಯವನ್ನೇ ಕಟ್ಟಿತ್ತು. ಅಬುಲ್ ಫಜಲ್‌ನ ಪೂರ್ವದಲ್ಲಿದ್ದ ಇತಿಹಾಸಕಾರ ಮತ್ತು ಸೇನಾಧಿಪತಿ, ಮಿರ್ಜಾ ಮೊಹಮ್ಮದ್ (ಕ್ರಿ.ಶ 1499 or 1500–1551), ತನ್ನ ಕೃತಿ "ತಾರೀಕ್–ಎ–ಹೈದರಿ"ಯಲ್ಲಿ ಗುಲಾಮರು ಅಳುವ ವರ್ಗವಾದ ಕುರಿತು ವಿವರಣೆ ನೀಡುತ್ತಾನೆ.

ವಿಚಿತ್ರವೆಂದರೆ ಅರಬ್ ಪ್ರಯಾಣಿಕ ಇಬ್ನ್ ಬಟೂಟ ತನ್ನ ಪ್ರವಾಸ ಕಥನದಲ್ಲಿ ಹನಿಯೂರು ಎಂಬ ಕರಾವಳಿ (ಅದು ಮಲಬಾರ್)ನಲ್ಲಿ ಶಾಫಿ

120 A b u - I - Fa zl, Akbarnama of Abu-1-F-azl (Translated by 1 H. Beveridge) Asiatic Society of Bengal Calcutta, 1912.

121 Abul Fazl Usmani, Political Ideas of Shaikh Abul Fazl Allami (1556—1602) , The Indian Journal of Political Science , Vol. 24, No. 3 , 1963, pp. 259-283

122 E.Denison Ross, A Hisotry of Mughals of Central Asia, (Being tanaslated work, the Tarik-e-Rshidi of Mirza Muhammad Haidar Dughlat), Curzon Press, Calcutta, 1895

ಪಂಥಕ್ಕೆ ಸೇರಿದ ಮುಸಲ್ಮಾನರಿರುವುದನ್ನು ದಾಖಲಿಸುತ್ತಾನೆ. ನವಾಯತ್ ಮತ್ತು ಮಾಪಿಳ್ಳೆಗಳಿರುವುದನ್ನು ಗುರುತಿಸುತ್ತಾನೆ. ವಿಚಿತ್ರವೆಂದರೆ ಅವುಗಳನ್ನು ಜಾತಿಗಳಾಗಿ ಗುರುತಿಸುವುದಿಲ್ಲ. ಆದರೆ ಮುಸ್ಲಿಮರ ವಿರುದ್ಧದ ತಾರತಮ್ಯವನ್ನು ಈ ರೀತಿ ದಾಖಲಿಸುಸ್ತಾನೆ. [123] "ಮುಸಲ್ಮಾನರು ಅವರ (ಮೇಲ್ಜಾತಿ) ಮನೆಗಳಿಗೆ ಪ್ರವೇಶಿಸದಂತೆ ಹಾಗೂ ತಟ್ಟೆಗಳನ್ನು ಮುಟ್ಟದಂತೆ ನೋಡಿಕೊಳ್ಳುತ್ತಿದ್ದರು. ಯಾರಾದರೂ ಕಣ್ಣು ತಪ್ಪಿ ಅವರ ಬಟ್ಟಲುಗಳಲ್ಲಿ ಊಟ ಮಾಡಿದರೆ ಅದನ್ನು ನಿರ್ದಾಕ್ಷಿಣ್ಯವಾಗಿ ನಾಶ ಮಾಡುತ್ತಿದ್ದರು".

ವಿಚಿತ್ರವೆಂದರೆ ಜಾತಿ ಕುರಿತು ವಸಾಹತುಶಾಹಿ ಸಂದರ್ಭದಲ್ಲಿ ಮುಸಲ್ಮಾನರಿಂದ ತೀವ್ರತರವಾದ ವಿರೋಧಗಳು ಬರಲಿಲ್ಲ, ಆದರೆ ಜಾತಿಯ ಸಂಘಟನೆಗಳು ಹುಟ್ಟಿದವು. ಜನಗಣತಿಯ ಸಂದರ್ಭದಲ್ಲಿ ಜಾತಿಯ ಪುನರ್‌ವರ್ಗೀಕರಣಕ್ಕೆ ಒಂದೆರೆಡು ಪ್ರಾಂತ್ಯಗಳಿಂದ ಮಾತ್ರ ಬೇಡಿಕೆಗಳು ಬಂದವು. ಇವುಗಳ ನಡುವೆ ಒಂದೆರೆಡು ಟಿಪ್ಪಣಿಗಳನ್ನು ನೋಡಬಹುದು. ಈ ಟಿಪ್ಪಣಿ ಬಂದದ್ದು ಕವಿ ಮತ್ತು ತತ್ವಜ್ಞಾನಿಯಾಗಿದ್ದ ಅಲ್ಲಮ ಇಕ್ಬಾಲ್‌ರಿಂದ. ಎರಡು ಸಂದರ್ಭದಲ್ಲಿ ಜಾತಿ ಬಗ್ಗೆ ಅವರು ಟಪ್ಪಣಿಸುತ್ತಾರೆ. ಮೊದಲನೆದಾಗಿ, 1911ರ ಸಂದರ್ಭದಲ್ಲಿ ಜಾತಿ ವ್ಯವಸ್ಥೆ ಮುಸ್ಲಿಮರ ನೈತಿಕತೆಯ ಮೇಲೆ ಬೀರಿದ ಪ್ರಭಾವದ ಕುರಿತು ವಿಶ್ಲೇಷಿಸುತ್ತಾರೆ. ಅದೊಂದು ತೀಕ್ಷ್ಣವಾದ ಪ್ರತಿಕ್ರಿಯೆ. ಈ ಪ್ರತಿಕ್ರಿಯೆಯಲ್ಲಿ ಮುಸ್ಲಿಮರಲ್ಲಿ ಜಾತಿ, ಉಪ-ಜಾತಿಯ ಅಸ್ತಿತ್ವವನ್ನು ಮನಗಾಣುತ್ತಾರೆ, ಮತ್ತದರ ಪ್ರಭಾವ ಅತ್ಯಂತ ದಟ್ಟವಾಗಿದೆ ಎಂದು ಭಾವಿಸುತ್ತಾ ಮುಸ್ಲಿಮರು ಜಾತಿಯ ಭಾವನೆಗಳಲ್ಲಿ ಹಿಂದೂಗಳಿಗಿಂತ ಮುಂದಿದ್ದಾರೆ ಎಂದು ವಾದಿಸುತ್ತಾರೆ. ಇಕ್ಬಾಲರ ಬಹು ಮುಖ್ಯವಾದ ವಾದ ಎರಡು ರೂಪದ ಜಾತಿಗಳನ್ನು ಗುರುತಿಸುವುದರಲ್ಲಿದೆ– ಒಂದು, ಧಾರ್ಮಿಕ ಮತ್ತು ಪಂಥೀಯ ರೂಪದ ಜಾತಿ ವ್ಯವಸ್ಥೆ, ಎರಡು, ಹಿಂದೂಗಳಿಂದ ಪಾರಂಪರ್ಯವಾಗಿ ಅಥವಾ ಸಾಮಾಜಿಕವಾಗಿ ಪಡೆದ ಜಾತಿ ವ್ಯವಸ್ಥೆ[124].

ಎರಡನೇ ಸಂದರ್ಭ 1930. ಅಲಹಾಬಾದ್‌ನಲ್ಲಿ ನಡೆದ ಅಖಿಲ ಭಾರತ ಮುಸ್ಲಿಮ್ ಲೀಗ್‌ನ 25ನೇ ಅಧಿವೇಶನದ ಅಧ್ಯಕ್ಷೀಯ ಭಾಷಣದಲ್ಲಿ ಜಾತಿಯ ಅಸ್ಮಿತೆಗಳು ರಾಷ್ಟ್ರ ನಿರ್ಮಾಣಕ್ಕೆ ಬಹುಮುಖ್ಯವಾದ ತೊಡಕುಗಳಾಗುತ್ತವೆ ಎಂದ ವಾದವನ್ನು ಮಂಡಿಸುತ್ತಾರೆ. ಈ ವಾದವನ್ನು ಮಂಡಿಸುವಾಗ ಬ್ರಿಟಿಷ್ ಸಾಮ್ರಾಜ್ಯದಡಿಯಲ್ಲಿ ಫೆಡರಲ್ (ಸಂಯುಕ್ತ) ರಾಷ್ಟ್ರದ ನಿರ್ಮಿತಿಯ ಕಲ್ಪನೆ ಅವರಲ್ಲಿತ್ತು.[125]

123 Reverend Samuel Lee (Translated) , The Travels of Ibn Batuta, n.d, pp. 1325-1354 , 1829

124 Murray Titus, Study of Religious Quest of India, Cambridge, 1930, p.171. Amna Afreen, Iqbal's Islamic Political Ideas AL-ADWA Vol. 41, No. 29, June 2014, , pp.37-49

125 Sir Muhammad Iqbal's 1930 Presidential Address to the 25th Session of the All-India Muslim

ಈ ಎಲ್ಲಾ ವಾದಗಳನ್ನು ಗಮನಿಸಿದರೆ ಒಂದು ಅಂಶ ಸ್ಪಷ್ಟವಾಗಿ ಗೋಚರಿಸುತ್ತದೆ. ಅದೇನೆಂದರೆ ಮುಸ್ಲಿಮರಲ್ಲಿ ಅಥವಾ ಅಲ್ಪಸಂಖ್ಯಾತರಲ್ಲಿ ಏಕರೂಪಿ ಸಮಾಜದ ಕಲ್ಪನೆ, ಪ್ರವಾದಿ, ಪವಿತ್ರ ಗ್ರಂಥ ಇತ್ಯಾದಿಗಳ ನಡುವೆಯೂ ಆಂತರಿಕ ವಿಭಿನ್ನತೆ, ಬಹುತ್ವ, ಇತ್ಯಾದಿ ಜೊತೆಜೊತೆಯಾಗಿ ಉಳಿದುಬಿಟ್ಟವು. ಆಂತರಿಕ ವಿಭಿನ್ನತೆ ಕುರಿತು ಕೆಲವರು ವಿಮರ್ಶಿಸಿದರೆ, ಇನ್ನು ಕೆಲವರು ಅದನ್ನು ವಾಸ್ತವ ಎಂದು ವಾದಿಸಿದರು. ಆದಕಾರಣ ಅವರ ವಾದಗಳಲ್ಲಿ ನೂರಾರು ಬುಡಕಟ್ಟುಗಳ ಉಲ್ಲೇಖ, ಪಂಥಗಳ ಉಲ್ಲೇಖ, ಒಳಪಂಗಡಗಳ ಉಲ್ಲೇಖ ಅನಿವಾರ್ಯವಾಯಿತು. ಈ ಉಲ್ಲೇಖಗಳು ಜಾತಿಗೂ ಅನ್ವಯವಾಗುತ್ತದೆ ಎಂದರೂ ಸುಳ್ಳಲ್ಲ. ಈ ಸಂದರ್ಭದಲ್ಲಿ ಕೆಲವು ಪ್ರಶ್ನೆಗಳಿವೆ, ಈ ಚೌಕಟ್ಟಿನೊಳಗೆ ಭಾರತದ ಮುಸ್ಲಿಮರಲ್ಲಿ ಇರಬಹುದಾದ ಜಾತಿಗಳನ್ನು ನೋಡಲು ಸಾಧ್ಯವೇ? ಧರ್ಮ ಒಪ್ಪದಿದ್ದರೂ, ಮುಸ್ಲಿಮರಲ್ಲಿನ ಪಂಗಡ, ಒಳ ಪಂಗಡ, ಬುಡಕಟ್ಟುಗಳ ಗುರುತಿಸುವ ಸಂದರ್ಭದಲ್ಲಿ ಜಾತಿಯನ್ನು ಗುರುತಿಸಲು ಸಾಧ್ಯವೇ? ನೂರಾರು ಸಮಾಜಗಳನ್ನು ಧರ್ಮ ತನ್ನ ಕಕ್ಷೆಯೊಳಗೆ ಸೇರಿಸುವ ಸಂದರ್ಭದಲ್ಲಿ ಮತಾಂತರಪೂರ್ವದ ಅಸ್ಮಿತೆಗಳನ್ನು ಉಳಿಸಿಕೊಳ್ಳಬಹುದೇ? ಅಥವಾ ಸಮುದಾಯಗಳು ಸಂಪೂರ್ಣವಾಗಿ ವಿಸ್ಮೃತಿಗೆ ಜಾರುತ್ತವೆಯೇ? ಇತ್ಯಾದಿ. ಅದೇ ಸಂದರ್ಭದಲ್ಲಿ ಸರ್ಕಾರಿ ಪಟ್ಟಿಯಲ್ಲಿ ಹೇಗೆ ವಿಭಿನ್ನತೆ, ವೈವಿಧ್ಯತೆ ಮತ್ತು ಸಾಮಾಜಿಕ ಸಂಬಂಧಗಳು ಪ್ರತಿಫಲಿಸುತ್ತವೆ? ಅವುಗಳು ಸರ್ಕಾರಿ ಪಟ್ಟಿಯಲ್ಲಿ ದಾಖಲಿಸುವ ಸಂದರ್ಭದಲ್ಲಿ ಯಾವ ರೂಪವನ್ನು ಪಡೆಯುತ್ತದೆ.

League Allahabad, 29 December 1930

ಅಧ್ಯಾಯ 02

ವಸಾಹತು ಸಂದರ್ಭ, ಜನಗಣತಿ ಮತ್ತು ಮುಸ್ಲಿಮ್ ಜಾತಿಗಳು

ಮುಸಲ್ಮಾನರ ಕುರಿತು, ಅದರಲ್ಲೂ ವೈವಿಧ್ಯತೆ ಕುರಿತು ವಸಾಹತುಶಾಹಿಗೆ ಅರ್ಥವಾದದ್ದೂ ಜನಗಣತಿಯ ಮುಖಾಂತರವೇ ಎಂದು ವಾದಿಸಿದರೆ ಅದು ಅರ್ಧಸತ್ಯ. ಸಾರ್ವತ್ರಿಕ ಜನಗಣತಿಯ ಪೂರ್ವದಲ್ಲಿಯೇ ಅವರಿಗೆ ಬೇರೆ ಬೇರೆ ರೂಪಗಳಿಂದ ಮುಸಲ್ಮಾನರ ಕುರಿತು ಅರ್ಥವಾಗಿತ್ತು – ಅದು ದಂಗೆಗಳಿಂದ, ವಿಪ್ಲವಗಳಿಂದ, ಯುದ್ಧಗಳಿಂದ, ಸಾಮ್ರಾಜ್ಯಗಳಿಂದ, ಹೋರಾಟಗಳಿಂದ. ವಿಚಿತ್ರವೆಂದರೆ ವಸಾಹತು ಪೂರ್ವದಲ್ಲಿ ಜಾತಿಗಳ ಅಸ್ತಿತ್ವವನ್ನು ಗುರುತಿಸಿದ ಜಿಯಾವುದ್ದೀನ್ ಬರನಿ, ಅಲ್ ಬರುನಿ, ಅಬುಲ್ ಫಜಲ್, ಇಬ್ನ್ ಬಟೂಟ, ಶರಿಯಾರ್, ಮುಂತಾದವರು ಅವರ ಕಥನದಲ್ಲಿ ಉಲ್ಲೇಖವಾಗುವುದಿಲ್ಲ ಅಥವಾ ಕಥನಗಳ ಮುಖ್ಯಬಿಂದುವಾಗುವುದೇ ಇಲ್ಲ. ಇದನ್ನು ವಸಾಹತುಶಾಹಿಯ "ಉದ್ದೇಶಪೂರ್ವಕವಾದ ವಿಸ್ಮೃತಿ" ಎನ್ನಬಹುದು. ಏಕೆಂದರೆ ಅದು ಈ ಮೊದಲೇ ಮುಸ್ಲಿಂ ಜಗತ್ತಿನ ಬೌದ್ಧಿಕತೆಯ ಕೊಡುಗೆಯನ್ನು ಮತ್ತು ಜ್ಞಾನವನ್ನು

ನಿರಾಕರಿಸಿತ್ತು. ಭಾರತದ ಸಂದರ್ಭಕ್ಕೆ ಬಂದಾಗ ಈ ನಿರಾಕರಣೆ ಒಟ್ಟಾರೆ ಭಾರತದ ಕೊಡುಗೆಯ ನಿರಾಕರಣೆಯ ಭಾಗವಾಗಿತ್ತು ಮತ್ತು ಸಹಜವೂ ಆಗಿತ್ತು.

ವಾಸ್ತವವಾಗಿ ವಸಾಹತುಶಾಹಿಗೆ ಜಾತಿಯ ಸೂಕ್ಷ್ಮತೆ ಸರಿಯಾಗಿ ತಿಳಿದಿರಲಿಲ್ಲವೆಂದೇ ಹೇಳಬೇಕು. ಸಾರ್ವತ್ರಿಕ ಜನಗಣತಿಯ ಪೂರ್ವದಲ್ಲಿ ಪ್ರಕಟಗೊಂಡ ಎರಡು ಕೃತಿಗಳನ್ನು ಇಲ್ಲಿ ಉಲ್ಲೇಖಿಸಬೇಕು. 1832ರಲ್ಲಿ ಮೀರ್ ಹಸನ್ ಆಲಿ ಮತ್ತು ಶರೀಫ್ ಬ್ರಿಟಿಷ್‌ರ ಅನುಕೂಲಕ್ಕಾಗಿ[126], ಮುಸಲ್ಮಾನರ ಸಂಪ್ರದಾಯ, ಆಚರಣೆ ಇತ್ಯಾದಿಗಳನ್ನು ಪರಿಚಯಿಸಲು ಕೃತಿಗಳನ್ನು ರಚಿಸಿದರು. ಹಸನ್ ಆಲಿಯವರ ಕೃತಿ ಪತ್ರಗಳ ರೂಪದಲ್ಲಿದೆ, ಇವರೆಡು ಕೃತಿ ಮುಸಲ್ಮಾನರಲ್ಲಿದ್ದ ವಿದೇಶಿ ಮೂಲದಿಂದ ಬಂದಿರುವ, ನಾಲ್ಕು ಮೇಲ್ವರ್ಗಗಳಾದ ಸೈಯ್ಯದ್, ಶೇಖ್, ಮೊಘಲ್ ಮತ್ತು ಪಠಾಣ್‌ರ ಸಾಮಾಜಿಕ ವ್ಯವಸ್ಥೆಯನ್ನು ವಿವರಿಸುತ್ತದೆಯಲ್ಲದೇ, ಅವರನ್ನು ಅಶ್ರಫ್‌ಗಳು ಅಥವಾ ತಬ್ಕಾ-ಎ-ಅಶ್ರಫೀಯ ಎಂದು ಕರೆಯಿತು. ಇದರಲ್ಲಿ ಹೈದರಾಬಾದಿನ ಶರೀಫ್ ತಮ್ಮ ಕಾನೂನೆ -ಎ- ಇಸ್ಲಾಂನಲ್ಲಿ ನೇರವಾಗಿ ಮತ್ತು ಸ್ಪಷ್ಟವಾಗಿ ನಾಲ್ಕು ವಿಭಜನೆಗಳ ಕುರಿತು ವಾದಿಸುತ್ತಾರೆ. ವಾಸ್ತವವಾಗಿ ಈ ಕೃತಿಯನ್ನು ಶರೀಫ್‌ರ ಸಂಗಾತಿ ಹರ್ಕ್‌ಲೋಟ್ ಇಂಗ್ಲೀಷ್‌ಗೆ ಭಾಷಾಂತರಿಸುತ್ತಾರೆ. ಶರೀಫ್ ಪ್ರಕಾರ ಮೊಹಮ್ಮಡನ್ನರಲ್ಲಿ ನಾಲ್ಕು ವರ್ಗಗಳಿವೆ - ಸೈಯ್ಯದ್. ಶೇಖ್, ಪಠಾಣ್ ಮತ್ತು ಮೊಘಲ್. ಮೀರ್ ಹಸನ್ ಇದಕ್ಕಿಂತ ಸ್ವಲ್ಪ ವಿಭಿನ್ನ ಅನ್ನಿಸಿದರೂ, ಅವರು ಅಂತಿಮವಾಗಿ ಇಸ್ಲಾಂನ ವಿಭಿನ್ನತೆಯ ಚೌಕಟ್ಟಿನಿಂದ ಹೊರತಾಗಿರಲಿಲ್ಲ. ಅವರ ಪತ್ರಗಳು ಸೈಯ್ಯದ್ ಪರಂಪರೆಯನ್ನು ಮಾತ್ರ ಉಲ್ಲೇಖಿಸುವುದಿಲ್ಲ, ಮೊಹರಂ ಆಚರಣೆ, ಮಾರುಕಟ್ಟೆಯಲ್ಲಿದ್ದ ವಿವಿಧ ಕಸುಬುದಾರರು- ಅದರಲ್ಲಿ ಒಂದೆರೆಡು ಮುಸ್ಲಿಂ ಕಸುಬುದಾರರನ್ನು ಅದರಲ್ಲೂ ಬಹುಮುಖ್ಯವಾಗಿ ಮುಸ್ಲಿಂ ನೇಕಾರರನ್ನು ಕೂಡ ಉಲ್ಲೇಖಿಸುತ್ತಾರೆ, ಅದರೊಟ್ಟಿಗೆ ಮತಾಂತರದ ಕಾರಣಗಳು, ವಿವಾಹ ಆಚರಣೆಯ ರೂಪಗಳು, ಹೆಣ್ಣು ಮಕ್ಕಳ ಸ್ಥಾನಮಾನ, ಸಾಮಾಜಿಕವಾಗಿ ಅಸ್ತಿತ್ವದಲ್ಲಿದ್ದ "ಬಡ ಜನರು" ಇತ್ಯಾದಿಗಳನ್ನು ಕೂಡ ದಾಖಲಿಸುತ್ತಾರೆ. ಅವರ ಕಲ್ಪನೆಯಲ್ಲಿ ಜಾತಿ ಎಂಬುದು "ಹಿಂದೂ" ಧರ್ಮಕ್ಕೆ ಸೀಮಿತವಾಗಿರುವುದು. ಅದರೊಟ್ಟಿಗೆ, ಹಿಂದೂ-ಮುಸಲ್ಮಾನರ ಸಂಬಂಧವನ್ನು ವೈರುಧ್ಯಮಯ ರೂಪದಲ್ಲಿ ಅಥವಾ ಬೈನರಿ ರೂಪದಲ್ಲಿ ಚಿತ್ರಿಸುತ್ತಾ- "ಮೂಲ ನಿವಾಸಿಗಳು" ಮತ್ತು "ಆಕ್ರಮಣಕಾರರು" ಎನ್ನುತ್ತಾರೆ. -ಮುಸಲ್ಮಾನರ ಮದುವೆ "ಆಚರಣೆ"ಗಳು "ಮೂಲ ನಿವಾಸಿಗಳ ಆಚರಣೆಗಳಿಂದ ಪ್ರಭಾವಿತವಾಗಿವೆ" ಎಂದು ಕೂಡ

126 Sylvia Vatuk, Shurreef, Herklots, Crooke, and Qanoon-E-Islam: Constructing an Ethnography of 'the Moosulmans of India, South Asia Research, Vol.19, No, 1, 1999. pp.362-75

ವಾದಿಸುತ್ತಾರೆ[127] ಅಲ್ಲದೇ ಕೆಳಸ್ತರದ ಮುಸಲ್ಮಾನರ ನಂಬಿಕೆಯಾದ ಚಂದ್ರ ಗ್ರಹಣ ಮೂಲತಃವಾಗಿ ಹಿಂದೂ ಪರಂಪರೆಯಿಂದ ಬಂದಿದೆ ಎಂದು ಪ್ರತಿಪಾದಿಸುತ್ತಾರೆ. ಈ ವಾದಗಳನ್ನು ಅಸ್ಪಷ್ಟ ಸ್ವರೂಪದ ಪರಿಕಲ್ಪನೆ ಎನ್ನಬಹುದು. ಅದೇ ರೀತಿ ಜನಗಣತಿ, ಕುಲಶಾಸ್ತ್ರೀಯ ಅಧ್ಯಯನಗಳು, ಕೈಪಿಡಿಗಳು, ಗರ್ಝೆಟಿಯರ್‌ಗಳು, ವಿವಿಧ ಸರ್ಕಾರಿ ದಾಖಲೆಗಳು, ಪೋಲಿಸ್ ವರದಿಗಳು ಮುಸ್ಲಿಮರಲ್ಲಿನ ಜಾತಿಗಳನ್ನು ಗುರುತಿಸುತ್ತಾ, ದಾಖಲಿಸುತ್ತಾ, ಗೊಂದಲಗೊಳಿಸುತ್ತಾ ಅನಾವರಣಗೊಳಿಸಿತ್ತು ಎಂದರೆ ಸುಳ್ಳಲ್ಲ.

ವಸಾಹತುವಿಗೆ ಮುಸಲ್ಮಾನರ ಜಾತಿಯನ್ನು ತಿಳಿದುಕೊಳ್ಳಲು ಈ ಎರಡು ಕೃತಿಗಳು ಸಹಾಯ ಮಾಡಿದರೆ, ಪ್ರಪ್ರಥಮ ದಾಖಲಾತಿ ಇಲ್ಲಿಂದಲೇ ಆರಂಭಗೊಂಡಿತ್ತೇ? ಎಂಬ ಪ್ರಶ್ನೆ ಇದೆ. ಬಹಳಷ್ಟು ಸಂಶೋಧಕರು 1901ರ ಜನಗಣತಿಯಲ್ಲಿ ಇದರ ಆರಂಭವನ್ನು ನೋಡಿದರೆ, ಅದನ್ನು ಪರಿಪೂರ್ಣವಾಗಿ ಒಪ್ಪಿಕೊಳ್ಳಲು ಅಸಾಧ್ಯವೆನಿಸುತ್ತದೆ. ಮೈಸೂರಿನ ಇತಿಹಾಸಕಾರ ಮಾರ್ಕ್ ವಿಲ್ಕ್ಸ್ 1810ರಲ್ಲಿ ಎರಡು ಜಾತಿಗಳನ್ನು, ಲಬ್ಬಯೆ ಮತ್ತು ಮಾಪಿಳ್ಳೆಗಳನ್ನು, ತನ್ನ ಗ್ರಂಥದಲ್ಲಿ ಉಲ್ಲೇಖಿಸಿದ್ದ. 1869ರ ಔದ್ ಪ್ರಾಂತ್ಯದ ಜನಗಣತಿ ಇದರ ಮೊದಲೇ ಜಾತಿಗಳನ್ನು ದಾಖಲಿಸುವುದನ್ನು ನೋಡಬಹುದು, ಮುಂಬಯಿ ಪ್ರೆಸಿಡೆನ್ಸಿಯ ಗರ್ಝೆಟಿಯರ್ 1894ರಲ್ಲಿ ಜಾತಿಯ ಇರುವಿಕೆಯನ್ನು ಹೇಳುತ್ತದೆ. ಅದೇ ರೀತಿ 1871 ಕ್ರಿಮಿನಲ್ ಟ್ರೈಬ್ ಆ್ಯಕ್ಟ್ ಅಪರಾಧಿ ಬುಡಕಟ್ಟುಗಳನ್ನು ಪಟ್ಟಿ ಮಾಡುವಾಗ ಕೆಲವು ಮುಸ್ಲಿಮ್ ಜಾತಿಗಳನ್ನು ಕೂಡ ಪಟ್ಟಿ ಮಾಡಿತ್ತು. 1885ರಲ್ಲಿ ಪ್ರಕಟಗೊಂಡ ಇಂಪೀರಿಯಲ್ ಗರ್ಝೆಟಿಯರ್ ಧಾರವಾಡದಲ್ಲಿ ನಾಲ್ಕು ಜಾತಿಗಳನ್ನು ಗುರುತಿಸಿತ್ತು. ಅದೇ ರೀತಿ ಬ್ರಿಟಿಶ್ ಸರ್ಕಾರ ಪ್ರಕಟಿಸಿದ ಬಿಜಾಪುರದ ಗರ್ಝೆಟಿಯರ್ 1884ರಲ್ಲಿಯೇ ಮುಸ್ಲಿಮ್ ಜಾತಿಗಳ ದೀರ್ಘವಾದ ಪಟ್ಟಿಯನ್ನೇ ನೀಡಿತ್ತು. ಇದರರ್ಥ 1901 ಜನಗಣತಿ ಜಾತಿಗಳ ದಾಖಲಾತಿಯ ಆರಂಭವೆನ್ನುವುದನ್ನು ಸಾರಾಸಗಟಾಗಿ ತಿರಸ್ಕರಿಸಬಹುದು.

ಎರಡನೆಯದಾಗಿ, ವಸಾಹತುಶಾಹಿ ಜಾತಿ ಕುರಿತು ಚರ್ಚಿಸುವಾಗ ಅದನ್ನು ಸಂಪೂರ್ಣವಾಗಿ ದೇಶಿಯ ಹಿನ್ನೆಲೆಯಲ್ಲಿ ದಾಖಲಿಸಿತ್ತು ಮತ್ತು ನೋಡಿತ್ತು ಎಂದು ವಾದಿಸುವವರು ಇದ್ದಾರೆ. ವಾಸ್ತವವಾಗಿ ಈ ವಾದ ಕೂಡ ಸರಿಯಲ್ಲ. ಇದನ್ನು ನೋಡಬೇಕಾದರೆ ಇಂಪೀರಿಯಲ್ ಗರ್ಝೆಟಿಯರ್ ಅನ್ನು ನೋಡಬೇಕು. 1909ರಲ್ಲಿ ಪ್ರಕಟಗೊಂಡ ಪರಿಷ್ಕೃತ ಗರ್ಝೆಟಿಯರ್ ಪ್ರಕಾರ ಜಾತಿಯೆಂಬುದು ವಿದೇಶದಿಂದ ಆಗಮಿಸಿದ ಮೇಲ್ಜಾತಿ/ಮೇಲ್ವರ್ಗದ ಕೊಡುಗೆ. ಹಿಂದೂ ಧರ್ಮಕ್ಕೆ ವಿದೇಶಿ

127 Meer Hassan Ali, Observations on the Musalmanas of India, Descriptive of their manners, Custom, Habits and religions Opinons, n.p, 1832

ಮೂಲದ ಮೇಲ್ಜಾತಿಯ ಆರ್ಯನ್ನರು ಕೊಡುಗೆ ನೀಡಿದರೆ, ಮುಸಲ್ಮಾನರಲ್ಲಿ ಇದನ್ನು ತಂದವರು ಮುಸ್ಲಿಮ್ ಅರಬ್‌ರು, ಪರ್ಶಿಯನ್ನರು, ಮೊಘಲರು ಮತ್ತು ಅಫಘಾನಿಸ್ತಾನಿಗಳು. [128]

ಮೂರನೆಯದಾಗಿ, ಮುಸ್ಲಿಂ ಜಾತಿಗಳು ಹಿಂದೂ ಜಾತಿಯನ್ನು ಅಪ್ಪಿಕೊಂಡಾಗ ಅದರ ಒಂದು ಬಹುಮುಖ್ಯ ಲಕ್ಷಣವಾದ ಆಂತರಿಕ ಜಡತ್ವವನ್ನು ಕೂಡ ಒಪ್ಪಿಕೊಂಡಿತ್ತು ಎನ್ನುವ ಇನ್ನೊಂದು ವಾದವಿದೆ. ವಸಾಹತು ದಾಖಲೆಗಳು ಈ ವಾದವನ್ನು ತಿರಸ್ಕರಿಸುತ್ತವೆ. ಅದರ ಪ್ರಕಾರ ಮುಸ್ಲಿಂ ಜಾತಿಗಳು ಮೂಲತಃವಾಗಿ ನಮ್ಯವಾಗಿದ್ದವು, ಅನಮ್ಯವಾಗಿರಲಿಲ್ಲ. ಮುಸ್ಲಿಂ ಜಾತಿಗಳಿಗೆ ತಮ್ಮ ಜಾತಿಯ ಶಿರೋನಾಮೆಯನ್ನು ಬದಲಾಯಿಸುವುದಕ್ಕೆ ಅವಕಾಶಗಳಿದ್ದವು. ಮಾತ್ರವಲ್ಲದೇ ಕೆಳ ಜಾತಿಗಳಿಂದ ಮೇಲ್ಜಾತಿಯ ಸಾಮಾಜಿಕ ಸ್ಥಾನಮಾನವನ್ನು ತಮ್ಮದಾಗಿಸುವ ಅಥವಾ ಎತ್ತಿ ಹಿಡಿಯುವ ಅವಕಾಶಗಳು ವಿಪುಲವಾಗಿದ್ದವು. ನೇಕಾರ ಜಾತಿಗೆ ಸೇರಿದ ವ್ಯಕ್ತಿ ಶೇಖ್‌ನಾಗಬಹುದು ಇಲ್ಲವೇ ಸೈಯ್ಯದ್ ಕೂಡ ಆಗಬಹುದು. ಇದು ಅಶ್ರಫೀಕರಣ, ಸೈಯ್ಯದೀಕರಣ ಅಥವಾ ಉಚ್ಚ ಜಾತೀಕರಣವೆನ್ನಬಹುದು. ಇದನ್ನು ಜಾತಿಯ ಚಲನಶೀಲತೆ ಎನ್ನಬಹುದು, ಈ ಸಂದರ್ಭದಲ್ಲಿ ಒಂದು ಪ್ರಶ್ನೆ ಕೇಳುವುದು ಅನಿವಾರ್ಯವೆನಿಸುತ್ತದೆ. ಮುಸ್ಲಿಮ್ ಜಾತಿಗಳಲ್ಲಿ ಕೆಳಜಾತಿಗಳಿಂದ ಮೇಲ್ಜಾತಿಯ ಹೆಸರನ್ನು ಇಟ್ಟುಕೊಳ್ಳುವ ಅವಕಾಶವಿದ್ದರೂ, ಜಾತಿ-ಜಾತಿಗಳ ಸಂಬಂಧಗಳು ಹೇಗಿದ್ದವು? ಜಾತಿಯ ಅಂತರ ಅತ್ಯಂತ ಜಟಿಲವಾಗಿತ್ತೇ? ಇಲ್ಲಿ ನಮ್ಯ ಮತ್ತು ಅನಮ್ಯತೆ ಎರಡನ್ನೂ ನೋಡಬಹುದು, ಅವರಲ್ಲಿ ಮೇಲ್ಜಾತಿಗಳು ಕೆಳಜಾತಿಗಳೊಂದಿಗೆ ವಿವಾಹ ಸಂಬಂಧಗಳನ್ನು ಇಟ್ಟುಕೊಂಡರೂ ಕೂಡ ಕೆಲವು ಜಾತಿಗಳು ತಮ್ಮ ಜಾತಿ ಬಾಂಧವರನ್ನು ಹೊರತಾಗಿ ಅನ್ಯ ಜಾತಿಯವರೊಂದಿಗೆ ವಿವಾಹ ಸಂಬಂಧವನ್ನು ಇಟ್ಟುಕೊಳ್ಳುತ್ತಿರಲಿಲ್ಲ ಅಥವಾ ಸಹಭೋಜನವನ್ನು ಮಾಡುತ್ತಿರಲ್ಲಿಲ್ಲ.

ಇನ್ನೊಂದು ಪ್ರಮುಖವಾದ ವಾದವೇನೆಂದರೆ ಮುಸಲ್ಮಾನರಲ್ಲಿ ಜಾತಿಯೆಂಬುದು ಬಹುಮುಖ್ಯವಾಗಿ ಉತ್ತರ ಭಾರತಕ್ಕೆ ಮಾತ್ರ ಸೀಮಿತಗೊಂಡಿರುವ ಅಂಶವೇ ಹೊರತು ದಕ್ಷಿಣ ಭಾರತದಲ್ಲಿ ಇಂತಹ ಅಂಶಗಳು ದಟ್ಟವಾಗಿ ಕಂಡು ಬರುವುದಿಲ್ಲ. ಇದು ಒಂದು ಮಿಥ್ಯೆ ಎನ್ನಬಹುದು. ಸರ್ಕಾರಿ ದಾಖಲೆಗಳು, ಪ್ರವಾಸ ಕಥನಗಳು, ಜನಗಣತಿ, ದಕ್ಷಿಣ ಭಾರತದಲ್ಲಿ, ಉತ್ತರ ಭಾರತದಲ್ಲಿರುವಂತೆ

128 Imperial Gazetteer of India, The Indian Empire, Vol.1, Descriptive, Clarendon Press, Oxford, 1909, p. 329.

ಮುಸಲ್ಮಾನರಲ್ಲಿ ಜಾತಿಯ ಅಸ್ತಿತ್ವವನ್ನು ನಿರಾಕರಿಸುವುದಿಲ್ಲ. ಸರ್ಕಾರಿ ದಾಖಲೆಗಳು "ಜಾತಿ" ಎಂಬ ಶಬ್ದದ ಪ್ರಯೋಗ ಮಾಡುವುದು ಅಷ್ಟೇ ಸತ್ಯ ಕೆಲವೊಮ್ಮೆ ಹತ್ತು ಹಲವು ಜಾತಿಗಳನ್ನು ಸರ್ಕಾರಿ ದಾಖಲೆಗಳು ಗುರುತಿಸುತ್ತದೆ. ಜಾತಿಗಳ ನಡುವಿನ ಸಾಮಾಜಿಕ ಅಂತರವನ್ನು, ಶ್ರೇಣೀಕೃತ ವ್ಯವಸ್ಥೆಯನ್ನು, ಗುರುತಿಸುತ್ತಾ, ಜಾತಿ ಒಂದು ವಾಸ್ತವ ಎಂದು ಕೂಡ ಒಪ್ಪಿಕೊಂಡಿತ್ತು.

ಕೊನೆಯದಾಗಿ ಜಾತಿಯೇ ಮುಸಲ್ಮಾನರಲ್ಲಿ ಮುಖ್ಯ ಭೂಮಿಕೆಯೇ ಹೊರತು ಬುಡಕಟ್ಟುಗಳಲ್ಲ ಎಂಬ ವಾದ ಕೂಡ ಇದೆ. ಇದನ್ನು ಪರಿಪೂರ್ಣವಾಗಿ ಒಪ್ಪಿಕೊಳ್ಳಲು ಸಾಧ್ಯವಿಲ್ಲ. ಮುಸಲ್ಮಾನರಲ್ಲಿ ಬಡಕಟ್ಟುಗಳಿರುವುದನ್ನು ವಸಾಹತುಶಾಹಿಯೇ ತನ್ನ ವಿವಿಧ ವರದಿಗಳ ಮೂಲಕ ಒಪ್ಪಿಕೊಂಡಿತ್ತು. ಬಹಳ ಮುಖ್ಯವಾಗಿ ಮತಾಂತರಗೊಂಡ ಬುಡಕಟ್ಟುಗಳನ್ನು ಗುರುತಿಸಿತ್ತು. ಆದಕಾರಣ ಅದನ್ನು ಒಂದು ಕಾನೂನಾತ್ಮಕ ವರ್ಗವೆಂದು ಪರಿಗಣಿಸಬಹುದು. ಕರ್ನಾಟಕದ ಸಿದ್ದಿಗಳನ್ನು ವಸಾಹತುಶಾಹಿಗಳ ಗಝೆಟಿಯರ್‌ಗಳು ಗುರುತಿಸಿದ್ದು ಇಲ್ಲಿ ನೆನಪಿಸಬೇಕು. ಆದಕಾರಣ ಮುಸಲ್ಮಾನ ಜಾತಿಗಳು ಮಾತ್ರವೇ ಇದ್ದವು ಎಂಬ ವಾದವನ್ನು ತಳ್ಳಿ ಹಾಕಬಹುದು. ಮುಸಲ್ಮಾನ ಬುಡಕಟ್ಟುಗಳಿದ್ದವು ಎಂಬುದನ್ನು ಕೂಡ ಒಪ್ಪಬೇಕಾಗುತ್ತದೆ.

ವಾಸ್ತವವಾಗಿ ವಸಾಹತುಶಾಹಿಗೆ ಜಾತಿಯ ಕುರಿತು ಗಂಭೀರವಾದ ಆಲೋಚನೆಗಳಿದ್ದರೂ, ಅವುಗಳು ಅಂತಿಮ ವಿಶ್ಲೇಷಣೆಯಲ್ಲಿ ಅತ್ಯಂತ ಬಾಲಿಶ, ಪೇಲವವಾಗಿದ್ದವು ಎನ್ನಬಹುದು. ಒಂದೆಡೆ ಜಾತಿ ಜಡತ್ವ, ನಿಶ್ಚಲವೆನ್ನುತ್ತಾ ಮತ್ತೊಂಡೆ ಅದನ್ನು ನಮ್ಯ ಎಂದೆಲ್ಲಾ ಚಿತ್ರಿಸಿತು. ಈ ಹಿಂದೆ ಹೇಳಿದಂತೆ ಅವರಿಗೆ ಇಸ್ಲಾಂ ಕುರಿತು ಮೇಲ್ನೋಟಕ್ಕೆ ಕೆಲವು ನಿಶ್ಚಿತ ಮತ್ತು ಪೂರ್ವಾಗ್ರಹಗಳಿದ್ದವು– ಸಮಾನತೆ, ಜಾತಿರಹಿತತೆ, ಭ್ರಾತೃತ್ವ ಇತ್ಯಾದಿ. ಇಸ್ಲಾಂ– ಕ್ರಿಶ್ಚಿಯಾನಿಟಿ–ಜೂಡಾಯಿಸಂ ಸೆಮಿಟಿಕ್ ಧರ್ಮ– ಒಂದೇ ಮೂಲದಿಂದ ಹುಟ್ಟಿದ ಧರ್ಮಗಳಾದ ಕಾರಣ, ಅವರಲ್ಲಿ ಜಾತಿಗಳಾಗಲೀ, ವರ್ಣಗಳಾಗಲೀ ಇರಲು ಸಾಧ್ಯವಿಲ್ಲ ಎಂಬ ಕಲ್ಪನೆ ಇಲ್ಲಿ ಕೆಲಸ ಮಾಡಿದ್ದವು. ಅದೇ ಸುಮಾರಿಗೆ ಅವರಿಗೆ ಧರ್ಮ ಏಕ ಮತ್ತು ವಿಶ್ವ ರೂಪಿಯಾಗಿ ಹೊರಹೊಮ್ಮಿದ್ದು ತಿಳಿದಿತ್ತು– ಇದು ಬದರ್ (624 ಕ್ರಿ.ಶ) ಯುದ್ಧದಿಂದಲೇ ಆರಂಭಗೊಂಡು ಕ್ರುಸೇಡ್ ಯುದ್ಧಕಾಲದಲ್ಲಿ (1096–98, 1147–49, 1187–92, 1208–71), ತೀವ್ರಗೊಂಡಿತ್ತು ಎಂದು ಭಾವಿಸುತ್ತಾರೆ– ಏಕರೂಪಿ, ಏಕೋಪಾಸನ ಧರ್ಮ ಅವರ ಪ್ರಕಾರ "ಮತಾಂಧ", ಕ್ರೂರಿ, ಯುದ್ಧನಿರತ, ಬಲಾತ್ಕಾರದ ಮತಾಂತರಕ್ಕೆ ಒತ್ತು ಕೊಡುವ ಧರ್ಮ. ಇದರ ಇನ್ನೊಂದು

ಮುಖದಲ್ಲಿ ಅದರಲ್ಲೂ ಭಾರತದ ಸಂದರ್ಭದಲ್ಲಿ ಮುಸ್ಲಿಮರಲ್ಲಿ ಜಾತಿಗಳನ್ನು ಹುಡುಕುವುದು, ದಾಖಲಿಸುವುದು ಅದಕ್ಕೆ ಅನಿವಾರ್ಯವಾಗಿತ್ತು. ಅದು ವಿಶಾಲವಾದ ವಸಾಹತುಶಾಹಿ ಯೋಜನೆಯ ಭಾಗವಾಗಿತ್ತು- ಭಾರತದ ಎಲ್ಲಾ ಧರ್ಮಗಳನ್ನು ತುಚ್ಛೀಕರಿಸುವುದು, ಅವರ ಜ್ಞಾನದ ಕೊಡುಗೆಯನ್ನು ತಿರಸ್ಕರಿಸುವುದು, ಅವರನ್ನು ಕುಲೀನರು, ಅನಿಮಿಷ್ಟ್‌ಗಳು, ಅನಾಗರೀಕರು, ಆಧುನಿಕತೆಯ ವಿರೋಧಿಗಳೆಂದು ಚಿತ್ರಿಸುವುದು ಇತ್ಯಾದಿ. ಇದಕ್ಕೆ ಹಿಂದೂ ಧರ್ಮವಾಗಲೀ, ಭಾರತದ ವಿವಿಧ ಪಂಥಗಳಾಗಲೀ, ಜಾತಿಗಳಾಗಲೀ ಹೊರತಾಗಿರಲಿಲ್ಲ.

ಇದಕ್ಕೆ ಪೂರಕವಾಗಿ ವಸಾಹತುಶಾಹಿಯ ಪೂರ್ವಾಗ್ರಹಗಳು ಜನಗಣತಿಯ ದಾಖಲಾತಿಯ ಸಂದರ್ಭದಲ್ಲಿ ಸೂಕ್ಷ್ಮವಾಗಿ ಕೆಲಸ ಮಾಡುತ್ತಿದ್ದುದು ವಾಸ್ತವ. ಪ್ರತಿ ಬಾರಿ ಮುಸಲ್ಮಾನರ ಸಂಖ್ಯೆಯಲ್ಲಿ ಏರುಪೇರಾದಾಗ ಅದಕ್ಕೆ ಕಾರಣ ಅವರಲ್ಲಿರುವ ಮದುವೆಯ ವಯಸ್ಸು, ವಿಧವಾ ವಿವಾಹ, ಬಹುಪತ್ನಿತ್ವ, ಬೌದ್ಧಿಕತೆಯ ಕುಬ್ಜತೆ[129] ಇತ್ಯಾದಿಗಳನ್ನು ಮತ್ತೆ ಮತ್ತೆ ಉಲ್ಲೇಖಿಸುತ್ತದೆಯೇ ಹೊರತು. ಅಂದಿನ ನೈಸರ್ಗಿಕ ಪ್ರಕೋಪಗಳಾದ ಪ್ಲೇಗ್, ಸಾಂಕ್ರಾಮಿಕ ರೋಗ, ಭೀಕರ ಕ್ಷಾಮ ಇತ್ಯಾದಿಗಳ ಪ್ರಭಾವವನ್ನು ಉಲ್ಲೇಖಿಸುವುದಿಲ್ಲ. ಇಂತಹ ಅಪನಂಬಿಕೆ, ಪೂರ್ವಾಗ್ರಹಗಳ ನಡುವೆ ಧರ್ಮಗಳನ್ನು ಸೂಕ್ಷ್ಮವಾಗಿ ಗುರುತಿಸುವ ಪ್ರಯತ್ನವನ್ನು ಮಾಡಲಾಯಿತು. ಈ ಜನಗಣತಿಯಲ್ಲಿ ಒಂದು ವಿಚಿತ್ರ ಸಂಗತಿಯೊಂದು ಕಂಡು ಬರುತ್ತದೆ. ಮುಸ್ಲಿಮರನ್ನು ಲೆಕ್ಕ ಹಾಕಲು ಉಪಯೋಗಿಸಿದ ಚೀಟಿಯ ಬಣ್ಣ ಹಸುರಾಗಿತ್ತು. ಇದು ಸಮುದಾಯವನ್ನು ಬಣ್ಣಿಸುವ ರೂಪಕವಾದರೂ, ಅದು ಕೋಮುವಾದಕ್ಕೆ ತಿರುಗಿತ್ತೇ ಎಂಬುದರ ಬಗ್ಗೆ ಯಾವುದೇ ದಾಖಲೆಗಳಿಲ್ಲ.

ಇವೆಲ್ಲಾ ಕಾರಣಗಳಿಂದಾಗಿ ಅದಕ್ಕೆ ವರ್ಗೀಕರಣ ನಿಶ್ಚಿತವಾಗಿ ಮಾಡಲು ಸಾಧ್ಯವಾಗಲಿಲ್ಲ. – ಅದು ಪ್ರತೀ ಜನಗಣತಿಯಲ್ಲಿ ಬದಲಾಗುತ್ತಾ ಹೋಯಿತು. ಇದೇ ಕಾರಣಕ್ಕಾಗಿ ಪಂಥಗಳೇ ಧರ್ಮವಾಯಿತು, ಒಳಪಂಗಡಗಳೇ ಜಾತಿಯಾಯಿತು. ಅದೇ ಸುಮಾರಿಗೆ ಅವರಲ್ಲಿ ವಿರೋಧಾಭಾಸ, ವೈರುಧ್ಯ ಕೂಡ ಅಷ್ಟೇ ಹೇರಳವಾಗಿತ್ತು, [130] ಇದರ ಪ್ರಥಮ ಹಂತವಾಗಿ ಉಚ್ಛಾರಣೆ ಅಥವಾ ದಾಖಲಿಸುವಲ್ಲಿ ನಡೆದ ಪ್ರಮಾದಗಳನ್ನು ನೋಡಬಹುದು. ವಸಾಹತುಶಾಹಿಗೆ ಮುಸಲ್ಮಾನರು 'ಮೊಹಮಡ್‌ನ್ನರು', ಸುನ್ನಿಗಳು "ಸೂನಿಗಳು", "ಶಿಯಾಗಳು", "ಶಿಯಸ್" ಇತ್ಯಾದಿ. ಇದೇ ರೀತಿ ಅಕ್ಷರಗಳಲ್ಲಿನ ತಪ್ಪುಗಳು, ಉಚ್ಛಾರಣೆಯಲ್ಲಿನ ತಪ್ಪುಗಳು ಸಾಕಷ್ಟು ನಮಗೆ ದೊರೆಯುತ್ತದೆ.

129 Cenus of 193t. Op.cit p.390
130 Memorandum on the census of British India, 0f the 1871-72, op.cit.

ಸಾರ್ವತ್ರಿಕ ಜನಗಣತಿಯ ಪೂರ್ವದಲ್ಲಿ, ಅಂದರೆ 1869ರಲ್ಲಿ ನಡೆದ ಔದ್ ಪ್ರಾಂತ್ಯದ ಜನಗಣತಿ ಮುಸ್ಲಿಮ್ ಜಾತಿಗಳನ್ನು ಪ್ರಪ್ರಥಮವಾಗಿ ದಾಖಲಿಸಿತ್ತು. ಇದನ್ನು ನಡೆಸಿದ ಕಾಲಘಟ್ಟವನ್ನು ಅರ್ಥಮಾಡಿಕೊಳ್ಳಬೇಕು. ಪ್ರಥಮ ಮಹಾ ಸಂಗ್ರಾಮ ಮುಗಿದು ಬರೇ 12 ವರುಷಗಳಾಗಿದ್ದವು, ಇದರ ಒಂದು ವರುಷದ ಪೂರ್ವದಲ್ಲಿ ಔದ್ ಪ್ರಾಂತ್ಯ ಬ್ರಿಟಿಷರ ಆಡಳಿತಕ್ಕೊಳಪಟ್ಟಿತ್ತು. 1857ರ ನಂತರ ಭಾರತ ಬ್ರಿಟಿಷ್ ಈಸ್ಟ್ ಇಂಡಿಯಾ ಕಂಪನಿಯಿಂದ ಬ್ರಿಟಿಷ್ ಸಾಮ್ರಾಜ್ಯದ ನೇರ ಅಧೀನಕ್ಕೊಳಪಟ್ಟಿತ್ತು. ಆದರೆ ಮುಸಲ್ಮಾನರ ಅಧಿಕಾರದ ಹಿಡಿತ ಸಂಪೂರ್ಣವಾಗಿ ನಿರ್ನಾಮವಾಗಿರಲಿಲ್ಲ. ತಾಲ್ಲೂಕ್‌ದಾರರು, ಜಮೀನ್ದಾರರು ಅವರಾಗಿದ್ದರು. ಇದೇ ಕಾರಣಕ್ಕಾಗಿ ಈ ಜನಗಣತಿ ಬಹಳಷ್ಟು ಗುಮಾನಿಗಳಿಗೆ, ವದಂತಿಗಳಿಗೆ ಅವಕಾಶ ಮಾಡಿಕೊಟ್ಟಿದ್ದು ಸಹಜ. ಒಂದು ವದಂತಿಯಂತೆ ಜನಗಣತಿಯ ಹಿಂದೆ ಇದ್ದ ದೊಡ್ಡ ಯೋಜನೆಯೆಂದರೆ ಹೆಣ್ಣುಮಕ್ಕಳ ದಾಖಲಾತಿ ಬಹುಮುಖ್ಯವಾಗಿ ಸೈನಿಕರ ತೃಷೆಗಳಿಗಾಗಿತ್ತು. ಈ ವದಂತಿ ಎರಡು ರೀತಿಯಾಗಿ ಜನಗಣತಿಯ ಮೇಲೆ ಪ್ರಭಾವ ಬೀರಿತ್ತು. ಜನಗಣತಿ ಆರಂಭಗೊಳ್ಳುವ ಪೂರ್ವದಲ್ಲಿಯೇ ಹೆಣ್ಣುಮಕ್ಕಳ ಮದುವೆ ನಿಶ್ಚಯವಾಯಿತು ಮತ್ತು ಎರಡನೆಯದಾಗಿ ಅತ್ಯಂತ ಕನಿಷ್ಠಮಟ್ಟದಲ್ಲಿ ಹೆಣ್ಣುಮಕ್ಕಳು ದಾಖಲಾತಿಗೊಳಗಾದರು, [131] ಅಷ್ಟು ಮಾತ್ರವಲ್ಲದೇ ಈ ಜನಗಣತಿ ಇನ್ನಷ್ಟು ವದಂತಿಗಳನ್ನು ಹರಡಿಸಿತ್ತು: ಜನಗಣತಿ ಮೂಲತಃವಾಗಿ ಚುನಾವಣಾ ಶುಲ್ಕವನ್ನು ಹೇರುವುದರ ಭಾಗ, ಪ್ರತೀ ಮನೆಯಿಂದ ಒಬ್ಬೊಬ್ಬನನ್ನು ಸೈನ್ಯಕ್ಕೆ ಸೇರಿಸಲು ಪ್ರಾಯೋಜಿಸುವ ಯೋಜನೆಯ ಭಾಗ, ರಸ್ತೆ ಬದಿಯ ಬಿಟ್ಟಿ ಚಾಕರಿ ಯೋಜನೆಯ ಭಾಗ, ಬಹುದೊಡ್ಡ ಕೋಟೆಯನ್ನು ಕಟ್ಟಲು ಜನರನ್ನು ಒಗ್ಗೂಡಿಸಲು ಇರುವ ಯೋಜನೆಯ ಭಾಗ, ಹೊಸ ವಸಾಹತುಗಳನ್ನು ನಿರ್ಮಿಸಲು ಜನರನ್ನು ನಿಯೋಜಿಸಲು ಇರುವ ಯೋಜನೆಯ ಭಾಗ, ಅಬೀಸಿನಿಯಾಕ್ಕೆ ಸೈನಿಕರನ್ನು ಕಳುಹಿಸುವ ಯೋಜನೆಯ ಭಾಗ ಇತ್ಯಾದಿ. ಅದೇನೇ ಇದ್ದರೂ, ಈ ಜನಗಣತಿ ಮುಸಲ್ಮಾನರಲ್ಲಿ ಮೂರು ಜಾತಿಗಳ ವರ್ಗೀಕರಣ ಮಾಡಿತ್ತು. ಮೊದಲನೆಯದಾಗಿ, ವರ್ಗೀಕರಣದಲ್ಲಿ ಇದ್ದ ಜಾತಿಗಳೆಂದರೆ ವಿದೇಶಿ ಮೂಲದ ಮೇಲ್ಜಾತಿ ಮುಸಲ್ಮಾನರು- ಇಲ್ಲಿ ಅದು ಸ್ಪಷ್ಟವಾಗಿ ಉಪಯೋಗಿಸಿದ ಪದ "ಕಾಸ್ಟ್". ಇದರಲ್ಲಿ ಸೈಯ್ಯದ್, ಶೇಖ್, ಪಠಾಣ್ ಮತ್ತು ಮೊಘಲ್‌ರನ್ನು ಅವರ ಪ್ರಾಮುಖ್ಯತೆಗೆ ಮತ್ತು ಸ್ಥಾನಮಾನಕ್ಕೆ ಅನುಗುಣವಾಗಿ ಗುರುತಿಸುತ್ತದೆ, ವಿಚಿತ್ರವೆಂದರೆ ಇವರನ್ನು ಅಶ್ರಫರು ಎಂದು ಜನಗಣತಿ ಎಲ್ಲಿಯೂ ಕರೆಯುವುದಿಲ್ಲ, ಈ ರೀತಿಯ ನಿರೂಪಣೆಗೆ ಅದು ತೆಗೆದುಕೊಂಡ ಮಾನದಂಡ

131 J.Charle Williams, Census of Oudh, Vol 1, General Report, Lucknow, 1869, p.73

ಮಾತ್ರ ಸಾಮಾಜಿಕ ಅಂತಸ್ತು ಮತ್ತು ಧಾರ್ಮಿಕ ಇತಿಹಾಸದಲ್ಲಿ ಈ ಜಾತಿಗಳಿಗಿದ್ದ ಸಂಬಂಧ ಮತ್ತು ಪ್ರಾಮುಖ್ಯತೆ– ಸೈಯದ್ ಜಾತಿಗಳು ಪ್ರವಾದಿಯವರ ನೇರ ವಂಶಸ್ಥರು ಮತ್ತು ಗೌರವಸೂಚಕ, ಶೇಖ್ ಎಂಬ ನಾಮಸೂಚಕ ಆರಂಭದಲ್ಲಿ ಇಸ್ಲಾಮಿನ ಖಲೀಫರ ವಂಶಸ್ಥರಿಗೆ ಸೀಮಿತವಾಗಿತ್ತು, ತದನಂತರ ಮೊದಲಿನ ನಾಲ್ಕು ಖಲೀಫರ (ಅಬೂಬಕ್ಕರ್, ಉಮರ್, ಉಸ್ಮಾನ್ ಮತ್ತು ಆಲಿ) ಕಾಲದಲ್ಲಿ ಪ್ರವಾದಿಯವರ ವಂಶಸ್ಥರಿಗೆ ಮತ್ತು ಮತಾಂತರಗೊಂಡವರಿಗೆ, ಅಮೇಲೆ ಅದು ಶಿರೋನಾಮೆಯಾಗಿ ಪರಿವರ್ತಿತವಾಯಿತು ಮತ್ತು ಕೊನೆಯ ಹಂತದಲ್ಲಿ ಕೆಳಜಾತಿಗಳು ಮತಾಂತರಗೊಂಡ ಮೇಲೆ ಉಪಯೋಗಿಸಿದ ಪದನಾಮವಾಯಿತು; ಮೂರನೆಯ ಮೇಲ್ಜಾತಿ ಎಂದರೆ ಪಠಾಣರು. ಅಫ್ಘಾನಿಸ್ತಾನದ ಮೂಲದವರು, ತಮ್ಮನ್ನು ಪ್ರವಾದಿ ಅಬ್ರಹಾಂ/ಇಬ್ರಾಹಿಂರ ಮೊಮ್ಮಕ್ಕಳಾದ ಜಾಕೋಬ್‌ನ/ಯಾಕೂಬ್‌ರ ಸಂತತಿ ಎಂದು ವಾದಿಸುತ್ತಾರೆ, ಮೇಲ್ಜಾತಿಯಲ್ಲಿರುವ ಕೊನೆಯ ಜಾತಿ ಎಂದರೆ ಮೊಘಲರು. ಟರ್ಕಿ ಮತ್ತು ಪರ್ಶಿಯಾದ ರಾಜಸ್ಥರ ಮೂಲ ಇರುವುದೇ ಮಧ್ಯ ಏಶಿಯಾದಲ್ಲಿ, ಈ ಜಾತಿಗಳು ಮೇಲ್ಜಾತಿಗಳು ಮಾತ್ರವಲ್ಲದೇ ಅಧಿಕಾರದ ಚುಕ್ಕಾಣಿ ಹಿಡಿದವರು ಎಂದು ಜನಗಣತಿ ವಾದಿಸಿತ್ತು. ಅದಕ್ಕೆ ಪೂರಕವಾಗಿ ಪಟ್ಟಿಯನ್ನು ಕೂಡ ತಯಾರಿಸಿತ್ತು.

ಎರಡನೆಯ ರೀತಿಯ ವರ್ಗೀಕರಣವೆಂದರೆ ಹಿಂದೂ ಧರ್ಮದಿಂದ ಮತಾಂತರಗೊಂಡ ಮೇಲ್ಜಾತಿಗಳು. ಇದರಲ್ಲಿ ಜನಗಣತಿ ಗುರುತಿಸುವುದು ಬಹುಮುಖ್ಯವಾಗಿ ರಜಪೂತರನ್ನು. ತದನಂತರ ಮೇವಾಟಿಗಳನ್ನು ರಜಪೂತರು ಮುಸಲ್ಮಾನರಾಗಲು ಇದ್ದ ಕಾರಣಗಳೇ ಬೇರೆ; ಗೇಣಿಗಳಿಲ್ಲದೆ ಭೂಮಾಲೀಕರಾಗುವ ಸಾಧ್ಯತೆ ಹೆಚ್ಚಿತ್ತು. 1857ರ ವಿದ್ರೋಹಿಗಳಿಂದ ಕಸಿದುಕೊಂಡ ಭೂಮಿ ಮತ್ತೊಮ್ಮೆ ವಾಪಸ್ಸು ಸಿಗುವ ಸಾಧ್ಯತೆಯ ತೀವ್ರತೆ, ಕಳೆದು ಹೋದ ಸ್ಥಾನಮಾನವನ್ನು ಪುನಃ ಪಡೆಯುವ ತೀವ್ರತೆ ಇತ್ಯಾದಿ ಕೆಲಸ ಮಾಡಿದೆವು. ವಿಚಿತ್ರವೆಂದರೆ ಮಸೀದಿಯಲ್ಲಿ ಪ್ರಾರ್ಥಿಸುವುದನ್ನು ಬಿಟ್ಟರೆ, ಉಳಿದ ರಜಪೂತರ ಸಂಸ್ಕಾರಗಳು ಹಿಂದೂವಾಗಿದ್ದವು.[132] ಇಲ್ಲೊಂದು ವಿಶಿಷ್ಟವಾದ ಉಲ್ಲೇಖವನ್ನು ಜನಗಣತಿ ಮಾಡುತ್ತದೆ. ಅದು 1857ರ ಪ್ರಥಮ ಸಾತಂತ್ರ್ಯ ಹೋರಾಟದ ಸಂದರ್ಭದಲ್ಲಿ ಜಾತಿಗಳು ಸ್ಪಂದಿಸಿದ ರೂಪಕ್ಕೆ ಸಂಬಂಧಿಸಿದರೂ, ಅಂತಿಮವಾಗಿ ಅದು ಮತಾಂತರದ ಹಿನ್ನಲೆಯನ್ನು ಕೂಡ ಪ್ರಸ್ತಾಪಿಸುತ್ತದೆ. ಅದರ ಪ್ರಕಾರ 'ಪ್ರಥಮ ಸಂಗ್ರಾಮದ ಸಂದರ್ಭದಲ್ಲಿ ಹಲವು ಕುಟುಂಬಗಳು ಕನಿಷ್ಠ ಒಬ್ಬನನ್ನು ವಿದ್ರೋಹಿಗಳ ಸಂಘಟನೆಗಳಿಗೆ ಹೋರಾಡಲು ನಿಯೋಜಿಸಿದರೆ, ಇನ್ನೊಬ್ಬನ್ನನ್ನು

132 Ibid p.76

ಬ್ರಿಟಿಷರ ಪರವಾಗಿ ಹೋರಾಡಲು ನಿಯೋಜಿಸುತ್ತಿದ್ದರು. ಏಕೆಂದರೆ ಅವರಿಗೆ ಸೋಲು ಗೆಲುವು ಮುಖ್ಯವಾಗಿರಲಿಲ್ಲ, ಹೊರತು ತಮ್ಮ ಆಸ್ತಿಯನ್ನು/ಭೂಮಿಯನ್ನು ಉಳಿಸಿಕೊಳ್ಳಬೇಕಾಗಿತ್ತು. ಇದೇ ಕಾರಣಕ್ಕಾಗಿಯೇ ಖ್ಯಾತ ಇತಿಹಾಸತಜ್ಞ ಸ್ಟೋಕ್ 1857ರ ಸಂಗ್ರಾಮವನ್ನು "ಭೂಮಾಲೀಕರ ಹೋರಾಟ"ವೆಂದಿರುವುದನ್ನು ಇಲ್ಲಿ ಗಮನಿಸಬೇಕು. ಇದೇ ರೀತಿಯ ವಾದವನ್ನು ರಜಪೂತರ ಮತಾಂತರದ ಹಿನ್ನೆಲೆಯಲ್ಲಿ ನೋಡಬೇಕೆಂದು ಜನಗಣತಿ ವಾದಿಸಿತ್ತು. ತಮ್ಮ ಕುಟುಂಬದ ಆಸ್ತಿಯನ್ನು ಉಳಿಸಿಕೊಳ್ಳಲು ಕುಟುಂಬದ ಕನಿಷ್ಠ ಒಬ್ಬನನ್ನು ಮತಾಂತರವಾಗಲು ಅನುವು ಮಾಡಿಕೊಡಲಾಗುತ್ತಿತ್ತು.[133] ಅದೇನೆ ಇದ್ದರೂ ಹಿಂದೂ ಮೇಲ್ಜಾತಿಯಿಂದ ಮತಾಂತರಗೊಂಡ ಎರಡನೆಯ ಜಾತಿಯೆಂದರೆ ಮೆವಾಟಿಗಳೆಂದು ಜನಗಣತಿ ದಾಖಲಿಸಿದರೂ, ಒಂದು ಸಂಶಯ ಕಾಡುವುದು ಸ್ಪಷ್ಟ. ಅದರ ಪ್ರಕಾರ ಮೆವಾಟಿಗಳು ಒಂದು ಕಾಲದಲ್ಲಿ ದರೋಡೆಕೋರರಾಗಿದ್ದವರು ಮತ್ತು ಲೂಟಿಕೋರರಾಗಿದ್ದವರು. ಜಾಟರಿಗೆ ಮತ್ತು ಗುಜ್ಜರ್ ಜಾತಿಗಳಿಗೆ ಸಮಾನವಾಗಿದ್ದವರು, ಆದರೆ ಶೂದ್ರರಿಂದ ಸ್ವಲ್ಪ ಮೇಲಿನ ಸ್ಥಾನದಲ್ಲಿದ್ದವರು.

ಔದ್ ಪ್ರಾಂತ್ಯದ ಜನಗಣತಿಯಲ್ಲಿದ್ದ ಮೂರನೆಯ ವರ್ಗೀಕರಣವೆಂದರೆ ಕೆಳಜಾತಿಗಳಿಂದ ಮುಸಲ್ಮಾನರಾದ ಹಿಂದೂ ಜಾತಿಗಳು. ಇವರೆಲ್ಲಾ ವಿಭಿನ್ನ ಕಾರಣಗಳಿಗೆ ಮತಾಂತರ ಹೊಂದಿದವರು, ಜನಗಣತಿ ಪ್ರಕಾರ ಹೊಸ ಸಾಮಾಜಿಕ ಸ್ಥಾನಮಾನದ ಅಪೇಕ್ಷೆ, ಹೊಸ ಮಾಲೀಕರ ಕೃಪೆಗಾಗಿ ಜಾತಿಯಿಂದ ಬಹಿಷ್ಕೃತವಾಗಿದ್ದ ಕಾರಣ. ಇಲ್ಲಿ ಸೂಫಿಸಂನ ಪ್ರಭಾವವನ್ನು ಜನಗಣತಿ ಉಲ್ಲೇಖಿಸುವುದಿಲ್ಲ. ಅಂದಿನ ಸಂದರ್ಭದಲ್ಲಿ ಜನಗಣತಿ ಔದ್ ಪ್ರಾಂತ್ಯದಲ್ಲಿ 35 ವಿವಿಧ ಜಾತಿಗಳನ್ನು ಗುರುತಿಸಿತ್ತು. ಈ ಸಂದರ್ಭದಲ್ಲಿ ಮತಾಂತರಪೂರ್ವದ ಸಾಮಾಜಿಕ ಮೌಲ್ಯಗಳನ್ನು ಈ ಹಿಂದುಳಿದ ಜಾತಿಗಳು ಬಿಟ್ಟುಬಿಡಲಿಲ್ಲ. ಇದು ವ್ಯಕ್ತವಾಗುವುದು ಬೇರೆ ಬೇರೆ ಸಂದರ್ಭದಲ್ಲಿ – ಈ ಜಾತಿಗಳಲ್ಲಿ ವಿಧವಾವಿವಾಹ ನಿಷಿದ್ಧ, ಸ್ವಬಾಂಧವ್ಯ ವಿವಾಹಕ್ಕೆ ಒತ್ತು, ಜಾತಿ ಪಂಚಾಯತ್‌ಗಳ ಮೂಲಕ ಭಿನ್ನಾಭಿಪ್ರಾಯದ ನಿವಾರಣೆ, ಉಪಜಾತಿಗಳ ಅಸ್ತಿತ್ವ ಇತ್ಯಾದಿಗಳನ್ನು ಇಲ್ಲಿ ಪಟ್ಟಿ ಮಾಡಬಹುದೆಂದು ಜನಗಣತಿ ವಾದಿಸುತ್ತದೆ. ಇದರರ್ಥ ಎಲ್ಲರೂ ಸಾಮೂಹಿಕವಾಗಿ ಮತ್ತು ಏಕರೂಪಿಯಾಗಿ ಈ ವಿಭಿನ್ನತೆಯನ್ನು ಪಾಲಿಸುತ್ತಿದ್ದರು ಎಂರ್ಥವಲ್ಲ. ಈ ಸಂದರ್ಭದಲ್ಲಿ ಜಾತಿ ಮತ್ತು ಕಸುಬಿನ ನಡುವಿನ ಸಂಬಂಧದ ಪ್ರಶ್ನೆಗಳು ಉದ್ಭವಿಸುವುದು ಸಹಜ. ಜನಗಣತಿ ಪ್ರಕಾರ ಕಸುಬು ಮತ್ತು ಜಾತಿಯನ್ನು ಎಲ್ಲಾ ಸಂದರ್ಭದಲ್ಲಿ ಸಮೀಕರಿಸುವುದು ಸೂಕ್ತವಲ್ಲ. ಕೆಲವು ಸಂದರ್ಭದಲ್ಲಿ ಕಸುಬಾಧಾರಿತ ಜಾತಿಗಳು ಮತಾಂತರ

133 Ibid p.78

ಹೊಂದಿದ ನಂತರವೂ ಅದೇ ಕಸುಬುವನ್ನು ಮುಂದುವರೆಸಿದ್ದೂ ಇದೆ. ಆದರೆ ಇದು ಎಲ್ಲಾ ಸಂದರ್ಭದಲ್ಲಿ ಸಾಧ್ಯವಿಲ್ಲ. ಇಲ್ಲಿ ಜನಗಣತಿದಾರ ಮಾಡಿದ ಮಹತ್ವದ ತಪ್ಪೆಂದರೆ ಜಾತಿಯನ್ನು (ಝಾತ್) ಕಸುಬು (ಕಾಮ್ ಅಥವಾ ಪೇಶ್) ಎಂದು ನಮೂದಿಸಿದ್ದು. ಈ ರೀತಿಯ ವರ್ಗೀಕರಣ ಹತ್ತು ಹಲವು ಕಸುಬಾಧಾರಿತ ಜಾತಿಗಳ ನಿರ್ಮಿತಿಗೆ ಕಾರಣವಾಯಿತು ಎಂಬುದು ದಿಟ. ಇದಕ್ಕೆ ಬಹಳಷ್ಟು ಉದಾಹರಣೆಗಳನ್ನು ನೀಡುತ್ತದೆ– ನೇಕಾರರಾದ ಜುಲ್ಹಾಗಳು, ಬಣ್ಣ ಹಾಕುವ ರಂಗ್ರೇಜ್‌ಗಳು, ಗಾಜಿನ ಕೆಲಸಗಾರರಾದ ಮನಿಯಾರ್ಸ್, ಹಾಲು ಮಾರುವ ಗಡ್ಡಿಗಳು, ಬಟ್ಟೆ ಹೊಲಿಯುವ ದರ್ಜಿಗಳು, ಟೆಂಟ್ ಹಾಕುವ ಖೈಮಡೊಸಸ್. ಇವರೆಲ್ಲರೂ ಕೆಳಜಾತಿಗಳಿಂದ ಮತಾಂತರ ಹೊಂದಿದರೂ, ಮುಸಲ್ಮಾನರಾದ ನಂತರ "ಶೇಖ್"ಗಳೆಂದು ತಮ್ಮನ್ನು ತಾವು ಉಲ್ಲೇಖಿಸುವುದನ್ನು ಜನಗಣತಿ ದಾಖಲಿಸುತ್ತದೆ ಎರಡನೆಯದಾಗಿ ಈ ಕೆಳಜಾತಿ ಚೌಕಟ್ಟಿನೊಳಗೆ ಜಾತಿಯ ಆಯಾಮಗಳಿರುವುದು, ಅದರಲ್ಲೂ ಸಾಮಾಜಿಕ ಅಂತರವನ್ನು ಕಾಯ್ದುಕೊಳ್ಳುವುದು, ಶ್ರೇಣೀಕೃತ ವ್ಯವಸ್ಥೆ, ದಿಟ. ಜುಲ್ಹಾಹ ಮತ್ತು ರಂಗ್ರೇಜಿಗಳು ಅವರ ಅಂತಸ್ತಿಗಿಂತ ಕೆಳಗಿನವರಾದ ಧಾರಿಸ್ (ಹಾಡುಗಾರರು)ರೊಂದಿಗೆ ಸಹ ಭೋಜನವನ್ನು ಮಾಡುವುದಿಲ್ಲ, ಕಲಾವಂತ್ ಎಂದು ಕರೆಯಲ್ಪಡುವ ಇನ್ನಿತರ ಹಾಡುಗರ ಜಾತಿಗಳಾದ ಮಿರಾಸಿಸ್, ಧೊಮಗಳ ನಡುವೆ ವಿವಾಹ ಮತ್ತು ಸಹಭೋಜನದ ಮಿತಿ ಇದೆ– ಇದನ್ನು ಸ್ವಬಾಂಧವ್ಯದವರೊಂದಿಗೆ ಮಾಡಲಾಗುತ್ತದೆಯೇ ಹೊರತು ಹೊರಗಿನವರೊಂದಿಗೆ ಅಲ್ಲ. ಈ ಸಂದರ್ಭದಲ್ಲಿ ಉಪಜಾತಿಗಳನ್ನು ಕೂಡ ಜನಗಣತಿ ನಮೂದಿಸುತ್ತದೆ. ಜುಹ್ಹಾಲ ಜಾತಿಯ ಉಪಜಾತಿಗಳೆಂದರೆ ರಚ್ ಬಂದ್ (ಮಗ್ಗ ತಯಾರಕರು), ಕುಚ್ ಬಂದ್ (ಮಗ್ಗದ ಬ್ರಶ್ ತಯಾರಕರು), ಕ್ಷೌರಿಕ ಜಾತಿಯಾದ ಹಜ್ಜಾಮ್ ಜಾತಿಯ ಉಪಜಾತಿಗಳೆಂದರೆ ಜರಹ್ಹಾಸ್ (ಶಸ್ತ್ರ ವೈದ್ಯರು), ಕಾನ್‌ಮೈಲಿಯಾಸ್ (ಕಿವಿಯನ್ನು ಸ್ವಚ್ಚಗೊಳಿಸುವವರು). ಭಟ್ ಜಾತಿಯ ಉಪಜಾತಿಯಾದ ಡೋಮ್ಸ್. ಬಂಜಾರರ ಉಪಜಾತಿಯಾದ ಮುಕೇರಿಗಳು. ಈ ಶ್ರೇಣೀಕೃತ ಚೌಕಟ್ಟಿನಲ್ಲಿ ಅತ್ಯಂತ ಕೆಳಗಿರುವ ಜಾತಿ ಎಂದರೆ ಹಾಲು ಮಾರುವ ಗಡ್ಡಿಗಳು, ಶೂದ್ರರೆಂದು ಕರೆಯಲ್ಪಡುವ ಜಾತಿಯೆಂದರೆ ಬಂಕೀಸ್ ಮತ್ತು ಬರಿಯಾ. ಈ ಜಾತಿ– ಉಪಜಾತಿಗಳಲ್ಲೂ ವಿಭಿನ್ನತೆ ಇರುವುದನ್ನು ಜನಗಣತಿ ಮತ್ತೊಮ್ಮೆ ಗುರುತಿಸುತ್ತದೆ. ಕಟುಕ ಜಾತಿಯಾದ ಕಸೈಯ ಉಪಜಾತಿಯಾದ ಚಿಕ್ವಾಸ್‌ಗಳು ಉಳಿದ ಜಾತಿಯವರಂತೆ ಎತ್ತುಗಳ ವಧೆ ಮಾಡುವುದಿಲ್ಲ. [134] ವಿಚಿತ್ರವೆಂದರೆ. ಇದರ ಇನ್ನೊಂದು ಪ್ರಕ್ರಿಯೆಯೆಂದರೆ ಜಾತಿಗಳು ಮತಾಂತರದ ನಂತರವೂ ತಮ್ಮ

134 Ibid p.81.

ಕಸುಬಿನ ಮತ್ತು ಪರಿವರ್ತನೆಯ ಪೂರ್ವದ ಹೆಸರಿನಲ್ಲಿಯೇ ಗುರುತಿಸಿಕೊಳ್ಳುವುದು. ಈ ಪ್ರಕ್ರಿಯೆಯಲ್ಲಿ ವಂಶಪಾರಂಪರ್ಯವಾಗಿ ಬಂದಿದ್ದ ಕಸುಬುಗಳು ನಾಶವಾಗದೆ ಅಥವಾ ಬದಲಾಗದೆ ಮತಾಂತರದ ನಂತರವೂ ಹೊಸ ಧರ್ಮದೊಂದಿಗೆ ಹಾಗೇ ಉಳಿದುಬಿಡುತ್ತದೆ. ಆದಕಾರಣ ಈ ಜಾತಿಗಳನ್ನು ಮುಸಲ್ಮಾನರಲ್ಲೂ ನೋಡಬಹುದು ಹಿಂದೂಗಳಲ್ಲೂ ನೋಡಬಹುದು. ಕ್ಷೌರಿಕರಾದ ನಾಯಿ/ಹಜ್ಜಾಮ್, ಸಿಹಿ ತಿಂಡಿ ಮಾರುವ ಹಲ್ವಾಯಿ, ಚರ್ಮಕಾರರಾದ ಮೋಚಿ, ಕಲ್ಲುಕುಟಿಕರಾದ ಮಿಮಾರ್, ಸಾಣೆ ಮಾಡುವ ಜಾತಿಯಾದ ಸೈಕಲ್‌ಗಾರ್ಸ್, ಬಹುರೂಪಿಯ ಬುಡಕಟ್ಟುಗಳ ಬಂಡ್ಸ್ (ಹಾಡುಗಾರರು), ಬಿಹಿಷ್ಟಿ (ನೀರುಗಂಟಿಗಳು), ಕಸ್ಗಾರ್ಸ್ (ಕಂಬಾರರು), ನಲ್ ಬಂದ್‌ಗಳು (ಕುದುರೆ ಲಾಳವನ್ನು ಹಾಕುವವರು), ಕವ್ವಲ್ (ಹಾಡುಗಾರರು ಮತ್ತು ಸಂಗೀತಗಾರರು) ಕಮನ್ಗಾರ್ (ಆಟಿಕೆ ತಯಾರಿಸುವವರು) ಎಂದು ಜನಗಣತಿ ವಾದಿಸುತ್ತದೆ. ಈ ಜನಗಣತಿಯ ಸಂದರ್ಭಲ್ಲಿ ಕೆಳಜಾತಿಗಳಿಂದ ಮತಾಂತರಗೊಂಡವರ ಒಟ್ಟು ಸಂಖ್ಯೆ ಕಡಿಮೆಯೇನಿರಲಿಲ್ಲ (6, 61, 836) ಈ ಹೆಸರುಗಳ ನಡುವೆ ಒಂದಿಷ್ಟು ಗೊಂದಲಗಳಿವೆ– ಕಸ್ಗಾರ್ ಎಂಬುದು ಕೆಸರಸ್‌ಯೇ? ಮಿರಾಸಿ ಎಂಬುದು ಮಿರ್‌ಯೇ?

ಈ ಜಾತಿಗಳಲ್ಲಿ ಕೆಲವು ಜಾತಿಗಳು ಕರ್ನಾಟಕದಲ್ಲಿ ಕಂಡು ಬರುವುದು ದಿಟ.

1881ರ ನಂತರವೇ ಜನಗಣತಿ ಸಾರ್ವತ್ರಿಕವಾಯಿತು. ವಾಸ್ತವವಾಗಿ 1871ರ ಜನಗಣತಿ ವಸಾಹತುಶಾಹಿಯಡಿಯಲ್ಲಿ ನಡೆದ ಪ್ರಪ್ರಥಮ ಜನಗಣತಿಯಲ್ಲ[135]. ಇದರ ಪೂರ್ವದಲ್ಲಿ ಈ ಮೊದಲೇ ತಿಳಿಸಿದಂತೆ ವಾಯುವ್ಯ ಪ್ರಾಂತ್ಯದಲ್ಲಿ 1853 ಮತ್ತು 1865ರಲ್ಲಿ, ಔದ್ ಪ್ರಾಂತ್ಯದಲ್ಲಿ 1869ರಲ್ಲಿ, ಪಂಜಾಬಿನಲ್ಲಿ 1855 ಮತ್ತು 1868ರಲ್ಲಿ, 1867ರಲ್ಲಿ ಹೈದ್ರಾಬಾದ್‌ನ ಕೆಲವು ನಿರ್ದಿಷ್ಟ ಜಿಲ್ಲೆಗಳಲ್ಲಿ, 1866ರಲ್ಲಿ ಸೆಂಟ್ರಲ್/ಮಧ್ಯ ಭಾರತದ ಪ್ರಾಂತ್ಯಗಳಲ್ಲಿ, 1851–52ರಿಂದ ನಿರಂತರವಾಗಿ ಮದ್ರಾಸ್ ಪ್ರಾಂತ್ಯದಲ್ಲಿ ನಡೆದವು. ಇದರರ್ಥ ದಾಖಲಾತಿ ಸುಸೂತ್ರವಾಗಿ, ಯಾವುದೇ ಪ್ರತಿರೋಧವಿಲ್ಲದೆ ನಡೆಯಿತು ಎಂದಲ್ಲ.

ಅದೇನೆ ಇದ್ದರೂ ಜಾತಿಯ ನಿಖರ ಲೆಕ್ಕಾಚಾರಗಳು ಸರ್ಕಾರಿ ದಾಖಲೆಯೊಳಗೆ ಸೇರಿದ್ದು 1881ರ ಜನಗಣತಿಯ ನಂತರವೆಂದೇ ಹೇಳಬಹುದು. 1871ರಲ್ಲಿ ಸಾರ್ವತ್ರಿಕ ಜನಗಣತಿ ಆರಂಭವಾದರೂ, ಅದು ಎಲ್ಲಾ ಪ್ರಾಂತ್ಯಗಳನ್ನು, ಪ್ರದೇಶಗಳನ್ನು, ವರ್ಗಗಳನ್ನು ತಲುಪಲು ಸಾಧ್ಯವಾಗಲಿಲ್ಲ. ಕೆಲವು ಕಡೆ ಈ ಜನಗಣತಿ

135 Memorandum on the Cenus of British India, 1871-72, Op.cit p.1

ಜನಸಂಖ್ಯೆಯ ಅಂದಾಜು ಸಂಖ್ಯೆಯನ್ನು ಲೆಕ್ಕ ಮಾಡಲು ಸಾಧ್ಯವಾಯಿತೇ ಹೊರತು, ನಿಖರ ಲೆಕ್ಕಾಚಾರ ಮಾಡಲು ಸಾಧ್ಯವಾಗಲಿಲ್ಲ. ಬಂಗಾಳದಲ್ಲಿ 1871ರ ಬದಲಿಗೆ 1872ರಲ್ಲಿ ಜನಗಣತಿಯನ್ನು ನಡೆಸಲಾಯಿತು. ಮೈಸೂರಿನಲ್ಲಿ ಇದೇ ಅಂಶವನ್ನು ನೋಡಬಹುದು. ಇಲ್ಲೊಂದು ವಿಸ್ಮಯವಿದೆ. 1891ರ ಜನಗಣತಿಯ ಸಂದರ್ಭದಲ್ಲಿ ಮಧ್ಯಭಾರತದ ಜನಗಣತಿಯ ಮೇಲ್ವಿಚಾರಕ ಜನಗಣತಿಯನ್ನು ನಡೆಸುವ ಮೊದಲು ಆ ಪ್ರಾಂತ್ಯಕ್ಕೆ ಎಂದೂ ಭೇಟಿ ನೀಡಿರಲಿಲ್ಲ!

1871ರ ಜನಗಣತಿಗೆ ದೊಡ್ಡ ಮಟ್ಟದ ವಿರೋಧ ಬರದಿದ್ದರೂ, ಜನರಲ್ಲಿ ಅಸಮಾಧಾನ ಖಂಡಿತವಾಗಿಯೂ ಇತ್ತು.[136] ಈ ಸಂದರ್ಭದಲ್ಲಿ ಅಶಿಕ್ಷಿತರನ್ನು ಜನಗಣತಿದಾರರನ್ನಾಗಿ ನೇಮಿಸಿದ್ದಕ್ಕೆ ಸಾಕಷ್ಟು ಅಸಮಾಧಾನ ವ್ಯಕ್ತವಾಗಿತ್ತು. ಒಂದೆರಡು ಕಡೆ ಜನರಿಂದ ಜನಗಣತಿ ಹೆಸರಿನಲ್ಲಿ ವಸೂಲಿ ಮಾಡುವ ಯತ್ನ ಮಾಡಲಾಯಿತು. ಜನಗಣತಿ ಕೂಡ ಬಹಳಷ್ಟು ಸಮಸ್ಯೆಯನ್ನು ಎದುರಿಸಿತ್ತು. ಅಶಿಕ್ಷಿತರಾದ ನೂರಾರು ಸಮುದಾಯಗಳಿಂದ ಸರಿಯಾದ ಉತ್ತರವನ್ನು ಹುಡುಕುವುದು ಅಷ್ಟು ಸುಲಭದ ವಿಷಯವಾಗಿರಲಿಲ್ಲ. ಕೆಲವೊಮ್ಮೆ ಸಮುದಾಯದ ನಾಯಕರೇ ಮಾಡಬೇಕಾಯಿತು. ಕೆಲವು ಕಡೆ ಜನಗಣತಿಯನ್ನು ಮಾಡಲು ಸಾಧ್ಯವಾಗದ ಕಾರಣ ಜನಸಂಖ್ಯೆಯನ್ನು ಒಟ್ಟಾರೆಯಾಗಿ ಒಂದು ಅಂದಾಜಿನ ಮೇಲೆ ನಿರ್ಧರಿಸಲಾಯಿತು. ಒಂದೆರಡು ಕಡೆ ತೀವ್ರತರದ ದೊಂಬಿಗೂ ದಾರಿ ಮಾಡಿಕೊಟ್ಟಿತ್ತು. ಜನಗಣತಿ "ತೆರಿಗೆ ಟಿಕೇಟ್" ಎಂಬ ಸುಳ್ಳು ಸುದ್ದಿಯನ್ನು ಹರಡಿಸಿತ್ತು/ನಿರ್ಮಿಸಿತ್ತು- ಆದಕಾರಣ ಹೆಸರುಗಳನ್ನು ದಾಖಲಿಸಲು ನಿರಾಕರಿಸಿದ್ದು ಸಹಜವಾಗಿತ್ತು. ಕೆಲವು ಕಡೆ ಗುಮಾನಿ ಮತ್ತು ಸುಳ್ಳುಸುದ್ದಿ ತೀವ್ರವಾಗಿತ್ತು: ಊರುಗಳನ್ನು ಖಾಲಿ ಮಾಡಿಸುವ ಸುಳ್ಳುಸುದ್ದಿ, ಮೌರಿಷಸ್ ದ್ವೀಪಕ್ಕೆ ಕಳುಹಿಸುವ ಹುನ್ನಾರದ ಸುಳ್ಳುಸುದ್ದಿ, ಅಧಿಕ ಜನಸಂಖ್ಯೆಯ ಪ್ರಜೆಗಳನ್ನು ಬಂದೂಕುಗಳಿಂದ ಕೊಲ್ಲುವ ಸುದ್ದಿ, ಪ್ರಜೆಗಳನ್ನು ಕೂಲಿಗಳನ್ನಾಗಿ ಪರಿವರ್ತಿಸುವ ಸುಳ್ಳುಸುದ್ದಿ, ಮಹಿಳೆಯರನ್ನು ವೇಶ್ಯೆಯನ್ನಾಗಿ ಪರಿವರ್ತಿಸುವ ಸುಳ್ಳುಸುದ್ದಿ, ಕ್ರಿಶ್ಚಿಯನ್ ಧರ್ಮಕ್ಕೆ ಬಲಾತ್ಕಾರದ ಮತಾಂತರದ ಸುಳ್ಳುಸುದ್ದಿ, ಇತ್ಯಾದಿ ಸಾಮಾನ್ಯವಾಗಿತ್ತು.

ಈ ವಿರೋಧದ ತೀವ್ರತೆ ನಮಗೆ ಸ್ಪಷ್ಟವಾಗಿ ಗೋಚರಿಸುವುದು 1881ರ ಜನಗಣತಿಯ ಸಂದರ್ಭದಲ್ಲಿ.[137] ಮೊದಲನೆಯದಾಗಿ ದತ್ತಾಂಶ ಕ್ರೋಢೀಕರಣ ಕೇಂದ್ರೀಕೃತವಾಗಿರಲಿಲ್ಲ. ಪ್ರಾಂತೀಯ ಸರ್ಕಾರಗಳು ವಸಾಹತುವಿನ ವಿಧಾನವನ್ನು ಪಾಲಿಸಿದರೂ ಅವುಗಳಲ್ಲಿ ಸಾಕಷ್ಟು ತಪ್ಪುಗಳಿದ್ದವು: ಸಂತಾಲರು ಮತ್ತು ಬಿಲ್

136 The census of British India, 0f the 1871-72, London, 1875
137 W.Chichele Plowden, Cenus of India, 1881, London, 1883 ,

ಆದಿವಾಸಿಗಳಿಗೆ ಈ ಜನಗಣತಿ ಬಗ್ಗೆ ಎಷ್ಟು ಗುಮಾನಿ ಇತ್ತೆಂದರೆ ಅದನ್ನು ತಣಿಸಲು ಸೈನ್ಯದ ಬಲ ಪ್ರಯೋಗವನ್ನು ಮಾಡಬೇಕಾಯಿತು. ಇವುಗಳ ನಡುವೆ ಇನ್ನಿತರ ಅಪನಂಬಿಕೆಗಳಿದ್ದವು– ಜನಗಣತಿ ಮೂಲಕ ಜನರನ್ನು ಅಫಘಾನಿಸ್ಥಾನದ ಯುದ್ಧಕ್ಕೆ ಸೈನಿಕರಾಗಿ ನಿಯುಕ್ತಿಗೊಳಿಸುವುದು, ಸಾರ್ವತ್ರಿಕ ತೆರಿಗೆಯನ್ನು ವಿಧಿಸುವ ಭಾಗ, ಇದು ಮೂಲತಃವಾಗಿ ಕೆಳಸ್ತರದ ಮಹಿಳೆಯರ ಮೇಲೆ ವಿಧಿಸುವ ಕರದ ಭಾಗ, ಇದು ಕೆಡುಕುತನ ಹೇರುವುದರ ಭಾಗ ಇತ್ಯಾದಿ.

ವಾಸ್ತವವಾಗಿ 1871ರ ಜನಗಣತಿ ವಿಸ್ತೃತವಾಗಿ ಮುಸ್ಲಿಂ ಜಾತಿಗಳ ಬಗ್ಗೆ ಹೆಚ್ಚೇನು ಹೇಳದಿದ್ದರೂ, ಅದು ಎರಡು ವಾಸ್ತವತೆಗಳನ್ನು ಬಿಚ್ಚಿಟ್ಟಿತ್ತು. ಅದೇನೆಂದರೆ ಮುಸ್ಲಿಮರ ಜನಸಂಖ್ಯೆಗೆ "ಹಿಂದೂ ಕೆಳಜಾತಿಗಳಿಂದ ಮತಾಂತರಗೊಂಡ ಜಾತಿಗಳು ಕಾರಣ" ಎರಡನೆಯದು, "ಮುಸಲ್ಮಾನರಲ್ಲಿ ಹಿಂದೂಗಳಲ್ಲಿರುವಂತೆ ಜಾತಿ ವ್ಯವಸ್ಥೆ ಇದೆ." ಜನಗಣತಿ ಮುಸಲ್ಮಾನರಲ್ಲಿದ್ದ ಎರಡು ಪಂಥಗಳ ಬಗ್ಗೆ ಕೂಡ ಬೆಳಕು ಚೆಲ್ಲುತ್ತದೆ. ಅವುಗಳನ್ನು 'ಸೂನಿಗಳು' (ವಾಸ್ತವವಾಗಿ ಅದು ಸುನ್ನಿ ಆಗಬೇಕಿತ್ತು) ಮತ್ತೂ 'ಶೀಯ' (ಶಿಯಾ ಆಗಬೇಕಿತ್ತು)[138]. ಇವುಗಳ ನಡುವೆ 'ವಹಾಬಿ' ಪಂಥದ ಹೆಸರನ್ನು ಉಲ್ಲೇಖಿಸುತ್ತದೆ. ವಿಚಿತ್ರವೆಂದರೆ ಔದ್ ಪ್ರಾಂತ್ಯವನ್ನು ವಿವರಿಸುವಾಗ ಅಲ್ಲಿರುವ ಮುಸ್ಲಿಂ ಡೊಂಬರಾಟವಾಡುವ ಆದಿಮ ಬುಡಕಟ್ಟು ನಾಥ್‌ಗಳ ಇರುವಿಕೆಯನ್ನು ಉಲ್ಲೇಖಿಸುತ್ತದೆ, ಅದರೊಟ್ಟಿಗೆ ಅವುಗಳಿಗೆ ಧರ್ಮದ ಕುರಿತು ಇರುವ ವಿಸ್ಮೃತಿಯನ್ನು ಕೂಡ ದಾಖಲಿಸುತ್ತದೆ[139]. ಪಂಜಾಬಿನ ಬಲೂಚಿಗಳನ್ನು ಮುಸಲ್ಮಾನರೆಂದು ಗುರುತಿಸುತ್ತಾ, ಮುಂಬಯಿ ಪ್ರೆಸಿಡೆನ್ಸಿ ಪ್ರದೇಶಕ್ಕೆ ಬಂದಾಗ ಮುಸ್ಲಿಂ ಆದಿಮ ಬುಡಕಟ್ಟುಗಳ ಒಟ್ಟು ಜನಸಂಖ್ಯೆಯನ್ನು ಹೇಳುತ್ತದೆಯೇ ಹೊರತು ಅವುಗಳ ಹೆಸರುಗಳನ್ನು ದಾಖಲಿಸುವುದಿಲ್ಲ. ಅದರೊಟ್ಟಿಗೆ ಚೋಟಾ ನಾಗಪುರದ ಜುಲಾಹ್ಹಗಳನ್ನು, ವಾಯುವ್ಯ ಪ್ರಾಂತ್ಯದಲ್ಲಿ ಮುಸ್ಲಿಂ ರಜಪುತರ ಅಸ್ತಿತ್ವವನ್ನು, ಔದ್ ಪ್ರಾಂತ್ಯದಲ್ಲಿ ನೇಕಾರರರಾದ ಜುಲಾಹ್ಹಗಳನ್ನು, ಹತ್ತಿಯನ್ನು ಶುದ್ಧೀಕರಿಸುವ ಧುನಿಯಾಗಳನ್ನು, ಬಟ್ಟೆ ಹೊಲಿಯುವ ದರ್ಜಿಗಳನ್ನು ಹಾಲು ಮಾರುವ ಗೋಸಿಸ್‌ಗಳನ್ನು, ಬಳೆಗಾರರಾದ ಮನಿಯಾರ್‌ಗಳನ್ನು, ಕಟುಕರಾದ ಕಸಾಯಿಗಳನ್ನು, ಹಸುರು ದಿನಸಿ ಬೆಳೆಗಾರರಾದ ಕಂಜರ್‌ಗಳನ್ನು ಪಟ್ಟಿ ಮಾಡಿತ್ತು. ಇದೇ ಸಂದರ್ಭದಲ್ಲಿ 1871ರ ಮನವಿ / ಜನಗಣತಿ ಪಂಜಾಬ್ ಪ್ರಾಂತ್ಯ ಮತ್ತು ಇನ್ನಿತರ ಪ್ರಾಂತ್ಯದಲ್ಲಿರುವ ಪಠಾಣರು ಮತ್ತು ಅವರಲ್ಲಿರುವ ವಿವಿಧ ಬುಡಕಟ್ಟುಗಳ ಜನಸಂಖ್ಯೆಯನ್ನು ದಾಖಲಿಸುತ್ತದೆ. ಪಠಾಣರಲ್ಲಿರುವ ಅತೀ ದೊಡ್ಡ ಬುಡಕಟ್ಟು

138 Memorandum on the Cenus of British India, 1871-72, Op.cit, p.18.
139 Ibid.p.25.

ಎಂದರೆ ಯೂಸುಫಿಯಾ (ಪೇಶಾವಾರ ಜಿಲ್ಲೆ) ತದನಂತರ ಬರುವವರು ಲೂಹಾನಿಯಾ (ಬನ್ನೂನು ಜಿಲ್ಲೆ), ಕುಟುಕ್ಸು (ಬನ್ನಾನ್ ಮತ್ತು ಕುಹುಟ್ ಜಿಲ್ಲೆ) ಇವುಗಳ ನಡುವೆ ರಜಪೂತ್ ಮುಸ್ಲಿಮರನ್ನು ಅತೀ ಹೆಚ್ಚು ಸಂಖ್ಯೆ ಇರುವ (ಏಳು ಲಕ್ಷ) ಬುಡಕಟ್ಟು ಗುರುತಿಸುತ್ತಾರೆ. ಈ ಬುಡಕಟ್ಟುಗಳಲ್ಲಿ ಎರಡು ಉಪ ಬುಡಕಟ್ಟುಗಳನ್ನು ದಾಖಲಿಸುತ್ತದೆ. ಅವುಗಳು ಬುಟೀಸ್ ಮತ್ತು ರಂಗ್ರಾಸ್ (ದೆಹಲಿ ಮತ್ತು ಹಿಸ್ಸಾರ್ ಭಾಗ). ಅಲ್ಲದೆ ಜಾಟ್ ಮುಸ್ಲಿಂ, ಮಿಯೋ, ಫಕೀರ್ಸ್, ಗುಜುನ್ಸ್ ಇತ್ಯಾದಿಗಳನ್ನು ಸಂಖ್ಯಾಧಾರಿತವಾಗಿ ದಾಖಲಿಸುತ್ತದೆ. [140]

1891ರ ಬ್ರಿಟಿಷ್ ಇಂಡಿಯಾದ ಜನಗಣತಿ[141] ಎರಡು ವಾಸ್ತವತೆಯನ್ನು ಅನಾವರಣ ಮಾಡಿತ್ತು–ಮುಸಲ್ಮಾನರಲ್ಲಿ ವಿದೇಶಿಗಳಾದ ಬಲೂಚ್ ಮತ್ತು ಬ್ರಹಿಗಳನ್ನು ಹೊರತುಪಡಿಸಿದರೆ ಉಳಿದವರು ಕ್ಷತ್ರಿಯರಿಂದ ಮತ್ತು ಬ್ರಾಹ್ಮಣ ಜಾತಿಯ ಚೌಕಟ್ಟಿನೊಳಗಿರುವ ಕೆಳ ಜಾತಿಗಳಿಂದ ಮತಾಂತರಗೊಂಡವರು. ಎರಡನೆಯದಾಗಿ, ಮತಾಂತರಗೊಂಡವರು "ಶೇಖ್"ಗಳಾಗಿ, ಸಾಮಾಜಿಕವಾಗಿ ಮೇಲ್ವರ್ಗವಾಗುವ ಪ್ರಕ್ರಿಯೆ, ಆ ಮೂಲಕ "ಅರಬ್ ಭಾತೃತ್ವದ"ದ ಭಾಗವಾಗುವ ಪ್ರಕ್ರಿಯೆ. ಈ ಪ್ರಕ್ರಿಯೆಯನ್ನು ಅದು ಪೂರ್ವಬಂಗಾಳದಲ್ಲಿ ಕಂಡುಕೊಂಡಿತ್ತು[142]. ಇದನ್ನು ಈ ಹಿಂದೆ ಹೇಳಿದಂತೆ "ಉಚ್ಚ ಜಾತೀಕರಣ" ಎನ್ನಬಹದು. ಆದರೆ ಈ ಮತಾಂತರ ರಾಜಕೀಯ ಕಾರಣಗಳಿಗಾಗಿ ನಡೆಯಿತೇ? ಇಲ್ಲವೇ ಬೇರೆ ಕಾರಣಗಳಿಗೆ? ಎಂಬುದರ ಕುರಿತು ಜನಗಣತಿ ಏನೂ ಹೇಳುವುದಿಲ್ಲ. ಅಲ್ಲದೇ ಈ ಮತಾಂತರ ಮುಸಲ್ಮಾನರ ಸಂಖ್ಯೆ ಗಣನೀಯ ಏರಿಕೆಗೆ ಕಾರಣ ಎಂದು ವಾದಿಸುತ್ತದೆ. ಅದೇ ಸುಮಾರಿಗೆ ಕೆಲವು ಹಿಂದೂ ಮತ್ತು ಮುಸ್ಲಿಂ ಜಾತಿಗಳನ್ನು ಕಸುಬಾಧಾರಿತವಾಗಿ ವರ್ಗೀಕರಣ ಮಾಡಿತ್ತು. ಅದರಲ್ಲಿ ಬರುವ ಜಾತಿಗಳೆಂದರೆ ನೇಯುವ ಮತ್ತು ಬಣ್ಣ ಹಾಕುವ ಜಾತಿಯಾದ ಜಲುಹಾ, ಹತ್ತಿಯನ್ನು ಶುದ್ಧೀಕರಿಸುವ ನದಾಫ್, ಅಥವಾ ಪಿಂಜಾರಿ ಅಥವಾ ಧುನಿಯಾ. ಕ್ಷೌರಿಕ ವೃತ್ತಿಯ ಹಜಾಮ್, ಕಟುಕ ವೃತ್ತಿಯ ಕಾಟಿಕ್, ಬಳೆಗಾರರಾದ ಮನಿಹ್ಹಾರ್‌ಗಳು, ವ್ಯಾಪಾರಸ್ಥರಾದ ಮೆಮನ್‌ಗಳು, ಖೋಜಾಗಳು. ಲಬ್ಬಯೆ ಮತ್ತು ಮಾಪಿಳ್ಳೆ. ಮೊದಲಿನ ಎರಡು ಜಾತಿಗಳು ಮೂಲತಃವಾಗಿ ಬ್ರಾಹ್ಮಣರಿಂದ ಮತಾಂತರಗೊಂಡವರು. ಮತ್ತು ಅದೇ ಸಂದರ್ಭದಲ್ಲಿ ಏಳು ಮುಸಲ್ಮಾನ ಪಂಗಡಗಳನ್ನು ವಿದೇಶಿ ಪಂಗಡಗಳೆಂದು ದಾಖಲಿಸಿತ್ತು– ಶೇಖ್, ಪಠಾಣ್, ಮೊಗಲ್, ಸೈಯ್ಯದ್. ಬಲೂಚ್, ಟರ್ಕ್,

140 Ibid.p.28

141 General Report On the Census of India, 1891. London, 1893.

142 Ibid .p.182

ಅರಬ್.[143] ಅಲ್ಲದೇ ಜಾಟ್ ಮತ್ತು ರಜಪೂತರಲ್ಲಿ ಮುಸಲ್ಮಾನರಿರುವುದನ್ನು ಕೂಡ ಅದು ಗಮನಿಸಿತ್ತು.

1901ರ ಬ್ರಿಟಿಷ್ ಇಂಡಿಯಾದ ಜನಗಣತಿ ಕೆಲವು ಕಾರಣಗಳಿಗೆ ಬಹುಮುಖ್ಯವೆನಿಸುತ್ತದೆ[144]. ಈ ಜನಗಣತಿಗೂ ಕೂಡ ಪ್ರತಿರೋಧ ಬಂದದ್ದು ಆಶ್ಚರ್ಯವಲ್ಲವೆನಿಸುತ್ತದೆ. ಅಂಡಮಾನ್ ದ್ವೀಪದ ಆದಿವಾಸಿಗಳಿಗೆ ಇದು ಪ್ರಥಮ ಜನಗಣತಿಯಾಗಿತ್ತು. ಮತ್ತು ಅವರ ಪ್ರತಿರೋಧ ನಿರೀಕ್ಷಿತ ಮಟ್ಟದಲ್ಲಿತ್ತು. ಈ ಜನಗಣತಿ ಜಗತ್ತಿಗೆ ಅಪರಿಚಿತರಾಗಿ ಉಳಿದಿದ್ದ ಉತ್ತರ ಅಂಡಮಾನಿನ ಟಬೋ ಆದಿವಾಸಿಗಳ ಇರುವಿಕೆಯನ್ನು ಜಗತ್ತಿಗೆ ಪರಿಚಯಿಸಿತ್ತು[145]. ಇದೇ ಸಂದರ್ಭದಲ್ಲಿ ಹರಡಿದ್ದ ಸಾಂಕ್ರಾಮಿಕ ರೋಗ ಪ್ಲೇಗ್, ಮಲೇರಿಯಾ (ಕಾಲ ಬಜಾರ್) ಮತ್ತು ಕ್ಷಾಮ ಕೂಡ ಅದರ ಮೇಲೆ ಸಾಕಷ್ಟು ಪ್ರಭಾವ ಬೀರಿತ್ತು. ಈ ಜನಗಣತಿ ಜಾತಿಯ ವಿಚಾರ ಬಂದಾಗ ಧರ್ಮ ಹೇಗೆ ಕೆಳಸ್ತರದ ಜಾತಿಗಳನ್ನು ಆಕರ್ಷಿಸಲು ಸಾಧ್ಯವಾಯಿತು, ಅದು ಹೇಗೆ ರಾಜಕೀಯ ಕಾರಣದಿಂದಲೂ ಬೇರೆ ಬೇರೆ ಜಾತಿಗಳನ್ನು, ಆಳುವ ವರ್ಗಗಳನ್ನು ಆಕರ್ಷಿಸಲು ಸಾಧ್ಯವಾಯಿತು ಎಂದೆಲ್ಲಾ ವಿವರಿಸುತ್ತದೆ. ಈ ಪ್ರಕ್ರಿಯೆಯಲ್ಲಿ ಜನಗಣತಿ ಬಂಗಾಳದ ಬಹಿಷ್ಕೃತ ಜಾತಿಗಳಾದ ಚಾಂಡಲ್ಸ್ ಮತ್ತು ಕೊಚ್ಸ್‌ಗಳಿಗೆ ಮತಾಂತರ ನಂತರವೂ ಸೂಕ್ತವಾದ, ಸಾಮಾಜಿಕವಾಗಿ ಮೇಲ್ಜಾತಿಯ ಸ್ಥಾನಮಾನ ಸಿಗದಿದ್ದರೂ, ಇಸ್ಲಾಂಗೆ ಮತಾಂತರ ಹೊಂದಲು ಕಾರಣಗಳನ್ನು ನೀಡುತ್ತದೆ. ಪಿರಾಲ್ಲಿಸ್‌ಗಳು ಮುಸಲ್ಮಾನರು ಬಡಿಸಿದ ಊಟವನ್ನು ತಿನ್ನುವುದರಿಂದಾಗಿ ಬಹಿಷ್ಕೃತಗೊಂಡು ಮತಾಂತರಗೊಂಡರು, ಇದೇ ಸ್ಥಿತಿ ನಾವ್‌ಪೊರದ ರಾಜಕುಟುಂಬಕ್ಕೂ ಆಗಿತ್ತು. ಆದರೂ ಹಿಂದೂ ಆಚರಣೆಯನ್ನು ಸಂಪೂರ್ಣವಾಗಿ ಮರೆಯಲಿಲ್ಲ. ಕೆಲವರು ಯುದ್ಧದಿಂದ ಸೋತ ನಂತರ ತಮ್ಮ ರಾಜ್ಯವನ್ನು/ಆಸ್ತಿಯನ್ನು ಉಳಿಸಿಕೊಳ್ಳಲು ಮತಾಂತರ ಹೊಂದಿದರು. (ಕೆತೆರೌಸಿ ರಾಜರು, ದಬಾಂಗ ರಾಜನಾದ ರಾಜಾ ಪುರ್ದಿಲ್ ಸಿಂಗ್), ಆದಕಾರಣ ಬಂಗಾಳದ ಮುಸಲ್ಮಾನರಲ್ಲಿ ಹೆಚ್ಚಿನವರು ದೇಶಿಮೂಲದಿಂದ ಬಂದವರು ಎಂದು ಪ್ರತಿಪಾದಿಸುತ್ತದೆ. ಈ ನಿಟ್ಟಿನಲ್ಲಿ ಮಲಬಾರಿನ ಮಾಪಿಳ್ಳೆಯವರಲ್ಲಿ ಈಗಲೂ ಹಿಂದೂ ಸಂಪ್ರದಾಯವಾದ ಅನುವಂಶೀಕ ಆಸ್ತಿ ಹಂಚಿಕೆಯ ವ್ಯವಸ್ಥೆ, ಗುಜರಾತಿನ ಬೊಹ್ರಾ, ಖೋಜಾ, ಮೆಮೆನ್ ವ್ಯಾಪಾರಸ್ಥರ ಹಿಂದೂ ಹಿನ್ನಲೆ, ಮಿಯೋ ಹಾಗೂ ರಜಪೂತರ ಹಿಂದೂ ಪರಂಪರೆ ಇರುವುದನ್ನು ದಾಖಲಿಸಿತ್ತು.[146] ಅದೇ ಸುಮಾರಿಗೆ

143 Census of India, 1891, A General Report, Jairas Publications, Delhi 1985.
144 E.A Gait, Cenus or India 1901, Vol.1, India Part I, Calcutta, 1903 Report The Asiatic Society, 1903. p.385
145 E. A , A Gait, Census of India, 1901India, Part I Tables, The Asiatic Society, 1903.
146 E.A Gait, Op.cit, p.385

ಪಂಜಾಬಿನಲ್ಲಿ ಮುಸ್ಲಿಂ ಜಾತಿಗಳಾದ ಜಾಟರು, ರಜಪೂತರು, ಜೊಲ್ಹಾಸ್, ಅವನ್ಸ್, ಗುಜ್ಜರ್ಸ್, ಮುಚೀಸ್, ಕುಂಬಾರ್ಸ್, ತರ್ಕಾನ್ಸ್, ತೇಲಿ ಇತ್ಯಾದಿಗಳನ್ನು ಮತಾಂತರಗೊಂಡ ಮುಸಲ್ಮಾನರೆನ್ನುತ್ತಾ ಅವರ ಜಾತಿ ಹೆಸರಿನೊಂದಿಗೆ ದಾಖಲಿಸಿತ್ತು. ಇದರಲ್ಲಿ ಕೆಲವರು ಕ್ಷತ್ರಿಯ ಜಾತಿಗೆ ಸೇರಿದವರು. ಜುಲ್ಹಾಹಗಳು ನೇಕಾರರು, ಜಾಟರು ರೈತರು. ಜುಲ್ಹಾಗಳು ಪಂಜಾಬ ಮತ್ತು ಬಂಗಾಳದಲೆಲ್ಲಾ ಹರಡಿದ್ದರು ಎಂದು ಉಲ್ಲೇಖಿಸುತ್ತದೆ. ಆದರೆ ರಾಜಕೀಯ ಆಮಿಷಕ್ಕೆ ಮತ್ತು ಬಲತ್ಕಾರದಿಂದ ಮತಾಂತರಗೊಂಡ ಆಳುವ ವರ್ಗ ಯಾವ ಜಾತಿಯನ್ನು ಅಪ್ಪಿಕೊಂಡಿತ್ತು, ಎಂಬುದರ ಕುರಿತು ಜನಗಣತಿ ಯಾವುದೇ ವಿಶ್ಲೇಷಣೆ ಮಾಡುವುದಿಲ್ಲ.

ಬ್ರಿಟಿಷ್ ಇಂಡಿಯಾದ 1911ರ ಜನಗಣತಿಯ ಒಂದು ದೊಡ್ಡ ಕೊಡುಗೆಯೆಂದರೆ ದೊಡ್ಡ ಮೊತ್ತದ ಅಸ್ಪಷ್ಟ ಸಮುದಾಯದ ಗುರುತಿಸುವಿಕೆ. ಇದನ್ನು ಈ ಹಿಂದಿನ ಜನಗಣತಿಗಳು ಈ ಪ್ರಮಾಣದಲ್ಲಿ ಮಾಡಿರಲಿಲ್ಲ. ದಾಖಲಾತಿಯನ್ನು ಆರಂಭಿಸುವಾಗ ಒಂದು ಅಂಶ ಸ್ಪಷ್ಟವಾಗಿ ಗೋಚರವಾಗಿತ್ತು. ಜನಗಣತಿಯನ್ನು ಬೆಳದಿಂಗಳಿರುವ ಆದರೆ, ಯಾವುದೇ ಹಬ್ಬ ಹರಿದಿನಗಳಿಲ್ಲದ, ಮದುವೆ ಮಹೂರ್ತಗಳಿಲ್ಲದ ರಾತ್ರಿ ನಡೆಸಲಾಯಿತು. ಆದರೆ ಜನಗಣತಿ ಎದುರಿಸಿದ ದೊಡ್ಡ ಸಮಸ್ಯೆ ಎಂದರೆ ಪ್ಲೇಗ್ ಸಾಂಕ್ರಾಮಿಕ ರೋಗ. ಇದರ ಪರಿಣಾಮವಾಗಿ ಹಲವು ಕಡೆ ಜನಸಂಖ್ಯೆಯ ದಾಖಲಾತಿಯ ಪ್ರಮಾಣ ಗಣನೀಯವಾಗಿ ಕಡಿಮೆಯಾಯಿತು (ನಾಗಪುರ, ಇಂದೋರ್, ಗಯಾ), ವಲಸೆ ಇದಕ್ಕೆ ಮುಖ್ಯಕಾರಣ. [147]– ಆದರೆ ಸಾವು ಅಲ್ಲ. ಈ ಜನಗಣತಿ ಒಂದು ಪ್ರಮುಖವಾದ ಸಮಸ್ಯೆಯನ್ನು ಎದುರಿಸಿತ್ತು– ಬಹುಮುಖ್ಯವಾಗಿ ಅಸ್ಪಷ್ಟ ಜಾತಿಗಳನ್ನು ಗುರುತಿಸುವುದರ ಕುರಿತಾಗಿತ್ತು. ಮುಸಲ್ಮಾನರು ಅಲ್ಲದ, ಹಿಂದೂ ಅಲ್ಲದ ಸಮುದಾಯಗಳನ್ನು ಎಲ್ಲಿ ಮತ್ತು ಯಾವ ಜಾತಿಯಲ್ಲಿ ಗುರುತಿಸುವುದು.?[148] ಇವುಗಳ ನಡುವೆ ಇರುವ ತೆಳು ಗಡಿಗಳು ನಂಬಿಕೆಗಳಲ್ಲಿ, ಆಚರಣೆಗಳಲ್ಲಿ ಕಂಡುಬರುವುದು ಸಹಜ. ಆ ಜನಗಣತಿಯನ್ನು ಬರೆದ ಗೇಟ್ ಒಂದೆಡೆ ಈ ರೀತಿ ಬರೆಯುತ್ತಾನೆ, "ತಮ್ಮನ್ನು ತಾವು ಹಿಂದುಗಳೆಂದು ಹೇಳಿಕೊಳ್ಳುವವರಲ್ಲಿ ಗಾಢವಾದ ಮುಸ್ಲಿಂ ಪ್ರಭಾವವಿರುವುದು ಕಂಡು ಬರುತ್ತದೆ. ಇವುಗಳಲ್ಲಿ ಪ್ರಮುಖವೆಂದರೆ ಪಂಚಪಿರಿಯ ಪಂಥ. ಇವರು ಐದು ಮುಸ್ಲಿಂ ಸಂತರನ್ನು ಪೂಜಿಸುತ್ತಿದ್ದರು ಮತ್ತು ಕೋಳಿಗಳನ್ನು ಅರ್ಪಿಸುವಾಗ ದಫಾರಿ ಫಕೀರನನ್ನು ತಮ್ಮ ಪೂಜಾರಿಯನ್ನಾಗಿರಿಸುತ್ತಿದ್ದವರು. ಭಾರತದ ತುಂಬೆಲ್ಲಾ ಹಿಂದೂಗಳು ಮುಸ್ಲಿಂ ದರ್ಗಾಗಳಿಗೆ ಅದರಲ್ಲೂ ಮುಖ್ಯವಾಗಿ

147 E.A Gait, Op.cit..
148 Ibid, p.113

ಪಂಜಾಬಿನ ಸಖಿ ಸರ್ವರ್. ನನ್ನ ಮಿತ್ರನೊಬ್ಬ ಹೇಳುವಂತೆ ಪಂಜಾಬಿನ ಮುಲ್ಲಾನ ಹೆಚ್ಚಿನ ಅನುಯಾಯಿಗಳು ಸಿಖ್ಖರು. ಅದೇ ಸಂದರ್ಭದಲ್ಲಿ ಮೊಹಮ್ಮದರಾಗಿ ಮತಾಂತರ ಹೊಂದಿದವರು ನೈಜ ಮುಸಲ್ಮಾನರಾಗಿ ಕಂಡು ಬರುವುದಿಲ್ಲ".[149] ಇದರ ಇನ್ನೊಂದೆಡೆ, "ಆಗ್ರಾದ ಆಸುಪಾಸಿನಲಿದ್ದ ಅಸ್ಪಷ್ಟ ಜಾತಿಗಳ ಕುರಿತು ಜನಗಣತಿ ಇನ್ನಷ್ಟು ಬೆಳಕು ಚೆಲ್ಲುತ್ತದೆ: ಆಗ್ರಾ ಮತ್ತದರ ಅಕ್ಕಪಕ್ಕದ ಜಿಲ್ಲೆಗಳಲ್ಲಿರುವ ರಜಪೂತರು, ಜಾಟರು, ಬನಿಯಾ ಇತ್ಯಾದಿ ಮುಸ್ಲಿಮರಾಗಿ ಮತಾಂತರ ಹೊಂದಿದವರು ಇದ್ದರೂ, ತಮ್ಮನ್ನು ತಾವು ಮುಸಲ್ಮಾನರೆಂದು ಹೇಳಿಕೊಳ್ಳಲು ಹಿಂಜರಿಯುತ್ತಾರೆ. ಆದಕಾರಣ ಸಾಮಾನ್ಯವಾಗಿ ತಮ್ಮ ಮೂಲ ಜಾತಿಯ ಹೆಸರನ್ನು ಕೊಡುತ್ತಾರೆಯೇ ಹೊರತು ತಮ್ಮ ಮೂಲ ಹೆಸರಾದ ಮಲ್ಕಾನವಲ್ಲ. ಅವರ ಹೆಸರುಗಳು ಹಿಂದೂಗಳ ಹೆಸರು. ಅವರು ಪ್ರಾರ್ಥನೆ ಸಲ್ಲಿಸುವ ಸ್ಥಳ ಹಿಂದೂ ದೇವಸ್ಥಾನ. ಅವರು ವಂದಿಸುವಾಗ ಜಪಿಸುವುದು ರಾಮ, ರಾಮ. ಅವರು ತಮ್ಮೊಳಗೆ ಸ್ವಬಾಂಧವ್ಯ ಮದುವೆ ಮಾಡಿಸಿಕೊಳ್ಳುತ್ತಾರೆ. ಇದು ಒಂದು ಕಡೆಯಾದರೆ, ಇನ್ನೊಂದೆಡೆ ಅವರು ಮಸೀದಿಗಳಿಗೆ ಭೇಟಿ ನೀಡುತ್ತಾರೆ, ಮಂಜಿ ಮಾಡಿಸಿಕೊಳ್ಳುತ್ತಾರೆ, ಸತ್ತವರನ್ನು ಹೂಳುತ್ತಾರೆ. ಮುಸಲ್ಮಾನರು ಅವರ ಗೆಳೆಯರಾದರೆ ಅವರೊಂದಿಗೆ ಸಹಭೋಜನ ಮಾಡುತ್ತಾರೆ. ಬೇರೆಯವರು ತಮ್ಮನ್ನು ಮಿಯಾ ಠಾಕೂರುಗಳೆಂದು ಕರೆಯಬೇಕೆಂದು ಬಯಸುತ್ತಾರೆ. ತಾವೂ ಹಿಂದೂಗಳಲ್ಲ ಅಥವಾ ಮುಸಲ್ಮಾನರಲ್ಲವೆಂದು ಹೇಳಿಕೊಳ್ಳುತ್ತಾ, ಸಂಕರವೆಂದು ವಾದಿಸುತ್ತಾರೆ"[150].

ಈ ರೀತಿಯ ಅಸ್ಪಷ್ಟ ಜಾತಿಗಳ ಕುರಿತು 1911ರ ಜನಗಣತಿ ಇನ್ನಷ್ಟು ಬೆಳಕು ಚೆಲ್ಲುತ್ತದೆ. "ಗುಜರಾತಿನಲ್ಲಿ ಇದೇ ರೀತಿಯ ಹತ್ತು ಹಲವು ಸಮುದಾಯಗಳಿವೆ- ತಮ್ಮ ಬಹುಮುಖ್ಯ ಧಾರ್ಮಿಕ ಚಟುವಟಿಕೆಗಳಿಗೆ ಬ್ರಾಹ್ಮಣರನ್ನು ಆಮಂತ್ರಿಸುವ ಮಟಿಯಾ ಕುಂಬಿಗಳು, ಆದರೆ ಇವರು ಪಿರಾಣದ ಸಂತ ಇಮಮ್ ಶಾಹನ ಮತ್ತವನ ಸಂತತಿಯ ಅನುಯಾಯಿಗಳು. ಇವರು ಮುಸಲ್ಮಾನರಂತೆ ಸತ್ತವರನ್ನು ಹೂಳುತ್ತಾರೆ, ಶೇಖ್ಡಾಸ್‌ಗಳು (ಮುಖ್ಯಸ್ಥರು) ತಮ್ಮ ಮದುವೆಗಳಲ್ಲಿ ಹಿಂದೂ ಮತ್ತು ಮುಸಲ್ಮಾನ ಪೂಜಾರಿಗಳನ್ನು ನೇಮಿಸಿಕೊಳ್ಳುತ್ತಾರೆ, ಈ ಅಸ್ಪಷ್ಟ ಜಾತಿಗಳಲ್ಲಿರುವ ಇನ್ನೊಂದು ಸಮುದಾಯವೆಂದರೆ ಮೊಮನ್ಸ್‌ಗಳು: ಇವರು ಮುಂಜಿಯನ್ನು ಮಾಡಿಸಿಕೊಳ್ಳುತ್ತಾರೆ, ಸತ್ತವರನ್ನು ಹೂಳುತ್ತಾರೆ, ಗುಜರಾತಿಯಲ್ಲಿ ಪವಿತ್ರ ಗ್ರಂಥವನ್ನು ಓದುತ್ತಾರೆ. ಇದರ ಹೊರತಾಗಿಯೂ ಹಿಂದೂ ಸಂಪ್ರದಾಯವನ್ನು,

149 Ibid.p.118
150 Ibid.

ಆಚರಣೆಗಳನ್ನು ಪಾಲಿಸುತ್ತಾರೆ. ಸ್ಥಿತಿಗೆ ಅನುಗುಣವಾಗಿ ಬೇರೆ ಬೇರೆ ಧರ್ಮಗಳಿಗೆ ಈ ಸಮುದಾಯಗಳು ವಾಲುತ್ತಾರೆ[151]."

ಆದರೆ 1921ರ ದಾಖಲಾತಿಯ ಸಂದರ್ಭ ಪ್ಲೇಗ್ ಮತ್ತು ಇನ್ನಿತರ ಸಾಂಕ್ರಾಮಿಕ ರೋಗದ ಕಾಲ. ಜನಗಣತಿ ಇವುಗಳ ನಡುವೆ ಯಾವುದೇ ಆತಂಕಗಳಿಲ್ಲದೆ ನಡೆಯಿತು ಎಂದು ವಸಾಹತುಸಾಹಿ ವಾದಿಸಿದರೂ, ರಾಷ್ಟ್ರೀಯ ಹೋರಾಟದ ಭಾಗವಾದ ಅಸಹಕಾರ ಚಳವಳಿಯ ಪ್ರಭಾವವನ್ನು ನಿರಾಕರಿಸುವಂತಿಲ್ಲ. ಇದು ಅಸಹಕಾರ ಚಳವಳಿಯ ಭಾಗವಲ್ಲ ಎಂಬ ಗಾಂಧಿಯ ಟಿಪ್ಪಣಿ ಬಂದಾಗ ಸಮಯ ಮೀರಿ ಹೋಗಿತ್ತು. ವಾಸ್ತವವಾಗಿ ಗಾಂಧಿಗೆ ಇದು ರಾಷ್ಟ್ರದ ಮಹತ್ವದ ಕೆಲಸ, ಆದಕಾರಣ ಅದಕ್ಕೆ ಸಹಕರಿಸುವುದು ಪ್ರತಿಯೊಬ್ಬರ ಕರ್ತವ್ಯ. ವಾಸ್ತವವಾಗಿ ಅಸಹಕಾರ ಚಳವಳಿಯ ಪ್ರಭಾವ ಪಶ್ಚಿಮ ಭಾರತ, ಮುಂಬಯಿ, ವಾಯುವ್ಯ ಭಾರತ, ಮಧ್ಯ ಭಾರತ, ಪಂಜಾಬ್ ಇತ್ಯಾದಿ ಕಡೆ ಸ್ವಲ್ಪ ತೀಕ್ಷ್ಣವಾಗಿತ್ತು. ಈ ಜನಗಣತಿಗೆ ಯಾವುದೇ ರೀತಿಯ ಅಡ್ಡಿಯನ್ನು ಒಡ್ಡಬಾರದು ಎಂದು ಗಾಂಧಿ ಮನವಿ ಮಾಡಿದ್ದರೂ, ಅವರ ಮನವಿಯನ್ನು ಒಪ್ಪಿಕೊಳ್ಳುವ ಮನಸ್ಥಿತಿಯಲ್ಲಿ ಭಾರತೀಯರಿರಲಿಲ್ಲ. ಇವುಗಳ ನಡುವೆ ಜನರಲ್ಲಿ ಜನಗಣತಿ ಬಗ್ಗೆ ತೀರಾ ಅನಾಸಕ್ತಿ ಇದ್ದದ್ದು ವಾಸ್ತವ. ಅಸಹಕಾರ ಚಳವಳಿ ಎರಡು ರೀತಿಯಲ್ಲಿ ದಾಖಲಾತಿ ಮೇಲೆ ಪರಿಣಾಮ ಬೀರಿತ್ತು: ಮೊದಲನೆಯದಾಗಿ ಜನಗಣತಿದಾರರು ಜನಗಣತಿಯ ಅಧಿಕಾರಿಗಳಾಗಲು ನಿರಾಕರಿಸಿದ್ದು; ಎರಡನೆಯದಾಗಿ, ಜನಗಣತಿದಾರರಿಗೆ ಮಾಹಿತಿ ನೀಡಲು ಕುಟುಂಬದ ಮುಖ್ಯಸ್ಥರು ನಿರಾಕರಿಸಿದ್ದು. ಅಲ್ಲದೇ ಈ ಹಿಂದಿನ ಜನಗಣತಿಯಂತೆ ಈ ಜನಗಣತಿಯ ಬಗ್ಗೆ ಜನರಿಗೆ ಒಂದೆರಡು ಅನುಮಾನಗಳಿದ್ದವು, ಬಹಳ ಮುಖ್ಯವಾಗಿ ಇದು ಹೊಸ ಕರವನ್ನು ಜನರ ಮೇಲೆ ವಿಧಿಸುವ ಯತ್ನವಾಗಿರಬಹುದೆಂಬ ಅನುಮಾನ ಇಲ್ಲಿತ್ತು. ಕೆಲವರು, ಬಹಳ ಮುಖ್ಯವಾಗಿ ಬಂಗಾಳದಲ್ಲಿ ತಮ್ಮ ಜಾತಿಯ ನೊಂದಣಿಯಲ್ಲಿ ಮತ್ತು ಅಸ್ಮಿತೆಯಲ್ಲಿ ಹೊಸತನವನ್ನು ಬಯಸಿದ್ದರು–ಭೈಷ್ಣಬ್‌ಗಳು ತಮ್ಮನ್ನು ಭಿಕ್ಷುಕರೆಂದು ಚಿತ್ರಿಸಬಾರದೆಂದು, ಕಸುಬನ್ನು ಹರಿನಾಮ್ ಕೀರ್ತನ್ ಎಂದು ನಮೂದಿಸಲು ಒತ್ತಾಯಿಸುತ್ತಿದ್ದರು[152]. ನಾಗಪುರದ ಕೊಷ್ಟಿಗಳ ದಂಗೆಯಲ್ಲಿ ತಮ್ಮ ಹೆಸರುಗಳನ್ನು ಮತ್ತು ಜಾತಿ ಹೆಸರುಗಳನ್ನು ನೀಡದಿರುವ ಅಂಶಗಳಿದ್ದವು. ಇವುಗಳ ನಡುವೆ ಜನಗಣತಿಯು ಮುಸಲ್ಮಾನರ ಕುರಿತು ಮೂರು ಟಿಪ್ಪಣಿಗಳನ್ನು ಮಾಡಿತ್ತು: ಗುಜರಾತ್ ಪ್ರಾಂತ್ಯದಲ್ಲಿ ಮುಸಲ್ಮಾನರು, ಧಾರ್ಮಿಕ ರಾಷ್ಟ್ರೀಯತೆ ಮತ್ತು

151 Ibid.

152 J. T. Marten, Census of india, 1921, Volume 1, Part, I, Report, Calcutta 1924,

ಧಾರ್ಮಿಕ ಸುಧಾರಣೆ ನಡುವೆ ಐತಿಹಾಸಿಕ ಹಿಂದೂ ಪ್ರಭಾವದಿಂದ ಹೊರ ಬರಲು ಅಸಾಧ್ಯವಾಗಿರುವುದು. ಎರಡನೆಯದಾಗಿ ಮುಸ್ಲಿಮರಿಗೆ ಹಿಂದೂಗಳಂತೆ ಬಹಿಷ್ಕೃತ ಜಾತಿಗಳ ಕುರಿತು ಕೆಲವು ನಿರ್ದಿಷ್ಟ ಆಲೋಚನೆಗಳಿದ್ದವು ಎಂಬ ಟಿಪ್ಪಣಿ. [153] ಮೂರನೆಯದಾಗಿ. ಮುಸಲ್ಮಾನರಾಗಿ ಮತಾಂತರಗೊಂಡವರಲ್ಲಿ ಹಿಂದೂ ಸಂಪ್ರದಾಯ, ಆಚರಣೆ, ಹಿಂದೂ ಹಬ್ಬಗಳ ಉತ್ಸವ ಮತ್ತು ಜಾತಿ ವ್ಯವಸ್ಥೆ ಈಗಲೂ ಚಾಲ್ತಿಯಲ್ಲಿದೆ ಎಂಬ ಟಿಪ್ಪಣಿ. ಇದಕ್ಕೆ ಪೂರಕವಾಗಿ ಜನಗಣತಿ ವಾದಿಸಿದ್ದೇನೆಂದರೆ ಅದು ಮುಸಲ್ಮಾನ ಧರ್ಮದ ಪ್ರಭಾವದಿಂದ ಹೊರತಾಗಿಲ್ಲ ಹೊರತು ಅದರ ಅವಿಭಾಜ್ಯ ಅಂಗವಾಗಿ ಉಳಿದು ಬಿಟ್ಟಿದೆ[154]'. ಇದಕ್ಕೆ ಜನಗಣತಿ ನೀಡುವ ಉದಾಹರಣೆ ಮದ್ರಾಸ್ ಪ್ರಾಂತ್ಯದ ದಡೆಕುಲ ದಲಿತ ಜಾತಿ- ಅವರ ಧಾರ್ಮಿಕ ನಂಬಿಕೆ ಹಿಂದೂ ಮಾತ್ರವಲ್ಲದೇ ಮುಸ್ಲಿಂ ಕೂಡ ಹೌದು. ಮದ್ರಾಸ್ ಪ್ರೆಸಿಡೆನ್ಸಿಯ ನಗೋರ್ ದರ್ಗಾ ಇನ್ನೊಂದು ಉದಾಹರಣೆ- ಇದರ ವಾರ್ಷಿಕ ಆಚರಣೆಯಲ್ಲಿ ಹಿಂದೂಗಳು ಮತ್ತು ಮುಸಲ್ಮಾನರು ಧರ್ಮಾತೀತರಾಗಿ ಭಾಗವಹಿಸುವುದು ದಿಟ. ಇದನ್ನು ತೆಳು ಧರ್ಮಗಳು ಅಥವಾ ಅಸ್ಪಷ್ಟ ಸಮುದಾಯಗಳೆನ್ನಬಹುದು. ಯಾವ ಧರ್ಮ ಎಲ್ಲಿ ಕೊನೆಗೊಳ್ಳುತ್ತದೆ, ಮತ್ತು ಯಾವ ಧರ್ಮ ಆರಂಭಗೊಳ್ಳುತ್ತದೆ ಎಂಬುದನ್ನು ನಿರ್ಧರಿಸುವುದು ಅಷ್ಟು ಸುಲಭವಲ್ಲ. ಈ ಕಾರಣಕ್ಕಾಗಿ 1911ರ ಮುಂಬಯಿ ಜನಗಣತಿ ಹಿಂದೂ-ಮೊಹಮ್ಮಡನ್ ಎಂಬ ವರ್ಗವನ್ನೇ ಹೊಸದಾಗಿ ಜನಗಣತಿಯಲ್ಲಿ ನಿರ್ಮಿಸಿತ್ತು. ಇಲ್ಲೊಂದು ಅಪವಾದವಿದೆ. ಸಿಂಧ್‌ನ ಸಂಜೋಗಿಗಳು ತಮ್ಮನ್ನು ಮುಸಲ್ಮಾನರ ಪಟ್ಟಿಯಲ್ಲಾಗಲೀ, ಹಿಂದೂಗಳ ಪಟ್ಟಿಯಲ್ಲಾಗಲೀ ದಾಖಲಿಸಲು ನಿರಾಕರಿಸಿದ್ದನ್ನು ಇಲ್ಲಿ ಗಮನಿಸಬೇಕು. ಅವರು ನಮೂದಿಸಿದ್ದು "ಬೇರೆಯವರು" ಎಂಬ ಪಟ್ಟಿಯಲ್ಲಿ.

ಅದರ ಪ್ರಕಾರ, "ಇಸ್ಲಾಂ ಯಾವುದೇ ರೀತಿಯ ಜಾತಿಯ ತಾರತಮ್ಯವನ್ನು ಗುರುತಿಸುವುದಿಲ್ಲ. ವಾಯುವ್ಯ ಪ್ರಾಂತ್ಯದ ಮುಸ್ಲಿಮರಲ್ಲಿ ಜಾತಿಯ ಚೌಕಟ್ಟುಗಳು, ಅದರಲ್ಲೂ ಅದರ ವಿದೇಶಿ ಮೂಲವಾದ ಕಾರಣ, ಕಂಡುಬರುವುದಿಲ್ಲ. ಬುಡಕಟ್ಟುಗಳ ನಡುವೆ ಅಥವಾ ಕುಲಕಸುಬುಗಳ ನಡುವೆ ಸಹಭೋಜನ, ಮದುವೆ ನಿಷಿದ್ಧವಲ್ಲ, ಅದೊಂದು ಸಾಮಾನ್ಯ ವಿಷಯ. ಉಳಿದೆಡೆ ಹಿಂದೂ ಧರ್ಮದ ಪ್ರಭಾವ ಮುಸಲ್ಮಾನರ ಸಂಪ್ರದಾಯ, ಆಚರಣೆ, ಅವರ ಭಾವನೆಗಳ ಮೇಲೆ ಗಟ್ಟಿಯಾದ ಪ್ರಭಾವ ಬಿದ್ದಿರುವುದು ಸಹಜ. ಭಾರತದ ಬಹುಸಂಖ್ಯಾತ ಮುಸಲ್ಮಾನರು ಮೂಲತಃವಾಗಿ ಹಿಂದೂಗಳಿಂದ ಮತಾಂತರಗೊಂಡವರು".[155]

---

153 Ibid.
154 Ibid , p.115.
155 Ibid, p.227

ವಿಚಿತ್ರವೆಂದರೆ 1911ರ ಪಂಜಾಬಿನ ಜನಗಣತಿಯಂತೆ ಪಂಜಾಬಿನ 15 ಶೇಕಡಾ ಮುಸಲ್ಮಾನರು ಮೂಲತಃವಾಗಿ ವಿದೇಶಿ ಮೂಲದಿಂದ ಬಂದವರು, ಇಲ್ಲಿನ ಜಾಟರು, ರಜಪೂತರು, ಅರ್ರೈನ್ಗಗಳು ಮೂಲತಃವಾಗಿ ದೇಶಿಯರು. ಜಾಟರು ಮತ್ತು ರಜಪೂತರಲ್ಲಿ ಹಿಂದೂ ಮತ್ತು ಮುಸ್ಲಿಂ ಜಾತಿಗೆ ಸೇರಿದವರು ಇದ್ದರೂ, ಅರ್ರೈನ್‌ಗಳು ಸಂಪೂರ್ಣವಾಗಿ ಮುಸಲ್ಮಾನರು. ಇಲ್ಲಿ ವಿಚಿತ್ರವಾದ ಜಾತಿ ಒಂದಿದೆ– ಬ್ರಹೂಯಿ, ಇವರ ಮೂಲ ಯಾವುದೆಂದು ತಿಳಿದಿಲ್ಲ. ಉಳಿದ ಭಾರತದಲ್ಲಿ ವಿದೇಶಿ ಮೂಲದ ಮುಸಲ್ಮಾನರ (ಶೇಖ್, ಪಠಾಣರ, ಸೈಯ್ಯದ್, ಮೊಘಲ್) ಸಂಖ್ಯೆ ಪ್ರತಿಶತ ಅತ್ಯಂತ ಕಡಿಮೆ. ಮುಸಲ್ಮಾನರಲ್ಲಿ ವಿಭಾಗೀಯ ಅಥವಾ ಕಾರ್ಯ ಪ್ರವೃತ್ತ ಗುಂಪುಗಳಿವೆ– ಖೋಜಾ, ಬೊಹ್ರಾ, ಮೆಮೆನ್ಸ್, ಅಲ್ಲದೇ ನೇಕಾರರಾದ ಜುಲ್ಹಾಸ್, ಕುಲುಸ್ ಸ್ಪಷ್ಟವಾಗಿ ಕಂಡು ಬರುವುದು. ಮೇಲ್ಜಾತಿಗಳು ಮತಾಂತರ ಹೊಂದಿದ್ದೂ ಇದೆ– ಜಾಟರು ಮತ್ತು ರಜಪೂತರು. ಇವುಗಳ ನಡುವೆ ಅದು ಮಲಬಾರಿನ ಮಾಪಿಳ್ಳೆಗಳ ಮತಾಂತರದ ಇತಿಹಾಸವನ್ನು ತೆರೆಯುತ್ತದೆ. ಅವರು ಉಗ್ರ ಪಂಥಿಗಳು, ಬಹುಮುಖ್ಯವಾಗಿ ಅವರ ಸಂಖ್ಯೆಯಲ್ಲಿ 1911ರ ಜನಗಣತಿಯ ಸಂದರ್ಭದಲ್ಲಿ ಗಣನೀಯವಾಗಿ ಏರಿಕೆಯಾಗಲು, ಚೆರುಮಾನ್ ಜಾತಿಯಿಂದ ಆದ ಮತಾಂತರವೇ ಕಾರಣ. ಸಾಮಾಜಿಕವಾಗಿ ಕೆಳಸ್ತರದಲ್ಲಿದ್ದ ಚೆರುಮಾನ್ ಜಾತಿಯ ಮತಾಂತರಕ್ಕೆ ಹೊಸ ಧರ್ಮ ನೀಡಿದ್ದ ಸಾಮಾಜಿಕ ಸ್ಥಾನಮಾನ ಆಕರ್ಷಣೆಯಾಗಿತ್ತು. ಇದರರ್ಥ ಚೆರುಮಾನರಿಂದಲೇ ಮಾಪಿಳ್ಳೆಗಳು ಮತಾಂತರಗೊಂಡವರು ಎಂದಲ್ಲ, ಅವರ ಮೂಲ ಇರುವುದೇ ಅರಬ್ ನೌಕಾ ಯಾತ್ರಿಗಳಲ್ಲಿ–ಸ್ಥಳೀಯ ಮಹಿಳೆಯೊಂದಿಗೆ ವಿವಾಹದಿಂದ ಹುಟ್ಟಿದ್ದೇ ಈ ಮಾಪಿಳ್ಳೆಗಳು.

ಅದೇನೆ ಇದ್ದರೂ ಮುಸಲ್ಮಾನರ ನಡುವಿನ ಸಾಮಾಜಿಕ ತಾರತಮ್ಯತೆಯನ್ನು ಮತ್ತು ಸಾಮಾಜಿಕ ಅಂತರವನ್ನು 1921ರ ಜನಗಣತಿ ಬೆಳಕು ಚೆಲ್ಲುತ್ತದೆ. "ಬಂಗಾಳದಲ್ಲಿ ಶೇಖ್‌ಗಳು ಕುಲುಗಳನ್ನು ಮದುವೆಯಾಗುವುದಿಲ್ಲ, ಕೆಲವು ಕಡೆ ಒಬ್ಬ ಮುಸಲ್ಮಾನ ಇನ್ನೊಬ್ಬ ಮುಸಲ್ಮಾನನೊಂದಿಗೆ ಕುಳಿತು ಊಟ ಮಾಡುವುದಿಲ್ಲ", ಇಲ್ಲಿ ಮೂರು ಪ್ರಕ್ರಿಯೆಗಳನ್ನು ಜನಗಣತಿ ಉಲ್ಲೇಖಿಸುತ್ತದೆ. ಮೊದಲನೆಯದಾಗಿ, ಬಂಗಾಳ ಮತ್ತು ಅಸ್ಸಾಂನ ಬಹುಸಂಖ್ಯಾತ ರೈತಾಪಿ ಮುಸಲ್ಮಾನರು ಜನಗಣತಿಯಲ್ಲಿ 'ಶೇಕ್' ಗಳೆಂದು ದಾಖಲಿಸಿದ್ದರೂ, 'ಶೇಖ್' ತನ್ನ ಶ್ರೀಮಂತಿಕೆಯಿಂದ ಮತ್ತು ಸ್ಥಾನಮಾನದಿಂದ ಸೈಯ್ಯದ್‌ನಾಗಬಲ್ಲ. ಇದೇ ಸಂದರ್ಭದಲ್ಲಿ 'ಶೇಖ್'ಗಳೆಂದು ಕರೆಯುವ ಇನ್ನೊಂದು ಪ್ರಕ್ರಿಯೆಯನ್ನು ಕೂಡ ತಿಳಿಸುತ್ತದೆ. ಸಾಂಪ್ರದಾಯಿಕ ಕಸುಬುಗಳನ್ನು ಮಾಡುತ್ತಿದ್ದ ಜಾತಿಗಳನ್ನು ತಮ್ಮ ಜಾತಿ ಸೂಚಕ ಹೆಸರುಗಳನ್ನು, ಮತ್ತು ತಮ್ಮ ಹೆಸರುಗಳನ್ನು ಬಿಟ್ಟು ಅಥವಾ

ಬದಲಾಯಿಸುತ್ತಾ, ತಮ್ಮ ಹೆಸರುಗಳ ಮುಂದೆ 'ಶೇಖ್'ಗಳೆಂದು ಸೂಚಿಸುವ ಪ್ರಕ್ರಿಯೆ. ಮೂರನೆಯ ಪ್ರಕ್ರಿಯೆಯಲ್ಲಿ 'ಶೇಖ್' ಎಂಬ ಜಾತಿ ಸೂಚಕವನ್ನು ಬಿಟ್ಟುಕೊಟ್ಟು ಬರೇ "ಮೊಹಮ್ಮಡನ್" ಎಂದು ನಮೂದಿಸುವ ಪ್ರಕ್ರಿಯೆ.[156]

ಈ ಪ್ರಕ್ರಿಯೆ ಬದಲಾಯಿತೆ? ಮುಸ್ಲಿಂ ಜಾತಿಗಳ ಗುರುತಿಸುವಿಕೆ 1931ರಲ್ಲಿ ಕೊನೆಗೊಂಡಿತ್ತೇ? ಎಂಬಿತ್ಯಾದಿ ಪ್ರಶ್ನೆಗಳಿವೆ. 1921ರ ಜನಗಣತಿಯ ಕಾಲಘಟ್ಟವೆಂದರೆ, ಗಾಂಧಿ ನೇತೃತ್ವದ ರಾಷ್ಟ್ರೀಯ ಹೋರಾಟದ ಕಾಲಘಟ್ಟ. 1921ರಲ್ಲಿ ಜನಗಣತಿ ಸಂದರ್ಭದಲ್ಲಿ ನೀಡಿದ ಬೆಂಬಲವನ್ನು ಗಾಂಧಿ ಈ ಬಾರಿ ನೀಡಲಿಲ್ಲ. ಇದೇ ಸಂದರ್ಭದಲ್ಲಿ ರಾಷ್ಟ್ರೀಯ ಹೋರಾಟ ಜನವರಿ 11, 1931ನ್ನು "ಜನಗಣತಿ ಬಹಿಷ್ಕಾರ" ದಿನವನ್ನಾಗಿ ಘೋಷಿಸಿತ್ತು. ವಸಾಹತುಶಾಹಿ ಮಾತ್ರ ಈ ಬಹಿಷ್ಕಾರ ದೊಡ್ಡ ಮಟ್ಟದ ಪ್ರಭಾವವನ್ನು ಬೀಳಲಿಲ್ಲವೆಂದು ಪ್ರತಿಪಾದಿಸಿದರೂ, ಅದರ ಪ್ರಭಾವ ಭಾರತದ ಎಲ್ಲೆಡೆ ಹರಡಿದ್ದನ್ನು ನಿರಾಕರಿಸಬಾರದು. ರಾಷ್ಟ್ರೀಯ ಚಳವಳಿ ಜನಗಣತಿಗೆ ದೊಡ್ಡ ಅಡ್ಡಿಯಾಗಿದ್ದದ್ದು ದಿಟ. ಕೋಮುವಾದದ ಧ್ರುವೀಕರಣ, ತೀಕ್ಷ್ಣವಾದ ಪ್ರಾಂತೀಯ ಪ್ರಜ್ಞೆ (ಉದಾಹರಣೆಗೆ ಒರಿಸ್ಸಾ), ಜಾತಿಯ ಅಸ್ಮಿತೆ ಇತ್ಯಾದಿಗಳು ದಾಖಲಾತಿಯಲ್ಲಿ ಏರಿಳಿತವನ್ನು ತಂದಿತ್ತು. ಇದರೊಂದಿಗೆ ಪ್ರತಿರೋಧಗಳು ಬೇರೆ ರೂಪದಲ್ಲಿ ಬಂದವು. ಭಿಲ್ ಆದಿವಾಸಿಗಳು ಕಂದಾಚಾರದ ನೆಪದಲ್ಲಿ ಮನೆಗಳ ದಾಖಲಾತಿಯನ್ನು ವಿರೋಧಿಸಿದರು. ಗುಜರಾತಿನಲ್ಲಿ ಜನಗಣತಿ ವಿರುದ್ಧ ದೊಡ್ಡ ಚಳವಳಿಯೇ ನಡೆದಿತ್ತು.[157] ಈ ಸಂದರ್ಭದಲ್ಲಿ ಒಂದು ವಾದ ಮುನ್ನೆಲೆಗೆ ಬಂತು, ಬಹಳ ಮುಖ್ಯವಾಗಿ, ಜನಗಣತಿಯಲ್ಲಿ ಧರ್ಮಗಳ ಲೆಕ್ಕಾಚಾರ ಕೋಮು ಧ್ರುವೀಕರಣಕ್ಕೆ ದಾರಿ ಮಾಡಿ ಕೊಡುತ್ತದೆ ಎಂಬ ವಿಚಾರ. ಇದರಲ್ಲಿ ಮತ್ತೊಂದು ವಿವಾದವೆಂದರೆ ಧರ್ಮಗಳನ್ನು ನಿಗದಿತ ಹೆಸರಿನಲ್ಲಿ ದಾಖಲಿಸುವುದರಿಂದ ಕೋಮು ಧ್ರುವೀಕರಣಕ್ಕೆ ಇನ್ನಷ್ಟು ಪುಷ್ಟಿ ದೊರೆಯುತ್ತದೆ ಎಂಬ ವಾದ, – ಹಿಂದೂ, ಕ್ರಿಶ್ಚಿಯನ್, ಮುಸ್ಲಿಂ, ಜೈನ್ ಇತ್ಯಾದಿ. ವಸಾಹತುಶಾಹಿ ಪ್ರಕಾರ ಈ ರೀತಿಯ ವರ್ಗೀಕರಣ ಸಂಪೂರ್ಣವಾಗಿ ಸರಿಯಲ್ಲದಿದ್ದರೂ, ಭಾರತದ ವೈವಿಧ್ಯಮಯ ಜೀವನ ಸಂಸ್ಕೃತಿಗೆ ಧರ್ಮಗಳ ಪ್ರಭಾವವಿರುವ– ಮದುವೆ, ಸಾವು, ಜಾತಿ– ಕಾರಣ, ಮತ್ತು ಭಾರತವನ್ನು ಸರಿಯಾಗಿ ಅರ್ಥ ಮಾಡಿಕೊಳ್ಳಬೇಕಾದರೆ, ಅವುಗಳ ಅನನ್ಯ ಸಂಬಂಧಗಳನ್ನು ಅರಿತುಕೊಳ್ಳಬೇಕಾದರೆ ಜನಗಣತಿಯಲ್ಲಿ ಧರ್ಮ, ಮತ, ಜಾತಿ ಇವುಗಳ ಕುರಿತಾದ ಮಾಹಿತಿ, ಲೆಕ್ಕಾಚಾರ ಇರಲೇ ಬೇಕು. ಎರಡನೆಯದಾಗಿ ಯಾವುದೇ ಧರ್ಮ ಪರಿಪೂರ್ಣವಾಗಿ ಸಹಧರ್ಮಗಳಿಂದ ವಿಮುಖವಾಗಿರಲು ಸಾಧ್ಯವಿಲ್ಲ. ಧರ್ಮಗಳ ಮುಖಾಮುಖಿ

156 Ibid.
157 J.H.Hutton, Cenus of India, , Vol.1 India, Part I Report , Delhi 1933.

ಒಂದು ಸಂಕರ ಸಂಸ್ಕೃತಿಯನ್ನು, ಈ ಹಿಂದೆ ಹೇಳಿದಂತೆ ಅಸ್ಪಷ್ಟ ಜಾತಿಗಳನ್ನು, ತೆಳು ಗೋಡೆಗಳ ಧರ್ಮಗಳನ್ನು, ತೆಳು ಗೋಡೆಗಳ ಜಾತಿಗಳನ್ನು ನಿರ್ಮಿಸುತ್ತದೆ– ಅವರು ಹಿಂದೂಗಳೋ ಅಥವಾ ಮುಸಲ್ಮಾನರೊ ಎಂಬುದನ್ನು ನಿರ್ಧರಿಸಲು ಕಷ್ಟವಾಗುವ ಸಂದರ್ಭವಿದು. ಈ ವಾದಕ್ಕೆ ಪೂರಕವೆನ್ನುವಂತೆ ಜನಗಣತಿ ನೀಡುವ ಮುಸಲ್ಮಾನ ಜಾತಿಗಳನ್ನು ನೋಡಬೇಕು. ಅದರ ಪ್ರಕಾರ, ತಮಿಳುನಾಡಿನ ಲಬ್ಬಯೆಗಳು ಹಿಂದೂ ಮತ್ತು ಇಸ್ಲಾಂ ಧಾರ್ಮಿಕತೆಯನ್ನು ನಂಬುವವರು. ಗುಜರಾತಿನ ಸತ್ ಪಂಥೀಸ್, ಪೀರ್ ಪಂಥೀಸ್‌ಗಳು ಮೂಲತಃವಾಗಿ ಜಾತಿಯಲ್ಲಿ ಮತೀಯ ಕುಂಬಿಗಳು, ಅಥರ್ವೇದವನ್ನು ಒಪ್ಪುವವರು, ಹೋಳಿ, ದೀಪಾವಳಿ ಹಬ್ಬವನ್ನು ಆಚರಿಸುವವರು, ಬ್ರಾಹ್ಮಣರನ್ನು ವಿವಾಹವಿಧಿಗೆ ಆಮಂತ್ರಿಸುವವರು, ಆದರೆ ಪಿರಾಣ ಮುಸ್ಲಿಂ ಸಂತನನ್ನು ಆರಾಧಿಸುವವರು. ರಂಜಾನ್ ಹಬ್ಬವನ್ನು ಆಚರಿಸುವರು, ಸತ್ತವರನ್ನು ಹಿಂದೂ –ಮುಸ್ಲಿಂ ಪ್ರಾರ್ಥನೆಯೊಂದಿಗೆ ಸಮಾಧಿ ಮಾಡುವವರು, ಕಲೀಮ (ದೇವರ ಜಪ)ವನ್ನು ಪಠಿಸುವವರು. ಇಲ್ಲಿರುವ ವಿಚಿತ್ರವೇನೆಂದರೆ ಇವರು ಸಾಮಾಜಿಕವಾಗಿ ಹಿಂದೂಗಳಾಗಿ ಕಂಡು ಬರುತ್ತಾರೆ ಧಾರ್ಮಿಕವಾಗಿ ಮುಸಲ್ಮಾನರಾಗಿ ಅಭಿವ್ಯಕ್ತಗೊಳ್ಳುತ್ತಾರೆ. ಈ ದ್ವಂದ್ವತೆಗೆ ಸರಿಯಾಗಿ ಶಂಕರಾಚಾರ್ಯರು ಇವರನ್ನು ಹಿಂದೂಗಳೆಂದು ಒಪ್ಪದಿದ್ದರೆ, ಹಿಂದೂ ಮಹಾಸಭಾ ಇವರನ್ನು ಹಿಂದೂಗಳೆಂದು ತೀರ್ಮಾನಿಸಿತ್ತು. ಆದರೆ ಜನಗಣತಿಯ ಪ್ರಕಾರ ಸಂತರನ್ನು ಒಂದು ಪಂಥಕ್ಕೆ, ಒಂದು ಸಮುದಾಯಕ್ಕೆ ಮತ್ತು ಒಂದು ಧರ್ಮಕ್ಕೆ ಸೀಮಿತಗೊಳಿಸಲು ಸಾಧ್ಯವಿಲ್ಲ. ಒಬ್ಬ ಸಂತ ಬೇರೆ ಬೇರೆ ಧರ್ಮಗಳಲ್ಲಿ ವಿವಿಧ ಹೆಸರುಗಳಲ್ಲಿ, ವಿವಿಧ ರೂಪಗಳಲ್ಲಿ ಅವತರಿಸುತ್ತಾನೆ. ಚಿತ್ತಗಾಂಗ್‌ನ ಸಂತನ ಬದರ ಮಕಾನ್ ದರ್ಗಾ ಅರಕಾನ್ ಬೌದ್ಧರಿಗೆ ಬುದ್ಧ ಮಕಾನ್ ಆಗಿರುವುದನ್ನು ಇಲ್ಲಿ ನೆನಪಿಸಬೇಕು.[158] ಮಾಳ್ವದ ನಯಾತಿಗಳು "ಹಿಂದು ಮತ್ತು ಮುಸ್ಲಿಂ ಧಾರ್ಮಿಕ ನಂಬಿಕೆಗಳನ್ನು ಸಮಾನವಾಗಿ ಆಚರಿಸುತ್ತಾರೆ. ಗಣೇಶನ್ನು ಪೂಜಿಸುತ್ತಾರೆ, ಅಲ್ಲಾನನ್ನು ಆರಾಧಿಸುತ್ತಾರೆ, ಹಿಂದೂಗಳಂತೆ ಬಟ್ಟೆಗಳನ್ನು ಧರಿಸುತ್ತಾರೆ, ಹಿಂದೂ ಹೆಸರುಗಳನ್ನು ಇಡುತ್ತಾರೆ, ಹಿಂದೂ ಹಬ್ಬಗಳನ್ನು ಆಚರಿಸುತ್ತಾರೆ ರಜಪೂತ, ಜಾಟ ಮತ್ತು ಬನಿಯಾ ಮೂಲದ ಮಲ್ಕಾನಿಗಳು ಕೂಡ ಹಿಂದೂ ಮತ್ತು ಮುಸ್ಲಿಂ ಸಂಪ್ರದಾಯಗಳನ್ನು ಆಚರಿಸುತ್ತಾರೆ. ಇನ್ನೊಂದು ಅಸ್ಪಷ್ಟ ಜಾತಿಯೆಂದರೆ ಹುಸ್ಸೈನಿ ಬ್ರಾಹ್ಮಣರು, ಬ್ರಾಹ್ಮಣ ಸಂಸ್ಕೃತಿಯ ನಡುವೆ ಅವರ ಆಹಾರ ಸಂಸ್ಕೃತಿ ಇರುವುದು ಮುಸ್ಲಿಂ ಮೇಲ್ವರ್ಗದ ಸೈಯ್ಯದ್‌ಗಳೊಂದಿಗೆ ಮಾತ್ರ. ಇಂತಹ ತೆಳು ಧರ್ಮದ ಗೋಡೆಗಳಿರುವ ಇನ್ನಿತರ ಜಾತಿಗಳೆಂದರೆ:

158 Ibid, p.380..

ಬಂಗಾಳದ ನಗರ್ ಚೆಸ್, ಕಿರ್ತನಿಯಾಸ್, ಚಿತ್ರಕಾರಸ್, ಪಂಜಾಬಿನ ಬಹಿಷ್ಕೃತ ಜಾತಿಯ ಚುಹ್ರಾಸ್ (ಮುಸ್ಲಿಂ ಹೆಸರು, ಹಿಂದೂ ಆಚರಣೆಗಳು). ಇದರಲ್ಲಿ ಪಂಥಗಳನ್ನು ಸೇರಿಸಬೇಕು. ಅವುಗಳೆಂದರೆ ಬಂಗಾಳದಲ್ಲಿ ಭಗ್ವಾನೀಯ ಅಥವಾ ಸತ್ಯ ಧರ್ಮ. ಇದೇ ಸಂದರ್ಭದಲ್ಲಿ ಲಿಂಗಾಯತ ಮತ್ತು ಮುಸ್ಲಿಂ ಧರ್ಮದ ನಡುವೆ ಸಮನ್ವಯತೆಯನ್ನು ಸಾಧಿಸಲು ಹೈದ್ರಾಬಾದ್ ಕರ್ನಾಟಕ ಪ್ರಾಂತ್ಯದಲ್ಲಿ ಪಂಥವೊಂದರ ಸ್ಥಾಪನೆಯ ಯತ್ನ ನಡೆಯಿತು (ಚೆನ್ನಬಸವೇಶ್ವರರ ಹೆಸರಿನಲ್ಲಿ). ಇದಕ್ಕೆ ತೀವ್ರತರ ಪ್ರತಿರೋಧ ಬಂದ ಕಾರಣ ಈ ಪಂಥ ವಿಶಾಲವಾಗಿ ಬೆಳೆಯಲೇ ಇಲ್ಲ.

ವಾಸ್ತವವಾಗಿ ಈ ಕಾಲಘಟ್ಟ ಆರ್ಯ ಸಮಾಜದ ಶುದ್ಧಿ ಮತ್ತು ತಬ್ಲೀಗ್ ಜಮಾತ್‌ನ ತಂಜಿಮ್– ಮತಾಂತರ– ಪುನರ್ ಮತಾಂತರ– ಮತ್ತೊಮ್ಮೆ ಮತಾಂತರದ ಕಾಲಘಟ್ಟ. ಇದನ್ನು ಕೋಮು ಧ್ರುವೀಕರಣಕ್ಕೆ ಉಪಯೋಗಿಸಿದರೂ, ಇದರ ಪರಿಣಾಮ ಸೀಮಿತ ಜಾತಿಗಳ ಮೇಲೆ ಆಗಿತ್ತು ಎಂದು ಜನಗಣತಿ ವಾದಿಸುತ್ತದೆ. ಇದಕ್ಕೆ ಮಲ್ಕಾನಿಗಳು ಉತ್ತಮ ಉದಾಹರಣೆ. ಅವರನ್ನು ಮತ್ತೊಮ್ಮೆ ಕ್ಷತ್ರಿಯರನ್ನಾಗಿಸುವ ಯತ್ನ ಈ ಸಂದರ್ಭದಲ್ಲಿತ್ತು.

ಇದೇ ಸಂದರ್ಭದಲ್ಲಿ ಬ್ರಿಟಿಷ್ ಇಂಡಿಯಾದ, ವಿವಿಧ ಪ್ರಾಂತ್ಯಗಳಲ್ಲಿ ಜರುಗಿದ ದಾಖಲಾತಿಯನ್ನು ಗಮನಿಸಬೇಕು. ಇದರಲ್ಲಿ ಅತೀ ಮುಖ್ಯವೆನಿಸುವುದು ಬೆಂಗಾಲ್ ಪ್ರೆಸಿಡೆನ್ಸಿ ಪ್ರಾಂತ್ಯದಲ್ಲಿ ನಡೆದ ಜನಗಣತಿ. ವಾಸ್ತವವಾಗಿ ಇದಕ್ಕೂ ಆರಂಭದಲ್ಲಿ ಪ್ರತಿರೋಧಗಳು ಬಂದಿದ್ದವು. 1881[159]ರ ಜನಗಣತಿ ಸಂದರ್ಭದಲ್ಲಿ ಇದು ವ್ಯಕ್ತವಾಯಿತು. ಸಂತಾಲ ಪರಗಣದಲ್ಲಿ ಆದಿವಾಸಿಗಳು ಇದರ ಬಗ್ಗೆ ತೀವ್ರ ಆಕ್ಷೇಪಗಳನ್ನು ಅದರಲ್ಲೂ ಮನೆಗೆ ನೀಡಿದ ಸಂಖ್ಯೆ ಮತ್ತು ಆದಿವಾಸಿಗಳ ತಲೆಗಳ ಲೆಕ್ಕವನ್ನು ತೀವ್ರವಾಗಿ ವಿರೋಧಿಸಿದರು. ಅವರ ಗುಮಾನಿ ಇನ್ನಷ್ಟು ಗಟ್ಟಿಯಾಗಲು ಇನ್ನೊಂದು ಕಾರಣವಿತ್ತು, ಜನಗಣತಿಯನ್ನು ರಾತ್ರಿ ಹೊತ್ತು ಏಕಕಾಲದಲ್ಲಿ ನಡೆಸುವುದರ ಹಿಂದೆ ಬಹು ದೊಡ್ಡ ಕಾರಾಸ್ಥಾನವಿದೆ ಎಂದು ನಂಬಿದ್ದರು.ಅವರ ಅಸಮಾಧಾನವನ್ನು ತಣಿಸಲು ಕೊನೆಗೆ ಸೈನ್ಯವನ್ನು ಉಪಯೋಗಿಸಬೇಕಾಯಿತು. ಈ ಜನಗಣತಿ ನೂರಾರು ಹಿಂದೂ ಜಾತಿಗಳ ಪಟ್ಟಿ ಮಾಡಿದ್ದರೂ, ಅದರಲ್ಲಿ ಮುಸ್ಲಿಂ ಜಾತಿಗಳ ವಿಶ್ಲೇಷಣೆ ಅಸ್ಪಷ್ಟವಾಗಿ ಉಳಿಯುತ್ತವೆ. ಎಲ್ಲಾ ಜಾತಿಗಳ ಪ್ರಸ್ತಾವನೆ ಜನಗಣತಿಯಲ್ಲಿ ಸಿಗುವುದಿಲ್ಲ, ಈ ಸಂದರ್ಭದಲ್ಲಿ ಉಲ್ಲೇಖಿಸಲ್ಪಟ್ಟ ಕೆಲವು ಜಾತಿಗಳೆಂದರೆ ಗ್ವಲ್ಲ (ಗೊಲ್ಲರು), ಚಾಂಡಾಲರು, ಬಗ್ದಿ, ಧನುಕ್, ಭುನ್ಯ, ಪಾಸಿ. ಅಲ್ಲದೇ ಮೂರು ಪಂಥಗಳನ್ನು ದಾಖಲಿಸುತ್ತದೆ: ಶಿಯಾ, ಸುನ್ನಿ ಮತ್ತು ವಹಾಬಿ.

159 J.A Bourldillon, Report on the Census of Bengal 1881 Vol.1, Calcutta, 1883, p.10

ವಾಸ್ತವವಾಗಿ ಇದರ ಪೂರ್ವದ 1872ರ ಜನಗಣತಿ ಕೆಳಜಾತಿಗಳಿಂದ ಮುಸ್ಲಿಂ ಧರ್ಮಕ್ಕೆ ಮತಾಂತರವೇ ಮುಸಲ್ಮಾನರ ಜನಸಂಖ್ಯೆಯಲ್ಲಿನ ಹೆಚ್ಚಳಕ್ಕೆ ಕಾರಣವೆಂದು ವಾದಿಸುತ್ತದೆ. ಅದಕ್ಕೆ ಪೂರಕವೆಂಬಂತೆ ಕೆಳ ಜಾತಿಗಳ ಉದಾಹರಣೆ ನೀಡುತ್ತದೆ. ಬಹಿಷ್ಕೃತ ಜಾತಿಗಳಲ್ಲಿ ಜನಗಣತಿ ಗುರುತಿಸಿದ್ದು ಪ್ರಪ್ರಥಮವಾಗಿ ಚಾಂಡಾಲರನ್ನು ತದನಂತರ ಕೊಸ್‌ಗಳನ್ನು, ಕುಂಜ್ರ, ಮೆಟೆ, ಪುರ, ಧೋಬಿ, ಹಜ್ಜಾಮ್ ಇತ್ಯಾದಿ. ನೃತ್ಯ, ಸಂಗೀತ ಆಡಿಸುವ ಜಾತಿಗಳೆಂದರೆ ಮಿರಾಸಿ, ಭನ್ರ್, ಮದ್ಯ ತಯಾರಕ ಜಾತಿಯೆಂದರೆ ಸನ್‌ರಿಸ್, ಎರಡನೆಯದಾಗಿ, ಮೂಲ ನಿವಾಸಿಗಳು ಬಂಗಾಲದಲ್ಲಿ ಮುಸಲ್ಮಾನರಾದ ಕತೆ ಸ್ವಲ್ಪ ರೋಚಕ. ಆರ್ಯನ್ನರ ಆಕ್ರಮಣದಿಂದ ತತ್ತರಿಸಿದ ಮೂಲ ನಿವಾಸಿಗಳಿಗೆ, ಹಿಂದೂ ಧರ್ಮವು ಆಶ್ರಯ ನೀಡದಿದ್ದಾಗ ಮುಸಲ್ಮಾನರಾಗುವುದು ಅನಿವಾರ್ಯವಾಗಿತ್ತೆಂದು ಜನಗಣತಿ ದಾಖಲಿಸುತ್ತದೆ. ಇದು ನಡೆದದ್ದು ಗಂಗಾ ತೀರದ ದಡ ಮತ್ತು ಇಂದಿನ ಬಾಂಗ್ಲಾದೇಶದ ನಡುವೆ[160].

ಇವುಗಳ ನಡುವೆ ಸಮನ್ವಯ ಸಂಸ್ಕೃತಿಯನ್ನು, ಅಸ್ಪಷ್ಟ ಸಮಾಜವನ್ನು ವಿವರಿಸಲು ಹತ್ತು ಹಲವು ಸಂತರನ್ನು ಉದಾಹರಿಸುತ್ತದೆ.[161] ಇದಕ್ಕೆ ಉದಾಹರಣೆಯಾಗಿ ಹಿಂದೂಗಳ ಸತ್ಯನಾರಾಯಣ ಹೇಗೆ ಬಂಗಾಳ ಮುಸಲ್ಮಾನರಿಗೆ ಸತ್ಯ ಪೀರ್‌ನಾಗಿ ಬಿಡುತ್ತಾರೆ. ಆದಕಾರಣವೇ ಬೆಂಗಾಲಿ ಮುಸ್ಲಿಂ ಪತ್ರ ಬರೆಯುವ ಸಂದರ್ಭದಲ್ಲಿ "ದೇವರ ಹೆಸರಿನಲ್ಲಿ ಪತ್ರ ಬರೆಯುವುದಿಲ್ಲ ಹೊರತು ದೇವತೆ ಹೆಸರಿನಲ್ಲಿ ಆರಂಭಿಸುತ್ತಾನೆ". ಇದೇ ಸಂದರ್ಭದಲ್ಲಿ ಪ್ರಖ್ಯಾತ ಬರಹಗಾರ, ಪ್ರವಾಸಿಗ ಬುಖಾನನ್‌ನ ಒಂದು ವಾದವನ್ನು ಜನಗಣತಿ ಉಲೇಖಿಸುತ್ತದೆ. ಅದರ ಪ್ರಕಾರ: "ಮತಾಂತರಿಗಳು ಅಲ್ಲಾನನ್ನು ಮತ್ತು ಪ್ರವಾದಿಯನ್ನು ಪ್ರಾರ್ಥಿಸಿದರೂ, ಅವರು ತಮ್ಮ ಹಿಂದಿನ ಕಂದಾಚಾರಗಳನ್ನು ಮರೆತು ಹೋಗಿರುವ ಕುರಿತು ನನಗೆ ದಟ್ಟವಾದ ಸಂಶಯವಿದೆ. ಮೇಲ್ವರ್ಗದ ಮುಸ್ಲಿಮರು ಮೂಲತಃವಾಗಿ ವಿಗ್ರಹ ಆರಾಧಕ ದೇವತೆಗಳನ್ನು ಪೂಜಿಸುವುದಿಲ್ಲ."[162]

ಮುಸ್ಲಿಮ್ ಜಾತಿಗಳ ಸರಿಯಾದ ವಿಭಜನೆಯನ್ನು 1901ರ ಬೆಂಗಾಳಿನ ಜನಗಣತಿ ಮಾಡುತ್ತದೆ. ವಿವಿಧ ಜನಗಣತಿಗಳು ನಾಲ್ಕು ವಿಭಜನೆಗಳನ್ನು ಮಾಡಿದರೆ ಈ ಜನಗಣತಿ ಮೂರು ವಿಭಜನೆಯನ್ನು ಮಾಡಿತ್ತು ಅದರ ಪ್ರಕಾರ, "ಸಾಂಪ್ರದಾಯಿಕ ಪಂಗಡಗಳಾದ ಶೇಖ್ ಸೈಯ್ಯದ್, ಮೊಘಲ್ ಮತ್ತು ಪಠಾಣ್ ಎಂಬ ಪಂಗಡಗಳು ಬಂಗಾಳಕ್ಕೆ ಅನ್ವಯಿಸುವುದಿಲ್ಲ. ಇಲ್ಲಿ ಮುಸ್ಲಿಮರಲ್ಲಿ ಎರಡು ಸಾಮಾಜಿಕವಾದ ವಿಭಜನೆ ಸ್ಪಷ್ಟವಾಗಿ ಕಂಡು ಬರುತ್ತದೆ– 1) ಆಶ್ರಫ್ ಅಥವಾ ಶರಾಫ್ ಮತ್ತು ಅಜ್ಲಫ್. ಅಶ್ರಫ್

160 Ibid 158.
161 Cenus of India, Bengal 1871 p.134,
162 , Ibid .p.135.

ಅಂದರೆ ಉದಾತ್ತ ಎಂದರ್ಥ, ಇವರು ಮೂಲತಃವಾಗಿ ವಿದೇಶಿಯರು ಮತ್ತು ಮೇಲ್ಜಾತಿಯಿಂದ ಮತಾಂತರ ಹೊಂದಿದವರು. ಉಳಿದವರು. ಅದರಲ್ಲೂ ಕೆಳ ಜಾತಿಗೆ ಸೇರಿದ ಮತ್ತು ಕುಲಕಸುಬುಗಳನ್ನು ಮಾಡುವ ಜಾತಿಗಳನ್ನು ಅಜ್ಲಫ್‌ಗಳೆಂದು ಕರೆಯಬಹುದು. ಅವರನ್ನು ಕಮೀನ, ಇತಾರ್, ರಸೀಲ್ ಇತ್ಯಾದಿಯಾಗಿಯೂ ಕರೆಯುತ್ತಾರೆ, ಇನ್ನೂ ಕೆಲವು ಕಡೆ ಮೂರನೆಯ ವರ್ಗವೂ ಇದೆ. ಅದನ್ನು ಅರ್ಜಲ್ಸ್‌ಗಳೆನ್ನುತ್ತಾರೆ. ಇವರೊಟ್ಟಿಗೆ ಯಾವ ಮುಸಲ್ಮಾನರೂ ಬೆರೆಯುವುದಿಲ್ಲ, ಮಸೀದಿಯೊಳಗೆ ಅವರಿಗೆ ಪ್ರವೇಶ ನಿರಾಕರಿಸಲಾಗುತ್ತದೆ, ದಫನ್ ಭೂಮಿಗೂ ಅವಕಾಶವನ್ನು ನಿರಾಕರಿಸಲಾಗುತ್ತದೆ[163]. "ಇದೇ ಸಂದರ್ಭದಲ್ಲಿ ಜನಗಣತಿ ಈ ಮೂರು ವರ್ಗದಲ್ಲಿರುವ ಜಾತಿಗಳನ್ನು ಗುರುತಿಸುತ್ತದೆ. ಬಹಳಷ್ಟು ಜಾತಿಗಳಲ್ಲಿ ಹಿಂದೂ ಜಾತಿಯಲ್ಲಿರುವ ಸಂರಚನೆ ಈ ಜಾತಿಗಳಲ್ಲಿ ಅಡಕವಾಗಿದೆ ಎಂದು ವಾದಿಸುತ್ತದೆ. ಅದು ಆಸ್ರಫ್‌ರಲ್ಲಿ ಆರು ಜಾತಿಗಳನ್ನು ಗುರುತಿಸುತ್ತದೆ. ಶೇಖ್, ಸಯ್ಯದ್, ಪಠಾಣ್, ಮೊಘಲ್, ಮಲಿಕ್, ಮಿರ್ಜಾ. ಅಜ್ಲಫ್‌ಗಳಲ್ಲಿ ಬಹುಮುಖ್ಯವಾಗಿ ಕಸುಬು ಆಧಾರಿತ ಜಾತಿಗಳನ್ನು ಗುರುತಿಸುವ ಜನಗಣತಿ ಹೆಸರುಗಳನ್ನು ಈ ರೀತಿ ಪಟ್ಟಿ ಮಾಡುತ್ತದೆ: ದರ್ಜಿ, ಜೊಲಾಹ, ಫಕೀರ್, ರಂಗ್ರೇಝ್, ಬಾರ್ಹಿ, ಬಲಿಹಾರ, ಚಿಕ್, ಚೌರಿಹಾರ್, ದಾಯ್, ಧವ, ಧುನಿಯ, ಗದ್ದಿ. ಕಲಾಲ್, ಕಸ್ಸೈ, ಕೌಲ, ಕುಂಜಾರ, ಲಹೆರಿ, ಮಹಿಫರೋಶ್, ಮಲ್ಲ್ಹು, ನಲಿಯ, ನಿಕಾರಿ, ಅಬ್ದಲ್, ಬಾಕೋ, ಬೆಡಿಯಾ, ಭಟ್ಸ್, ಚಂಬಾ, ಡಫಾಲಿ, ಧೋಬಿ, ಹಜ್ಜಾಮ್, ಮುಚೋ, ನಾಗರ್ಚಿ, ನಲ್, ಪನ್ವಾರೀಯ, ಮದಾರಿಯಾ ಮತ್ತು ತುನಾಲಿಯ, ಮೂರನೆಯ ಗುಂಪು ಅರ್ಜ್‌ಲ್ಸ್‌ನಲ್ಲಿ ಬರುವ ಜಾತಿಗಳೆಂದರೆ ಭನಾರ್, ಹಲಾಲ್ಖೋರ್, ಹಿಜಾರ, ಕಸ್ಬಿ, ಲಾಲ್ಬೆಗಿ, ಮೌಗ್ರ ಮತ್ತು ಮೆಹತಾರ್. ಇದಕ್ಕೆ ಪೂರಕವೆಂಬಂತೆ ಜನಗಣತಿ ಮುಸಲ್ಮಾನ ಜಾತಿಗಳಲ್ಲಿರುವ ಜಾತಿ ಪಂಚಾಯತ್‌ಗಳ ಬಗ್ಗೆ ಹೇಳುತ್ತದೆ. ಇದು ಮುಂದೆ ಉತ್ತರ ಪ್ರದೇಶ, ಹರಿಯಾಣದಲ್ಲೂ ಈ ತರಹದ ಜಾತಿ ಪಂಜಾಯತ್‌ಗಳು ಕಂಡು ಬರುತ್ತದೆ. ಇಂತಹ ಪಂಚಾಯತ್‌ಗಳು ಕರ್ನಾಟಕದಲ್ಲಿ ಕಂಡು ಬಂದಿಲ್ಲ. ವಾಸ್ತವವಾಗಿ ಬಂಗಾಳದ ಸಂದರ್ಭದಲ್ಲಿ ಜಾತಿ ಪಂಚಾಯತಿಗಳು ಹೆಚ್ಚು ಕಡಿಮೆ ಎಲ್ಲಾ ವಿಷಯಗಳನ್ನು ಎತ್ತಿಕೊಳ್ಳುತ್ತಿದ್ದವು. ಅದರಲ್ಲಿ ಮದುವೆಯ ತಗಾದೆ, ವ್ಯಾಪಾರದ ತಗಾದೆಗಳು ಮತ್ತು ಇನ್ನಿತರ ಸಾಮಾಜಿಕ ವಿಷಯಗಳು ಸೇರಿದ್ದವು. ಪ್ರತಿ ಉಲ್ಲಂಘನೆಗೆ ದಂಡ, ಬಹಿಷ್ಕಾರ ಇತ್ಯಾದಿಗಳನ್ನು ವಿಧಿಸಲಾಗುತ್ತಿತ್ತು. ಇದರಲ್ಲಿ ಅನ್ಯ ಸಮುದಾಯದೊಂದಿಗೆ ವಿವಾಹ ಸಂಬಂಧವನ್ನು ಇಟ್ಟುಕೊಳ್ಳುವುದು ಒಂದು ದೊಡ್ಡ ಅಪರಾಧವಾಗುತ್ತಿತ್ತು. ಜಾತಿಯಿಂದ ಬಹಿಷ್ಕೃತಗೊಳ್ಳುವುದು ಕೂಡ ಒಂದು ಶಿಕ್ಷೆಯಾಗಿತ್ತು. ವಿಚಿತ್ರವೆಂದರೆ ವ್ಯಕ್ತಿಯನ್ನು ಜಾತಿಯಿಂದ ಬಹಿಷ್ಕರಿಸಿದರೂ,

163 E.A Gait, Cenus of India, 1901 The lower Provinces and its feudatories, , Bengal Secretariat, Calcutta, 1902.

ಅವನ ಜಾತಿ ಮೂಲವನ್ನು ತಿರಸ್ಕರಿಸಲು ಸಾಧ್ಯವಾಗುತ್ತಿರಲಿಲ್ಲ. ಇದೇ ಅಂಶವನ್ನು ಇಟ್ಟುಕೊಂಡು ಮುಸಲ್ಮಾನರಲ್ಲಿ ಅಸಸ್ಪೃಶ್ಯತೆ ಇದೆಯೆಂದು ಅಂಬೇಡ್ಕರ್ ವಾದಿಸಿದ್ದರು. ು164

ವಾಯುವ್ಯ ಮತ್ತು ಔದ್ ಪ್ರಾಂತ್ಯದ 1901ರ ಜನಗಣತಿ ಹೆಚ್ಚು ಕಡಿಮೆ ಬಂಗಾಳದ ಜನಗಣತಿ ತರಹ ಜಾತಿಗಳನ್ನು ಗುರುತಿಸಲು ಸಫಲವಾಯಿತು. ಇದು ಬಹಳ ಮುಖ್ಯವಾಗಿ ಹಿಂದೂ – ಮುಸಲ್ಮಾನ ಜಾತಿಗಳ ನಡುವಿನ ಸಮನ್ವಯ ಸಂಸ್ಕೃತಿಯನ್ನು, ಅಸ್ಪಷ್ಟ ಜಾತಿಗಳನ್ನು, ಉತ್ತರ ಭಾರತ, ವಾಯುವ್ಯ ಭಾರತದ ತುಂಬೆಲ್ಲಾ ಹರಡಿರುವುದನ್ನು ದಾಖಲಿಸುತ್ತಾ ಹೋಯಿತು. ಅದಕ್ಕೆ ಉದಾಹರಣೆಯಾಗಿ ಮಾತೀಯ ಕಂಭಿಗಳು, ಆಳ್ವದ ನಾತಿಯಾಗಳು (ಗಣೇಶ ಮತ್ತು ಅಲ್ಲಾಹನ ಆರಾಧಕರು) ಪಂಜಾಬಿನ ಚುರಾಸ್ಗಗಳು ಮುಸಲ್ಮಾನರ ಹೆಸರನ್ನು ಇಟ್ಟುಕೊಳ್ಳುತ್ತಾ ಹಿಂದೂ ಸಂಸ್ಕೃತಿಯನ್ನು ಆಚರಿಸುವುದನ್ನು ಉಲ್ಲೇಖಿಸಿತ್ತು. ಅದೇ ಸಂದರ್ಭದಲ್ಲಿ ತಾಂಜಾವೂರು ಮತ್ತು ಮಧುರೈ ದೇವಸ್ಥಾನದ ಟ್ರಸ್ಟಿಗಳು ಮುಸಲ್ಮಾನರು ಎಂದು ವಾದಿಸುವಲ್ಲಿ ಎರಡು ಧರ್ಮಗಳ ನಡುವಿನ ತೆಳ್ಳಗಿನ ಗಡಿಯನ್ನು ಎತ್ತಿ ತೋರಿಸುತ್ತಿತ್ತು. ಅದರ ಪ್ರಕಾರ, "ಮುಸಲ್ಮಾನರಲ್ಲಿ ಜಾತಿಗಳು ತಾತ್ವಿಕವಾಗಿ ಅಸ್ತಿತ್ವದಲ್ಲಿ ಇಲ್ಲದಿರಬಹುದು, ಆದರೆ ಹಿಂದೂ ವ್ಯವಸ್ಥೆಯ ಕೆಲವು ಅಂಶಗಳಿರುವುದು ಅಷ್ಟೇ ವಾಸ್ತವ ಇದರಲ್ಲಿರುವ ಬಹುಮುಖ್ಯ ವಿಷಯವೆಂದರೆ ಅವರಲ್ಲಿ ಸ್ವಜಾತಿ ಗುಂಪುಗಳಿವೆ. ರಜಪೂತರೆಂದು ಕರೆಸಿಕೊಳ್ಳುವ ಮಲ್ಕಾನ, ಲಾಲ್ಕಾನಿ, ಅಲ್ಲದೇ ಪಠಾಣ್‌ರಲ್ಲಿ ಈ ರೀತಿಯ ಸ್ವಬಾಂಧವ್ಯ ವಿವಾಹವೆಂಬುದು ಪ್ರಚಲಿತ ವಿದ್ಯಮಾನ. ಹಿಂದೂಗಳಲ್ಲಿರುವ ಕುಲಕಸುಬಾಧಾರಿತ ಗುಂಪುಗಳು ಮುಸಲ್ಮಾನರಲ್ಲೂ ಕೂಡ ಕಂಡು ಬರುತ್ತದೆ. ಇಲ್ಲೊಂದು ಬದಲಾವಣೆಯೆಂದರೆ ಜಾತಿಗಳ ಅಸ್ಮಿತೆ ನಿಶ್ಚಲವಲ್ಲ– ನದಾಫ್ ಮುಂದೆ ಶೇಖ್ ಆಗಬಹುದು ಇಲ್ಲವೇ ಸೈಯ್ಯದ್ ಕೂಡ ಆಗಬಹುದು."[165] ಅದೇನೆ ಇದ್ದರೂ ಈ ಜನಗಣತಿ ಮುಸಲ್ಮಾನರಲ್ಲಿ ನಾಲ್ಕು ಜಾತಿಗಳನ್ನು ಸ್ಪಷ್ಟವಾಗಿ ಚಿತ್ರಿಸಿತ್ತು. ಇಲ್ಲಿ ಮೇಲ್ಜಾತಿಗಳೆಂದರೆ ಹಿಂದೂ ಧರ್ಮದಿಂದ ಮತಾಂತರಗೊಂಡ ತಗಾಸ್, ಜಾಟರು, ರಜಪೂತರು. ಈ ನಾಲ್ಕು ರೂಪದ ಜಾತಿಗಳೆಂದರೆ: 1) ವಿದೇಶಿ ಮೂಲಗಳಿರುವ ಜಾತಿಗಳು –ಇದರಲ್ಲಿ ಶೇಖ್ ಮತ್ತು ಸೈಯ್ಯದ್‌ರವರನ್ನು ಅರಬ್ ಹಿನ್ನಲೆ ಇರುವ ಕಾರಣ ಉದಾತ್ತರು ಮತ್ತು ಅತ್ಯುತ್ತಮರೆಂದು ಪರಿಗಣಿಸಲಾಗುತ್ತದೆ, ಸೈಯ್ಯದ್ ಜಾತಿಗಳನ್ನು ಕಲ್ಪಿತ ಶ್ರೇಣೀಕೃತ ವ್ಯವಸ್ಥೆಯಲ್ಲಿ ಅತ್ಯಂತ ಮೇಲ್ಜಾತಿಗಳೆಂದು ಪರಿಗಣಿಸಲಾಗುತ್ತದೆ. ತದನಂತರ ಬರುವವರು ಪಠಾಣರು ಮತ್ತು ಮೊಘಲರು.

164 B. R. Ambedkar, Hindu, Pakistan or The Partition of India, , Thacker & Co., Ltd., Bombay, pp. 218-219

165 R. Burn , Census of India, 1901, Volume XVI, N -W Provinces and Oudh, Part Report Allahabad, 1902 pp.263-68

ಇವರಿಬ್ಬರ ಸಾಮಾಜಿಕ ಸ್ಥಾನದಲ್ಲಿ ಹೆಚ್ಚಿನ ವ್ಯತ್ಯಾಸವಿಲ್ಲ, ಅಂತರವಿಲ್ಲ. ಇವುಗಳು ಹೆಚ್ಚೂಕಡಿಮೆ ಸ್ವಬಾಂಧವ್ಯ ಮದುವೆಯನ್ನು ಪಾಲಿಸುವ ಜಾತಿಗಳು 2) ಹಿಂದೂ ಜಾತಿಯಿಂದ ಮತಾಂತರಗೊಂಡ ಜಾತಿಗಳು: ಮತಾಂತರಗೊಂಡ ನಂತರವೂ ಈ ಜಾತಿಗಳು ತಮ್ಮ ಮೂಲ ಜಾತಿಯ ನೆನಪುಗಳನ್ನು, ಆಚರಣೆಗಳನ್ನು, ಹೆಸರುಗಳನ್ನು ಉಳಿಸಿಕೊಂಡಿರುವ ಜಾತಿಗಳು. ಇವುಗಳಲ್ಲಿ ಜನಗಣತಿ ಕೆಲವು ಜಾತಿಗಳನ್ನು ಗುರುತಿಸುತ್ತದೆ. ಅದರಲ್ಲಿ ಬಂಜಾರ ಮೂಲದ ಬೈದ್ದಗೂರು. ಧುನಿಯಾ ಜಾತಿ ಮೂಲದ ಮುಸ್ಲಿಂ ಜಾತಿಯಾದ ಬಚ್ನ, ದನಕಾಯುವ ಮುಸ್ಲಿಂ ಆಹಿರ್ ಜಾತಿಗಳಾದ ಗಡ್ಡಿ ಮತ್ತು ಗೋಶಿ, ಮುಸ್ಲಿಂ ರಜಪುತ್‌ಗಳಾದ ರಂಗ್ರಾಜ್, ಮತ್ತು ಕೊನೆಯದಾಗಿ ತಮ್ಮ ಜಾತಿಗಳ ನೆನಪುಗಳನ್ನು ಮರೆತ ನವ ಮುಸ್ಲಿಂಗಳು 3)ಮೂರನೆಯದಾಗಿ, ಕುಲ ಕಸುಬಾಧಾರಿತ ಜಾತಿಗಳು: ಇದರಲ್ಲಿ ಹಲ್ವಯಿ, ಜುಲಹಗಳನ್ನು ಗುರುತಿಸುತ್ತದೆ 4)ಕೊನೆಯದಾಗಿ ಇನ್ನಿತರ ಜಾತಿಗಳು: ಇವುಗಳು ಈ ಹಿಂದೆ ತಿಳಿಸಿದ ಮೂರು ಗುಂಪುಗಳಲ್ಲಿ ದಾಖಲಾಗದ ಜಾತಿಗಳು. ಅವುಗಳಲ್ಲಿ ಮೀರತ್ ಪ್ರಾಂತ್ಯದ ಬಿಲೋಚ್, ಕೃಷಿಕರಾದ ಗಾರ, ಬುಲೆಂದ್‌ಶಯರ್‌ನ ರಜಪೂತ್ ದೊಗಾರ್, ಲಕ್ನೋದಲ್ಲಿರುವ ಅಬಿಸಿನಿಯಾ ಮೂಲದ ಗುಲಾಮರಾದ ಹಬ್ಸಿಗಳು, ಕಲ್ವಾರ್ ಅಥವಾ ಇರಾನ್ ಮೂಲದ ಇರಾಕಿ ಅಥವಾ ರಾಂಕಿಗಳು, ಗೋರಕ್‌ಪುರದ ಅರಬ್ ವ್ಯಾಪಾರಿಗಳು, ಬಂಜಾರ ಅಥವಾ ರಜಪೂತ್ ಮೂಲದ ಜೊಜ್ಹ, ಕೃಷಿಕರಾದ ಮಿಯೋ, ಮೇವಾಟಿಗಳು, ಪೂರ್ವ ದಿಕ್ಕಿನ ಆಮೆಗಳನ್ನು, ಮೊಸಳೆಗಳನ್ನು ತಿನ್ನುವ ಪಂಕಿಯಾಗಳು, ಬಂಜಾರರ ಒಂದು ಭಾಗವಾಗಿರುವ ಟರ್ಕಿಯಾದ ಜಾತಿಯಾದ ತುರ್ಕ್ ಜಾತಿ[166]. ಇವರನ್ನು ಜಿಪ್ಸಿಗಳೆಂದು ಜನಗಣತಿ ಹೇಳದಿದ್ದರೂ, ಪೋಲಿಸ್ ದಾಖಲೆಗಳು ಹೇಳುತ್ತವೆ.

1931ರ ಸಂಯುಕ್ತ ಅಥವಾ ಯುನೈಟೆಡ್ ಪ್ರಾಂತ್ಯಗಳು ಅಂದರೆ ಇಂದಿನ ಆಗ್ರಾ ಮತು ಔದ್ ಪ್ರಾಂತ್ಯ ಹತ್ತು ಹಲವು ಹಿಂದೂ ಧರ್ಮದಿಂದ ಮತಾಂತರಗೊಂಡ ಜಾತಿಗಳನ್ನು ಮತ್ತು ಮತಾಂತರ ಪೂರ್ವದ ಸಾಮಾಜಿಕ ಚೌಕಟ್ಟನ್ನು ಇಟ್ಟುಕೊಂಡಿರುವ ಬಗ್ಗೆ ಉಲ್ಲೇಖಿಸುತ್ತದೆ. ಜನಗಣತಿ ತಿಳಿಸಿದಂತೆ ರಜಪೂತ್, ಜಾಟ್ ಮತ್ತು ವೈಶ್ಯ ಜಾತಿಯಿಂದ ಮುಸಲ್ಮಾನರುಗಳಾದ ಮಲ್ಕಾನಿಗಳು, ಶುದ್ಧಿ ಮೂಲಕ ಮತ್ತೊಮ್ಮೆ ಮತಾಂತರಗೊಂಡರು, ಇವುಗಳ ನಡುವೆ ಸಾಕಷ್ಟು ಮಲ್ಕಾನಿಗಳು ಮುಸ್ಲಿಂಗಳಾಗಿರುವುದನ್ನು ಉಲ್ಲೇಖಿಸುತ್ತದೆ. [167]

ಅಲ್ಲದೇ 1931ರ ಜನಗಣತಿ ಪ್ರಕಾರ, "ಹಿಮಾಲಯದ ಭಾಗವಾಗಿರುವ

166 Ibid.

167 A. C. Turner, Cenus of India, 1931, United Provinces of Agra and Oudh Part I Report, Allahabad, 1933 pp.490-98

ಗೋರಕಪುರ್, ಭಸ್ತಿ, ಗೊಂಡಾ ಮತ್ತು ಬರೈಚ್‌ಗಳಲ್ಲಿ ಗ್ರಾಮೀಣ ಮುಸಲ್ಮಾನರು ಮೂಲತಃವಾಗಿ ಹಿಂದೂ ಧರ್ಮದಿಂದ ಮತಾಂತರಗೊಂಡವರಾದರೂ, ಅವರಲ್ಲಿ ಒಪ್ಪಿತ ಹಳೆಯ ಸಂಸ್ಕೃತಿ ಮತ್ತು ಸಂಪ್ರದಾಯಗಳು ಈಗಲೂ ಜೀವಂತವಾಗಿದೆ. ಇಬ್ಬರೂ ಶಿಯಾಗಳ ತಾಜಿಯಾದಾರಿ ಸಂಪ್ರದಾಯವನ್ನು ಅನುಸರಿಸುತ್ತಾರೆ, ಹಲವು ಹಿಂದೂಗಳು ಕೃಷಿ ಉತ್ಪನ್ನ ಅಭಿವೃದ್ಧಿ ಮತ್ತು ರಕ್ಷಣೆಗಾಗಿ ಈ ತಾಜಿಯಾ ಸಂಪ್ರದಾಯವನ್ನು ಉಳಿಸುವ ಪ್ರತಿಜ್ಞೆ ಮಾಡುತ್ತಾರೆ."[168] ಇದಕ್ಕಿಂತಲೂ ವಿಚಿತ್ರವಾಗಿರುವುದು ಕಾಲರಾ ಸಾಂಕ್ರಾಮಿಕ ರೋಗದ ಸಂದರ್ಭದಲ್ಲಿ ಕೆಳಜಾತಿಯ ಮುಸ್ಲಿಮರ ನಡವಳಿಕೆಗಳು. 1930ರಲ್ಲಿ ಭರೈಚ್‌ನಲ್ಲಿ ಕಾಲರಾ ರೋಗ ಹರಡಿದಾಗ ಕೆಳ ಜಾತಿಯ ಮುಸ್ಲಿಮರು ವಿಚಿತ್ರವೆಂಬಂತೆ ಕೆಳಜಾತಿಯ ಹಿಂದುಗಳೊಂದಿಗೆ ಜೊತೆ ಸೇರಿ ಬಟ್ವಾನಿ ದೇವಿಯನ್ನು ಕಾಲರಾವನ್ನು ತಡೆಗಟ್ಟಲು ಆರಾಧಿಸಿದ್ದರು. ಕೆಳಜಾತಿಯ ಮುಸ್ಲಿಂ ಮತ್ತು ಹಿಂದೂಗಳ ನಂಬಿಕೆ ಪ್ರಕಾರ ಸಾಂಕ್ರಾಮಿಕ ರೋಗಗಳಾದ ಪ್ಲೇಗ್, ಕಾಲರಾ, ಸಿಡುಬು ಹರಡಲು ದೇವಿ ಮತ್ತು ಬಟ್ವಾನಿ ದೇವಿಯ ಅವಕೃಪೆ ಮೂಲಕಾರಣ. ಈ ಇಬ್ಬರೂ ದೇವಿಯ ಕೃಪೆಗಾಗಿ ಪೂಜೆಗಳನ್ನು ಬಯಸುತ್ತಾರೆಯೇ ಹೊರತು ಔಷಧಿಗಳನ್ನಲ್ಲ ಎಂದೆಲ್ಲಾ ಜನಗಣತಿ ದಾಖಲಿಸುತ್ತದೆ. ಅದೇ ಸಂದರ್ಭದಲ್ಲಿ "ಆರ್ಯ ಸಮಾಜ ತನ್ನ ಪುನರ್ ಮತಾಂತರದ ಶುದ್ಧಿ ಕಾರ್ಯಕ್ರಮದಿಂದ ಮುಸ್ಲಿಮರನ್ನು ಸೆಳೆದು, ಸಮನ್ವಯತೆಯನ್ನು ಹಾಳುಗೆಡವುತ್ತಿದೆ" ಎಂದೆಲ್ಲಾ ವಾದಿಸಿತ್ತು. ಈ ಕಾಲಘಟ್ಟ ಕೋಮುವಾದದ ಉಚ್ಛ್ರಾಯ ಕಾಲ. ರಾಷ್ಟ್ರೀಯ ಹೋರಾಟದ ತೀವ್ರತೆಯ ಕಾಲವೂ ಹೌದು. ಹಿಂದೂಗಳು ಈ ಜನಗಣತಿಯನ್ನು ಬಹಳ ಕಡೆ ಬಹಿಷ್ಕರಿಸಿದರೆ, ಮುಸಲ್ಮಾನರು ಇದನ್ನು ಮಾಡಲಿಲ್ಲ. ಆದರೆ ಹಿಂದೂಗಳ ಸಂಖ್ಯೆಯಲ್ಲಿ ಗಣನೀಯವಾಗಿ ಕಡಿಮೆಯೂ ಆಗಲಿಲ್ಲ. ಏಕೆಂದರೆ ಹಿಂದೂಗಳ ಪಟ್ಟಿಯಲ್ಲಿ ಆದಿವಾಸಿಗಳನ್ನು ಸೇರಿಸುತ್ತಿದ್ದ ಕಾರಣ ಜನಗಣತಿಯಿಂದ ಹೊರಗಿದ್ದ ಹಿಂದೂ ಸಂಖ್ಯೆಯನ್ನು ಆದಿವಾಸಿಗಳು ತುಂಬಿದ್ದರು. ಅದೇ ಸುಮಾರಿಗೆ ಮುಸಲ್ಮಾನರಲ್ಲಿ ನಾಲ್ಕು ಮೂಲ ವಿದೇಶಿ ಜಾತಿಗಳನ್ನು ಹೊರತುಪಡಿಸಿ, ಹತ್ತು ಹಲವು ಸ್ವಬಾಂಧವ್ಯ ವಿವಾಹವನ್ನು ಪರಿಪಾಲಿಸುವ, ಕುಲಕಸುಬಾಧಾರಿತ ಜಾತಿಗಳನ್ನು ಗುರುತಿಸಿತ್ತು. ಮಿಯೊ, ಆರ್ಯ ಜಾಟ್, ಹಲ್ವಾಯ್, ಭಟ್, ನಾತ್, ಜುಹಾಲ, ಫಕೀರ್, ಧುನಿಯ, ತೇಲಿ, ಧೋಬಿ, ಮನೀಹಾರ್, ದರ್ಜಿ, ರಜಪೂತ್, ಕಸ್ಸಬ್, ಹಜ್ಜಾಮ್. ಈ ಎಲ್ಲಾ ಜಾತಿಗಳ ಸಂಖ್ಯೆ ವಿದೇಶಿ ಜಾತಿಗಳಿಗಿಂತಲೂ ಗಣನೀಯವಾಗಿ ಹೆಚ್ಚಿತ್ತು. 1931ರ ಜನಗಣತಿಯಲ್ಲಿ ಒಂದು ಅಂಶ ಸ್ಪಷ್ಟವಾಗಿತ್ತು. ಅದೇನೆಂದರೆ, ದಮನಿತ ಜಾತಿಗಳು ಮುಸಲ್ಮಾನರಾಗಿ ಮತಾಂತರಗೊಂಡರೂ ಅವರ ಸಾಮಾಜಿಕ ಸ್ಥಾನಮಾನದಲ್ಲಿ

168 Ibid.

ಮಹತ್ತರ ಬದಲಾವಣೆಯಾಗಿರಲಿಲ್ಲ. ಅದಕ್ಕೆ ಉದಾಹರಣೆ ಎಂಬಂತೆ ಲಾಲ್ ಬೇಗಿ, ಮುಸಲ್ಮಾನ್ ಭಾಗಶಯ್‌ಗಳನ್ನು ಜನಗಣತಿ ನೀಡಿತ್ತು.

1931ರ ನಂತರ ಜಾತಿಯ ಜನಗಣತಿ ನಿಂತೇ ಹೋಯಿತು. ಅದನ್ನು ಜನಗಣತಿಯ ಪ್ರಕ್ರಿಯೆಯಿಂದ ತೆಗೆದು ಹಾಕಲು ಇದರ ಮೊದಲು ಕೂಡ ಒತ್ತಡ ಬಂದಿತ್ತು. ಜಾತಿಯನ್ನು ಜನಗಣತಿಯ ಭಾಗವಾಗಬೇಕೆ? ಅಥವಾ ಬೇಡವೆ? ಎಂಬುದರ ಚರ್ಚೆ ಆರಂಭಗೊಂಡದ್ದು 1890ರಲ್ಲಿ[169] ಎಂದು ಹೇಳಬಹುದು. ಆಗ ಇದ್ದ ಕಾರಣ ಬೇರೆ: ಅಗಾಧವಾದ ಜಾತಿಯ ದತ್ತಾಂಶದ ಅವಶ್ಯಕತೆ ಇದೆಯೇ? ಎಂಬುದಾಗಿತ್ತು. ಆದರೆ ಈ ಬೇಡಿಕೆಯನ್ನು ವಸಾಹತುಶಾಹಿ ತಿರಸ್ಕರಿಸಿತ್ತು. ಏಕೆಂದರೆ ಅದಕ್ಕೆ ಜಾತಿಯ ಮೇಲಿನ ಜ್ಞಾನ ಭಾರತವನ್ನು ತನ್ನ ನಿಯಂತ್ರಣದಲ್ಲಿಡಲು, ಭಾರತವನ್ನು ಅರ್ಥ ಮಾಡಿಕೊಳ್ಳಲು ಸಹಾಯ ಮಾಡುತ್ತಿತ್ತು. ಆದರೆ 1931ರ ಸಂದರ್ಭದ ಚರ್ಚೆಗೆ ಎರಡು ಕಾರಣಗಳಿದ್ದವು: ಮೊದಲನೆಯದು, ಇದಕ್ಕಾಗಿ ತಗಲುವ ಅಗಾಧವಾದ ವೆಚ್ಚ- ಇದನ್ನು ಜನಗಣತಿಯ ಕಮೀಷನರ್ ಹಟ್ಟನ್ ಸ್ಪಷ್ಟವಾಗಿ ಹೇಳಿದ್ದಾನೆ. ಎರಡನೆಯದಾಗಿ ಇದು ಐತಿಹಾಸಿಕವಾಗಿ ಮಾಡಿದ ಅನ್ಯಾಯವನ್ನು ಸರಿಪಡಿಸಲು ಅಸಾಧ್ಯವಾಗಿರುವ ಪರಿಕಲ್ಪನೆ. ಅದರಲ್ಲೂ ಇದು ಜಾತಿಗಳ ನಡುವೆ ವೈಷಮ್ಯ ಮತ್ತು ವಿಭಜನೆಯ ಕಲ್ಪನೆಗಳನ್ನು ಬಿತ್ತುತ್ತಿತ್ತು. ಈ ವಾದ ಬಹಳ ಮುಖ್ಯವಾಗಿ ರಾಷ್ಟ್ರೀಯ ಹೋರಾಟಗಾರರಿಂದಲೂ ಬಂತು. ಅದೇನೆ ಇದ್ದರು 1941ರಲ್ಲಿ ಜಾತಿಯ ಬದಲು ಸಮುದಾಯದ ಜನಗಣತಿಯಾಗಿತ್ತು. 1951ರಲ್ಲಿ ಪ್ರಾಂತ್ಯಗಳು ಜಾತಿಯ ಪಟ್ಟಿಗಳನ್ನು ಕೆಲವು ತಕರಾರಿನ ನಡುವೆ, ಅಂದಾಜಿನ ರೂಪದಲ್ಲಿ ತಯಾರಿಸಿದ್ದವು. ಇದರ ನ್ಯಾಯಬದ್ಧತೆ ಕುರಿತು ಸಂಶಯವಿದೆ. ಆದರೆ ಅದನ್ನು ಮುಂದೆ ಹಿಂದುಳಿದ ವರ್ಗಗಳನ್ನು ಗುರುತಿಸಲು ಉಪಯೋಗಿಸಲಾಯಿತೇ ಹೊರತು ಜನಗಣತಿಯ ಮುಖ್ಯ ಭಾಗವಾಗಿಯಲ್ಲ. ಇದಕ್ಕೆ ಅಂದಿನ ಮೈಸೂರು ರಾಜ್ಯವು ಹೊರತಾಗಿರಲಿಲ್ಲ.

---

169 Cenus of India, 1891, Proceedings Part I (Enumeration) Containing Orders and General Instructions UP to the June 30th 1890, Simla, 1890.

ಕರ್ನಾಟಕದ ಸಂದರ್ಭದ ಜನಗಣತಿಯಲ್ಲಿ ಜಾತಿಗಳು:

ಮೈಸೂರು ಪ್ರಾಂತ್ಯದ ಜನಗಣತಿಯಲ್ಲಿ ಜಾತಿಗಳು:

1871ರಲ್ಲಿ ಜನಗಣತಿ ನಡೆಯುವ ಕಾಲದಲ್ಲಿ ಮೈಸೂರು ಪ್ರಾಂತ್ಯ ನೇರವಾಗಿ ಬ್ರಿಟಿಷ್ ಈಸ್ಟ್ ಇಂಡಿಯಾ ಕಂಪನಿಯ ಆಡಳಿತಕ್ಕೆ ಒಳಪಟ್ಟಿತ್ತು. 1830–33 ನಡುವೆ ನಡೆದ ನಗರ ರೈತರ ದಂಗೆ ಇದಕ್ಕೆ ಮುಖ್ಯ ಕಾರಣವಾಗಿತ್ತು ಎಂದರೂ ಸುಳ್ಳಲ್ಲ. ಆದಕಾರಣ ಇಲ್ಲಿನ ಜನಗಣತಿ ವಸಾಹತುವಿನ ಹತೋಟಿಯಲ್ಲಿ, ಚೌಕಟ್ಟಿನೊಳಗೆ ಮತ್ತು ಅದರ ಮಾನದಂಡಗಳಲ್ಲಿ ನಡೆಯಿತು. ಉಳಿದ ಸಂಸ್ಥಾನಗಳು ಇದರಿಂದ ಹೊರತಾಗಿರಲಿಲ್ಲ.

ವಿಚಿತ್ರವೆಂದರೆ ಸಾರ್ವತ್ರಿಕ ಜನಗಣತಿ ಆರಂಭದ ದಿನಗಳಲ್ಲಿ ನಡೆದದ್ದು ರಾತ್ರಿಯಲ್ಲಿ. ಈ ಜನಗಣತಿ ಬಹುಮುಖ್ಯವಾಗಿ ಮನೆಗಳಿಗೆ ಮಾತ್ರ ಸೀಮಿತವಾಗಿರಲಿಲ್ಲ. ಜೈಲುಗಳು, ಪೋಲಿಸ್ ಠಾಣೆಗಳು, ಜಾತ್ರೆಗಳು ಇತ್ಯಾದಿಗಳನ್ನು ಕೂಡ ಒಳಗೊಂಡಿತ್ತು. ಅಲ್ಲದೇ ಅದು ಬೇರೆ ಬೇರೆ ಮಾನದಂಡಗಳನ್ನು ಉಪಯೋಗಿಸುತ್ತಾ ಹೋಯಿತು. ವಿಚಿತ್ರವೆಂದರೆ 1911ರ ಜನಗಣತಿಯ ಸಂದರ್ಭದಲ್ಲಿ ಸಮುದಾಯವನ್ನು ಗುರುತಿಸಿಕೊಳ್ಳಲು ಬಣ್ಣ ಬಣ್ಣದ ಚೀಟಿಗಳನ್ನು ಉಪಯೋಗಿಸಿತ್ತು. ಅದರಲ್ಲಿ ಮುಸ್ಲಿಮರನ್ನು ಗುರುತಿಸಲು ಉಪಯೋಗಿಸಿದ ಬಣ್ಣ ಹಸುರು. ಹಸುರು ಬಣ್ಣ ಅಸ್ಮಿತೆ ಅಥವಾ ಗುರುತಿಸುವಿಕೆಯ ಸಂಕೇತವಾಯಿತು. ಜನಗಣತಿ ಭಾರತದ ವಿವಿಧೆಡೆ ವಸಾಹತು ಪ್ರದೇಶಗಳಲ್ಲಿ ನಡೆದ ದಿನವೇ ಮೈಸೂರು ಪ್ರಾಂತ್ಯದಲ್ಲಿ ನಡೆಸಲಾಯಿತು. ವಾಸ್ತವವಾಗಿ ವಸಾಹತುಶಾಹಿಗಾಗಲೀ, ಮೈಸೂರು ಪ್ರಾಂತ್ಯಕ್ಕಾಗಲೀ ಅಂದಿನ ಮುಸಲ್ಮಾನರ ಸಾಮಾಜಿಕ ಪ್ರಭೇದಗಳ ಕುರಿತಾಗಲೀ, ಅವರ ಪಂಗಡಗಳ ಕುರಿತಾಗಲೀ ಸ್ಪಷ್ಟತೆ ಇರಲಿಲ್ಲ. ಹಿಂದೂಗಳ ಜಾತಿಗಳ ಕುರಿತಂತೆ ಇದ್ದ ಆಳವಾದ ಜ್ಞಾನ ಮುಸ್ಲಿಮರ ಬಗ್ಗೆ ಇರಲಿಲ್ಲ. ಹಿಂದೂಗಳ ಬಗೆಗಿನ ಜ್ಞಾನ ಅದಕ್ಕೆ ಅವಶ್ಯಕವಾಗಿ ಬೇಕಿತ್ತು. ಇಡೀ ಭಾರತವನ್ನು ಅರ್ಥಮಾಡಿಕೊಳ್ಳಬೇಕಾದರೆ, ಮತ್ತು ತನ್ನ ಯಜಮಾನಿಕೆಯನ್ನು ಗಟ್ಟಿಗೊಳಿಸಬೇಕಾದರೆ ಅದಕ್ಕೆ "ಹಿಂದೂ" ಜಾತಿಯ ಜ್ಞಾನ ಅವಶ್ಯವಾಗಿತ್ತು. ಅದರಲ್ಲಿ ಅದು ಸಂಪೂರ್ಣವಾಗಿ ಸಫಲವಾಯಿತು ಎಂದು ಹೇಳಲು ಸಾಧ್ಯವಿಲ್ಲ. ಅದರಲ್ಲಿ ಸಾಕಷ್ಟು ತಪ್ಪುಗಳಿದ್ದವು. 1931ರ ಮೈಸೂರು ಜನಗಣತಿ ಹೇಳುವ ಪ್ರಕಾರ ಜನಗಣತಿದಾರನಲ್ಲಿದ್ದ ಜಾತಿಗಳ ಕುರಿತಾದ ಅಸಡ್ಡೆ ಕೂಡ ಕಾರಣ[170]. ಅವರಿಗೆ ಜಾತಿ ಮತ್ತು ಬುಡಕಟ್ಟುಗಳ ಬಗ್ಗೆ

170 M. Venkatesa Iyengar, Cnsus of India·, ·1931 Volume XXV, Mysore, Part I Report Bangalore 1931, p.4

ಕೂಡ ಆಳವಾದ ಜ್ಞಾನವಿರಲಿಲ್ಲ. ಇದಕ್ಕೆ ಒಂದು ಉತ್ತಮ ಉದಾಹರಣೆಯಾಗಿ 1931ರ ಜನಗಣತಿಯನ್ನು ನೀಡಬಹುದು. ಬಂಜಾರರನ್ನು ಒಂದು ಜಿಲ್ಲೆಯಲ್ಲಿ "ಕಾಡು ಜನ ಅಥವಾ ಅನಿಮಿಸ್ಟ್"ಗಳೆಂದು ದಾಖಲಿಸಿದರೆ ಅದೇ ಸಂದರ್ಭದಲ್ಲಿ ಅವರನ್ನು "ಹಿಂದೂ"ಗಳೆಂದು ಜನಗಣತಿ ದಾಖಲಿಸಿದ್ದು ಇದೆ[171] . ಇದೇ ಅಸಡ್ಡೆತನ ಮುಸಲ್ಮಾನರ ಕುರಿತು ಇತ್ತೇ ಎಂದು ಜನಗಣತಿ ಹೇಳುವುದಿಲ್ಲ. ಆದರೆ ಮುಸಲ್ಮಾನನರ ಕುರಿತು ಕೆಲವು ಶಾಸ್ತ್ರೀಯ ಅಪನಂಬಿಕೆಗಳಿದ್ದವು ಜನಸಂಖ್ಯೆಯ ಲೆಕ್ಕಾಚಾರ ಬಂದಾಗಲೆಲ್ಲ ಇದು ವ್ಯಕ್ತವಾಗುತ್ತಿತ್ತು. ಮುಸ್ಲಿಮ್ ಜನಸಂಖ್ಯೆ ಹೆಚ್ಚಾಗುವಾಗಲೆಲ್ಲ ಅದನ್ನು "ಸ್ವಾಭಾವಿಕ (ನ್ಯಾಚುರಲ್)" ಎಂದು ವಾದಿಸುತ್ತಿತ್ತು.

ವಾಸ್ತವವಾಗಿ ಜನಗಣತಿಯನ್ನು ಆರಂಭಿಸುವ ಕಾಲದಲ್ಲಿ ರಾಜಕೀಯವಾಗಿ ಮತ್ತು ಸಾಮಾಜಿಕವಾಗಿ ಮುಸಲ್ಮಾನರು ನಗಣ್ಯ ವರ್ಗವಾಗಿದ್ದರು. ಅವರು ಆಳುವ ವರ್ಗವಾಗಿ ಉಳಿದಿರಲಿಲ್ಲ. ಆದಕಾರಣ ಅವರ ಬಗ್ಗೆ ಗಂಭೀರವಾದ, ಮತ್ತು ಆಳವಾದ ಅಧ್ಯಯನಗಳ ಅವಶ್ಯಕತೆ ವಸಾಹತುಶಾಹಿಗೆ ಇರಲಿಲ್ಲ. ಮೈಸೂರು ಪ್ರಾಂತ್ಯದಲ್ಲೂ ಇದೇ ಸ್ಥಿತಿ ಇತ್ತು. ಇದೇ ಕಾರಣಕ್ಕಾಗಿ ವಸಾಹತು ಸಂದರ್ಭದ ಕುಲಶಾಸ್ತ್ರೀಯ ಅಧ್ಯಯನದಲ್ಲಿ, ಜನಗಣತಿಯಲ್ಲಿ, ಸರ್ಕಾರಿ ದಾಖಲೆಗಳಲ್ಲಿ ಆದಿವಾಸಿಗಳು, ಜಾತಿಗಳು ಪ್ರಮುಖ ಸ್ಥಾನವನ್ನು ಪಡೆಯುತ್ತಾರೆಯೇ ಹೊರತು ಮುಸಲ್ಮಾನರಲ್ಲ. ಎರಡನೆಯದಾಗಿ ವಸಾಹತುಶಾಹಿಗೆ ಮುಸಲ್ಮಾನರ ಕುರಿತು ಒಂದು ಸೀಮಿತವಾದ ಕಲ್ಪನೆ ಇತ್ತು. ಅವರಲ್ಲಿ ಪ್ರಭೇದಗಳು, ವಿವಿಧ ಜಾತಿಗಳು ಇಲ್ಲದಿರುವ ಕಲ್ಪನೆ ಇಲ್ಲಿ ಕೆಲಸ ಮಾಡುತ್ತಿತ್ತು. ಏಕೆಂದರೆ ಅವರ ಪ್ರಕಾರ ಧರ್ಮ ಜಾತಿಗಳನ್ನು ಒಪ್ಪುವುದಿಲ್ಲ. ಇದೇ ಕಾರಣಕ್ಕಾಗಿ ಮುಸಲ್ಮಾನರು ವಸಾಹತುಶಾಹಿಗೆ ಮತ್ತು ವಿವಿಧ ಪ್ರಾಂತ್ಯಗಳಿಗೆ "ಮೊಹಮ್ಮಡನ್‌ಗಳಾಗಿದ್ದರು" ಅಥವಾ "ಮುಸಲ್ಮಾನರು" ಆಗಿದ್ದರು. ಆದರೆ ವಾಸ್ತವವಾಗಿ ವಸಾಹತುಶಾಹಿಗೆ ಮತ್ತು ಮೈಸೂರು ಪ್ರಾಂತ್ಯಕ್ಕೆ ಮುಸ್ಲಿಮರ ಕುರಿತು ಬಹಳಷ್ಟು ಗೊಂದಲಗಳಿದ್ದವು, ಸ್ಪಷ್ಟತೆಯಂತೂ ಇರಲಿಲ್ಲ. ಅವರಲ್ಲಿದ್ದ ಶ್ರೇಣೀಕೃತ ಪಂಗಡ ಒಳಪಂಗಡಗಳ ಕುರಿತು ಅದಕ್ಕೆ ಸ್ಪಷ್ಟವಾದ ಅಭಿಪ್ರಾಯಗಳು ಇರಲಿಲ್ಲ. ಬಹುಶಃ ಜನಗಣತಿದಾರರು ಮುಸ್ಲಿಮೇತರರು ಆಗಿದ್ದೂ ಕೂಡ ಇದಕ್ಕೆ ಕಾರಣವಾಗಿರಬಹುದು. ಎರಡನೆಯದಾಗಿ ಅವರ ತಿಳುವಳಿಕೆ ಕೂಡ ಪಾಶ್ಚಾತ್ಯ ಮತ್ತು ಮಧ್ಯಪೂರ್ವದ ಜ್ಞಾನದಿಂದ ಬಂದಿದ್ದ ಕಾರಣ, ಕರ್ನಾಟಕದ ಮುಸಲ್ಮಾನರನ್ನು ಆ ದೃಷ್ಟಿಕೋನದಿಂದ ವಿಶ್ಲೇಷಿಸುವುದು ಮತ್ತು ದಾಖಲಿಸುವುದು ಅನಿವಾರ್ಯವಾಗಿತ್ತು. ಇದಕ್ಕೆ ತಕ್ಕಂತೆ ಜನಗಣತಿ ಕ್ರಿಶ್ಚಿಯನ್ನರಿಗೆ ನೀಡಿದಷ್ಟು

171 Ibid, pp:29

ಮಹತ್ವ ಮುಸಲ್ಮಾನರಿಗೆ ನೀಡಲಿಲ್ಲವೆಂದೇ ಹೇಳಬೇಕು. ಕ್ರಿಶ್ಚಿಯನ್ನರ ಕುರಿತು ಅದಕ್ಕೆ ನಿಖರತೆ ಇತ್ತು, ಸ್ಪಷ್ಟ ಕಲ್ಪನೆಗಳಿದ್ದವು. ಗೊಂದಲಗಳಿರಲಿಲ್ಲ.

ಇಲ್ಲಿ ಎರಡು ಅಂಶಗಳನ್ನು ತೆಗೆದು ಕೊಳ್ಳಬೇಕು. 1871ರ "ಮೆಮೊರಾಂಡಮ್ ಆನ್ ದಿ ಸೆನ್ಸಸ್ ಆಫ್ ಬ್ರಿಟಿಷ್ ಇಂಡಿಯಾ" ನೀಡುವ ವಿವರಣೆ ಮತ್ತು ಮೈಸೂರು ಪ್ರಾಂತ್ಯ (ಆಗ ಪ್ರಾಂತ್ಯ ಬ್ರಿಟಿಷರಡಿಯಲ್ಲಿತ್ತು) ನೀಡುವ ವಿವರಣೆಯಲ್ಲಿ ಸ್ವಲ್ಪ ವ್ಯತ್ಯಾಸಗಳಿರುವುದು ಸಹಜ. "ಮೆಮೊರಾಂಡಮ್" ಮೈಸೂರು ಪ್ರಾಂತ್ಯದಲ್ಲಿರುವ ಬಹುಸಂಖ್ಯಾತ ಮುಸಲ್ಮಾನರನ್ನು ಡೆಕ್ಕನಿ ಮುಸಲ್ಮಾನರೆಂದು ಚಿತ್ರಿಸಿ (ಏಳು ಲಕ್ಷ) ಉಳಿದ ಮುಸಲ್ಮಾನರನ್ನು ಲಬ್ಬಯೆ ಅಥವಾ ಮಾಪಿಳ್ಳೆಗಳೆಂದು ಹೆಸರಿಸಿತ್ತು[172]. ಇಲ್ಲಿ ವಸಾಹತುಶಾಹಿಯ ದ್ವಂದ್ವನೀತಿ ವ್ಯಕ್ತವಾಗುವುದು ಸಹಜ. ಒಂದೆಡೆ ಇವರನ್ನು "ಅರಬ್" ವರ್ಣವೆನ್ನುತ್ತದೆ, ಮತ್ತೊಂದೆಡೆ ಟಿಪ್ಪು ಮತ್ತು ಹೈದರಾಲಿಯಿಂದ ಮತಾಂತರಗೊಂಡವರು ಎಂದೂ ಕೂಡ ಹೇಳುತ್ತದೆ. ವಿಚಿತ್ರವೆಂದರೆ ವಸಾಹತುವಿನ ಬೇರೆ ದಾಖಲೆಗಳು ಲಬ್ಬಯೆಗಳ ಇರುವಿಕೆಯನ್ನು ಹೈದರ್ ಆಲಿಯ ಪೂರ್ವದಲ್ಲಿ ನೋಡಿದ್ದು ಇದೆ. ಅಲ್ಲದೇ ಮಾಪಿಳ್ಳೆಗಳು 7–8ನೇ ಶತಮಾನದಲ್ಲಿ ಮತಾಂತರಗೊಂಡಿದ್ದ ದಾಖಲೆಗಳು ಇವೆ.

ಇದೇ ಸುಮಾರಿಗೆ ಜನಗಣತಿ ಪ್ರಕಟವಾಯಿತು. ಇದನ್ನು "ಮೆಮೊರಾಂಡಮ್" ನ ಮುಂದುವರಿಕೆಯ ಭಾಗವಾಗಿ ನೋಡಬೇಕು. 1871ರ ಮೈಸೂರಿನ ಜನಗಣತಿ ತನ್ನ ಆರಂಭದ ವಿವರಣೆಗಳಲ್ಲಿ ಮುಸಲ್ಮಾನರಲ್ಲಿ ಮೂರು "ಪಂಥ"ಗಳನ್ನು ಗುರುತಿಸಿತ್ತು: ಶಿಯಾ, ಸುನ್ನಿ ಮತ್ತು ವಹಾಬಿ. ಆದರೆ ಇನ್ನೊಂದು ಪಂಥವಾದ ಹಂಬಲಿಗಳನ್ನು ದಾಖಲಿಸಲಿಲ್ಲ. ಮುಂದಿನ ಪುಟಗಳಲ್ಲಿ ಅದರ ಗೊಂದಲ ಸ್ಪಷ್ಟವಾಗುತ್ತಾ ಹೋಗುತ್ತದೆ. ಅದೇ ಸುಮಾರಿಗೆ ಮೈಸೂರು ಪ್ರಾಂತ್ಯದಲ್ಲಿ ನಾಲ್ಕು ಪ್ರವರ್ಗಗಳಿರುವುದನ್ನು "ವರ್ಣ ಮತ್ತು ಬುಡಕಟ್ಟು"ವಿನ ಚೌಕಟ್ಟಿನಡಿಯಲ್ಲಿ ವರ್ಗೀಕರಿಸುತ್ತದೆ. ಅವುಗಳೆಂದರೆ : ಮೊದಲನೆಯದಾಗಿ, ಅರಬ್, ಪರ್ಶಿಯನ್ ಮತ್ತು ಗಾಂಧಾರಿಸ್, ಎರಡನೆಯದಾಗಿ ಡೆಕ್ಕನ್ ಮೊಹಮ್ಮದನ್ಸ್, ಮೂರನೆಯದಾಗಿ, ಲಬ್ಬಯೆ ಅಥವಾ ಮಾಪ್ಲೇ ಹಾಗು ಕೊನೆಯದಾಗಿ, ಪಂಡರಿ ಮತ್ತು ಕಾಕರ್, ಇದರಲ್ಲಿ ಗಾಂಧಾರಿಗಳು ಮೂಲತಃವಾಗಿ ಪಠಾಣರೇ ಅಥವಾ ಅಫ್ಘಾನಿಸ್ತಾನದವರೇ? ಡೆಕ್ಕನ್ ಮುಸಲ್ಮಾನರೆಂದರೆ ಯಾರು? ಪಂಡರಿಗಳೆಂದರೆ ಪಿಂಡಾರಿಗಳೇ? ಅಥವಾ ಕಕ್ಕರ್‌ಗಳೆಂದರೆ ಯಾರು ಇತ್ಯಾದಿ ಪ್ರಶ್ನೆಗಳಿಗೆ ಉತ್ತರ ದೊರೆಯುವುದಿಲ್ಲ. ಜನಗಣತಿ ಈ ಪ್ರಶ್ನೆಗಳಿಗೆ ಉತ್ತರ ನೀಡುವುದಿಲ್ಲ.

172 Memorandum on the Cenus of British India, 1871-72, Op.cit.

ವಿಚಿತ್ರವೆಂದರೆ 1871ರ[173] ಜನಗಣತಿ ಜಾತಿಗಳನ್ನು ಲೆಕ್ಕಾಚಾರ ಮಾಡುವ ಸಂದರ್ಭದಲ್ಲಿ ಮುಸಲ್ಮಾನರನ್ನು ದಾಖಲಿಸುವ ರೂಪವೇ ಬೇರೆ. ಅವುಗಳನ್ನು "ವರ್ಣ/ ಜನಾಂಗ ಮತ್ತು ಬುಡಕಟ್ಟು" ಗುಂಪಿನಲ್ಲಿ ಆರಂಭದಲ್ಲಿ ಪಟ್ಟಿ ಮಾಡುತ್ತದೆ. ಇಲ್ಲಿ ಅದು ಉಪಯೋಗಿಸುವ ಶಬ್ದ "ಟ್ರೈಬ್" ಅನ್ನು ವಿಶಾಲವಾಗಿ ಜನಾಂಗವಾಗಿಯೇ ಗುರುತಿಸಬೇಕು. ವಿಶಾಲವಾಗಿ ಮುಸಲ್ಮಾನರನ್ನು ನಾಲ್ಕು ವಿಭಾಗಗಳನ್ನಾಗಿ ಮಾಡುತ್ತದೆ. ಮೊದಲನೆಯ ವಿಭಾಗದಲ್ಲಿ ಈ ಹಿಂದೆ ಹೇಳಿದಂತೆ ಅರಬರು, ಗಾಂಧಾರಿಗಳು ಮತ್ತು ಹಿರಾತರು– ಇದರಲ್ಲಿ ಹಿರಾತರು ಯಾರೆಂದು ವಿವರಿಸುವುದಿಲ್ಲ, ಇದರಲ್ಲೂ ಆರು ಉಪ ವಿಭಾಗಗಳನ್ನು ಮಾಡುತ್ತದೆ– ಅದರಲ್ಲಿ ಕೆಲವು ಪಂಗಡಗಳಾಗಿ ಈಗಾಗಲೇ ಗುರುತಿಸಲ್ಪಟ್ಟವುಗಳು. ಇವುಗಳಲ್ಲಿ ಶೇಖ್, ಸೈಯ್ಯದ್, ಪಠಾಣ್, ಮೊಘಲ್. ಮತ್ತು ದಾಯಿರೆ– ದಾಯಿರೆ ಕೆಳಸ್ತರಕ್ಕೆ ಸೇರಿದವು. ವಿಚಿತ್ರವೆಂದರೆ ಜನಗಣತಿ ಇನ್ನೊಮ್ಮೆ ದಾಖಲಿಸುವಾಗ ವಹಾಭಿಗಳನ್ನು ಕೂಡ ಉಲ್ಲೇಖಿಸುತ್ತದೆ. ಎರಡನೆಯ ಹಂತದಲ್ಲಿ ಡೆಕ್ಕನ್ ಮುಸಲ್ಮಾನರನ್ನು ಗುರುತಿಸುತ್ತದೆ. ಮೂರನೆಯ ಹಂತದಲ್ಲಿ ಲಬ್ಬಯೆ ಮತ್ತು ಮಾಪಿಳ್ಳೆ ಮತ್ತು ಕೊನೆಯದಾಗಿ ಪೆಂಡಾರಿ ಅಥವಾ ಕೊಕರ್. ಈ ವರ್ಗೀಕರಣಕ್ಕೆ ಅದು ತೆಗೆದುಕೊಂಡ ಮಾನದಂಡಗಳ ಬಗ್ಗೆ ಜನಗಣತಿ ಮೌನವಾಗಿರುತ್ತದೆ. ಅದೇನೆ ಇದ್ದರೂ ಈ ಜನಗಣತಿಯ ವಿಶಿಷ್ಟತೆ ಇರುವುದು "ಮೊಹಮ್ಮಡನಿಸಂ" ಬಗ್ಗೆ ಅದು ನೀಡುವ ವಿವರದಲ್ಲಿ– ಅದರ ಹುಟ್ಟು, ಬೆಳವಣಿಗೆ, ಭಾರತಕ್ಕೆ ಅದು ಬಂದ ರೂಪ. ಇದರೊಟ್ಟಿಗೆ ಅದು ಈಗಾಗಲೇ ಹೇಳಿದ ವರ್ಗಗಳ ಬಗ್ಗೆ ಕೂಡ ಅದು ವಿವರಿಸುತ್ತದೆ.

"ದಾಯಿರೆ ವರ್ಗ" ಜನಗಣತಿಯ ಪ್ರಕಾರ ಡೆಕ್ಕನ್ ಮೊಹಮ್ಮಡನ್‌ರ ಒಂದು ಉಪ–ವಿಭಾಗ[174]". ಡೆಕ್ಕನ್ ಮುಸಲ್ಮಾನರಲ್ಲಿ ಮೂರು ಪಂಗಡಗಳನ್ನು ಅದು ದಾಖಲಿಸುತ್ತದೆ: ಶಿಯಾ, ಸುನ್ನಿ ಮತ್ತು ವಹಾಬೀ. ಪಿಂಡಾರಿಗಳು ಜನಗಣತಿಯ ಪ್ರಕಾರ, ಗಿಪ್ಸಿ ಮೊಹಮ್ಮದನ್ಸ್‌ಗಳು, ಪಿಂಡಾರಿಗಳ ಬಗ್ಗೆ ಬಂದಾಗ ಒಂದು ವಿಚಿತ್ರವಾದ ವಾದವನ್ನು ಮುಂದಿಡುತ್ತದೆ. ಪಿಂಡಾರಿಗಳು ಮೂಲತಃವಾಗಿ ಹಿಂದೂ ಜಾತಿಗಳಲ್ಲ ಅಥವಾ ಬುಡಕಟ್ಟುಗಳಲ್ಲ ಎಂದು ಜನಗಣತಿ ವಾದಿಸಿದರೂ, ಸಮುದಾಯ ಮಾತ್ರ ತನ್ನನ್ನು ತಾನು ಒಂದೋ ಜಾತಿ ಅಥವಾ ಬುಡಕಟ್ಟು ಎಂದು ದಾಖಲಿಸಿತ್ತು. ಈ ಜನಗಣತಿಯಲ್ಲಿ ಇನ್ನು ಕೆಲವು ಪಂಗಡ/ವರ್ಗಗಳನ್ನು ಗುರುತಿಸುತ್ತದೆ. ಅದರಲ್ಲಿ ಮುಖ್ಯವಾಗಿ ಪಿಂಜಾರಿಗಳು ಒಂದು. ಜನಗಣತಿ ಪ್ರಕಾರ

173 Report on the Mysore Government , General Census , 1871, Bangalore 1871 p.49

174 Ibid p.108.

ಅವರು "ಡೆಕ್ಕನಿ ಮೊಹಮ್ಮಡನ್"ಗಳಾಗಬೇಕಿತ್ತು. ಅಲ್ಲದೇ ಅವರನ್ನು "ಜಾತಿಯಾಗಿ ಬುಡಕಟ್ಟುವಾಗಿ" ಗುರುತಿಸಲು ಸಾಧ್ಯವಿಲ್ಲ.

1877ರಲ್ಲಿ ಮೈಸೂರು ಪ್ರಾಂತ್ಯ ಭೀಕರವಾದ ಕ್ಷಾಮವನ್ನು ಎದುರಿಸಿತ್ತು. ಅದರ ನಷ್ಟವನ್ನು ದಾಖಲಿಸಲು ಎರಡನೆಯ ಜನಗಣತಿಯನ್ನು ಈ ಕೂಡಲೇ ಆರಂಭಿಸಬೇಕೆಂಬ ಬೇಡಿಕೆ ಬಂದ ಕಾರಣ, 1881ರ[175] ಜನಗಣತಿಯನ್ನು ಬಹಳ ಗಂಭೀರವಾಗಿ ಸರ್ಕಾರ ತೆಗೆದುಕೊಂಡಿತ್ತು. 1881ರ ಜನಗಣತಿ ಪ್ರಪ್ರಥಮವಾಗಿ ಮುಸಲ್ಮಾನರನ್ನು ಎರಡು ವಿಭಾಗಗಳಾಗಿ ವಿಭಜಿಸಿತು. ಇದು ಈ ಹಿಂದಿನ ಜನಗಣತಿಗಿಂತ ವಿಭಿನ್ನವಾಗಿತ್ತು. ಈ ಎರಡು ವಿಭಾಗಗಳೆಂದರೆ "ಸರಿಯಾದ (ಪ್ರವರ್)ಮುಸಲ್ಮಾನರು ಮತ್ತು 'ಇತರೇ ಅಥವಾ ಇನ್ನಿತರ ಮುಸಲ್ಮಾನರು'. ಮೊದಲನೆಯ ಭಾಗದಲ್ಲಿ ಜನಗಣತಿ ದಾಖಲಿಸಿದ್ದು ಶಿಯಾ, ಸುನ್ನಿ, ವಹಾಬಿ ಮತ್ರು ದಾಯೆರೆ ಅಥವಾ ಮಹದಾವಿ. ಇನ್ನಿತರ ಮುಸ್ಲಿಮರಲ್ಲಿ ಮೈಮೂನ್, ಪಿಂಡಾರಿ, ಲಬ್ಬಯೆ, ಮತ್ತು ಮಾಪಿಳ್ಳೆ. ಮತ್ತು ಗಾಂದಹಾರಿಗಳು– ಈ ಹಿಂದಿನ ಜನಗಣತಿಯಲ್ಲಿ ದಾಖಲಾದ ಗಾಂದಹರಿಗಳು ಕಾಂದಹಾರಿಗಳಾಗಿ ನಮೂದಿಸಲ್ಪಟ್ಟಿದ್ದವು. ಒಟ್ಟಾರೆಯಾಗಿ ಹತ್ತು ಪಂಥಗಳನ್ನು, ರಾಷ್ಟ್ರೀಯತೆಗಳನ್ನು ಮುಸ್ಲಿಮರಲ್ಲಿ ಗುರುತಿಸಿತ್ತು. ಅಲ್ಲದೇ ಈ ವರ್ಗೀಕರಣ ಅಸಮರ್ಪಕವೆಂದೂ ಕೂಡ ಒಪ್ಪಿಕೊಂಡಿತ್ತು. ಆಸಕ್ತಿದಾಯಕ ವಿಷಯವೆಂದರೆ ಜಾತಿ ಚೌಕಟ್ಟಿನ ಒಂದು ಅಂಶ ದಯಾರಿ ವರ್ಗದಲ್ಲಿ ಸ್ಪಷ್ಟವಾಗಿರುವುದನ್ನು ದಾಖಲಿಸುತ್ತದೆ. ಅವರು ತಮ್ಮ ಸಮುದಾಯದ ಹೊರತಾಗಿ ಉಳಿದ ಮುಸಲ್ಮಾನರೊಂದಿಗೆ ವಿವಾಹ ಸಂಬಂಧವನ್ನು ಇಟ್ಟುಕೊಳ್ಳುವುದಿಲ್ಲ ಎಂದು ವಾದಿಸುತ್ತದೆ. [176] ಈ ಸಂದರ್ಭದಲ್ಲಿ ಬೆಂಗಳೂರಿನಲ್ಲಿ ವಾಸಿಸುವ ಮೆಮೊನುಗಳು ಮೂಲತಃವಾಗಿ ಗುಜರಾತಿನವರು, ರಜಪೂತ ಮೂಲದವರಲ್ಲದೇ ಸುನ್ನಿ ಮುಸಲ್ಮಾನರು.[177] ಇದೇ ರೀತಿ ಪಿಂಡಾರಿಗಳ ಬಗ್ಗೆ ವಿವರಿಸುವಾಗ ಅವರ ಮೂಲವನ್ನು ಮರಾಠರಲ್ಲಿ ಹುಡುಕುತ್ತದೆ. ಆದರೆ ಅವರು ಯಾವ ಕಾಲದಲ್ಲಿ ಮುಸಲ್ಮಾನರುಗಳಾದರೆಂದು ವಿವರಿಸುವುದಿಲ್ಲ. ಅವರನ್ನು ಮುಸ್ಲಿಂ ಗಿಪ್ಸಿಗಳೆಂದು ಕರೆಯುತ್ತದೆ. ಲಬ್ಬಯೆ ಮತ್ತು ಮಾಪಿಳ್ಳೆ ಅರಬರ ಮತ್ತು ದೇಸಿ ಹೆಣ್ಣುಮಕ್ಕಳ ನಡುವಿನ ಮಿಶ್ರಣ. ಇಲ್ಲಿ ಜನಗಣತಿ ಮಾಡುವ ಒಂದು ತಪ್ಪೆಂದರೆ ಅದು ದಾಯೆರೆರವನ್ನು ಪಂಥ ಅಥವಾ ಸೆಕ್ಟ್ ಎಂದು ಪರಿಗಣಿಸಿದ್ದು,

---

175 Report on the Mysore Census of 1881: Mysore (India : State). Secretary to the Government, Mysore Government Press, 1884

176 Ibid p. 47

177 Ibid , p.76.

ಪ್ರಪ್ರಥಮವಾಗಿ ಮೈಸೂರಿನ ಪ್ರಾಂತ್ಯದಲ್ಲಿ ಮುಸ್ಲಿಮರಲ್ಲಿ ಜಾತಿಗಳ ಇರುವಿಕೆಯನ್ನು ಸ್ಪಷ್ಟವಾಗಿ ಗುರುತಿಸಿದ್ದು 1901ರ ಜನಗಣತಿ ಎನ್ನಬಹುದು. ಅದರ ಕುರಿತು ಪರಿಪೂರ್ಣವಾದ ವಿಶ್ಲೇಷಣೆ ಇಲ್ಲದಿದ್ದರೂ, ಅದರ ಉಲ್ಲೇಖ ಈ ಜನಗಣತಿಯಲ್ಲಿ ದೊರೆಯುತ್ತದೆ[178]. ವಾಸ್ತವವಾಗಿ 1901ರ ಜನಗಣತಿ ಸ್ವಲ್ಪ ವಿಭಿನ್ನವೆನ್ನಬಹುದು. ಆದರೂ ಇದನ್ನು ವರ್ಗೀಕರಣದ ಗೊಂದಲದ ಗೂಡು ಎನ್ನಬಹುದು. ಏಕೆಂದರೆ ಅದಕ್ಕೆ ಸ್ಪಷ್ಟತೆ ಇಲ್ಲದಿರುವುದು ಜನಗಣತಿಯ ದಾಖಲಾತಿಯಿಂದಲೇ ತಿಳಿಯುತ್ತದೆ. ಒಂದೆಡೆ ಇದು ಐದು ಪಂಗಡಗಳನ್ನು ಗುರುತಿಸುತ್ತದೆ, ಮತ್ತೊಂದಡೆ ಮುಸ್ಲಿಮರನ್ನು ಮೂರು ವಿಧವಾಗಿ, 12 ಹೆಸರುಗಳಡಿಯಲ್ಲಿ ವರ್ಗೀಕರಿಸುತ್ತದೆ; ಅಫಘಾನ್‌ರ ಅಡಿಯಲ್ಲಿ ಅದು ದಾಖಲಿಸುವ ಮುಸ್ಲಿಂ ಹೆಸರುಗಳೆಂದರೆ – ಅರಬ್, ಕಾಕರ್, ಲಬ್ಬಯೆ, ಮಾಪಿಳ್ಳೆ. ಎರಡನೆಯದಾಗಿ, ಮೆಮನ್, ಮೊಘಲ್, ಪಠಾಣ್, ಪಿಂಡಾರಿ, ಪಿಂಜಾರ, ಮೂರನೆಯದಾಗಿ. ಶಾಫಿಗಳಲ್ಲಿ ಶೇಖ್, ಶರೀಫ್, ಸೈಯ್ಯದ್ ಮತ್ತು ಸೂಚಿತವಲ್ಲದ ಜಾತಿಗಳು ಈ ವರ್ಗೀಕರಣ ಸಂಪೂರ್ಣವಾಗಿ ಅವೈಜ್ಞಾನಿಕವೆನ್ನಬಹುದು. ಇದರಲ್ಲಿರುವ ಶರೀಫ್ ಎಂಬುದು ಒಂದು ಹೊಸ ದಾಖಲಾತಿ. ಇಲ್ಲೊಂದು ಸಣ್ಣ ಪ್ರಮಾದವಿದೆ– ದಾಖಲಿಸುವ ಸಂದರ್ಭದಲ್ಲಿ "ಇನ್ನಿತರ ಜಾತಿಗಳು" ಎಂದು ನಮೂದಿಸುತ್ತದೆ– ಜಾತಿ ಬಹಳ ಸ್ಪಷ್ಟವಾಗಿ ವ್ಯಕ್ತವಾಗುವುದು ಬೆಂಗಳೂರಿನ ನಾಗರೀಕ ಮತ್ತು ಮಿಲಿಟರಿ ಪ್ರದೇಶವನ್ನು ದಾಖಲಿಸುವ ಸಂದರ್ಭದಲ್ಲಿ. ಜನಗಣತಿಯಲ್ಲಿ ದಾಖಲಿಸುವಾಗ ಕೆಲವು ಜಾತಿಗಳು ಅದರಲ್ಲೂ ದಲಿತ ಮತ್ತು ಹಿಂದುಳಿದ ಜಾತಿಗಳನ್ನು ಮುಸ್ಲಿಮರೆಂದು ನಮೂದಿಸಲಾಗುತ್ತದೆ. ಇದರಲ್ಲಿ ಬಹಳ ಮುಖ್ಯವಾಗಿರುವುದು ಧೋಬಿ, ಕಾಪು, ಮಾದಿಗ, ಮೋಚಿ, ಒಡ್ಡೆ, ಪರಿಯಾನ್, ರಜಪುತ್, ರಂಗರ್. ಇವರ ಒಟ್ಟಾರೆ ಸಂಖ್ಯೆ ಕಡಿಮೆಯಾದರೂ, ಇವರ ದಾಖಲಾತಿ ಮುಸಲ್ಮಾನರಲ್ಲಿರುವ ಜಾತಿಗಳನ್ನು ತೋರಿಸುತ್ತದೆ. ಅಷ್ಟು ಮಾತ್ರವಲ್ಲದೇ ಬ್ರಾಹ್ಮಣೇತರರಲ್ಲಿ ಗೋತ್ರಗಳನ್ನು ಉದಾಹರಿಸುವ ಸಂದರ್ಭದಲ್ಲಿ ಮುಲ್ತಾನಿಗಳನ್ನು ಉಲ್ಲೇಖಿಸುತ್ತದೆ. ಅವರು ಅಫಘಾನಿಸ್ತಾನದವರೇ ಅಥವಾ ಮುಸ್ಲಿಮರೆ? ಎಂಬುದರ ಬಗ್ಗೆ ಸ್ಪಷ್ಟತೆ ಇಲ್ಲದಿದ್ದರೂ, ಮುಂದಿನ 1911ರ ಜನಗಣತಿ ಅವರನ್ನು ಪಂಜಾಬಿನ ಮುಲ್ತಾನಿಗಳೆಂದು ಹೆಸರಿಸುತ್ತದೆ.

ಇದೇ ಸುಮಾರಿಗೆ ಬೆಂಗಳೂರಿನಲ್ಲಿ ಸೆಂಟ್ರಲ್ ಮೊಹಮ್ಮಡನ್ ಅಸೋಶಿಯೇಶನ್, ಆಲಿಘರ್‌ನ ಮೊಹಮ್ಮಡನ್ ಅಸೋಶಿಯೇಶನ್‌ನ ಪ್ರಭಾವಕ್ಕೊಳಗಾಗಿ ಸ್ಥಾಪನೆಯಾಯಿತು (1910–11). ಅದು ಸರ್ಕಾರಕ್ಕೆ

178 T.Ananda Row, Cenus of India, 1901, Vol XXIV, Mysore, part I Report, Bangalore 1903

ಮನವಿಗಳನ್ನು ಸಲ್ಲಿಸುವಾಗ ಮುಸ್ಲಿಮರಲ್ಲಿರುವ ವಿವಿಧತೆಯನ್ನು ಉಲ್ಲೇಖಿಸಲಿಲ್ಲ ಹೊರತು ಅದರ ಬೇಡಿಕೆಯೇನಿದ್ದರೂ ಉರ್ದು ಶಾಲೆಗಳಲ್ಲಿ ಕನ್ನಡ ಶಿಕ್ಷಕರನ್ನು ನೇಮಿಸುವ ಕುರಿತಾಗಿತ್ತು. ಅದರ ಅಸ್ಮಿತೆಯ ವಾದ ಉರ್ದು ಶಾಲೆಯ ಮೂಲಕ ವ್ಯಕ್ತವಾಗಿತ್ತು. ವಿಚಿತ್ರವೆಂದರೆ 1911ರ ಜನಗಣತಿಯಲ್ಲಾಗಲಿ ಅಥವಾ ತದನಂತರದ ಜನಗಣತಿಯಲ್ಲಾಗಲಿ ಅದು ಮುಸ್ಲಿಂ ಪರವಾಗಿ ಮನವಿ ಸಲ್ಲಿಸಿದ್ದು ಎಲ್ಲಿಯೂ ಕಂಡು ಬರುವುದಿಲ್ಲ. ಪ್ರಜಾ ಪಕ್ಷದಲ್ಲಿದ್ದ ಮುಸ್ಲಿಂ ನಾಯಕರಾದದ ಅಬ್ಬಾಸ್ ಖಾನ್ ಈ ಬಗ್ಗೆ ಪ್ರಜಾ ಪ್ರತಿನಿಧಿ ಮಂಡಳಿಯಲ್ಲಿ ಪ್ರಶ್ನೆ ಎತ್ತಿರುವುದು ಕೂಡ ಕಂಡು ಬರುವುದಿಲ್ಲ.

ಮುಸ್ಲಿಮರಲ್ಲಿ ಜಾತಿಯ ಕೆಲವು ಅಂಶಗಳಿರುವುದನ್ನು ಮತ್ತು ಕೆಲವು ಹಿಂದೂ ಜಾತಿಗಳಿರುವುದನ್ನು ವಸ್ತುನಿಷ್ಠವಾಗಿ ಮೈಸೂರು ಪ್ರಾಂತ್ಯದ 1911ರ ಜನಗಣತಿ[179] ನಿಚ್ಚಳವಾಗಿ ಹೇಳಿತ್ತು. "ಜಾತಿಯ ಪೂರ್ವಾಗ್ರಹಗಳು ಮತ್ತು ಜಾತಿಯ ಕೆಲವು ನಿರ್ಬಂಧನೆಗಳು ಜೀವಂತವಾಗಿ ಉಳಿದು ಬಿಟ್ಟಿವೆ ಮಾತ್ರವಲ್ಲದೇ ಅವು ಮೊಹಮ್ಮದರಲ್ಲೂ ವಿಸ್ತರಿಸಿದೆ. ಅವರಲ್ಲಿರುವ ಕೆಲವು ಬುಡಕಟ್ಟುಗಳಲ್ಲಿ ಅದರಲ್ಲೂ, ದಾಯರ್, ನವಾಯತ್, ಪಿಂಜಾರಿ, ಮೆಮನ್‌ಗಳಲ್ಲಿ ಸ್ವಬಾಂಧವ್ಯ ವಿವಾಹಗಳು ಪ್ರಚಲಿತ ಇವೆ."[180] ಪಿಂಜಾರ್‌ಗಳ ಬಗ್ಗೆ ವಿವರಿಸುವಾಗ ಹಿಂದೂ ಸಂಸ್ಕೃತಿಯ ವಿವರಣೆ ಇನ್ನಷ್ಟು ಸ್ಪಷ್ಟವಾಗುತ್ತದೆ. "ಇವರು ಬಹುಮುಖ್ಯವಾಗಿ ಚಿತ್ರದುರ್ಗ, ಕೋಲಾರ ಮತ್ತು ತುಮಕೂರು ಜಿಲ್ಲೆಯಲ್ಲಿ ಕಂಡು ಬರುತ್ತಾರೆ. ಅವರ ಕಸುಬು ಹತ್ತಿಯನ್ನು ಸ್ವಚ್ಛ ಮಾಡುವುದಲ್ಲದೆ, ಕೃಷಿ ಮತ್ತು ಕಾರ್ಮಿಕರಾಗಿ ದುಡಿಯುತ್ತಾರೆ. ಈ ಜಾತಿ ಮೂಲತಃವಾಗಿ ದೇಸಿಯ ಜಾತಿ, ಹಿಂದೂ ಪಿಂಜಾರಿಗಳಿಗಿಂತಲೂ ಸ್ವಲ್ಪ ಉತ್ತಮರು. ಅವರು ಬೇರೆ ಮುಸಲ್ಮಾನರೊಂದಿಗೆ ವಿವಾಹ ಸಂಬಂಧವನ್ನು ಇಟ್ಟುಕೊಳ್ಳುವುದಿಲ್ಲ. ಅವರು ಬಹಳಷ್ಟು ಹಿಂದೂ ಸಂಸ್ಕೃತಿಯನ್ನು ಉಳಿಸಿಕೊಂಡಿರುವುದು ವಾಸ್ತವ, ಅದರಲ್ಲೂ ಮದುವೆ ಸಂದರ್ಭದಲ್ಲಿ ಹಿಂದೂಗಳಂತೆ ತಾಳಿ ಕಟ್ಟುವುದು, ಹಿಂದೂ ದೇವತಾ ಉಪಾಸನೆ ಅವರಿಗೆ ಕಟ್ಟುನಿಟ್ಟಾಗಿ ಅನ್ವಯಿಸುವುದಿಲ್ಲ"[181]. ಇದೇ ರೀತಿಯ ಉಲ್ಲೇಖವನ್ನು ಇದರ ಪೂರ್ವದಲ್ಲಿ ಮದ್ರಾಸ್ ಪ್ರಾಂತ್ಯದ 1891 ಜನಗಣತಿ ಕೂಡ ಮಾಡಿತ್ತು. ಕೆಲವು ಮುಸ್ಲಿಮರು ದಾಖಲಿಸುವಾಗ ನೀಡಿದ ಹೆಸರುಗಳು ಹಿಂದೂಗಳಲ್ಲೂ ಕಂಡು ಬರುತ್ತದೆ ಎಂದು ಜನಗಣತಿ ಹೇಳುತ್ತದೆ[182]. ಅಲ್ಲದೇ ಹಿಂದೂ ಹಿನ್ನೆಲೆಯ ಕೆಲವು ಮುಸ್ಲಿಂ ಜಾತಿಗಳನ್ನು ಗುರುತಿಸುತ್ತದೆ- ಅದರಲ್ಲಿ

179 V.R Thyagaraja Aiyar, Cenus of India, 1911, Volume XX, Part I, Report, Mysore, State, Bangalore, 1912
180 Ibid .
181 Op.cit p.174.
182 Ibid p.168

ಮುಖ್ಯವಾಗಿರುವುದು ಗುಜ್ಜರ್, ಜಾಟ್, ಖರ್ಬಲ್, ಪಿಂಜಾರಿ. ಇದರಲ್ಲಿ ಬಹಳಷ್ಟು ಗುಜ್ಜಾರರು ಇಸ್ಲಾಂಗೆ ಮತಾಂತರಗೊಂಡದ್ದನ್ನು ಕೂಡ ದಾಖಲಿಸುತ್ತದೆ.

ಅದೇ ನಿಟ್ಟಿನಲ್ಲಿ ಹಳೆಯ ಮೈಸೂರು ಪ್ರಾಂತ್ಯದಲ್ಲಿ 25 ವಿವಿಧ ರೂಪದ ಮುಸ್ಲಿಮರನ್ನು ಗುರುತಿಸುತ್ತಾ, ಅಲ್ಪಸಂಖ್ಯಾತರಲ್ಲಿ ಶ್ರೇಣೀಕೃತ ವ್ಯವಸ್ಥೆಯನ್ನು ಈ ರೀತಿ ವಿವರಿಸುತ್ತದೆ: ಮುಸ್ಲಿಮರಲ್ಲಿ ಬಹುಸಂಖ್ಯಾತರೆಂದರೆ ಶೇಖ್ ಪಂಗಡಗಳು, ತದನಂತರ ಬರುವವರು ಪಠಾಣರು, ಸೈಯ್ಯದ್‌ಗಳು ಮತ್ತು, ಮೊಘಲರು ಎಂದು ಜನಗಣತಿ ಹೇಳುತ್ತದೆ. ಈ ಶ್ರೇಣೀಕರಣ ಕೂಡ ತಪ್ಪು ಎಂದು ಹೇಳಬಹುದು. ಶಾಸ್ತ್ರೀಯ ಗ್ರಂಥಗಳು ಸೈಯ್ಯದ್‌ರನ್ನು ಅತ್ಯಂತ ಉಚ್ಚ ಸ್ಥಾನದಲ್ಲಿಟ್ಟು ಗುರುತಿಸುತ್ತದೆ, ಶೇಖ್‌ಗಳಿಗೆ ತದನಂತರದ ಸ್ಥಾನವನ್ನು ನೀಡುತ್ತದೆ. 1911ರ ಜನಗಣತಿ ಉಲ್ಲೇಖಿಸಿದ ಹೊಸ ಮುಸ್ಲಿಂ ಗುಂಪುಗಳೆಂದರೆ ಜಂಜುವ, ಜಾಮ್, ಖರ್ಬಾಲ್ ಗುಜ್ಜರ್, ಇತ್ಯಾದಿ. ಮೊದಲಿನ ಮೂರು ಗುಂಪುಗಳ ಕುರಿತು ಯಾವುದೇ ವಿವರಣೆ ಸಿಗುವುದಿಲ್ಲ.

ಮೈಸೂರು ಪ್ರಾಂತ್ಯದ 1911 ರ ಜನಗಣತಿಯಲ್ಲಿ ಒಂದು ದ್ವಂದ್ವ ಸ್ಪಷ್ಟವಾಗಿ ಗೋಚರಿಸುತ್ತದೆ. ಕೆಲವು ನಿರ್ದಿಷ್ಟ ಮೇಲ್ವರ್ಗ/ಮೇಲ್ ಜಾತಿಗಳನ್ನು ವಿದೇಶಿ ಜಾತಿಗಳೆಂದು ಕರೆಯುವ ರೂಢಿಯನ್ನು ತ್ಯಜಿಸಿದಾಗ ಈ ದ್ವಂದ್ವತೆ ನಮಗೆ ಸ್ಪಷ್ಟವಾಗಿ ಕಂಡುಬರುತ್ತದೆ. ಬಹುಮುಖ್ಯವಾಗಿ ಶೇಖ್, ಸೈಯ್ಯದ್ ಇತ್ಯಾದಿಗಳನ್ನು ವಿವರಿಸುವಾಗ ಅವುಗಳು ವಿದೇಶಿಗಳು ಎಂದು ದಾಖಲಿಸುವುದು ಅಥವಾ ವರ್ಗೀಕರಿಸುವುದು ವಸಾಹತುಶಾಹಿ ದಾಖಲೆಗಳಲ್ಲಿ ರೂಢಿಯಾಗಿತ್ತು. ಇದಕ್ಕೆ ತೀರಾ ವಿರುದ್ಧವಾದ ಅಂಶವನ್ನು 1911ರ ಜನಗಣತಿಯಲ್ಲಿ ನೋಡಬಹುದು. ವಿಚಿತ್ರವೆಂದರೆ 1911ರ ಜನಗಣತಿ ಕೆಲವು ದೇಶಿಯ ಜಾತಿಗಳನ್ನು ವಿದೇಶಿ ಜಾತಿಗಳೆಂದು ದಾಖಲಿಸುತ್ತದೆ ಮತ್ತು ಪಟ್ಟಿ ಮಾಡುತ್ತದೆ. ಅವುಗಳಲ್ಲಿ ಗುರುತಿಸಬಹುದಾದ ಜಾತಿಗಳೆಂದರೆ ಅವನ್, ಗುಜ್ಜರ್, ಕರ್‍ರಲ್, ಪಿಂಜಾರ್, ಜಾಟ್, ಜಾಮ್, ಜಂಜುವ, ಕಂದಾರಿ, ಲಬ್ಬಯೆ, ಮತ್ತು ಮಾಪಿಳ್ಳೆ, ಇವುಗಳನ್ನು ವಿದೇಶಿ ಜಾತಿಗಳೆಂದು ಪಟ್ಟಿ ಮಾಡಲು ಅಥವಾ ದಾಖಲಿಸಲು ವಸಾಹತುಶಾಹಿ ಉಪಯೋಗಿಸಿದ ಮಾನದಂಡಗಳೇನು? ಎಂಬ ಪ್ರಶ್ನೆಗೆ ಉತ್ತರ ದೊರೆಯುವುದಿಲ್ಲ. ಬಹುಶಃ ಅವುಗಳ ಮೂಲವನ್ನು ಇಟ್ಟುಕೊಂಡು ಈ ರೀತಿಯಾಗಿ ವರ್ಗೀಕರಿಸಲಾಗಿದೆಯೇ? ಎಂಬ ಗುಮಾನಿ ಇದೆ. ಏಕೆಂದರೆ ಮೇಲೆ ಪಟ್ಟಿ ಮಾಡಿದ ಜಾತಿಗಳ ಮೂಲವಿರುವುದೇ ಮೈಸೂರು ಪ್ರಾಂತ್ಯದಿಂದ ಹೊರಗಡೆ. ಅವನ್, ಗುಜ್ಜರ್, ಜಂಜುವ, ಕರ್‍ರಲ್, ಪಿಂಜಾರ್‌ಗಳ ಮೂಲವಿರುವುದು ಪಂಜಾಬ್ ಪ್ರಾಂತ್ಯದಲ್ಲಿ. ಜಾಮ್, ಖದ್ರಿ, ಜಾತಿಯ ಮೂಲವಿರುವುದು ಏಷ್ಯಾದಲ್ಲಿ, ಪಿಂಡಾರಿಗಳಿಗೆ ಸಮನಾಗಿರುವ ಜಾತಿಯೆಂದರೆ

ಕಕರ್. ಅದಕ್ಕೆ ನಿರ್ದಿಷ್ಟ ಮೂಲವಿಲ್ಲ. ಲಬ್ಬಯೆ ಮತ್ತು ನವಾಯತುಗಳು ಈ ಹಿಂದೆ ಹೇಳಿದಂತೆ ಅರಬ್ ಮತ್ತು ಸ್ಥಾನೀಯ ಸಮುದಾಯಗಳ ಸಂಕರಗಳು, ಮಾಪಿಳ್ಳೆಗಳು ಮೂಲತಃವಾಗಿ ಮಲಬಾರಿನವರು. ಜಾತಿಯ ಮೂಲದ ಕುರಿತು ಸ್ಪಷ್ಟತೆ ಇಲ್ಲದ ಜಾತಿ ಎಂದರೆ ವಲಸಿಗರಾದ ದೋಭಿಗಳು.

ಇವುಗಳ ನಡುವೆ ಜಾತಿಯ ಲಕ್ಷಣಗಳಾದ ಸ್ವಭಾಂಧವ್ಯ ವಿವಾಹ ಸಂಬಂಧವನ್ನು ಉದಾಹರಣೆಯಾಗಿಟ್ಟುಕೊಂಡು ಕೆಲವು ಜಾತಿಗಳನ್ನು ಮುಸ್ಲಿಮ್ ಜಾತಿಗಳೆಂದು ಗುರುತಿಸುತ್ತದೆ. ಅವುಗಳೆಂದರೆ ದಾಯೆರೆ, ನವಾಯತ್‌ಗಳು, ಪಿಂಜಾರಿಗಳು ಮತ್ತು ಮೆಮನ್‌ಗಳು. ಇದು ವಸಾಹತುಶಾಹಿಯ ದ್ವಂದ್ವತೆಯ ಲಕ್ಷಣವೂ ಹೌದು.

ವಿಚಿತ್ರವೆಂದರೆ 1921ರ ಜನಗಣತಿ[183] ಬರೇ ಮೂರು ಪಂಗಡಳೊಂದಿಗೆ ಅವರ ದಿನ ನಿತ್ಯದ ಕಸುಬುಗಳನ್ನು ಗುರುತಿಸುತ್ತದೆ ಪಠಾಣ್, ಶೇಖ್ ಮತ್ತು ಸೈಯ್ಯದ್, ಉಳಿದ ವಿವರಣೆಗಳು ಸಿಗುವುದಿಲ್ಲ. [184] ಇಂಡಿಯಾದಲ್ಲಿ ಇದೇ ಕಾಲದಲ್ಲಿ ಹತ್ತು ಹಲವು ಮುಸ್ಲಿಮೇತರ ಜಾತಿಗಳು ತಮ್ಮ ಜಾತಿಯ ಅಸ್ಮಿತೆಯನ್ನು ಬದಲಾಯಿಸಲು ಮನವಿಗಳನ್ನು ಸಲ್ಲಿಸಿದ್ದರು. ಅದರ ಪಟ್ಟಿಯೇ ದೊಡ್ಡದಿದೆ. ಕೆಲವುಗಳನ್ನು ಈ ರೀತಿ ಗುರುತಿಸಬಹುದು. "ಸಠಾನಿಗಳು ತಮ್ಮನ್ನು "ವೆಂಕಟಪುರ ಬ್ರಾಹ್ಮಣ", "ವಿಷ್ಣು ದ್ವಿಜ ಬ್ರಾಹ್ಮಣ, " "ವೈಷ್ಣವ ಬ್ರಾಹ್ಮಣ" ಇತ್ಯಾದಿಯಾಗಿ ಕರೆಯಲು ಇಚ್ಛಿಸುತ್ತಿದ್ದರು, ನಾಯಿಂದ ಜಾತಿಗಳು ತಮ್ಮನ್ನು "ನಯನಜ ಕ್ಷತ್ರೀಯ"ರೆಂದು ಕರೆಯಲು ಮನವಿ ಸಲ್ಲಿಸಿದ್ದರು. ಲಿಂಗಾಯತರು ತಮ್ಮನ್ನು ವೀರಶೈವ ಬ್ರಾಹ್ಮಣ, ಲಿಂಗಧಾರಿ ಅಥವಾ ವೀರಶೈವ ಕ್ಷತ್ರಿಯರೆಂದು ಕರೆಸಿಕೊಳ್ಳಲು ಇಚ್ಛೆಪಡುತಿದ್ದರು. ಇವುಗಳ ನಡುವೆ ಮುಸಲ್ಮಾನರು ಮನವಿ ಸಲ್ಲಿಸಿ ತಮ್ಮ ಅಸ್ಮಿತೆಯನ್ನು ಬದಲಾಯಿಸಲು ಬೇಡಿಕೆ ಇಟ್ಟಿರುವ ಕುರಿತು ಯಾವುದೇ ದಾಖಲೆ ದೊರೆಯುವುದಿಲ್ಲ. ಅವರಿಗೆ ತಮ್ಮ ಕುರಿತಾದ ಗೊಂದಲಗಳಿಲ್ಲದಿದ್ದದ್ದೇ ಇದಕ್ಕೆ ಕಾರಣವಾಗಿರಬೇಕು.

ಇದೇ ಸುಮಾರಿಗೆ ಮೈಸೂರು ಪ್ರಾಂತ್ಯದಲ್ಲಿ ಬ್ರಾಹ್ಮಣೇತರ ಚಳವಳಿ ಬಹಳ ತೀವ್ರವಾಗಿತ್ತು. ಅದಕ್ಕೆ ಸರಿಯಾಗಿ ಹಿಂದುಳಿದವರ ವರ್ಗಕ್ಕೆ ಮೀಸಲಾತಿಯನ್ನು ನಿರ್ಧರಿಸಲು ಅಂದಿನ ಸರ್ಕಾರ ಲೆಸ್ಲಿ ಮಿಲ್ಲರ್ ಸಮಿತಿಯೊಂದನ್ನು ನೇಮಿಸಿತ್ತು. ಈ ಸಂರ್ಭದಲ್ಲಿ ಲೆಸ್ಲಿ ಮಿಲ್ಲರ್ ಆಯೋಗದ ರಚನೆ ಮತ್ತು ತದನಂತರದ ರಾಜಕೀಯ ವಿದ್ಯಮಾನವನ್ನು ಅವಲೋಕಿಸಬೇಕು. 1919ರಲ್ಲಿ ಹಳೆ ಮೈಸೂರು ಪ್ರಾಂತ್ಯದಲ್ಲಿ ಭುಗಿಲೆದ್ದ ಬ್ರಾಹ್ಮಣೇತರ ಚಳವಳಿ, ಬಹುಮುಖ್ಯವಾಗಿ ಸರ್ಕಾರದ ಆಡಳಿತದಲ್ಲಿ ಮೇಲ್ಜಾತಿಯ ಹಿಡಿತವನ್ನು ವಿರೋಧಿಸಿ ಹುಟ್ಟಿದ ಚಳವಳಿ. ಇದಕ್ಕೆ ಉತ್ತರವೆಂಬಂತೆ

183 V.Thyagarj Aiyar, Census of India, 1921, Vo.XXIII, Mysore, Part I, Report, Bangalore, 1923, p.56

184 Ibid.

ಲೆಸ್ಲಿ ಮಿಲ್ಲರ್ ಆಯೋಗವನ್ನು ರಚಿಸಲಾಯಿತು. ಇದು ಮೈಸೂರು ಪ್ರಾಂತ್ಯದಲ್ಲಿ ಪ್ರಪ್ರಥಮ ಪ್ರಯೋಗವೆಂದರೂ, ಕೋಲ್ಹಾಪುರ, ಟ್ರಾವಂಕೂರು ಪ್ರಾಂತ್ಯಗಳಲ್ಲಿ ಮೀಸಲಾತಿ ಪದ್ಧತಿ ಆಗಲೇ ಚಾಲ್ತಿಯಲ್ಲಿತ್ತು. ಮುಸ್ಲಿಮರು ಆ ಸಂದರ್ಭದಲ್ಲಿ ಸಂಘಟಿತರಾದದ್ದು ಮಹಮ್ಮಡನ್ ಅಸೋಶಿಯೇಶನ್ ಮೂಲಕ. ಲೆಸ್ಲಿ ಮಿಲ್ಲರ್ ಆಯೋಗ ಮೀಸಲಾತಿಯನ್ನು ಶಿಫಾರಸ್ಸು ಮಾಡಿದಾಗ ಅದು ಉಪಯೋಗಿಸಿದ ಮಾನದಂಡ, "ಇಂಗ್ಲೀಷ್ ಭಾಷೆ"ಯ ತಿಳುವಳಿಕೆ. ಈ ಸಂದರ್ಭದಲ್ಲಿ ಮುಸಲ್ಮಾನರಿಗೆ ಮೀಸಲಾತಿಯನ್ನು ಶಿಫಾರಸ್ಸು ಮಾಡುವಾಗ ಮೊಹಮ್ಮಡನ್ ಎಂಬ ಚೌಕಟ್ಟಿನಲ್ಲಿಯೇ ನೀಡಿತ್ತೇ ಹೊರತು ಜಾತಿ ಆಧಾರಿತವಾಗಿರಲಿಲ್ಲ. ವಾಸ್ತವವಾಗಿ ಲೆಸ್ಲಿ ಮಿಲ್ಲರ್ ಸಮಿತಿಯ ಒಂದು ಶಿಫಾರಸ್ಸು, ಮೀಸಲಾತಿ ಹೊರತಾಗಿ, ಬಹಳ ಮುಖ್ಯವೆನಿಸುತ್ತದೆ. ಅದು ಬಹಳ ಮುಖ್ಯವಾಗಿ ಹಿಂದೂಸ್ಥಾನಿ ಶಾಲೆಗಳ ಸ್ಥಾಪನೆ ಕುರಿತಾಗಿರುವುದು. (1871–72ರ ಸುಮಾರಿಗೆ ಐದು ಹಿಂದೂಸ್ಥಾನಿ ಸರ್ಕಾರಿ ಶಾಲೆ ಮತ್ತು 80 ಮದರಸಗಳಿದ್ದವು ಎಂದು ಮೈಸೂರಿನ ಗಝೇಟಿಯರ್ ವಾದಿಸುತ್ತದೆ[185]. ಲೆಸ್ಲಿ ಮಿಲ್ಲರ್ ಪ್ರಕಾರ, "ಪ್ರಸ್ತುತದಲ್ಲಿರುವ ಆರು ಆಂಗ್ಲೋ ಹಿಂದೂಸ್ಥಾನಿ ಶಾಲೆಗಳು ಮುಸಲ್ಮಾನರಿಗೆ ಆಂಗ್ಲ ಭಾಷೆಯ ಶಿಕ್ಷಣವನ್ನು ನೀಡುವುದಕ್ಕೆ ಸಾಲುವುದಿಲ್ಲ. ಆದಕಾರಣ ಅವರ ಕಾರ್ಯದಕ್ಷತೆ ಮತ್ತು ಸಂಖ್ಯೆಯನ್ನು ಈ ಕೂಡಲೇ ಹೆಚ್ಚಿಸಬೇಕು". ಅದೇ ರೀತಿ ಪ್ರತಿ ತಾಲ್ಲೂಕು ಮಟ್ಟದಲ್ಲಿ ಪ್ರಾಯೋಗಿಕವಾಗಿ ಮುಸ್ಲಿಮರು ಹಾಜರಾಗಬಹುದಾದ ಸ್ಥಳಗಳಲ್ಲಿ ಆಂಗ್ಲೋ– ಕನ್ನಡ ಶಾಲೆಗಳನ್ನು ತೆರೆಯಬೇಕು ಈ ಶಾಲೆಗಳಲ್ಲಿ ಹಿಂದೂಸ್ಥಾನಿ ಗೊತ್ತಿರುವ ಶಿಕ್ಷಕರನ್ನು ನೇಮಿಸಬೇಕು. ಅಲ್ಲದೇ ಹಿಂದೂಸ್ಥಾನಿ ವಿಭಾಗಗಳನ್ನು ಕೆಲವು ಆಂಗ್ಲೋ–ಕನ್ನಡ ಶಾಲೆಗಳಲ್ಲಿ ತೆರೆದರೆ ಹಿಂದೂ ಮತ್ತು ಮುಸ್ಲಿಂ ವಿದ್ಯಾರ್ಥಿಗಳನ್ನು ಒಂದೇ ಸೂರಿನಡಿ ತರಬಹುದು. ಮುಸ್ಲಿಂ ಹುಡುಗರಿಗೆ ಹಿಂದೂ ಹುಡುಗರೊಂದಿಗೆ ಶಿಕ್ಷಣವನ್ನು ನೀಡಬಹುದು". ಇದರ ಶಿಫಾರಸ್ಸುಗಳನ್ನು ಅಂದಿನ ಸರ್ಕಾರ ಒಪ್ಪಿಕೊಂಡು 75 ಶೇಕಡಾ ಮೀಸಲಾತಿಯನ್ನು ಹಿಂದುಳಿದ ವರ್ಗಕ್ಕೆ ಮೀಸಲಾಗಿರಿಸಿತ್ತು. ವಾಸ್ತವವಾಗಿ ಮುಸ್ಲಿಮರೊಳಗಿದ್ದ ಸಂಕೀರ್ಣ ವಿಭಿನ್ನತೆಯನ್ನು ಲೆಸ್ಲಿ ಮಿಲ್ಲರ್ ಗಮನಕ್ಕೆ ತೆಗೆದುಕೊಳ್ಳಲಿಲ್ಲ. ಅದು ಶಿಷ್ಯವೇತನವನ್ನು ನೀಡುವಾಗಲೂ ಜಾತಿ ಸಂಕೀರ್ಣವನ್ನು ಅವಲೋಕಿಸಲಿಲ್ಲವೆಂದೇ ಹೇಳಬೇಕು. ಅದೇ ಸುಮಾರಿಗೆ ಬೆಂಗಳೂರಿನಲ್ಲೊಂದು ಕೋಮುಗಲಭೆ ನಡೆದಿತ್ತು. ಇದು ಹಳೆಯ ಮೈಸೂರು ಪ್ರಾಂತ್ಯದ ಪ್ರಪ್ರಥಮ ಕೋಮುಗಲಭೆಯಾಗಿತ್ತು.

185 C.Hayavadana Rao, Mysore Gasetteer, Compiled for Government, Vol.IV Administrative, Bangalore 1929.

ಇದೇ ಕಾಲದಲ್ಲಿ ಯಾವುದೇ ತಕರಾರುಗಳಿಲ್ಲದೆ ಮುಸ್ಲಿಮರ ಸೀಮಿತ ಬೇಡಿಕೆಗಳು ಅಭಿವ್ಯಕ್ತಗೊಂಡ ಅಂಶಗಳನ್ನು ನೋಡಬೇಕು. 1919ರಲ್ಲಿ[186] ಅಂದಿನ ಹಂಗಾಮಿ ದಿವಾನರಾಗಿದ್ದ ಎ.ಆರ್. ಬ್ಯಾನರ್ಜಿಯವರು ಹಳೆಯ ಮೈಸೂರು ಪ್ರಾಂತ್ಯದ ಅರಸೀಕೆರೆ ಮತ್ತು ತರೀಕೆರೆಗೆ ಭೇಟಿಕೊಟ್ಟಾಗ ಈ ಬೇಡಿಕೆಗಳು ಮುನ್ನೆಲೆಗೆ ಬಂದವು. ಅವುಗಳಲ್ಲಿ ಬಹು ಮುಖ್ಯವೆನಿಸುವುದು ಸ್ಥಳೀಯ ಹಿಂದೂಸ್ಥಾನಿ ಶಾಲೆಗೆ ಇಂಗ್ಲೀಷ್ ಶಿಕ್ಷಕರನ್ನು ನೇಮಿಸುವುದು, ಹೆಣ್ಣುಮಕ್ಕಳ ಶಾಲೆಗೆ ಮತ್ತೋರ್ವ ಶಿಕ್ಷಕನನ್ನು ನೇಮಿಸುವುದು, ಮುಸಲ್ಮಾನರಿಗೆ ಕಡ್ಡಾಯ ಶಿಕ್ಷಣ ಜಾರಿಗೊಳಿಸುವುದು, ಹೆಣ್ಣು ಮಕ್ಕಳ ಶಾಲಾ ಬಂಡಿಯ ಬಾಡಿಗೆಯನ್ನು ಹೆಚ್ಚಿಸುವುದು, ಹಾಜರಾತಿ ಸಮಿತಿಯಲ್ಲಿ ಸ್ಥಳೀಯ ಮುಸಲ್ಮಾನರಿಗೆ ಪ್ರಾತಿನಿಧಿತ್ವ ನೀಡುವುದು, ಪ್ರಯೋಗಾರ್ಥವಾಗಿ ಒಂದು ವರುಷಕ್ಕೆ ಶಿಕ್ಷಕರನ್ನು ಸ್ಥಳೀಯ ಶಾಲೆಗೆ ವರ್ಗಾಯಿಸುವುದು. ಈ ಬೇಡಿಕೆಯನ್ನು ಸಲ್ಲಿಸುವಾಗ ಇಲ್ಲಿಯೂ ಕೂಡ ಮುಸಲ್ಮಾನರ ಅಸ್ಮಿತೆ ಜಾತಿಯ ರೂಪದಲ್ಲಿ ಹೊರಹೊಮ್ಮಲಿಲ್ಲ, ಅದು ಸಮಷ್ಟಿ ಸಮುದಾಯವಾಗಿತ್ತು. ದುರಂತವೆಂದರೆ 1911ರ ಜನಗಣತಿಯ ಅಥವಾ ತದನಂತರ ಜನಗಣತಿಯ ಸಂದರ್ಭದಲ್ಲಾಗಲೀ ಮುಸಲ್ಮಾನರು, ಮುಸ್ಲಿಮರೇತರ ಜಾತಿಗಳಂತೆ ಪುನರ್ ವರ್ಗೀಕರಣಕ್ಕಾಗಲೀ, ಹೊಸ ಅಸ್ಮಿತೆಗಳಿಗಾಗಲೀ ಬೇಡಿಕೆ ನೀಡಿರುವ ದಾಖಲೆಗಳು ಸಿಗುವುದಿಲ್ಲ. ಅವರ ಬೇಡಿಕೆಗಳೇನಾದರೂ ಇದ್ದರೆ ಅದು ಹಿಂದೂಸ್ಥಾನಿ ಶಾಲೆಗಳಿಗೆ, ಉರ್ದುವಿಗೆ ಸೀಮಿತವಾಗಿತ್ತು. ಮೈಸೂರು ಪ್ರಾಂತ್ಯ ಮುಸಲ್ಮಾನರಿಗಾಗಿ ಹಿಂದೂಸ್ಥಾನಿ ಶಾಲೆಗಳನ್ನು ತೆರೆದಿದ್ದರೂ, ಅದರ ಸ್ಥಿತಿ–ಗತಿಗಳ ಬಗ್ಗೆ ಕೆಲವು ಟಿಪ್ಪಣಿಗಳಿದ್ದವು. ಅಂದಿನ ಹಂಗಾಮಿ ದಿವಾನರಾಗಿದ್ದಾಗ ಎ.ಆರ್ ಬ್ಯಾನರ್ಜಿಯ 1919ರಲ್ಲಿ ಕೈಗೊಂಡಿದ್ದ ಪ್ರವಾಸಗಳ ಟಿಪ್ಪಣಿಗಳ ಪ್ರಕಾರ "ಅವುಗಳು ಹೀನಾಯ ಸ್ಥಿತಿಯಲ್ಲಿದ್ದವು" ಮತ್ತು 'ಶೋಚನೀಯ'ವಾಗಿದ್ದವು

1931ರ ಸಂದರ್ಭದಲ್ಲಿ ದಾಖಲಾತಿ ಕುರಿತಂತೆ ಜನರ ಅಪನಂಬಿಕೆಗಳು ಕಡಿಮೆಯಾಗಿರಲಿಲ್ಲ. ಸಾಕಷ್ಟು ವದಂತಿಗಳು ಹರಡಿದ್ದವು. ಒಂದು ವದಂತಿ ಪ್ರಕಾರ ಚುನಾವಣಾ ತೆರಿಗೆಗಾಗಿ ದಾಖಲಾತಿಯನ್ನು ಮಾಡಲಾಗುತ್ತಿದೆ. ಎರಡನೆಯ ವದಂತಿ ಪ್ರಕಾರ ಐರೋಪ್ಯ ಸೈನಿಕರಿಗೆ ಸಧೃಡವಾದ ಮಹಿಳೆಯರ ಅವಶ್ಯಕತೆ ಇರುವ ಕಾರಣ ದಾಖಲಾತಿಯನ್ನು ಮಾಡಲಾಗುತ್ತಿದೆ. ಇದೇ ಕಾರಣಕ್ಕಾಗಿ ಜನಗಣತಿಯಲ್ಲಿ ಬಹಳಷ್ಟು ಮಹಿಳೆಯರು ತಮ್ಮ ವಯಸ್ಸನ್ನು ಅಸಂಬದ್ಧವಾಗಿ ನೀಡಿದ್ದರು. ಅದೇನೇ ಇದ್ದರೂ 1931ರ ಜನಗಣತಿ ಮುಸ್ಲಿಮರಲ್ಲಿ 6 ವರ್ಗಗಳನ್ನು

186 Notes of the Actimg Dewan of Mysore, Mr. ~A.R Banerjee in the Tumkur . Hassan and Kadur Districts, January 1919.pp.7-9, M.Venkatesha Aiyar, Census of India·, ·1931 Volume 25, Mysore, Part I Report, Bangalore 1933,

ಗುರುತಿಸಿತ್ತು. ಇದನ್ನು ವಸ್ತುನಿಷ್ಠವಾದ ಶ್ರೇಣೀಕೃತವಾಗಿ ಗುರುತಿಸಿದ ರೂಪವೆಂದು ಹೇಳಲು ಸಾಧ್ಯವಿಲ್ಲ. ಲಬ್ಬಯೆಗಳು ಪ್ರಥಮ ಪಂಕ್ತಿಗೆ ಬರುತ್ತಾರೆ. ತದನಂತರ ಮೊಘಲರು, ಪಠಾಣರು, ಪಿಂಜಾರಿಗಳು, ಸೈಯ್ಯದ್ ಮತ್ತು ಶೇಖ್‌ಗಳು ಬರುತ್ತಾರೆ.[187] ಪಿಂಜಾರಿಗಳ ದಾಖಲಾತಿ ಇಲ್ಲಿ ವಿಶಿಷ್ಟವೆನಿಸುತ್ತದೆ. ಜನಸಂಖ್ಯಾನುಸಾರವಾಗಿ ಹೇಳುವುದಾದರೆ ಶೇಖ್, ತದನಂತರ ಸೈಯ್ಯದ್, ಪಠಾಣ್, ಪಿಂಜಾರ್, ಮೊಘಲ್ ಮತ್ತು ಲಬ್ಬಯೆಗಳನ್ನು ಗುರುತಿಸುತ್ತದೆ.

ಇದೇ ಜನಗಣತಿಯ ಸಂದರ್ಭದಲ್ಲಿ ಜಾತಿಯ ಅಸ್ಮಿತೆ ರಾಜಕಾರಣದಲ್ಲಿ ಮಹತ್ತರ ಬದಲಾವಣೆಗಳಾದವು– ಇದು ಹಿಂದಿನ ಜನಗಣತಿಯ ವಿಸ್ತೃತ ರೂಪ ಮತ್ತು ಬ್ರಾಹ್ಮಣೇತರ ಚಳವಳಿಯ ಇನ್ನೊಂದು ಸ್ವರೂಪ. ವಿವಿಧ ಜಾತಿಗಳು ಜನಗಣತಿಯಲ್ಲಿ ಹೊಸ ಅಸ್ಮಿತೆಗಾಗಿ ತಗಾದೆಗಳನ್ನು ತೆಗೆದವು ಮಾತ್ರವಲ್ಲದೆ ಮನವಿಗಳನ್ನು ಸಲ್ಲಿಸಿದವು. ಇದರ ಪಟ್ಟಿ ದೊಡ್ಡದಿದೆ. ಸಟಾಮಿ ಸಮುದಾಯದ ವೆಂಕಟಪುರ ಬ್ರಾಹ್ಮಣರು ತಮ್ಮನ್ನು ಪ್ರತ್ಯೇಕವಾಗಿ ದಾಖಲಿಸಿಕೊಳ್ಳಲು ಮನವಿಪತ್ರವನ್ನು ಸಲ್ಲಿಸಿದರು, ಶಟ್ಟದ ಶ್ರೀವೈಭವ ಸಮಾಜ ಸಟಾನಿಗಳನ್ನು ಶೆಟ್ಟ ಶ್ರೀವೈಷ್ಣವ ಎಂದು ದಾಖಲಿಸಲು ಕೇಳಿಕೊಂಡರು. ಲಂಬಾಣಿಗಳು ತಮ್ಮನ್ನು ತಾವು ಬಂಜಾರರು ಎಂದು ಕರೆಯಲು ಇಚ್ಛೆಪಟ್ಟರು. ರೆಡ್ಡಿಗಳು ಒಕ್ಕಲಿಗರಿಂದ ಪ್ರತ್ಯೇಕರಾಗಲು ಬಯಸಿದರು. ಇದೇ ರೀತಿ ಕುಂಚಿಟಿಗರು ತಮ್ಮ ಜಾತಿ ಕುರಿತು ಜನಗಣತಿಯಲ್ಲಿ ಸ್ಪಷ್ಟತೆಯನ್ನು ಬಯಸಿದರು. ಸಲುವ ಒಕ್ಕಲಿಗರು ಪ್ರತ್ಯೇಕವಾಗಿ ದಾಖಲಿಸುವಂತೆ ಒತ್ತಾಯಿಸಿದರು. ಪಕಾಂಡ ರೆಡ್ಡಿಗಳು ಇದೇ ಹೆಸರಿನಲ್ಲಿ ತಮ್ಮನ್ನು ದಾಖಲಿಸಿಕೊಳ್ಳಲು ಕೇಳಿಕೊಂಡರು. ಬೇಡರು ತಮ್ಮನ್ನು ನಾಯಕರೆಂದು ಕರೆಯಲು ಬಯಸಿದರು. ಸಾಧು ಸೆಟ್ಟಿಗಳು ತಮ್ಮನ್ನು ಚೆಟ್ಟಿಗಳು, ಸೆಟ್ಟಿ, ಬಣಜಿಗರು, ಗೋನಿಗ, ಜನಪ, ಯಾಗ ಕ್ಷತ್ರಿಯರ ಬದಲಿಗೆ ಸಾಧು ಸೆಟ್ಟಿಗಳೆಂದೇ ಕರೆಯಬೇಕೆಂದು ಮನವಿ ಸಲ್ಲಿಸಿದರು. ಬೆಸ್ತರು ತಮ್ಮನ್ನು ಗಂಗಾಮತಸ್ಥರು, ರಾಯರವುತ ಸಮುದಾಯ ಬೆಸ್ತರಿಂದ ಪ್ರತ್ಯೇಕ ಆಸ್ಮಿತೆಯನ್ನು, ಪರಿವಾರರು ತಮ್ಮ ಹೆಸರನ್ನು ರಾಜ ಪರಿವಾರರು ಎಂದು ಬದಲಾಯಿಸಬೇಕೆಂದು, ಬೇರಿ ವೈಶ್ಯರು ಪ್ರತ್ಯೇಕವಾಗಿ ದಾಖಲಿಸಬೇಕೆಂದು, ಶಿವಚಾರ್ ನಗರ್ತಾ ಅವರನ್ನು ಲಿಂಗಾಯತರಿಂದ ಬೇರ್ಪಡಿಸಿ ನಗರ್ತ ವೈಶ್ಯರಡಿಯಲ್ಲಿ ದಾಖಲಿಸಲು, ದೇವರಾಯ ಸಮುದ್ರದ ಬ್ರಾಹ್ಮಣರು ವಾಡ ದ್ರಾವಿಡರು ಎಂದು ಕರೆಯಬೇಕೆಂದು ಮನವಿಗಳನ್ನು ಸಲ್ಲಿಸಿದರು. ಕುರುಹಿನ ಸೆಟ್ಟಿ ಸಂಘದವರು ತಮ್ಮ ಸಮುದಾಯವನ್ನ ಕುರುಹಿನ ಸೆಟ್ಟಿ ಎಂದು ದಾಖಲಿಸಬೇಕು, ಇದೇ ರೀತಿ ಬಿಳಿ ಮಗ್ಗ ಸಮುದಾಯ ತನ್ನನ್ನು ತಾನು ಕುರುಹಿನ ಸೆಟ್ಟಿ ಎಂದು ನಮೂದಿಸಬೇಕೆಂದು

187 Ibid p.252.

ಒತ್ತಾಯಿಸಿದರು. ತೆಲುಗು ಪ್ರಾಂತ್ಯದಲ್ಲಿ ನೆಲೆ ನಿಂತಿರುವ ಧನಗಾರಸ್, ಹೆಗ್ಗಡೆ, ಹಾಲುಮತ ಮತ್ತು ಗೊಲ್ಲವಡ್‌ರನ್ನು ಕುರುಬರೆಂದು ಘೋಷಿಸಬೇಕೆಂದು ಕುರುಬರ ಸಂಘ ಮನವಿ ಪತ್ರ ಸಲ್ಲಿಸಿತ್ತು. ಒಂದು ದಿನಪತ್ರಿಕೆಯಂತೂ ಕುರುಬರನ್ನು ಕುರುಬರು 'ಆರ್ಯ'ರೆಂದು ಗುರುತಿಸಲು ಒತ್ತಾಯಿಸಿತು, ಗೊಲ್ಲರು ತಮ್ಮನ್ನು ಯಾದವರೆಂದು ಗುರುತಿಸಬೇಕೆಂದು ಕೇಳಿಕೊಂಡರು, ಪಾಳೇಗಾರರನ್ನು ವಾಲ್ಮೀಕಿ ಕ್ಷತ್ರಿಯರೆಂದು ನಮೂದಿಸಲು ಅದೇ ಸಂದರ್ಭದಲ್ಲಿ ಒತ್ತಾಯಿಸಲಾಯಿತು. ಚೆಟ್ಟಿ ಜಾತಿಯವರು ಪ್ರತ್ಯೇಕವಾಗಿ ದಾಖಲಿಸಬೇಕೆಂಬ ಮನವಿ, ಲಿಂಗಾಯತರ ಹೆಸರನ್ನು ಸರಿಯಾಗಿ ನಮೂದಿಸಬೇಕೆಂಬ ಮನವಿ, ಅಖಿಲ ಭಾರತ ಆರಾಧ್ಯ ಬ್ರಾಹ್ಮಣ ಮಹಾಸಭಾ ಲಿಂಗಾಯತ ಜಾತಿಯನ್ನು ಪುನರ್ ವರ್ಗೀಕರಣಕ್ಕಾಗಿ ಒತ್ತಾಯಿಸಿದರು. ಅದೇ ಸಂದರ್ಭದಲ್ಲಿ ಅರವತ್ತು ಒಕ್ಕಲಿಗ ಮನೆತನದವರು ತಮ್ಮನ್ನು ಕ್ಷತ್ರಿಯ ಜಾತಿಯಲ್ಲಿ ಸೇರಿಸಲು ಮನವಿಯನ್ನು ಸಲ್ಲಿಸಿದರು, ಆಸಕ್ತಿದಾಯಕ ವಿಷಯವೇನೆಂದರೆ ಕ್ಷೌರಿಕರಾದ ನಾಯಿಂದ ಸಮುದಾಯ ತಮ್ಮನ್ನು "ನಯೀ ಬ್ರಾಹ್ಮಣರು" ಎಂದು ಕರೆಯಲು ಬೇಡಿಕೆಯನಿಟ್ಟರು, ಅಂಡೇ ರಾವುತರು ತಮ್ಮನ್ನು ಪ್ರತ್ಯೇಕವಾಗಿ ದಾಖಲಿಸಲು ಒತ್ತಾಯಿಸಿದರು. ಇಷ್ಟೆಲ್ಲಾ ಬೇಡಿಕೆಗಳ, ಒತ್ತಾಯಗಳ ನಡುವೆ ನಮಗೆ ಒಂದೇ ಒಂದು ಬೇಡಿಕೆ ಮುಸಲ್ಮಾನರು ಸಲ್ಲಿಸಿದ ಅಂಶ ಸಿಗುವುದಿಲ್ಲ. ಮುಸಲ್ಮಾನರ ಕುರಿತಾಗಿದ್ದ ಗೊಂದಲಗಳನ್ನು ನಿವಾರಿಸಲಾದರೂ, ಮನವಿಗಳನ್ನು ಸಲ್ಲಿಸಬಹುದಿತ್ತು. ಅಥವಾ ಮುಸ್ಲಿಮರೊಳಗೆ ಪುನರ್ ವಿಂಗಡನೆಯನ್ನು ಕುರಿತಾಗಲೀ ಬೇಡಿಕೆ ಬರಲೇ ಇಲ್ಲ. ಇದು ದುರಂತವೂ ಹೌದು.

"ಮುಸಲ್ಮಾನರಲ್ಲಿ ಮತ್ತು ಕ್ರಿಶ್ಚಿಯನ್ನರಲ್ಲಿ ಜಾತಿಗಳಿಲ್ಲ, ಅವುಗಳಲ್ಲಿ ವರ್ಗ ಮತ್ತು ಪಂಥಗಳಿವೆ"[188] ಎಂದು 1941ರ ಜನಗಣತಿ ನೇರವಾಗಿ ಹೇಳಿತ್ತು. ಅದರೊಟ್ಟಿಗೆ ಈ ಹಿಂದಿನ ಗೊಂದಲಗಳಿಗೆ ತೆರೆ ಬಿತ್ತು ಎನ್ನಬಹುದು. ಪ್ರಪ್ರಥಮ ಬಾರಿ ಮೈಸೂರು ಪ್ರಾಂತ್ಯ ಮುಸಲ್ಮಾನರನ್ನು ದಾಖಲಿಸುವ ಸಂದರ್ಭದಲ್ಲಿ ಈ ಹಿಂದೆ ಅಳವಡಿಸುತ್ತಿದ್ದ ಮಾನದಂಡಗಳನ್ನು ಉಪಯೋಗಿಸಲಿಲ್ಲ. ಪಂಥಾದಾರಿತ, ದೇಶಾಧಾರಿತ, ಜಾತಿ ಆಧಾರಿತ ಇತ್ಯಾದಿ. ಅದಕ್ಕೆ ಎಲ್ಲಾ ಮುಸಲ್ಮಾನರು 'ಮುಸ್ಲಿಂ'ಗಳಾದರು. ಮುಸ್ಲಿಮರೊಳಗಿದ್ದ ವಿವಿಧ ಸಾಮಾಜಿಕ ಅಸ್ಮಿತೆಗಳನ್ನು ಅದು ಸಂಪೂರ್ಣವಾಗಿ ನಿರ್ಲಕ್ಷಿಸಿತ್ತು. ವಿಶಾಲವಾದ "ಮುಸ್ಲಿಂ" ಅಸ್ಮಿತೆಯ ನಿರ್ಮಾಣವಾಯಿತು. ಇದಕ್ಕೆ ಅಂದಿನ ಸಂದರ್ಭದ ರಾಷ್ಟ್ರದಲ್ಲಿ ನಡೆಯುತ್ತಿದ್ದ ಘಟನೆಗಳು ಕಾರಣವಾಗಿರಬಹುದು, ರಾಷ್ಟ್ರೀಯ ಹೋರಾಟ ಅಷ್ಟರೊಳಗೆ 'ಹಿಂದೂ' ಮತ್ತು 'ಮುಸ್ಲಿಂ' ಸ್ವರೂಪ ಪಡೆದಿತ್ತು.

188 K.Krishna Rao, Census Report, 1941 Mysore, , Bangalore 1949.

ಇವುಗಳಲ್ಲಿ ಬಹುಮುಖ್ಯವೆನಿಸುವುದು 1951ರ ಜಾತಿ ಲೆಕ್ಕಾಚಾರ. 1951ರ ಜನಗಣತಿಯ ಲೆಕ್ಕಾಚಾರದಲ್ಲಿ ಅದೇ ಹೇಳಿದಂತೆ "ಸಂಪೂರ್ಣ ನಿಖರತೆ ಇರಲಿಲ್ಲ" ಹೊರತು "ಅದೊಂದು ಅಂದಾಜು" ಆಗಿತ್ತು. ಇದು ಸ್ವಾತಂತ್ರ್ಯದ ನಂತರದ ಗುರುತಿಸುವಿಕೆ ರಾಜಕಾರಣದ ಪ್ರಥಮ ಹೆಜ್ಜೆ ಎನ್ನಬಹುದು. ಸಂವಿಧಾನ ರಚನಾ ಸಮಿತಿ ಮುಸಲ್ಮಾನರಿಗೆ ಮೀಸಲಾತಿಯನ್ನು ನಿರಾಕರಿಸಿದರೆ, ಮತ್ತೊಂದೆಡೆ ಜಾತಿಗಳ ಅಸ್ತಿತ್ವವನ್ನು ಸಂಪೂರ್ಣವಾಗಿ ತಿರಸ್ಕರಿಸಲಿಲ್ಲ. ಅದು ಒಟ್ಟಾರೆಯಾಗಿ ಮುಸ್ಲಿಮರಲ್ಲಿ 29 ಜಾತಿಗಳನ್ನು ಗುರುತಿಸುತ್ತಾ, ಮತ್ತು 1911 ಮತ್ತು 1931 ನಡುವೆ ಆದ ಜನಸಂಖ್ಯೆಯಲ್ಲಿನ ಏರುಪೇರುಗಳನ್ನು ಮತ್ತು 1951ರಲ್ಲಿ ಅಂದಾಜು ಜನಸಂಖ್ಯೆಯನ್ನು ದಾಖಲಿಸಿತ್ತು. ಆದರೆ ಇದರ ಕುರಿತು 1970ರ ದಶಕದಲ್ಲಿ ನೇಮಕಗೊಂಡ ಹಾವನೂರು ಆಯೋಗ ತೀವ್ರವಾದ ಆಕ್ಷೇಪವನ್ನು ವ್ಯಕ್ತಪಡಿಸಿತ್ತು. ಅದರ ಆಕ್ಷೇಪಕ್ಕೆ ಕಾರಣವಿತ್ತು. ಮೊದಲನೆಯದಾಗಿ ಜಾತಿಯ ಸಂಖ್ಯೆಯ ಲೆಕ್ಕಾಚಾರದಲ್ಲಿ ಗಣನೀಯವಾಗಿ ತಪ್ಪುಗಳಿದ್ದವು, ಈ ಲೆಕ್ಕಾಚಾರವನ್ನು ಮಾಡಿದವರಾರು? ಇದರ ನಿಜವಾದ ಪ್ರಕಾಶಕರಾರು? ಎಂಬಿತ್ಯಾದಿ ಪ್ರಶ್ನೆಗಳಿದ್ದವು. ಈ ರೀತಿಯ ದಾಖಲಾತಿ ಪ್ರಥಮ ಯತ್ನವೆನ್ನಬಹುದು. ಕೆಲವು ಜಾತಿಗಳು ಸಂಪೂರ್ಣವಾಗಿ ಹೊಸತಾಗಿದ್ದವು, ಕೆಲವು ಜಾತಿಗಳ ಸಂಖ್ಯೆ ತೀರಾ ಕಡಿಮೆ ಇತ್ತು. ಹಿಂದಿನ ಜನಗಣತಿಗೆ ಹೋಲಿಸಿದರೆ 1951ರ ಜನಗಣತಿಗೆ ಸೇರಿಸಲ್ಪಟ್ಟ ಹೊಸ ಜಾತಿಗಳೆಂದರೆ ಅವನ್, ಬಬುಹಿ, ಗುಜರ್, ಜಾಮ್, ಜಂಜುವ, ಖರಲ್, ಖದ್ರಿ, ಕಾಕರ್, ಖಂಡಾರಿ, ನೆಮನ್, ನಯತ್ (ನವಾಯತ್?). ದುರಂತವೆಂದರೆ ಇವುಗಳ ವಿವರಣೆ ಸಿಗುವುದಿಲ್ಲ. ಅಲ್ಲದೇ ಮುಂದೆ ಮೀಸಲಾತಿಯನ್ನು ಘೋಷಿಸುವ ಸಂದರ್ಭದಲ್ಲಿ ಕೆಲವು ಜಾತಿಗಳು ಸರ್ಕಾರಿ ಪಟ್ಟಿಯಿಂದ ಹೊರಗುಳಿಯುತ್ತವೆ. ಅವುಗಳ ಅಸ್ಮಿತೆಯ ಕುರಿತು ನಮಗೆ ಮುಂದೆ ದಾಖಲೆಗಳು ದೊರೆಯುವುದಿಲ್ಲ. 1951ರ ಜನಗಣತಿಯಲ್ಲಿ ಜಾತಿಗಳ ಅಂದಾಜು ಇದೆಯೇ ಹೊರತು ನಿಖರ ಸಂಖ್ಯೆ ಇಲ್ಲ.

No	Muslim caste	Population 1911	Population 1921	Population 1931
1	Arab	39	-	-
2	Awan	01		
3	Babuhi	03		
4	Dayere	422	-	-

5	Dhobi	01	-	-
6	Gujar	36	-	-
7	Hanafi	-188	-	-
8	Jam	125	--	-
10	Janjua	17	-	-
11	Jat	23	-	-
12	Kharral	02		-
13	Khakar	520	-	-
14	Khandari	40	-	-
15	Labbai	7922	8, 494	12, 29?
16	Mopilla	2, 257		
17	Neman	661	-	-
18	Mughal	8, 151	8, 922	11, 020
19	Nayat	09	-	-
20	Punjabi	65	-	-
21	Pathan	44, 689	46, 756	5 5 , 607
22	Persian	63	-	-
23	Pindari	176, 482		
24	Pinjari	5, 361	4, 700	10, 631
25	Saiyyad	57, 671	59, 993	73, 730
26	Sheikh	176, 482	184, 052	224, 409
27	Sherif	1, 037	-	-
28	Turk	04	-	-
29	Others	6, 086	27, 544	

Source:Estimated Population by Castes, 1951, Mysore, Government of India, 1954, p. 11.

ಕೊಡಗು ಪ್ರಾಂತ್ಯ ಮತ್ತು ಜನಗಣತಿ:

ಕೊನೆಯ ಅರಸ ವೀರರಾಜೇಂದ್ರನ ಆಳ್ವಿಕೆ 1834ರಲ್ಲಿ ರಾಜಕೀಯ ಕಾರಣಕ್ಕಾಗಿ ಕೊನೆಗೊಂಡಾಗ ಈ ಪ್ರಾಂತ್ಯ ಆರಂಭದಲ್ಲಿ ಈಸ್ಟ್ ಇಂಡಿಯಾ ಕಂಪನಿಯಡಿ, ತದನಂತರ ವಸಾಹತುಶಾಹಿಯ ನೇರ ಅಧಿಪತ್ಯಕ್ಕೆ ಒಳಗಾಯಿತು. ಅದರ ಮುಖ್ಯ ಕಮೀಷನರ್‌ನ ಕೇಂದ್ರ ಕಚೇರಿ ಮೈಸೂರಿನಲ್ಲಿ ಇತ್ತು, ಅವನ ಅಧಿಪತ್ಯದಲ್ಲಿ ಮಡಿಕೇರಿಯಲ್ಲಿ ಕಮೀಷನರ್ ಆಡಳಿತವನ್ನು ನಡೆಸುತ್ತಿದ್ದ. ಯಾವಾಗ ಬೆಂಗಳೂರು

ಕಂಟೋನ್ಮೆಂಟ್ ಮೈಸೂರು ಸಂಸ್ಥಾನದೊಂದಿಗೆ ವಿಲೀನವಾಯಿತೋ, ಮುಖ್ಯ ಕಮೀಷನರ್‌ನ ಕಚೇರಿ ಮಡಿಕೇರಿಗೆ ವರ್ಗಾಯಿಸಲ್ಪಟ್ಟಿತ್ತು. (1940) ವಾಸ್ತವವಾಗಿ ಕೊಡಗಿನ ಜನಗಣತಿ ಅಥವಾ ದಾಖಲಾತಿ ವಸಾಹತುಶಾಹಿಯ ವಿವಿಧ ಪ್ರಾಂತ್ಯದ ಜನಗಣತಿಗಳಿಂದ ವಿಭಿನ್ನವಾಗಿರಲಿಲ್ಲ, ಅದರ ದಾಖಲಾತಿ ಕೂಡ ಅಷ್ಟೇ ಗೊಂದಲದ ಗೂಡಾಗಿತ್ತು, ವಿರೋಧಾಭಾಸದಿಂದ ಕೂಡಿತ್ತು. ಇದು ಸಾಧ್ಯವಾಗಲು ಕಾರಣಗಳಿದ್ದವು. ವಾಸ್ತವವಾಗಿ ಅದರ ಅಂತಿಮ ದಾಖಲಾತಿಯ ಪಟ್ಟಿ ಕೊಡಗಿನಲ್ಲಿ ಮಾಡದೇ ಬೆಂಗಳೂರಿನಲ್ಲಿ ಮಾಡಲಾಗುತ್ತಿತ್ತು ಮಾತ್ರವಲ್ಲದೇ ಬಹಳಷ್ಟು ಜನಗಣತಿಯ ಮುಖ್ಯಸ್ಥರು ಬ್ರಿಟಿಷರಾಗಿದ್ದರು, ಅಲ್ಲದೇ ಅವರು ಉಪಯೋಗಿಸಿದ ಮಾನದಂಡ ವಸಾಹತುಶಾಹಿಯ ಮಾನದಂಡವಾಗಿದ್ದ ಕಾರಣ ದಾಖಲಾತಿಯಲ್ಲಿ ಹತ್ತು ಹಲವು ತಪ್ಪುಗಳಾದವು. ಇದು ಸಹಜವೂ ಹೌದು. ಆದಕಾರಣ ಮುಸಲ್ಮಾನರನ್ನು ಅರ್ಥೈಸುವ ಸಂದರ್ಭದಲ್ಲಿ ಎರಡು ವೈರುಧ್ಯಗಳನ್ನು ಗಮನಿಸಬೇಕು: ಒಂದೆಡೆ, ವಸಾಹತುಶಾಹಿಯ ಪೂರ್ವಾಗ್ರಹಗಳು, ನಂಬಿಕೆಗಳು ಕೆಲಸ ಮಾಡಿದರೆ, ಇನ್ನೊಂದೆಡೆ, ದೇಸಿಯ ನೆಲೆಗಟ್ಟಿನಲ್ಲಿ ಮುಸಲ್ಮಾನರನ್ನು ದಾಖಲಿಸುವಾಗ ಅಸ್ಪಷ್ಟತೆ, ಅಪರಿಪೂರ್ಣ ಜ್ಞಾನ, ಗೊಂದಲಗಳು ಸಾಮಾನ್ಯವಾಗಿತ್ತು. ಅವರ ವರ್ಗೀಕರಣ ಕೂಡ ಸಮರ್ಪಕವಾಗಿರಲಿಲ್ಲ. ಪೂರ್ವಾಗ್ರಹ ಪೀಡಿತ ವಸಾಹತುಶಾಹಿಯ ದಾಖಲೆಗಳಲ್ಲಿ ಜಾತಿಯ ದಾಖಲಾತಿ ಅಷ್ಟು ಸುಲಭವಾಗಿ ಸಿಗುವುದಿಲ್ಲ. ವಿಚಿತ್ರವೆಂದರೆ ವಸಾಹತುವಿನ ದಾಖಲಾತಿ ಸಂದರ್ಭದಲ್ಲಿ ಜಾತಿಯ ಕುರಿತು ಮಾತನಾಡಿದ ಜಿಯಾವುದ್ದೀನ್ ಭರನಿ, ವರ್ಗಗಳ ಬಗ್ಗೆ ಮಾತಾಡಿದ ಅಬುಲ್ ಫಜಲ್ ಅಥವಾ ಇನ್ನಿತರು ಉಲ್ಲೇಖವಾಗುವುದಿಲ್ಲ.

ಕೊಡಗಿನ ಪ್ರಥಮ ಜನಗಣತಿ ಈ ಹಿಂದೆ ಹೇಳಿದಂತೆ ಗೊಂದಲದ ಗೂಡಾಗಿತ್ತು. ಅದಕ್ಕೆ ಪಂಥ ಮತ್ತು ಪಂಗಡಗಳ ಕುರಿತು ಆಳವಾದ ಜ್ಞಾನವಿಲ್ಲದಿದ್ದದ್ದು ಎದ್ದು ಕಾಣುತ್ತಿತ್ತು. ತನ್ನ ಪ್ರಪ್ರಥಮ ಜನಗಣತಿ 1871ರಲ್ಲಿ ಮುಸಲ್ಮಾನರನ್ನು ಮುಸಲ್ಮಾನರು / ಮೊಹಮ್ಮದನ್ ಎಂದು ನಮೂದಿಸಿತ್ತು.[189] ಎಲ್ಲಾ ಮುಸಲ್ಮಾನರನ್ನು ಒಟ್ಟಾರೆಯಾಗಿ ಡೆಕ್ಕನಿ ಮುಸಲ್ಮಾನರೆಂದು ಒಂದೆಡೆ ಗುರುತಿಸುತ್ತಾ, ಇನ್ನೊಂದೆಡೆ ಅದು ಗುರುತಿಸಿದ್ದು ಐದು ಪಂಗಡಗಳನ್ನು– ಶಿಯಾ, ಸುನ್ನಿ, ಲಬ್ಬಯೆ, ಮಾಪಿಳ್ಳೆ, ಪಿಂಡಾರಿ ಮುಸಲ್ಮಾನರು. ಇವರ ಒಟ್ಟು ಸಂಖ್ಯೆಯನ್ನು 7000 ಎಂದು ವಸಾಹತುಶಾಹಿಯ 1871ರ "ಮೆಮೊರಾಂಡಮ್ ಆನ್ ದಿ ಸೆನ್ಸಸ್"[190] ಲೆಕ್ಕ ಹಾಕಿತ್ತು. ಇದರಲ್ಲಿ ಶಿಯಾ ಮತ್ತು ಸುನ್ನಿಗಳು ಖಂಡಿತವಾಗಿ ಪಂಗಡಗಳು, ಮಾಪಿಳ್ಳೆಗಳು, ಜನಗಣತಿ ಪ್ರಕಾರ ಮಳೆಯಾಳ ಪ್ರಾಂತ್ಯದವರು, ಪಿಂಡಾರಿ ಮುಸಲ್ಮಾನರು ಡೆಕ್ಕನಿನವರು

189 A.W Lindasay Reeport on Coorg General Coorg Census of 1871 , Bangalore, 1874.
190 Memorandum on the Cenus of British India, 1871-72, London, 1875, p 28.

ಎಂಬ ಮಾಹಿತಿಗಳ ಹೊರತಾಗಿ ಅವರ ಸಾಮಾಜಿಕ ಸ್ಥಿತಿಗತಿಗಳ ಕುರಿತು ವಿಸ್ತೃತ ಮಾಹಿತಿ ದೊರೆಯುವುದಿಲ್ಲ.[191] ಅದೇ ಸಂದರ್ಭದಲ್ಲಿ ವಸಾಹತುಶಾಹಿ ತಂದ ತನ್ನ ವರದಿಯಲ್ಲಿ ಮಾಪಿಳ್ಳೆಗಳನ್ನು "ಜಮ್ಮಾ" ಗೇಣಿದಾರರೆಂದು ಗುರುತಿಸಿತ್ತು- ವಂಶಪಾರಂಪರ್ಯವಾಗಿರುವ ಗೇಣಿದಾರಿಕೆ[192]. ಮುಸ್ಲಿಮರಲ್ಲಿ 13 ವೈವಿಧ್ಯ ವರ್ಗಗಳನ್ನು ಜನಗಣತಿ ದಾಖಲಿಸಿತ್ತು. ಅದರಲ್ಲಿ ಪಂಗಡಗಳು (ಪಠಾಣ್, ಶೇಖ್, ಮೊಘಲ್, ಸೈಯದ್) ಉಪಪಂಗಡಗಳು (ಶಾಫಿ. ಉಪ ಪಂಗಡಗಳು) ಲಬ್ಬಯೆ, ಮಾಪಿಳ್ಳೆಗಳು ಇದ್ದವು. ಇಲ್ಲಿ ವರ್ಗೀಕರಣ ಸರಿಯಾಗಿಲ್ಲವೆಂದು ಹೇಳಬಹುದು. ಕೆಲವು ಹೆಸರುಗಳು ವಿಚಿತ್ರವಾಗಿದ್ದವು. ಅವುಗಳು ಜಾತಿಗಳಂತೆ ಕಂಡುಬಂದರೂ ಅವುಗಳ ಬಗ್ಗೆ ಯಾವುದೇ ವಿವರಣೆ ಜನಗಣತಿಯಲ್ಲಿ ಸಿಗುವುದಿಲ್ಲ. ಈ ಪಟ್ಟಿಯಲ್ಲಿ ಕಂದಟಾ, ಗುಳಿಗ, ಕಕಾರಿ, ಯೆನ್ನೆ ಗೌಳಿಗ [193]. ಇವುಗಳಲ್ಲಿ ಮುಸಲ್ಮಾನ ಮತ್ತು ಭಟ್ಕಳಿ ಎಂಬ ಎರಡು ಹೊಸ ವರ್ಗಗಳ ಕುರಿತು ಹೇಳಿದರೂ, ಅವುಗಳ ವರ್ಣನೆ ಸಿಗುವುದಿಲ್ಲ. ಭಟ್ಕಳಿಗಳು ನವಾಯತ್ ಎಂಬ ಪಂಗಡಕ್ಕೆ ಸಮಾನವೇ? ಅಥವಾ ಭಟ್ಕಳಿ ಎಂಬುದು ಒಂದು ಪ್ರದೇಶವನ್ನು ಪ್ರತಿನಿಧಿಸುತ್ತದೆಯೇ? ಎಂಬ ಪ್ರಶ್ನೆ ಇಲ್ಲಿ ಉದ್ಭವಿಸುವುದು ಅನಿವಾರ್ಯ. ಇದೇ ರೀತಿ 1901ರ ಜನಗಣತಿಯನ್ನು ನೋಡಬೇಕು. ಈ ಜನಗಣತಿ ಒಂಬತ್ತು ಜಾತಿಗಳನ್ನು ಉಲ್ಲೇಖಿಸುತ್ತದೆ. ಕೆಲವೊಂದು ಮೇಲ್ವರ್ಗದ ಪಂಗಡಗಳೆಂದು ಈಗಾಗಲೇ ಗುರುತಿಸಲ್ಪಟ್ಟಿದ್ದವು- ಮೊಘಲ್, ಪಠಾಣ್, ಸೈಯ್ಯದ್, ಮತ್ತು ಶೇಖ್ ಮತ್ತು ಲಬ್ಬಯೆ. ಇದರಲ್ಲಿ ಎರಡು ಹೊಸತಾಗಿದ್ದವು- ಒಂದನೆಯದು ದಿಡ್ಡಕುಲ- ಬಹುಶಃ ತೆಲುಗು ಪ್ರಾಂತ್ಯದಲ್ಲಿ, ಅದರಲ್ಲೂ ಸೀಡೆಡ್ ಜಿಲ್ಲೆಯ ಬಳ್ಳಾರಿಯಲ್ಲಿ ಕಂಡುಬರುವ ದಡು ಕುಲಗಳಿರಬಹುದೇ ಅಥವಾ ದಲಿತರಿಂದ ಮತಾಂತರಗೊಂಡ ಜಾತಿಯೇ? ಎಂಬ ಜಿಜ್ಞಾಸೆ ಇದೆ. ಎರಡನೆಯದಾಗಿ ನವಾಯತ್- ಬಹುಶಃ ಭಟ್ಕಳಿ ಬದಲಿಗೆ ಈ ಹೆಸರನ್ನು ಉಪಯೋಗಿಸಿರಬಹುದೇ? ಎಂಬ ಗೊಂದಲವಿದೆ. ಈ ಕುರಿತಾದ ಗೊಂದಲ ನಿವಾರಣೆಯಾಗುವುದು 1901ರ ಜನಗಣತಿಯಲ್ಲಿ. ಭಟ್ಕಳಿಗಳನ್ನು ನವಾಯತ್‌ಗಳೆಂದು ಜನಗಣತಿ ನಮೂದಿಸುತ್ತದೆ[194] ಇಲ್ಲಿ ವಸಾಹತುಶಾಹಿಗೆ ಮುಸ್ಲಿಮರ ಕುರಿತಂತೆ ಇರುವ ಗೊಂದಲ ಮತ್ತೊಮ್ಮೆ ಸ್ಪಷ್ಟವಾಗುತ್ತದೆ. ಅದೇನೆ ಇದ್ದರೂ 1891ರ ಜನಗಣತಿಯಂತೆ 1901ರಲ್ಲೂ ಕೂಡ ಜಾತಿ ಮತ್ತು ಪಂಗಡಗಳ ಕುರಿತು ನಮಗೆ ಯಾವುದೇ ವಿಶ್ಲೇಷಣೆ ಸಿಗುವುದಿಲ್ಲ. ವಿಚಿತ್ರವೆಂದರೆ 1911ರ ಜನಗಣತಿಯಲ್ಲಿ ದಾಖಲಿಸಿದ ಮುಸ್ಲಿಂ ಪಂಗಡ ಮತ್ತು ಜಾತಿಗಳ ಸಂಖ್ಯೆ 8ಕ್ಕೆ

191 Ibid p 37.
192 H. A Stuart, Cenus of India, 1891 Report Calcutta, 1893
193 Ibid, p.139.
194 W.Francis, Cenus of India , 1901 Coorg, Report and Tables, Madras, 1902, p.50

ಸೀಮಿತವಾಯಿತು. ಮಾಪಿಳ್ಳೆ ಹೊರತಾಗಿ ಉಳಿದ ಜಾತಿಗಳು ಇತಿಹಾಸದಲ್ಲಿ ಮೇಲ್ವರ್ಗಗಳೆಂದು ದಾಖಲಾದ ವರ್ಗಗಳು ಶೇಖ್, ಸೈಯ್ಯದ್, ಮೊಗಲ್ಸ್, ಪಠಾಣ್, ಅದರಲ್ಲಿ ಒಂದು ಹೊಸ ಪಂಗಡವನ್ನು ಕೂಡ ದಾಖಲಿಸಿತ್ತು, ಬಹಳ ಮುಖ್ಯವಾಗಿ ಮೆಮೆನ್‌ಗಳು[195]. 1921ರ ಜನಗಣತಿಯಲ್ಲಿ ಒಂದು ಬದಲಾವಣೆ ಮಾತ್ರ ಕಂಡು ಬರುತ್ತದೆ. ಉಳಿದ ಮೇಲ್ವರ್ಗದ 8 ಪಂಗಡಗಳು ದಾಖಲಾಗುತ್ತಾ ಹೋದವು, ವಿಚಿತ್ರವೆಂದರೆ ಜನಗಣತಿಯಲ್ಲಿ ಮೆಮೊನ್‌ಗಳ ಬದಲಿಗೆ ಅರಬ್ ಮುಸ್ಲಿಮರೆಂಬ ಹೊಸ ವರ್ಗದ ದಾಖಲಾತಿ ಆಗುತ್ತದೆ, ಆದರೆ ಅರಬ್ಬರ ಕುರಿತು ವಿವರಣೆ ದೊರೆಯುವುದಿಲ್ಲ.[196] ದುರಂತವೆಂದರೆ ಈ ಪಂಗಡಗಳ ವಿಭಜನೆ 1931 ಮತ್ತು 1941ರ[197] ಜನಗಣತಿಯಲ್ಲಿ ದೊರೆಯುವುದಿಲ್ಲ, ಎಲ್ಲರೂ ವಸಾಹತುಶಾಹಿ ಲೆಕ್ಕಾಚಾರದಲ್ಲಿ ಮುಸಲ್ಮಾನರಾಗುತ್ತಾರೆ.[198]

ಜನಗಣತಿ ಕೆಲವು ಐತಿಹಾಸಿಕ ತಪ್ಪು ಕಲ್ಪನೆಯನ್ನು ಹೋಗಲಾಡಿಸಲು ಸಹಾಯ ಮಾಡಬಹುದು. ಈ ಕಲ್ಪನೆಗೆ ಮೈಸೂರಿನ ಅರಸನಾಗಿದ್ದ ಟಿಪ್ಪು ಸುಲ್ತಾನನ ಕಾಲದಲ್ಲಿ ನಡೆದಿತ್ತು ಎನ್ನಲಾದ ಮತಾಂತರ ಬಹುಮುಖ್ಯ ಕಾರಣ. ವಸಾಹತು ಬರಹಗಾರರ ಪ್ರಕಾರ ಟಿಪ್ಪು 80000ದಷ್ಟು ಕೊಡವರನ್ನು ಮತಾಂತರಿಸಿದ ಅಥವಾ ಕೊಂದ ಮತ್ತು ಅವರಿಗೆಲ್ಲಾ ಜಮ್ಮಾ ಭೂಮಿಯನ್ನು ನೀಡಿ ಕೊಡಗಿನಲ್ಲಿ ಉಳಿಯುವಂತೆ ಮಾಡಿದ. ಇದಕ್ಕೆ ಪೂರಕವೆಂಬಂತೆ ಮುಸಲ್ಮಾನರ ಸಂಖ್ಯೆ ಗಣನೀಯವಾಗಿ ಏರಿಕೆಯಾಗಿರಲೇಬೇಕು. ಆದರೆ ಜನಗಣತಿ ನೀಡುವ ಚಿತ್ರಣವೇ ಬೇರೆ. ಹೆಚ್ಚೂ ಕಡಿಮೆ 72 ವರುಷದ ನಂತರವೂ (1871) ಕೊಡಗಿನಲ್ಲಿ ಮುಸ್ಲಿಮರ ಜನಸಂಖ್ಯೆಯು ಒಟ್ಟಾರೆ ಜನಸಂಖ್ಯೆಯಲ್ಲಿ (1, 68, 312) 11, 304 ಇದ್ದರೆ, ಕೊಡಗಿನವರ ಜನಸಂಖ್ಯೆ 26, 889. ಈ ಸಂಖ್ಯೆ ಮುಂದಿನ ಜನಗಣತಿಗಳಲ್ಲಿ ಹೆಚ್ಚೇನು ಬದಲಾಗುವುದಿಲ್ಲ. 20 ವರುಷದ ಅವಧಿಯಲ್ಲಿ, ಅಂದರೆ 1891ರಲ್ಲಿ ಒಟ್ಟಾರೆ ಜನಸಂಖ್ಯೆಯಲ್ಲಿ ಮುಸಲ್ಮಾನರ ಸಂಖ್ಯೆ 12, 665, 1901ರಲ್ಲಿ 13, 654. ಈ ಸಂದರ್ಭದಲ್ಲಿ ಕೊಡವರನ್ನು ಹಿಂದೂ ಸಂಖ್ಯೆಯೊಂದಿಗೆ ಸೇರಿಸಿದ ಕಾರಣ ಒಟ್ಟು ಕೊಡವರ ಸಂಖ್ಯೆ ದೊರೆಯುವುದಿಲ್ಲ. ಇದೇ ಸುಮಾರಿಗೆ ಜಮ್ಮಾ ಭೂಹಿಡುವಳಿದಾರರಲ್ಲಿ ಮುಸಲ್ಮಾನರ ಇರುವಿಕೆಯನ್ನು ಜನಗಣತಿ ಸಾಕ್ಷಿಯಾಗಿ ಒದಗಿಸುವುದಿಲ್ಲ. 1871ರ ಜನಗಣತಿ ಅವರ ಇರುವಿಕೆಯನ್ನು ಹೇಳಿದರೂ ಅವರ ಒಟ್ಟಾರೆ ಜನಸಂಖ್ಯೆಯನ್ನು ಹೇಳುವುದಿಲ್ಲ. 1901ರ ಜನಗಣತಿ ಒಂದು ಪ್ರಮುಖವಾದ

195 J.Charttres Molony, Cenus of India 1911, Report and Tables, , Madras, 1912, p.36
196 K. N. Subraya, Cenus of India, 1921, Volume XII Report and Tables, Madras, 1923, p.49.
197 D.H. Elwyn, Cenus of India, 1941 Coorg Report and Tables, Delhi, 1943,
198 M.S Mandanna, Cenus of India 1931, Coorg Report and Tables, Madras, 1932,

ವಾದವನ್ನೇ ಮುಂದಿಡುತ್ತದೆ. "amidst, Tipu's attempts to "honour Coorg with Islam, 'the religion never seems to have taken firm root, Muhammadanism is dying out'. ವಾಸ್ತವವಾಗಿ ಕೊಡಗಿನ 1891ರ ಜನಗಣತಿ ಇದಕ್ಕಿಂತ ಸ್ವಲ್ಪ ವಿಭಿನ್ನವಾಗಿತ್ತು, ಆದರೂ ಗೊಂದಲ ಇದರಲ್ಲಿ ಸ್ಪಷ್ಟವಾಗಿ ಗೋಚರಿಸಿತ್ತು.

ಹೈದ್ರಾಬಾದ್ ಸಂಸ್ಥಾನ ಮತ್ತು ಮುಸ್ಲಿಮ್ ಜಾತಿಗಳು:

ಜಾತಿಯ ಕುರಿತು ಹೈದ್ರಾಬಾದ್ ಸಂಸ್ಥಾನಕ್ಕೆ[199] ಇದ್ದಷ್ಟು ಸ್ಪಷ್ಟತೆ ಮೈಸೂರು ಅಥವಾ ವಸಾಹತುಶಾಹಿಗಿರಲಿಲ್ಲ. ಇದಕ್ಕೆ ಕಾರಣ ಎರಡು: ವಸಾಹತುಶಾಹಿಯ ಗಟ್ಟಿಯಾದ ಪ್ರಭಾವ ಇದ್ದರೂ, ಮುಸ್ಲಿಂ ಅರಸ ನಿಜಾಮನ ಆಡಳಿತದಲ್ಲಿತ್ತು. ಜನಗಣತಿಯಲ್ಲಿ ಉಪಯೋಗಿಸಿದ ಮಾನದಂಡ ಮತ್ತು ವಿಧಾನ, ಒಂದೆರಡು ಅಂಶಗಳನ್ನು ಬಿಟ್ಟರೆ, ವಸಾಹತುಶಾಹಿ ಮತ್ತು ಇನ್ನಿತರ ಪ್ರಾಂತ್ಯದಲ್ಲಿ ಉಪಯೋಗಿಸಿದ ವಿಧಾನವೇ/ಮಾನದಂಡವೇ ಆಗಿತ್ತು. ಆದಕಾರಣ ಜನಗಣತಿಯ ಚೌಕಟ್ಟು ವಸಾಹತುಶಾಹಿಯ ಚೌಕಟ್ಟು ಎಂದು ಹೇಳುವುದರಲ್ಲಿ ಯಾವುದೇ ತಪ್ಪಿಲ್ಲ. ಮೂರನೆಯದಾಗಿ, 1941ರ ತನಕ ನಡೆದ ಎಲ್ಲಾ ಆರು ಜನಗಣತಿಯ ಕಮೀಷನರ್‌ಗಳು ಮುಸಲ್ಮಾನರಾಗಿದ್ದರು. ಅದೇ ಸಂದರ್ಭದಲ್ಲಿ ಇನ್ನೊಂದು ಅಂಶವನ್ನು ಗಮನಿಸಬೇಕು. ರಾಜ್ಯದಲ್ಲಿ ಮುಸಲ್ಮಾನರ ಜನಸಂಖ್ಯೆ ಬಹಳಷ್ಟು ಕಡಿಮೆ ಇದ್ದರೂ, 9 ಶೇಕಡಾ ಇರದಿದ್ದರೂ ಆ ಪ್ರಾಂತ್ಯದ ಆಳುವವರ್ಗ ಮೂಲತಃವಾಗಿ ಮುಸಲ್ಮಾನರದಾಗಿದ್ದರು. ಜಾಗೀರ್ದಾರರು, ಸರ್ಕಾರದ ವಿವಿಧ ಹುದ್ದೆಗಳಲ್ಲಿ ಅವರ ಸಂಖ್ಯೆ ಗಣನೀಯವಾಗಿತ್ತು. ಎರಡನೆಯದಾಗಿ ಜನಗಣತಿಯ ಉಸ್ತುವಾರಿಯನ್ನು ತೆಗೆದುಕೊಂಡದ್ದು ಮುಸ್ಲಿಮರು. ಅದರರ್ಥ ದಾಖಲಾತಿ ಸಂಪೂರ್ಣವಾಗಿ ಯಾವುದೇ ತಪ್ಪುಗಳಿಲ್ಲದೇ ನಡೆಯಿತು ಎಂದಲ್ಲ. ಜನಗಣತಿಯ ಸಂದರ್ಭದಲ್ಲಿ ಜನರ ವಯಸ್ಸನ್ನು ನಿರ್ಧರಿಸುವುದೇ ಕಷ್ಟವಾಗಿತ್ತು, ಬಹಳಷ್ಟು ಜನ, ಮುಸ್ಲಿಮರನ್ನೂ ಒಳಗೊಂಡಂತೆ, ತಮ್ಮ ವಯಸ್ಸಿನ ದಾಖಲೆಗಳನ್ನು ನೀಡುತ್ತಿರಲಿಲ್ಲ. ಆಳುವ ವರ್ಗಕ್ಕೆ ಈ ಜನಗಣತಿ ಬಗ್ಗೆ ತೀವ್ರವಾದ ಅಸಡ್ಡೆ ಮತ್ತು ಅನಾಸಕ್ತಿ ಕೂಡ ಇತ್ತು. ಬಹಳಷ್ಟು ಜನರು ತಮ್ಮ ಉಪ ಜಾತಿಗಳನ್ನೇ ಜಾತಿಗಳೆಂದು ನಮೂದಿಸುತ್ತಿದ್ದರು. ಬಹಳ ಮುಖ್ಯವಾಗಿ ವಸಾಹತುಶಾಹಿ ಎದುರಿಸಿದ ಹೆಸರುಗಳ ದಾಖಲಾತಿಯ ಗೊಂದಲ ಇಲ್ಲಿಯೂ ಕಂಡುಬರುತ್ತಿತ್ತು. ಆದಕಾರಣ ಹೆಸರುಗಳನ್ನು ಪ್ರಾಥಮಿಕ ಹಂತದಲ್ಲಿ ದಾಖಲಿಸುವುದಕ್ಕೂ, ಅಂತಿಮವಾಗಿ ದಾಖಲಿಸುವುದಕ್ಕೂ ಬಹಳ ವ್ಯತ್ಯಾಸ ಇತ್ತು. ಇಲ್ಲಿಯೂ ಕೂಡ ಚಿಕ್ಕ ಪುಟ್ಟ ತಪ್ಪುಗಳು ದೊಡ್ಡ ತಪ್ಪುಗಳಾಗಿ ಶಾಶ್ವತವಾಗಿ ನಿಂತು

199 Cenus of His Highness Nizam's Dominions, 1881`, Vol.1, Education Society, Hyderabad Deccan, 1884

ಬಿಟ್ಟವು. ಗಾಂಡ್ಲ (ಗಾಣಿಗ) ಮತ್ತು ಗೌಂಡ್ಲ (ಮದ್ಯ ಮಾರಾಟಗಾರ), ಜಾಡ್ (ನೇಕಾರ) ಮತ್ತು ಜಾಟ್ (ಕೃಷಿಕ), ಒಚಿ (ತರಕಾರಿ ಬೆಳೆಸುವವನು) ಮತ್ತು ಔಚಿ (ಕಳ್‌ನ ವ್ಯಾಪಾರಿ) ಕುರ್ಮ (ಕುರಿಗಾಯುವವ) ಮತ್ತು ಕುರ್ಮಿ (ಬೇಸಾಯ ಮಾಡುವವ), ಮಾಲ (ಕಾರ್ಮಿಕ) ಮತ್ತು ಮಾಲಿ (ತೋಟಗಾರ) ಇತ್ಯಾದಿ ಹೆಸರುಗಳು ಬಹಳಷ್ಟು ಗೊಂದಲಗಳನ್ನ ನಿರ್ಮಿಸಿದ್ದು ದಿಟ. ಇವುಗಳ ಒಂದು ಅಕ್ಷರದ ತಪ್ಪು ಜಾತಿಯ ಸ್ಥಾನಪಲ್ಲಟ ಮಾಡಿದ್ದು ಕೂಡ ಅಷ್ಟೇ ಸತ್ಯ.

ಅಲ್ಲದೇ ಜನಗಣತಿಯ ಸಮಯ ಮತ್ತು ದಾಖಲಾತಿಯ ಸಮಯದ ನಡುವಿನ ಅಂತರದಿಂದ ತಪ್ಪುಗಳು ಸೇರಿಕೊಂಡವು. ಈ ಪ್ರಾಂತ್ಯದಲ್ಲಿ ಜನಗಣತಿ ಆರಂಭದಲ್ಲಿ ನಡೆದದ್ದೇ ರಾತ್ರೆ. ಈ ಜನಗಣತಿ ಬ್ರಿಟಿಷ್ ಅಧಿಕಾರಿ ರಿಸ್ಲೇ ಉಪಯೋಗಿಸಿದ ಅಥವಾ ಚೀಟಿ ವಿಧಾನವನ್ನು ಉಪಯೋಗಿಸಿತ್ತು (ಚೀಟಿ ಪದ್ಧತಿಯನ್ನು ಪ್ರಪ್ರಥಮವಾಗಿ ಬವೇರಿಯಾ ದೇಶದಲ್ಲಿ 1871ರ ಜನಗಣತಿ ಸಂದರ್ಭದಲ್ಲಿ ಉಪಯೋಗಿಸಲಾಯಿತು). ಮೈಸೂರು/ಕೊಡಗು ಪ್ರಾಂತ್ಯದಲ್ಲಿ ಉಪಯೋಗಿಸಿದಂತೆ ಮುಸ್ಲಿಮರನ್ನು ಗುರುತಿಸಲು ಹಸುರು ಬಣ್ಣದ ಚೀಟಿಯನ್ನು ಉಪಯೋಗಿಸಲಾಯಿತು, ಹಿಂದೂಗಳಿಗೆ ಬೂದು ಬಣ್ಣ, ಕ್ರಿಶ್ಚಿಯನ್ನರನ್ನು ಗುರುತಿಸಲು ನಸುಗೆಂಪು ಉಪಯೋಗಿಸಲಾಯಿತು. ಈ ರೀತಿಯ ಬಣ್ಣ ಬಣ್ಣದ ಚೀಟಿಗಳನ್ನು ಮುಂದಿನ ಜನಗಣತಿಯಲ್ಲೂ ನೋಡಬಹುದು.

1881ರ ಜನಗಣತಿಯಲ್ಲಿ ಬರೇ ಅಂಕಿ ಅಂಶಗಳನ್ನು ನೀಡಿದ ಕಾರಣ ನಮಗೆ ಜಾತಿಗಳ ಕುರಿತು ವಿವರಣೆ ಸಿಗುವುದಿಲ್ಲ. ಮುಸ್ಲಿಮರನ್ನು 'ಟ್ರೈಬ್'ಗಳೆಂದು ಉಲ್ಲೇಖಿಸಲಾಯಿತು, ಇದನ್ನು ಮುಂದೆಯೂ ಕೂಡ ಮಾಡಲಾಯಿತು.

ಪ್ರಪ್ರಥಮ ಬಾರಿಗೆ ಇಸ್ಲಾಂ ಬಗ್ಗೆ ದೀರ್ಘವಾಗಿ ವಿಶ್ಲೇಷಣೆ ಸಿಗುವುದು 1891ರ ಜನಗಣತಿಯಲ್ಲಿ[200] ಅದರರ್ಥ ಉಳಿದ ಧರ್ಮಗಳ ಕುರಿತು ವಿವರಣೆ ಇರಲಿಲ್ಲವೆಂದಲ್ಲ. ಅವುಗಳ ವಿವರಣೆ ಇಸ್ಲಾಂನಷ್ಟೆ ಮಹತ್ವ ಪಡೆದಿತ್ತು. ಇಸ್ಲಾಂ ಕುರಿತು ಗಂಭೀರವಾದ ಒಳನೋಟಗಳು ಸಿಕ್ಕಿರುವುದು ಇದು ಪ್ರಥಮ ಬಾರಿಗೆ. ಹಿಂದೂ ಧರ್ಮದ ಕುರಿತಂತೆಯೂ ವಿವರಣೆಗಳು ಈ ಹಿಂದೆ ಹೇಳಿದಂತೆ ವಸಾಹತುಶಾಹಿಗೆ ಅನಿವಾರ್ಯವಾಗಿತ್ತು ಮತ್ತು ಅವಶ್ಯಕವಾಗಿತ್ತು. ಇಸ್ಲಾಂನ ವಿವರಣೆಯಲ್ಲಿ ಇಸ್ಲಾಂಪೂರ್ವದ ಅರಬ್ ಜಗತ್ತು, ಪ್ರವಾದಿಯ ಆಗಮನ, ಪವಿತ್ರ ಗ್ರಂಥ ಮತ್ತು ಜೆಹಾದ್‌ನ ಕುರಿತು ವಿವರಣೆ, ಇಸ್ಲಾಂ ಜಗತ್ತಿನ ವಿವಿಧೆಡೆ ವಿಸ್ತರಣೆ, ಮುಸ್ಲಿಂ, ಇಸ್ಲಾಮಿಕ್ ವಾಸ್ತುಶಾಸ್ತ್ರ, ಮುಸ್ಲಿಂ ಆಳ್ವಿಕೆ, ಇಸ್ಲಾಮಿಕ್ ಪಂಥಗಳ ಹುಟ್ಟು,

200 Cenus of His Highness The Nizam's Dominion, 1881, Vol.1, Bombay 1881.

ಭಾರತಕ್ಕೆ ಇಸ್ಲಾಂ ಬಂದ ಪರಿ ಇತ್ಯಾದಿ ಸೇರಿತ್ತು. ವಾಸ್ತವವಾಗಿ ಮುಸಲ್ಮಾನರಲ್ಲಿ ಚಿಂತನಾ ಶಾಲೆಗಳೆನ್ನು ಪಂಥಗಳೆಂದು ಸಮೀಕರಿಸಿ ನಾಲ್ಕು ಪಂಥಗಳನ್ನು ಶ್ರೇಣೀಕೃತವಾಗಿ ನಿರೂಪಿಸಿತ್ತು: ಸುನ್ನಿ, ಶಿಯಾ, ವಹಬಿ ಮತ್ತು ಮಹದಾವಿ. ಇದರಲ್ಲಿ ಮಹದಾವಿ ಹೈದ್ರಾಬಾದ್‌ನಲ್ಲಿ ಮಾತ್ರವಲ್ಲದೆ ಕರ್ನಾಟಕದ ಚನ್ನಪಟ್ಟಣದಲ್ಲೂ ಬಹುಮುಖ್ಯವಾಗಿ ಹರಡಿತ್ತು ಎಂದು ವಾದಿಸಿತ್ತು. ಸುನ್ನಿಗಳಲ್ಲಿ ನಾಲ್ಕು ಉಪ-ಪಂಥಗಳಿವೆ- ಹನಫಿ, ಶಾಫಿ, ಹಂಬಲಿ, ಮತ್ತು ಮಲೆಕಿ, ವಾಸ್ತವವಾಗಿ ಅವುಗಳು ಚಿಂತನಾ ಶಾಲೆಗಳು. ಶಿಯಾಗಳಲ್ಲಿರುವ ಉಪ ಪಂಗಡಗಳೆಂದರೆ ವುಸುಲಿಸ್ ಮತ್ತು ಅಕ್ಬರಿಸ್. ವಹಬಿಗಳು ಸುನ್ನಿಗಳಾದರು ಮತ್ತು ತೀವ್ರವಾದಿಗಳಾದರು. ಅದರೊಟ್ಟಿಗೆ ಸೂಫಿಸಂ ಅನ್ನು ಒಂದು ಪಂಥವಾಗಿ ಗುರುತಿಸಿತ್ತು. ವಿಚಿತ್ರವೆಂದರೆ ಈ ರೀತಿಯ ವಿವರಣೆ 1911ರ ಜನಗಣತಿಯಲ್ಲಿ ದೊರೆಯುವುದಿಲ್ಲ.[201]

1921ರ[202] ದಾಖಲಾತಿಯ ಸಂದರ್ಭದಲ್ಲಿ ಜಾತಿಯ ಜನಗಣತಿಯನ್ನು ಸಾರ್ವತ್ರಿಕ ಜನಗಣತಿಯೊಂದಿಗೆ ಬೆಸೆಯಬಾರದೆಂಬ ವಾದಗಳು ಬೆಳೆದಿದ್ದವು. ಇದಕ್ಕೆ ಪೂರಕವೆಂಬಂತೆ ಭಾರತದ ಲೆಜಿಸ್ಲೇಟಿವ್ ಅಸೆಂಬ್ಲಿಯಲ್ಲಿ ಠರಾವೂ ಪಾಸು ಮಾಡಲಾಗಿತ್ತು. ಇದಕ್ಕಾಗಿ ನಾಲ್ಕು ಕಾರಣಗಳನ್ನು ಮುಂದೊಡ್ಡಲಾಗಿತ್ತು. : 1) ಕ್ರಿಶ್ಚಿಯನ್ ಸರ್ಕಾರ ಜಾತಿ ವ್ಯವಸ್ಥೆಯನ್ನು ಪರೋಕ್ಷವಾಗಿ ಶಾಶ್ವತಗೊಳಿಸುವ ಯತ್ನ ಸಾಧುವಲ್ಲ 2) ಜಾತಿಯ ಸಂಖ್ಯೆಗಳು ಗುರಿಯನ್ನು ಸಾಧಿಸುವುದಿಲ್ಲ, ಏಕೆಂದರೆ ಅವುಗಳಲ್ಲಿ ಯಥೇಚ್ಛವಾದ ತಪ್ಪುಗಳಿವೆ, 3) ಜಾತಿಗಳ ನಡುವಿನ ವರ್ಗೀಕರಣ ಜಾತಿ ಸಂಘರ್ಷವನ್ನು ತೀವ್ರಗೊಳಿಸಿದೆ, 4) ಜಾತಿಯ ಜನಗಣತಿಯಿಂದ ಯಾವುದೇ ಲಾಭವಿಲ್ಲದಕ್ಕೆ ಸಾಕಷ್ಟು ಪುರಾವೆಗಳಿವೆ.

ವಾಸ್ತವವಾಗಿ 1901ರ ಜನಗಣತಿಯಲ್ಲಿ 1891ರಲ್ಲಿದ್ದ ಮುಸ್ಲಿಮರ ಕುರಿತಾದ ವಿಶ್ಲೇಷಣೆಗಳು ನಷ್ಟವಾಗುತ್ತದೆ. ಆದರೆ ಇದೇ ಜನಗಣತಿಯಲ್ಲಿ ಒಂದೆರಡು ಜಾತಿಗಳು ಸೂಚಿತವಾಗುತ್ತವೆ. ಬಂಜಾರ, ದರ್ಜಿ, ರಂಗಾರೀ ಇತ್ಯಾದಿ. ದುರಂತವೆಂದರೆ ಅವುಗಳು ಮುಸ್ಲಿಂ ಜಾತಿಗಳೇ ಎಂಬುದರ ಬಗ್ಗೆ ವಿವರಣೆ ದೊರೆಯುವುದಿಲ್ಲ.

ಇವುಗಳ ನಡುವೆ ಜನಗಣತಿಯ ದಾಖಲಾತಿಯಲ್ಲಿ ಸ್ವಲ್ಪ ಮಟ್ಟಿಗಿನ ಬದಲಾವಣೆಯನ್ನು ನೋಡಬಹುದು. ಹಿಂದಿನ ದಾಖಲಾತಿಗಳು ಮುಸ್ಲಿಮರಲ್ಲಿದ್ದ ಗುಂಪುಗಳನ್ನು ಪಂಗಡಗಳೆಂದು ಕರೆದರೆ. 1921ರಲ್ಲಿ ಅವುಗಳು "ಮುಸಲ್ಮಾನ್ ಟ್ರೈಬ್"ಗಳೆಂದು

201 Mahomed Abdul Majid, Hyderabad State, Part I., Report , Vol.19, Bombay 1913, pp.46-57
202 Mohamed Rahamatulla, Cenus of India, 1921, Vol.XXI, , Part I Report, Hyderabad, 1923.

ನಮೂದಿಸಲ್ಪಟ್ಟವು. ಸಂಖ್ಯಾಧಾರಿತವಾಗಿ ಶೇಖ್‌ಗಳನ್ನು, ಅರಬ್ ಜಗತ್ತಿನ ಪ್ರಪ್ರಥಮ ಮತಾಂತರಿಗಳು, ಅತೀ ಹೆಚ್ಚು ಸಂಖ್ಯೆಯಲ್ಲಿವೆ ಎಂದು ಗುರುತಿಸಿದರೆ, ತದನಂತರದ ಸ್ಥಾನವನ್ನು ಸೈಯ್ಯದ್ (ಪ್ರವಾದಿಯವರ ವಂಶಸ್ಥರು), ಪಠಾಣ್ (ಖೈಸ್ ವಂಶಕ್ಕೆ ಸೇರಿದವರು) ಮತ್ತು ಕೊನೆಯದಾಗಿ ಮೊಘಲರನ್ನು (ಮಂಗೋಲರು) ಗುರುತಿಸಿತ್ತು. 1921ರ ಜನಗಣತಿ ಒಟ್ಟಾರೆಯಾಗಿ 275 ಜಾತಿಗಳನ್ನು ಗುರುತಿಸಿತ್ತು, ಈ ಹಿಂದಿನ 1911ರ ಜನಗಣತಿಗೆ ಹೋಲಿಸಿದರೆ ಇದು 200ಕ್ಕೂ ಹೆಚ್ಚು. ಹಿಂದಿನ ಜನಗಣತಿ ಬರೇ 75 ಜಾತಿಗಳನ್ನು ಗುರುತಿಸಿತ್ತು. ವಿಚಿತ್ರವೆಂದರೆ ಅದರಲ್ಲಿ ಕೆಲವು ಮುಸ್ಲಿಂ ಜಾತಿಗಳೂ ಕೂಡ ಸೇರಿದ್ದವು. ಅವುಗಳನ್ನು ಪಟ್ಟಿ ಮಾಡುವುದು ಅಷ್ಟು ಸುಲಭವಲ್ಲ. ಕೆಲವು ಮುಸ್ಲಿಂ ಜಾತಿಗಳು ಅಂದಿನ ಮರಾಠವಾಡ ಮತ್ತು ತೆಲಂಗಾಣ ಪ್ರಾಂತ್ಯದಲ್ಲೂ ಕಂಡು ಬರುವ ಕಾರಣ ಮುಸ್ಲಿಮರಲ್ಲಿ ಸಾಮಾನ್ಯವಾಗಿರುವ ಜಾತಿಗಳನ್ನು ಹುಡುಕಬೇಕಾಯಿತು. ಇವುಗಳಲ್ಲಿ ರಂಗಾರೀ ಅಥವಾ ರಂಗ್ರೇಜ್, ದುಡಿಕುಲ, ಬಂಜಾರರು, ಗಾಯ್ ಕಸಬ್, ಧೋಭಿ, ಮೋಚಿ, ತೇಲಿಗಳನ್ನು ಈ ಪಟ್ಟಿಯಲ್ಲಿ ಸೇರಿಸಬಹುದೇ? ಎಂಬ ಜಿಜ್ಞಾಸೆ ಇದೆ. ಇವರೆಲ್ಲರೂ ಮತಾಂತರಗೊಂಡ ಜಾತಿಗಳು. ಬಂಜಾರರಲ್ಲಿ ಕೆಲವರು ಅರಣ್ಯವಾಸಿಗಳೆಂದು ಕೂಡ ಜನಗಣತಿ ಪರಿಗಣಿಸುತ್ತದೆ. ಇವುಗಳ ಕುರಿತು ಸ್ವಲ್ಪವೇ ವಿವರಣೆ ದೊರೆಯುತ್ತದೆ ಹೊರತು ಪರಿಪೂರ್ಣವಾದ ವಿವರಣೆಯಲ್ಲ. ವಿಚಿತ್ರವೆಂದರೆ 1931ರ ಜನಗಣತಿಯ ಕಾಲಘಟ್ಟ ಬೇರೆ ಅಸಹಕಾರ ಚಳವಳಿಯ ಕಾಲ. ಈ ಸಂದರ್ಭದಲ್ಲಿ ಜನಗಣತಿ ಅಷ್ಟು ಸುಲಭದ ವಿಷಯವಾಗಿರಲಿಲ್ಲ. ಅದೇ ಸಂದರ್ಭದಲ್ಲಿ ಜನಗಣತಿ ದಾಖಲಿಸುವಾಗ ಒಂದು ವಿಚಿತ್ರವಾದ ವಾದವನ್ನು ಮುಂದಿಡುತ್ತದೆ. ಅದು ಮತಾಂತರಕ್ಕೆ ಸಂಬಂಧಿಸಿದ್ದು– ಅದರ ಪ್ರಕಾರ ಜನಗಣತಿಗಳ ನಡುವೆ ಹಿಂದೂಗಳ ಜನಸಂಖ್ಯೆಯಲ್ಲಿ ಇಳಿಮುಖವಾಗುತ್ತಿರುವುದಕ್ಕೆ ಮತಾಂತರವೇ ಕಾರಣ. ಕ್ರೈಸ್ತ ಧರ್ಮವನ್ನು ಅದು ನೇರವಾಗಿ ದೂಷಿಸಿತ್ತು. ಅದರ ಪ್ರಕಾರ "ಮತಾಂತರ ಮಾಡುವ ಏಕಮೇವ ಧರ್ಮವೆಂದರೆ ಕ್ರೈಸ್ತ ಧರ್ಮ[203]" ಅಲ್ಲದೇ ಇಸ್ಲಾಂಗೆ ಮತಾಂತರ ಅತ್ಯಂತ ಕನಿಷ್ಠವೆಂದು ವಾದಿಸಿತ್ತು. ಇಲ್ಲಿರುವ ಒಂದು ವೈರುಧ್ಯವೆಂದರೆ ಒಂದೆಡೆ ಮತಾಂತರವನ್ನು ನಿರಾಕರಿಸುತ್ತಾ, ಬಹಳಷ್ಟು ಮುಸಲ್ಮಾನರು ಸ್ಥಳೀಯವಾಗಿ ಮತಾಂತರಗೊಂಡವರು ಎಂಬ ಇನ್ನೊಂದು ವಾಸ್ತವತೆಯನ್ನು ಕೂಡ ಅದು ಒಪ್ಪಿಕೊಂಡಿತ್ತು. ಆದರೆ ಅವರ್ಯಾರು ಕೂಡ "ಕಾಡು ಜನರು" ಅಥವಾ ಅನಿಮಿಸ್ಟ್‌ಗಳಲ್ಲವೆಂದು ವಾದಿಸಿತ್ತು. ಇದು ಅರ್ಧಸತ್ಯ. ಅರಣ್ಯವಾಸಿಗಳೆಂದು ಕರೆಯಲ್ಪಡುವ ಅಂದಿನ ಆಂಧ್ರದ ಬಂಜಾರರು ಇಸ್ಲಾಂಗೆ ಮತಾಂತರಗೊಂಡ ದಾಖಲೆಗಳಿವೆ.

203_Gulam Mahmed Khan, Census of India, 1931 Volume XXlllH.E.H. the Nizam's DominionsHyddedrabad State, Part I, Report , Hyderabad, , 1933

ಈ ಸಂದರ್ಭದಲ್ಲಿ 240 ಜಾತಿಗಳನ್ನು 1931ರ[204] ಜನಗಣತಿ ದಾಖಲಿಸಿತ್ತು. ಈ ದಾಖಲಾತಿಯ ಒಂದು ವಿಶಿಷ್ಟತೆಯೆಂದರೆ ಅದು ಮೊಘಲರನ್ನು ಕೂಡ ಜಾತಿ ಎಂದು ಪರಿಗಣಿಸಿತ್ತು. ಮಾತ್ರವಲ್ಲದೇ ಮುಸಲ್ಮಾನರಲ್ಲಿ ಮೂರು ಜಾತಿಗಳಿವೆ ಎಂದು ಹೇಳಿತ್ತು; ಮುಂದಿನ ಅತೀ ಸಣ್ಣ ವಾದಗಳನ್ನು ಗಮನಿಸಿದರೆ ಇದು ಸ್ಪಷ್ಟವಾಗುತ್ತದೆ "ಮುಸಲ್ಮಾನ ಜಾತಿಗಳಲ್ಲಿ ಮೊಘಲರ ಸಂಖ್ಯೆಯಲ್ಲಿ 44 ಶೇಕಡಾ ಏರಿಕೆಯಾದರೆ, ಸೈಯ್ಯದ್‌ಗಳ ಸಂಖ್ಯೆಯಲ್ಲಿ 46 ಶೇಕಡಾ ಏರಿಕೆಯಾಗಿತ್ತು"[205]. ಇಲ್ಲೊಂದು ಗೊಂದಲವಿದೆ. ಒಂದೆಡೆ ನಾಲ್ಕು ಜಾತಿಗಳೆನ್ನುತ್ತದೆ. ಮತ್ತೊಂದೆಡೆ ಐದು ಜಾತಿಗಳಿವೆ ಎಂದು ಹೇಳುತ್ತದೆ, ಶೇಖ್, ಸೈಯ್ಯದ್, ಪಠಾಣ್, ಮೊಘಲ್ ಮತ್ತು ಲದಾಫ್, ಈ 240 ಜಾತಿಗಳ ಪಟ್ಟಿಯಲ್ಲಿ ಎದ್ದು ಕಾಣುವ ಒಂದೆರಡು ಮುಸ್ಲಿಂ ಜಾತಿಯೆಂದರೆ ಲದಾಫ್. ಅವರನ್ನು ಕಸುಬು ಆಧಾರಿತರ ಜಾತಿ ಅದರಲ್ಲೂ ಬೆಸ್ತರು, ನಾವಿಕ ಮತ್ತು ಪಲ್ಲಕ್ಕಿ ಒಯ್ಯುವವರು ಎಂದು ಪರಿಗಣಿಸಲಾಗಿತ್ತು. ಕಟುಕ ಜಾತಿಗಳೆಂದರೆ ಕಸಬ್, ಲಾಡ್ ಕಸಬ್, ಕಸ್ಸೈ ಅಥವಾ ಕಟಿಕ. ಅಲ್ಲದೆ ಮುಸ್ಲಿಂ ಮಹಿಳೆ ಕೃಷಿ ಆಧಾರಿತ ಉದ್ಯೋಗವವನ್ನು, ಗೃಹ ಕಾರ್ಯವನ್ನು ಅವಲಂಬಿಸಲು ಮೂರು ಜಾತಿಗಳು ನಿರಾಕರಿಸಿದ್ದನ್ನು, ಆದರೆ ಇದಕ್ಕೆ ಅಪವಾದವೆಂಬಂತೆ ಸೈಯ್ಯದ್‌ರವರು ಅವಕಾಶ ನೀಡಿರುವುದನ್ನು ಜನಗಣತಿ ದಾಖಲಿಸಿತ್ತು. ಈ ವಾದವನ್ನು ಗಮನಿಸಿ "ಮುಸಲ್ಮಾನ ಜಾತಿಗಳು ತಮ್ಮ ಮಹಿಳೆಯರಿಗೆ ಗದ್ದೆ ಕೆಲಸಗಳು ತಕ್ಕದಾದ ಕೆಲಸಗಳಲ್ಲವೆಂದು ಭಾವಿಸಿತ್ತು"[206]

1941ರ ಜನಗಣತಿಯಲ್ಲಾದ ಒಂದು ಮಹತ್ತರವಾದ ಬದಲಾವಣೆ ಏನೆಂದರೆ ಅದು 'ಧರ್ಮ'ದ ಬದಲಿಗೆ 'ಸಮುದಾಯದ' ಶಬ್ದವನ್ನು ಪ್ರಯೋಗಿಸಲು ಆರಂಭ ಮಾಡಿದ್ದು[207]. "ಧರ್ಮವೆಂಬುದು ಒಬ್ಬ ವ್ಯಕ್ತಿಯ ವೈಯಕ್ತಿಕ ವಿಚಾರ. ಒಮ್ಮೆ ಜನಗಣತಿ ಮುಗಿದ ನಂತರ ಜನಗಣತಿಯ ಕಾಳಜಿ ಜನರ ಗುಂಪುಗಳ ಕುರಿತಾಗಿರಬೇಕೆಯೇ ಹೊರತು ವ್ಯಕ್ತಿಗಳದಲ್ಲ. ಅವರಲ್ಲಿರುವ ಸಾಮಾನ್ಯವಾಗಿರುವ ಸಾಮಾಜಿಕ ಮತ್ತು ಆರ್ಥಿಕ ಸಂಸ್ಥೆಗಳು ಇಲ್ಲಿ ಮುಖ್ಯವಾಗಿರಬೇಕು. ಜನಗಣತಿಯ ಮುಖ್ಯ ಧ್ಯೇಯ ಸಾಮಾಜಿಕ ಬದಲಾವಣೆಯನ್ನು ದಾಖಲಿಸುವಂತಿರಬೇಕೇ ಹೊರತು ನಿರ್ದಿಷ್ಟ ಧರ್ಮವಲ್ಲ". ಇದೇ ಕಾರಣಕ್ಕಾಗಿ ನಮಗೆ ಧರ್ಮದ ವಿವರಣೆ ಜನಗಣತಿಯ ಭಾಗವಾಗಿ ಸಿಗುವುದಿಲ್ಲ. ಮುಸಲ್ಮಾನರಲ್ಲಿನ ಜಾತಿಯ ಹುಡುಕಾಟ ಇಲ್ಲಿಗೆ ಕೊನೆಗೊಳ್ಳುತ್ತದೆ.

204

205 Ibid, p.140

206 . Op.cit p.151

207 Mazhar Hussain, Cenus of India, 1941, Vol. XXI, H.E.H. Nizam's Dominion, Part I Repor t, Hyderabad, 1945, p.217

ಮುಂಬಯಿ, ಮದ್ರಾಸ್ ಪ್ರೆಸಿಡೆನ್ಸಿ ಮತ್ತು ಜನಗಣತಿಯ ರಾಜಕಾರಣ:

ಮುಂಬಯಿ ಅಥವಾ ಬಾಂಬೆ ಪ್ರೆಸಿಡೆನ್ಸಿಯಲ್ಲಿ ಇಂದಿನ ಕರ್ನಾಟಕದ ಹಲವು ಪ್ರದೇಶಗಳು ಹರಡಿದ್ದು ವಾಸ್ತವ. ಅದರಲ್ಲಿ ಇಂದಿನ ಧಾರವಾಡ, ಉತ್ತರ ಕನ್ನಡ, ಬೆಳಗಾವಿ, ಬಿಜಾಪುರ ಸೇರಿಕೊಂಡಿವೆ. ಆದಕಾರಣ ಇಲ್ಲಿ ಮುಸ್ಲಿಂ ಜಾತಿಗಳನ್ನು ಪಟ್ಟಿ ಮಾಡುವುದು ಅಷ್ಟು ಸುಲಭವಲ್ಲ. ವಾಸ್ತವವಾಗಿ ಪ್ರಥಮ ಜನಗಣತಿ (1871)[208] ಹತ್ತು ಹಲವು ಮುಸ್ಲಿಂ ಜಾತಿಗಳನ್ನು ಗುರುತಿಸಿದರೂ, ಅವುಗಳ ಅಂದಿನ ಪ್ರೆಸಿಡೆನ್ಸಿ ಮತ್ತು ಇಂದಿನ ಕರ್ನಾಟಕದ ಯಾವ ಪ್ರಾಂತ್ಯದಲ್ಲಿ ಕಂಡುಬರುತ್ತದೆ ಎಂದು ಸ್ಪಷ್ಟವಾಗಿ ಹೇಳುವುದಿಲ್ಲ. ಮುಸಲ್ಮಾನರಲ್ಲಿ ಅದು ಗುರುತಿಸುವ ಪಂಥಗಳೆಂದರೆ ವಹಾಬಿ, ಶಿಯಾ, ಸುನ್ನಿ, ಖೋಜಾಗಳು, ಮೆಮೊನ್‌ಗಳು.[209]

1881ರ ಜನಗಣತಿ ಬಹಳ ಮುಖ್ಯವಾಗಿ ಎರಡು ಮೂರು ಕಾರಣಗಳಿಗೆ ಮಹತ್ವವೆನಿಸುತ್ತದೆ. ಮೊದಲನೆಯದಾಗಿ, ಇದು ಧರ್ಮವು ಕಾಲ ಕಳೆದಂತೆ ಸ್ಥಾನೀಯ ಸಂಸ್ಕೃತಿಯ ಅಂತರ್ಗತ ಭಾಗವಾಗುವುದನ್ನು ದಾಖಲಿಸುತ್ತದೆ. ಅದರ ಪ್ರಕಾರ ಧರ್ಮ ಈ ಪ್ರೆಸಿಡೆನ್ಸಿ ಪ್ರದೇಶದಲ್ಲಿ ಪ್ರಾಂತೀಯ ಗುಣ ಲಕ್ಷಣಗಳನ್ನು ತನ್ನದಾಗಿಸಿಕೊಂಡಿತ್ತು. ಎರಡನೆಯದಾಗಿ, ಪ್ರೆಸಿಡೆನ್ಸಿ ಪ್ರದೇಶದಲ್ಲಿರುವ ಮುಸಲ್ಮಾನರನ್ನು ಎರಡು ವರ್ಗಗಳಾಗಿ ಗುರುತಿಸಿತ್ತು–ಒಂದು ವಿದೇಶಿ ನೆಲದಿಂದ ಬಂದು ನೆಲೆನಿಂತವರು, ಎರಡನೆಯದಾಗಿ, ಸ್ಥಾನೀಯವಾಗಿ ಮತಾಂತರಗೊಂಡವರು[210]. ಜನಗಣತಿ ಪ್ರಕಾರ ಈ ಮತಾಂತರಗೊಂಡ ಮುಸ್ಲಿಂ ಜಾತಿಗಳಿಗೆ ಆಶ್ರಯದಾತರು ಇಲ್ಲದಿರುವ ಕಾರಣ, ಅವರ ಬದುಕಿನ ಪ್ರಶ್ನೆಯನ್ನು ಅವರೇ ಎದುರಿಸಬೇಕಾಗಿತ್ತು. ಇದರಿಂದ ಒಂದು ಸ್ಪಷ್ಟತೆ ಸಿಗುತ್ತದೆ. ಅದೇನೆಂದರೆ ಮತಾಂತರಿಗಳು ಕೆಳಜಾತಿಗಳಿಂದ ಬಂದವುಗಳು. ಅವುಗಳಿಗೆ ರಾಜಾಶ್ರಯಗಳಿರಲಿಲ್ಲ. ಅದೇ ಸಂದರ್ಭದಲ್ಲಿ ಮತಾಂತರಿಗಳಿಗೂ, ಹಿಂದೂ ಧರ್ಮದ ಜಾತಿಗಳ ನಡುವಿನ ಅಂತರವನ್ನು "ತೆಳ್ಳಗಿನ ಅಂತರ"ವೆಂದೂ ವಾದಿಸುತ್ತಾ ಅದಕ್ಕೆ ಒಂದೆರಡು ಉದಾಹರಣೆಯನ್ನು ಮುಂದಿಡುತ್ತದೆ. ಅವರ ಪ್ರಕಾರ ಹಿಂದೂಗಳು ಮತ್ತು ಮುಸಲ್ಮಾನರು ಜೊತೆ ಜೊತೆಯಾಗಿ ಸಂತನಿಗೆ ಅಥವಾ ಪೀರ್‌ಗೆ ಅಕ್ಕಿ ಮತ್ತು ತೆಂಗಿನ ಕಾಯಿಯನ್ನು ಸಮರ್ಪಿಸುತ್ತಾ, ಇನ್ನೊಂದೆಡೆ ಮದುವೆ ಮತ್ತು ಕೌಟುಂಬಿಕ ಸಂದರ್ಭದಲ್ಲಿ ಹಿಂದೂ ಪದ್ಧತಿಯನ್ನು ಮತಾಂತರಿಗಳು ಅನುಸರಿಸುತ್ತಿದ್ದರು ಎಂದು "ತೆಳ್ಳಗಿನ" ಅಂತರವನ್ನು ಜನಗಣತಿ ದಾಖಲಿಸುತ್ತದೆ.

208 Cenus of The Bombay Presidency, Detailed cenus Returns , Bombat Presidency Part III, Bombay 1875.

209 Census of Bombay Presidency, General Report 1872, Part II, Bombay 1875.

210 J.A Baines, Imperial Census of 1881, Operations and Results, in the Bombay Presidency including Sind, Vol.1 Text, Government Press, Madras, 1882., p.48.

ಇದರೊಂದಿಗೆ ಅದು ಮತಾಂತರಗೊಂಡ ಜಾತಿಗಳ ಪಟ್ಟಿಯನ್ನು ಮಾಡುತ್ತದೆ. ಕೆಲವು ಜಾತಿಗಳು ಸಂದೇಹಾತ್ಮಕವಾಗಿರುವುದನ್ನು ಅದು ಪರಿಗಣಿಸುತ್ತದೆ. ಅದರೊಟ್ಟಿಗೆ ಮತಾಂತರಗೊಂಡು ಸ್ಪಷ್ಟವಾಗಿ ಗುರುತಿಸಲ್ಪಡುವ ಜಾತಿಗಳಾದ ಗಾಂಚಿ, ಚೊಹಾನ್, ಬೊಹ್ರಾಗಳು, ಮೆಮನ್‌ಗಳು, ಮೊಲೆಕ್ಸ್, ಮಲ್ಲೆಸಲಿಂ[211]ಗಳನ್ನು ದಾಖಲಿಸುತ್ತಾ ಖಿಡ್ಯಾ, ಕುರಡ್, ಖಲೀಫ, ಕಲ್ಲಾಪರ್. ಗಾಡೀಯ, ಜಕಾರಿಸ್, ನಾಗರ್ಚಿ, ಭಗವಾಗಿರಿ, ಮನೋಶಿ, ರುಜ ಇವುಗಳನ್ನು ಸಂದೇಹಾತ್ಮಕ ಜಾತಿಗಳೆಂದು ಗುರುತಿಸುತ್ತದೆ, ಈ ಸಂದರ್ಭದಲ್ಲಿ ಜನಗಣತಿ ಹಿಂದುಗಳಲ್ಲಿ 716 ಜಾತಿಗಳನ್ನು, ಮುಸಲ್ಮಾನರಲ್ಲಿ 233 ಜಾತಿಗಳನ್ನು/ವಿಭಾಗಗಳನ್ನು ಗುರುತಿಸಿತ್ತು. ಕರ್ನಾಟಕದಲ್ಲಿ ಗುರುತಿಸಿದ ಜಾತಿಗಳು ವಾಸ್ತವವಾಗಿ ಸೀಮಿತವಾಗಿದ್ದವು: ನಾವಿಕರಾದ ನವಾಯತ್ ಅಥವಾ ಭಾಪಿ, ವ್ಯಾಪಾರಸ್ಥರಾದ ಸುಲ್ತನ್ ಲಾಡ್, ಕಸುಬು ಅಥವಾ ಹಿನ್ನಲೆ ತಿಳಿದಿಲ್ಲದ ಕೋಸರ್, ಖಬೀಬ್, ಕಾಕರ್, ಗಾಯೇಬಿ ಮತ್ತು ದಮನ್. ದುರಂತವೆಂದರೆ ಮುಂದಿನ ಜನಗಣತಿ ಈ ಪಟ್ಟಿಯಲ್ಲಿದ್ದ ಕೆಲವು ಜಾತಿಗಳನ್ನು ದಾಖಲು ಮಾಡುವುದಿಲ್ಲ. ಅವು ಇತಿಹಾಸದಲ್ಲಿ ಕಾಣೆಯಾಗಿ ಬಿಡುತ್ತವೆ. ಅದೇನೆ ಇದ್ದರೂ, ಈ ಜನಗಣತಿ ಪಂಗಡಗಳನ್ನು ಗುರುತಿಸುತ್ತದೆ– ಶಿಯಾ, ಸುನ್ನಿ, ಬೋಹ್ರಾ ಇತ್ಯಾದಿ.

ವಾಸ್ತವವಾಗಿ 1901[212]ರ ಜನಗಣತಿ ಜಾತಿ ಮತ್ತು ಹೆಚ್ಚಾಗಿ ಮುಸಲ್ಮಾನರಲ್ಲಿರುವ ವಿವಿಧ ಪಂಥಗಳ ಬಗ್ಗೆ ಗಮನ ಹರಿಸಿತ್ತು. ಪಂಥಗಳೇ ಜಾತಿಯ ಪಟ್ಟಿಗೆ ಸೇರಿದ್ದೂ ಇದೆ. ಅದರಲ್ಲಿ ಮುಖ್ಯವಾಗಿ ಅತ್ಯಧಿಕವಾಗಿರುವ ಸುನ್ನಿಗಳು (97 ಶೇಕಡ), ಶಿಯಾ, ಅಹಮದೀಯ ಪಂಥ, ಖೋಜಾ ಅಥವಾ ಇಸ್ಮಾಲಿಯಾ, ಅದರೊಟ್ಟಿಗೆ ಪಿರಾನ, ಕಬೀರ್, ಮತ್ತು ಲೋಧಿ. ಪಿರಾಣರು ಸಿಂಧ್‌ನ ಪೀರ್‌ಗಳ ಅನುಯಾಯಿಗಳು, ಇಲ್ಲಿ ಲೋಧಿಗಳ ಕುರಿತು ಯಾವುದೇ ದಾಖಲೆಗಳಿಲ್ಲ. ಒಟ್ಟು 225 ಜಾತಿಗಳ ಬಗ್ಗೆ ಉಲ್ಲೇಖಿಸುವಾಗ, ವಿವರಿಸುವಾಗ ಜನಗಣತಿ 44 ಮುಸ್ಲಿಂ ವರ್ಗಗಳನ್ನು ಜಾತಿಗಳ ಪಟ್ಟಿಯಲ್ಲಿ ದಾಖಲಿಸುತ್ತದೆ. ಈ ಜಾತಿಗಳು ಪ್ರೆಸಿಡೆನ್ಸಿಯ ವಿವಿಧ ಪ್ರಾಂತ್ಯಗಳಲ್ಲಿ ಹರಡಿದ್ದವು, ಅದರಲ್ಲಿ ಒಂದರೆಡು ಮಾತ್ರ ಪ್ರೆಸಿಡೆನ್ಸಿಯ ಹಳೆಯ ಪ್ರಾಂತ್ಯದಲ್ಲಿ ಕಂಡು ಬರುತ್ತದೆ– ಸಿದ್ಧಿ ಆದಿವಾಸಿಗಳು. ಚಪ್ಪರ್ ಬಂದ್, ಕಸ್ಬೆ, ಅತರ್. ಪ್ರೆಸಿಡೆನ್ಸಿಯಲ್ಲಿ ಕಂಡು ಬಂದ ಇನ್ನಿತರ ಮುಸ್ಲಿಂ ಜಾತಿಗಳೆಂದರೆ ಮೆಮನ್‌ಗಳು, ಮೀಯಾನಗಳು, ಖತ್ರಿಗಳು, ಮೊಲ್ವಿ, ಭಿಲ್ ಆದಿವಾಸಿಗಳು, ಪಿಂಜಾರಿಗಳು, ಖೋಜಾಗಳು, ಕುಂಬಾರ್, ನಾಹಿ ಅಥವಾ ಹಜ್ಜಾಮ್, ತೇಲಿ

211 Ibid.

212 . R. E.Enthoven, Cenus of India, 1901, Bombay Part I, Volume IX, , Operations, , Government Printing Press, Bombay, 1902, pp 70

ಆತವಾ ಗಾಂಚಿ, ಸೈಯ್ಯದ್, ಕಸ್ಸೈ ಅಥವಾ ಕಟಿಕ್, ಕಯಸ್ತ ಪ್ರಭು, ಬೊಹ್ರಾ, ಶೇಖ್, ಮಲೀಕ್, ಮೊಮಿನ್, ರಿಂಡ್, ಪಠಾಣ್, ಹಬ್ಷೀ ಅಥವಾ ಸಿದ್ಧಿ. ಖುರೇಷಿ, ಮೊಘಲ್, ಬಾಬೆರ್, ಸರ್ವನ್, ಚಾಚರ್, ಮಗಜ, ಸಿಂಧಿ, ಸಮ, ಹಾಜಿ, ಮೊಹನ, ಬಾರ್ದಿ, ಜಾತ್, ಮಹುರ್, ಕಸ್ಸೈ, ಜುಲಾಹ, ಹಸನಿ, ಚಾಂಡಿ ಹಾಜಿ, ಜಟೋಯಿ, ಡಾಬರ್, ಮುಲ್ತಾನಿ, ಜರ್ಕಾನಿ, ಬುಗ್ತಿ, ಸೋಮಾಲಿ ಕಾಕರ್, ಅರಬ್, ಅದೇ ಸಂದರ್ಭದಲ್ಲಿ ಜಾತಿಗಳಾದ ಚಪ್ಪರ್ ಬಂದ್, ಅತ್ತಾರಿ ಮತ್ತು ಕಸ್ಸೈ ಇವುಗಳ ಹೆಸರನ್ನು ನಮೂದಿಸುವಾಗ ಅತ್ಯಂತ ಎಚ್ಚರಿಕೆ ವಹಿಸಬೇಕೆಂದು ಜನಗಣತಿ ವಾದಿಸಿತ್ತು.[213]

1931ರ ಜನಗಣತಿ ಜಾತಿಯ ಲೆಕ್ಕಾಚಾರದಲ್ಲಿ ಅತೀ ಮುಖ್ಯವೆನಿಸುತ್ತದೆ. ಇದು ಒಟ್ಟಾರೆಯಾಗಿ 70 ಮುಸ್ಲಿಂ ಜಾತಿಗಳನ್ನು, ಮೇಲ್ಜಾತಿಯ ಪಂಗಡಗಳ ಹೊರತಾಗಿ, ಪಟ್ಟಿ ಮಾಡಿತ್ತು. ಹೆಚ್ಚಿನವುಗಳು ಕೆಳಜಾತಿಯಿಂದ ಮತಾಂತರಗೊಂಡವು. ಕೆಲವು ಸಂಪೂರ್ಣವಾಗಿ ಮುಸ್ಲಿಂ ಧರ್ಮೀಯರಾಗಿರುವುದನ್ನು ಅದು ಒಪ್ಪಿಕೊಳ್ಳುತ್ತದೆ. ಕೆಲವು ಜಾತಿಗಳು ಹಿಂದೂ- ಮುಸಲ್ಮಾನರ ನಡುವೆ ಹಂಚಿ ಹೋಗಿರುವುದನ್ನು ಜನಗಣತಿ ದಾಖಲಿಸುತ್ತದೆ ವಾಸ್ತವವಾಗಿ ಈ ಜನಗಣತಿಯ ಕಾಲ ಅಸಹಕಾರ ಚಳವಳಿ ಕಾಲ. ಇದು ಜನಗಣತಿಯ ದಾಖಲಾತಿಯ ಮೇಲೆ ಸ್ವಾಭಾವಿಕವಾಗಿ ಪ್ರಭಾವ ಬೀರಿತ್ತು. ಹಿಂದೂಗಳು ಈ ಪ್ರಕ್ರಿಯನ್ನು ವಿರೋಧಿಸಿದರ ಪರಿಣಾಮವೆಂಬಂತೆ ಹಿಂದೂ ಸಂಖ್ಯೆ ಗಣನೀಯವಾಗಿ ಕಡಿಮೆಯೆಂದು ದಾಖಲಾಯಿತು (ಮುಂಬಯಿ ಪ್ರೆಸಿಡೆನ್ಸಿ ಪ್ರದೇಶದಲ್ಲಿ ಮಾತ್ರ) ವಿರೋಧಾಭಾಸವೆಂದರೆ ಇದೇ ಸಂದರ್ಭದಲ್ಲಿ ಆದಿವಾಸಿಗಳು ಹಿಂದೂಗಳೆಂದು ಜನಗಣತಿಯಲ್ಲಿ ದಾಖಲಾದರೂ ಒಟ್ಟಾರೆಯಾಗಿ ಹಿಂದೂ ಸಂಖ್ಯೆ ಹೆಚ್ಚಾಗಲಿಲ್ಲ. ಮುಸಲ್ಮಾನರ ಸಂಖ್ಯೆ ತಕ್ಕ ಮಟ್ಟಿಗೆ ಹೆಚ್ಚಾಯಿತು. ಅದೇನೆ ಇದ್ದರೂ ಜನಗಣತಿ ಮತಾಂತರದ ವಿಷಯವನ್ನು ಉಲ್ಲೇಖಿಸಿತ್ತು- ಕೆಳಜಾತಿಗಳಿಗೆ ಸಾಮಾಜಿಕ ಸ್ಥಾನಮಾನದ ನಿರಾಕರಣೆ ಇದಕ್ಕೆ ಬಹುಮುಖ್ಯ ಕಾರಣವೆಂದು ಜನಗಣತಿ ಒಂದೆಡೆ ಒಪ್ಪಿತ್ತು, ಅದರೊಟ್ಟಿಗೆ ಹೊಸ ಧರ್ಮಕ್ಕೆ ಸೇರಿದ ಸಮುದಾಯಗಳು ಮತಾಂತರ ಪೂರ್ವದ ಸಂಪ್ರದಾಯವನ್ನು ಬಿಟ್ಟುಕೊಟ್ಟು ಸಂಪೂರ್ಣವಾಗಿ ಹೇಗೆ ಹೊಸ ಧರ್ಮದೊಂದಿಗೆ ವಿಲೀನವಾದವು ಎಂದು ವಾದಿಸಿತ್ತು. ವಿರೋಧಾಭಾಸವೇನೆಂದರೆ ಇದೇ ಜನಗಣತಿ ಮುಸ್ಲಿಮರಲ್ಲಿದ್ದ ಜಾತಿಗಳ ಹೆಸರುಗಳಿಗೆ ಅನುಗುಣವಾಗಿ ಪಟ್ಟಿಯನ್ನು ಮಾಡಿತ್ತು. ಅದರಲ್ಲಿ ಒಟ್ಟಾರೆಯಾಗಿ 70 ಜಾತಿಗಳನ್ನು ಗುರುತಿಸಿತ್ತು[214]

213 Ibid . p..202.
214 Op.cit, 1931 p.365.

ಈ ಸಂದರ್ಭದಲ್ಲಿ (1931) ಜನಗಣತಿಯ ಕಮೀಷನರಿಗೆ ಮುಸ್ಲಿಮರು ನೀಡಿದ ಮನವಿಯನ್ನು ಗಮನಿಸಬೇಕು. ಶೇಖ್ ಮೊಮಿನರನ್ನು ಜಲಾಹರೆಂದು ದಾಖಲಿಸಬೇಕೆಂದು ಕೇಳಿಕೊಳ್ಳಲಾಯಿತು. ಮತ್ತು ಮುಸಲ್ಮಾನರನ್ನು ಪ್ರತ್ಯೇಕವಾಗಿ ದಾಖಲಿಸಬೇಕೆಂಬ ಬೇಡಿಕೆಯೂ ಬಂತು. ಈ ಬೇಡಿಕೆಯನ್ನು ಸರ್ಕಾರ ಮನ್ನಿಸಿತ್ತು. ಇದನ್ನು ಅಸ್ಮಿತೆ ರಾಜಕಾರಣದ ಇನ್ನೊಂದು ಮುಖ ಎನ್ನಬಹುದು. ಇದೇ ರೀತಿಯ ಬೇಡಿಕೆಗಳು ಹಳೆಯ ಮೈಸೂರು ಸಂಸ್ಥಾನದಲ್ಲಿ ಬರುವುದಿಲ್ಲ. ಮುಸ್ಲಿಮರು ಅಲ್ಲಿ ಇಂತಹ ಬೇಡಿಕೆಗಳನ್ನು ಮುಂದಿಡಲಿಲ್ಲ. ಅದೇನೆ ಇದ್ದರೂ ಬಾಂಬೆ ಪ್ರೆಸಿಡೆನ್ಸಿಯಲ್ಲಿ ವಿವಿಧ ಜಾತಿಗಳಿಂದ ಬೇಡಿಕೆಗಳು ಬಂದ್ದದ್ದು ವಾಸ್ತವ: ಮೈಸೂರು ಪ್ರಾಂತ್ಯದ ಬೇಡರು ನಾಯಕರೆಂದು ದಾಖಲಿಸಲು ಬಯಸಿದ್ದರು, ಉಡಾಸಿ ಸಾಧುಗಳು ತಾವು ಸಿಖ್‌ಗಳಲ್ಲ ಹೊರತು ಹಿಂದುಗಳೆಂದು ದಾಖಲಿಸಬೇಕೆಂದು ಒತ್ತಾಯಿಸಿದರು. ವಿಶ್ವ ಬ್ರಾಹ್ಮಣರು ತಾವು ಪಾಂಚಾಲರಲ್ಲ, ಆದಕಾರಣ ಪ್ರತ್ಯೇಕವಾಗಿ ದಾಖಲಿಸಲು ಬಯಸಿದ್ದರು. ಲಿಂಗಾಯತರು ಕೂಡ ಪ್ರತ್ಯೇಕ ದಾಖಲಾತಿಯನ್ನು ಕೇಳಿದ್ದರು. ಇದರ ನಡುವೆ ಇನ್ನೊಂದು ಆಸಕ್ತಿದಾಯಕ ಬೇಡಿಕೆ ಹುಬ್ಬಳ್ಳಿಯ ಲಿಂಗಾಯತರಿಂದ ಬಂದಿತು. ತಮ್ಮನ್ನು ಲಿಂಗಿ ಬ್ರಾಹ್ಮಣರೆಂದು ದಾಖಲಿಸಬೇಕೆಂದು ಬೇಡಿಕೆಯನ್ನಿಟ್ಟಿದ್ದರು.

ಬಾಂಬೆ ಪ್ರೆಸಿಡೆನ್ಸಿಯ 1931ರ ಜನಗಣತಿ ಬಹುಮುಖ್ಯವಾಗಿ ಆದಿವಾಸಿ ಮುಸಲ್ಮಾನರ ಮೇಲೂ ಬೆಳಕು ಚೆಲ್ಲುತ್ತದೆ. ಖಾಂದೇಶ್‌ನ ತಡ್ವಿ ಭಿಲ್ ಮುಸ್ಲಿಂ ಆದಿವಾಸಿಗಳು, ಸಿಂಧು ಪ್ರಾಂತ್ಯದ ಒಲ್ಡ ಮುಸ್ಲಿಂ ಆದಿವಾಸಿಗಳು, ಇದರಲ್ಲಿ ಬಹುಮುಖ್ಯವೆನಿಸುವುದು ಉತ್ತರಕನ್ನಡ ಜಿಲ್ಲೆಯಲ್ಲಿ ಪೋರ್ಚುಗೀಸರ ಗುಲಾಮರಾಗಿ ಬಂದ ಸಿದ್ದಿ ಆದಿವಾಸಿಗಳು. ಇವರು ಭಾರತಕ್ಕೆ ಬಂದು ನೆಲೆ ನಿಂತ ಕಾಲ 17ನೇ ಶತಮಾನ. ಈ ಜನಾಂಗ ಪ್ರೆಸಿಡೆನ್ಸಿಯ ಡಿಯೂ, ಡಾಮಾನ್‌ನಲ್ಲೂ ಹರಡಿದ್ದರೂ, ಉತ್ತರಕನ್ನಡದಲ್ಲಿ ಅವರ ಸಂಖ್ಯೆ ಗಣನೀಯವಾಗಿರುವುದನ್ನು ಗಮನಿಸಬೇಕು. ಸಿದ್ದಿಗಳಲ್ಲಿ ಮೂರು ಪಂಗಡಗಳಿವೆ: ಹಿಂದೂ ಧರ್ಮಕ್ಕೆ ಮತಾಂತರಗೊಂಡವರು, ಕ್ರೈಸ್ತ ಧರ್ಮೀಯರು ಮತ್ತು ಮುಸಲ್ಮಾನರು. ಜನಗಣತಿ ಪ್ರಕಾರ, "ಅವರು ತಮ್ಮ ಮೂಲಸಂಸ್ಕೃತಿಯನ್ನು ಉಳಿಸುವ ಯಾವುದೇ ಯತ್ನವನ್ನು ಮಾಡುತ್ತಿಲ್ಲ. ಇವುಗಳ ನಡುವೆ ಒಂದು ರೀತಿಯ ಐಕ್ಯತೆ ಇದೆ. ತಾವು ವಿವಿಧ ಗುಂಪುಗಳಿಗೆ ಸೇರಿದವರು ಎಂಬ ಕಲ್ಪನೆಯೂ ಇಲ್ಲ".[215] ಬಹಳಷ್ಟು ವರುಷಗಳ ಕಾಲ ಈ ಜನಾಂಗ ಕಾನೂನುಬಾಹಿರ ಕೆಲಸದಲ್ಲಿ ತೊಡಗಿತ್ತು. ಕಳೆದ ಇಪ್ಪತ್ತು ವರುಷದಿಂದ ಶಾಂತವಾಗಿ ಜೀವನ ನಡೆಸುವಷ್ಟು ಬದಲಾಗಿದ್ದಾರೆ". ಬಹುಸಂಖ್ಯಾತ ಈ ಸಿದ್ದಿಗಳು ಈಗ ಕೃಷಿ ಕಾರ್ಮಿಕರು/ಗೇಣಿದಾರರು.

215 Ibid. 1931, p.387.

ಎರಡನೆಯದಾಗಿ ಜನಗಣತಿ ಹತ್ತು ಹಲವು ಜಾತಿಗಳನ್ನು ಪಟ್ಟಿ ಮಾಡುತ್ತದೆ. ಅದರಲ್ಲಿ ಕೆಲವು ಕುಲ ಕಸುಬುಗಳ ಮೇಲೆ ಅವಲಂಬಿತವಾದ ಜಾತಿಗಳು. ಇವುಗಳಲ್ಲಿ ಅತರಿ ಅಥವಾ ಅತರ್– ಸುಗಂಧ ದ್ರವ್ಯವನ್ನು ಮಾರುವ ಜಾತಿಗಳು. ಇವುಗಳು ಡೆಕ್ಕನ್ ಮತ್ತು ಕೆನರಾ ಪ್ರಾಂತ್ಯದಲ್ಲಿ ಕಾಣಸಿಗುತ್ತವೆ. ಎರಡನೆಯ ಜಾತಿ ಕಲಾಲ್ ಅಥವಾ ಕಲಾನ್, ಮದ್ಯ ಮಾರಾಟಗಾರರು, ಅಗಸ, ಇವರ ಇರುವಿಕೆ ಇಡೀ ಪ್ರೆಸಿಡೆನ್ಸಿಯಲ್ಲಿ ಕಂಡು ಬರುತ್ತದೆ. ಇನ್ನೊಂದು ಜಾತಿ ಕಚ್ಚಿ. ಇಂದಿನ ಬೆಳಗಾವಿಯಲ್ಲಿ ಕಂಡು ಬರುವ ಇವರು ಹಣ್ಣು ವ್ಯಾಪಾರಿಗಳು. ನೃತ್ಯ ಮತ್ತು ಹಾಡುಗಾರರಾದ ಕಲಾವಂತ್‌ರ ಇರುವಿಕೆ ಬೆಳಗಾವಿಯಲ್ಲಿತ್ತು. ಕಟುಕರಾದ ಕಸ್ಬಿ ಅಥವಾ ಕಾಟಿಕ್ ಜಾತಿ, ಭಂಗಿ ಅಥವಾ ಹಲಾಲ್ಖೋರ್, ವೇಶ್ಯೆಯರಾದ ಸುಳೆರ್, ಬಡಗಿಗಳಾದ ಸುತಾರ್ ಅಥವಾ ಸುತರ್ ಇಡೀ ಪ್ರೆಸಿಡೆನ್ಸಿಯಲ್ಲಿ ಹರಡಿದ್ದವು. ಇದೇ ರೀತಿ ಕುಂಬಾರ್, ಧೋಬಿ, ಲೋಹಾರ್, ಪಿಂಜಾರ, ವಡ್ಡರ್ ಜಾತಿ. ವ್ಯಾಪಾರಸ್ಥರಾದ ಬಹೋರಿ, ಕ್ಷೌರಿಕರಾದ ಹಜಾಮ್, ಲೋಹಾರ್, ಜಮೀನುದಾರರು ಮತ್ತು ಕೃಷಿಕರಾದ ಮೊಘಲರು, ಲೇವಾದೇವಿದಾರರಾದ ಪಠಾಣರು, ಪಟ್ವೆಕಾರಿ/ಪಟೆಗಾರ್. ಅದು ಕೂಡ ಎಲ್ಲಾ ಪ್ರೆಸಿಡೆನ್ಸಿಯಲ್ಲಿ, ಅದರೊಟ್ಟಿಗೆ ಇಂದಿನ ಕರ್ನಾಟಕದ ಜಿಲ್ಲೆ ತುಂಬೆಲ್ಲಾ ಹರಡಿದ್ದವು. ಹಲಾಲ್ ಕೋರರು, ವಾದ್ಯ ನುಡಿಸುವ ವಜ್ರಂತಿ, ಭಿಕ್ಷುಕರಾದ ಕಂಜರ್ ಬಹುಮುಖ್ಯವಾಗಿ ಬೆಳಗಾವಿಯಲ್ಲೂ, ಕ್ರಿಮಿನಲ್/ ಅಪರಾಧಿ ಬುಡಕಟ್ಟುಗಳೆಂದು ದಾಖಲಾದ ಚಪ್ಪರ್ ಬಂದ್ ಮತ್ತು ಹಲಾಲ್ ಕೋರ್, ದನದ ವ್ಯಾಪಾರಿಗಳಾದ ಜಾತಿಗರ್, ಬಹಳ ಮುಖ್ಯವಾಗಿ ಬಿಜಾಪುರ ಮತ್ತು ಬೆಳಗಾವಿಯಲ್ಲೂ. ಅಗಸ ಮತ್ತು ಮಡಿವಾಳ ಕೆನರಾ ಮತ್ತು ಕರ್ನಾಟಕ ಭಾಗದ ಎಲ್ಲ ಜಿಲ್ಲೆಗಳಲ್ಲೂ, ಹಾವಾಡಿಗರಾದ, ಗಾರೂಡಿ, ಮೋಡಿಕಾರ್, ಮತ್ತು ಮಾದಾರ್ ಕೆನರಾ ಜಿಲ್ಲೆಯಲ್ಲೂ ಕಂಡುಬರುವುದನ್ನು ಜನಗಣತಿ ದಾಖಲಿಸಿತ್ತು. ಕಲಾವಿದರಾದ ಕಲಾವಂತ್ ಜಾತಿ ಬೆಳಗಾವಿ ಮತ್ತು ಕೆನರಾ ಜಿಲ್ಲೆಗಳಲ್ಲಿ, ಖಾರ್ವಿ ಕರಾವಳಿ ಜಿಲ್ಲೆಗಳಲ್ಲಿ, ಜಾಡಮಾಲಿಗಳಾದ ಕೊಟೆಗಾರ್, ಮೆತ್ರಿ ಕೊಟ್ಲಿವ ಕೆನರಾ ಮತ್ತು ಬಿಜಾಪುರ ಜಿಲ್ಲೆಗಳಲ್ಲಿ, ಭಿಕ್ಷುಕರು ಮತ್ತು ಹರಿತಗೊಳಿಸುವ ಶಿಕಲ್ಗಾರ್ ಬರೇ ಬೆಳಗಾವಿ ಜಿಲ್ಲೆಯಲ್ಲಿ ಕಂಡುಬರುತ್ತಾರೆ.

ಮದ್ರಾಸ್ ಪ್ರೆಸಿಡೆನ್ಸಿಯ ಪ್ರದೇಶಗಳಾದ ದಕ್ಷಿಣ ಕನ್ನಡ ಮತ್ತು ಉಡುಪಿ ಜಿಲ್ಲೆಗಳಲ್ಲಿರುವ ಮಾಪಿಳ್ಳೆಗಳನ್ನು ಹೊರತು ಪಡಿಸಿದರೆ ಮುಸ್ಲಿಂ ಜಾತಿಗಳ ಕುರಿತು ಉಲ್ಲೇಖಗಳು ಜನಗಣತಿಯಲ್ಲಿ ದೊರೆಯುವುದಿಲ್ಲ. ಜನಗಣತಿ ಪ್ರಕಾರ ದಕ್ಷಿಣ ಕನ್ನಡದ ಬಹುಪಾಲು ಮಾಪಿಳ್ಳೆಗಳು ಮೂಲತಃವಾಗಿ ಹಿಂದೂ ಧರ್ಮದಿಂದ ಮತಾಂತರಗೊಂಡವರು. ಇದೇ ಸಂದರ್ಭದಲ್ಲಿ ಪ್ರಕಟಿಸಿದ 1871ರ

"ಮೆಮೊರಾಂಡಮ್ ಆನ್ ದಿ ಸೆನ್ಸಸ್ ಆಫ್ ಬ್ರಿಟಿಷ್ ಇಂಡಿಯಾ" ಮಾಪಿಳ್ಳೆಗಳ ಕುರಿತು ಒಂದಿಷ್ಟು ಬೆಳಕು ಚೆಲ್ಲುತ್ತದೆ. "ಅವರು ಹೆಚ್ಚೂಕಡಿಮೆ ಮಲಬಾರ್ ಮತ್ತು ದಕ್ಷಿಣ ಕನ್ನಡಕ್ಕೆ ಸೀಮಿತಗೊಂಡವರು, ಕಷ್ಟಪಟ್ಟು ದುಡಿಯುವ ವರ್ಗ, ಆದರೆ ಅಶಿಕ್ಷಿತರು ಮತ್ತು ಮತಾಂಧರು, ಅವರ ಧಾರ್ಮಿಕ ಕುತೂಹಲ ಗಂಭೀರವಾದ ಘರ್ಷಣೆಗೆ ದಾರಿಮಾಡಿಕೊಟ್ಟಿದೆ[216]".

1921ರ[217] ಮದ್ರಾಸ್ ಪ್ರೆಸಿಡೆನ್ಸಿಯ ಜನಗಣತಿ ಕೆಲವು ಜಾತಿಗಳನ್ನು - ಪಂಗಡಗಳನ್ನು ಕರಾವಳಿ ಭಾಗದಲ್ಲಿ ಗುರುತಿಸಿತ್ತು. ಅವುಗಳಲ್ಲಿ ಲಬ್ಬಯೆ, ಶೇಖ್, ಸೈಯ್ಯದ್, ಮತ್ತು ಪಠಾಣರು. ಇವುಗಳಲ್ಲಿ ಲಬ್ಬಯೆ ಜಾತಿಯೇ ಅಥವಾ ಪಂಗಡವೇ ಎಂಬುದರ ಕುರಿತು ಜನಗಣತಿ ಏನನ್ನೂ ಹೇಳುವುದಿಲ್ಲ. ಆದರೆ ಜಾತಿ ಸ್ಪಷ್ಟವಾಗಿ ಕಂಡುಬರುವುದು ಬಳ್ಳಾರಿಯಲ್ಲಿ. ಇಲ್ಲಿ ಜನಗಣತಿ ದಲಿತ ಜಾತಿಗೆ ಸೇರಿದ ದುಡೆಕುಲ ಜಾತಿಯನ್ನು ಮುಸಲ್ಮಾನರ ಜಾತಿಯಾಗಿ ಗುರುತಿಸಿತ್ತು.

ಅದೇನೆ ಇದ್ದರೂ 1931ರ ಮದ್ರಾಸ್ ಪ್ರೆಸಿಡೆನ್ಸಿಯ ಜನಗಣತಿಯಲ್ಲಿ ಮದ್ರಾಸ್ ಪ್ರಾಂತ್ಯದಲ್ಲಿದ್ದ ಒಂದು ಜಾತಿಯ ಉಲ್ಲೇಖವಿದೆ. ಅದು ಲಬ್ಬಯೆ ಜಾತಿ. ಅವುಗಳ ಕುರಿತು ಉಲ್ಲೇಖಿಸುವಾಗ, ಅವುಗಳು "ಈಗಲೂ ಹಿಂದು ಸಂಪ್ರದಾಯವನ್ನು ಆಚರಿಸುತ್ತಾರೆ" ಎಂದು ಹೇಳುವಲ್ಲಿ ಮುಸ್ಲಿಂ ಜಾತಿಯ ಉಲ್ಲೇಖ ಸಿಗುತ್ತದೆ. ಈ ಜಾತಿ ಮೈಸೂರು ಪ್ರಾಂತ್ಯದ ವಿವಿಧ ಜನಗಣತಿಯಲ್ಲೂ ಬರುವ ಕಾರಣ ಅದರ ಉಲ್ಲೇಖ ಇಲ್ಲಿ ಪ್ರಸ್ತುತವೆನಿಸುತ್ತದೆ.[218] ಎರಡನೆಯದಾಗಿ ಈ ಜನಗಣತಿ ಹಿಂದುಳಿದ ಜಾತಿಗಳು ಇಸ್ಲಾಂಗೆ ಸಾಕಷ್ಟು ಮತಾಂತರಗೊಂಡಿವೆ, ಅಲ್ಲದೇ ದಕ್ಷಿಣ ಭಾರತದ ಮುಸಲ್ಮಾನರಲ್ಲಿ ಹಿಂದೂ ಅಂಶ ಹೆಚ್ಚಿದೆ ಎಂದು ವಾದಿಸುತ್ತದೆ. ವಾಸ್ತವವಾಗಿ ಈ ವಾದದ ಎರಡನೆಯ ಭಾಗವನ್ನು ಯಥಾವತ್ತಾಗಿ ಒಪ್ಪಿಕೊಳ್ಳಲು ಸಾಧ್ಯವಿಲ್ಲ. ಅತೀ ಹೆಚ್ಚು ಮತಾಂತರವಾದದ್ದು ಉತ್ತರಭಾರತದಲ್ಲಿ, ಪಂಜಾಬದಲ್ಲಿ, ಬಂಗಾಳ ಪ್ರಾಂತ್ಯದಲ್ಲಿ. ಆದಕಾರಣ ಅತ್ಯಧಿಕ ಮುಸ್ಲಿಂ ಜಾತಿಗಳು, ಹಿಂದೂ ಸಂಸ್ಕೃತಿಯನ್ನು ಸಂಪೂರ್ಣವಾಗಿ ಬಿಟ್ಟುಕೊಡದೆ ಇರುವ ಜಾತಿಗಳು ಸಿಗುವುದು ಕೂಡ ಉತ್ತರ ಭಾರತದಲ್ಲಿ. ನೈಜವಾಗಿ ನೋಡುವುದಾದರೆ ಈ ಮತಾಂತರ ನಿರ್ಮಿಸಿದ್ದು ತೆಳು ಗೋಡೆಯ ಧರ್ಮ- ಅಸ್ಪಷ್ಟ, ಮತ್ತು ಸಮನ್ವಯವಾಗಿತ್ತು. ಅದರ ಸಂಖ್ಯೆ ಹೆಚ್ಚಾಗಿ ಕಂಡು ಬರುವುದು ಉತ್ತರ ಭಾರತದಲ್ಲಿ. ದಕ್ಷಿಣ ಭಾರತದಲ್ಲಿ ಕಡಿಮೆ ಇದ್ದಿರಬಹುದು, ಆದರೆ ಇದು ಕೋಮು ಧ್ರುವೀಕರಣಕ್ಕೆ ದಾರಿ ಮಾಡಿಕೊಡಲಿಲ್ಲ.

216 Memorandum on the Cenus of British India, 1871-72, London, 1875, p.28
217 B.A Baig, 1921, Madras Census, Cenus of India, 921, Vol XIII, Madras , Part I, Madras , 1922.p.160
218 M. W. M. Yeats, Cenus of India, 1931, Volume XIV, Madras Part I, Report, Madras , Calcutta, 1932, pp.341-320

ಕೋಮು ಧ್ರುವೀಕರಣವೆಂಬುದು ಇತ್ತೀಚಿನ ಪ್ರಕ್ರಿಯೆ. ಉತ್ತರ ಭಾರತದಲ್ಲಿ ವಸಾಹತುಶಾಹಿಯ ರಾಜಕಾರಣದ ಭಾಗವಾಗಿ ಹುಟ್ಟಿತ್ತು. ಕರ್ನಾಟಕಕ್ಕೆ ಬಂದರೆ ಅತೀ ಹೆಚ್ಚು ಮುಸ್ಲಿಂ ಜಾತಿಗಳು ದೊರೆಯುವುದು ಬಾಂಬೆ ಪ್ರೆಸಿಡೆನ್ಸಿ ಪ್ರದೇಶದಲ್ಲಿ, ಮದ್ರಾಸ್ ಪ್ರಾಂತ್ಯದಲ್ಲಿ ಅತ್ಯಂತ ಕನಿಷ್ಠವೆನ್ನಬಹುದು. ಮೈಸೂರು ಪ್ರಾಂತ್ಯ ಮತ್ತು ಕೊಡಗು ಗೊಂದಲದ ಗೂಡಾಗಿತ್ತು.

ವಸಾಹತುಶಾಹಿಯ ದಾಖಲಾತಿ ಜನಗಣತಿಗೆ ಮಾತ್ರ ಸೀಮಿತಗೊಳ್ಳಲಿಲ್ಲ. ಪೊಲೀಸ್ ದಾಖಲೆಗಳು, ಅದರೊಟ್ಟಿಗೆ ಕಾನೂನುಗಳು ಹೊಸ ಜಾತಿಗಳನ್ನೇ ನಿರ್ಮಿಸಿದವು. ಜಾತಿಗಳಿಗೆ ಕಳಂಕವೆಂಬಂತೆ ಹೆಸರನ್ನಿಟ್ಟಿತ್ತು. ಇದು ಜಾತಿಗಳಿಗೆ ಶಾಪಗಳಾಗಿ ಅಂಟಿಕೊಂಡವು. ಇವತ್ತೂ ಕೂಡ ಜಾತಿಗಳು ತಮಗೆ ಅಂಟಿಕೊಂಡ ಕಳಂಕದಿಂದ ಹೊರಬರಲು ಕಷ್ಟ ಪಡಬೇಕಾಗಿದೆ. ಇವುಗಳಲ್ಲಿ ಠಕ್ಕರು ಮತ್ತು ಅಪರಾಧಿ ಜಾತಿಗಳನ್ನು ನೋಡಬೇಕು.

ಠಕ್ಕರು, ಅಲೆಮಾರಿಗಳು, ಅಪರಾಧಿ ಜಾತಿಗಳು ಮತ್ತು ಯುದ್ಧೋನ್ಮಾದ ಜಾತಿಗಳು

ಅಧ್ಯಾಯ 03

ಜಾತಿಯ ಕುರಿತಂತೆ ವರ್ಗೀಕರಿಸುವಾಗ ಅಥವಾ ಚರ್ಚಿಸುವಾಗ ಎರಡು ಗಾಢವಾದ ವಿಸ್ಮೃತಿ ಇರುವುದು ದಿಟ. ವಿವಿಧ ಕಥನಗಳ ನಡುವೆ ಮುಸ್ಲಿಂ ಠಕ್ಕರ ಬಗ್ಗೆ, ಅಲೆಮಾರಿ, ಅರೆ- ಅಲೆಮಾರಿ ಜಾತಿಗಳು ಹೇಗೆ ಅಪರಾಧಿ ಅಲೆಮಾರಿಗಳಾಗಿ ಮಾರ್ಪಟ್ಟವು ಎಂಬುದರ ಕುರಿತು ಮರೆತು ಬಿಡುತ್ತೇವೆ. ಅವುಗಳು ಹೇಗೆ ಕ್ರಿಮಿನಲ್‌ಗಳಾಗಿ ಅಥವಾ ಅಪರಾಧಿಗಳಾಗಿ ಸರ್ಕಾರಿ ಪಟ್ಟಿಯಲ್ಲಿ ಮತ್ತು ವಸಾಹತು ಕಥನಗಳಲ್ಲಿ ದಾಖಲಾದವು? ಕ್ರಿಮಿನಲ್‌ಗಳೆಂದು ಘೋಷಿಸಲು ಅಂದಿನ ವಸಾಹತುಶಾಹಿ ತೆಗೆದುಕೊಂಡ ಮಾನದಂಡಗಳಾವುದು? ಇಲ್ಲಿ ವಸಾಹತುಶಾಹಿಯ ಪ್ರಜ್ಞಾಪೂರ್ವಕ ಜಾತಿಯ ವಿಭಿನ್ನ ವರ್ಗೀಕರಣವನ್ನು ನೋಡಬಹುದಲ್ಲದೇ, ಇವುಗಳ ನಡುವೆ ವಸಾಹತುಶಾಹಿಯ ಗೊಂದಲ, ಅಸ್ಪಷ್ಟತೆ ಕಂಡು ಬರುತ್ತದೆ. ಇದರರ್ಥ ಇದೊಂದು ಪ್ರಜ್ಞಾಪೂರ್ವಕ, ಪ್ರಕಾಲ್ಪಿಕ ವರ್ಗೀಕರಣ. ರಸ್ತೆ ದರೋಡೆ,

ಕೊಲೆ, ಸುಲಿಗೆ ಇತ್ಯಾದಿಗಳಲ್ಲಿ ತೊಡಗಿಸಿಕೊಂಡಿದ್ದ ಜನರನ್ನು ವಸಾಹತುಶಾಹಿ "ಥಗ್ಸ್/ಠಕ್ಕರ್"ಗಳೆಂದು ಕರೆಯಿತು, ಸಾಮಾನ್ಯ ಭಾಷೆಯಲ್ಲಿ ಇವರನ್ನು "ಥಗ್ಗೀಸ್", ಎಂದು ಉತ್ತರ ಭಾರತದಲ್ಲಿ ಕರೆದರೆ ದಕ್ಷಿಣ ಭಾರತದಲ್ಲಿ ಫಾನ್ಸಿಗಾರ್, ಕೆನರಾ ಜಿಲ್ಲೆಯಲ್ಲಿ ತಂತಿ ಕಳ್ಳರು, ಮುಸ್ಲಿಮರನ್ನು ನೂಸರ್ಸ್ ಎಂದು ಕೂಡ ಕರೆಯಲಾಗುತ್ತಿತ್ತು. ವಿಚಿತ್ರವೆಂದರೆ ವಸಾಹತುಶಾಹಿಗೆ ಥಗ್ಗರ/ಠಕ್ಕರ್‌ಗಳ ಇರುವಿಕೆಯ ವಾಸ್ತವತೆ ಗೊತ್ತಾದದ್ದು 1799ರ ಶ್ರೀರಂಗಪಟ್ಟಣದ ಪತನದ ನಂತರವೆಂದೇ ಹೇಳಬೇಕು. 1837ರಲ್ಲಿ ಪ್ರಕಟಿಸಿದ ಬ್ರಿಟಿಷ್ ವರದಿಯೊಂದು ಹೇಳಿದಂತೆ, "ಆ ಹೊತ್ತಿಗೆ ನೂರಕ್ಕೂ ಹೆಚ್ಚು ಥಗ್ಸ್‌ಗಳನ್ನು/ಠಕ್ಕರ್‌ಗಳನ್ನು ಬೆಂಗಳೂರಿನ ಆಸುಪಾಸಿನಲ್ಲಿ ಕೂಡಿ ಹಾಕಿದಾಗ ಅವರ ಅಸ್ತಿತ್ವದ ಅರಿವಾಯಿತು."[219] ಮೈಸೂರು ಪ್ರಾಂತ್ಯದಲ್ಲಿ ಸಾಕಷ್ಟು ಠಕ್ಕರ್‌ಗಳಿದ್ದರು, ಅವರಿಗೆ ಪಾಳೇಗಾರರ, ಸ್ಥಳೀಯ ರಾಜರ ಬೆಂಬಲ ಮತ್ತು ಅಭಯದ ಹಸ್ತವಿತ್ತು ಎಂಬುದನ್ನೂ ಕೂಡ ವರದಿ ಹೇಳುತ್ತದೆ. ಅಂದಿನ ಭಾರತ ತುಂಬೆಲ್ಲಾ ಸುತ್ತಾಡಿ ತನ್ನ ಅನುಭವಗಳನ್ನು ದಾಖಲಿಸಿದ ಎ. ಎಮ್. ಕಾಲೆಬ್ ರೈಟ್ ತನ್ನ 1857ರ ಪ್ರವಾಸ ಕಥನ, "ಇಂಡಿಯಾ ಆನ್ ಇಟ್ಸ್ ನೇಬರ್"ನಲ್ಲಿ ಇದನ್ನು ವಸ್ತುನಿಷ್ಠವಾಗಿ ಹೇಳಿದ್ದಾನೆ, "ಬಹಳಷ್ಟು ಸ್ಥಾನೀಯ ಅರಸರು ಠಕ್ಕರ ಕಸುಬಿಗೆ ಅನುಮತಿ ನೀಡಿದ್ದರು, ಠಕ್ಕರಿರುವ ಮನೆಗಳಿಗೆ ತೆರಿಗೆ ವಿಧಿಸಲಾಗುತ್ತಿತ್ತು. ಸರ್ಕಾರ ಮತ್ತು ಕಾನೂನಿನ ಬೆಂಬಲದ ನಡುವೆ ಠಕ್ಕರು ಅತ್ಯಂತ ಅಮಾನುಷ ಕೊಲೆಯನ್ನು ಇಡೀ ಪ್ರಾಂತ್ಯದಲ್ಲಿ ಮಾಡಲು ಅನುಮತಿ ನೀಡಲಾಗಿತ್ತು."[220] ಇವುಗಳಲ್ಲಿ ಮತ್ತೊಂದು ವರ್ಗವೆಂದರೆ ಪಿಂಡಾರಿಗಳು. ಇವರ ಉಲ್ಲೇಖ ಅಗತ್ಯ, ಏಕೆಂದರೆ ಮುಂದೆ ಅವುಗಳನ್ನು ಸ್ಪಷ್ಟವಾಗಿ ಜಾತಿಯ ಭಾಗವಾಗಿ ಪರಿಗಣಿಸಲಾಗುತ್ತದೆ. ಇವರುಗಳು ಯುದ್ಧಕೋರರು, ಲೂಟಿಕೋರರರೆಂದೇ ಪ್ರಸಿದ್ಧರು[221]. ಅವರಿಗೆ ಕೆಲವು ಕಡೆ ಸಂಸ್ಥಾನವನ್ನೇ ನೀಡಲಾಗುತ್ತಿತ್ತು. ನವಾಬರೆಂದು ಕೂಡ ಘೋಷಿಸಲಾಗುತ್ತಿತ್ತು. ವಸಾಹತುಕಾಲದ ಇತಿಹಾಸಕಾರರು, ಪ್ರವಾಸಿಗರು, ಅದರಲ್ಲಿ ಜೋಶುವ ಕೊಂಡರ್ 1830ರಲ್ಲಿ ಇದನ್ನು ದಾಖಲಿಸಿದ್ದು ಅಷ್ಟೇ ದಿಟ.

ಠಕ್ಕರು ಲೂಟಿ ಮತ್ತು ಕೊಲೆ ಮಾಡುತ್ತಿರುವುದಕ್ಕೆ ಸಾಕ್ಷಿ ಎಂಬಂತೆ "1807ರಲ್ಲಿ ಠಕ್ಕರ್‌ಗಳು ಏಳು ಪ್ರಯಾಣಿಕರನ್ನು ಬೆಂಗಳೂರಿನ ಬಳಿ ಕೊಂದು ಹಾಕಿದರಲ್ಲದೇ ಅವರಲ್ಲಿದ್ದ ಅಭಯಂತ ಅಧಿಕಾರಿಯ ಎಲ್ಲಾ ವಸ್ತುಗಳನ್ನು

---

219 Illustraation of the History and Practice of the thugs and the proceedings of the government of India for the suppression of the crime of the thugs, Allen and company, 1837 p..3

220 Caleb Wright , India and its Neighbours, Cincinati, 1857, p..196.

221 Josher Conder, The Modern Traveller, A Description, Geographical Historical, and Topographical, of the various countries of the Globe, London, 1830, p.1.

ಲೂಟಿ ಮಾಡಿದರು".[222] ಇದೊಂದು ದರೋಡೆಕೋರರ ಮತ್ತು ಕೊಲೆಗಡುಕರ ತಂಡ ಎನ್ನಬಹುದು. ಸರ್ಕಾರಿ ವರದಿ ಪ್ರಕಾರ ದಕ್ಷಿಣ ಭಾರತದಲ್ಲಿ, ಅದರಲ್ಲೂ ಧಾರವಾಡ, [223] ಗುಲಬರ್ಗಾ, ಬೆಂಗಳೂರು, ಶ್ರೀರಂಗಪಟ್ಟಣ, ಬಳ್ಳಾರಿ, ಕೆನರಾ, ಮೈಸೂರುಗಳಲ್ಲಿ ಈ ರೀತಿಯ ತಂಡಗಳು ಸುಳಿದಾಡುತ್ತಿದ್ದವು. ಅವರಲ್ಲಿ ನಿರ್ದಿಷ್ಟ ಸಂಖ್ಯೆ ಇರಲಿಲ್ಲ– ಬೆರಳೆಣಿಕೆಯಿಂದ ನೂರಕ್ಕೂ ಹೆಚ್ಚು ಇರುತ್ತಿದ್ದವು. ಪ್ರತಿಯೊಂದು ತಂಡ ಅದರ ನಾಯಕನ ಹೆಸರಿನಿಂದ ಗುರುತಿಸಲ್ಪಡುತ್ತಿತ್ತು. ಅದಕ್ಕೆ ಮುಸಲ್ಮಾನ ನಾಯಕನಾಗಿದ್ದರೂ, ಹಿಂದೂ ಹಿಂದುಳಿದ ಜಾತಿಗಳು ಅವನನ್ನು ನಾಯಕನಾಗಿ ಒಪ್ಪಿಕೊಂಡು ಬಿಡುತ್ತಿದ್ದವು, ಅವನಡಿಯಲ್ಲಿ ಕೆಲಸ ಮಾಡುತ್ತಿದ್ದವು. ಇವರಲ್ಲಿ ಮಹಿಳಾ ನಾಯಕಿ ಕೂಡ ಇರುತ್ತಿದ್ದಳು. ಅವರಲ್ಲಿ ಇಸ್ಲಾಂ ಧರ್ಮವನ್ನು ಅನುಸರಿಸುತ್ತಿದ್ದ ತಂಡಗಳು ಮೂರ್ತಿ ಪೂಜೆ ಅಥವಾ ಭವಾನಿಯ ಆರಾಧನೆ, ಕಾಳಿಯ ಆರಾಧನೆ ಜೊತೆ ಜೊತೆಯಾಗಿ ಮಾಡುತ್ತಿದ್ದರು. ಇದೇ ಠಕ್ಕರ್‌ಗಳ ತಂಡ ಸರ್ಕಾರಿ ಕಡತದಲ್ಲಿ ಕ್ರಿಮಿನಲ್ ಟ್ರೈಬಾಗಿ ಗುರುತಿಸಲ್ಪಟ್ಟಿತ್ತು. ವಾಸ್ತವವಾಗಿ ಠಕ್ಕರ್‌ಗಳಿಗೆ ನಿರ್ದಿಷ್ಟ ಜಾತಿಗಳಿರಲಿಲ್ಲ– ಅವುಗಳು ಬೇರೆಬೇರೆ ಜಾತಿಗಳಿಂದ ಬಂದಿದ್ದವು. ವಿಚಿತ್ರವೆಂದರೆ ಇವರ ಜಾತಿಗಳ ಕುರಿತು ವಿಶ್ಲೇಷಣೆ ಸಿಗುವುದಿಲ್ಲ. ಬಹಳ ಠಕ್ಕರ್‌ಗಳ ನಾಯಕರ ಹೆಸರಿನ ಮುಂದೆ "ಖಾನ್" ಇರುವುದನ್ನು ಗಮನಿಸಿದರೆ, ಈ ಖಾನ್ ಎಂಬುದು ಬಿರುದೇ? ಅಥವಾ ಅವರು ಪಠಾಣರೇ? ಎಂಬುದರ ಬಗ್ಗೆ ಗೊಂದಲವಿದೆ. 1821 ಮತ್ತು 1841 ನಡುವೆ ಠಕ್ಕರುಗಳನ್ನು ವಸಾಹತುಶಾಹಿ ಸಂಪೂರ್ಣವಾಗಿ ನಾಶ ಮಾಡಿತ್ತು. [224]

ವಸಾಹತುಶಾಹಿ ನಿರ್ಮಿಸಿದ ಇನ್ನೊಂದು ವರ್ಗವೆಂದರೆ, ಅಪರಾಧಿ ಅಥವಾ ಕ್ರಿಮಿನಲ್ ಜಾತಿಗಳು. ಇದನ್ನು ಕಾನೂನಿನ ಮೂಲಕ ನ್ಯಾಯಬದ್ಧಗೊಳಿಸಲಾಯಿತು, ಮೊದಲನೆಯದಾಗಿ ಬಾಂಬೆ ರೆಗ್ಯುಲೇಶನ್ 1827 ಮತ್ತು 1871ರಲ್ಲಿ ಕ್ರಿಮಿನಲ್ ಟ್ರೈಬ್ ಆ್ಯಕ್ಟ್ ಮೂಲಕ ಕ್ರಿಮಿನಲ್ ಟ್ರೈಬ್‌ಗಳ ಪಟ್ಟಿ ಮಾಡಲಾಯಿತು. ಈ ಕಾನೂನು ಆರಂಭದಲ್ಲಿ ಉತ್ತರ ಭಾರತಕ್ಕೆ ಸೀಮಿತವಾಗಿತ್ತು, ತದನಂತರ ಬಂಗಾಳ ಮತ್ತು ಮದ್ರಾಸ್ ಪ್ರಾಂತ್ಯಕ್ಕೂ ವಿಸ್ತರಿಸಲಾಯಿತು. ಕೆಲವು ಮಾರ್ಪಾಡುಗಳ ನಂತರ 1924ರಲ್ಲಿ ಇದಕ್ಕೆ ಅಂತಿಮ ರೂಪ ನೀಡಲಾಯಿತು.[225]

---

222 Ibid, p.14.

223 Ibid p.228.

224 Subir Rana , Nomadism, Ambulation and the 'Empire': Contextualising the Criminal Tribes Act XXVII of 1871, Transcience , 2011, Vol. 2, Issue 2 2011, pp.1-22.

225 Radhakrishna, Meena. The Criminal Tribes Act in Madras Presidency: implications for itinerant trading communities. The Economic and Social Histort Review, Vol.26 No.3, 1989, pp. 269-295.

1871ರ ಕಾನೂನು ಬಹುಮುಖ್ಯವಾಗಿ ಕೆಲವು ಅಪರಾಧಿ ಅಲೆಮಾರಿಗಳನ್ನು "ನಿಯಂತ್ರಣದಲ್ಲಿರಿಸಲು, ಅವರ ಮೇಲೆ ನಿಗಾ ಇಡಲು ಮತ್ತು ಅವರ ದಾಖಲಾತಿಯನ್ನು ಮಾಡಲು" ತಂದಿದ್ದ ಕಾನೂನು. "ಯಾವುದೇ ವರ್ಗ, ಜಾತಿ, ತಂಡ ಜಾಮೀನುರಹಿತ ಅಪರಾಧವನ್ನು ಮಾಡಿದರೆ" ಸ್ಥಳೀಯ ಸರ್ಕಾರ ಅವರನ್ನು ಅಪರಾಧಿ ಅಲೆಮಾರಿಗಳು/ಜಾತಿಗಳು ಎಂದು ಘೋಷಿಸಬಹುದಾಗಿತ್ತು.

ವಾಸ್ತವವಾಗಿ ಜಾತಿಗಳನ್ನು, ಅಲೆಮಾರಿಗಳನ್ನು ಅಪರಾಧಿಗಳನ್ನಾಗಿಸುವುದು ವಸಾಹತುಶಾಹಿಗೆ ಹೊಸತಾಗಿರಲಿಲ್ಲ. 16ನೇ ಶತಮಾನದಲ್ಲಿ ಇಂಗ್ಲೆಂಡಿನಲ್ಲಿ ಜನರನ್ನು "ಅಪರಾಧಿಗಳು, ನೆಲೆ ಇಲ್ಲದವರು, ಲುಂಪನೀಕರಣಗೊಂಡವರು (lumpenized)_, ಮಾನಸಿಕ ಅಸ್ವಸ್ಥರು" ಇತ್ಯಾದಿ ವರ್ಗೀಕರಣ ಮಾಡಲಾಗುತ್ತಿತ್ತು. ಇದಕ್ಕೆ ಸರಿಹೊಂದುವಂತೆ 1869ರಲ್ಲಿ ಬ್ರಿಟನ್‌ನಲ್ಲಿ ಹ್ಯಾಬಿಚುವಲ್ ಆ್ಯಕ್ಟ್ ಅನ್ನು ಜಾರಿಗೊಳಿಸಲಾಯಿತು. ಇದರೊಟ್ಟಿಗೆ ಅಲೆಮಾರಿಗಳನ್ನು ಅಪರಾಧಗಳಿಗೆ ಅನುಸಾರವಾಗಿ ವರ್ಗೀಕರಿಸುವ, ಪಟ್ಟಿ ಮಾಡುವ, ಗುರುತಿಸುವ ಕೆಲಸ ಆರಂಭವಾಯಿತು. ಇದಕ್ಕೆ ಪೂರಕವೆಂಬಂತೆ ಐರೋಪ್ಯದಲ್ಲಿ ಚಾಲ್ತಿಯಲ್ಲಿದ್ದ ಹುಟ್ಟು ಮತ್ತು ಅಪರಾಧೀಕರಣ ನಡುವಿನ ಸಂಬಂಧಗಳ ಸಿದ್ಧಾಂತಗಳು ಕೂಡ ವಸಾಹತುಶಾಹಿಯ ಚಿಂತನೆಗಳಿಗೆ ಇಂಬುಕೊಟ್ಟವು. ಇದರ ಪ್ರಕಾರ ಅಪರಾಧ ಮಾಡುವುದು ಹುಟ್ಟುಗುಣ. ಆದಕಾರಣ ಕೆಲವೇ ವ್ಯಕ್ತಿಗಳು ಅಪರಾಧ ಮಾಡಿದರೂ, ಇಡೀ ಸಮುದಾಯ, ಜಾತಿ ಅಪರಾಧಿ ಎಂಬ ಕಳಂಕವನ್ನು ಹೊರಬೇಕಾಗುತ್ತದೆ.

ಆರಂಭದಲ್ಲಿ ಕೆಲ ಅಲೆಮಾರಿ ಜಾತಿಗಳನ್ನು, ಬುಡಕಟ್ಟುಗಳನ್ನು ಪಟ್ಟಿ ಮಾಡಿದರೆ, ತದನಂತರ ನೂರಾರು ಅಲೆಮಾರಿ, ಅರೆ- ಅಲೆಮಾರಿ ಬುಡಕಟ್ಟುಗಳನ್ನು, ಜಾತಿಗಳನ್ನು ಸರ್ಕಾರಿ ಪಟ್ಟಿಯಲ್ಲಿ ಸೇರಿಸಲಾಯಿತು. ಒಟ್ಟಾರೆಯಾಗಿ 1871 ಕಾನೂನು 150 ಜಾತಿಗಳನ್ನು/ಅಲೆಮಾರಿ ಬುಡಕಟ್ಟುಗಳನ್ನು ಕ್ರಿಮಿನಲ್ ಟ್ರೈಬ್‌ಗಳೆಂದು ಘೋಷಿಸುತ್ತಲ್ಲದೆ, ಅವರ ಚಲನವಲನವನ್ನು ಗಮನಿಸುತ್ತಾ, ನಿಯಂತ್ರಿಸುತ್ತಿತ್ತು. ಅವರು ಹುಟ್ಟಿನಿಂದಲೇ ಕ್ರಿಮಿನಲ್‌ಗಳು ಅಥವಾ ಅಪರಾಧಿಗಳು ಎಂದು ಘೋಷಿಸಿ ಅವರನ್ನು ಶಿಕ್ಷೆಗೊಳಪಡಿಸಲಾಯಿತು, ಪುನರ್‌ವಸತಿಯ ಹೆಸರಿನಲ್ಲಿ, ಮಕ್ಕಳನ್ನು ಬಿಡದೆ, ಬೇರ್ಪಡಿಸಲಾಯಿತು- ಅವರು ಹುಟ್ಟಿನಿಂದ ಕ್ರಿಮಿನಲ್‌ಗಳಾದರೆ, ಕಸುಬಿನಿಂದ ಅಪರಾಧಿಗಳಾದರು. ಇದೊಂದು ರೀತಿಯ ಜನಾಂಗೀಯ ಹತ್ಯೆ. ಈ ಸಂದರ್ಭದಲ್ಲಿ ಈ ಕಾನೂನು ಅಂಗೀಕರಿಸುವ ಸಂದರ್ಭದ ಚರ್ಚೆಯಲ್ಲಿ ಎಕ್ಸಿಕ್ಯೂಟಿವ್ ಕೌನ್ಸಿಲ್‌ನ ಸದಸ್ಯನಾಗಿದ್ದ ಟಿ.ವಿ. ಸ್ಟೀಫನ್, ಹೇಳಿದ ಮಾತನ್ನು ಗಮನಿಸಬೇಕು. ಅದು ವಾಸ್ತವವಾಗಿ ವಸಾಹತುಶಾಹಿಯ ಮನೋಸ್ಥಿತಿಯನ್ನು, ಪೂರ್ವಾಗ್ರಹವನ್ನು ಹೇಳುತ್ತದೆ.

“ಭಾರತದ ವಿಶಿಷ್ಟ ಗುಣವೆಂದರೆ ಜಾತಿ ವ್ಯವಸ್ಥೆ. ಜನರು ತಮ್ಮ ಕಸುಬುಗಳನ್ನು ವಿವರಿಸಲು ಜಾತಿ ವ್ಯವಸ್ಥೆಯನ್ನು ಉಲ್ಲೇಖಿಸುತ್ತಿರುವುದು ವಾಸ್ತವ, ಬಡಗಿಯ ಕುಟುಂಬ ಬಡಗಿಯಾಗಿರುತ್ತದೆ. ಇದನ್ನು ಅರ್ಥ ಮಾಡಿಕೊಂಡರೆ ಅಪರಾಧಿ ಜಾತಿಗಳನ್ನು ಅರ್ಥ ಮಾಡಿಕೊಳ್ಳುವುದು ಸುಲಭ. ಅಲೆಮಾರಿ ಬುಡಕಟ್ಟುಗಳ ವಂಶ ಅಪರಾಧಿಗಳಾದ ಕಾರಣ ಅವರ ವಂಶಸ್ಥರು ಅಪರಾಧಿಗಳಾಗಿರುವುದು ಸಹಜ. ಅವುಗಳನ್ನು ಸಂಪೂರ್ಣವಾಗಿ, ಠಕ್ಕರನ್ನು ನಿರ್ನಾಮ ಮಾಡಿದಂತೆ, ನಿರ್ನಾಮ ಮಾಡಬೇಕು, ಅವರನ್ನು ಬದಲಾಯಿಸಲು ಸಾಧ್ಯವಿಲ್ಲ. ಏಕೆಂದರೆ ಅಪರಾಧ ಮಾಡುವುದು ಅವರ ಕಸುಬು, ಮತ್ತು ಜಾತಿಯೂ ಹೌದು[226]. ”

ದುರಂತವೆಂದರೆ ಈ ಪಟ್ಟಿಯೊಳಗೆ ನೂರಾರು ಅಲೆಮಾರಿ, ಅರೆಅಲೆಮಾರಿ ಜಾತಿಗಳು ಸೇರಿಕೊಂಡವು. 1931ರಲ್ಲಿ ಮದ್ರಾಸ್ ಪ್ರೆಸಿಡೆನ್ಸಿಯ ಪಟ್ಟಿಯಲ್ಲಿ 237 ಜಾತಿಗಳು ಸೇರಿದ್ದವು. ಕೊಲೆ ಮತ್ತು ಲೂಟಿ, ಠಕ್ಕರ ಮುಖ್ಯ ಕಸುಬಾದರೆ, ಕಳ್ಳತನ, ದರೋಡೆ, ಲೂಟಿ. ಅಪರಾಧಿ ಅಥವಾ ಕ್ರಿಮಿನಲ್ ಟ್ರೈಬ್‌ಗಳ ಮುಖ್ಯ ಕಸುಬು. ವಾಸ್ತವವಾಗಿ ಇವು ಸರ್ಕಾರಿ ನಿರ್ಮಿತ ಜಾತಿಗಳು, ಸಣ್ಣಪುಟ್ಟ ಕಳ್ಳತನ, ರಸ್ತೆ ದರೋಡೆ, ದನಕರುಗಳ ಕಳ್ಳತನ, ಮನೆ ದರೋಡೆ, ಖೋಟಾ ನಾಣ್ಯವನ್ನು ಚಲಾವಣೆ ಮಾಡುತ್ತಿದ್ದ ಈ ಜಾತಿಗಳನ್ನು ವಸಾಹತುಶಾಹಿ ತನ್ನ ಕಾನೂನುಗಳ ಮೂಲಕ ‘ಕ್ರಿಮಿನಲ್‌ಗಳೆಂದು’ ಘೋಷಿಸಿತ್ತು. ಕೆಲವೊಮ್ಮೆ ಜಾತಿಗಳು ಅಸ್ಪಷ್ಟವಾಗಿದ್ದ ಕಾರಣ ಅವರ ಕಳ್ಳತನದ ಕಸುಬು ಸರ್ಕಾರಿ ಲೆಕ್ಕದಲ್ಲಿ ಕಳ್ಳರ್ ಜಾತಿಯಾಗಿ ದಾಖಲೆಯಾಯಿತು. ವಿಚಿತ್ರವೆಂದರೆ ಒಮ್ಮೆ ಸರ್ಕಾರಿ ಪಟ್ಟಿಯಲ್ಲಿ ಕ್ರಿಮಿನಲ್ ಟ್ರೈಬ್‌ಗಳೆಂದು ದಾಖಲಾದ ನಂತರ, ಅವುಗಳು ಒಂದೆಡೆ ನೆಲೆ ನಿಂತರೂ, ಭೂಮಿಯ ಒಡೆಯರಾದರೂ, ಗ್ರಾಮೀಣ ಭಾಗದಲ್ಲಿ ಅವರು ಸಮುದಾಯದ ಭಾಗವಾದರೂ, ಅಥವಾ ಕಸುಬುಗಳನ್ನು ಬದಲಾಯಿಸಿ ಕೃಷಿಕರಾದರೂ, ವಸಾಹತುಶಾಹಿಗೆ ಮಾತ್ರ ಈ ಘೋಷಿಸಲ್ಪಟ್ಟ ಜಾತಿಗಳು ಕ್ರಿಮಿನಲ್ ಟ್ರೈಬ್‌ಗಳಾಗಿ ಉಳಿದು ಬಿಟ್ಟವು. ಕೆಲವೊಮ್ಮೆ ಅವರನ್ನು ಜೆಪ್ಸಿಗಳಿಗೆ ಹೋಲಿಸಲಾಗುತ್ತದೆ. ಕ್ರಿಮಿನಲ್ ಕೆಲಸಗಳು ವಂಶಪಾರಂಪರ್ಯ ಕಸುಬುಗಳು ಎಂದೆಲ್ಲಾ ವಸಾಹತು ಚಿತ್ರಿಸಿತ್ತು. ಅವುಗಳ ದಾಖಲಾತಿ ಜಾತಿಗೆ ಬಹಳಷ್ಟು ಹಾನಿಯನ್ನು ಮಾಡಿದ್ದು ಸುಳ್ಳಲ್ಲ. ಅಪರಾಧಿ ಟ್ರೈಬ್ ಎನ್ನುವುದೇ ಒಂದು ಸಾಮಾಜಿಕ ಕಳಂಕವಾಯಿತು. ಕರ್ನಾಟಕದ ನೆಲದಲ್ಲಿ ಸಾಕಷ್ಟು ಕ್ರಿಮಿನಲ್/ಅಪರಾಧಿ ಟ್ರೈಬ್‌ಗಳ ತಂಡಗಳಿದ್ದವು ಎಂದು ಪೋಲಿಸ್ ವರದಿಗಳು ಹೇಳುತ್ತವೆ. ಇದಕ್ಕೆ ಸಾಕ್ಷಿಯಾಗಿ 1918ರಲ್ಲಿ 142 ಕ್ರಿಮಿನಲ್ ಟ್ರೈಬ್‌ಗಳ ತಂಡಗಳಿದ್ದವು.[227]

226 Raghaviah, V, Tribes of India, Bhartiya Adimjati Sevak Sangh, Vol 2. . 1969

227 Police Report of the Bombay Presidency including Railways and Sind for the year 1918, Government Press, Bombay, p.11

ಕೆಲವು ಅಧ್ಯಯನಗಳು, ಟಿಪ್ಪಣಿಗಳು, ವಸಾಹತುಶಾಹಿ ಕಾಲದ ಪೋಲಿಸ್ ವರದಿಗಳು, ಸ್ವಾತಂತ್ರ್ಯೋತ್ತರದ ನಂತರದ ಸರ್ಕಾರಿ ವರದಿಗಳು, ಕ್ರಿಮಿನಲ್ ಟ್ರೈಬ್ ಕುರಿತು ಬೆಳಕು ಚೆಲ್ಲುತ್ತದೆ. ವಿಚಿತ್ರವೆಂದರೆ 1911ರ ಜನಗಣತಿಯಲ್ಲಿ ಅವರನ್ನು 'ಹಿಂದೂಯೇತರ' ಪ್ರತ್ಯೇಕ ಪಟ್ಟಿಯಲ್ಲಿ ತೋರಿಸಲಾಯಿತು. 1837ರ ಸರ್ಕಾರಿ ವರದಿ ಗುರುತಿಸಿದ ಕೆಲವು ಮುಸ್ಲಿಂ ಕ್ರಿಮಿನಲ್ ಟ್ರೈಬ್‌ಗಳೆಂದರೆ ಶೇಖ್‌ಗಳೆಂದು ಗುರುತಿಸಿಕೊಳ್ಳುವ ಮಾದರಿ ಫಕೀರರು. 1879ರಲ್ಲಿ ಪೋಲಿಸ್ ಮತ್ತು ಜೈಲ್ ಅಧಿಕಾರಿಗಳ ಉಪಯೋಗಕ್ಕಾಗಿ ಪಂಜಾಬ್ ಪ್ರಾಂತ್ಯದಲ್ಲಿ ಒಂದು ಅರ್ಥಕೋಶವನ್ನು ಪ್ರಕಟಿಸಲಾಯಿತು. ಇದನ್ನು ಬಹುಮುಖ್ಯವಾಗಿ ಕ್ರಿಮಿನಲ್ ಟ್ರೈಬ್‌ಗಳು ಉಪಯೋಗಿಸುತ್ತಿದ್ದ ಶಬ್ದಗಳನ್ನು ಅರ್ಥೈಸಲು ಉಪಯೋಗಿಸಲಾಯಿತು.[228]

ಇದಕ್ಕಿಂತ ಸ್ವಲ್ಪ ವಿಭಿನ್ನವಾಗಿರುವುದು ಕ್ರಿಶ್ಚಿಯನ್ ಪಾದರಿ ಮತ್ತು ಒರಿಯಂಟಲಿಸ್ಟ್ ಎಂದು ಕರೆಯಿಸಿಕೊಳ್ಳುವ ಎಂ.ಏ ಶೇರಿಂಗ್‌ನ (ಕ್ರಿ.ಶ 1826–1880) 1879ರಲ್ಲಿ ಪ್ರಕಟಗೊಂಡ ಕೃತಿ "ಹಿಂದೂ ಟ್ರೈಬ್ಸ್ ಆಂಡ್ ಕಾಸ್ಟ್."[229] ಅದು ಭಾರತದ ವಿವಿಧೆಡೆ ಹರಡಿರುವ ಮುಸ್ಲಿಮರಲ್ಲಿ ಎರಡು ರೂಪದ ಮತ್ತು ಪ್ರವೃತ್ತಿಯ ಜಾತಿ/ಪಂಗಡಗಳನ್ನು ಪಟ್ಟಿ ಮಾಡುತ್ತದೆ: ಒಂದು, ಅಪರಾಧಿ ಪ್ರವೃತ್ತಿಯ ಹಿನ್ನಲೆ ಇರುವ ಜಾತಿ ಮತ್ತು ಬುಡಕಟ್ಟುಗಳು, ಎರಡು ಅರೆ–ಬರೆ ಮುಸ್ಲಿಮ್ ಅಲೆಮಾರಿ, ಅರೆ–ಅಲೆಮಾರಿ ಬುಡಕಟ್ಟುಗಳು ಮತ್ತು ಜಾತಿಗಳು. ಅಪರಾಧಿ ಪ್ರವೃತ್ತಿಯ ಜಾತಿ/ಬುಡಕಟ್ಟುಗಳನ್ನು ಗುರುತಿಸುವಾಗ ಅವರನ್ನು ಕ್ರಿಮಿನಲ್‌ಗಳೆಂದು ಘೋಷಿಸುವುದಿಲ್ಲ. ಹೊರತು ಅವರಲ್ಲಿ ಪ್ರವೃತ್ತಿ ಇದೆ ಎಂದು ನೇರವಾಗಿ ಆಪಾದಿಸುತ್ತದೆ. ಈ ಪ್ರವೃತ್ತಿ ಇರುವ ವ್ಯಕ್ತಿಗಳ ವೃತ್ತಿ ಎಂದರೆ ಕುದುರೆಗಳನ್ನು, ದನಕರುಗಳನ್ನು ಕದಿಯುವುದು ಮತ್ತು ದರೋಡೆ ಮಾಡುವುದು. ಬಾಂಬೆ ಪ್ರೆಸಿಡೆನ್ಸಿಯಲ್ಲಿ ಕುಸ್ತಿಪಟುಗಳಾದ ಝಾಟ್ ಗಾ, ಉತ್ತರ ಭಾರತದ ಮೆವಾಟ್‌ನಲ್ಲಿ ಅಲೆಮಾರಿ ಮತ್ತು ಅಪರಾಧಿ ಹಿನ್ನೆಲೆಯ ಗುಜುರಟ್ ಪರ್ಧಾಸಿ, ಕೊಂಕಣ ಪ್ರಾಂತ್ರದಲ್ಲಿ ಅಲೆಮಾರಿ ಕಳ್ಳರಾದ ಟಕ್ಕುರಿ ಮದ್ರಾಸ್ ಮತ್ತು ಬಾಂಬೆ ಪ್ರೆಸಿಡೆನ್ಸಿಯ ಖೋಟಾ ನಾಣ್ಯವನ್ನು ಚಲಾಯಿಸುವ ಚಪ್ಪರ್ ಬಂದಿಗಳು ಇತ್ಯಾದಿಗಳನ್ನು ಈ ಪಟ್ಟಿಯಲ್ಲಿ ಹಾಕುತ್ತಾನೆ. ವಿಪರ್ಯಾಸವೆಂದರೆ ಶೇರಿಂಗ್ ಕೃಷಿಕರಾಗಿದ್ದ ಮುಸ್ಲಿಮ್ ಜಾಟರನ್ನು "ಕಳ್ಳರು, ದರೋಡೆಕೋರರು, ಕುದುರೆಚೋರರು ಎಂದೆಲ್ಲಾ" ಕರೆಯುತ್ತಾನೆ, ಇವುಗಳಲ್ಲಿ ವಿಚಿತ್ರವೆನಿಸುವುದು ಪಿಂಡಾರಿಗಳ ಕುರಿತಾದ ವರ್ಣನೆ. ಇದೊಂದು ಎಲ್ಲಾ ಜಾತಿಗಳನ್ನು ಒಳಗೊಂಡ ದರೋಡೆಕೋರರ, ತಂಟೆಕೋರರ, ಲೂಟಿಕೋರರ ಗುಂಪು. ಇವುಗಳ ನಡುವೆ

228 Mohammed Abdul Gafhur, A Complete Dictionary of the Terms Used by Criminal Tribes, in the Punjab, For the Use of Police and Jail Officers, Lahore 1879

229 M>A Sherring Hindu Tribes and Castes, Thacker and Spink, Calcutta, 1879, Vol.p.333-36

ಡೆಕ್ಕನ್ ಮತ್ತು ನಿಜಾಮ್ ಪ್ರಾಂತ್ಯದಲ್ಲಿ ಕಂಡುಬರುವ ಕುಸ್ತಿಪಟುಗಳಾದ ಮತ್ತು ಅರೆ ಬರೆ ಮುಸಲ್ಮಾನರಾದ ಪೆಹೆಲ್ವಾನ್, ಬಂಡಾರ್ಚಿ, ಹಾವಾಡಿಗರಾದ ಗಾರುಡಿ, ಅಲ್ಲದೆ ಕಬ್ಬಿಣ ಕರಗಿಸುವ ಮತ್ತು ಪೀರ್ ಸಂತರನ್ನು ಆರಾಧಿಸುವ, ಕೋಲ್ಹಾಪುರ, ಬೆಳಗಾವಿಯಲ್ಲಿ ಕಂಡು ಬರುವ ದವಾಡ್‌ರನ್ನು ಗುರುತಿಸುತ್ತಾನೆ. ಇನ್ನೊಂದು ಅರೆ-ಬರೆ ಮುಸ್ಲಿಮ್ ಅಲೆಮಾರಿ ಬುಡಕಟ್ಟುವೆಂದರೆ ಉತ್ತರ ಭಾರತದಿಂದ ಡೆಕ್ಕನ್ ತನಕ ಹರಡಿರುವ ಕಲ್ಲುತ್ರಿಗಳು. ಇವರ ವೃತಿ ಗೊಂಬೆಯಾಟವಾದರೂ, ಶೇರಿಂಗ್‌ಗೆ ಅವರ ಇನ್ನಿತರ ವೃತ್ತಿಗಳ ಕುರಿತು ಗುಮಾನಿ ಇತ್ತು. ಇವೆಲ್ಲಾ ಜಾತಿಗಳು ಶೇರಿಂಗ್‌ನ ಅಂತಿಮ ವಿಶ್ಲೇಷಣೆಯಲ್ಲಿ ಅಪರಾಧಿ ಪ್ರವೃತ್ತಿ ಇರುವ ಜಾತಿಗಳು.

ಈ.ಜೆ. ಗನ್‌ತೋರ್ಪೆಯ 1882ರ[230] ಟಿಪ್ಪಣಿ, "ನೋಟ್ಸ್ ಆನ್ ಕ್ರಿಮಿನಲ್ ಟ್ರೈಬ್ಸ್" ಬಹಳ ಮುಖ್ಯವಾಗಿ ಮುಂಬಯಿ ಪ್ರೆಸಿಡೆನ್ಸಿ, ಬೆರಾರ್ ಪ್ರಾಂತ್ಯಗಳಲ್ಲಿದ್ದ ಕ್ರಿಮಿನಲ್ ಟ್ರೈಬ್‌ಗಳ ಕುರಿತು ಒಂದಿಷ್ಟು ಬೆಳಕು ಚೆಲ್ಲುತ್ತದೆ. ಅದರಲ್ಲಿ ಗಮನಾರ್ಹವಾದ ಮುಸ್ಲಿಂ ಟ್ರೈಬ್‌ಗಳೆಂದರೆ ಬಂಜಾರರು. ಇವರಲ್ಲಿ ಎಲ್ಲರೂ ಮುಸಲ್ಮಾನರಲ್ಲ. ಧಾರೀಸ್‌ಗಳು ಮಾತ್ರ ಮುಸಲ್ಮಾನರು. ಉಳಿದ ಪಂಗಡಗಳು ಹಿಂದೂಗಳು. ಉಪ್ಪು ಮತ್ತು ದವಸ ಧಾನ್ಯಗಳನ್ನು ಮಾರಾಟ ಮಾಡುವ ಈ ಅಲೆಮಾರಿ ಬುಡಕಟ್ಟುಗಳ ಮೂಲದ ಬಗ್ಗೆ ನಿರ್ದಿಷ್ಟವಾದ ವಾದಗಳಿಲ್ಲ. ಗನ್‌ತೋರ್ಪೆ ಪ್ರಕಾರ ಧಾರೀಸ್‌ಗಳು ಅತ್ಯಂತ ತೀಕ್ಷ್ಣವಾದ ಕ್ರಿಮಿನಲ್‌ಗಳು ಅಂದಿನ ಸಂದರ್ಭದಲ್ಲಿ ಧಾರೀಸ್‌ಗಳು ನಡೆಸುತ್ತಿದ್ದ ಕ್ರಿಮಿನಲ್ ಕೆಲಸಗಳೆಂದರೆ-ರಸ್ತೆಬದಿಯ ಮನೆಗಳ ದರೋಡೆ, ದನಕರುಗಳ, ಆಡು ಕುರಿಗಳ, ಮಕ್ಕಳ, ದವಸ ಧಾನ್ಯಗಳ, ಬಟ್ಟೆ ಮತ್ತು ಗಿರಣಿಗಳಿಂದ ಹತ್ತಿ ಇತ್ಯಾದಿಗಳ ಕಳ್ಳತನ[231], ಬಂಜಾರರು ಮಧ್ಯ ಮತ್ತು ದಕ್ಷಿಣ ಭಾರತದಲ್ಲಿ ಕಂಡು ಬರುತ್ತಾರೆ ಎಂದು ಗುರುತಿಸುವ ಗನ್‌ತೋರ್ಪೆ, ಅವರ ಇರುವಿಕೆ ಮುಂಬಯಿ ಪ್ರಾಂತ್ಯದ ಕರ್ನಾಟಕದಲ್ಲಿರುವುದನ್ನು ಕೂಡ ಸಂಪೂರ್ಣವಾಗಿ ನಿರಾಕರಿಸುವುದಿಲ್ಲ. ಎರಡನೆಯ ಬುಡಕಟ್ಟು ಅಂದರೆ ಮುಲ್ತಾನಿಗಳು, ಮತ್ತೊಂದು ಅಲೆಮಾರಿ ಬುಡಕಟ್ಟು. ಅವರ ನಿಜವಾದ ಹೆಸರು ಕಂಜೂರ್‌ಗಳು, ಅವರು ಕೂಡ ಬಂಜಾರರ ಭಾಗವೆಂದು ಗನ್‌ತೋರ್ಪೆ ವಾದಿಸುತ್ತಾನೆ. ಇವರು ಮುಸ್ಲಿಂ ಆಳ್ವಿಕೆಯ ಆರಂಭದ ದಿನಗಳಲ್ಲಿಯೇ ಮತಾಂತರ ಹೊಂದಿದ್ದರು. ಇವರ ಹೆಸರುಗಳು ಹಿಂದೂ ಹೆಸರುಗಳಾದರೂ, ಮುಸ್ಲಿಂ ಉಡುಗೆತೊಡುಗೆ ಅವರ ಹೊಸ ಅಸ್ತಿತ್ವವನ್ನು ತೋರಿಸುತ್ತದೆ ಎಂದು ಗನ್‌ತೋರ್ಪೆ ಟಿಪ್ಪಣಿ ಬರೆಯುತ್ತಾನೆ. ಇವರನ್ನು "ಗಾಂಜಾ ದರೋಡೆಕೋರರು" ಎಂದು ಕರೆಯುತ್ತಾರೆ. ಇವರು ಕರ್ನಾಟಕ ಪ್ರಾಂತ್ಯದಲ್ಲಿ ಕಂಡು ಬರುವುದಿಲ್ಲ,

230 E.J Gunthorpe, Note on Criminal Tribes Residing or Frequenting The Bombay Presidency, Berar, and the Central provinces, Bombay 1882.

231 Ibid p.38.

ಹೊರತು, ಮಧ್ಯಭಾರತ, ಖಾಂಧೇಶ್, ಬರೋಡದಲ್ಲಿ ದೊಡ್ಡ ಸಂಖ್ಯೆಯಲ್ಲಿ ಕಂಡು ಬರುತ್ತಾರೆ. ಇದಕ್ಕೆ ಸರಿಯಾಗಿ ಇರುವ ಇನ್ನೊಂದು ಅಲೆಮಾರಿ ಜಾತಿ ಎಂದರೆ ಚುಗ್ರಾಸ್, ಇವರು ಕೂಡ ಮುಸ್ಲಿಂ ಬಂಜಾರ ಅಲೆಮಾರಿಗಳ ಇನ್ನೊಂದು ಪಂಗಡ. ರಸ್ತೆಗಳ ದರೋಡೆಗಿಂತ ಮನೆಗಳ ದರೋಡೆಯಲ್ಲಿ ಇವರು ಹೆಚ್ಚು ಪರಿಣಿತರು. ಇವರು ಇದ್ದದ್ದೇ ಮಧ್ಯ ಭಾರತದಲ್ಲಿ – ಖಾಂದೇಶ್, ನಿಜಾಮನ ಉತ್ತರ ಪ್ರಾಂತ್ಯಗಳಲ್ಲಿ, ಮಾಳ್ವ ಪ್ರಾಂತ್ಯದಲ್ಲಿ. ವಿಚಿತ್ರವೆಂದರೆ ಈ ಅಲೆಮಾರಿ ಜಾತಿಗಳು ಪರಸ್ಪರ ಮದುವೆಯಾಗುತ್ತಿರಲಿಲ್ಲ, ಚುಗ್ರಾಸ್‌ಗಳಲ್ಲಿ[232] ಶಿಶುಹತ್ಯೆ ಇತ್ತು ಎಂದು ಗನ್‌ತೋರ್ಪೆ ಟಿಪ್ಪಣಿ ಬರೆಯುತ್ತಾನೆ. ಕೊಲ್ಹಾಟಿ ಎಂಬುದು ಇನ್ನೊಂದು ಅಲೆಮಾರಿ ಮುಸ್ಲಿಂ ಜಾತಿ, ಗುಜರಾತ್ ಮತ್ತು ಮಧ್ಯಭಾರತ ಇವರ ಮೂಲ. ಇಲ್ಲಿರುವ ಎಲ್ಲಾ ಪಂಗಡಗಳು ದನಕರುಗಳನ್ನು ಕಳ್ಳತನ ಮಾಡುವುದಿಲ್ಲ, ಗನ್‌ತೋರ್ಪೆ ಗುಲಬರ್ಗಾ ಜಿಲ್ಲೆಯ ಅಕ್ಕಪಕ್ಕದಲ್ಲಿ ಖೋಟಾ ನಾಣ್ಯವನ್ನು ಚಲಾಯಿಸುತ್ತಿದ್ದ ಫಕೀರ್‌ಗಳನ್ನು ಅಪರಾಧಿ ಅಥವಾ ಕ್ರಿಮಿನಲ್ ಟ್ರೈಬ್‌ಗಳ ಪಟ್ಟಿಯಲ್ಲಿ ದಾಖಲಿಸುತ್ತಾನೆ. ಈ ಫಕೀರರು ತಮ್ಮನ್ನು ತಾವು ಮುದಾರಿಸ್‌ಗಳೆಂದು ಕರೆದುಕೊಳ್ಳುತ್ತಿದ್ದರು. ಇವರನ್ನು ಮುಂದೆ ಬೇರೆ ಹೆಸರಿನಲ್ಲಿ –ಚಪ್ಪರ್ ಬಂಧ್‌ಗಳೆಂದು ಕರೆಯುವುದನ್ನು ನೋಡಬಹುದು. ಫಕೀರರ ರೂಪದಲ್ಲಿ ದನಕರುಗಳ ಹೊರತುಪಡಿಸಿ ಇನ್ನಿತರ ಎಲ್ಲಾ ರೀತಿಯ ಕಳ್ಳತನ ಮಾಡುತ್ತಿದ್ದ ಇನ್ನೊಂದು ಅಲೆಮಾರಿ ಜಾತಿಯೆಂದರೆ ಬೊರಿಯವಾಲಸ್. ಇವರು ಬಹಳ ಮುಖ್ಯವಾಗಿ ಹೈದ್ರಾಬಾದ್ ನಿಜಾಮನ ಪ್ರಾಂತ್ಯ ಮತ್ತು ಮುಂಬಯಿ ಪ್ರೆಸಿಡೆನ್ಸಿಯಲ್ಲಿ ಬೀಡು ಬಿಟ್ಟಿದ್ದರೂ, ಹೈದ್ರಾಬಾದ್ ಕರ್ನಾಟಕ ಪ್ರಾಂತ್ಯದಲ್ಲಿದ್ದದ್ದನ್ನು ನಿರಾಕರಿಸುವಂತಿಲ್ಲ. ಗನ್‌ತೋರ್ಪೆ ಇವರನ್ನು 'ಭಯಾನಕ' ಮತ್ತು 'ಅನಿಯಂತಿತ' ಕ್ರಿಮಿನಲ್‌ಗಳೆಂದು ಕರೆಯುತ್ತಾನೆ. ವಿಚಿತ್ರವೆಂದರೆ ಹಾಲು ಮಾರುವ ಮುಸ್ಲಿಂ ಗವಲೀಸ್‌ಗಳನ್ನು ಈ ಪಟ್ಟಿಯಲ್ಲಿ ದಾಖಲಿಸುತ್ತಾನೆ, ಅವರನ್ನು ಗದ್ದಿ ಗವಲೀಸ್ ಅಥವಾ ಘೋಸಿ ಗವಲೀಸ್‌ಗಳೆಂದು ದಾಖಲಿಸುತ್ತಾನೆ. ಅವರು ಕೂಡ ಮುಂಬಯಿ ಪ್ರೆಸಿಡೆನ್ಸಿ ಮತ್ತು ನಿಜಾಮನ ಪ್ರಾಂತ್ಯದ ತುಂಬೆಲ್ಲಾ ಹರಡಿದ್ದ ಕಾರಣ, ಅವರ ಇರುವು ಅಂದಿನ ಕರ್ನಾಟಕ ಭಾಗದಲ್ಲಿರುವುದನ್ನು ಒಪ್ಪಬಹುದು. ಇವರೆಲ್ಲಾ ಆಹಿರ್ ಜಾತಿಯಿಂದ ಮತಾಂತರ ಹೊಂದಿದವರು, ಮೂಲತಃವಾಗಿ ಮೊಘಲ್‌ರಿಗೆ ಹಾಲು ಮಾರುತ್ತಾ ದಕ್ಷಿಣ ಭಾರತಕ್ಕೆ ಬಂದು ನೆಲೆ ನಿಂತವರು. ತಮ್ಮನ್ನು ತಾವು ಶೇಖ್‌ಗಳೆಂದು ಗುರುತಿಸಿಕೊಂಡವರು.[233] ಇವರಲ್ಲಿ ಹಿಂದೂ ಸಂಪ್ರದಾಯ, ನಂಬಿಕೆ, ಹಬ್ಬ, ದೇವತೆಗಳ ಆರಾಧನೆ, ಆಚರಣೆಗಳು (ಹೋಳಿ, ದೀಪಾವಳಿ ಇತ್ಯಾದಿ) ತುಳಸಿಗಿಡದ ಪ್ರಾರ್ಥನೆ ದಟ್ಟವಾಗಿದ್ದವು ಎಂದು ಗನ್‌ತೋರ್ಪ್ ಟಿಪ್ಪಣಿ

232 Ibid, 45.
233 Ibid, o.59.

ಬರೆಯುತ್ತಾನೆ, ಅದೇ ಸಂದರ್ಭದಲ್ಲಿ ಮುಸ್ಲಿಂ ಸಂಪ್ರದಾಯಗಳಾದ ದರ್ಗಾಗಳಲ್ಲಿ ಪ್ರಾರ್ಥನೆ, ಹುಂಜಿ ಇತ್ಯಾದಿಗಳು ಕೂಡ ಇದ್ದವು.

1908ರಲ್ಲಿ ಪೋಲಿಸ್ ಇಲಾಖೆಯ ಡೆಪ್ಯೂಟಿ ಇನ್ಸ್‌ಪೆಕ್ಟರ್ ಜನರಲ್ ಆಫ್ ಪೋಲಿಸ್ ಆಗಿದ್ದ ಎಂ. ಕೆನ್ನಡಿ ಮುಂಬಯಿ ಪ್ರಾಂತ್ಯದಲ್ಲಿದ್ದ ದೇಶಿಯ ಮತ್ತು ವಿದೇಶಿಯ ಕ್ರಿಮಿನಲ್ ವರ್ಗಗಳ ಬಗ್ಗೆ ಇಲಾಖೆಗಾಗಿ ಒಂದು ಟಿಪ್ಪಣಿಯನ್ನು ಬರೆಯುತ್ತಾನೆ.[234] ಇಲ್ಲಿ ಟಿಪ್ಪಣಿ ಜಾತಿಯ ಬದಲಿಗೆ ವರ್ಗವನ್ನು ತನ್ನ ವಿಶ್ಲೇಷಣೆಯಲ್ಲಿ ಉಪಯೋಗಿಸಿತ್ತು. ಈ ಟಿಪ್ಪಣಿ ಗುರುತಿಸುವ ಮೊದಲ ವರ್ಗವೆಂದರೆ ಬಂಜಾರರು– ಮೈಸೂರು ಪ್ರಾಂತ್ಯ ಮತ್ತು ಮುಂಬಯಿ ಪ್ರಾಂತ್ಯದಲ್ಲಿ ಹರಡಿದ ಬಂಜಾರರು, ಈ ಟಿಪ್ಪಣಿಯ ಪ್ರಕಾರ, ಬಂಜಾರರು ಸಂಪೂರ್ಣವಾಗಿ ಅಲೆಮಾರಿ ಜನಾಂಗವಲ್ಲ, ಹೊರತು ತಮ್ಮ ತಾಂಡಗಳಲ್ಲಿ ನೆಲೆನಿಂತವರು. ಈ ಪ್ರಾಂತ್ಯದಲ್ಲಿರುವವರನ್ನು ಹಿಂದೂಗಳೆಂದು ಗುರುತಿಸುತ್ತಾ, ಅದೇ ಸಂದರ್ಭದಲ್ಲಿ ಮುಸಲ್ಮಾನ ಬಂಜಾರರನ್ನು ಕೂಡ ಟಿಪ್ಪಣಿ ಗುರುತಿಸುತ್ತದೆ, ಆಸಕ್ತಿದಾಯಕ ವಿಷಯವೇನೆಂದರೆ ಟಿಪ್ಪಣಿ ಮುಸ್ಲಿಂ ಬಂಜಾರರನ್ನು ಹೊರತುಪಡಿಸಿ ಉಳಿದವರನ್ನು ಕ್ರಿಮಿನಲ್ ವರ್ಗಗಳೆಂದು ವರ್ಗೀಕರಿಸುತ್ತದೆ. ಮುಸ್ಲಿಂ ಬಂಜಾರರನ್ನು ಅಪರಾಧಿ ಜಾತಿಗಳೆಂದು ಕರೆಯಲು ನಿರಾಕರಿಸುತ್ತದೆ. ಟಿಪ್ಪಣಿಯ ಪ್ರಕಾರ ಅವರು ಹಳ್ಳಿಗಳಲ್ಲಿ ನೆಲೆ ನಿಂತವರು ಮತ್ತು ಸ್ಥಿತಿವಂತರು. ಬಂಜಾರರು ಮೊಘಲರಿಗೆ, ತದನಂತರ ಬ್ರಿಟಿಷರಿಗೆ ಸರಕು ಸಾಗಾಣಿಕೆ ಮಾಡುತ್ತಿದ್ದ ಜಾತಿಗಳು. ರೈಲು ಮತ್ತು ರಸ್ತೆಗಳ ಸ್ಥಾಪನೆ ಇವರ ಬದುಕಿನ ಮೇಲೆ ಬಹಳ ಪ್ರಭಾವ ಬೀರಿತ್ತು. ಟಿಪ್ಪಣಿಯು ಮುಸ್ಲಿಂ ಬಂಜಾರರನ್ನು ವಂಜಾರಿಸ್ ಎಂದು ಉಲ್ಲೇಖಿಸುತ್ತದೆ. ಆದರೆ ವಂಜಾರಿಸ್‌ಗಳು ಕಂಡು ಬರುವುದು ನಾಸಿಕ್, ಖಾಂದೇಶ್, ಶೋಲಾಪುರ್ ಇತ್ಯಾದಿ ಪ್ರದೇಶಗಳಲ್ಲಿ. ಶೋಲಾಪುರ್ ವಿಜಯಪುರಕ್ಕೆ ಹತ್ತಿರ ಇರುವ ಕಾರಣ ಮುಸ್ಲಿಂ ಬಂಜಾರರ ಇರುವಿಕೆಯನ್ನು ಅಂದಿನ ಕರ್ನಾಟಕ ಪ್ರದೇಶದಲ್ಲಿ ಅಲ್ಲಗಳೆಯಲು ಸಾಧ್ಯವಿಲ್ಲ. 1908ರ ಟಿಪ್ಪಣಿ ಪ್ರಕಾರ ಮುಸ್ಲಿಂ ಬಂಜಾರರು ಆಚರಣೆಯಲ್ಲಿ, ನಾಮಕರಣದಲ್ಲಿ, ಜನಿವಾರವನ್ನು ಧರಿಸುವಲ್ಲಿ, ಮಾಂಸಾಹಾರ ತ್ಯಜಿಸುವಲ್ಲಿ ಹಿಂದೂ ಸಂಪ್ರದಾಯ ಮತ್ತು ಆಚರಣೆಯನ್ನು ಪಾಲಿಸುತ್ತಿದ್ದರು. ಈ ಟಿಪ್ಪಣಿಯ ನಂತರ ಪ್ರಕಟವಾದ 1930ರ ಪೋಲಿಸ್ ವಾರ್ಷಿಕ ವರದಿ[235] ವಂಜಾರಿಸ್‌ಗಳನ್ನು ಸ್ಪಷ್ಟವಾಗಿ ಬೆಳಗಾವಿ, ಧಾರವಾಡ, ಮತ್ತು ಬಿಜಾಪುರದಲ್ಲಿ ಗುರುತಿಸುತ್ತದೆ.

234_Notes on the Criminal classes in the Bombay Presidency. With Appendices regarding some Foreign Criminals 'who occasionally visit the Presidency, Bombay 1908

235_Annual Report on the working of the Criminal Tribes Act in the Bombay Presidency proper for the year 1930

ಎರಡನೆಯ ಅಲೆಮಾರಿ, ಅರೆ–ಅಲೆಮಾರಿ ಮುಸ್ಲಿಂ ವರ್ಗವೆಂದರೆ ಭಾಮ್ಟಾಟಾಸ್‌ಗಳು. ಇವರು ಬೆಳಗಾವಿ, ಧಾರವಾಡ, ಬಿಜಾಪೂರ ಇತ್ಯಾದಿಗಳಲ್ಲಿ ಹರಡಿಕೊಂಡಿದ್ದರು. ಇವರನ್ನು ಗಂಟಿಚೋರರು, ಉಚ್ಲೆಯಾಸ್, ವಡಾರಿಸ್, ಪತ್ರೂಸ್ ಎಂದೆಲ್ಲಾ ಕರೆಯುತ್ತಾರೆ. ಬಿಜಾಪೂರದಲ್ಲಿ ಮತ್ತು ಇನ್ನಿತರ ಕರ್ನಾಟಕ ಪ್ರದೇಶದಲ್ಲಿ ಇವರನ್ನು ಗಂಟಿಚೋರರೆಂದು ಕರೆಯುತ್ತಾರೆ. ರೈಲು ಮತ್ತು ಇನ್ನಿತರ ಪ್ರದೇಶಗಳಲ್ಲಿ ತಂಡಗಳ ಮೂಲಕ ಕಳ್ಳತನ, ಹಗಲುದರೋಡೆ, ಲೂಟಿ, ಇವರ ಪ್ರಾಥಮಿಕ ಕಸುಬು. 1926ರ ಸುಮಾರಿಗೆ ಗಂಟಿಚೋರರು ಗದಗ, ಬಾಗಲಕೋಟೆ, ಹುಬ್ಬಳ್ಳಿ, ಖಾನಾಪುರ, ಗೋಕಾಕ್ ಡಾಂಡೇಲಿಗಳಲ್ಲಿದ್ದ ಪುನರ್‌ವಸತಿ ಕೇಂದ್ರಗಳಲ್ಲಿದ್ದರು ಎಂದು ಪೋಲಿಸ್ ಇಲಾಖೆ ದಾಖಲಿಸುತ್ತದೆ.[236]

ಮೂರನೆಯ ಮುಸ್ಲಿಂ ಜಾತಿಯೆಂದರೆ ತಡ್ವಿ ಮತ್ತು ನಿರ್‌ಧಿಸ್ ಭಿಲ್ ಆದಿವಾಸಿಗಳು, ಇವರನ್ನು ಅರ್ಧ ಮುಸಲ್ಮಾನರು ಮತ್ತು ಅರ್ಧ ಆದಿವಾಸಿಗಳೆಂದು ಕರೆಯುತ್ತಾರೆ. ಕರ್ನಾಟಕ ಬಳಿಯ ಶೋಲಾಪುರದಲ್ಲಿ ಅವರ ಇರುವಿಕೆ ಇದ್ದರೂ, ಸಂಖ್ಯೆ ಅತ್ಯಂತ ಕನಿಷ್ಠವಾಗಿದ್ದ ಕಾರಣ (ಬರೇ ಮೂರು) ಕರ್ನಾಟಕದಲ್ಲಿ ಅವರು ನೆಲೆನಿಂತ ಬಗ್ಗೆ ಅನುಮಾನಗಳಿವೆ. ತಡ್ವಿ ಭಿಲ್‌ಗಳು ಮೂಲತಃವಾಗಿ ಆಲಸಿಗಳು, ಬಡವರು ಮತ್ತು ರೈತರು. 1930ರ ಸಂದರ್ಭದಲ್ಲಿ ಅವರ ಇರುವಿಕೆ ಕರ್ನಾಟಕದ ಪೋಲಿಸ್ ದಾಖಲೆಗಳಲ್ಲಿ ಸಿಗುವುದಿಲ್ಲ.

ಮುಸ್ಲಿಂ ಚಪ್ಪರ್‌ಬಂದ್ ಅಥವಾ ಮದಾರಿ ಫಕೀರರ ಕುರಿತು ದೀರ್ಘವಾದ ವಿವರಣೆಯನ್ನು ಈ ನಿಟ್ಟಿನಲ್ಲಿ ನೋಡಬೇಕು. ಶೇಖ್ ಎಂದು ತಮ್ಮನ್ನು ತಾವು ಕರೆಯುವ ಮತ್ತು ಹೆಸರಿನ ಮುಂದೆ 'ಶಾ'ಎಂದು ನಮೂದಿಸುವ ಚಪ್ಪರಬಂದ್‌ಗಳ ಮೂಲವನ್ನು ಪಂಜಾಬ್ ಪ್ರಾಂತ್ಯದಲ್ಲಿ ಹುಡುಕುತ್ತದೆ 1908ರ ಟಿಪ್ಪಣಿ, ಇವರ ಅಂದಿನ ಇರುವಿಕೆಯ ಕೇಂದ್ರವನ್ನು ಬಿಜಾಪೂರದ ಮುದ್ದೇಬಿಹಾಳ ಮತ್ತು ಬಾಗೇವಾಡಿಯಲ್ಲಿ ಗುರುತಿಸುತ್ತದೆ[237]. 1925ರ ಪೋಲಿಸ್ ವರದಿ ಇವರನ್ನು ಗದಗ, ಹುಬ್ಬಳ್ಳಿ, ಹುಟ್ಗಿ, ಬಾಗಲಕೋಟೆ ಇತ್ಯಾದಿ ಪ್ರದೇಶದಲ್ಲಿ ಗುರುತಿಸುತ್ತದೆ.[238] ಮೊಹರಂ ಹಬ್ಬದ ಮೊದಲು ತಂಡ ತಂಡಗಳಲ್ಲಿ ಹೊರಡುವ ಚಪ್ಪರ್ ಬಂದ್‌ಗಳು, ಫಕೀರರಂತೆ ಭಿಕ್ಷುಕರು, ಸರ್ಕಾರಿ ನೌಕರರೂ ಮತ್ತು ಕೃಷಿರಾಗಿದ್ದರೂ, ವಸಾಹತುಶಾಹಿಗೆ ಚಪ್ಪರ್ ಬಂದ್‌ಗಳು ಖೋಟಾ ನಾಣ್ಯದ ಚಲಾವಣೆಗೆ ಹೆಸರುವಾಸಿಗಳು. ಅದರೊಂದಿಗೆ ಅವರ ಇನ್ನಿತರ ಕಸುಬುಗಳನ್ನು ಈ ರೀತಿ ಪಟ್ಟಿ

236_ Report on the Working of the ·Criminal Tribes Act in the Bombay Presidency Part I Vo1· the year ending March 31st, 1926 Bombay , 1926

237 Ibid.p.50.

238 .Op.cit.

ಮಾಡುತ್ತದೆ: ಮಕ್ಕಳನ್ನು ಅಪಹರಿಸುವ/ಕದಿಯುವ, ಕುದುರೆಗಳನ್ನು ಅಪಹರಿಸುವ, ಹಣ ಮತ್ತು ಚಿನ್ನದ ವಂಚನೆ ಮಾಡುವ ಇತ್ಯಾದಿ.

ಇದೇ ಸಂದರ್ಭದಲ್ಲಿ. ಧಾರವಾಡದಲ್ಲಿ ಕಂಡು ಬಂದಿದ್ದ ಇನ್ನೊಂದು ಅಲೆಮಾರಿ ಮುಸ್ಲಿಂ ಜಾತಿಯೆಂದರೆ ಪಾರ್‌ದಿಸ್. ಇವರ ಸಂಖ್ಯೆ 1901ರ ಜಗಣತಿಯಂತೆ ಬರೇ 2 ಆಗಿದ್ದರೂ, ಅವರ ಅಸ್ತಿತ್ವವನ್ನು ಸರ್ಕಾರಿ ಪಟ್ಟಿಯಲ್ಲಿ ಗುರುತಿಸಲಾಗಿತ್ತು. ಅವರನ್ನು ಮುಸ್ಲಿಮೇತರ ಪಾರ್‌ದಿಸ್‌ರೊಂದಿಗೆ ಜೋಡಿಸಿ, ಕ್ರಿಮಿನಲ್ ಟ್ರೈಬ್‌ಗಳಾಗಿ ಬಿಂಬಿಸಲಾಯಿತು. ಏಕೆಂದರೆ ಇವರು ಕೂಡ ಖೋಟಾ ನಾಣ್ಯವನ್ನು ಚಲಾವಣೆಗೆ ತರುತ್ತಿದ್ದರು. ಇವರನ್ನು ಕರ್ನಾಟಕದಲ್ಲಿ ಹರಣ್‌ಶಿಕಾರಿ, ಅದ್ವಿಚಂಚರ್ಸ್ ಎಂದೆಲ್ಲಾ ಕರೆಯಲಾಗುತ್ತಿತ್ತು, 1930ರ ಸುಮಾರಿಗೆ ಅವರ ಸಂಖ್ಯೆಯಲ್ಲಿ ಬಹಳ ದೊಡ್ಡ (4 ಸಂಖ್ಯೆ) ಬದಲಾವಣೆಯಾಗದಿದ್ದರೂ, ಎರಡು ಜಿಲ್ಲೆಗಳಲ್ಲಿ ಅವರ ಇರುವಿಕೆಯನ್ನು ಗುರುತಿಸಲಾಗಿತ್ತು –ಬಿಜಾಪುರ, ಧಾರವಾಡ.

ಇದೇ ಸುಮಾರಿಗೆ, ಅಂದರೆ 1908ರಲ್ಲಿ ಪೋಲಿಸ್ ಇಲಾಖೆಗೆ ಸಲ್ಲಿಸಿದ ಜಿ. ಡಬ್ಲ್ಯು ಗೇಜರ್‌ರ ವರದಿಯಲ್ಲಿ ಕೆಲವು ಜಾತಿಗಳು ಮತ್ತೆ ಮತ್ತೆ ಕ್ರಿಮಿನಲ್ ಟ್ರೈಬ್‌ಗಳಾಗಿ ಉಲ್ಲೇಖವಾಗುತ್ತವೆ.[239] ಈ ಉಲ್ಲೇಖದಲ್ಲಿ ಬಂಜಾರರು ಪ್ರಮುಖರು. ಈ ವರದಿ ಮುಸ್ಲಿಂ ಬಂಜಾರರ ಕುರಿತು ಗಮನಹರಿಸಿದರೂ, ಕರ್ನಾಟಕ ಪ್ರಾಂತ್ಯದಲ್ಲಿ ಅವರ ಇರುವಿಕೆಯನ್ನು ನಿರಾಕರಿಸುತ್ತದೆ. ಖಾಂದೇಶ್ ಮತ್ತು ಇನ್ನಿತರ ಕಡೆ ಹರಡಿದ್ದ ಮುಸ್ಲಿಂ ಬಂಜಾರರೆಂದರೆ ತುರ್ಕಿಯ, ಬೈಡ್, ಮುಖೇರಿ. ಎರಡನೆಯ ಮುಸ್ಲಿಂ ಜಾತಿಗಳೆಂದರೆ ಹನ್ಸಿ. ಬಹುಮುಖ್ಯವಾಗಿ ಪಂಜಾಬಿನಲ್ಲಿ ನೆಲೆ ನಿಂತ ಈ ಜಾತಿ, ಮುಂಬಯಿ ಪ್ರೆಸಿಡೆನ್ಸಿಯ ನಾಸಿಕ್‌ನಲ್ಲಿ ಕಂಡುಬರುವ ಕಾರಣ ಅವರ ವಿವರಣೆ ಕರ್ನಾಟಕಕ್ಕೆ ವಿಸ್ತರಿಸಲು ಸಾಧ್ಯವಿಲ್ಲ. ಮೂರನೆಯ ಜಾತಿಯೆಂದರೆ ಗಂಟಿಚೋರರೆಂದು ಕರೆದುಕೊಳ್ಳುವ ಬಾಮ್ಟಟಿಸ್. ಅವರು ಮೈಸೂರು ಪ್ರಾಂತ್ಯ, ಹೈದ್ರಾಬಾದ್ ಪ್ರಾಂತ್ಯದ ಲಿಂಗಸೂಗೂರು ಇತ್ಯಾದಿ ಕಡೆ ಕಂಡುಬಂದರೂ, ಅವರೆಲ್ಲರೂ ಮುಸಲ್ಮಾನ ಗಂಟಿಚೋರರೇ? ಎಂಬುದರ ಬಗ್ಗೆ ಸಂದೇಹವಿದೆ. ಇವುಗಳಲ್ಲಿ ಸ್ಪಷ್ಟವಾದ ವಿವರಣೆ ಸಿಗುವುದು ಚಪ್ಪರ್ ಬಂದ್‌ಗಳ ಕುರಿತು. ಈ ಹಿಂದಿನ ವರದಿಯಂತೆ ಈ ವರದಿ ಕೂಡ ಚಪ್ಪರ ಬಂದ್‌ಗಳನ್ನು ಬಿಜಾಪುರದ ಬಾಗೇವಾಡಿ ಮತ್ತು ಮುದ್ದೇಬಿಹಾಳದ 64 ಹಳ್ಳಿಗಳಲ್ಲಿ ಹರಡಿರುವುದನ್ನು ಗುರುತಿಸುತ್ತದೆ. ಮೊಘಲ್ ಸೈನ್ಯದೊಂದಿಗೆ 17ನೇ ಶತಮಾನದಲ್ಲಿ ಚಪ್ಪರವನ್ನು ಕಟ್ಟಲು ಬಂದ ಚಪ್ಪರ್ ಬಂದ್‌ಗಳು ಬಿಜಾಪುರದಲ್ಲಿಯೇ ನೆಲೆ ನಿಂತರು. ಎರಡನೆಯ ಭಾಗದಲ್ಲಿ ಚಪ್ಪರ್ ಬಂದ್‌ಗಳು ಹೇಗೆ ಖೋಟಾ

239 C P Police, Lectures on some criminal tribes of India and religion mendicants of India, 1908

ನಾಣ್ಯವನ್ನು ಚಲಾಯಿಸುವ ಸಮುದಾಯವಾಗಿ ಪರಿವರ್ತಿತರಾದರು ಎಂಬುದನ್ನು ವಿವರಿಸುತ್ತದೆ. 17ನೇ ಶತಮಾನದಲ್ಲಿ ಯುದ್ಧ ನಿಂತ ಮೇಲೆ ಅಸಹಾಯಕರಾದ ಸಮುದಾಯ, ಆರಂಭದಲ್ಲಿ ಮಾದಕದ್ರವ್ಯಗಳನ್ನು ಮಾರುವ ಉದ್ಯೋಗದಲ್ಲಿ ತೊಡಗಿಕೊಂಡರು, ತದನಂತರ ಭಿಕ್ಷುಕರಾದರು, ಕೊನೆಯದಾಗಿ ಖೋಟಾ ನಾಣ್ಯವನ್ನು ಚಲಾಯಿಸುವವರಾದರು. ಈ ಪೋಲಿಸ್ ಟಿಪ್ಪಣಿ ಚಪ್ಪರ್ ಬಂದ್‌ಗಳ ಉಳಿದ ಕಸುಬುಗಳ ಕುರಿತು ಪ್ರಸ್ತಾಪ ಮಾಡುವುದಿಲ್ಲ. ಚಿಕ್ಕಚಿಕ್ಕ ತಂಡಗಳಲ್ಲಿ ವಲಸೆ ಹೋಗುವ ಸಂದರ್ಭದಲ್ಲಿ "ಮಾದರಿ ಫಕೀರ್"ಗಳ ರೂಪವನ್ನು ಧರಿಸಿದರು. ಸಾಮಾನ್ಯವಾಗಿ "ಶಾ", ಕೆಲವೊಮ್ಮೆ "ಸಾಹೇಬ್" ಎಂಬ ಪದನಾಮವನ್ನು ಇಟ್ಟುಕೊಂಡರು. ನಾಯಕನನ್ನು "ಖಿಗ್ಡ"ಎಂದು ಕರೆದರು. ಬಾಂಬೆ ರೆಗುಲೇಶನ್ ಆ್ಯಕ್ಟ್ 1827ರ ಪ್ರಕಾರ ಅವರನ್ನು ಕ್ರಿಮಿನಲ್ ಟ್ರೈಬ್‌ಗಳೆಂದು ಘೋಷಿಸಲಾಗಿತ್ತು. ಈ ಚಪ್ಪರ್ ಬಂದ್‌ಗಳು ಮತ್ತೆಮತ್ತೆ ಸರ್ಕಾರಿ ವರದಿಗಳಲ್ಲಿ "ಖೋಟಾ ನಾಣ್ಯ" ಚಲಾವಣೆ ಮಾಡುವವರಾಗಿಯೇ ಉಲ್ಲೇಖಿತವಾಗುತ್ತಾರೆ.[240]

1920ರಲ್ಲಿ ಗೊಸ್ಪಲ್ ಆಫ್ ಇಂಡಿಯಾ ಸೊಸೈಟಿ ಪ್ರಕಟಿಸಿದ ಕ್ರಿಮಿನಲ್ ಟ್ರೈಬ್ಸ್ ಎಂಬ ವರದಿ ಮಹತ್ವದ್ದು. ಇದು ವಸಾಹತುಶಾಹಿಯನ್ನು ಪ್ರತಿನಿಧಿಸುತ್ತಿದ್ದ ಕಾರಣ ಅದರ ಟಿಪ್ಪಣಿ ಇಲ್ಲಿ ಬಹುಮುಖ್ಯ.[241] ಮೊದಲನೆಯದಾಗಿ ಇದು, ಕ್ರಿಮಿನಲ್ ಟ್ರೈಬ್ ಎಂಬ ವರ್ಗೀಕರಣಕ್ಕೆ ಜಾತಿಯೇ ಮೂಲ ಕಾರಣವೆಂಬ ಅಂಶವನ್ನು ಒಪ್ಪುವುದಿಲ್ಲ, ತಿರಸ್ಕರಿಸುತ್ತದೆ. ಅದರ ಪ್ರಕಾರ ಈ ಸ್ಥಿತಿಗೆ ಉತ್ತರ ಭಾರತದ ದಾಳಿಕೋರರ ತಿರಸ್ಕೃತ ನೀತಿಯೇ ಕಾರಣ. ಒಂದೆಡೆ ಜಾತಿ ಚೌಕಟ್ಟಿನಲ್ಲಿ ಇವರನ್ನು ಹೊರಗಿಡಲಾಯಿತು, ಇದರ ಫಲವಾಗಿ ಅಲೆಮಾರಿಗಳಾದ ಈ ಜಾತಿಗಳು ತಮ್ಮ ಜೀವನಕ್ಕೆ ಅಳವಡಿಸಿಕೊಂಡದ್ದು ದವಸ ಧಾನ್ಯ ಮತ್ತು ಉಪ್ಪು ಇತ್ಯಾದಿಗಳನ್ನು ಸಾಗಿಸುವ ವರ್ತಕರ ಕಸುಬನ್ನು. ತದನಂತರ ರಸ್ತೆ ಮತ್ತು ರೈಲ್ವೆಯಂತಹ ಆಧುನಿಕತೆಗೆ ಮುಖಾಮುಖಿಯಾಗಿ ತಮ್ಮ ಕಸುಬುಗಳನ್ನು ಕಳೆದುಕೊಂಡು ತಮ್ಮ ಜೀವನಕ್ಕೆ ಅಳವಡಿಸಿಕೊಂಡದ್ದು ಕಳ್ಳತನ, ಸುಲಿಗೆ ಮತ್ತು ದರೋಡೆ. ಈ ಕತೆ ಸಂಪೂರ್ಣವಾಗಿ ಸತ್ಯವನ್ನು ಹೇಳುವುದಿಲ್ಲ. ಕೆಲವೇ ಜನ ಸುಲಿಗೆ ಮಾಡಿದರೂ, ಇಡೀ ಜಾತಿಗಳನ್ನು ಸಾರಾಸಗಟಾಗಿ ಕ್ರಿಮಿನಲ್ ಟ್ರೈಬ್ ಎನ್ನಲು ಯಾವುದೇ ಕಾರಣವಿರಲಿಲ್ಲ. ಈ ರೀತಿಯ ಪ್ರಕ್ರಿಯೆಗೆ ಬಲಿಯಾದವರಲ್ಲಿ ಹುಬ್ಬಳ್ಳಿ ಆಸುಪಾಸಿನಲ್ಲಿ ವಾಸಿಸುತ್ತಿದ್ದ ಮುಸ್ಲಿಂ ಅಲೆಮಾರಿಗಳಾದ ಚಪ್ಪರ್ ಬಂದ್‌ಗಳು. "ಚಪ್ಪರ್‌ಬಂದ್‌ಗಳು ಮೊಹಮ್ಮದನ್ ಸೈನ್ಯದಲ್ಲಿ ಚಪ್ಪರವನ್ನು ಕಟ್ಟುವ ಕೆಲಸದೊಂದಿಗೆ

240 Ibid, p.90

241 C.M Edwards , Criminal Tribes at Hubli, 1920-30, Society for the Propagation of the Gospel in Foreign Parts, 1931

ದಕ್ಷಿಣ ಭಾರತಕ್ಕೆ ಬಂದರು. ಯಾವಾಗ ಮೊಹಮ್ಮಡನ್ ಶಕ್ತಿ ಕುಂದಿತೋ, ಚಪ್ಪರ್ ಬಂದ್‌ಗಳ ಜೀವನ ಅಲ್ಲೋಲ ಕಲ್ಲೋಲವಾಯಿತು, ಹಿಂದೂ ನಾಗರೀಕತೆಯಲ್ಲಿ ಅವರಿಗೆ ಸ್ಥಾನಮಾನವಿರಲಿಲ್ಲ. ಇಂತಹ ಸನ್ನಿವೇಶದಲ್ಲಿ ಅವರು ಖೋಟಾನಾಣ್ಯ ಚಲಾವಣೆಯ ಕಸುಬನ್ನು ಅಪ್ಪಿಕೊಂಡರು"[242] "ಅವರು, ಬಜಾರ್‌ಗಳಲ್ಲಿ ಸುಲಿಗೆ, ದನ ಕರುಗಳ ಕಳ್ಳತನ, ಮನೆಯ ದರೋಡೆ, ರಸ್ತೆಯ ಸುಲಿಗೆ ಮತ್ತು ದರೋಡೆ, ಖೋಟಾ ನಾಣ್ಯದ ಚಲಾವಣೆ" ಇತ್ಯಾದಿ ತಮ್ಮ ನ್ಯಾಯಬದ್ಧ ಕಸುಬುಗಳೆಂದು ಚಪ್ಪರ್‌ಬಂದ್‌ಗಳು ನಂಬುತ್ತಾರೆ ಎಂದು ವರದಿ ಹೇಳುತ್ತದೆ. ಅವರು ಸುಲಿಯುವ ರೀತಿ ಕುರಿತು ಹೇಳುವ ರೀತಿ ಗಮನಾರ್ಹ, "A Chapparband prepared an alloy of tin and copper, and made it look like an ingot of gold. He then dropped it on the road and lurked close by. Presently an unsuspecting ryot came by, and picking up the ingot proceeded with great joy to tuck it into his pouch. The Chapparband then sprang out of his hiding place and demanded a share of the treasure. The ryot refusing, he threatened him with the police, but finally, with a show of great magnanimity, consented to allow his victim to keep the gold, and to accept the comparatively small sum of ten rupees instead of his share. The unfortunate ryot hurried home congratulating himself on his luck, and was only . disillusioned when he presented the ingot for sale to a goldsmith . [243]

ಸ್ವಾತಂತ್ರ್ಯದ ಪೂರ್ವದಲ್ಲಿಯೇ ಇದನ್ನು ರದ್ದು ಮಾಡಲು ಮುಂಬಯಿ ಸರ್ಕಾರ ಸಮಿತಿಯೊಂದನ್ನು ರಚಿಸಿತು. ಇದರ ಮುಂದಿನ ಹಂತವನ್ನು ಸ್ವಾತಂತ್ರ್ಯದ ನಂತರ ನೋಡಬಹುದು. ಇದರ ಪ್ರಥಮ ಹಂತವಾಗಿ ಮದ್ರಾಸ್ ಪ್ರೆಸಿಡೆನ್ಸಿಯಲ್ಲಿ ಕ್ರಿಮಿನಲ್ ಶಾಸನವನ್ನು ರದ್ದುಪಡಿಸಲಾಯಿತು. 1949–50ರಲ್ಲಿ ಅಯ್ಯನಾರ್ ನೇತೃತ್ವದಡಿಯಲ್ಲಿ, "ದಿ ಕ್ರಿಮಿನಲ್ ಟ್ರೈಬ್ ಆ್ಯಕ್ಟ್ ಎನ್ಕ್ವೈರಿ ಕಮಿಟಿ" ತನ್ನ ವರದಿಯಲ್ಲಿ ಒಟ್ಟಾರೆಯಾಗಿ 163 ಅಲೆಮಾರಿ ಮತ್ತು ನೆಲೆನಿಂತ ಕ್ರಿಮಿನಲ್ ಟ್ರೈಬ್‌ಗಳನ್ನು ಗುರುತಿಸಿತ್ತು, [244] ಒಂದು ಲೆಕ್ಕಾಚಾರದಂತೆ ಹೆಚ್ಚೂ ಕಡಿಮೆ 23ಲಕ್ಷ ಬುಡಕಟ್ಟುಗಳು ಅಪರಾಧಿ ಅಥವಾ ಕ್ರಿಮಿನಲ್ ಟ್ರೈಬ್‌ಗಳು ಪಟ್ಟಿಯಿಂದ ಬಿಡುಗಡೆ ಹೊಂದಿದವು. ಪರಿಶೀಲನಾ ಸಮಿತಿಯ ವರದಿ ಬಹಳ ಮುಖ್ಯ, ಏಕೆಂದರೆ ಅದು ಸರ್ಕಾರಿ ಪಟ್ಟಿಯಲ್ಲಿದ್ದ ಹತ್ತು ಹಲವು ಜಾತಿಗಳನ್ನು ಪರಿಶೀಲಿಸಿ, ಅವರ ಸಾಮಾಜಿಕ ನೆಲೆಗಳ ಮೇಲೆ ಬೆಳಕು ಚೆಲ್ಲಿತ್ತು. ಈ ಪರಿಶೀಲನೆಯಲ್ಲಿ ಹತ್ತು ಹಲವು ಮುಸ್ಲಿಂ ಅಪರಾಧಿ ಟ್ರೈಬ್‌ಗಳಿದ್ದವು.

242_Op.cit, Notes on the Criminal classes in the Bombay Presidency. With Appendices regarding some Foreign Criminals 'who occasionally visit the Presidency, Bombay 1908

243_ Ibid.p.8

244 Report of the Criminal Tribes Act, Enquiry Committee, 1949-50, Delhi 1951

ಈ ಸಮಿತಿಯನ್ನು '1924ರ ಕ್ರಿಮಿನಲ್ ಟ್ರೈಬ್ ಆ್ಯಕ್ಟ್' ಅನ್ನು ಪುನರ್‌ಪರಿಶೀಲಿಸಿ ರದ್ದುಮಾಡಲು ನೇಮಿಸಲಾಗಿತ್ತು. ಇದರ ಪರಿಶೀಲನೆಯಲ್ಲಿ ಬಹಳ ಮುಖ್ಯವಾಗಿ ಉತ್ತರ ಭಾರತದ ಕ್ರಿಮಿನಲ್ ಬುಡಕಟ್ಟುಗಳಿದ್ದರೂ, ಕರ್ನಾಟಕ ಪ್ರಾಂತ್ಯದ ಕೆಲವು ಅಲೆಮಾರಿ- ಅರೆ-ಅಲೆಮಾರಿಗಳನ್ನು ಈ ಸಮಿತಿ ಗುರುತಿಸಿದ್ದು ಸ್ಪಷ್ಟ. ಈ ವರದಿ ಪ್ರಕಾರ ಕೆಲವು ಬುಡಕಟ್ಟುಗಳ ಒಂದು ಸಾಮಾನ್ಯ ಗುಣವೆಂದರೆ ಅವರು ಹಿಂದೂ ದೇವತೆಗಳೊಂದಿಗೆ ಮುಸ್ಲಿಂ ಪೀರ್ ಅಥವಾ ಸಂತರನ್ನು ಕೂಡ ಪೂಜಿಸುತ್ತಿದ್ದರು, ಇದಕ್ಕೆ ಉತ್ತಮ ಉದಾಹರಣೆ ಎಂದರೆ ಉತ್ತರ ಪ್ರದೇಶದ ಮತ್ತು ಉತ್ತರ ಭಾರತದ ಬವಾರಸ್, ಗೋಸಿಸ್, ಕಾಟೀಸ್, ಮೇವಾಟಿ ಅಥವಾ ಮಿಯೋಗಳು, ಅಲೆಮಾರಿ ಟ್ರೈಬ್‌ಗಳು.[245] ಅರೆ ಮುಸ್ಲಿಂ, ಅರೆ ಹಿಂದೂ ಜಾತಿಗಳು. ಸೌರಾಷ್ಟ್ರದ ಮಿಯಾನಾಸ್‌ಗಳು. ರಾಜಸ್ಥಾನದ ಮುಲ್ತಾನಿಗಳು. ಮುಂಬಯಿ ಪ್ರೆಸಿಡೆನ್ಸಿಯ ತದ್ವಿ ಭಿಲ್‌ಗಳು. ಇವುಗಳಲ್ಲಿ ಗೋಸಿಸ್‌ಗಳು ಮೂಲತಃವಾಗಿ ಅಹಿರ್ ಜಾತಿಯವರು. ಅವರಲ್ಲಿ ಈಗಲೂ ಹಿಂದೂ ಸಂಪ್ರದಾಯಗಳಿವೆ, ಉತ್ತರ ಪ್ರದೇಶದಲ್ಲಿ ಕಾಟೀಸ್‌ಗಳ ಸಾಮಾಜಿಕ ಸ್ಥಾನಮಾನ ಭಂಗಿಗಳಿಗಿಂತಲೂ ನಿಕೃಷ್ಟವಾಗಿತ್ತು ಎಂದು ಸರ್ಕಾರಿ ವರದಿ ಹೇಳುತ್ತದೆ. ಮಿಯಾನಸ್‌ಗಳು ಮೂಲತಃವಾಗಿ ಮುಸಲ್ಮಾನರಾಗಿದ್ದರೂ, ಅವರ ಜೀವನಶೈಲಿ ರಜಪೂತರಿಗಿಂತ ಕಡಿಮೆ ಏನಿರಲಿಲ್ಲ. ಮುಲ್ತಾನಿಗಳು ಬಂಜಾರರ ತರಹ ಉಡುಗೆ ತೊಡುಗೆಗಳನ್ನು ಧರಿಸುವ ಬುಡಕಟ್ಟುಗಳು. ಇವರ ಮುಖ್ಯ ಉದ್ಯೋಗ ಕಳ್ಳಸಾಗಾಣೆ. ತದ್ವಿ ಭಿಲ್‌ಗಳು ಹಿಂದೂ ಸಂಪ್ರದಾಯವನ್ನು ಉಳಿಸಿಕೊಂಡಿದ್ದರೂ ಅರೆ-ಮುಸಲ್ಮಾನರಾಗಿದ್ದರು. ವಿಚಿತ್ರವೆಂದರೆ ಈ ವರದಿ ಕೆಲವು ಮುಂಬಯಿ ಪ್ರಾಂತ್ಯದಲ್ಲಿದ್ದ ಚಪ್ಪರ್ ಬಂದ್‌ಗಳ ಕುರಿತು ಹೇಳುವುದಿಲ್ಲ. ಅದೇ ಸುಮಾರಿಗೆ ಅಲೆಮಾರಿ ಬುಡಕಟ್ಟುಗಳಾದ ಮಾನ್ ಗಾರುಡಿ- ಮೂಲತಃವಾಗಿ ಹಾವಾಡಿಗರು- ಬಗ್ಗೆ ಬೆಳಕು ಚೆಲ್ಲಿದರೂ, ಅವರ ಧರ್ಮದ ಕುರಿತು ಏನನ್ನೂ ಹೇಳುವುದಿಲ್ಲ. ಅಗಸ್ಟ್ 31, 1952ರಲ್ಲಿ ಈ ಅಪರಾಧಿ ಜಾತಿಗಳನ್ನು ಡಿ-ನೋಟಿಫೈಯ್ಡ್ ಜಾತಿಗಳನ್ನಾಗಿ ಘೋಷಿಸಲಾಯಿತು.

ಕ್ರಿಮಿನಲ್ ಟ್ರೈಬ್ ಎಂದು ಅಂಟಿಕೊಂಡಿದ್ದ ಕಳಂಕದಿಂದ ಈ ಜಾತಿಗಳು ಮುಕ್ತಿ ಹೊಂದಿವೆಯೇ? ಎಂಬ ಪ್ರಶ್ನೆ ಇದೆ. ಕಳಂಕ ಈಗಲೂ ಅಂಟಿಕೊಂಡಿರುವುದಕ್ಕೆ ಸಾಕಷ್ಟು ಪುರಾವೆಗಳು ದೊರೆಯುತ್ತದೆ. ಈಗಲೂ ಅವರನ್ನೂ ಅಪರಾಧಿ ಅಲೆಮಾರಿಗಳೆಂದು ನೋಡುವ ಪ್ರವೃತ್ತಿ ಇದೆ. ವಾಸ್ತವವಾಗಿ 1959ರ ಇನ್ನೊಂದು ಕಾನೂನು, ಹ್ಯಾಬಿಚುವಲ್ ಅಫೆಂಡರ್ಸ್ ಆ್ಯಕ್ಟ್ 1959, ಅವರನ್ನು ಮತ್ತೊಮ್ಮೆ ಅಪರಾಧಿ ಸ್ಥಾನಕ್ಕೆ ತಂದು ಬಿಟ್ಟಿತ್ತು. ವಸಾಹತುಶಾಹಿ ತಂದ ಕ್ರಿಮಿನಲ್ ಟ್ರೈಬ್

245 Ibid.12.

ಆ್ಯಕ್ಟ್ ಮತ್ತು ಈ ಕಾನೂನಿಗೂ ಇದ್ದ ಒಂದು ವ್ಯತ್ಯಾಸವೆಂದರೆ ಈ ಕಾನೂನು ಇಡೀ ಅಲೆಮಾರಿ ಸಮುದಾಯವನ್ನು ಅಪರಾಧಿಯನ್ನಾಗಿ ಮಾಡಲಿಲ್ಲ, ಹೊರತು ಅಲೆಮಾರಿ ಜಾತಿಯ ವ್ಯಕ್ತಿಗಳನ್ನು ಮಾತ್ರ ಪ್ರತೀ ಬಾರಿ ಅಪರಾಧಿಯನ್ನಾಗಿಸಿತ್ತು. ವಿಚಿತ್ರವೆಂದರೆ ಸರ್ಕಾರದ ಬೇರೆ ಕಾನೂನುಗಳು ಕೂಡ ಅಲೆಮಾರಿಗಳ ಕಸುಬುಗಳನ್ನು ಆಧರಿಸಿ ಅಪರಾಧಿಗಳನ್ನಾಗಿಸಿದ್ದು ಸತ್ಯ. – ವೈಲ್ಡ್ ಲೈಫ್ ಆಕ್ಟ್ 1972, ಬೇಟೆಗಾರ ಜಾತಿಗಳನ್ನು, ಕರ್ನಾಟಕ ಅಬಕಾರಿ ಆಕ್ಟ್ 1965, ಮದ್ಯಪಾನ ತಯಾರಿಸುವ ಜಾತಿಗಳನ್ನು, ಕರ್ನಾಟಕ ಪ್ರೊಹಿಬಿಶನ್ ಆಫ್ ಬೆಗ್ಗರ್ಸ್ ಆಕ್ಟ್ 1965, ರಸ್ತೆ ಬದಿ ದೊಂಬರಾಟ ಮಾಡುವ ಜಾತಿಗಳನ್ನು ಅಪರಾಧಿಗಳನ್ನಾಗಿ ಮತ್ತೊಮ್ಮೆ ಸೃಷ್ಟಿಸಿದ್ದು ದಿಟ. ಇವತ್ತಿಗೂ ಅವರಿಗೆ ಸರಿಯಾದ ನೆಲೆಗಳು, ಭೂಮಿ, ಮೀಸಲಾತಿ, ಆರೋಗ್ಯ ಶಿಕ್ಷಣ, ಇತ್ಯಾದಿಗಳಿಂದ ವಂಚಿತರಾಗಿರುವುದು ಅಷ್ಟೇ ದಿಟ.[246] ಕರ್ನಾಟಕದಲ್ಲಿ ಅಲೆಮಾರಿ ಬುಡಕಟ್ಟುಗಳ ಸಂಖ್ಯೆ ಎಂಟು ಲಕ್ಷ ಎಂದು ಅಂದಾಜಿಸಲಾಗಿದೆ.

ಯುದ್ಧೋನ್ಮಾದದ ಜಾತಿಗಳು:

ಇವುಗಳ ನಡುವೆ ಇನ್ನೊಂದು ರೂಪದ– ಆದರೆ ಗೊಂದಲಪೂರಿತ ವರ್ಗೀಕರಣವನ್ನು ವಸಾಹತುಶಾಹಿ ನಿರ್ಮಿಸಿದ್ದನ್ನು ಗಮನಿಸಬೇಕು. ಇದರಲ್ಲಿ ಜಾತಿ, ಜನಾಂಗ, ಗೋತ್ರ ಇತ್ಯಾದಿಗಳು ಕಲಸು ಮೇಲೋಗರವಾಗಿರುವುದನ್ನು ನೋಡಬಹುದು. ಒಂದೆರಡು ಕಡೆ ಇದು ಸ್ಪಷ್ಟವಾಗಿ ನಮೂದಿಸಲ್ಪಟ್ಟಿತ್ತು. ಮೇಲ್ನೋಟಕ್ಕೆ ಇದು "ಯುದ್ಧೋನ್ಮಾದ ಜನಾಂಗ"ಗಳು (ಫೈಟಿಂಗ್ ರೇಸ್) ಅಥವಾ ಯುದ್ಧ ಮಾಡಬಲ್ಲ ಜನಾಂಗಗಳ ಪಟ್ಟಿ ಎಂದು ಕಂಡುಬಂದರೂ, ಅವುಗಳ ಸಂಪ್ರದಾಯ, ಆಚರಣೆ, ಗುಣಲಕ್ಷಣ, ಇತಿಹಾಸ ಮತ್ತು ಬುಡಕಟ್ಟರಿಮೆ ಇತ್ಯಾದಿಗಳ ವಿಶ್ಲೇಷಣೆಯಲ್ಲಿ ಜಾತಿ, ಕುಲಗಳ, ಬುಡಕಟ್ಟುಗಳ ಸೂಕ್ಷ್ಮತೆ ಕಂಡುಬರುವುದು ಸಹಜ. 1899ರಲ್ಲಿ[247] ಪ್ರಕಟವಾದ ಕೈಪಿಡಿಯಲ್ಲಿ ಇದರ ವಿಶ್ಲೇಷಣೆ ದೊರೆಯುತ್ತಿದ್ದರೂ, ಈ ರೀತಿಯ ಪ್ರಯತ್ನಗಳು ವಾಸ್ತವವಾಗಿ ಹೊಸತಾಗಿರಲಿಲ್ಲ. ಈ ಕೈಪಿಡಿಯ ಪ್ರಕಟಣೆಯ ಪೂರ್ವದಲ್ಲಿಯೇ ಬ್ರಿಯಾನ್ ಹಡ್ಸನ್, ರೈಟ್ ಮತ್ತು ಜನರಲ್ ಕನ್ನಿಂಗ್ ಹ್ಯಾಮ್ ಯುದ್ಧೋನ್ಮಾದ ಜನಾಂಗಗಳ ಕುರಿತು ಬೆಳಕು ಚೆಲ್ಲಿದ್ದರು. ಅದರೊಟ್ಟಿಗೆ ಕೆಲವು ನಿರ್ದಿಷ್ಟ ಜನಾಂಗಗಳ ಕುರಿತು ಕೂಡ ಕೆಲವು ಕೆಲಸಗಳು ನಡೆದಿದ್ದವು. ಗೂರ್ಖರ ಬಗ್ಗೆ ಕ್ಯಾಪ್ಟನ್ ವಾನ್ಸಿಟ್ಟರ್, ಸಿಖ್‌ರ ಕುರಿತಂತೆ ಆರ್ ಡಬ್ಲೂ ಫಾಲ್ಕನ್, ರಜಪೂತರ ಬಗ್ಗೆ ಬಿಮ್ಗ್ಲೆ

246 https://thewire.in/politics/nomadic-denotified-tribes-demands
247 P. D. Bonarjee, A Handbook of the Fighting Races of India, Calcutta, 1899

ಇತ್ಯಾದಿಯವರ ಕೃತಿಗಳು/ಕೈಪಿಡಿಗಳು ಪ್ರಕಟವಾಗಿದ್ದವು. ಬೊನರ್ಜಿಯ 1899ರ ಕೈಪಿಡಿ ಇವುಗಳಿಂದ ಸ್ವಲ್ಪ ವಿಭಿನ್ನವಾಗಿತ್ತು. ಅದು ಜನಾಂಗಗಳ ಮತ್ತು ಜಾತಿಗಳ ಇತಿಹಾಸದ ಮೂಲವನ್ನು ಹುಡುಕುತ್ತಿತ್ತು. ಇದನ್ನು ಪಠಾಣರನ್ನು ವಿವರಿಸುವಾಗ ಸ್ಪಷ್ಟವಾಗಿ ಕಂಡು ಬರುತ್ತದೆ. ಪಠಾಣರ ಇತಿಹಾಸದಲ್ಲಿ ಮೂರು ಕತೆಗಳಿವೆ: ಯಹೂದಿ ಮೂಲದ ಕತೆ, ಆರ್ಯನ್ನರ ಮೂಲದ ಕತೆ, ವಿದೇಶಿ ಮತ್ತು ಭಾರತದ ಸಂಕರದ ಕತೆ. ಅದೇನೆ ಇದ್ದರೂ, ಬೊನರ್ಜಿಯ ಕೈಪಿಡಿ ಮೂಲತಃವಾಗಿ "ಬ್ರಿಟಿಷ್ ಯುವ ಸೈನಿಕ ಅಧಿಕಾರಿಗಳಿಗಾಗಿ" ಪ್ರಕಟಿಸಿದ ಕೈಪಿಡಿ ಎಂದರೂ, ಅದನ್ನು ವಸಾಹತುಶಾಹಿಯ ವಿಶಾಲವಾದ ಯೋಜನೆಯಲ್ಲಿ ನೋಡಬೇಕು. ಈ ಜನಾಂಗಗಳನ್ನು ಹದ್ದುಬಸ್ತಿನಲ್ಲಿಡಲು ಈ ರೀತಿಯ ದಾಖಲಾತಿ ಮತ್ತು ಕೈಪಿಡಿ ಅವಶ್ಯಕವಾಗಿತ್ತು. ಇದನ್ನು ಬುಡಕಟ್ಟು, ಅಪರಾಧಿ ಜಾತಿಗಳ ದಾಖಲಾತಿಯ ವಿಸ್ತೃತ ಭಾಗವಾಗಿ ನೋಡಬೇಕು. ಬೊನರ್ಜಿ ತಮ್ಮ ಕೈಪಿಡಿಯಲ್ಲಿ ಹತ್ತು ಹಲವು ಮುಸಲ್ಮಾನ ಜನಾಂಗಗಳನ್ನು ಯುದ್ಧೋನ್ಮಾದ ಅಥವಾ ಸಹಾಯ ಮಾಡಬಲ್ಲ ಜನಾಂಗಗಳೆಂದು ಕರೆಯುವುದನ್ನು ನೋಡಬಹುದು. ಒಂದೆಡೆ, ಪ್ರಮುಖವಾಗಿ ಪಂಜಾಬಿನ ಯುದ್ಧೋನ್ಮಾದ ಜನಾಂಗಗಳನ್ನು ವಿವರಿಸುವಾಗ ಅದು "ಚಿಕ್ಕಪುಟ್ಟ ಯುದ್ಧ ಮಾಡಬಲ್ಲ ಜಾತಿ"ಯೆಂದೇ ವಾದಿಸಿತ್ತು, ಇಲ್ಲಿ ಜನಾಂಗವನ್ನು "ಜಾತಿ"ಯೆಂದೇ ನಮೂದಿಸಿತ್ತು. ಇದೇ ರೀತಿ ಮದ್ರಾಸ್ ಪ್ರೆಸಿಡೆನ್ಸಿಯ ಮಾಪಿಳ್ಳೆ ಮತ್ತು ಲಬ್ಬಯೆ ಕುರಿತು ಉಲ್ಲೇಖಿಸುವಾಗ 'ಜಾತಿ'ಎಂದೇ ನಮೂದಿಸಿತ್ತು. ಇನ್ನೊಂದೆಡೆ ಅವುಗಳನ್ನು ವಿವರಿಸುವಾಗ ಗೋತ್ರಗಳೆಂದು, ಪಠಾಣರನ್ನು ವಿವರಿಸುವಾಗ ಬುಡಕಟ್ಟುಗಳೆಂದು, [248] ಕೈಪಿಡಿ ವಿವರಿಸುತ್ತದೆ. ಇದು ಕೈಪಿಡಿ ಮತ್ತು ವಸಾಹತುಶಾಹಿಯ ಸ್ಪಷ್ಟವಾದ ಗೊಂದಲವನ್ನು ತೋರಿಸುತ್ತದೆ.

ಪಂಜಾಬ್‌ದಲ್ಲಿ ಅದು ಗುರುತಿಸಿದ ಮುಸ್ಲಿಂ ಜಾತಿ/ಜನಾಂಗಗಳೆಂದರೆ ಘಕ್ಕರ್, ಅವಾನ್, ಗೊಂಡಲ್, ಗುಜ್ಜರ್ ಸಿಯಾಲ್, ತಿವಾನ, ಸತ್ತಿಸ್, ಚಿಬ್ಸ್, ಜಂಜುವಾ, ಡೊಗ್ರಾ, ಖೋಕರ್, ಇತ್ಯಾದಿ. ಇವುಗಳಲ್ಲಿ ಕೆಲವು ಜಾತಿಗಳು/ಜನಾಂಗಗಳು ತಮ್ಮ ಮತಾಂತರ ಪೂರ್ವದ ಹಿಂದೂ ಧರ್ಮದ ಸಂಪ್ರದಾಯಗಳನ್ನು ಉಳಿಸಿಕೊಂಡಿರುವುದನ್ನು ಕೈಪಿಡಿ ದಾಖಲಿಸಿತ್ತು. (ಅವಾನ್ ತಿವಾನ, ಸಿಯಾಲ್, ಮಿಯೊ, ಗೊಂಡಲ್ ಇದರಲ್ಲಿ ಪ್ರಮುಖರು). ಕೆಲವು ಜಾತಿಗಳು ರಜಪೂತರಿಂದ ಮತಾಂತರಗೊಂಡವುಗಳು ಎಂದು ಕೂಡ ಉಲ್ಲೇಖಿಸಿತ್ತು. (ಚಿಬ್ಬ್, ಭಟ್ಟಿ, ಸಿಯಾಲ್, ಗೊಂಡಲ್, ಸತ್ತೀಸ್, ಜಂಜುವಾ, ಖೋಕರ್, ಡೋಗ್ರಾ). ಇನ್ನೂ ಕೆಲವು ಜಾತಿಗಳು ಜಾಟರಿಂದ ಮತಾಂತರಗೊಂಡವು (ಖರ್ರಲ್, ಖೋಕರ್) ಈ

248 Ibid, p..52.

ಸಂದರ್ಭದಲ್ಲಿ ಅಸ್ಮಿತೆಯ ಪ್ರಶ್ನೆ ದಟ್ಟವಾಗಿ ಕೈಪಿಡಿ ಮುಂದಿಡುತ್ತದೆ: ಬುಡಕಟ್ಟು ಅಸ್ಮಿತೆ ಪ್ರಮುಖವಾಗುತ್ತದೆಯೇ? ಅಥವಾ ಧರ್ಮದ ಅಸ್ಮಿತೆ ಪ್ರಾಥಮಿಕವೇ? ಪಠಾಣರನ್ನು ವಿವರಿಸುವಾಗ ಅದು ಸ್ಪಷ್ಟವಾಗಿ ಬುಡಕಟ್ಟು ಅಸ್ಮಿತೆಯ ಪ್ರಾಥಮಿಕತೆಯನ್ನು ದಾಖಲಿಸುತ್ತದೆ. ಖೋಕರ್‌ಗಳ ಬಗ್ಗೆ ಬರೆಯುವಾಗ "ಅವರು ಮುಸ್ಲಿಮರಾಗಿದ್ದರೂ ತಮ್ಮನ್ನು ತಾವು ಜಾಟ್‌ರೆಂದು ಕರೆಯಲು ಇಷ್ಟಪಡುತ್ತಿದ್ದರು."[249] ಮುಸ್ಲಿಮರೆಂದು ವಾದಿಸುವ ಮೆವಾಟಿಯ ಮಿಯೊಗಳಲ್ಲಿ "ಇಸ್ಲಾಂ ಧರ್ಮದ ಕುರಿತು ಇರುವ ತಿಳುವಳಿಕೆ ಅತ್ಯಂತ ಕ್ರೂರ ಮತ್ತು ಕನಿಷ್ಠ[250] ಹಿಂದೂ ಧರ್ಮದ ಲಕ್ಷಣಗಳು ಅತೀ ಹೆಚ್ಚು". ಅದೇನೆ ಇದ್ದರೂ ಈ ಯುದ್ಧೋನ್ಮಾದ ಜಾತಿ ಅಥವಾ ಜನಾಂಗಗಳ ವಿಶ್ಲೇಷಣೆಯಲ್ಲಿ ಕೆಲವು ಸಾಮಾನ್ಯ ಸಂಗತಿಗಳಿದ್ದವು: ಅವುಗಳಲ್ಲಿ ದರೋಡೆ, ಸುಲಿಗೆ, ಕಳ್ಳತನ, ಅಹಂಕಾರಿ, ದರ್ಪ, ಗರ್ವ, ಅತ್ಯಂತ ಉದಾಸೀನತೆ, ಅಂದಾಭಿಮಾನ ಇತ್ಯಾದಿ ಸಾಮಾನ್ಯವಾಗಿತ್ತು. ಇವುಗಳ ನಡುವೆ ಒಂದೆರಡು ಜಾತಿಗಳಿಗೆ ಅವರ ಹೀನ ಸಾಮಾಜಿಕ ಸ್ಥಾನಮಾನಗಳಿಗೆ ಸರಿಯಾಗಿ ಸೈನ್ಯದಲ್ಲಿ ಪ್ರವೇಶ ನಿರಾಕರಿಸಲಾಯಿತು. ಉದಾಹರಣೆಗೆ ನೇಕಾರರಾದ ಜಲ್ಹಾಹಗಳು. ಈ ವಿವರಣೆ ಉತ್ತರ ಭಾರತಕ್ಕೆ ಸೀಮಿತವಾದರೆ, ದಕ್ಷಿಣ ಭಾರತದಲ್ಲಿ ಕೈಪಿಡಿ ಗುರುತಿಸಿದ ಜಾತಿಗಳು ಹೆಚ್ಚಿರಲಿಲ್ಲ.

ದಕ್ಷಿಣ ಭಾರತದಲ್ಲಿ, ಅದರಲ್ಲೂ ಮದ್ರಾಸ್ ಪ್ರೆಸಿಡೆನ್ಸಿಯಲ್ಲಿನ ಮುಸ್ಲಿಂ ಜಾತಿಗಳನ್ನು ಗುರುತಿಸುವಾಗ, ಒಂದೆಡೆ ಕೈಪಿಡಿ ಮೂರು ಗುಂಪುಗಳನ್ನು ಗುರುತಿಸುತ್ತದೆ; ಇಸ್ಲಾಂಗೆ ಮತಾಂತರ ಹೊಂದಿದ ಶುದ್ಧ ದ್ರಾವಿಡಿಯನ್ನರು. ಎರಡನೆಯದಾಗಿ, ದಕ್ಷಿಣ ಭಾರತಕ್ಕೆ ದಾಳಿ ಇಟ್ಟ ಅಫಘಾನಿ ಮತ್ತು ಮೊಘಲರ ಶುದ್ಧ ಸಂಜಾತರು, ಮತ್ತು ಮೂರನೆಯದಾಗಿ ಅಫಘಾನ್, ಮೊಘಲ್ ಮತ್ತು ದ್ರಾವಿಡಿಯನ್ನರ ಸಂಕರಗಳು[251]. ಇದೇ ಸಂದರ್ಭದಲ್ಲಿ ಎರಡು ಅತ್ಯಂತ ಪ್ರಮುಖ ಜಾತಿಗಳನ್ನು ಗುರುತಿಸುತ್ತದೆ. ಮಾಪಿಳ್ಳೆಗಳು ಇದರಲ್ಲಿ ಒಂದು ಪ್ರಮುಖ ಜಾತಿ. ಕೈಪಿಡಿ ಪ್ರಕಾರ ಮಾಪಿಳ್ಳೆಗಳು ಮತ್ತು ಲಬ್ಬಯೆಗಳು ಅರಬ್ ಮತ್ತು ದ್ರಾವಿಡರ ಸಂಕರಗಳು. ವಿಚಿತ್ರವೆಂದರೆ ಈ ಕೈಪಿಡಿ ಮಾಪಿಳ್ಳೆಗಳನ್ನು ಕ್ರೂರಿ, ಮತಾಂಧರೆಂದು ಚಿತ್ರಿಸಿದರೆ, ಲಬ್ಬಯೆಗಳನ್ನು ಉದಾರವಾಗಿ ಚಿತ್ರಿಸುತ್ತದೆ. ವಾಸ್ತವವಾಗಿ ಇಲ್ಲೊಂದು ವಿಸ್ಮೃತಿ ಇದೆ. ಇನ್ನಿತರ ವಸಾಹತುಶಾಹಿ ಬರವಣಿಗೆಗಳು ಲಬ್ಬಯೆಗಳನ್ನು ಮಧ್ಯಪೂರ್ವದ ಹಿಂಸೆಯ ಪ್ರತಿರೋಧವಾಗಿ ಆಗಮಿಸಿದ ಜಾತಿಗಳೆಂದರೆ, ಈ ಕೈಪಿಡಿ ಇದರ ಬಗ್ಗೆ ಏನೂ ಹೇಳದೆ ಮೌನವಾಗುತ್ತದೆ.

249 Ibid .p. 60.
250 Ibid p.146
251 Ibid p.162.

ಇವುಗಳ ನಡುವೆ ಮತ್ತೊಂದು ವರ್ಗೀಕರಣವನ್ನು ನೋಡಬಹುದು. ಇದನ್ನು "ಹಿಂದೂಸ್ಥಾನಿ ಮೊಹಮ್ಮಡನ್" ಎಂದು ಕರೆಯುತ್ತಾ, ಎರಡು ವರ್ಗಗಳನ್ನು ಮಾಡುತ್ತದೆ: ಒಂದನೆಯದಾಗಿ ಹಿಂದೂ ಧರ್ಮದಿಂದ ಮತಾಂತರ ಹೊಂದಿದವರು, ಮತ್ತು ಎರಡನೆಯದಾಗಿ, ಭಾರತದ ಆಕ್ರಮಣಕಾರರ ಶುದ್ಧ ಮೂಲ ಸಂಜಾತರು. ಮೊದಲನೆಯದರಲ್ಲಿ ಅದು ಗುರುತಿಸುವ ಜಾತಿಗಳೆಂದರೆ 'ರಂಗ್ರಾಸ್', ಗರಾಸ್, ಕಂಬೋಸ್, ತಗಾಸ್. ಇವರಲ್ಲಿ ರಜಪೂತ ಮೂಲದವರಿದ್ದಾರೆ (ರಂಗ್ರಾಸ್, ಗರಾಸ್), ಅರೆ ಸಿಖ್, ಅರೆ ಹಿಂದು ಅರೆ ಮುಸಲ್ಮಾನರಿದ್ದಾರೆ, (ಕಂಬೋಸ್), ಬ್ರಾಹ್ಮಣ ಮೂಲದವರಿದ್ದಾರೆ (ತಗಾಸ್) ಎಂದು ಕೈಪಿಡಿ ವಾದಿಸಿತ್ತು. ಇದು ಅಂತಿಮವಾಗಿ ವಿಭಿನ್ನ ಅಸ್ಮಿತೆಯನ್ನು ವಿವರಿಸುತ್ತಿತ್ತು.

ಕುಲಶಾಸ್ತ್ರೀಯ ಅಧ್ಯಯನಗಳು, ಗಝೆಟಿಯರ್‌ಗಳು ಮತ್ತು ಸಂಶೋಧನೆಗಳು

ಅಧ್ಯಾಯ
04

ಕುಲಶಾಸ್ತ್ರೀಯ ಅಧ್ಯಯಗಳು ವಾಸ್ತವವಾಗಿ ವಸಾಹತುಶಾಹಿಯ ವಿಶಾಲವಾದ ಯೋಜನೆಯ ಭಾಗವಾಗಿ ಕೆಲಸ ಮಾಡಿದ್ದವು. ಜನಗಣತಿ ನಿರ್ದಿಷ್ಟ ಜನಸಂಖ್ಯೆಯನ್ನು ನೀಡಿದರೆ, ಕುಲಶಾಸ್ತ್ರೀಯ ಅಧ್ಯಯನಗಳು ಜಾತಿಗಳ ಒಳನೋಟಗಳನ್ನು, ಉಪಜಾತಿಗಳ ವರ್ಣನೆಗಳನ್ನು, ಸಾಂಸ್ಕೃತಿಕ ವಿಭಿನ್ನತೆಗಳನ್ನು, ಅವುಗಳಲ್ಲಿರುವ ಪಂಗಡಗಳನ್ನು, ಒಳ ಪಂಗಡಗಳನ್ನು, ಪಂಥಗಳನ್ನು, ವಿವಿಧ ಭಾಷೆಗಳನ್ನು, ಜಾತಿಗಳ ಮೂಲಗಳನ್ನು, ಜಾತಿಗಳ ಇತಿಹಾಸಗಳನ್ನು, ಜಾತಿಯೊಳಗಾದ ಬದಲಾವಣೆಗಳನ್ನು, ಮತಾಂತರಗಳನ್ನು, ಮತಾಂತರದ ನಂತರದ ಬದಲಾವಣೆಗಳನ್ನು, ಆಹಾರ ಪದ್ಧತಿಗಳನ್ನು ಇತ್ಯಾದಿಗಳ ಸೂಕ್ಷ್ಮತೆಗಳನ್ನು ಅನಾವರಣಗೊಳಿಸುತ್ತಾ ನೀಡಿದವು. ವಸಾಹತುಶಾಹಿಗೆ ಇದು ಬಹಳ ಅವಶ್ಯಕವಾಗಿತ್ತು. ಭಾರತವನ್ನು ಅರ್ಥ ಮಾಡಿಕೊಳ್ಳುವ ಸಾಧನ ಕೂಡ ಹೌದು. ಇದರಲ್ಲಿ ಬಹಳಷ್ಟು ಕುಲಶಾಸ್ತ್ರೀಯ ಅಧ್ಯಯನಗಳು ವಸಾಹತುಶಾಹಿ

ಪ್ರೇರಿತವಾಗಿದ್ದವು. ಇದರಲ್ಲಿ ಕೆಲವೊಮ್ಮೆ ಜಾತಿಗಳು ಪಂಥಗಳಾಗುತ್ತವೆ, ಪಂಥಗಳು ಪಂಗಡಗಳಾಗುತ್ತವೆ, ಪಂಗಡಗಳು ಧರ್ಮಗಳಾಗುತ್ತವೆ ಹಾಗೂ ಉಪಜಾತಿಗಳು ಮುಖ್ಯಧಾರೆಯ ಜಾತಿಗಳಾಗುತ್ತವೆ. ಕೆಲವೊಮ್ಮೆ ಜಾತಿ ಮತ್ತು ಧರ್ಮದ ನಡುವಿನ ಗೊಂದಲ ಸ್ಪಷ್ಟವಾಗಿ ಕಂಡುಬರುತ್ತದೆ. ಇನ್ನು ಕೆಲವೊಮ್ಮೆ ಹೊಸ ಜಾತಿಗಳು ಅಧ್ಯಯನದಲ್ಲಿ ದಾಖಲಾಗುತ್ತವೆ. ಅದರೊಂದಿಗೆ ಜಾತಿಯೊಳಗಿನ ಸೂಕ್ಷ್ಮ ಬದಲಾವಣೆಗಳನ್ನು, ಅದರಲ್ಲೂ ಜಾತಿ–ಜಾತಿಗಳ ನಡುವಿನ ಅಂತರ, ಸಂಪ್ರದಾಯದ ಬದಲಾವಣೆ, ಹೊಸ ನಾಮಕರಣ, ಒಂದೇ ಹೆಸರಿನ ಎರಡು ಜಾತಿಗಳು ಅಥವಾ ಒಂದೇ ಜಾತಿಗೆ ವಿವಿಧ ಹೆಸರುಗಳು, ಇತ್ಯಾದಿಗಳನ್ನು ಕೂಡ ಕುಲಶಾಸ್ತ್ರೀಯ ಅಧ್ಯಯನಗಳು ಉಲ್ಲೇಖಿಸುತ್ತವೆ. ಅಲ್ಲದೇ ಈ ಅಧ್ಯಯನಗಳು, ಜನಗಣತಿ ಮಾಡಿದ ತಪ್ಪುಗಳಂತೆ, ಜಾತಿಗಳನ್ನು ಪುನರ್ ವರ್ಗೀಕರಿಸುತ್ತದೆ. ಕುಲಶಾಸ್ತ್ರೀಯ ಅಧ್ಯಯನವನ್ನು ಭಾರತಕ್ಕಾಗಿಯೇ ಉಪಯೋಗಿಸಬೇಕೆಂದು ಎಂತೋವನ್ ಒಂದು ಕಡೆ ವಾದಿಸುತ್ತಾನೆ. ಕೆಲವೊಮ್ಮೆ ತಪ್ಪು ದಾಖಲಾತಿಗಳು ಕೂಡ ಜಾತಿಗಳ ಗುರುತಿಸುವಿಕೆಯನ್ನು ಅಸ್ಪಷ್ಟಗೊಳಿಸಿತ್ತು. ಕುಲಶಾಸ್ತ್ರೀಯ ಅಧ್ಯಯನ ಮಾಡಿದ ಎಂತೋವನ್ ಒಂದೆಡೆ ಇದನ್ನೆ ಹೇಳುತ್ತಾನೆ: "ಬಹಳ ಜನ ಜಾತಿಯ ಸದಸ್ಯರು ತಮ್ಮ ಜಾತಿಯನ್ನು ಮುಸಲ್ಮಾನ ಎಂದು ಸಾಮಾನ್ಯವಾಗಿ ಹೇಳುತ್ತಿದ್ದರು. ಹಿಂದೂ ಮತಾಂತರಿಗಳು ತಮ್ಮನ್ನು ತಾವು ಶೇಖ್‌ಗಳೆಂದು ದಾಖಲಿಸುತ್ತಿದ್ದರು. ಇದರಿಂದ ಅವರ ಮೂಲಜಾತಿ, ಉದಾಹರಣೆಗೆ ಅತರ್, ನಲ್ ಬಂದ್, ಇತ್ಯಾದಿ ತಿಳಿದಿರುತ್ತಿರಲಿಲ್ಲ[252]. ಈ ರೀತಿಯ ಅಧ್ಯಯನ ಮುಂಬಯಿ ಪ್ರಾಂತ್ಯದಲ್ಲಿ 1901ರ ನಂತರ ಆರಂಭಗೊಂಡಿತ್ತು ಎಂದರೂ, ಅದರ ಪೂರ್ವದಲ್ಲಿ ಕೆಲವು ದಾಖಲೆಗಳು ನಡೆದಿದ್ದವು. 1901ರ ಸರ್ಕಾರಿ ಆದೇಶವು ಅಂದಿನ ವಿವಿಧ ಪ್ರಾಂತ್ಯಗಳಲ್ಲಿ ಹರಡಿದ್ದ ಸಾವಿರಾರು ಜಾತಿ ಮತ್ತು ಬುಡಕಟ್ಟುಗಳ ಮೂಲ, ಸಾಮಾಜಿಕ ತಳಹದಿ, ಸಂಪ್ರದಾಯ, ಉದ್ಯೋಗ ಇತ್ಯಾದಿಗಳ ಮೇಲೆ ಆಳವಾದ ಕುಲಶಾಸ್ತ್ರೀಯ ಅಧ್ಯಯನದ ಅವಶ್ಯಕತೆಯನ್ನು ಒತ್ತಿ ಹೇಳಿತ್ತು. ಇದು ಬರೇ ಒಬ್ಬ ವ್ಯಕ್ತಿಯ ಕೆಲಸವೆಂದರೆ ಅದು ಶುದ್ಧ ಸುಳ್ಳು, ನೂರಾರು ಸರ್ಕಾರಿ ಅಧಿಕಾರಿಗಳನ್ನು, ಸಂಶೋಧಕರನ್ನು (ಖ್ಯಾತ ಸಂಶೋಧಕ ಪ್ರೊ. ಡಿ. ಆರ್. ಬಂಡಾರ್ಕರ್ ಇದರಲ್ಲಿ ಕೈಜೋಡಿಸಿದ್ದರು) ಈ ಕೆಲಸಕ್ಕೆ ನಿಯೋಜಿಸಲಾಯಿತು. ಜನಗಣತಿ ಮಾಡಿದ್ದ ತಪ್ಪನ್ನು ಈ ಕುಲಶಾಸ್ತ್ರೀಯ ಅಧ್ಯಯನಗಳು ಕೂಡ ಮಾಡಿದ್ದವೇ ಎಂಬ ಪ್ರಶ್ನೆ ಬರುವುದು ಸಹಜ. ಅದೇನೇ ಇದ್ದರೂ ಕುಲಶಾಸ್ತ್ರೀಯ ಅಧ್ಯಯನದಲ್ಲಿ ದೊರೆಯುವ ದೀರ್ಘವಾದ ವಿಶ್ಲೇಷಣೆ ಜನಗಣತಿಯಲ್ಲಿ ದೊರೆಯುವುದಿಲ್ಲ. ಕುಲಶಾಸ್ತ್ರೀಯ

252 R. E. Enthoven, The Tribes and Castes of Bombay , Vol 3, Bombay, 1922 p.76.

ಅಧ್ಯಯನಗಳ ಕೆಲವು ಪ್ರಮುಖ ಅಂಶಗಳೆಂದರೆ: 1) ಅದು ಮತಾಂತರದ ನಂತರ ಹೇಗೆ ಕೆಳಜಾತಿ ಹೊಸ ಧರ್ಮದಲ್ಲಿ ತಮ್ಮ ಅಸ್ಮಿತೆಯನ್ನು ಮೇಲ್ಜಾತಿಯೊಂದಿಗೆ ಗುರುತಿಸಿಕೊಂಡಿತ್ತು ಎಂಬುದನ್ನು ದಾಖಲಿಸುತ್ತದೆ– ಉದಾಹರಣೆಗೆ ಪಿಂಜಾರರು ಮತಾಂತರದ ನಂತರ ತಮ್ಮನ್ನು ತಾವು ಶೇಖ್‌ಗಳೆಂದು, ಸೈಯ್ಯದ್‌ಗಳೆಂದು, ಅಥವಾ ಪಠಾಣ್‌ಗಳೆಂದು ಗುರುತಿಸುವ ಪ್ರಕ್ರಿಯೆಯನ್ನು ಈ ಸಂದರ್ಭದಲ್ಲಿ ನೋಡಬಹುದು. ಕುಲಶಾಸ್ತ್ರೀಯ ಅಧ್ಯಯನವನ್ನು ಮಾಡಿದ ಎಂತೋವೆನ್ ಪ್ರಕಾರ, ಮುಂಬಯಿ ಪ್ರಾಂತ್ಯದಲ್ಲಿ ಮತಾಂತರಗೊಂಡವರನ್ನು ಶೇಖ್‌ಗಳೆಂದು ಗುರುತಿಸುವುದು ಸಾಮಾನ್ಯ ವಿಷಯವಾಗಿತ್ತು. ಈ ಪ್ರಕ್ರಿಯೆ ಕೆಳ ಜಾತಿಯಿಂದ ಬಂದ ನವ ಮುಸಲ್ಮಾನರಿಗೆ ವಾಸ್ತವವಾಗಿ ಹೊಸ ಸಾಮಾಜಿಕ ಸ್ಥಾನಮಾನವನ್ನು ನೀಡಿತ್ತೇ? ಎಂಬ ಪ್ರಶ್ನೆ ಇದೆ. ಮತ್ತು ಈ ಪ್ರಕ್ರಿಯೆಯನ್ನು ಏನೆಂದು ಕರೆಯಬಹುದು? ಎಂಬ ಜಿಜ್ಞಾಸೆ ಕೂಡ ಇದೆ. ವಾಸ್ತವವಾಗಿ ಇದು ಸಾಮಾಜಿಕ ಜೀವನದಲ್ಲಿ ಮತ್ತು ಶ್ರೇಣೀಕೃತ ವ್ಯವಸ್ಥೆಯಲ್ಲಿ ಮಹತ್ವದ ಬದಲಾವಣೆಯನ್ನು ತರಲಿಲ್ಲ. ಇಂತಹ ಜಾತಿಗಳು ಮತಾಂತರದ ನಂತರವೂ, ಹೊಸ ನಾಮಕರಣದ ನಂತರವೂ ಅಥವಾ ನವ ಮುಸಲ್ಮಾನರಾದ ನಂತರವೂ ಕೆಳಸ್ತರದ ಜಾತಿಗಳಾಗಿಯೇ ಉಳಿದುಕೊಂಡುಬಿಟ್ಟವು. ಅದೇನೆ ಇದ್ದರೂ ಈ ಪ್ರಕ್ರಿಯೆಯನ್ನು ಎಂ. ಎನ್. ಶ್ರೀನಿವಾಸ್ ಹೇಳಿದಂತೆ 'ಸಂಸ್ಕೃತೀಕರಣ'ದ ಪ್ರಕ್ರಿಯೆ ಅಥವಾ ಬುಡಕಟ್ಟುಗಳಲ್ಲಿ ಇರುವಂತಹ 'ರಜಪೂತೀಕರಣ', 'ಕ್ಷತ್ರೀಯಕರಣ'ಎಂದು ಕರೆಯಲು ಸಾಧ್ಯವಿಲ್ಲ. ಇದನ್ನು 'ಸೈಯ್ಯದೀಕರಣ', 'ಅಶ್ರಫೀಕರಣ' ಎಂಬಿತ್ಯಾದಿಯಾಗಿ ಕರೆಯಬಹುದು. ಇಲ್ಲವೇ ನೇರವಾಗಿ 'ಉಚ್ಛ ಜಾತೀಕರಣ' ಎನ್ನಬಹುದು. ಕೆಳಜಾತಿಯು ಮೇಲ್ಜಾತಿಯಾಗಿ ಸ್ವಯಂ ಗುರುತಿಸಿಕೊಳ್ಳುವುದೇ 'ಉಚ್ಛ ಜಾತೀಕರಣ'. ಇಲ್ಲಿ ಮೇಲ್ಜಾತಿಯ ಸಂಪ್ರದಾಯಗಳ ಅನುಕರಣೆ ಇಲ್ಲದಿರಬಹುದು, ಅಥವಾ ಆಚರಣೆಗಳು ಇಲ್ಲದಿರಬಹುದು. ಎರಡನೆಯದಾಗಿ, ಮತಾಂತರದ ನಂತವೂ ಜಾತಿಯ ಪಳೆಯುಳಿಕೆಗಳು ಕೂಡ ಸಂಪೂರ್ಣವಾಗಿ ನಾಶವಾಗದೇ ಇರಬಹುದು, ಅವುಗಳ ಚೌಕಟ್ಟುಗಳು ಉಳಿದು ಬಿಡಬಹುದು. ಹಿಂದೂ ಹಬ್ಬಗಳು, ಹಿಂದೂ ಸಂಪ್ರದಾಯ, ಆರಾಧನೆ ಇತ್ಯಾದಿಗಳು ಮತಾಂತರದ ನಂತರವೂ ಜೀವಂತವಾಗಿರಬಹುದು.

ಕುಲಶಾಸ್ತ್ರೀಯ ಅಧ್ಯಯನಗಳು ನವ ಮುಸಲ್ಮಾನರು ಎಷ್ಟರ ಮಟ್ಟಿಗೆ ಹಿಂದೂ ಆಗಿ ಉಳಿದಿದ್ದರು? ಎಷ್ಟರ ಮಟ್ಟಿಗೆ ಮುಸಲ್ಮಾನರಾಗಿದ್ದರು ಎಂಬಿತ್ಯಾದಿಯನ್ನು ವಿಶ್ಲೇಷಿಸಲು ಸಹಕರಿಸಿದ್ದು ದಿಟ. ಆದಕಾರಣ ಕುಲಶಾಸ್ತ್ರೀಯ ವಿಶ್ಲೇಷಣೆಯಲ್ಲಿ ಗೋಮಾಂಸವನ್ನು ಭಕ್ಷಿಸುವ ಅಥವಾ ತಿರಸ್ಕರಿಸುವ ಜಾತಿಗಳಾವುವು?

ಮುಸ್ಲಿಂ ಧಾರ್ಮಿಕ ಗುರು ಖ್ವಾಜಿಯ ಸ್ಥಾನಮಾನವೇನು? ಮುಸ್ಲಿಂ ಪೀರ್‌ಗಳ ಆರಾಧನೆಯನ್ನು ಮಾಡುವ ಜಾತಿಗಳ್ಯಾವುವು? ಜಾತಿಗಳ ಚೌಕಟ್ಟಿನಲ್ಲಿ ಜಾತಿ ಪಂಚಾಯತ್‌ಗಳಿವೆಯೇ? ಜಾತಿಗಳ ನಡುವೆ ವಿವಾಹ ಸಂಬಂಧಗಳೇನು? ಇತ್ಯಾದಿಗಳು ಬಹುಮುಖ್ಯ ವಿಷಯಗಳಾಗುತ್ತವೆ. ದುರಂತವೆಂದರೆ ಜಾತಿಯನ್ನು ನಿರಾಕರಿಸುವ ಧರ್ಮ, ಭಾರತದ ಸಂದರ್ಭದಲ್ಲಿ ಜಾತಿಯನ್ನು ತನ್ನ ಕಕ್ಷೆಯಲ್ಲಿ ಉಳಿಸಿಕೊಳ್ಳಲೇಬೇಕಾಯಿತು, ಇದು ಅನಿವಾರ್ಯ ಕೂಡ ಆಯಿತು. ಏಕೆಂದರೆ ಧರ್ಮದ ಶುದ್ಧೀಕರಣದ ಪ್ರಕ್ರಿಯೆಯಲ್ಲಿ ಕೆಲವು ಸಂಘಟನೆಗಳು, ಚಳವಳಿಗಳು ಪಾತ್ರವಹಿಸಿದ್ದರೂ, ಉದಾಹರಣೆಗೆ ವಹಾಬಿ ಚಳವಳಿ, ಅಥವಾ ತನ್ಜೀಮ್ ಚಳವಳಿ, ಇವುಗಳ ಸಮಸ್ಯೆ ಎಂದರೆ ಇವುಗಳು ಕೆಳಸ್ತರದ ಎಲ್ಲಾ ಜಾತಿಗಳನ್ನು ಒಂದೋ ಮುಟ್ಟಲು ಅಸಫಲವಾದವು ಇಲ್ಲವೇ ಕೆಲವೇ ಪ್ರದೇಶಗಳಿಗೆ ಸೀಮಿತವಾದವು.

ಮೂರನೆಯದಾಗಿ ಕುಲಶಾಸ್ತ್ರೀಯ ಅಧ್ಯಯನಗಳು ಮುಸ್ಲಿಮರನ್ನು ಜನಗಣತಿಗಿಂತ ವಿಭಿನ್ನವಾಗಿ ಚಿತ್ರಿಸಿತ್ತು. ಜನಗಣತಿ ಮುಸ್ಲಿಮರಲ್ಲಿ ಮೂರು ಜಾತಿಗಳನ್ನು ಅಶ್ರಫ್, ಅರ್ಜಾಫ್, ಅಜ್ರಲ್‌ಗಳೆಂದು ಗುರುತಿಸಿದರೆ, ಇಲ್ಲವೇ ವಿದೇಶಿ ಜಾತಿಗಳು/ ಕುಲಕಸುಬಾಧಾರಿತ ಜಾತಿಗಳು, ಕೆಳಜಾತಿಗಳೆಂದು ಮೂರು/ನಾಲ್ಕು ವರ್ಗಗಳಾಗಿ/ಜಾತಿಗಳಾಗಿ ವಿಭಜಿಸಿದರೆ, ಕುಲಶಾಸ್ತ್ರೀಯ ಅಧ್ಯಯನಗಳು ಮುಸ್ಲಿಮರನ್ನು ಮದುವೆ ಮತ್ತು ಜಾತಿಯ ಮೂಲಗಳನ್ನು ಮುಂದಿಟ್ಟುಕೊಂಡು ವಿವರಿಸಿತ್ತು ಇಲ್ಲವೇ ವಿಶ್ಲೇಷಿಸಿತ್ತು. ಅವುಗಳ ಆಧಾರದಲ್ಲಿ ಮುಸ್ಲಿಮರ ಜಾತಿಗಳನ್ನು ಸಣ್ಣ ಜಾತಿಗಳೆಂದು, ಉತ್ತಮ ಜಾತಿಗಳೆಂದು, ಮೇಲ್ಜಾತಿಗಳೆಂದು, ಉದಾತ್ತ ಜಾತಿಗಳೆಂದು ವರ್ಗೀಕರಣ ಮಾಡಿತು.

ವಸಾಹತು ಸಂದರ್ಭದಲ್ಲಿ ಸಾಕಷ್ಟು ಕುಲಶಾಸ್ತ್ರೀಯ ಅಧ್ಯಯನಗಳು, ಇನ್ನಿತರ ಅಧ್ಯಯನಗಳು ಜಾತಿಗಳ ಮೇಲೆ ಬೆಳಕು ಚೆಲ್ಲುತ್ತದೆ. ಕೆಲವು ಮುಸಲ್ಮಾನರ ಮೇಲೂ ಬೆಳಕು ಚೆಲ್ಲುತ್ತದೆ. ಕೆಲವು ಅಧ್ಯಯನಗಳು ಆದಿವಾಸಿಗಳು ಮತಾಂತರಗೊಂಡ ನಂತರವೂ ಮತಾಂತರ ಪೂರ್ವದ ಅಂಶಗಳನ್ನು ಆದಿವಾಸಿಗಳು ಉಳಿಸಿಕೊಂಡಿದ್ದಾರೆ ಎಂದು ವಾದಿಸುತ್ತದೆ. ಜಾತಿಗಳ ಮೇಲೆ ಕೆಲಸ ಮಾಡಿದವರ ಪಟ್ಟಿಯೇ ದೊಡ್ಡದಿದೆ. ಈ ಅಧ್ಯಯನಗಳು ಭಾರತದ ವಿವಿಧ ಪ್ರಾಂತ್ಯಗಳಲ್ಲಿರುವ ಜಾತಿಗಳ ಕುರಿತು ಬೆಳಕು ಚೆಲ್ಲುತ್ತದೆ. ಇವುಗಳಲ್ಲಿ ಬಹುಮುಖ್ಯವೆನಿಸುವುದು ಹೆನ್ರಿ ಎಂ. ಇಲಿಯಟ್ 1844ರಲ್ಲಿ ಬರೆದ "ಸಪ್ಲಿಮೆಂಟ್ ಟು ದ ಗ್ಲೋಸರಿ ಆಫ್ ಇಂಡಿಯನ್ ಟರ್ಮ್ಸ್. ಇದು ಮುಂದೆ "ಮೆಮೊರ್ಸ್ ಆನ್ ದಿ ಹಿಸ್ಟರಿ, ಫೋಕ್‌ಲೋರ್ ಮತ್ತು ಡಿಸ್ಟ್ರಿಬ್ಯೂಷನ್ ಆಫ್ ದಿ ರೇಸಸ್ ಆಫ್ ದಿ ನಾರ್ತ್ ವೆಸ್ಟರ್ನ್ ಪ್ರಾವಿನ್ಸಸ್ ಆಫ್ ಇಂಡಿಯಾ" ಎಂಬ ಶೀರ್ಷಿಕೆಯಡಿಯಲ್ಲಿ

ಪ್ರಕಟವಾದವು. 1893ರಲ್ಲಿ ಪ್ರಕಟವಾದ ಎಚ್. ಎಚ್. ರಿಸ್ಲೆಯವರಿಂದ ರಚಿತವಾದ "ಟ್ರೈಬ್ ಆಂಡ್ ಕಾಸ್ಟ್ ಆಫ್ ಬೆಂಗಾಲ್", ಅದೇ ಸುಮಾರಿಗೆ ಪ್ರಕಟವಾದ ವಿಲ್ಲಿಯಂ ಕ್ರುಕ್ಸ್‌ನ "ದಿ ಟ್ರೈಬ್ಸ್ ಆಂಡ್ ಕಾಸ್ಟ್ ಆಫ್ ದಿ ನಾರ್ತ್ ವೆಸ್ಟರ್ನ್ ಪಾವಿನ್ಸಸ್ ಆಂಡ್ ಔದ್" ಬಹುಮುಖ್ಯವಾದ ಅಧ್ಯಯನಗಳು. ಇವುಗಳ ನಡುವೆ ಸ್ಟ್ರರೋಕ್‌ನ 1894 'ಮದ್ರಾಸ್ ಡಿಟ್ರಿಕ್ ಮ್ಯಾನವಲ್- ಸೌತ್ ಕೆನರಾ' ಬಹುಮುಖ್ಯವೆನಿಸುತ್ತದೆ. ಇವುಗಳಲ್ಲಿ ವಿಲ್ಲಿಯಂ ಕ್ರಕ್‌ನ ಕೊಡುಗೆ ವಿಶಿಷ್ಟ. ಅವನು ಎಲ್ಲಾ ಮುಸಲ್ಮಾನರನ್ನು 'ಜಾತಿಯ' ಚೌಕಟ್ಟಿನಲ್ಲಿ ನೋಡುತ್ತಾನೆ. ಅವನ ಪ್ರಕಾರ, ಇಸ್ಲಾಂ ಜಾತಿಯ ಪ್ರಶ್ನೆಯನ್ನು ಸಮಷ್ಟಿಯಾಗಿ ಪರಿಹರಿಸಲು ಸಾಧ್ಯವಾಯಿತು.[253] ಇವುಗಳ ನಡುವೆ ಕುಲಶಾಸ್ತ್ರೀಯ ಅಧ್ಯಯನದ ಒಂದು ಸ್ವರೂಪವನ್ನು ಟಿ. ಫೋರ್ಸ್ ವಾಟ್ಸನ್ ಮತ್ತು ಜಾನ್ ಮಿಲ್ಲಿಯಂ ಕೆಯೆರವರ 1869ರಲ್ಲಿ ಪ್ರಕಟಗೊಂಡ "ದಿ ರೇಸಸ್ ಆಂಡ್ ಟ್ರೈಬ್ಸ್" ಕೃತಿಯಲ್ಲಿ ನೋಡಬಹುದು. ಇದು ಪ್ರಥಮ ಬಾರಿಗೆ ತಂಟೆಕೋರ ಮುಸ್ಲಿಮ್ ಬುಡಕಟ್ಟುಗಳಾದ ಮುಲ್ಲಕ್, ರಾಜಕೀಯ ಕಾರಣಗಳಿಂದಾಗಿ ಮತಾಂತರ ಹೊಂದಿದ ಜಾತಿಗಳಾದ ರಂಗಾರ್[254] ಭಟ್ಟಿ, ಗೊಲಾಮ್,[255] ಮೊಹಮ್ಮದ್, ಪಚಾದೋ ಬಸ್ತಿ ಇತ್ಯಾದಿಗಳನ್ನು ಗುರುತಿಸಿತ್ತು. ಇದರಲ್ಲಿ ಪಚಾದೋ ಬಸ್ತಿಯ ಮೂಲವನ್ನು ರಜಪೂತರಲ್ಲಿ ಹುಡುಕಿತ್ತು. ವಾಸ್ತವವಾಗಿ ಇದನ್ನು ಪರಿಪೂರ್ಣವಾದ ಕುಲಶಾಸ್ತ್ರೀಯ ಅಧ್ಯಯನವೆಂದು ಹೇಳಲು ಸಾಧ್ಯವಿಲ್ಲ. ಯಾಕೆಂದರೆ ಕುಲಶಾಸ್ತ್ರೀಯ ವರ್ಣನೆ ಬಂದಿರುವುದು ಹಿಮಾಲಯ, ಸಿಕ್ಕಿಂ, ಬಿಹಾರ ಇತ್ಯಾದಿ ಕಡೆ ಹರಡಿದ್ದ ವಿವಿಧ ಜಾತಿಗಳ ಮತ್ತು ಬುಡಕಟ್ಟುಗಳ ಭಾವಚಿತ್ರಕ್ಕೆ ವಿವರಣೆ ನೀಡುವ ಸಂದರ್ಭದಲ್ಲಿ. ಅದೇನೂ ಇದ್ದರೂ, ಇವರು ಕೆಲ ಬುಡಕಟ್ಟುಗಳ ಸಂಸ್ಕೃತಿ ಪರಿಚಯ ಮಾಡಿಕೊಟ್ಟದ್ದು ದಿಟ. ಇವುಗಳಲ್ಲಿ ಕೆಲವು ಜಾತಿಗಳು ಅಥವಾ ಬುಡಕಟ್ಟುಗಳು ಮದ್ಯಪಾನಕ್ಕೆ ಅಂಟಿಕೊಂಡಿರುವುದು ಇದಕ್ಕೆ ಸಾಕ್ಷಿ.

ಕುಲಶಾಸ್ತ್ರೀಯ ಅಧ್ಯಯನದಲ್ಲಿ ಅಸ್ಪಷ್ಟ ಜಾತಿಗಳು- ಹಿಂದೂ ಅಲ್ಲದ, ಮುಸ್ಲಿಮರು ಅಲ್ಲದ- ಕುರಿತು ಬೆಳಕು ಚೆಲ್ಲಿದವರಲ್ಲಿ ಹಟ್ಟನ್ ಪ್ರಮುಖ. ಇದನ್ನು ತನ್ನ ಕುಲಶಾಸ್ತ್ರೀಯ ಅಧ್ಯಯನದಲ್ಲಿ ಸ್ಥೂಲವಾಗಿ ವಿವರಿಸುತ್ತಾನೆ. ಅವನ ಪ್ರಕಾರ ಅಥರ್ವ ವೇದವನ್ನು ಅನುಸರಿಸುವ ಲಾವ ಕುನ್ಬಿಗಳ ಭಾಗವಾಗಿರುವ ಮತೀಯ ಕುನ್ಬಿಗಳು ಪ್ರಾರ್ಥಿಸುವುದು ಪಿರಾಣದ ಸೂಫಿ ದರ್ಗಾಗಳನ್ನು ಅಲ್ಲದೇ ಅವರು

253 W. Crooke, The Tribes And Castes Of The North Western India. Vol. 1. Calcutta, 1896
254 T.Forbes Watson and John William Kaye, The Races and tribes of Hindustan, Vol1.London, Vo.2. 1868, p.30
255 Ibid, p.43.

ರಂಜಾನ್ ಹಬ್ಬವನ್ನು ಆಚರಿಸುತ್ತಾರೆ, ಕಲೀಮವನ್ನು ಪಠಿಸುತ್ತಾರೆ, ಆದರೆ ಹೆಣಗಳನ್ನು ಸಮಾಧಿ ಮಾಡುವಾಗ ಹಿಂದೂ ಮತ್ತು ಮುಸ್ಲಿಂ ಸಂಸ್ಕೃತಿಯನ್ನು ಅನುಸರಿಸುತ್ತಾರೆ. ಅದೇ ಸಂದರ್ಭದಲ್ಲಿ ಹಿಂದೂ ಹಬ್ಬಗಳಾದ ಹೋಳಿ, ದೀಪಾವಳಿಗಳನ್ನು ಆಚರಿಸುತ್ತಾರೆ. ಅವರ ಮದುವೆಗಳನ್ನು ನಡೆಸಿಕೊಡುವವರು ಬ್ರಾಹ್ಮಣರು". ಇಂಥವರ ಸಂಖ್ಯೆ ಕಡಿಮೆಯೇನಿಲ್ಲ. ಮಧ್ಯಭಾರತದಲ್ಲಿ ಮಲ್ಕಾನಿಗಳು, ಪಂಜಾಬಿನ ಚಹ್ರರು, ಮುಲ್ತಾನ್, ಬಿಹಾರ್‌ನ ಲಾಲ್ಬೆಗಿಸ್ ಇತ್ಯಾದಿ.

ಮುಂಬಯಿ ಬ್ರಿಟಿಷ್ ಪ್ರಾಂತ್ಯದ ಜಾತಿ ಮತ್ತು ಬುಡಕಟ್ಟುಗಳ ಮೇಲೆ ಕುಲಶಾಸ್ತ್ರೀಯ ಅಧ್ಯಯನ ಮಾಡಿದವರಲ್ಲಿ ಎಂತೋವನ್ ಪ್ರಮುಖ. 1920ರಲ್ಲಿ ಪ್ರಕಟಗೊಂಡ "ಕಾಸ್ಟ್ ಅಂಡ್ ಟ್ರೈಬ್ ಆಫ್ ಬಾಂಬೆ" ಬಹುಮುಖ್ಯ ಕೃತಿ. ಅವನ ಪ್ರಕಾರ, [256] Many Musalman castes adhere to the Hindu practise of endogamy. Among those Musalman castes which intermarry are found armourers, butchers, farriers, elephant-drivers, and similar occupational groups which are probably descendants of the camp followers of the Mughal armies. It is interesting to note that contact with the Muhammadan armies has left its influence in the greater freedom with which intermarriage is allowed. The social prejudice which prevents members of many Muhammadan castes from marrying outside the caste is a relic of the previously existing Hindu custom, such castes being clearly traceable to a Hindu origin before conversion. There are Muhammadan castes that marry with other castes of the same faith. There are many that will only marry within their own caste, though of course not with the Hindu members".

ಅವನ ವಾದ ಆರಂಭಗೊಳ್ಳುವುದು ಇಸ್ಲಾಂನೊಳಗಿರುವ ವಿವಿಧ ಮಿಶನರಿಗಳ ಮತ್ತು ಮತಾಂತರದ ವಿಶ್ಲೇಷಣೆಯಿಂದ. ಇಂದಿನ ಕರ್ನಾಟಕಕ್ಕೆ ಸಂಬಂಧಿಸಿದಂತೆ ಹೇಳುವಾಗ ಖ್ವಾಜ ಮುಕ್ದಮ್ ಗೇಸುದರಾಝ್‌ನ ಉಲ್ಲೇಖ ಬರುತ್ತದೆ. 13ನೇ ಶತಮಾನದಲ್ಲಿದ್ದ ಈ ಸಂತ ಬಹಳಷ್ಟು ಮೊಮಿನ್ನಗಳನ್ನು ಅಥವಾ ನೇಯ್ಗೆಗಾರರನ್ನು ಮತಾಂತರಿಸಿದರು ಎಂದು ವಾದಿಸುತ್ತಾನೆ. ಅದರೊಂದಿಗೆ, [257] ಬಿಜಾಪುರದಲ್ಲಿ ನೆಲೆನಿಂತ 13ನೇ ಶತಮಾನದ ಅರಬ್ ಧರ್ಮ ಪ್ರಚಾರಕ ಪೀರ್ ಮಹಾಬೀರ್

256 , R. E. Enthoven, Op.cit, 1920 , p.iv.
257 R. E. Enthoven , Tribes and Caste Of Bombay, Bombay, Vol.3, 1922, p.73.

ಖಂದಾಯತ್‌ರನ್ನು ಉಲ್ಲೇಖಿಸುತ್ತಾನೆ. ಅಷ್ಟು ಮಾತ್ರವಲ್ಲದೇ ಮತಾಂತರದ ನಂತರ ಎಲ್ಲಾ ನವ ಮುಸಲ್ಮಾನರಿಗೆ ಉಳಿದವರೊಂದಿಗೆ ಸ್ವತಂತ್ರವಾಗಿ ಮದುವೆಯಾಗುವ ಹಕ್ಕು ಇರಲಿಲ್ಲ. ಇದು ಬರೇ 20 ಜಾತಿಗಳಿಗೆ ಮಾತ್ರ ಸೀಮಿತವಾಗಿತ್ತು. ಇವುಗಳಲ್ಲಿ ಮುಖ್ಯವೆನಿಸುವುದು ಸುಗಂಧ ದ್ರವ್ಯವನ್ನು ಮಾರುವ ಅತರ್, ಬರಿಸು ಬತ್ತಳೆಗಳನ್ನು ತಯಾರಿಸುವ ಬರುತ್ಗಾರ್, ಬೇಟೆಗಾರರಾದ ಬೇಡರ್, ಕಸೂತಿ ಕೆಲಸ ಮಾಡುವ ದರ್ಜಿಗಳು, ಬಣ್ಣಗಳನ್ನು ಹಾಕುವ ರಂಗ್ರೇಜ್, ಬಳೆಗಳನ್ನು ತಯಾರಿಸುವ ಮಾನಿಯಾರ್‌ಗಳು, ನೀರುಗಂಟಿಗಳಾದ ಬಿಸ್ತಿ, ಕುದುರೆ ವ್ಯಾಪಾರಿಗಳಾದ ದಲಾಲ್‌ಗಳು, ದವಸ ಧಾನ್ಯಗಳ ವ್ಯಾಪಾರಿಗಳಾದ ಗೋಣಿವಾಲ, ಗಿಡಮೂಲಿಕೆಯ ತಜ್ಞ ಹಕೀಮ್ ಇತ್ಯಾದಿ. ಇವುಗಳು ಬಹುಮುಖ್ಯವಾಗಿ ಕಸುಬು ಆಧಾರಿತ ಜಾತಿಗಳು, ಮಾತ್ರವಲ್ಲದೇ ಇವುಗಳು ಬಹುಮುಖ್ಯವಾಗಿ ಸೈನಿಕ ಕ್ಯಾಂಪ್‌ನಲ್ಲಿ ಸಾಮಾನ್ಯವಾಗಿ ಕಂಡುಬರುವ ಜಾತಿಗಳು ಎಂದು ಎಂತೋವನ್ ವಾದಿಸುತ್ತಾನೆ[258].

ಎಂತೋವನ್ ತನ್ನ ಕುಲಶಾಸ್ತ್ರೀಯ ಅಧ್ಯಯನದಲ್ಲಿ ಮುಸ್ಲಿಮರಲ್ಲಿದ್ದ ಜಾತಿ ಮತ್ತು ಮದುವೆ ಅಂಶಗಳನ್ನು ಮುಂದಿಟ್ಟುಕೊಂಡು ಮೂರು ಗುಂಪುಗಳಾಗಿ ವಿಶ್ಲೇಷಿಸುತ್ತಾನೆ. ಮೊದಲನೆಯ ಗುಂಪು ವಿದೇಶದಿಂದ ಬಂದು ನೆಲೆ ನಿಂತವರು. ಅವರಲ್ಲಿ ಬಹುಮುಖ್ಯವಾಗಿ ಸೈಯ್ಯದ್, ಶೇಖ್, ಪಠಾಣ್, ಮೊಘಲ್, ಬೋಹ್ರಾ, ಮೆಮೊನ್ಸ್ ಮತ್ತು ಖೋಜಾಗಳು, ವಾಸ್ತವವಾಗಿ ಕೊನೆಯ ಮೂರು ಮತಾಂತರಗೊಂಡ ವ್ಯಾಪಾರಿ ಜಾತಿಗಳೆಂದು ಜನಗಣತಿಯೇ ಹೇಳುತ್ತದೆ. ಎರಡನೆಯದರಲ್ಲಿ ಹಿಂದೂ ಧರ್ಮದಿಂದ ಮತಾಂತರಗೊಂಡು ಯಾರೊಂದಿಗೂ ಕೂಡ ವಿವಾಹವಾಗಬಹುದಾದವರು, ಮೂರನೆಯದಾಗಿ, ಮತಾಂತರಗೊಂಡರೂ, ತಮ್ಮ ಸಮನಾದ ಜಾತಿಯವರೊಂದಿಗೆ ವಿವಾಹವಾಗಲು ಸ್ವಾತಂತ್ರ್ಯವಿಲ್ಲದವರು.

ಈ ನಡುವೆ ಎಂತೋವನ್ ತನ್ನ ಕೃತಿಯಲ್ಲಿ ಬಹಳಷ್ಟು ಜಾತಿಗಳನ್ನು ಉಲ್ಲೇಖಿಸುತ್ತಾನೆ. ಇವುಗಳ ನಡುವೆ ಕೆಲವು ಜಾತಿಗಳ ಕುರಿತು ದೀರ್ಘವಾದ ವಿವರಣೆ ನೀಡುತ್ತಾನೆ. ಕೆಲವು ಜಾತಿಗಳು ಸಣ್ಣ ಪುಟ್ಟ ಜಾತಿಗಳೆಂದು ಪಟ್ಟಿ ಮಾಡುತ್ತಾನೆ, ಈ ಜಾತಿಗಳು ಹಿಂದೂ ಧರ್ಮದಿಂದ ಮತಾಂತರಗೊಂಡರೂ, ಅವುಗಳು ತಮ್ಮ ಮತಾಂತರ ಪೂರ್ವದ ಸಂಪ್ರದಾಯವನ್ನು ಸಂಪೂರ್ಣವಾಗಿ ಮರೆಯುವುದಿಲ್ಲವೆಂದು ವಾದಿಸುತ್ತಾನೆ, ವಿವಾಹ ಸಂದರ್ಭದಲ್ಲಿ ಇದು ಸ್ಪಷ್ಟವಾಗಿ ಗೋಚರಿಸುತ್ತದೆ. ಅದರಲ್ಲೂ ಕೆಳ ಜಾತಿಯ ವಿವಾಹಗಳು ಸಮಾನ

258 R. E. Enthoven, Tribes and Castes Of Bombay, Vol II , Government Central Press, Bombay, 1922, , p.74

ಕೆಳಜಾತಿಗಳೊಂದಿಗೆ ಮಾತ್ರ ನಡೆಯುತ್ತದೆ ಎಂದು ವಾದಿಸುತ್ತಾನೆ, ಇದಕ್ಕೆ ಉದಾಹರಣೆಯಾಗಿ ಬೆಳಗಾವಿ ಜಿಲ್ಲೆಯಲ್ಲಿ ಅತರ್ ಜಾತಿಗಳು ಸಿಕಲ್ಗಾರ್‌ಗಳೊಂದಿಗೆ, ಪಿಂಜಾರರು ಬಾಗ್ಬಾನ್‌ಗಳೊಂದಿಗೆ ವಿವಾಹ ಸಂಬಂಧವೇರ್ಪಡಿಸುವುದನ್ನು ಉಲ್ಲೇಖಿಸುತ್ತಾನೆ. ವಿವಾಹ ಸಂದರ್ಭಲ್ಲಿ ಬ್ರಾಹ್ಮಣ ಮತ್ತು ಮುಲ್ಲಾಗಳ ಪ್ರವೇಶ ಎರಡು ಧರ್ಮಗಳ ನಡುವಿನ ತೆಳು ಸಂಬಂಧಗಳನ್ನು ತೋರಿಸುತ್ತದೆ ಎಂದು ವಾದಿಸುತ್ತಾನೆ. ವಿಚಿತ್ರವೆಂದರೆ ಇಲ್ಲೊಂದು ಹೊಸ ರೂಪದ "ಜಾತೀಕರಣ"ವನ್ನು ನೋಡಬಹುದು. ಈ ಹಿಂದೆ ಹೇಳಿದಂತೆ ಇದು "ಉಚ್ಛ ಜಾತೀಕರಣವಲ್ಲ" ಹೊರತು ಮತಾಂತರದ ನಂತರ ಕೆಲವು ಜಾತಿಗಳು ತಮ್ಮ ಮೂಲ ಹೆಸರುಗಳ ನೆನಪುಗಳನ್ನು ಮರೆತು ಹೊಸ ಹೆಸರಿನಿಂದ ಕರೆಯಲ್ಪಡುತ್ತವೆ. ಕುನ್ಬಿಗಳು ಬಾಗ್ಬನ್‌ಗಳಾಗುವುದು ಇದಕ್ಕೆ ಉತ್ತಮ ಉದಾಹರಣೆ. ಮತಾಂತರದ ನಂತರವೂ ಈ ಜಾತಿಗಳಿಗೆ ಗೋಮಾಂಸ ನಿಷಿದ್ಧ. ಬಹಳಷ್ಟು ಹಿಂದೂ ಸಂಪ್ರದಾಯಗಳು ಮತ್ತು ಪವಿತ್ರ ದಿನಗಳ ಆಚರಣೆಗಳು ಮತಾಂತರದ ನಂತರವೂ ಹಾಗೇನೆ ಉಳಿದು ಬಿಡುತ್ತವೆ. ಇದನ್ನು "ಸಮಾನ ಜಾತೀಕರಣ"ವೆನ್ನಬಹುದು. ಈ ಪ್ರಕ್ರಿಯೆಯಲ್ಲಿ ಮತಾಂತರದ ನಂತರವೂ ಸಾಮಾಜಿಕ ಸ್ಥಾನಮಾನ ಬದಲಾಗುವುದಿಲ್ಲ. ಹೆಸರುಗಳು ಮಾತ್ರ ಬದಲಾಗುತ್ತವೆ, ಸಂಪ್ರದಾಯ ಮತ್ತು ಆಚರಣೆ ಹಾಗೇನೆ ಉಳಿದು ಬಿಡುತ್ತವೆ.

ಸಮಾನ ಜಾತೀಕರಣದಲ್ಲಿ ಅವನು ಗುರುತಿಸುವ ಇನ್ನಿತರ ಜಾತಿಗಳೆಂದರೆ ಅಬ್ದಾಲಿಸ್, ಮನ್ಯರ್,[259] ಚರಾರ, ಚೂಡಿವಾಲ, ಕಚ್ಚಿಯಾಸ್, ಕಘ್ಗರ್, ಕಾಗ್ಜಿ, ಕಾಕರ್, ಭಗ್‌ವಾನ್/ಬಾಗ್ಬಾನ್, ಲಕರ್‌ಹಾರ, ಮಹಾವತ್, ಮಕ್ವಾನ, ಮಾಲಿಕ್, ಬರುಟ್ಗಾರ್, ಕಲ್ಯೆಗರ್, ಕಲಂದರ್, ಕಮ್ಲಿಯಾ,[260] ಬೆಲ್ಲ/ಬಟ್ಯಾರ. ಮೊಘಲರ ಇನ್ನೊಂದು ವರ್ಗವಾದ ಚುಗಡ್ಡ, ದಲಾಲ್, ಧರ್ವೆಶಿ, ಧವಡ್, ಧುಲ್ಧೊಯ್ಯ, ದೂದ್‌ವಾಲ, ಗಮೇಟಿ, ಕರಾಲೀಯಾ, ಕಸ್ಬಟಿ, ಕರಡಿ, ಕಾತಿಹಾರ, ಕಾಟಿಕ್, ಕೋಕರ್, ಗಾವೊ ಕಸಬ್ ಮಿಟಿಯಾಸ್, ಮೊನ್ನಾಸ್ ಇತ್ಯಾದಿ. ಇವುಗಳನ್ನು ಅರೆಹಿಂದೂ ಅರೆಮುಸ್ಲಿಂ ಜಾತಿಗಳೆಂದು ಕರೆಯುತ್ತಾನೆ, ಅರ್ಧ ಮುಸಲ್ಮಾನ ಅರ್ಧ ಹಿಂದೂವಾಗಿರುವ ನಿರ್ಧೀ, -ಮೆಸ್, ಮಿರ್, ತಡ್ವಿ, ಇದರಲ್ಲಿ ತಡ್ವಿಗಳು ಭಿಲ್ ಆದಿವಾಸಿಗಳಿಂದ ಮತಾಂತರಗೊಂಡವರು. ಹಿಂದೂ ದೇವರುಗಳಾದ ಕಾಳಿ, ಹತಿಪಾವ, ವಗಚಾ, ಕನ್ವರ್ ಇತ್ಯಾದಿಗಳೊಂದಿಗೆ ಸಮಾನವಾಗಿ ಮುಸಲ್ಮಾನ ಪೀರರನ್ನು ಆರಾಧಿಸುತ್ತಿದ್ದರೆಂದು ಎಂತೋವನ್ ವಾದಿಸುತ್ತಾನೆ. ಇವುಗಳ ನಡುವೆ ಚಪ್ಪರ್ ಬಂದ್ ಜಾತಿಯನ್ನು ರಜಪೂತ ಮೂಲದವರೆಂದು

259 Ibid.p. 154.
260 R. E. Enthoven, Vol II, Op.cit, p.134

ಗುರುತಿಸಿದರೂ, ಅವುಗಳನ್ನು ಬಾಂಬೆ ಪ್ರೆಸಿಡೆನ್ಸಿಯ ಪೂನಾ, ಮತ್ತು ಸಹಾರಾದಲ್ಲಿ ಗುರುತಿಸುವುದು ವಿಚಿತ್ರವೆನಿಸುತ್ತದೆ. ಏಕೆಂದರೆ ಚಪ್ಪರ್ ಬಂದ್‌ಗಳು ಕರ್ನಾಟಕ ಪ್ರದೇಶದಲ್ಲಿರುವುದನ್ನು ಉಳಿದ ಜನಗಣತಿಗಳು ಇತ್ಯಾದಿಗಳು ಗುರುತಿಸಿದರೆ, ಎಂತೋವನ್ ಇದನ್ನು ನಿರಾಕರಿಸುವುದನ್ನು ನೋಡಿದರೆ ಸೋಜಿಗವೆನಿಸುತ್ತದೆ. ಅದೇನೆ ಇದ್ದರೂ ಎಂತೋವನ್ ಪ್ರಕಾರ ಚಪ್ಪರಗಳನ್ನು ಕಟ್ಟುವ ಚಪ್ಪರ್ ಬಂದ್‌ಗಳು, ಧಾರ್ಮಿಕ ಅಲೆಮಾರಿಗಳಾದ ಧರ್ವೇಶ್‌ಗಳು ಮೂಲತಃವಾಗಿ ಕ್ರಿಮಿನಲ್ ಟ್ರೈಬ್‌ಗಳು ಮತ್ತು ಖೋಟಾ ನಾಣ್ಯವನ್ನು ಚಲಾಯಿಸುವವರು. ಧರ್ವೇಶಿಗಳು ಮೂಲತಃವಾಗಿ ಶಿಕಾರಿ ಜಾತಿಯಿಂದ ಮತಾಂತರಗೊಂಡವರು. ಇವರು ಕರ್ನಾಟಕ ಪ್ರದೇಶದಲ್ಲಿ ನೆಲೆಸಿದ್ದರೆ? ಎಂಬ ಪ್ರಶ್ನೆಗೆ ಈ ಕುಲಶಾಸ್ತ್ರೀಯ ಅಧ್ಯಯನ ಉತ್ತರ ನೀಡುವುದಿಲ್ಲ.

ಎಂತೊವನ್ ಕೆಲವು ಜಾತಿಗಳನ್ನು ಅದರಲ್ಲೂ ಅತ್ಯಂತ ಕನಿಷ್ಠ ಸಂಖ್ಯೆಯಿರುವ ಬೀಷ್ಟ್ ಅಥವಾ ಪಖಾಲಿಸ್‌ಗಳನ್ನು ಗುಜರಾತ್ ಮತ್ತು ಕರ್ನಾಟಕದಲ್ಲಿ ಇರುವುದನ್ನು ಗುರುತಿಸುತ್ತಾನೆ, ಇವುಗಳು ನೀರುಗಂಟಿಗಳು ಎಂದೂ ಕೂಡ ಗುರುತಿಸುತ್ತಾನೆ. ಎರಡನೆಯ ಜಾತಿ ಎಂದರೆ ಹಾವಾಡಿಗ ಮತ್ತು ದೊಂಬರಾಟ ಕಸುಬಾಧಾರಿತ ಗಾರುಡಿಗಳು. ಇವರನ್ನು ಮದಾರಿಸ್ ಅಥವಾ ಮೋಡಿಕಾರ್‌ಗಳೆಂದು ಕೂಡ ಕರೆಯುತ್ತಾರೆ. ಒಂದು ವಾದದ ಪ್ರಕಾರ ಗಾರುಡಿಗರು ಮೂಲತಃವಾಗಿ, ಕೊಹಲಟಿ ಜಾತಿಯಿಂದ ಮುಸ್ಲಿಂ ಜಾತಿಗೆ ಮತಾಂತರಗೊಂಡವರು. ಇವರನ್ನು 14ನೇ ಶತಮಾನದಲ್ಲಿ ಮತಾಂತರಗೊಳಿಸಿದ್ದು ಮಿರ್ ಸಂಶುದ್ದೀನ್ ಅಥವಾ ಮೀರಾನ್ ಶಮ್ನಾ, ಎಂತೋವನ್ ಪ್ರಕಾರ ಮದಾರಿಗಳು ನೆಪ ಮಾತ್ರಕ್ಕೆ ಮುಸಲ್ಮಾನರು– ಮದುವೆಯನ್ನು ಹೊರತುಪಡಿಸಿದರೆ ಅವರು ಧರ್ಮಗುರುಗಳನ್ನು ಅಥವಾ ಖಾಜಿಗಳನ್ನು ನಂಬುವುದಿಲ್ಲ ಮತ್ತು ಒಪ್ಪುವುದಿಲ್ಲ. ತಮ್ಮ ಜಾತಿಯೊಳಗೆ ಮದುವೆ ಮಾಡಿಕೊಳ್ಳುವ ಸಮುದಾಯವದು[261],

ಎಂತೋವನ್ ಧಾರವಾಡ, ಬಿಜಾಪುರ, ಬೆಳಗಾವಿಯಲ್ಲಿ ಇನ್ನೊಂದು ಜಾತಿಯ ಇರುವಿಕೆಯನ್ನು ಗುರುತಿಸುತ್ತಾನೆ. ಇದನ್ನು ಕಂಜರಿಸ್ ಎಂದು ಕರೆಯಲಾಗುತ್ತದೆ. ಇವರ ಮೂಲ ಅಸ್ಪಷ್ಟವಾಗಿದ್ದರೂ, ಅವರಾಡುವ ಭಾಷೆಯಿಂದ ಅವರು ಗುಜರಾತಿ ಮೂಲದವರೆಂದು ಕರೆಯಬಹುದೆಂದು ವಾದಿಸುತ್ತಾನೆ, ಮೂಲತಃವಾಗಿ ಒದ್ ಮತ್ತು ಪರಧಿ ಬುಡಕಟ್ಟಿನಿಂದ ಮತಾಂತರಗೊಂಡವರು. ಭಿಕ್ಷೆ ಬೇಡುವ, ಕಳ್ಳತನ, ಹಣ್ಣುಹಂಪಲುಗಳನ್ನು ಮಾರುವ ಅಲೆಮಾರಿ ಜನಾಂಗವಿದು. [262] ಮುಸಲ್ಮಾನರ

261 Ibid, p. 358
262 Ibid, p.158.

ಪೀರರನ್ನು ಮತ್ತು ಹಿಂದೂಗಳ ಮರರಿಯಾಗಳನ್ನು, ಹಬ್ಬಗಳನ್ನು ಆಚರಿಸುವ ಈ ಜಾತಿ ಮದುವೆ ಹೊರತಾಗಿ ತನ್ನ ಇನ್ನಿತರ ಸಂಪ್ರದಾಯದಲ್ಲಿ ಹಿಂದೂಗಳನ್ನು ಹೋಲುತ್ತಾರೆ ಎಂದು ಎಂತೋವೆನ್ ವಾದಿಸುತ್ತಾನೆ. ಇವರ ಜಾತಿ ವ್ಯವಸ್ಥೆಯೊಳಗೆ ಯಜಮಾನ ಇರುವುದನ್ನು ಗುರುತಿಸುತ್ತಾನೆ, ಅಲ್ಲದೇ, ಅವರನ್ನು ದಮನಿತ ಜಾತಿ ಎಂದು ಕರೆಯುತ್ತಾನೆ. ಇದೇ ಜಿಲ್ಲೆಯಲ್ಲಿರುವ ಇನ್ನೊಂದು ಜಾತಿಯೆಂದರೆ ಕಾಕರ್. ಇವರು ಅಫ್ಘಾನಿಸ್ತಾನದ ಕಕ್ರಝಾಹಿ ಬುಡಕಟ್ಟಿನವರು. 1799ರ ಶ್ರೀರಂಗಪಟ್ಟಣದ ಸೋಲಿನ ತನಕ ಮೈಸೂರು ರಾಜ್ಯದ ಸೇವೆಯಲ್ಲಿದ್ದವರು. ಶಿಸ್ತುಬದ್ಧವಾಗಿ ಸಂಘಟಿತರಾಗಿರುವ ಈ ಜಾತಿಯ ಯಜಮಾನನನ್ನು ಜಮಾದಾರ್ ಎಂದು ಕರೆಯುತ್ತಾರೆ. ವಿವಾಹವನ್ನು ತಮ್ಮ ಜಾತಿಯೊಳಗೆ ಮಾಡುತ್ತಾರೆ. ಈ ಜಿಲ್ಲೆಗಳಲ್ಲಿ ಕಂಡುಬರುವ ಇನ್ನೊಂದು ಮುಸ್ಲಿಂ ಜಾತಿಯೆಂದರೆ ಪಟ್ಟೆಕಾರೀಸ್. ಇವರನ್ನು ಕರ್ನಾಟಕದಲ್ಲಿ ಪಟ್ಟೆಗಾರ್ ಎಂದು ಕರೆಯಲಾಗುತ್ತದೆ. ಮುಸ್ಲಿಮರಲ್ಲಿ ಸುನ್ನಿ ಸಂಪ್ರದಾಯಕ್ಕೆ ಸೇರಿದ್ದರೂ, ಹಿಂದೂ ಪರಂಪರೆ, ಸಂಪ್ರದಾಯ, ಹಬ್ಬ, ಹಿಂದೂ ದೇವರಿಗೆ ಹರಕೆ ಹಾಗೂ ಇವರಲ್ಲಿ ಗೋಮಾಂಸ ಭಕ್ಷಣೆ ನಿಷಿದ್ಧ ಎಂದು ಎಂತೋವೆನ್ ಹೇಳುತ್ತಾನೆ, ಮದುವೆಯನ್ನು ತಮ್ಮ ಸಮಾನವಾದ ಅಥವಾ ಕೆಳಜಾತಿಗಳೊಂದಿಗೆ ಮಾಡಿಕೊಳ್ಳುತ್ತಾರೆ ಎಂದೂ ಕೂಡ ವಾದಿಸುತ್ತಾನೆ.

ಬಿಜಾಪುರ ಜಿಲ್ಲೆಗೆ ಸೀಮಿತವಾಗಿರುವ ಒಂದು ಜಾತಿಯೆಂದರೆ ನಗರ್ಜಿಸ್ ಅಥವಾ ನಗರ್ಚೀಸ್. ಪಕ್ಕ ವಾದ್ಯವನ್ನು ನುಡಿಸುವುದೇ ಈ ಜಾತಿಯ ಕುಲಕಸುಬು. ಚುನಾಯಿತ ಚೌಧುರಿ ಇವರ ಯಜಮಾನ. ಇವರನ್ನು ನೆಪ ಮಾತ್ರದ ಮುಸಲ್ಮಾನರೆಂದೂ ಕೂಡ ತಿಳಿಯಲಾಗುತ್ತದೆ, ಹಿಂದೂ ಪರಂಪರೆ, ಸಂಪ್ರದಾಯ, ಹಬ್ಬಗಳನ್ನು ಆಚರಿಸುತ್ತಾ, ಗೋಮಾಂಸ ಭಕ್ಷಣೆಯನ್ನು ತ್ಯಜಿಸಿದ ಜಾತಿ ಎಂದೂ ಕೂಡ ಹೇಳಲಾಗುತ್ತದೆ.

ಇದೇ ಸಂದರ್ಭದಲ್ಲಿ ಎಂತೋವೆನ್ ಬೆಳಗಾವಿಯಲ್ಲಿ ಗುರುತಿಸುವ ಇನ್ನೊಂದು ಜಾತಿಯೆಂದರೆ ಬೋಜ್ಗಾರ್ಸ್. ಇವರ ಮೂಲವಿರುವುದು ಹಿಂದೂ ಬೋಯಿ ಜಾತಿಯಲ್ಲಿ. ದವಸ ಧಾನ್ಯದ ಮೂಲಕ ಮದ್ಯವನ್ನು ತಯಾರಿಸುವ ಮತ್ತು ಮಾರುವ, ಮೀನುಗಾರರೂ ಆಗಿರುವ ಈ ಜಾತಿಗೆ, ತನ್ನದೇ ಆದ ಜಾತಿ ಪಂಚಾಯತ್ ಇದೆ. ಇವುಗಳ ನಡುವೆ ಬಿಜಾಪುರ ಜಿಲ್ಲೆಯಲ್ಲಿ ಹಕೀಮ್ ಜಾತಿಯ ಇರುವಿಕೆಯನ್ನು ವ್ಯಕ್ತಪಡಿಸುವ ಎಂತೋವೆನ್ ಅವರನ್ನು ಪೆಹ್ಲವಾನ್‌ಗಳೆಂದು ಕೂಡ ಕರೆಯುತ್ತಾರೆ ಎಂದು ಉಲ್ಲೇಖಿಸುತ್ತಾನೆ. ತಮ್ಮನ್ನು ತಾವು ಶೇಖ್‌ಗಳೆಂದು ಗುರುತಿಸುವ ಈ ಜಾತಿಗೆ ಯಾವುದೇ ಜಾತಿಯ ಸಂಘಟನೆ ಇಲ್ಲ. ಗಿಡಮೂಲಿಕೆಗಳ ವೈದ್ಯ ಕಸುಬು ಮಾಡುವ ಇವರು ಉಳಿದ ಮುಸಲ್ಮಾನರಿಗಿಂತ ಬಹಳ ವಿಭಿನ್ನರಲ್ಲ.

ವಿಚಿತ್ರವೆಂದರೆ ಬೆಳಗಾವಿ ಜಿಲ್ಲೆಯ ಕೆಲವು ಹಳ್ಳಿಗಳಲ್ಲಿ ಮುಸ್ಲಿಮರಲ್ಲಿ ಮೇಲ್ವರ್ಗಕ್ಕೆ ಸೇರಿದ ಪಠಾಣರು ಗೋಮಾಂಸವನ್ನು ಭಕ್ಷಿಸುತ್ತಿರಲಿಲ್ಲವೆಂದು ಹಾಗೂ ಹಿಂದೂ ದೇವತೆಗಳಿಗೆ ಹರಕೆಯನ್ನು ಹೊರುತ್ತಿದ್ದರು ಎಂದು ಎಂತೋವಾನ್ ವಾದಿಸುತ್ತಾನೆ. [263]

ಉತ್ತರ ಕನ್ನಡ ಜಿಲ್ಲೆಗೆ ಸೀಮಿತವಾಗಿರುವ ಜಾತಿಯೆಂದರೆ ನವಾಯತ್‌ಗಳು. ಅವರನ್ನು ಸೌದಾಗರ್ ಅಥವಾ ವ್ಯಾಪಾರಸ್ಥರೆಂದು ಕೂಡ ಕರೆಯಲಾಗುತ್ತದೆ. ಇವರ ಮೂಲವನ್ನು ವಿದೇಶಿ ಎಂದೂ ವಾದಿಸಿದರೂ, ಎಂತೋವನ್ ಕರ್ನಾಟಕದ ಸಂದರ್ಭದಲ್ಲಿ ಜೈನರೊಂದಿಗಿನ ವಿವಾಹ ಸಂಬಂಧದ ಬಗ್ಗೆ ಮಾತನಾಡದಿರುವುದು ಒಂದು ಆಶ್ಚರ್ಯವೇ ಸರಿ.

ಉತ್ತರ ಕನ್ನಡದ ಬಹುಮಹತ್ವದ ಮುಸ್ಲಿಂ ಬುಡಕಟ್ಟು ಎಂದರೆ ಸಿದ್ದಿಗಳು. ಇವರಲ್ಲಿ ಎರಡು ಪಂಗಡಗಳಿವೆ. ಒಂದು, ಹೊಸತಾಗಿ ಸೇರ್ಪಡೆಯಾದ ವಿಲಾಯಿತಿಗಳು, ಎರಡನೆಯದಾಗಿ ಸ್ಥಾನೀಯವಾಗಿರುವ ಮುವಲ್ಲಡ್ಸ್. ಮೂಲತಃವಾಗಿ ತಮ್ಮ ಬುಡಕಟ್ಟಿನೊಳಗೆ ಮದುವೆಯಾಗುವ ಸಿದ್ದಿಗಳು ಹೊಸತಾಗಿ ಸೇರ್ಪಡೆಯಾದ ಸಿದ್ದಿಗಳನ್ನು ಬಹಳ ಅನುಮಾನದಿಂದ ನೋಡುತ್ತಾರೆ. ವಿಚಿತ್ರವೆಂದರೆ ಇವರು ಆರಾಧಿಸುವ ಸಂತನೆಂದರೆ ಅಬಿಸ್ಸಿನೀಯಾದ ಬಾಬಾ ಘೋರ್.

ಕರ್ನಾಟಕದಲ್ಲಿರುವ ಇನ್ನೊಂದು ಜಾತಿಯೆಂದರೆ ಬಾಗ್ಬಾನ್ ಅಥವ ಭಗ್ವಾನ್‌ಗಳು. 16ನೇ ಶತಮಾನದಲ್ಲಿ ಔರಂಗಜೇಬನ ಕಾಲದಲ್ಲಿ ಕುನ್ಬಿ ಜಾತಿಗಳಿಂದ ಮತಾಂತರಗೊಂಡ ಈ ಜಾತಿಗಳು, ವಿವಾಹವನ್ನು ತಮ್ಮ ಜಾತಿಯೊಳಗೆ ಮಾಡುತ್ತವೆ. ಸಮಸ್ಯೆಗಳನ್ನು ಪರಿಹರಿಸಲು ಚೌಧುರಿ ನೇತೃತ್ವದಡಿಯಲ್ಲಿ ಜಾತಿ ಪಂಚಾಯತ್‌ಗಳನ್ನು ಉಪಯೋಗಿಸುತ್ತವೆ. ಹಿಂದೂ ಹಬ್ಬಗಳನ್ನು ಆಚರಿಸುವ ಈ ಜಾತಿ ಹಿಂದೂ ದೇವರನ್ನು ಪೂಜಿಸುತ್ತದೆ, ಗೋಮಾಂಸವನ್ನು ತಿರಸ್ಕರಿಸುವುದಿಲ್ಲ. ಮುಸ್ಲಿಮರಂತೆ ಪ್ರಾರ್ಥನೆಯನ್ನು ಮಾಡುವುದಿಲ್ಲ.

ಅಂದಿನ ಕರ್ನಾಟಕದಲ್ಲಿ ಸಂಖ್ಯಾಧಾರಿತವಾಗಿ ಅತ್ಯಂತ ಕಡಿಮೆ ಇದ್ದ ಮುಸ್ಲಿಂ ಜಾತಿಯೆಂದರೆ ತಕರೀಸ್. 1901ರಲ್ಲಿ ಇವರ ಜನಸಂಖ್ಯೆ ಬರೇ 94 ಆಗಿತ್ತು. ಹಿಂದೂ ತಕರೀಸ್‌ನಿಂದ ಮತಾಂತರಗೊಂಡ ಈ ಜಾತಿಯನ್ನು ಔರಂಗಜೇಬ ಮತಾಂತರಿಸಿದ ಎಂಬ ವಾದ ಇದೆ. ಕಲ್ಲು ಸಾಗಾಣಿಕೆ ಕಸುಬಿನ ಮೇಲೆ ಅವಲಂಬಿತವಾದ ಈ ಜಾತಿ ಕೂಡ ಹಿಂದೂ ಸಂಸ್ಕೃತಿಯಿಂದ ಕಳಚಿಕೊಂಡಿಲ್ಲ ಎಂಬುದಕ್ಕೆ ಸಾಕ್ಷಿ ಎಂಬಂತೆ ಈ ಜಾತಿಯಲ್ಲಿ ಗೋಮಾಂಸ ಭಕ್ಷಣೆ ನಿಷೇದ, ಹಿಂದೂ ಸಂಪ್ರದಾಯ, ಆಚರಣೆ, ವ್ರತಗಳು ಸಾಮಾನ್ಯ. ಒಂದೇ ವ್ಯತ್ಯಾಸವೆಂದರೆ

---

263 R.E.Enthoven, Vol 3, Opcit, p.222.

ಈ ಜಾತಿಗೆ ಸಂಘಟನಾ ಚೌಕಟ್ಟು ಇಲ್ಲ. ಕೌಟುಂಬಿಕ ವಿಚಾರ ಬಂದಾಗಲೆಲ್ಲ ವಿವಾಹವನ್ನು ತಮ್ಮ ಜಾತಿಯೊಳಗೆ ಆಚರಿಸುತ್ತಾರೆ. ಇದೇ ರೀತಿಯ ಸ್ಥಿತಿಯನ್ನು ಹಿಂದೂ ತಂಬೋಲಿಗಳಿಂದ ಮತಾಂತರ ಹೊಂದಿದ ಮುಸ್ಲಿಂ ತಂಬೋಲಿಗಳಲ್ಲಿ ನೋಡಬಹುದು. ಇವರನ್ನು ಕೂಡ ಔರಂಗಜೇಬ ಮತಾಂತರಿಸಿದ್ದ ಎಂಬ ವಾದವಿದೆ. ಅವರಲ್ಲಿದ್ದ ಒಂದೇ ವ್ಯತ್ಯಾಸವೆಂದರೆ ತಂಬೋಲಿಗಳಿಗೆ ಜಾತಿಯ ಸಂಘಟನೆ ಇತ್ತು. ಜಾತಿಯ ಯಜಮಾನನಿಗೆ ಚೌಧುರಿ ಎಂದು ಕರೆಯುತ್ತಾರೆ. ಹಿಂದೂ ಸಂಸ್ಕೃತಿ ಆಳವಾಗಿರುವ ಈ ಜಾತಿಗಳಲ್ಲಿ ಹಿಂದೂ ಸಂಪ್ರದಾಯ, ಆಚರಣೆಗಳು, ಹಬ್ಬಗಳು ಅಷ್ಟೇ ಮಹತ್ವ ಪಡೆಯುತ್ತದೆ.

ಕಲೈಗಾರ್ ಅಥವಾ ಟಿನ್‌ಸ್ಮಿತ್ ತಾಮ್ರ ಮತ್ತು ಹಿತ್ತಾಳೆ ಡಬ್ಬಗಳನ್ನು ತಯಾರಿಸುವ ಈ ಜಾತಿ ಕರ್ನಾಟಕ ಪ್ರಾಂತ್ಯದಲ್ಲಿತ್ತು ಎಂದು ಎಂತೋವನ್ ವಾದಿಸುತ್ತಾನೆ. ಈ ಜಾತಿ ತಮ್ಮನ್ನು ತಾವು ಶೇಖ್‌ಗಳೆಂದು ಕರೆಯುತ್ತಾರೆ. ಈ ಜಾತಿ ಒಂದು ಸಂಘಟಿತ ಜಾತಿಯೂ ಹೌದು, ಅವರ ನಾಯಕ– ಚೌಧುರಿಯನ್ನು ಆಯ್ಕೆಯ ಮೂಲಕ ನೇಮಿಸುತ್ತಾರೆ. ವಿವಾಹ ಸಂಬಂಧಗಳು ಒಂದು ತಮ್ಮ ಜಾತಿಯೊಳಗೆ ಇಲ್ಲವೇ ಇನ್ನಿತರ ಮುಸ್ಲಿಂ ಜಾತಿಯೊಳಗೆ ಮಾಡುತ್ತಾರೆ.

ಈ ಸಂದರ್ಭದಲ್ಲಿ ಎಂತೋವನ್ ಪಿಂಡಾರಿಗಳನ್ನು ಕರ್ನಾಟಕದಲ್ಲಿದ್ದರು ಎಂದು ಗುರುತಿಸುತ್ತಾನೆ, ಮುಸಲ್ಮಾನ ಪಿಂಡಾರಿಗಳು ಹಿಂದೂ ಪಿಂಡಾರಿಗಳನ್ನು ಮದುವೆಯಾಗದಿದ್ದರೂ, ತಮ್ಮ ಜಾತಿಗೆ ಸಮಾನವಾಗಿ ಮುಸ್ಲಿಂ ಜಾತಿಗಳಾದ ಅತರ್, ಭಗ್ವಾನ್‌ರೊಂದಿಗೆ ಮಾಡಿಕೊಳ್ಳುತ್ತಾರೆ. ಅವರ ಸಂಪ್ರದಾಯ ಹೆಚ್ಚೂ ಕಡಿಮೆ ಬೆಳಗಾವಿಯ ಮುಸ್ಲಿಮರ ತರಹ ಇತ್ತು ಎಂದು ವಾದಿಸುತ್ತಾನೆ.

ಅದೇ ರೀತಿ ಅಶ್ವ ವೈದ್ಯ ಅಥವಾ ಕುದುರೆಗೆ ಮತ್ತು ಎತ್ತುಗಳಿಗೆ ಲಾಳ ಕಟ್ಟುವ ಜಾತಿಗೆ ಸೇರಿದ ನಲ್ ಬಂದಿಗಳು ಕರ್ನಾಟಕ ವಿವಿಧ ಪ್ರಾಂತ್ಯಗಳಲ್ಲಿ ಹರಡಿದ್ದರು ಎಂದು ಎಂತೋವನ್ ವಾದಿಸುತ್ತಾನೆ. ಶೇಖ್‌ಗಳೆಂದು ತಮ್ಮನ್ನು ಗುರುತಿಸುವ ಇವರನ್ನು ಔರಂಗಜೇಬ್ ಮತಾಂತರ ಮಾಡಿದ್ದ ಎಂಬ ವಾದವನ್ನು ಎಂತೋವನ್ ಪುಷ್ಟೀಕರಿಸುತ್ತಾನೆ. ಇವರು ತೀವ್ರ ಸಂಪ್ರದಾಯವಾದಿಗಳಲ್ಲ.

ಕಸಯ್ ಜಾತಿ ಮೂಲತಃವಾಗಿ ಕಟುಕ ಜಾತಿಗೆ ಸೇರಿದವರು. ಅವರನ್ನು ಕರ್ನಾಟಕದಲ್ಲಿ ಸುಲ್ತಾನಿಗಳೆಂದು ಕರೆಯುತ್ತಿದ್ದರು. ಇದಕ್ಕೆ ಕಾರಣವಿತ್ತು. ಇವರು ಸುಲ್ತಾನಿಗಳ, ಟಿಪ್ಪು ಸುಲ್ತಾನ್‌ನೊಂದಿಗಿದ್ದರು. ಅದಕ್ಕಾಗಿ ಅವರನ್ನು ಸುಲ್ತಾನಿಗಳೆಂದು ಕರೆಯುತ್ತಿದ್ದರು ಎಂದು ಎಂತೋವನ್ ಹೇಳುತ್ತಾನೆ, ಇವರಲ್ಲಿ ಎರಡು ಉಪ ಪಂಗಡವಿತ್ತು. ಗೋವನ್ನು ಕಡಿಯುವವರನ್ನು ಗಾಯ್ ಕಸಯ್, ಆಡು ಕುರಿಗಳನ್ನು

ಕಡಿಯುವವರಿಗೆ ಬಕರ್ ಕಸಯ್ ಅಥವಾ ಲಾಡ್ ಕಸಯ್ ಎಂದು ಕರೆಯುತ್ತಿದ್ದರು. ಇವರ ಜಾತಿಯೊಳಗೆ ಮೇಲುಕೀಳಿನ ಅಂತರ ತೀಕ್ಷ್ಣವಾಗಿತ್ತು. ಬಕರ್ ಕಸಯ್‌ಗಳು ಗಾಯ್ ಕಸಯ್‌ರನ್ನು ಕೀಳುಮಟ್ಟದಲ್ಲಿ ನೋಡಿಕೊಳ್ಳುತ್ತಿದ್ದರು, ಅವರಿಬ್ಬರ ನಡುವೆ ಸಹಭೋಜನ ಮತ್ತು ವಿವಾಹ ಸಂಬಂಧಗಳಿರಲಿಲ್ಲ. ಹಿಂದೂ ಧರ್ಮದ ಪ್ರಭಾವ ಅತ್ಯಂತ ಗಟ್ಟಿಯಾಗಿದ್ದು ಬಾಕರ್ ಕಸಯ್‌ಗಳು –ಗೋಮಾಂಸ ತಿನ್ನುತ್ತಿರಲಿಲ್ಲ, ಹಿಂದೂ ದೇವರುಗಳನ್ನು ಪೂಜಿಸುತ್ತಿದ್ದರು, ವ್ರತಗಳನ್ನು ಇಡುತ್ತಿದ್ದರು, ಹಿಂದೂ ಹಬ್ಬಗಳನ್ನು ಆಚರಿಸುತ್ತಿದ್ದರು. [264]

ಕರ್ನಾಟಕದಲ್ಲಿದ್ದ ಬಳೆಗಾರ ಜಾತಿಯೆಂದರೆ ಮಾನಿಯರ್. ಇದೊಂದು ಮಿಶ್ರಿತ ಜಾತಿ. ಇವರಲ್ಲಿ ಯಾವುದೇ ಜಾತಿಯ ಸಂಘಟನೆ ಇಲ್ಲದಿರುವುದು ಒಂದು ಬಹುಮುಖ್ಯ ಲಕ್ಷಣ. ಇವರೊಳಗೆ ಎರಡು ಪಂಗಡಗಳು ಇದ್ದರೂ ಸಹ ಭೋಜನ ಮತ್ತು ಜಾತಿಯೊಳಗೆ ಮತ್ತು ಹೊರಗಿನ ವಿವಾಹ ನಿಷಿದ್ಧವಲ್ಲವೆಂದು ಎಂತೋವನ್ ಹೇಳುತ್ತಾನೆ.

ಕ್ಷೌರಿಕ ಜಾತಿಗೆ ಸೇರಿದ ಹಜ್ಜಾಮ್‌ಗಳನ್ನು ಈ ಸಂದರ್ಭದಲ್ಲಿ ಉಲ್ಲೇಖಿಸಬೇಕು, ಎಂತೋವನ್ ಪ್ರಕಾರ ಈ ಜಾತಿಯವರು ಮುಂಬಯಿ ಪ್ರೆಸಿಡೆನ್ಸಿಯ ಎಲ್ಲಾ ಪ್ರಾಂತ್ಯದಲ್ಲಿ ಕಂಡು ಬರುತ್ತಾರೆ. ಉತ್ತರ ಕನ್ನಡದಲ್ಲಿ ಇವರನ್ನು ಹಜ್ಜಾಮ್‌ಗಳೆಂದು ಕರೆಯುವುದಿಲ್ಲ ಹೊರತು ನಾಡಿಗ್, ಕಲಸಿ ಅಥವಾ ನಾವಿ ಇತ್ಯಾದಿಯಾಗಿ ಕರೆಯುತ್ತಾರೆ. ಮುಸ್ಲಿಂ ಜಾತಿಯ ಹಜ್ಜಾಮ್‌ಗಳ ಸಾಮಾಜಿಕ ಜೀವನದ ಕುರಿತು ಎಂತೋವನ್ ಏನೂ ಹೇಳುವುದಿಲ್ಲ.

ಹತ್ತಿಯನ್ನು ಸ್ವಚ್ಛಗೊಳಿಸುವ, ಹಾಸಿಗೆ ತಲೆದಿಂಬುಗಳನ್ನು ಉತ್ಪಾದಿಸುವ ಪಿಂಜಾರರು ಅಥವಾ ನಡಾಫ್ ಅಂದಿನ ಕರ್ನಾಟಕ ಮತ್ತು ಮುಂಬಯಿ ಪ್ರೆಸಿಡೆನ್ಸಿಯ ಎಲ್ಲಾ ಪ್ರದೇಶಗಳಲ್ಲಿ ಹರಡಿದ್ದರು. ಇವರನ್ನು ಕೂಡ ಔರಂಗಜೇಬ ಮತಾಂತರಗೊಳಿಸಿದ್ದ ಎಂಬ ವಾದ ಇದೆ. ಮತಾಂತರಗೊಂಡ ನಂತರ ಕೆಲವರು ಶೇಖ್‌ಗಳೆಂದು ಗುರುತಿಸಿಕೊಂಡರು, ಇನ್ನು ಕೆಲವರು ಸೈಯದ್‌ಗಳಾಗಿ, ಪಠಾಣ್‌ಗಳಾಗಿ ಪುನರ್ ನಾಮಕರಣಗೊಂಡರು. ಅವರ ಉಡುಗೆ ತೊಡುಗೆಯಲ್ಲಿ ಹಿಂದೂಗಳಂತೆ ಕಂಡು ಬಂದರೂ, ವಿವಾಹ ಸಂದರ್ಭದಲ್ಲಿ ತಮ್ಮ ಜಾತಿಯೊಳಗೆ ವಿವಾಹ ಮಾಡಿಕೊಳ್ಳುವ ಪದ್ಧತಿಯನ್ನು ರೂಢಿಸಿಕೊಂಡರು. ಹಿಂದೂ ಸಂಪ್ರದಾಯ ಅವರಲ್ಲಿ ಸ್ಪಷ್ಟವಾಗಿ ಗೋಚರಿಸುತ್ತಿತ್ತು, ಅದರಲ್ಲೂ ಪ್ರಮುಖವಾಗಿ ಗೋಮಾಂಸ ಭಕ್ಷಣೆಯನ್ನು ತ್ಯಜಿಸುವ, ಹಿಂದೂ ದೇವತೆಗಳನ್ನು ಆರಾಧಿಸುವ, ಹಿಂದೂ

264 Ibid, p. 108

ಹಬ್ಬಗಳನ್ನು ಆಚರಿಸುವ ಪದ್ಧತಿ ಸಾಮಾನ್ಯವಾಗಿತ್ತು. ವಿವಾದಗಳನ್ನು ಪರಿಹರಿಸಲು ಪಾಟೀಲ, ಚೌಧುರಿಯಂತಹ ಯಜಮಾನರಿದ್ದರು. ಉಳಿದ ಮುಸ್ಲಿಮರಿಗೆ ಹೋಲಿಸಿದರೆ ಇವರ ಸಾಮಾಜಿಕ ಸ್ಥಾನಮಾನ ಕೆಳಸ್ತರದ್ದು ಆಗಿತ್ತು.[265]

ಕರ್ನಾಟಕದಲ್ಲಿ ಒಡ್ಡರ್ ಜಾತಿಗೆ ಸೇರಿದ ಮುಸಲ್ಮಾನರಿದ್ದರು ಎಂದು ಎಂತೋವನ್ ವಾದಿಸುತ್ತಾನೆ. ಕಲ್ಲು ಕುಟಿಕರಾದ ಒಡ್ಡರು ಮೂಲತಃವಾಗಿ ಕ್ಷತ್ರಿಯರೆಂದು ಪ್ರತಿಪಾದಿಸುತ್ತಾನೆ. ಅವರ ಮತಾಂತರ ನಂತರದ ಸಾಮಾಜಿಕ ಸ್ಥಿತಿಗತಿಗಳ ಬದಲಾವಣೆ ಕುರಿತು ಎಂತೋವನ್ ಏನನ್ನೂ ಹೇಳುವುದಿಲ್ಲ. ಇದೇ ರೀತಿಯ ಅಂಶಗಳು ಕಲ್ಲು ಕಡಿಯುವ ಜಾತಿಯಾದ ಪತ್‌ವ್ರತದಲ್ಲೂ ಕಂಡು ಬರುತ್ತದೆ. ಒಂದೇ ಅಂಶ ಸಿಗುವುದೇನೆಂದರೆ ಅವರು ಮೂಲತಃವಾಗಿ ಮರಾಠ ಕುನ್ಬಿ ಜಾತಿಯವರು[266].

ಕೆನರಾ ಮತ್ತು ಅಂದಿನ ಕರ್ನಾಟಕದಲ್ಲಿ ಕಂಡುಬರುವ ಇನ್ನೊಂದು ಮುಸ್ಲಿಂ ಜಾತಿಯೆಂದರೆ ಕಲ್ಲಟಿಸ್. ಕರ್ನಾಟಕದಲ್ಲಿ ಇವರನ್ನು ಡೊಂಬರಿಸ್ ಎನ್ನುತ್ತಾರೆ. ಸಂಖ್ಯೆಯಲ್ಲಿ ಕಡಿಮೆ ಇದ್ದರೂ, ಡೊಂಬರಿಸ್‌ಗಳು ಇನ್ನಿತರ ಕಲ್ಲಟಿಗಳಿಗಿಂತ ಕೆಳಗಿನ ಜಾತಿಗಳೆಂದು ಎಂತೋವನ್ ವಾದಿಸುತ್ತಾನೆ. ಈ ಜಾತಿಯ ಮುಖ್ಯ ಕಸುಬು ವೇಶ್ಯಾವಾಟಿಕೆ.[267] ಅದೇ ರೀತಿ ಅಂದಿನ ಕರ್ನಾಟಕದಲ್ಲಿ ಎಂತೋವನ್ ಗುರುತಿಸಿದ ಇನ್ನೊಂದು ಜಾತಿಯೆಂದರೆ ಬಟ್ಯಾರಸ್. ಮತಾಂತರವನ್ನು ಔರಂಗಜೇಬನ ಆಡಳಿತದಲ್ಲಿ ಕಂಡುಕೊಳ್ಳುವ ಈ ಜಾತಿ, ಒಂದು ಮಿಶ್ರಿತ ಜಾತಿ ಎಂದೂ ಕೂಡ ಕರೆಯಲಾಗುತ್ತದೆ. ಇವುಗಳಲ್ಲಿ ಜಾತಿ ಪಂಚಾಯತ್‌ಗಳಿಲ್ಲ, ಅಂತರ ಜಾತಿ ಮದುವೆ ನಿಷಿದ್ಧ. ಇದೊಂದು ಧಾರ್ಮಿಕವಾಗಿ ಗಟ್ಟಿಯಾಗಿರುವ ಜಾತಿಯೂ ಅಲ್ಲ.

ಅದೇ ರೀತಿ ಕರ್ನಾಟಕದಲ್ಲಿದ್ದ ಮತ್ತು ಸಂಖ್ಯೆಯಲ್ಲಿ ಕಡಿಮೆಯಾಗಿದ್ದ ಇನ್ನೊಂದು ಜಾತಿಯೆಂದರೆ ಸೈಕಲಿಗಾರ್ಸ್ ಅಥವಾ ಸಿಕ್ಲಿಗಾರ್ಸ್. ಶಸ್ತ್ರಾಸ್ತ್ರಗಳನ್ನು ತಯಾರಿಸುವ ಸಿಕ್ಲಿಗಾರ್‌ಗಳು ಮೂಲತಃವಾಗಿ ಹಿಂದೂ ಘಸದೀಸ್ ಮತ್ತು ಲೋಹಾರ್ ಜಾತಿಯಿಂದ, ಔರಂಗಜೇಬನಿಂದಾಗಿ ಮತಾಂತರಗೊಂಡವರು, ವಿವಾಹವನ್ನು ಒಂದೋ ತಮ್ಮ ಜಾತಿಯೊಳಗೆ ಅಥವಾ ತಮ್ಮ ಜಾತಿಗೆ ಸಮಾನರಾಗಿರುವ ಮನಿಯರ್, ಅತರ್ ಮತ್ತು ಪಟ್ಟೆಗಾರ್‌ರೊಂದಿಗ ಮಾಡಿಸಿಕೊಳ್ಳುತ್ತಾರೆ. ಇವರಲ್ಲಿ ಹಿಂದೂ ಸಂಸ್ಕೃತಿ ಅಷ್ಟೇ ಗಟ್ಟಿಯಾಗಿದೆ ಎಂದರೂ ಸುಳ್ಳಲ್ಲ. ಆದಕಾರಣ

---

265 R.E Enthoven, Vol.3, Op.cit, p. 224.
266 Ibid, p. 222.
267 Ibid, p.237.

ಗೋಮಾಂಸ ನಿಷಿದ್ಧ, ಹಿಂದೂ ದೇವತೆಗಳನ್ನು, ಹಬ್ಬಗಳನ್ನು ಆಚರಿಸುವುದು ಇವರಲ್ಲಿ ಸಾಮಾನ್ಯ ವಿಷಯ.

ಹೆಚ್ಚೂ ಕಡಿಮೆ ಇದೇ ಕಾಲದಲ್ಲಿ ಸೈಯ್ಯದ್ ಸಿರಾಜುಲ್ ಹಸನ್[268] ಹೈದ್ರಾಬಾದ್ ಪ್ರಾಂತ್ಯದಲ್ಲಿದ್ದ ಜಾತಿ ಮತ್ತು ಬುಡಕಟ್ಟುಗಳ ಬಗ್ಗೆ ಕುಲಶಾಸ್ತ್ರೀಯ ಅಧ್ಯಯನವನ್ನು ಮಾಡುತ್ತಾರೆ. ಇವರ ಅಧ್ಯಯನದ ಒಂದು ದೊಡ್ಡ ಸಮಸ್ಯೆಯೆಂದರೆ ಹೈದ್ರಾಬಾದ್ ಕರ್ನಾಟಕ ಪ್ರಾಂತ್ಯದಲ್ಲಿದ್ದ ಒಂದೆರಡು ಜಾತಿಗಳನ್ನು ಹೊರತುಪಡಿಸಿದರೆ, ಇತರ ಮುಸ್ಲಿಂ ಜಾತಿಗಳನ್ನು ಹುಡುಕುವುದು ಸ್ವಲ್ಪ ಕಷ್ಟ. ಎಂತೋವನ್ ಮತ್ತು ಜನಗಣತಿಗಳು ಉಲ್ಲೇಖಿಸಿದಂತೆ ಕರ್ನಾಟಕ ಪ್ರಾಂತ್ಯದಲ್ಲಿ ಮೊಘಲರ ಸೈನ್ಯಕ್ಕೆ ದವಸ ಧಾನ್ಯ ಮತ್ತು ಸರಕುಗಳನ್ನು ಸಾಗಿಸುತ್ತಿದ್ದ ಬಂಜಾರರ ಇರುವಿಕೆಯನ್ನು ಹಸನ್‌ರ ಅಧ್ಯಯನ ಗುರುತಿಸುತ್ತದೆ. ಶ್ರೀರಂಗಪಟ್ಟಣದ ಕೊನೆಯ ಯುದ್ಧದ ಕಾಲದಲ್ಲಿ ಬ್ರಿಟಿಷರ ಸರಕುಗಳನ್ನು ಸಾಗಿಸುವ ಸಮುದಾಯವಾಗಿದ್ದರು ಎಂಬುದನ್ನು ಫ್ರೆಂಚ್ ಪಾದ್ರಿ ಅಬ್ಬೆ ದುಬೈ 1800ರ ಆರಂಭದಲ್ಲಿಯೇ ದಾಖಲಿಸಿದ್ದ. ಬಂಜಾರರಲ್ಲಿ ಒಂದು ವರ್ಗ ಸಂಕರ ವರ್ಗ– ಅರೆಮುಸಲ್ಮಾನ ಅರೆಹಿಂದೂ ವರ್ಗ. ಇದನ್ನು ಧಾಡಿಸ್ ಎಂದು ಕರೆಯುತ್ತಾರೆ. ಮುಸಲ್ಮಾನ ಸಂಪ್ರದಾಯದಂತೆ ಮಂಜಿ ಮಾಡಿಸುತ್ತಾರೆ, ಹಿಂದೂ ದೇವತೆಯಾದ ಸರಸ್ವತಿಯನ್ನು ಪೂಜಿಸುತ್ತಾರೆ, ಮುಸ್ಲಿಂ ಸಂತರನ್ನು ಆರಾಧಿಸುತ್ತಾರೆ. ಅವರು ಹುಮಾಯುನನ ಕಾಲದಲ್ಲಿಯೇ ಮತಾಂತರ ಹೊಂದಿರಬಹುದೆಂದು ಹಸನ್ ವಾದಿಸುತ್ತಾರೆ. 1911ರ ಜನಗಣತಿಯನ್ನು ಉಲ್ಲೇಖಿಸುತ್ತಾ, ಹಸನ್‌ರ ಕುಲಶಾಸ್ತ್ರೀಯ ಅಧ್ಯಯನ ಬಂಜಾರರ ಸಂಖ್ಯೆ ರಾಯಚೂರಿನಲ್ಲಿ 132, ಬೀದರ್‌ನಲ್ಲಿ 621 ಮತ್ತು ಗುಲಬರ್ಗಾದಲ್ಲಿ 2859 ಎಂದೆಲ್ಲಾ ಲೆಕ್ಕ ಹಾಕುತ್ತಾ ಅವರಲ್ಲಿ ಎಷ್ಟು ಜನ ಧಾಡಿಸ್ ಬಂಜಾರರು ಅಥವಾ ಮುಸಲ್ಮಾನ ಬಂಜಾರರು ಎಂಬುದನ್ನು ಹೇಳುವುದಿಲ್ಲ. ಇದು ಕುಲಶಾಸ್ತ್ರೀಯ ಅಧ್ಯಯನದ ನ್ಯೂನತೆ ಎನ್ನಬಹುದು.[269] ಇದೇ ಸಂದರ್ಭದಲ್ಲಿ ಅಲೆಮಾರಿ, ಭಿಕ್ಷುಕರಾದ ಬುಡಬುಡಿಕೆಯವರಲ್ಲಿ ಮುಸಲ್ಮಾನ ಜಾತಿಯನ್ನು ಗುರುತಿಸುತ್ತಾರೆ. ಕರ್ನಾಟಕದಲ್ಲಿರಬಹುದಾದ ಮುಸ್ಲಿಂ ಜಾತಿಗಳೆಂದರೆ ತುರ್ಕ ಚಕ್ಲ ಅಥವಾ ಧೋಬಿ, ಜಲಗಾರರಾದ ಲಾಲ್ ಬೇಗಿಗಳು– ಅವರು ಹಿಂದೂ ಹಬ್ಬಗಳಾದ ದೀಪಾವಳಿ, ಹೋಳಿ ಆಚರಿಸುತ್ತಾ, ಮುಸ್ಲಿಂ ಸಂಪ್ರದಾಯವನ್ನು ಅನುಸರಿಸುತ್ತಾರೆ. ದುರಂತವೆಂದರೆ, ಹಸನ್‌ರವರ ಪ್ರಕಾರ, ಅಸ್ಪೃಶ್ಯರನ್ನಾಗಿರುವ ಲಾಲ್ ಬೇಗಿಗಳನ್ನು ಮುಸಲ್ಮಾನರಾಗಲೀ ಹಿಂದೂಗಳಾಗಲೀ ಮುಟ್ಟುವುದಿಲ್ಲ, ಅವರೊಂದಿಗೆ ಮದುವೆ

268 Syed Sirajul Hassan, The Castes and Tribes of H. E. H. The Nizam's Dominions, Volume I, Bombay, 1920

269 Ibid. p.27

ಸಂಬಂಧವನ್ನು ಮಾಡುವುದಿಲ್ಲ. ಅವರಿಗೆ ಮಸೀದಿಯೊಳಗೆ ಪ್ರಾರ್ಥನೆಯ ಅವಕಾಶವನ್ನು ನೀಡುವುದಿಲ್ಲ, ಸತ್ತರೆ ಅವರನ್ನು ಇತರೇ ಮುಸಲ್ಮಾನರ ಸ್ಮಶಾನದಲ್ಲಿ ಅಥವಾ ಸಾರ್ವಜನಿಕ ಸ್ಥಳಗಳನ್ನು ಹೂಳಲು ಅವಕಾಶ ನೀಡುವುದಿಲ್ಲ. [270]

ಈ ಕುಲಶಾಸ್ತ್ರೀಯ ಅಧ್ಯಯನಗಳಲ್ಲಿ ಇನ್ನೊಂದು ಮಹತ್ವವಾದ ಹೆಸರು ಎಡ್ಗರ್ ಥರ್ಸ್ಟನ್[271]. ಅವನ ಮೈಸೂರು, ಕೊಡಗಿನ ಮತ್ತು ದಕ್ಷಿಣ ಭಾರತದ ಕುಲಶಾಸ್ತ್ರೀಯ ಅಧ್ಯಯನದ ಆರಂಭದಲ್ಲಿ ಮೂರು ವಿಭಜನೆ ಮಾಡುತ್ತಾನೆ. ಮೊದಲನೆಯದಾಗಿ ಬೇರೆ ಪ್ರಾಂತ್ಯಗಳಿಂದ ವಲಸೆ ಬಂದವರು ಮತ್ತು ಅವರ ವಂಶಸ್ಥರು, ಎರಡನೆಯದಾಗಿ, ದಕ್ಷಿಣ ಭಾರತದ ಹಿಂದೂ ಮಹಿಳೆಯೊಂದಿಗಿನ ಸಂಬಂಧದೊಂದಿಗೆ ಹುಟ್ಟಿದ ವಲಸಿಗ ಮಕ್ಕಳು ಮತ್ತು ಬಹಳ ಮುಖ್ಯವಾಗಿ ಮತಾಂತರಗೊಂಡ ಸ್ಥಾನೀಯರು. ಇವರಲ್ಲಿ ಚಪ್ಪರ್ ಬಂದ್‌ಗಳನ್ನು ಮೂಲತಃವಾಗಿ ಮುಂಬಯಿ ಮತ್ತು ಪಂಜಾಬ್ ಪ್ರಾಂತ್ಯದಿಂದ ಮೊಘಲರೊಂದಿಗೆ ವಲಸೆ ಬಂದವರು, ಫಕೀರರಂತೆ ನಟಿಸುತ್ತಾ ಖೋಟಾ ನಾಣ್ಯಗಳನ್ನು ಮಾರುತ್ತಾ ಬದುಕಿದವರು. ಇವರ ಇರುವನ್ನು ಕೆನರಾ ಜಿಲ್ಲೆಯಲ್ಲಿ, ಮೈಸೂರಿನ ಶ್ರೀರಂಗಪಟ್ಟಣದಲ್ಲಿ ಮತ್ತು ನಿಜಾಮ್ ಪ್ರಾಂತ್ಯದಲ್ಲಿ ಗುರುತಿಸುತ್ತಾನೆ, ಅವರನ್ನು ವಸಾಹತುಶಾಹಿ ಚಿತ್ರಿಸಿದಂತೆ ಅಪರಾಧಿ ಅಥವಾ ಕ್ರಿಮಿನಲ್ ಬುಡಕಟ್ಟುಗಳು ಎಂದು ಉಲ್ಲೇಖಿಸುವುದಿಲ್ಲ. ಮತ್ತೊಂದು ಜಾತಿ ಎಂದರೆ ಡೆಕ್ಕನಿ ಮುಸ್ಲಿಂ. ಅವರು ಮದುವೆ ಸಂದರ್ಭದಲ್ಲಿ ಹಿಂದೂ ಸಂಸ್ಕೃತಿಯನ್ನೂ ಮತ್ತು ಉಳಿದ ಸಂದರ್ಭದಲ್ಲಿ ಇಸ್ಲಾಮಿಕ್ ಸಂಸ್ಕೃತಿಯನ್ನು ಪಾಲಿಸುತ್ತಾರೆ ಎಂದು ವಾದಿಸುತ್ತಾನೆ. ಲಬ್ಬಯೆ ಮತ್ತು ಮರಕ್ಕಯರಸ್, ಜೊನಗೊನ್, ಲೋಹಾನ ಮತ್ತು ಮಾಪಿಳ್ಳೆಗಳನ್ನು ವ್ಯಾಪಾರಸ್ಥರು ಆದರೆ ಅರೆ/ಮಿಶ್ರಿತ ಮುಸ್ಲಿಂ- ಹಿಂದೂಗಳು, ದಾಯರೆಗಳನ್ನು ಹಿಂದೂ ಮತಾಂತರಿಗಳೆಂದು, ದರ್ಜಿಗಳನ್ನು ಬಟ್ಟೆ ಹೊಲಿಯುವ ಜಾತಿಗಳೆಂದು ಗುರುತಿಸುತ್ತಾ. ತೆಲುಗು ಪ್ರಾಂತ್ಯದ ದಡೆಕುಲಗಳ ಬಗ್ಗೆ ಒಂದು ವಿಶಿಷ್ಟವಾದ ವಾದವನ್ನು ಮುಂದಿಡುತ್ತಾನೆ. ಹತ್ತಿಯನ್ನು ಸ್ವಚ್ಛಗೊಳಿಸುವ ದಡೆಕುಲಗಳನ್ನು ಪಿಂಜಾರಿಗಳೆಂದೂ ಕೂಡ ಕರೆಯುತ್ತಾನೆ, ಬಹಳಷ್ಟು ಹಿಂದೂ ಸಂಪ್ರದಾಯಗಳನ್ನು ಅದರಲ್ಲೂ ಮದುವೆ ಸಂದರ್ಭದಲ್ಲಿ ತಾಳಿ ಕಟ್ಟುವುದು, ಬಕ್ರೀದ್‌ನಲ್ಲಿ ತಮ್ಮ ಆಯುಧಗಳನ್ನು ಪೂಜಿಸುವುದು, ಹಿಂದೂಗಳ ತರಹ ಉಡುಗೆತೊಡುಗೆ ತೊಡುವುದು, ಫಕ್ರುದ್ದೀನ್ ಪೀರ್ ಸಂತನನ್ನು ಆರಾಧಿಸುವುದು, ಹಿಂದೂ ಹೆಸರುಗಳನ್ನು ನಾಮಕರಣ ಮಾಡುವುದು ಇತ್ಯಾದಿಗಳು[272] ಥರ್ಸ್ಟನ್ ಪ್ರಕಾರ

270 Ibid.182.
271 Edgar Thurston, Castes and Tribes of Southern India, Volume II, Madrs , 1909.
272 Edger Thurston, Caste and Tribes of Southern India, Vol, 3. 1913, Bombay 1913, p.36

ದಡೆಕುಲಗಳು ಒಂದೋ ಮತಾಂತರಗೊಂಡವರು, ಇಲ್ಲವೇ ಸ್ಥಳೀಯ ಜನರ ಸಂಯೋಜನೆಯಿಂದ ಹುಟ್ಟಿದ ಜನರು. ಇದರ ಪೂರ್ವದಲ್ಲಿ ಇದೇ ಬಳ್ಳಾರಿ ಜಿಲ್ಲೆಯ 1872ರ ಕೈಪಿಡಿ ತಯಾರಿಸಿದ್ದ ಜಾನ್ ಕೆಲ್ಸಲ್[273]ಮುಸ್ಲಿಮರಲ್ಲಿ ಐದು ಪಂಗಡಗಳನ್ನು ಗುರುತಿಸಿದ್ದ- ಸೈಯ್ಯದ್ ಶೇಖ್, ಪಠಾಣ್, ಮೊಘಲ್ ಮತ್ತು ಲಬ್ಬಯೆ. ಈ ರೀತಿಯ ಶ್ರೇಣೀಕೃತ ವ್ಯವಸ್ಥೆ ಹೆಚ್ಚೂಕಡಿಮೆ ಹಾಗೇನೆ ಉಳಿದು ಬಿಟ್ಟಿತ್ತು. ಮೊದಲ ನಾಲ್ಕು ಪಂಗಡಗಳು ಸ್ಥಿರವಾಗಿ ಉಳಿದುಕೊಂಡುಬಿಟ್ಟವು. ಲಬ್ಬಯೆಯ ಸ್ಥಾನ ಮಾತ್ರ ಆಗಾಗ ಪಲ್ಲಟವಾಗುತ್ತಿತ್ತು.

ಮೈಸೂರಿನ ಸಂದರ್ಭದಲ್ಲಿ ಕುಲ ಶಾಸ್ತ್ರೀಯ ಅಧ್ಯಯನದಲ್ಲಿ ನಂಜುಂಡಯ್ಯ ಮತ್ತು ಕೃಷ್ಣ ಅಯ್ಯರ್‌ರವರ ಹೆಸರು ದೊಡ್ಡದು. ಮುಸಲ್ಮಾನರಲ್ಲಿ ಹಿಂದೂ[274] ಮತಾಂತರಿಗಳು ಮತ್ತು, ಅರಣ್ಯವಾಸಿ ಬುಡಕಟ್ಟುಗಳಿರುವುದನ್ನು ಒಪ್ಪಿಕೊಳ್ಳುತ್ತಾ, ಅವರ ಸಾಮುದಾಯಿಕ ಮತ್ತು ಸಾಂಸ್ಕೃತಿಕ ಚಟುವಟಿಕೆಗಳ ನಡುವೆ ಮತಾಂತರ ಪೂರ್ವದ ಅಂಶಗಳನ್ನು ಇವರ ಕುಲಶಾಸ್ತ್ರೀಯ ಅಧ್ಯಯನಗಳು ಉಲ್ಲೇಖಿಸುತ್ತದೆ. ಅದರಲ್ಲೂ ಮದುವೆಯ ಸಂದರ್ಭದಲ್ಲಿ ಒಳ ಬಾಂಧವ್ಯ ಮದುವೆ ಮತ್ತು ಅದರ ನಿಷಿದ್ಧತೆಯ ಅಂಶಗಳನ್ನು ಬಹುಮುಖ್ಯವಾಗಿ ಉಲ್ಲೇಖಿಸುತ್ತದೆ.[275] ವಿಚಿತ್ರವೆಂದರೆ ಕೆಲವು ಪಂಥಗಳನ್ನು, ಭಾರತದಲ್ಲಿ ಹುಟ್ಟಿ ಬೆಳೆದರೂ, ಅದನ್ನು ವಿದೇಶಿ ಎಂದು ವಾದಿಸುತ್ತದೆ. ಅದರಲ್ಲಿ ಬಹುಮುಖ್ಯವಾಗಿ ಅವನ್, ಗುಜ್ಜಾರ್. ಥಾಟ್, ಲಬ್ಬಯೆ, ಮಾಪಿಳ್ಳೆ, ಇದನ್ನು ಪಟ್ಟಣದಿಂದ ಹೊರಗಿರುವ ಗುಂಪುಗಳು ಎನ್ನಬಹುದು. ವಾಸ್ತವವಾಗಿ ಅದು ಜಾತಿಗಳ ಇರುವಿಕೆಯನ್ನು ಗುರುತಿಸುವುದು ಮೇಲ್ಪಂಗಡಗಳಲ್ಲಿ ಅಲ್ಲ. ವಿಚಿತ್ರವೆಂದರೆ ವಸಾಹತುಶಾಹಿ ಕೆಲವು ಜಾತಿಗಳನ್ನು ಕೆಳಜಾತಿಗಳಿಂದ ಮತಾಂತರ ಹೊಂದಿದ ಜಾತಿಗಳೆಂದು ಹೇಳಿದರೆ, ನಂಜುಂಡಯ್ಯನವರ ಕುಲಶಾಸ್ತ್ರೀಯ ಅಧ್ಯಯನ ಅವರನ್ನು ಮೇಲ್ವರ್ಗದ ಭಾಗವಾಗಿ ನೋಡುತ್ತದೆ. ಇದರಲ್ಲಿ ಗುರುತಿಸಬೇಕಾದ ಜಾತಿಗಳೆಂದರೆ ಮಹಾದಾವಿಯ, ಬೋಹ್ರ, ಮೆಮನ್, ಮಾಪಿಳ್ಳೆ, ಲಬ್ಬಯೆ.

ಜಾತಿಗಳನ್ನು ವಿಶ್ಲೇಷಿಸುವಾಗ ಬಂಜಾರರು ಬಹು ಮುಖ್ಯವೆನಿಸುತ್ತಾರೆ. ಅವರ ಇತಿಹಾಸವನ್ನು ಕೆದಕುತ್ತಾ ಹೋಗುವ ಕುಲಶಾಸ್ತ್ರೀಯ ಅಧ್ಯಯನ ಅವರ ಮೂಲವನ್ನು ಹುಡುಕುವುದು ಸಾಮ್ರಾಜ್ಯಗಳ ಯುದ್ಧಗಳ ಕಾಲದಲ್ಲಿ. ಸಾಮ್ರಾಜ್ಯಗಳು ಯುದ್ಧಗಳಿಗೆ ಹೊರಡುವಾಗ ವಸ್ತುಗಳನ್ನು ಸಾಗಿಸುವ ಸಂದರ್ಭದಲ್ಲಿ ಅವರು

273 Manual of Bellary District, 1872

274 H. V. Nanjundayya, K. Annathakrishna Aiyer, The Mysore Tribes and Caste , Vol.IV, Mysore University, 1931, p.280

275 H.V Nanjundayya and I K Ananathakrishna iyer, The Mysore Tribes and Castes, Vol, II Mysor e University 1928.p.148

ಮತಾಂತರ ಹೊಂದಿರಬಹುದು ಎಂದು ವಾದಿಸುತ್ತದೆ. ಎಂತೋವನ್‌ನಲ್ಲಿ ಇದರ ಕುರಿತು ನಿರ್ದಿಷ್ಟತೆ ಇದ್ದರೆ ನಂಜುಂಡಯ್ಯನವರ ಅಧ್ಯಯನದಲ್ಲಿ ಇಂತಹ ನಿರ್ದಿಷ್ಟ ಇತಿಹಾಸ ಉಲ್ಲೇಖವಾಗುವುದಿಲ್ಲ. ಅವರಲ್ಲಿ ಒಂದು ವರ್ಗ, ತಂಬೂರಿ, ತತುರಿ ಅಥವಾ ಧಡಿ ಮುಸಲ್ಮಾನ ಜಾತಿಗೆ ಸೇರಿದವರು ಧಾರ್ಮಿಕ ಚಟುವಟಿಕೆಗಳಲ್ಲಿ ಇಸ್ಲಾಂ ಅನ್ನು ಅನುಸರಿಸುತ್ತಾರೆ, ಉಳಿದ ಸಂದರ್ಭದಲ್ಲಿ ಬಂಜಾರ ಸಂಸ್ಕೃತಿಯನ್ನು ಪ್ರತಿಪಾದಿಸುತ್ತಾರೆ- ಅವರ ನಿತ್ಯಜೀವನ ಭಿಕ್ಷೆ ಬೇಡುವುದರ ಮೇಲೆ ನಿಂತಿತ್ತು. ತಂಬೂರಿ ಬಂಜಾರರಲ್ಲಿ ಆರು ಒಳಪಂಗಡಗಳಿವೆ-ರತ್ಯಾವತ್, ಭಟ್, ಸೇರಾವತ್, ಧಾವತ್, ಬಾಜಿಜುಟ್, ರುದಾವಟ್, ಇಲ್ಲೊಂದು ವಿಚಿತ್ರವಾದ ವಾದವಿದೆ. ಮತಾಂತರಗೊಂಡವರನ್ನು ಬಂಜಾರರು ಈ ಕೂಡಲೇ ತಮ್ಮ ಜಾತಿಗೆ ಸೇರಿಸುವುದಿಲ್ಲ. ಮೂರು ತಲೆಮಾರುಗಳ ಕಾಲ ಅವರು ಕಾಯಬೇಕು. ತದನಂತರ ಜಾತಿಯ ಪಂಚಾಯತ್‌ನ ಒಪ್ಪಿಗೆ ಮೇರೆಗೆ ಜಾತಿಯೊಳಗೆ ಸೇರಿಸಲಾಗುತ್ತದೆ. ಅಪ್ಪರ ತನಕ ಮುಸ್ಲಿಂ ಬಂಜಾರ ತನ್ನ ಜಾತಿಯ ತಾಂಡಾದಿಂದ ಹೊರಗೆ ವಾಸಿಸಬೇಕು.[276]

ಎರಡನೆಯ ವರ್ಗ ಲಬ್ಬಯೆ. ಇವರ ಮೂಲದ ಬಗ್ಗೆ ಗೊಂದಲವಿದ್ದರೂ, ಅವರಲ್ಲಿ ಹೆಚ್ಚಿನವರು ವ್ಯಾಪಾರಸ್ಥರು ಎಂದು ಒಪ್ಪಿಕೊಳ್ಳುತ್ತದೆ. ಅವರ ಮದುವೆ ಸಂದರ್ಭದಲ್ಲಿ ಇದು ನಿಚ್ಚಳವಾಗಿ ಗೋಚರಿಸುತ್ತದೆ. ತಾಳಿ ಕಟ್ಟುವುದು, ಹಾಲಿನ ಸ್ಥಂಭವಾಗಿ ಬಿದಿರು ಕೋಲನ್ನು ಕಟ್ಟುವುದು ಇತ್ಯಾದಿಗಳಲ್ಲಿ ವ್ಯಕ್ತವಾಗುತ್ತದೆ.

ಮೂರನೆಯದಾಗಿ ಇತಿಹಾಸದಲ್ಲಿ ಸಿಗುವ ಲೂಟಿಕೋರರಾದ ಪಿಂಡಾರಿಗಳು ಇವರಲ್ಲಿ ಮದುವೆ ದಿನಾಂಕವನ್ನು ನಿರ್ಧರಿಸುವವರು ಮತ್ತು ಮದುವೆಯ ಪೌರೋಹಿತ್ಯವನ್ನು ನಡೆಸಿಕೊಡುವವರು ಬ್ರಾಹ್ಮಣರು, ಮದುವೆಯ ಪೂರ್ವದಲ್ಲಿ ಸತ್ತ ಹಿರಿಯರನ್ನು ಪೂಜಿಸುವ ವಿಧಿವಿಧಾನವಿದೆ. ಹಿಂದೂಗಳಲ್ಲಿ ಇದ್ದಂತೆ ಇವರಲ್ಲೂ ಜಾತಿ ಪಂಚಾಯತ್‌ಗಳಿವೆ. ಹಿಂದೂಗಳಂತೆ ಇವರು ಅನುವಂಶಿಕ ಕಾನೂನನ್ನು ಅನುಸರಿಸುತ್ತಾರೆ. ಹಿಂದೂ ಪಿಂಡಾರಿಗಳಂತೆ ಇವರು ಖಂಡೋಬಾ, ಮರಾಠಿಯೊಂದಿಗೆ, ಮುಸ್ಲಿಂ ಪೀರ್‌ಗಳನ್ನು ಆರಾಧಿಸುತ್ತಾರೆ.

ನಾಲ್ಕನೆಯದಾಗಿರುವುದು ಪಿಂಜಾರ್‌ಗಳು. ಹಾಸಿಗೆ, ದಿಂಬುಗಳನ್ನು ತಯಾರಿಸುವ ಕುಲಕುಸಬುದಾರರಾದ ಇವರು ಬಹುಮುಖ್ಯವಾಗಿ ಶಿವಮೊಗ್ಗ, ಬೆಂಗಳೂರು, ಮೈಸೂರಿನಲ್ಲಿ ನೆಲೆ ನಿಂತವರು. ಇವರ ಉಡುಗೆ ತೊಡುಗೆ ಹಿಂದೂ ಪಿಂಜಾರ್‌ಗಳಿಗಿಂತ ಕಡಿಮೆ ಏನಿಲ್ಲ. ಒಳಬಾಂಧವ್ಯ ಮದುವೆ ನಿಷಿದ್ಧವಲ್ಲ, ಆದರೆ ಗೋಮಾಂಸ ನಿಷಿದ್ಧ[277].

276 Ibid p.158..
277 Op.cit, p.À 396

ಗಝೆಟಿಯರ್‌ಗಳು

ಇದು ಆರಂಭಗೊಂಡದ್ದು ಈಸ್ಟ್ ಇಂಡಿಯಾ ಕಂಪನಿಯ ಕಾಲದಿಂದಲೇ. ಬ್ರಿಟಿಷರಿಗೆ ತಮ್ಮ ಅಧೀನಕ್ಕೊಳಪಟ್ಟಿರುವ ಪ್ರದೇಶಗಳ ಭೌಗೋಳಿಕ, ಇತಿಹಾಸ, ನ್ಯಾಯಾಂಗ, ಪರಂಪರೆ, ಕೃಷಿ, ಸಮುದಾಯ, ಜೀವನಶೈಲಿ, ಅಭಿವೃದ್ಧಿ, ಶಿಕ್ಷಣದ, ಧಾರ್ಮಿಕ ಸ್ಥಳಗಳು, ಹಬ್ಬಗಳು, ಜಾತಿ ಸಂಬಂಧಗಳ ಕುರಿತು ಅರಿವು ಮತ್ತು ಮಾಹಿತಿಯನ್ನು ಕಲೆಹಾಕಬೇಕಾಗಿತ್ತು. ಇದು ವಸಾಹತುಗಳ ಮೇಲೆ ಅಗಾಧವಾದ ಜ್ಞಾನವನ್ನು ಸಂಪಾದಿಸುವ ಮತ್ತು ಕಲೆಹಾಕುವುದರ ಭಾಗವಾಯಿತು. ಗಝೆಟಿಯರ್‌ಗಳನ್ನು ಬರೆದವರು ಅಸಂಖ್ಯಾತ ಬ್ರಿಟಿಷ್ ಅಧಿಕಾರಿಗಳು ಮತ್ತು ವಿವಿಧ ಪ್ರಾಂತ್ಯದ ಸರ್ಕಾರಿ ಅಧಿಕಾರಿಗಳು. ಇದು ಮುಂದೆ ವಸಾಹತುವಿನ ಬೃಹತ್ ಯೋಜನೆಯ-ಅಧೀನತೆಯ ಭಾಗವಾಗಿ ಪರಿವರ್ತಿತವಾಯಿತು. ಮೇಲ್ನೋಟಕ್ಕೆ ಇದೊಂದು ವಿಶಿಷ್ಟ ರೀತಿಯ ಕೈಪಿಡಿ.

ಮೊದಲ ಕೈಪಿಡಿಯನ್ನು ಮದ್ರಾಸ್ ಪ್ರೆಸಿಡೆನ್ಸಿ 1853ರಲ್ಲಿ ಪ್ರಕಟಿಸಿತ್ತು. ಇದರ ಪೂರ್ವದಲ್ಲಿ ವಸಾಹತು ಭಾರತವನ್ನು ಅರ್ಥೈಸಲು ಹತ್ತು ಹಲವು ಅಧಿಕಾರಿಗಳನ್ನು ನೇಮಿಸಿತ್ತು. ಅದರಲ್ಲಿ ಕೆಲವರು ದೇಶದ ತುಂಬೆಲ್ಲಾ ಸುತ್ತಾಡಿ ವರದಿಗಳನ್ನು ನೀಡಿದರು. ಕೆಲವರು ಭಾರತದ ಜೈವಿಕ ಮತ್ತು ಸಸ್ಯ ಸಂಪತ್ತಿನ ಬಗ್ಗೆ ಮತ್ತದರ ಜ್ಞಾನದ ಕುರಿತು ದಾಖಲಿಸಿದರು. ಇನ್ನು ಕೆಲವರು ಸಾಮಾಜಿಕ ಜೀವನ, ಗ್ರಾಮೀಣ ಜೀವನ, ಕೃಷಿ ಮತ್ತು ರೈತಾಪಿ ಬದುಕು ಇತ್ಯಾದಿಗಳ ಮೇಲೆ ಬೆಳಕು ಚೆಲ್ಲಿದರು. ಈ ಪ್ರಕ್ರಿಯೆ ಬ್ರಿಟಿಷ್ ಕಂಪನಿ ಸರ್ಕಾರದ ಕಾಲದಿಂದಲೇ ಅಂದರೆ 1857ರ ಮೊದಲೇ ಆರಂಭಗೊಂಡಿತ್ತು. ಶ್ರೀರಂಗಪಟ್ಟಣದ ಪತನದ ಮರುವರುಷವೇ ಫ್ರಾನ್ಸಿಸ್ ಬುಕಾನಿನ್ (ಮುಂದೆ ಅವನು ಹ್ಯಾಮಿಲ್ಟನ್ ಎಂಬ ಹೆಸರಿನಿಂದ ಕರೆಯಲ್ಪಡುತ್ತಾನೆ) ಎಂಬ ಸಸ್ಯಶಾಸ್ತ್ರಜ್ಞನನ್ನು 1800ರಲ್ಲಿ ಬ್ರಿಟಿಷ್ ಕಂಪನಿ ಸರ್ಕಾರ, "ಮೈಸೂರು ಸಂಸ್ಥಾನ, ಶ್ರೀರಂಗಪಟ್ಟಣದ ಪತನದ ನಂತರ ಕಂಪನಿಯ ವಶವಾಗಿರುವ ಮತ್ತು ಅಧೀನಕ್ಕೊಳಗಾಗಿರುವ ಪ್ರಾಂತ್ಯಗಳು ಅದರಲ್ಲೂ ಮಲಬಾರು ಪ್ರಾಂತ್ಯ"[278] ಇತ್ಯಾದಿಗಳ ಕುರಿತು ವರದಿ ಸಲ್ಲಿಸಲು ನೇಮಿಸಿತ್ತು. ಅವನ ಕಥನಗಳು ಒಂದು ರೀತಿಯ ಪ್ರವಾಸ ಕಥನಗಳು- ಮದ್ರಾಸ್ ಪ್ರಾಂತ್ಯದಿಂದ ಆರಂಭಗೊಂಡು, ಮೈಸೂರು, ಕೊಡಗು ತಲುಪಿ ಮಲಬಾರಿನಲ್ಲಿ ಸಮಾಪ್ತಿಯಾಗುತ್ತದೆ. ಅವನ ಕಥನಗಳು ಇಲ್ಲಿಗೆ ಸೀಮಿತಗೊಳ್ಳುವುದಿಲ್ಲ, ಅದು ಉತ್ತರಪ್ರದೇಶ, ಬಿಹಾರ, ಕಲ್ಕತ್ತಾ ಇತ್ಯಾದಿಗಳಿಗೂ ಹರಡಿತ್ತು. ಅವನ ಪ್ರವಾಸ ಕಥನದಲ್ಲಿ ಗ್ರಾಮೀಣ

278 B . Lewis Rice, Mysore: A Gazetteer Compiled for Government, Vol, 1, Government Press, Mysore , 1897, p.2

ಪ್ರದೇಶದ ವಿಶ್ಲೇಷಣೆ, ಜೀವಸಂಕುಲಗಳ ವಿವರಣೆ, ಕೃಷಿಭೂಮಿಗಳ ವಿವರಣೆ, ಒಟ್ಟು ಜನಸಂಖ್ಯೆಯ ವಿವರಣೆ, ಭೌಗೋಳಿಕತೆ, ಸಾಮಾಜಿಕ ಜೀವನದ ವಿವರಣೆ ಇತ್ಯಾದಿಗಳಿವೆ. ಆರಂಭದ ಗಝೆಟಿಯರ್‌ಗಳಿಗೆ ಮುಂದೆ ಬುಕಾನೆನ್ ಸ್ಫೂರ್ತಿಯಾಗುತ್ತಾನೆ. ಹೆಚ್ಚೂ ಕಡಿಮೆ ಇದೇ ಕಾಲದಲ್ಲಿ ಕರ್ನಲ್ ಮೆಕೆಂಜಿ ಎಂಬ ಪ್ರಾಚೀನ ಆಕರಗಳ ಸಂಗ್ರಹಕಾರನನ್ನು ಕಂಪೆನಿ ಸರ್ಕಾರವು ಮೈಸೂರು ಪ್ರಾಂತ್ಯದ ಸರ್ವೆ ಮಾಡಲು ನೇಮಿಸಿತ್ತು. ಈ ಮಾಪನ 1807ರ ತನಕ ನಡೆಯಿತು. ಇದು ಇತಿಹಾಸದ ಮೇಲೆ, ಭೌಗೋಳಿಕ ಜ್ಞಾನದ ದತ್ತಾಂಶವನ್ನೇ ನಿರ್ಮಿಸಿತ್ತು, ಬೆಳಕು ಚೆಲ್ಲಿತ್ತು. ಇದರಲ್ಲಿದ್ದ ಒಂದು ಮಹತ್ವದ ಸಂಶೋಧನೆ ಎಂದರೆ ಭಾರತದಲ್ಲಿ ಜೈನ ಪಂಥವಿರುವುದನ್ನು ಸರ್ಕಾರಿ ದಾಖಲೆ ಪ್ರಪ್ರಥಮ ಬಾರಿಗೆ ಗುರುತಿಸಿದ್ದು. ಇದರ ಮುಂದುವರಿಕೆಯಾಗಿ ಕರ್ನಲ್ ಮಾರ್ಕ್ ವಿಲ್ಕ್ಸ್‌ನ ಇತಿಹಾಸದ ಮೇಲೆ ಬೆಳಕು ಚೆಲ್ಲುವ ಕೃತಿ "ಹಿಸ್ಟಾರಿಕಲ್ ಸ್ಕೆಚಸ್ ಆಫ್ ಸೌತ್ ಇಂಡಿಯಾ"[279] 1810ರಲ್ಲಿ ಪ್ರಕಟವಾಯಿತು. ಇದರಲ್ಲಿ ಎರಡು ಜಾತಿಗಳ ಉಲ್ಲೇಖ ನಮಗೆ ಸಿಗುತ್ತದೆ. ಒಂದು ಲಬ್ಬಯೆ ಮತ್ತೊಂದು ನವಾಯತ್. (ವಾಸ್ತವವಾಗಿ ಡಚ್ ಈಸ್ಟ್ ಇಂಡಿಯಾ ಕಂಪೆನಿಯೊಂದಿಗೆ ತಮಿಳುನಾಡಿನ ಲಬ್ಬಯೆಗಳ ವ್ಯಾಪಾರ ಸಂಬಂಧಗಳನ್ನು 16ನೇ ಶತಮಾನದ ಡಚ್ ದಾಖಲೆಗಳು ಹೇಳುತ್ತವೆ).[280]

1814ರಲ್ಲಿ ಮೈಸೂರು ಸರ್ವೇಯಲ್ಲಿದ್ದ ಡಾ. ಬೆಂಜಮಿನ್ ಹೈನ್‌ನ ಕೃತಿ ಟ್ರಾಕ್ಟ್, ಹಿಸ್ಟಾರಿಕಲ್, ಅಂಡ್ ಸ್ಟಾಟಿಸ್ಟಿಕಲ್ ಆಫ್ ಇಂಡಿಯಾ ಪ್ರಕಟವಾಯಿತು. 1819ರಲ್ಲಿ ಇನ್ನೊಂದು ಕೃತಿ ಪ್ರಕಟವಾಯಿತು. ಡಾ. ಜಾನ್ ಲೆಡೆನ್‌ರ ಕೃತಿ ಪೊಯೆಟಿಕಲ್ ರಿಮೇನ್ಸ್ ಮೈಸೂರು ಸಂಸ್ಥಾನದ ಮೇಲೆ ಬೆಳಕು ಚೆಲ್ಲಿತ್ತು: ಸಂಸ್ಥಾನದಲ್ಲಿ ಹರಡಿದ ರೋಗ ರುಜಿನಗಳು, ನೈಸರ್ಗಿಕ ಸಂಪನ್ಮೂಲಗಳು, ಔಷಧಗಳು, ಜನರ ಅಭ್ಯಾಸಗಳು, ಆಚರಣೆಗಳು, ಕೃಷಿ ಉತ್ಪಾದನೆಗಳು, ವಿವಿಧ ಭಾಷೆಗಳು ಇತ್ಯಾದಿಗಳ ಮೇಲೆ ಬೆಳಕು ಚೆಲ್ಲುತ್ತದೆ. ಮೈಸೂರು ಸಂಸ್ಥಾನ ಬ್ರಿಟಿಷ್ ಕಂಪನಿ ಸರ್ಕಾರದ ನೇರ ಆಡಳಿತಕ್ಕೊಳಪಟ್ಟ ನಂತರ 1864ರಲ್ಲಿ ಕೆಲವು ಸರ್ಕಾರದ ಟಿಪ್ಪಣಿಗಳನ್ನು ಸೇರಿಸಿ "ಸೆಲೆಕ್ಷನ್ ಫ್ರಮ್ ರೆಕಾರ್ಡ್ಸ್" ಎಂಬ ರೂಪದಲ್ಲಿ ಪ್ರಕಟಿಸಲಾಯಿತು. 1855ರಲ್ಲಿ ಸರ್ ಮಾರ್ಕ್ ಕಬ್ಬನ್ "ಜನರಲ್ ಮೆಮೊರಾಂಡಮ್" ಶೀರ್ಷಿಕೆಯಡಿಯಲ್ಲಿ ಸರ್ಕಾರಿ ವರದಿಯನ್ನು ತಯಾರಿಸಿದ. ಇವುಗಳನ್ನು ಬಹುಮುಖ್ಯವಾಗಿ ಗಝೆಟಿಯರ್‌ನ ಪ್ರಕಟಣೆಯ ಹಿನ್ನೆಲೆಯಲ್ಲಿ ನೋಡಬೇಕು. ಇದು ಬರೀ ಮೈಸೂರು ಪ್ರಾಂತ್ಯಕ್ಕೆ ಮಾತ್ರ ಸೀಮಿತವಾಗಿಲ್ಲ. ಬ್ರಿಟಿಷ್ ಕಂಪನಿ ಸರ್ಕಾರ ಅಥವಾ ವಸಾಹತು ಮತ್ತು

279 Mark Wilks, Historical Sketchdes of South India, Mysore 1932.

280 Lenart Bes, The Heirs of Vijayanagara: Court Politics in Early-Modern South India Radboud University Nijmegen 2018, pp.182-84.

ವಸಾಹತುಶಾಹಿಯ ಪರೋಕ್ಷವಾಗಿ/ಪ್ರತ್ಯಕ್ಷವಾಗಿ ಅಧೀನಕ್ಕೊಳಗಾದ ಪ್ರಾಂತ್ಯಗಳು ಹೊರತಂದ ವಿವಿಧ ಗಝೆಟಿಯರ್‌ಗಳನ್ನು ಈ ಹಿನ್ನೆಲೆಯಲ್ಲಿ ನೋಡಬೇಕು. ವಾಸ್ತವವಾಗಿ ಬ್ರಿಟಿಷ್ ಕಂಪನಿಯ ಸರ್ಕಾರದಡಿಯಲ್ಲಿ ಪ್ರಕಟಗೊಂಡ ಪ್ರಪ್ರಥಮ ಗಝೆಟಿಯರ್ ಅಂದರೆ ವಾಲ್ಟರ್ ಹಮೀಲ್ಟನ್ 1815ರಲ್ಲಿ ಪ್ರಕಟಿಸಿದ ಈಸ್ಟ್ ಇಂಡಿಯಾ ಗಝೆಟಿಯರ್[281], ಇದು ವಾಸ್ತವವಾಗಿ ಅಸ್ತಿತ್ವದಲ್ಲಿದ್ದ ಜಾತಿಗಳ ಕುರಿತು ಒಂದಿಷ್ಟು ಬೆಳಕು ಚೆಲ್ಲುತ್ತದೆ, ಅಲ್ಲದೇ ಸಂಸ್ಥಾನಗಳ ಬಗ್ಗೆ, ನದಿಗಳ ಬಗ್ಗೆ, ಅರಸರ ಆಳ್ವಿಕೆ ಬಗ್ಗೆ, ಯುದ್ಧಗಳ ಇತಿಹಾಸದ ಬಗ್ಗೆ, ಪಟ್ಟಣಗಳ ಬಗ್ಗೆ, ಬೆಟ್ಟ/ಪರ್ವತಗಳ ಬಗ್ಗೆ, ಸರೋವರಗಳ ಬಗ್ಗೆ, ಭೂಮಾಪನದ ಬಗ್ಗೆ, ಭೂಕಂದಾಯದ ಬಗ್ಗೆ, ವರ್ಣ ಸಂಕರದ ಕುರಿತು ಉಲ್ಲೇಖಿಸುತ್ತದೆ. ಬ್ರಿಟಿಷ್ ಭಾರತದ ಮತಾಂತರಿಗಳ ಬಗ್ಗೆ ಹೇಳುವಾಗ, "ಕೆಳಸ್ತರದ ಮುಸಲ್ಮಾನರು ಜಾತಿಯ ಚಹರೆಗಳನ್ನು ಅಷ್ಟೇ ವೇಗವಾಗಿ ಉಳಿಸಿಕೊಳ್ಳುತ್ತಿದ್ದರು", "ನೂರಾರು ದಮನಿತ ಮುಸಲ್ಮಾನರು ಹಿಂದೂ ದೇವತೆಗಳನ್ನು ಆರಾಧಿಸುತ್ತಿದ್ದರು, ಇದಕ್ಕೆ ತದ್ವಿರುದ್ಧವಾಗಿರುವುದು ಮೇಲ್ಜಾತಿಯ ಹಿಂದೂಗಳು. ಇವುಗಳು ಮುಸ್ಲಿಂ ಸಂತರನ್ನು ಹೆಚ್ಚು ಆರಾಧಿಸುತ್ತಿದ್ದರು", "ಬಂಗಾಳದಲ್ಲಿ ದರ್ಜಿಗಳು ಮುಸಲ್ಮಾನರು" ಮೈಸೂರಿನ ಬಗ್ಗೆ ಬಂದಾಗ "ಮೈಸೂರಿನ ಬ್ರಾಹ್ಮಣರಲ್ಲಿ 2000ದಷ್ಟು ವಿಭಜನೆಗಳಿವೆ"[282]. ಕೆನರಾ (ಇವತ್ತಿನ ದಕ್ಷಿಣ ಕನ್ನಡ)ದ ಬಗ್ಗೆ ಬರೆಯುವಾಗ "ಮತಾಂತರ ಹೊಂದಿದ ಮಾಪಿಳ್ಳೆಗಳು[283] ಒಳ್ಳೆಯ ಮುಸಲ್ಮಾನರಾದರು. ಇಲ್ಲದಿದ್ದರೆ ಅವರಿಗೆ ಜಾತಿಯೇ ಇರುತ್ತಿರಲಿಲ್ಲ".[284] ಎಂದು ಉಲ್ಲೇಖಿಸಿತ್ತು. ಈ ಸಂದರ್ಭದಲ್ಲಿ ಮತಾಂತರದ ಬಗ್ಗೆ ವಿವರಿಸುವಾಗ ಒಂದು ವಾದ ಮುಖ್ಯವೆನಿಸುತ್ತದೆ. ಅದರ ಪ್ರಕಾರ ಮತಾಂತರವಾದವರೆಲ್ಲ ಕೆಳಜಾತಿಗಳು. ಇದು ಮೈಸೂರನ್ನು ಉಲ್ಲೇಖಿಸುವಾಗ ಮಹಿಷಾಸುರವೆಂದೂ ಕೂಡ ಉಲ್ಲೇಖಿಸುತ್ತದೆ, ಈ ಉಲ್ಲೇಖ ಉಳಿದ ವಸಾಹತುಶಾಹಿ ದಾಖಲೆಗಳಲ್ಲಿ ದೊರೆಯುವುದಿಲ್ಲ.

ಹಾಗೇ ನೋಡಿದರೆ ಭಾರತದ ಕುರಿತು ವರ್ಣನೆಯನ್ನು ಬ್ರಿಟಿಷರು ಈಸ್ಟ್ ಇಂಡಿಯಾ ಕಂಪನಿ ಸರ್ಕಾರದ ರಚನೆಯ ಪೂರ್ವದಲ್ಲಿಯೇ ಮಾಡಿದ್ದರು. ಇದು ಭಾರತವನ್ನು ಆರಂಭದಲ್ಲಿ ಅರ್ಥ ಮಾಡಿಕೊಳ್ಳುವ ಯತ್ನದ ಭಾಗವಾಗಿತ್ತು, ಮತ್ತು ಭಾರತವನ್ನು ಅಧೀನತೆಗೊಳಪಡಿಸುವ ಸಾಧನದ ಭಾಗವಾಗಿತ್ತು.

281 Walter Hamilton, The East India Gazetteer Containing particular description, of Empires, Kingdoms, Principalities, cities to Districts, Fortressess, Harbourers, Rivers , Lakes etc, of Hindotsn and the Adjucent countries, Vol 11 (second edition), London, 1828.

282 Ibid p.278.

283 Ibid, p. 206.

284 Ibid p..338

ವಾಸ್ತವವಾಗಿ ಏಳು ಜನ ಬ್ರಿಟಿಷರು ಅಕ್ಬರ್ ಮತ್ತು ಜಹಾಂಗೀರ್ ಕಾಲದಲ್ಲಿ ಭಾರತಕ್ಕೆ ಪ್ರವಾಸಿಗರಾಗಿ ಉತ್ತರ ಭಾರತ ಮತ್ತು ಪಶ್ಚಿಮ ಭಾರತಕ್ಕೆ ಭೇಟಿ ನೀಡಿದ್ದರು- ಲಾರ್ಡ್ ಫಿಚ್ (1583–91), ಜಾನ್ ಮೆಲಿಡನ್ಹಲ್ (1599–1606), ವಿಲ್ಲಿಯಂ ಹಾಕಿನ್ಸ್ (1608–13), ವಿಲ್ಲಿಯಂ ಫಿಂಚ್ (1608–11), ನಿಕೋಲಾಸ್ ವಿತಿಂಗಸ್ಟಾನ್ (1612–16), ಥಾಮಸ್ ಕೊರ್ರ್ಯಾಟ್ (1612–17) ಮತ್ತು ಎಡ್ವರ್ಡ್ ಟೆರ್ರಿ (166–19)[285]. ಲಾರ್ಡ್ ಫಿಚ್ (1583–91), ಅಕ್ಬರನ ಕಾಲದಲ್ಲಿ ಭಾರತದ ವಿವಿಧೆಡೆ ಪಾಟ್ನ, ಸೂರತ್, ದೆಹಲಿ, ಆಗ್ರಾ, ಔದ್, ಬೆಂಗಾಲ್, ಕೊಚ್ಚಿ, ಕಲ್ಲಿಕೋಟೆ ಇತ್ಯಾದಿ ಪ್ರದೇಶಗಳಲ್ಲಿ ಪ್ರಯಾಣಿಸುತ್ತಾ ಸತಿ ಸಹಗಮನ, ವಾಣಿಜ್ಯ ಬೆಳೆಗಳು, ವ್ಯಾಪಾರದ ವಸ್ತುಗಳು, ಸಾಂಬರು ಜಿನಸು, ನಾಯರ್‌ಗಳ ಜೀವನವನ್ನು ದಾಖಲಿಸಿದ. ಕೇರಳದ ಮಲಬಾರಿನ ನಾಯರ್‌ರನ್ನು ಕುಷ್ಟ ರೋಗಿಗಳೆಂದು ಕರೆದ, ಮಹಿಳೆಯರು ನಡು ಸೊಂಟದ ತನಕ ದಿರಿಸು ಧರಿಸುತ್ತಾರೆಯೇ ಹೊರತು ಉಳಿದ ಭಾಗದಲ್ಲಿ ನಗ್ನವೆಂದು ಗುರುತಿಸಿದ[286], ಪೋರ್ಚುಗೀಸರ ನೌಕೆಗಳನ್ನು ಹೇಗೆ ಮುಸಲ್ಮಾನರು (ಮೂರ್ಸ್‌ಗಳು) ಲೂಟಿ ಮಾಡುತ್ತಿದ್ದರು, ವಿಜಯನಗರದಲ್ಲಿ ಸಿಗುತ್ತಿದ್ದ ವಜ್ರದ ಕತೆಗಳನ್ನು ದಾಖಲಿಸಿದ. ಇವನು ಪ್ರಪ್ರಥಮ ಬಾರಿಗೆ ಅಯೋಧ್ಯ ನಗರಕ್ಕೆ ಭೇಟಿ ನೀಡಿ ಅದನ್ನು "ಪ್ರಾಚೀನ ನಗರ" ಮತ್ತು ರಾಣಿ ಚಂದ್ ಅಥವಾ ರಾಮಕೋಟೆಯ ಮತ್ತು ಮನೆಗಳ ಮತ್ತು ಅಲ್ಲಿಂದ ಎರಡು ಮೈಲಿ ದೂರದಲ್ಲಿರುವ "ಗುಹೆ"ಯೊಂದರ ಉಲ್ಲೇಖ ಮಾಡುತ್ತಾನೆ. ಇದರ ಹೊರತಾಗಿ ಅದರಲ್ಲಿ ಉಳಿದ ವಿವರಣೆಗಳು ಸಿಗುವುದಿಲ್ಲ. ಇದು ಬ್ರಿಟಿಷರ ಪ್ರವಾಸ ಕಥನದಲ್ಲಿ ಬರುವ ಪ್ರಪ್ರಥಮ ಉಲ್ಲೇಖವೂ ಹೌದು[287].

ಜಾನ್ ಮೆಲಿಡನ್ಹಲ್ (JOHN MILDENHALL 1599–1606) ಮೊಘಲರಿಂದ ವ್ಯಾಪಾರವನ್ನು ಕುದುರಿಸಲು ಬಂದವ, ಜಹಾಂಗೀರನ ಆಸ್ಥಾನದ ಬಗ್ಗೆ ಮಾತ್ರ ಹೇಳುತ್ತಾನೆ. ಹೊಸತಾಗಿ ಏನನ್ನೂ ಹೇಳುವುದಿಲ್ಲ. ಸ್ವಲ್ಪ ವಿಭಿನ್ನವಾಗಿರುವ ಕಥನ ವಿಲ್ಲಿಯಂ ಹಾಕಿನ್ಸ್ (WILLIAM HAWKINS, 1608–13)ನಲ್ಲಿ ದೊರೆಯುತ್ತದೆ. ಆಗ್ರಾ, ಗ್ವಾಲಿಯರ್, ರಣತಂಬೂರ್ ಹಿಸ್ಸಾರ್, ಗುಜರಾತ್, ಮಾಲ್ವ ಇತ್ಯಾದಿಗಳ ರಾಜರು, ಯುದ್ಧಗಳ ವರ್ಣನೆಗಳೊಂದಿಗೆ, ಬೆಲೆಬಾಳುವ ಸಂಪನ್ಮೂಲ್ಮಗಳ (ಬೆಳ್ಳಿ, ಬಂಗಾರ, ವಜ್ರ) ಕಾಡುಪ್ರಾಣಿಗಳ ವಿವರಣೆ ದೊರೆಯುತ್ತದೆ. ಯುರೋಪದಿಂದ ಬಂದ ಪ್ರವಾಸಿಗರಲ್ಲಿ ಅತ್ಯಂತ ಪ್ರಸಿದ್ಧನಾಗಿದ್ದವನೆಂದರೆ ವಿಲ್ಲಿಯಂ ಫಿಂಚ್ (WILLIAM FINCH, 1608–11). ಅವನ ಕಥನದಲ್ಲಿ ಮೊಘಲರ ಕಾಲದ

285 William Foster, ed, Early Travels in India, 1583—1619, Humphrely Milford, London, 1921
286 Ibid, p.45.
287 Ibid, p. 176.

ನಗರಗಳ, ಧರ್ಮದ, ವಿವಿಧ ಸಮುದಾಯಗಳ, ಕಾಡುಪ್ರಾಣಿಗಳ, ವಾಣಿಜ್ಯ ವ್ಯವಹಾರ, ರಸ್ತೆ, ರಾಜಕೀಯ ವಿಪ್ಲವ ಇತ್ಯಾದಿಗಳ ವರ್ಣನೆ ಸಿಗುತ್ತದೆ. ಅವನ ವರ್ಣನೆ 1608–11ರ ನಡುವಿನ ಕಾಲ ಘಟ್ಟದ್ದು, ಜಹಾಂಗೀರನ ಕಾಲದ ಆಡಳಿತವಿದ್ದ ಕಾಲ[288]. ನಿಕೋಲಾಸ್ ವಿತಿಂಗ್‌ಟನ್ (NICHOLAS WITHINGTON 1612–16) ಸೂರತ್, ಆಗ್ರಾ ಮತ್ತು ಯುರೋಪಿಯನ್ನರ ವ್ಯಾಪಾರ ಸಂಬಂಧಗಳ ಬಗ್ಗೆ ಮಾತನಾಡುತ್ತಾ, ದರೋಡೆಕೋರ ಜಾತಿಯಾದ ಕೋಲಿಗಳ ಇರುವಿಕೆಯನ್ನು ಗುರುತಿಸುತ್ತಾನೆ. ಥಾಮಸ್ ಕೋರ್‍ಯಟ್ (THOMAS CORYAT, 1612–17) ಒಟ್ಟು ಹದಿನಾಲ್ಕು ತಿಂಗಳು ಅಜ್ಮೀರ್‌ನಲ್ಲಿ ನೆಲಸಿದ್ದ. ಅವನ ಕಾಲದಲ್ಲಿ ಆಗ್ರಾದಲ್ಲಿ ಹರಡಿದ್ದ ಪ್ಲೇಗ್ ಸಾಂಕ್ರಾಮಿಕ ರೋಗವನ್ನು ಬಹಳ ಹತ್ತಿರದಿಂದ ವೀಕ್ಷಿಸಿದ. ಅವನ ಕಥನ ವಾಸ್ತವವಾಗಿ ಪತ್ರದ ರೂಪದಲ್ಲಿದೆ– ಬಹುಮುಖ್ಯವಾಗಿ ಮೊಘಲರೊಂದಿಗಿನ ವ್ಯಾಪಾರ ಸಂಬಂಧ ಕುರಿತಾಗಿತ್ತು. ಒಂದು ಪತ್ರದಲ್ಲಿ ಭಾರತದ ಕುರಿತಾದ ಅವನ ಅಸಹನೀಯತೆ ವ್ಯಕ್ತವಾಗುತ್ತದೆ: "comming thither from places almost a thousand miles off, and honour their river as their God, Creator, and Saviour ; superstition and impiety most abominable in the highest degree of these brutish etlmicks, that are aliens from Christ and the common-wealth of Israel."[289] ಕೊನೆಯದಾಗಿ ಎಡ್ವರ್ಡ್ ಟೆರ್ರಿ (EDWARD TERRY, 1616–19) ಅಂದಿನ ಕಾಲದಲ್ಲಿ 37 ಪ್ರಾಂತ್ಯ ಅಥವಾ ನಗರಗಳನ್ನು, ಜೀವ ವೈವಿಧ್ಯತೆಯನ್ನು, ಹಣ್ಣು ಹಂಪಲುಗಳನ್ನು, ಜೀವನ ಶೈಲಿಗಳನ್ನು, ಹಬ್ಬ ಹರಿದಿನಗಳು, ಸಿಹಿ ತಿಂಡಿಗಳನ್ನು, ಸಂಸ್ಕಾರ, ಆಚರಣೆಗಳನ್ನು, ಜನಪ್ರಿಯ ಆಟಗಳನ್ನು ಕಟ್ಟಡಗಳನ್ನು, ಮಾರುಕಟ್ಟೆಗಳನ್ನು ಉಲ್ಲೇಖಿಸುತ್ತಾನೆ. ಅಷ್ಟು ಮಾತ್ರವಲ್ಲದೇ ಅವನ ಪ್ರಕಾರ, ಭಾರತೀಯರಿಗೆ ಅರಿಸ್ಟಾಟಲ್ ಕುರಿತು ತಿಳಿದಿತ್ತು. ಅದಕ್ಕಿಂತಲೂ ಅವನ ವರ್ಣನೆಯಲ್ಲಿ ಭಾರತ "ಭೂಮಿಯ ಮೇಲಿರುವ ಸ್ವರ್ಗ" ಆದರೂ ಅವರು ಅತೀವವಾಗಿ ಮೂರ್ತಿ ಭಂಜಕರು[290] ಮುಸಲ್ಮಾನರು ಮತ್ತು ಹಿಂದೂಗಳ ಬಗ್ಗೆ ಹೇಳುವಾಗ ಅವರ ವಿಧೇಯತೆಯನ್ನು, ಪ್ರಾಮಾಣಿಕತೆಯನ್ನು ಪ್ರಶಂಸಿಸಿ "ಅವರೊಟ್ಟಿಗೆ ಏಕಾಂಗಿಯಾಗಿ ಹೋದರೂ ಯಾವುದೇ ತೊಂದರೆಯನ್ನು ಅನುಭವಿಸುವುದಿಲ್ಲ". ವಾಸ್ತವವಾಗಿ ಇವನು ಕೆಲವು ಮುಸಲ್ಮಾನರನ್ನು ಗುರುತಿಸುತ್ತಾನೆ. ಅದರಲ್ಲಿ ಬಲೂಚಿಗಳು, ಪಠಾಣರು, ಸೈಯ್ಯದ್‌ಗಳು, ಧರ್ವೇಶಿಗಳು, ಫಕೀರರು.

ತದನಂತರ ಜೆಸ್ಸಿಟ್ ಪಾದ್ರಿ, ಖಗೋಳ ಜ್ಞಾನಿ, ಭೂಗೋಳ ಜ್ಞಾನಿ

288 Harish Kumar Srivastava, Accounts of William Finch About Mughal Period (Special Reference to Jahangir Period 1608-1611) Indian Journal of Society and Politics, Vol, 2 No 1, 2015 pp.27-30

289 Ibid, p. 269.

290 Ibid. p.303.

ಜೊಸೆಫ್ ಟಿಫ್ಫನ್‌ಲೇರ್ಸ್‌ನ 1786ರ ಪ್ರವಾಸ ಕಥನ "Description historique et géographique de l'Inde, qui présente en trois volumes, ಬಹಳ ಮುಖ್ಯ.[291] ಇವನನ್ನು "ಮರೆತು ಹೋದ ಭೂಗೋಳ ಶಾಸ್ತ್ರಜ್ಞನೆಂದು" ಕರೆಯುತ್ತಾರೆ. [292] ಈ ಪ್ರವಾಸ ಕಥನದಲ್ಲಿ ಭಾರತದ ಐತಿಹಾಸಿಕ ವರ್ಣನೆ, ಮೊಘಲರ ಕಾಲದ 23 ಪ್ರಾಂತ್ಯಗಳ ವರ್ಣನೆ, ಭಾರತದ ವಿವಿಧ ವರ್ಣಗಳು, ಪ್ರಾಚೀನ ಭಾರತ, ಸತಿ ಸಹಗಮನ, ಕೊಡಲಿಯಿಂದ ಕೊಲ್ಲುವ ಪದ್ಧತಿ ಇತ್ಯಾದಿಗಳ ವರ್ಣಗಳಿವೆ. ಅಲ್ಲದೇ ಮೊಘಲ ಸಾಮ್ರಾಜ್ಯದ ಹೊರಗಿದ್ದ ಪ್ರದೇಶಗಳಾದ ಇಂದಿನ ಉತ್ತರ ಕನ್ನಡ, ಮೈಸೂರು, ಗೋವಾ, ಇತ್ಯಾದಿಗಳ ವರ್ಣನೆ ಕೂಡ ಇದೆ. ವಾಸ್ತವವಾಗಿ ಇವನ ಪ್ರವಾಸ ಕಥನ ಇನ್ನೊಂದು ಕಾರಣಕ್ಕೆ ಬಹಳ ಹೆಸರುವಾಸಿಯಾಗಿದೆ. ಅಂದಿನ ಔದ್ ಅಥವಾ ಅಯೋಧ್ಯದಲ್ಲಿ ರಾಮನು ಹುಟ್ಟಿದ ಸ್ಥಳ, ಸೀತ ಸರೋಯಿ, ವಿವಿಧ ದೇವಸ್ಥಾನಗಳ ವಿವರಣೆ, ಇತ್ಯಾದಿಗಳ ವರ್ಣನೆಯನ್ನು ಅವನ ಕಥನ ದಾಖಲಿಸಿತ್ತು. ಇದು ಅಯೋಧ್ಯ ತೀರ್ಪಿನ ಪ್ರಕರಣದಲ್ಲಿ ಉಲ್ಲೇಖಗೊಂಡ ಅಂಶವಾಗಿತ್ತು.

ಈ ನಡುವೆ ಜಾನ್ ಪುಲ್ಲರಟೋನ್‌ನ ಪ್ರವಾಸ ಕಥನ (1817–19) ಪ್ರಕಟವಾಯಿತು. ತದನಂತರ ಜೊಸಿಯ ಕೊನ್ಡರ್‌ನ ಪ್ರವಾಸ ಕಥನ, "ದಿ ಮಾರ್ಡನ್ ಟ್ರಾವೆಲ್ಲರ್" 1830ರಲ್ಲಿ ಪ್ರಕಟವಾಯಿತು. ಇದು ಉತ್ತರ ಭಾರತದ ಪಿಂಡಾರಿಗಳ ಬಗ್ಗೆ, ಮರಾಠರ ಯುದ್ಧದ ಬಗ್ಗೆ, ಹಿಂದೂ ಜಾತಿಗಳು, ಹಬ್ಬ, ಜೈವಿಕ ಸಂಪತ್ತು, ಪಟ್ಟಣಗಳಾದ ಕಲ್ಕತ್ತಾ, ಡಾಕಾ, ಗಯಾ, ಪಾಟ್ನ, ಅಲ್ಲಹಾಬಾದ್, ಲಕ್ನೋ ಕುರಿತು ಸುದೀರ್ಘವಾಗಿ ಉಲ್ಲೇಖಿಸುತ್ತದೆ, ವಾಸ್ತವವಾಗಿ ಈ ಪ್ರವಾಸ ಕಥನದಲ್ಲಿ ಅಯೋಧ್ಯದ (ಔಧ್)ಸೀತಾ ರಸೋಯಿ, ರಾಮನ ಹುಟ್ಟಿದ ಸ್ಥಳ, ವಿವಿಧ ದೇವಸ್ಥಾನಗಳು ಉಜ್ಜೇನ್ ಅರಸ ಬಿಕ್ರಮಾಜಿತ್‌ನ ಪುನರ್ ಸ್ಥಾಪನೆಗೆ ನೀಡಿದ ಕೊಡುಗೆ ಇತ್ಯಾದಿಗಳ ಇತಿಹಾಸದ ಕಥನ, ಮತ್ತು ಇನ್ನಿತರ ವಿವರಣೆಗಳು ಮತ್ತೊಮ್ಮೆ ದೊರೆಯುತ್ತದೆ[293]. ಇದರ ನಂತರ ಈ ನಡುವೆ ಎಡ್ವರ್ಡ್ ಥರ್ನ್‌ಸ್ಟೋನ್ ಸಂಪಾದಕತ್ವದಲ್ಲಿ 1844ರಲ್ಲಿ ಪ್ರಕಟವಾದ ಗಝೆಟಿಯರ್. ಇದರ ಮುಂದುವರಿಕೆಯಾಗಿ 1867ರಲ್ಲಿ ರಿಚರ್ಡ್ ಟೆಂಪಲ್ ಮಧ್ಯ ಭಾರತದ ಜಿಲ್ಲಾವಾರು ಗಝೆಟಿಯರ್‌ಗಳನ್ನು ಪ್ರಕಟಿಸಿದ. ಇದರ ಮೊದಲು 1843ರಲ್ಲಿ ಮುಂಬಯಿ

291 Joseph Tieffenthaler, (S. J. L.P.)., Description historique et géographique de l'Inde, qui présente en trois volumes... 1 ¡ la Géographie de l'Indoustan, écrite en latin, dans le pays même, par le. 1786.

292 Jose K. John , The Mapping of Hindustan: A Forgotten Geographer of India Joseph Tieffenthaler, (1710-1785,) Proceedings of the Indian History Congress, Vol. 58 , 1997, pp. 400-410

293 Josiah Conder, The Modern Traveller, A Description, Geographical Historical, and Topographical, of the various countries of the Globe, London, 1830, p.314.

ಪ್ರೆಸಿಡೆನ್ಸಿಯಲ್ಲಿ ಗಝೆಟಿಯರ್ ಅನ್ನು ಪ್ರಕಟಿಸುವ ಯತ್ನ ಮಾಡಲಾಯಿತು. ಅದು ವಿಫಲವಾದ ಕಾರಣ 1876ರಲ್ಲಿ ಮತ್ತೊಮ್ಮೆ ಪ್ರಯತ್ನವನ್ನು ಮಾಡಲಾಯಿತು. ಕ್ಯಾಂಪ್‌ಬೆಲ್‌ನ ನೇತೃತ್ವದಡಿಯಲ್ಲಿ, 1884ರಲ್ಲಿ ಪ್ರಪ್ರಥಮಬಾರಿಗೆ ಮುಂಬಯಿ ಪ್ರೆಸಿಡೆನ್ಸಿಯ ಗಝೆಟಿಯರ್ ಪ್ರಕಟವಾಯಿತು. ಕೇರಳದಲ್ಲಿ ಈ ಕೈಪಿಡಿಗಳು ಲೋಗನ್‌ನ ನೇತೃತ್ವದಡಿಯಲ್ಲಿ "ಮ್ಯಾನುವಲ್ ಆಫ್ ಮಲಬಾರ್" ಎಂಬ ಶೀರ್ಷಿಕೆಯಡಿಯಲ್ಲಿ ಪ್ರಥಮಬಾರಿಗೆ 1887ರಲ್ಲಿ ಪ್ರಕಟವಾಯಿತು.

ಈ ನಿಟ್ಟಿನಲ್ಲಿ 1871ರಲ್ಲಿ ಪ್ರಕಟಗೊಂಡ ದಿ ಇಂಪೀರಿಯಲ್ ಗಝೆಟಿಯರ್[294] ಬಹು ಮುಖ್ಯವೆನಿಸುತ್ತದೆ. ಈ ಸಂಕಲನ 1885–87ರ ನಡುವೆ ಪುನರ್ ವಿಮರ್ಶೆಗೊಳಗಾದರೂ, ಅದಕ್ಕೆ ಸಂಪೂರ್ಣ ಹೊಸತನ ಸಿಕ್ಕಿದ್ದು 1907– 1909ರ ನಡುವೆ. ಅದು ಹೊಸ ಸಂಕಲನದ ರೂಪದಲ್ಲಿ, "ದಿ ಇಂಪಿರಿಯಲ್ ಗಝೆಟಿಯರ್" ಶೀರ್ಷಿಕೆಯಡಿಯಲ್ಲಿ ಪ್ರಕಟವಾಯಿತು,[295] ಅದು ಎಲ್ಲಾ ಪ್ರಾಂತ್ಯಗಳನ್ನು, ಪ್ರತ್ಯಕ್ಷ ಮತ್ತು ಪರೋಕ್ಷವಾಗಿ ಅಧೀನಕ್ಕೊಳಗಾದ ಪ್ರದೇಶಗಳನ್ನು, ಅಲ್ಲಿನ ಇತಿಹಾಸ, ಸಂಸ್ಕೃತಿ, ಜೀವ ವೈವಿಧ್ಯತೆ, ಆರ್ಥಿಕತೆ, ಕೃಷಿ, ಕೈಗಾರಿಕೆ ಇತ್ಯಾದಿಗಳ ಮೇಲೆ ಬೆಳಕು ಚೆಲ್ಲಿತ್ತು. ಇಲ್ಲಿ ಪ್ರಮುಖ ಪ್ರಶ್ನೆಯೊಂದಿದೆ: ಯಾವ ಮಾನದಂಡಗಳನ್ನು ಉಪಯೋಗಿಸಿ ಅದು ಮುಸಲ್ಮಾನರಲ್ಲಿದ್ದ ಜಾತಿಗಳನ್ನು ವರ್ಗೀಕರಿಸಿತ್ತು? ಅದು ಜಾತಿಯನ್ನು ಒಂದು ಸಾಮಾಜಿಕ ವಾಸ್ತವತೆಯೆಂದು ಒಪ್ಪಿಕೊಂಡಿತ್ತೇ?

ವಾಸ್ತವವಾಗಿ ಇಂಪೀರಿಯಲ್ ಗಝೆಟಿಯರ್ ಮುಸಲ್ಮಾನರಲ್ಲಿ ಜಾತಿಯ ಪ್ರವೃತ್ತಿಗಳಿರುವುದು ದಿಟವೆಂದು ಧೃಡೀಕರಿಸುತ್ತಾ, ಇಸ್ಲಾಂ ಮತ್ತು ಹಿಂದೂ ಧರ್ಮದ ನಡುವಿನ ವೈರುಧ್ಯತೆಯನ್ನು, ವಿಭಿನ್ನತೆಯನ್ನು, ಶ್ರೇಣೀಕೃತ ಜಾತಿ ವ್ಯವಸ್ಥೆಯನ್ನು ಅನಾವರಣಗೊಳಿಸುತ್ತಾ ಹೋಯಿತು. ಮುಸಲ್ಮಾನರಲ್ಲಿರುವ ಜಾತಿಗಳು ಸಂಪೂರ್ಣವಾಗಿ ಪ್ರತ್ಯೇಕವಾಗಿರದೆ, ಹಿಂದೂ ಧರ್ಮದ ಸಾಮಾಜಿಕ ಕ್ರಮವನ್ನು ಅನುಸರಿಸಿತ್ತು, ಅದೊಂದು ಹಿಂದೂ ಧರ್ಮದ ಪಡಿಯಚ್ಚಾಗಿತ್ತು ಎಂದು ಗಝೆಟಿಯರ್ ಒಪ್ಪಿಕೊಂಡಿತ್ತು. ಈ ಸಂದರ್ಭದಲ್ಲಿ ಗಝೆಟಿಯರ್ ಹೊಸ ಸಿದ್ಧಾಂತವನ್ನು ಪ್ರತಿಪಾದಿಸುವುದನ್ನು ನಿಚ್ಚಳವಾಗಿ ನೋಡಬಹುದು. ಗಝೆಟಿಯರ್ ಪ್ರಕಾರ ಇವರೆಡು ಧರ್ಮಗಳಲ್ಲಿ ಚಾಲ್ತಿಯಲ್ಲಿರುವ ಜಾತಿಗಳ ನಡುವೆ ಕೆಲವು ಸಾಮ್ಯತೆ ಇವೆ: ಇವರಲ್ಲಿರುವ ಮೇಲ್ಜಾತಿಗಳು ವಿದೇಶಿ ಮೂಲಗಳಿಂದ ಬಂದಿವೆ, ಜಾತಿಪದ್ಧತಿಯನ್ನು ಅಳವಡಿಸಲು ಈ ವಿದೇಶಿ ಜಾತಿಗಳೇ ಕಾರಣ– ಮೊದಲನೆಯದರಲ್ಲಿ ಆರ್ಯನ್ ಸಿದ್ಧಾಂತದ ಮೂಲಗಳಿದ್ದರೆ,

294 Imperial Gazetteer of India, Vol. 1, 1909, p. 329.

295 P C Roy Chaudhary, The Story of the Gazetteer India, International Centre Quarterly , Vol. 2, No. 4 , October 1975, pp. 259-265

ಎರಡನೆಯದರಲ್ಲಿ ಅರಬ್, ಪರ್ಶಿಯನ್, ಮೊಘಲ್ ಅಥವಾ ಅಫ್ಘಾನಿಸ್ತಾನದ ಮೂಲವಿದೆ. ಇವುಗಳ ನಡುವೆ ಎರಡು ಜಾತಿಗಳ ನಡುವಿನ ವಿಭಿನ್ನತೆಯನ್ನು ಕೂಡ ಗುರುತಿಸುತ್ತದೆ: ಹಿಂದೂ ಧರ್ಮದ ಜಾತಿಯಲ್ಲಿ ಅನಮ್ಯತೆ ಇದ್ದರೆ, ಮುಸಲ್ಮಾನರ ಜಾತಿಗಳಲ್ಲಿ ಈ ಹಿಂದೆ ಹೇಳಿದಂತೆ ನಮ್ಯತೆ ಇದೆ. ಇದಕ್ಕೆ ಪೂರಕವಾಗಿ ಈ ಸಂವಾದವನ್ನು ಉಲ್ಲೇಖಿಸುತ್ತದೆ: "ಕಳೆದ ವರುಷ ನಾನು ಜೊಹ್ಲಾ (ನೇಕಾರ) ನಾಗಿದ್ದೆ, ಈಗ ನಾನು ಶೇಖ್, ಬರುವ ವರುಷ ಬೆಲೆಗಳು ಹೆಚ್ಚಾದರೆ ನಾನು ಸೈಯ್ಯದ್‌ನಾಗುತ್ತೇನೆ."[296] ಈ ಸಂದರ್ಭದಲ್ಲಿ ಮುಸಲ್ಮಾನರಲ್ಲಿ ಮೇಲ್ನೋಟಕ್ಕೆ ಸಾಮಾಜಿಕ ಅಂತಸ್ತುಗಳು ಮತ್ತು ಆಚರಣೆಗನುಗುಣವಾಗಿ ಎರಡು ಜಾತಿಗಳಿವೆ ಎಂದು ವಾದಿಸಿತ್ತು: ಅಶ್ರಫ್-ಗಣ್ಯ ಜಾತಿಗಳು ಮತ್ತು ಅಜ್ಲಫ್, ನೀಚ ಜನರು. ಅಜ್ಲಫ್‌ಗಳಲ್ಲಿ ಜಾತಿಯ ಚೌಕಟ್ಟು ಸ್ಪಷ್ಟವಾಗಿ ಗೋಚರಿಸುತ್ತದೆ- ಅದು ಜಾತಿಯ ನಿಯಮಗಳನ್ನು ಜಾರಿಗೊಳಿಸುವ ಜಾತಿ ಪಂಚಾಯತ್‌ಗಳಲ್ಲಿ, ಮದುವೆ ವಿಚಾರಗಳಲ್ಲಿ, ಆಚರಣೆಗಳಲ್ಲಿ, ಸಾಮಾಜಿಕ ಅಂತರಗಳಲ್ಲಿ ಕಂಡು ಬರುತ್ತದೆ. ಅದು ಸ್ಥಿತಿ ಹೊಂದಿದ ಆದರೆ ಮತಾಂತರದ ಇತಿಹಾಸವಿರುವ ಮೂರು ಜಾತಿಗಳನ್ನು ಈ ಸಂದರ್ಭದಲ್ಲಿ ಗುರುತಿಸುತ್ತದೆ: ಅರಬ್ ಮಿಶ್ರಿತ ಮಾಪಿಳ್ಳೆಗಳು, ಅರಬ್ ಸಂತ ಅಬ್ದುಲ್ಲಾರಿಂದ 17ನೇ ಶತಮಾನದಲ್ಲಿ ಮತಾಂತರ ಹೊಂದಿ ಇಸ್ಮಾಲಿ ಪಂಥದ ಶಿಯಾಗಳಾದ ಬೋಹ್ರಾಗಳು, 11ನೇ ಶತಮಾನದಲ್ಲಿ ಇಸ್ಮಾಲಿ ಪಂಥದ ಇನ್ನೊಂದು ವರ್ಗವಾಗಿ, ಹಸನ್ ಸಬಾಹರಿಂದ "ಗೌರವಾನ್ವಿತವಾಗಿ ಮತಾಂತರ" ಹೊಂದಿದ ಮತ್ತು ವ್ಯಾಪಾರಸ್ಥರಾದ ಖೋಜಾಗಳು. ಇಲ್ಲಿರುವ ವಿರೋಧಾಭಾಸವೆಂದರೆ ಇವುಗಳನ್ನು ಅಶ್ರಫ್‌ಗಳೆಂದಾಗಲೀ ಅರ್ಜಲ್ಸ್‌ಗಳೆಂದಾಗಲೀ ಕರೆಯುವುದಿಲ್ಲ ಅಥವಾ ವರ್ಗೀಕರಣ ಮಾಡುವುದಿಲ್ಲ. ಅದೇ ಸಂದರ್ಭದಲ್ಲಿ ಹಿಂದೂ ಮುಸ್ಲಿಮರ ನಡುವೆ ಕೊಡುಕೊಳ್ಳುವ ವಿಶಿಷ್ಟ ಸಾಮಾಜಿಕ ಆಚರಣೆಗಳನ್ನು ಗಝೆಟಿಯರ್ ಗುರುತಿಸುತ್ತದೆ. ಅದರ ಪ್ರಕಾರ ಹಿಂದೂ ಧರ್ಮದಿಂದ ಇಸ್ಲಾಂ ಪಡೆದದ್ದು ವಾಮಾಚಾರ, ಸಮಾಧಿಗಳ ಆರಾಧನೆ, ಜ್ಯೋತಿಶಾಸ್ತ್ರ, ಈ ವಾದ ಹೊಸತೇನಲ್ಲ. ಇತಿಹಾಸದಲ್ಲಿ ಇಂತಹ ಉದಾಹರಣೆಗಳು ಸಾಕಷ್ಟು ಸಿಗುತ್ತದೆ. ಮಧ್ಯಕಾಲೀನದಲ್ಲಿ ಇವುಗಳ ಅನುಸಂಧಾನ ಸಾಮಾನ್ಯವಾಗಿತ್ತು. ಈ ಗಝೆಟಿಯರ್ ಇಸ್ಲಾಂ ಅನ್ನು "ಜಗತ್ತಿನ ಅತ್ಯಂತ ಪ್ರಜಾಪ್ರಭುತ್ವದ ಧರ್ಮ"ವೆನ್ನುತ್ತದೆ[297]. ಇಂಪೀರಿಯಲ್ ಗಝೆಟಿಯರ್ ಇಸ್ಲಾಂ ಮತ್ತು ಅನಿಮಿಸ್ಟ್ ಧರ್ಮದ ಸಂಯೋಜನೆಗೆ ಬಂಗಾಳ ಮತ್ತು ಯುನೈಟೆಡ್ ಪ್ರಾಂತ್ಯದಲ್ಲಿ ನೆಲಸಿರುವ ಪಾಚ್‌ಪ್ರಿಯ ಸಮುದಾಯವನ್ನು ಉದಾಹರಿಸುತ್ತದೆ. ಅವರ ಹೆಸರಿನ ಮೂಲವಿರುವುದು ಪಂಚ ಪೀರ್‌ಗಳಲ್ಲಿ.

296 Op.cit.329.
297 Ibid p.433.

ಇನ್ನು ಕೆಲವರು ಇವರ ಮೂಲವನ್ನು ಮಹಾಭಾರತದ ಪಂಚ ಪಾಂಡವರಲ್ಲಿ ನೋಡುತ್ತಾರೆ. ಇವರ ಧರ್ಮದಲ್ಲಿ ಭೈರವ, ಶಿವ ಮತ್ತು ಸಂತ ಮುಸಲ್ಮಾನ ಪೀರ ಬರುತ್ತಾನೆ,

ಕೊಡಗಿನ ಬಗ್ಗೆ ಪ್ರಥಮ ಉಲ್ಲೇಖ ದೊರೆಯುವುದು 1854ರ ಗಝೆಟಿಯರ್‌ನಲ್ಲಿ. ಎಡ್ವರ್ಡ್ ಥರ್ಸ್‌ಸ್ಟನ್‌ನ ಸಂಪಾದಕತ್ವದಲ್ಲಿ ಪ್ರಕಟವಾದ ಗಝೆಟಿಯರ್‌ನ ಸಂದರ್ಭದಲ್ಲಿ ಕೊಡಗು ಪ್ರಾಂತ್ಯ ಬ್ರಿಟಿಷ್ ಈಸ್ಟ್ ಇಂಡಿಯಾದ ಅಧೀನಕ್ಕೊಳಪಟ್ಟಿತ್ತು. ಈ ಗಝೆಟಿಯರ್ ಪ್ರಕಟಗೊಂಡದ್ದೇ ಈಸ್ಟ್ ಇಂಡಿಯಾ ಕಂಪನಿಯ ಭಾಗವಾಗಿ[298]. ಈ ಗಝೆಟಿಯರ್ ಕೊಡಗಿನಲ್ಲಿ ಜಾತಿಗಳಾದ ನಾಯರ್, ಕೂರ್ಗಿಗಳನ್ನು ಉಲ್ಲೇಖಿಸಿದರೂ ಮುಸಲ್ಮಾನರ ಇರುವಿಕೆಯನ್ನು ದಾಖಲಿಸುವುದಿಲ್ಲ.[299] ಕೊಡಗಿನ ಬಗ್ಗೆ ಬಂದಿರುವ ಎರಡನೆಯ ಗಝೆಟಿಯರ್ 1870ರಲ್ಲಿ ರಿಚರ್ಟ್‌ನ ಸಂಪಾದಕತ್ವದಲ್ಲಿ ಹೊರಬಂತು.[300] ವಿಚಿತ್ರವೆಂದರೆ ಈ ಗಝೆಟಿಯರ್ ಮುಸಲ್ಮಾನರ ಕುರಿತು ಎಲ್ಲಿಯೂ ಉಲ್ಲೇಖ ಮಾಡುವುದಿಲ್ಲ. ಇದು ಉಲ್ಲೇಖಿಸುವ ವಿಷಯಗಳೆಂದರೆ ಕೊಡಗಿನ ಇತಿಹಾಸ, ಸಂಸ್ಕೃತಿ, ಭಾಷೆ, ಭೂವ್ಯವಸ್ಥೆ, ಬ್ರಿಟಿಷರ ಆಡಳಿತ, ಕ್ರಿಶ್ಚಿಯನ್ ಮಿಶಿನರಿ ಇತ್ಯಾದಿ. ಮುಸಲ್ಮಾನರ ಕುರಿತು ಸಿಗುವ ಎರಡನೆಯ ಉಲ್ಲೇಖವೆಂದರೆ 1885ರ ಗಝೆಟಿಯರ್‌ನಲ್ಲಿ, ಆಗ ಬ್ರಿಟಿಷ್ ಈಸ್ಟ್ ಇಂಡಿಯಾ ಕಂಪನಿ ಬ್ರಿಟಿಷ್ ರಾಣಿಯ ನೇರ ಆಡಳಿತಕ್ಕೊಳಪಟ್ಟಿತ್ತು. ಇದು ಎರಡನೆಯ ಸಂಕಲನ. ಪ್ರಥಮ ಸಂಕಲನ ಪ್ರಕಟವಾದದ್ದು 1881ರಲ್ಲಿ. 1885ರ ಬ್ರಿಟಿಷ್ ಸರ್ಕಾರದಿಂದ ನಿಯೋಜಿತ, ಆದರೆ ಹಂಟರ್‌ನ ಸಂಪಾದಕತ್ವದಲ್ಲಿ ಪ್ರಕಟಿಸಿದ "ದಿ ಇಂಡಿಯನ್ ಎಂಪೈರ್: ಇಟ್ಸ್ ಪೀಪಲ್ಸ್, ಹಿಸ್ಟರಿ, ಪ್ರೊಡಕ್ಟ್" ಪರಿಷ್ಕೃತ ಗಝೆಟಿಯರ್‌ನ ಸಂಕಲನ ಕೊಡಗಿನಲ್ಲಿ ಮುಸಲ್ಮಾನರ ಇರುವಿಕೆಯನ್ನು ಗುರುತಿಸುವಾಗ, ವಿಭಿನ್ನತೆಯನ್ನು ಪ್ರಸ್ತಾಪಿಸುವುದಿಲ್ಲ. ಮಾಪಿಳ್ಳೆಗಳ ಬಗ್ಗೆ ಪ್ರಸ್ತಾಪಿಸಿದರೂ, ಅವರು ಮುಸಲ್ಮಾನರೇ? ಹಿಂದುಗಳೇ ಎಂಬುವುದನ್ನು ಹೇಳುವುದಿಲ್ಲ.[301] ಇವುಗಳ ನಡುವೆ 1878ರಲ್ಲಿ ಪ್ರಕಟವಾದ ಬಿ. ಲೆವಿಸ್ ರೈಸ್‌ನ[302] ಮೈಸೂರು ಮತ್ತು ಕೊಡಗಿನ ಗಝೆಟಿಯರ್. ಇದು ಮುಸಲ್ಮಾನರಲ್ಲಿ ನಾಲ್ಕು ವರ್ಗೀಕರಣ ಮಾಡುತ್ತದೆ. ಮೊದಲನೆಯ ವರ್ಗೀಕರಣದಲ್ಲಿ ಅರಬರು,

298 Edward Thurston, Gazetteer of the Territories Under the Government of and the Native States on the Continent of India, Vol.11, London, 1854, pp.17-23

299 Ibid.

300 Grichter, Gazetteer of Corg, ; Natural Features of the Country, and the Social and Political conditions of its Ihabitants, B.R Publishing , (reprint from 1870),

301 W.W.Hunter, Imperial Gazetteer of India, Vol IV, Cochin to Gangur Ilse , Second Edition, 1885, pp.32-43

302 Lewis Rice , Mysore and Coorg, Gazetteer Compiled for Government, of India, Vol 1, Coorg, Bangalore, 1878.

ಪರ್ಶಿಯನ್ನರು, ಮತ್ತು ಅಫಘಾನಿಗಳನ್ನು ಸೇರಿಸುತ್ತದೆ. ಎರಡನೆಯ ವರ್ಗೀಕರಣದಲ್ಲಿ ಡೆಕ್ಕನಿ ಮುಸಲ್ಮಾನರನ್ನು, ಮೂರನೆಯ ವರ್ಗೀಕರಣದಲ್ಲಿ ಲಬ್ಬಯೆ ಮತ್ತು ಮಾಪಿಳ್ಳೆಗಳನ್ನು ಸೇರಿಸುತ್ತದೆ.

1897ರಲ್ಲಿ ಲೇವಿಸ್ ರೈಸ್‌ನ[303] ಪರಿಷ್ಕೃತ ಗಝೆಟಿಯರ್ ಪ್ರಕಟವಾಯಿತು. ಇದರ ಪೂರ್ವದ ಆವೃತ್ತಿಗೂ, ಪರಿಷ್ಕೃತ ಆವೃತಿಗೂ ಸ್ವಲ್ಪ ವ್ಯತ್ಯಾಸವಿತ್ತು. ಪರಿಷ್ಕೃತ ಆವೃತ್ತಿ ಮುಸಲ್ಮಾನರನ್ನು ಎರಡು ವಿಧವನ್ನಾಗಿ ವಿಭಜಿಸಿತ್ತು. ಮೊದಲನೆಯದಾಗಿ ವಿದೇಶಿ ಮೂಲದ ಏಷ್ಯಾದ ಜನಾಂಗಗಳು, ಇವುಗಳಲ್ಲಿ ಪಾರ್ಸಿ, ಯಹೂದಿಗಳು, ಚೈನೀಸ್ ಮತ್ತು ಮುಸಲ್ಮಾನರನ್ನು ಪಟ್ಟಿ ಮಾಡಿತ್ತು. ಎರಡನೆಯದಾಗಿ, ಮಿಶ್ರಿತ ಏಷ್ಯಾದ ಜನಾಂಗಗಳು– ಪಿಂಜಾರಿ, ಪಿಂಡಾರಿ, ಮಾಪಿಳ್ಳೆಗಳನ್ನು ಪಟ್ಟಿ ಮಾಡಿತ್ತು. ಇವುಗಳ ನಡುವೆ ಅದು ದಾಖಲಿಸಿದ ಪಂಗಡಗಳೆಂದರೆ ಶರೀಫರು, ಮೆಮನಗಳು, ಕಂದಹಾರಿಗಳು, ಬಲೂಚಿಗಳು, ದಾಯಿರೆ, ಲಬ್ಬಯೆ. ಇವುಗಳಲ್ಲಿ ಸೈಯ್ಯದ್. ಶೇಖ್, ಪಠಾಣ್, ಮತ್ತು ಮೊಘಲರನ್ನು "ಶುದ್ಧ ಮೂಲಗಳೆಂದು" ಕರೆಯುತ್ತದೆ. ಇವುಗಳ ಇತಿಹಾಸವನ್ನು ಮತ್ತೊಮ್ಮೆ ಕೆದಕುತ್ತದೆ. ಮೊದಲ ಮತ್ತು ಮೂರನೇ ಖಲೀಫರ ವಂಶಸ್ಥರು ಶೇಖ್‌ಗಳು (ಬೇರೆ ದಾಖಲೆಗಳು ಇವರನ್ನು ಪ್ರವಾದಿ ಕಾಲದಲ್ಲಿ ಬೇರೆ ಬುಡಕಟ್ಟಿನ ನಾಯಕರು ಎಂದು ಹೇಳುತ್ತದೆ), ಸೈಯ್ಯದ್‌ಗಳು ಪ್ರವಾದಿಯ ಮೊಮ್ಮಗ ಹುಸೈನ್ ಮತ್ತು ಅಳಿಯ ಅಲಿಯ ವಂಶಸ್ಥರು, ಈ ಸಂದರ್ಭದಲ್ಲಿ ಬಹಳಷ್ಟು ಮತಾಂತರಿಗಳು ತಮ್ಮನ್ನು ಸೈಯ್ಯದ್‌ಗಳೆಂದು ಕರೆದುಕೊಳ್ಳುವ ವಾಡಿಕೆಯನ್ನು ಗಝೆಟಿಯರ್ ಉಲ್ಲೇಖಿಸುತ್ತದೆ. ಅಫಘಾನಿಸ್ತಾದ ಪಠಾಣ ದೊರೆ ಕುತುಬುದ್ದೀನ ವಂಶಸ್ಥರು ಪಠಾಣರು, ತೈಮೂರನ ಸಂತತಿಗಳು ಮೊಘಲರು. ತುಮಕೂರಿನಲ್ಲಿ ನೆಲೆಸಿರುವ ಶರೀಫರು ಕುಲೀನ ಜನಾಂಗದವರು. ದಾಯೆರೆ ಮೈಸೂರಿನ ಚೆನ್ನಪಟ್ಟಣದಲ್ಲಿ ನೆಲೆನಿಂತ ಮತ್ತು ಮಹದಾವಿಗಳು ಎಂದು ಕೂಡ ಕರೆಯಿಸಿಕೊಳ್ಳಲಾಗುತ್ತಿರುವ ಒಂದು "ಇಸ್ಲಾಂನ ಮುಖ್ಯಧಾರೆಯಿಂದ ವಿಮುಖವಾಗಿರುವ ಪಂಥ". ಪಿಂಡಾರಿಗಳು ಒಂದು ಕಾಲದಲ್ಲಿ. ಥಗ್ಸ್, ಠಕ್ಕರೆಂದು ಕರೆಯಿಸಿಕೊಳ್ಳುತ್ತಿದ್ದವರು. ಒಂದು ಕಾಲದಲ್ಲಿ ಮೊಘಲರ ಸೈನ್ಯದಲ್ಲಿದ್ದ ಪಿಂಡಾರಿಗಳು, ಮೊಘಲರು ಸೋತು ಹೋದ ನಂತರ ಕೊಲೆ, ಸುಲಿಗೆ, ದರೋಡೆ ಇತ್ಯಾದಿಗಳಲ್ಲಿ ತೊಡಗಿಸಿಕೊಂಡು, ಬ್ರಿಟಿಷರೊಂದಿಗೆ ಯುದ್ಧಗಳನ್ನು ಮಾಡಿದ್ದವರು. ಬ್ರಿಟಿಷರು ಅವರ ಉಪಟಳವನ್ನು ಹತ್ತಿಕ್ಕಿದ ನಂತರ ರೈತರಾಗಿ, ಕೃಷಿಕರಾಗಿ ನೆಲೆ ನಿಂತವರು. ಪಿಂಜಾರಿಗಳು ಹತ್ತಿಯನ್ನು ಸ್ವಚ್ಛಗೊಳಿಸುವ ವೃತ್ತಿಯವರು. ಇವರು ಉಳಿದ ಮುಸ್ಲಿಮ್‌ರೊಂದಿಗೆ ಮದುವೆ ಸಂಬಂಧಗಳನ್ನು ಇಟ್ಟುಕೊಳ್ಳುವುದಿಲ್ಲ.

303 B, Lewis rice, Mysore : A Gazetteer Compiled for Government (Revised edition, Vol 1, Mysore in General, Bangalore 1897. pp.257-60

ಲಬ್ಬಯೆ ಮತ್ತು ಮಾಪಿಳ್ಳೆಗಳು ಅರಬ್ ಮತ್ತು ಸ್ಥಾನೀಯ ಸಮುದಾಯಗಳ ಸಂಕರಗಳು ಮತ್ತು ಪರ್ಶಿಯಾದಲ್ಲಿನ ದೌರ್ಜನ್ಯದಿಂದ ಪಲಾಯನ ಮಾಡಿದ ಇತಿಹಾಸವಿರುವವರು. ವ್ಯಾಪಾರಸ್ಥರಾದ ಮೆಮೆನ್‌ಗಳು ಮೂಲತಃವಾಗಿ ಕಛ್ ಪ್ರಾಂತ್ಯದವರಾದರೂ, ಅವರ ಜಾತಿಯ ಮೂಲವಿರುವುದು ರಜಪೂತರಲ್ಲಿ. ಇಲ್ಲಿ ಗಝೆಟಿಯರ್ ಜಾತಿಯೆಂಬ ಪ್ರಯೋಗವನ್ನು ಮಾಡುವುದಿಲ್ಲ. ಆದರೆ ಜಾತಿಯ ಚೌಕಟ್ಟುಗಳು ವಿವಿಧ ಪಂಗಡ/ಜನಾಂಗಗಳ ವಿಶ್ಲೇಷಣೆಯಲ್ಲಿ ಅಭಿವ್ಯಕ್ತಗೊಳ್ಳುವುದು ಸ್ಪಷ್ಟ.

ಆದರೆ 1909ರಲ್ಲಿ ಇಂಪೀರಿಯಲ್ ಗಝೆಟಿಯರ್‌ನ ಹೊಸ ಸಂಕಲನ ಪ್ರಕಟವಾದಾಗ ಅದು ಎರಡು ರೂಪದ ಮುಸ್ಲಿಮರನ್ನು, ಅದರಲ್ಲೂ ವ್ಯಾಪಾರಸ್ಥರಾದ ಮಾಪಿಳ್ಳೆ ಮತ್ತು ಶೇಖ್‌ಗಳನ್ನು ಮಾತ್ರ ಗುರುತಿಸುತ್ತದೆ, ಪ್ರಪ್ರಥಮ ಬಾರಿಗೆ ಮಾಪಿಳ್ಳೆಯರಲ್ಲಿ ಎರಡು ವಿಭಜನೆಗಳಿವೆ ಎಂದು ವಾದಿಸುತ್ತದೆ. ನಾಯನೀಸ್ ಅಥವಾ ನಾಯಿರ್ಸ್ ಮತ್ತು ಮನಿಯಾನಿಸ್. ಆದರೆ ಈ ವಿಭಿನ್ನತೆ ಜಾತಿ ಆಧಾರಿತವಾಗಿರುವುದೆಂದು ಬಣ್ಣಿಸುವುದಿಲ್ಲ.[304]

ಇದೇ ಗಝೆಟಿಯರ್ ಧಾರವಾಡದಲ್ಲಿ ನಾಲ್ಕು ವಿಭಿನ್ನತೆಯನ್ನು ದಾಖಲಿಸಿದರೂ (ಸೈಯ್ಯದ್, ಶೇಖ್, ಪಠಾಣ್) ಕೊನೆಯ ವರ್ಗೀಕರಣ. 'ಇತರೆ'– ಅಸ್ಪಷ್ಟವಾಗಿ ಉಳಿದುಬಿಡುತ್ತದೆ. ಇದಕ್ಕೆ ತೀರಾ ವಿರುದ್ಧವಾಗಿರುವುದು 1951ರ ಕೊಡಗಿನ ಗಝೆಟಿಯರ್. ಇದು ಮತ್ತೊಮ್ಮೆ ಮುಸ್ಲಿಮರಲ್ಲಿನ ವಿಭಿನ್ನತೆಯನ್ನು ಪ್ರಸ್ತಾಪಿಸುತ್ತದೆ. ಇಲ್ಲಿ ಭಾಷೆ ಮತ್ತು ಪಂಗಡಗಳು ವರ್ಗೀಕರಣಕ್ಕೆ ಕಾರಣವಾಗುತ್ತದೆ: ಉರ್ದು ಮಾತನಾಡುವ ಡೆಕ್ಕನಿ ಮುಸ್ಲಿಮರು, ಜಮ್ಮಾ ಮಾಪಿಳ್ಳೆಗಳು, ಮಳೆಯಾಳಂ ಮಾತನಾಡುವ ಮಾಪಿಳ್ಳೆಗಳು, ತಮಿಳುನಾಡಿನ ಲಬ್ಬಯೆಗಳು, ಕೊಂಕಣಿ ಮಾತನಾಡುವ ನವಾಯತುಗಳು, ದಕ್ಷಿಣ ಮತ್ತು ಉತ್ತರ ಕನ್ನಡದ ತುಳು, ಮಲಯಾಳಂ ಮಿಶ್ರಿತ ಭಾಷೆಯನ್ನಾಡುವ ಬ್ಯಾರಿಗಳು. ಭಾಷೆಯ ಮೂಲಕ ಮುಸ್ಲಿಮರನ್ನು ಗುರುತಿಸಿದ್ದು, ಇದು ಇತಿಹಾಸದಲ್ಲಿ ಪ್ರಥಮ ಬಾರಿಗೆ[305] ಎನ್ನಬಹುದು.

ವಾಸ್ತವವಾಗಿ ಬಳ್ಳಾರಿ ಜಿಲ್ಲೆಯ 1916ರ ಗಝೇಟಿಯರ್[306], ದಡೆಕುಲಗಳನ್ನು ಮುಸ್ಲಿಮರಲ್ಲಿನ ಐದನೇ ವರ್ಗವಾಗಿ ನೋಡಿತ್ತು. ಅದರ ಪ್ರಕಾರ ಈ ದಡೆಕುಲಗಳು, ಮಿಶ್ರ ಸಂಕರಗಳು, ಜಿಲ್ಲೆಯ ವಿವಿಧೆಡೆ ಹಂಚಿಹೋಗಿದ್ದರು, ಮತ್ತು ಅವರ ಸಂಖ್ಯೆ

304 Imperial Gazetteer of India The Indian Empire Oxford, Vol II. 1909 p. 29.
305 Mysore State Gazetteer , Kodagu, Government Press, Bagalore, 1951, p.100
306 Madras District Gazetteers, Bellary, Government Press, Madras, 1916

ಕಡಿಮೆ ಎಂದರೂ ಹತ್ತು ಸಾವಿರ ಇತ್ತು ಎಂದು ವಾದಿಸಿತ್ತು. ಜಿಲ್ಲೆಯಲ್ಲಿದ್ದ ಅತೀ ಹೆಚ್ಚು ಸಂಖ್ಯೆಯ ಮುಸ್ಲಿಂ ಜಾತಿಯೆಂದರೆ ಶೇಖ್‌ಗಳು. ಮುಸ್ಲಿಮರಲ್ಲಿದ್ದ ಇತರೆ ನಾಲ್ಕು ಪಂಗಡಗಳೆಂದರೆ ಶೇಕ್, ಸೈಯ್ಯದ್, ಮೊಘಲ್ ಮತ್ತು ಪಠಾಣ್, ಇದೇ ಗಝೆಟೀಯರ್ ಆರನೇ ವರ್ಗವನ್ನು ಕೂಡ ಗುರುತಿಸುತ್ತದೆ. ಅವರನ್ನು ಕಸಾಯಿಗಳು, (ಕಟುಕರು) ಎಂದು ಕರೆಯುತ್ತದೆ. ಮುಸ್ಲಿಮ್ ಜಾತಿಗಳ ಕಸುಬುಗಳೆಂದರೆ ಕೃಷಿ, ಕುರಿ ಪಾಲನೆ, ನೇಕಾರಿಕೆ.[307] ಈ ರೀತಿ ಮುಸ್ಲಿಮರಲ್ಲಿ ಶ್ರೇಣೀಕೃತ ವ್ಯವಸ್ಥೆಯನ್ನು ಪ್ರತಿಪಾದಿಸಿತ್ತು.

'ಮುಂಬಯಿ ಪ್ರೆಸಿಡೆನ್ಸಿಯ ಬಿಜಾಪುರ, ಬೆಳಗಾವಿ, ಕೆನರಾ (ಉತ್ತರ ಕನ್ನಡ) ಮತ್ತು ಧಾರವಾಡ ಜಿಲ್ಲೆಗಳಲ್ಲಿ ಹರಡಿದ್ದ ಮುಸ್ಲಿಂ ಜಾತಿಗಳನ್ನು ಅರ್ಥ ಮಾಡಿಕೊಳ್ಳಬೇಕಾದರೆ ಎರಡು ರೂಪದ ಗಝೆಟಿಯರ್‌ಗಳ ಅಧ್ಯಯನ ಅಗತ್ಯ. ಮೊದಲನೆಯದು ಇಂಪೀರಿಯಲ್ ಗಝೆಟಿಯರ್ ಮತ್ತೊಂದು ಮುಂಬಯಿ ಪ್ರೆಸಿಡೆನ್ಸಿ ಪ್ರಕಟಿಸಿದ ಜಿಲ್ಲಾವಾರು/ಪ್ರಾಂತ್ಯವಾರು ಗಝೆಟಿಯರ್‌ಗಳು. ಆದಕಾರಣ ಜಿಲ್ಲೆಗಳನ್ನು ಈ ಚೌಕಟ್ಟಿನಲ್ಲಿಯೇ ನೋಡಬೇಕು. 1884ರಲ್ಲಿ[308] ಬಿಜಾಪುರಕ್ಕೆ ಸೀಮಿತಗೊಂಡ ಗಝೆಟಿಯರನ್ನು ವಸಾಹತುಶಾಹಿ ಪ್ರಕಟಿಸಿತ್ತು. ಈ ಗಝೆಟಿಯರ್ ಪ್ರಪ್ರಥಮ ಬಾರಿಗೆ ಮುಸಲ್ಮಾನರಲ್ಲಿ 38 ವಿಭಾಗಗಳಿವೆ ಎಂದು ವರ್ಗೀಕರಿಸಿತ್ತು ಮತ್ತು ದೀರ್ಘವಾದ ವಿವರಣೆಯನ್ನು ಪ್ರತೀ ಜಾತಿಯ ಕುರಿತು ನೀಡಿತ್ತು. ಗಝೆಟಿಯರ್ ಈ ಸಂದರ್ಭದಲ್ಲಿ ಜಾತಿ ಎಂಬ ಶಬ್ದವನ್ನು ಪ್ರಯೋಗಿಸದಿದ್ದರೂ ವರ್ಗೀಕರಣವನ್ನು ಜಾತಿಯ ವರ್ಗೀಕರಣವನ್ನಾಗಿ ಪರಿಗಣಿಸುವುದರಲ್ಲಿ ತಪ್ಪೇನಿಲ್ಲ. ಇವುಗಳಲ್ಲಿ 14 ಜಾತಿಗಳು ಬೇರೆ ಜಾತಿಗಳೊಂದಿಗೆ ವಿವಾಹ ಸಂಬಂಧಗಳನ್ನು ಇಟ್ಟುಕೊಳ್ಳುತ್ತವೆ, ಉಳಿದ 24 ಸ್ವಬಾಂಧವ್ಯ ವಿವಾಹವನ್ನು ಮಾಡುತ್ತವೆ ಎಂದು ಹೇಳುವಲ್ಲಿ ಜಾತಿಯ ಸಂಗಚನೆ ಅನಾವರಣಗೊಳ್ಳುತ್ತದೆ. ಇವರೆಲ್ಲರೂ ಸಂಪೂರ್ಣವಾಗಿ ಮುಸಲ್ಮಾನರೆಂದು ಉಲ್ಲೇಖಿಸಲು ಗಝೆಟಿಯರ್ ನಿರಾಕರಿಸುತ್ತದೆ, ಏಕೆಂದರೆ ಅದರ ಪ್ರಕಾರ ಅವರಲ್ಲಿ ಹೆಚ್ಚಿನವರು, ಮಾನಸಿಕವಾಗಿ, ಬೌದ್ಧಿಕವಾಗಿ, ಉಡುಗೆತೊಡುಗೆಗಳಲ್ಲಿ, ಸಂಪ್ರದಾಯಗಳಲ್ಲಿ ಅರೆಹಿಂದುಗಳು, ಮತ್ತು ಮೂಲತಃವಾಗಿ ಹಿಂದೂ ಕುಲಗಳಿಂದ, ಪಂಗಡಗಳಿಂದ ಬಂದವರು ಅಥವಾ ಮತಾಂತರಗೊಂಡವರು. ಅದಕ್ಕೆ ಪೂರಕವೆಂಬಂತೆ ಒಂದು ವಾದವನ್ನು ಮುಂದಿಡುತ್ತದೆ: ಅದೇನೆಂದರೆ ಇಲ್ಲಿ ಮತಾಂತರವಾದವರಲ್ಲಿ ಬಹು ಮಂದಿ ಒಂದು ಕಾಲದಲ್ಲಿ ಜೈನ ಧರ್ಮೀಯರಾಗಿದ್ದರು. ಜೈನರು ಮುಸಲ್ಮಾನರಾಗಿ

307 Imperial Gazetteer of India, Vol. 7 Bareily to Berasia, Clarendon PressOxford, 1980, , p. 163.
308 Gazetteer of the Bombay Presidency , Vol XXIII, Bijapur, Bijapur, Bombay, 1884

ಮತಾಂತರಗೊಂಡ ಇದು ಎರಡನೆಯ ಸ್ಥಳವೆನ್ನಬಹುದು- ಮೊದಲನೆಯ ಸ್ಥಳ ಉತ್ತರ ಕನ್ನಡದ ಭಟ್ಕಳ ಮತ್ತೊಂದು ಬಿಜಾಪುರ. ಉತ್ತರ ಕನ್ನಡದಲ್ಲಿ ಅರಬ್ ವರ್ತಕರು ಸ್ಥಾನೀಯ ಜೈನ ಮಹಿಳೆಯರನ್ನು ಮದುವೆಯಾದರೆ, ಬಿಜಾಪುರದಲ್ಲಿ ಮತಾಂತರವಾಗಲು ಪ್ರೇರಣೆಯಾದದ್ದು ಪೀರ ಮಹಾಬೀರ್ ಕಂದಾಯತ್ ಎಂಬ 13ನೇ ಶತಮಾನದ ಅರಬ್ ಸೂಫಿ ಧರ್ಮ ಪ್ರಚಾರಕ.[309] ಸುಗಂಧ ದ್ರವ್ಯ ಮಾರುವ ಅತ್ತರ್‌ಗಳು ಮೂಲತಃವಾಗಿ ಜೈನರು ಎಂದು ಉದಾಹರಿಸುತ್ತದೆ. ಎರಡನೆಯದಾಗಿ ಸ್ಥಳೀಯ ಜಾತಿಗಳಲ್ಲದೆ ರಜಪೂತರೂ ಕೂಡ ಮತಾಂತರಗೊಂಡವರು (ಮಹಾವುತ್, ಸರ್ ಬಾನ್ಸ್) ಎಂದೂ ಕೂಡ ದಾಖಲಿಸುತ್ತದೆ.

ಕೆಲವು ನಿರ್ದಿಷ್ಟ ಜಾತಿಗಳು ಮತಾಂತರದ ನಂತರ 'ಶೇಖ್' ಎಂಬ ನಾಮಸೂಚಕವನ್ನು ತಮ್ಮ ಹೆಸರಿನ ಮುಂದೆ ಇಡುವುದನ್ನು ಗಝೆಟಿಯರ್ ಉಲ್ಲೇಖಿಸುತ್ತದೆ, ಈ ರೀತಿಯ ಪ್ರಕ್ರಿಯೆಯ ಭಾಗವಾಗಿರುವ ಜಾತಿಗಳೆಂದರೆ ನಲ್ ಬಂದ್, ಹಕೀಮ್ ಅಥವಾ ಪೆಹಲ್ವಾನ್, ಕಲೈಗಾರ್. ಇಲ್ಲಿ ಸೂಕ್ಷ್ಮವಾಗಿ ಅಶ್ರಫೀಕರಣದ ಪ್ರಕ್ರಿಯೆ ಇರುವುದನ್ನು ಗುರುತಿಸುತ್ತದೆ.

1884ರ ಗಝೆಟಿಯರ್‌ನ ಇನ್ನೊಂದು ವಿಶೇಷವೇನೆಂದರೆ ಈ ಮೇಲೆ ತಿಳಿಸಿದ ಜಾತಿಗಳನ್ನು ಎರಡು ರೀತಿಯಾಗಿ ವರ್ಗೀಕರಿಸುತ್ತದೆ: ಒಂದನೆಯದು ಸರ್ವೇಸಾಮಾನ್ಯವಾದ ವರ್ಗೀಕರಣ ಮತ್ತು ಎರಡನೆಯದಾಗಿ ಅದು ಹೇಳಿದಂತೆ ವಿಶೇಷ ವರ್ಗೀಕರಣ. ಮೊದಲನೆಯ ವರ್ಗೀಕರಣದಲ್ಲಿ ಸಾಂಪ್ರದಾಯಿಕವಾಗಿರುವ ನಾಲ್ಕು ಪ್ರಮುಖ ವರ್ಗಗಳು ಮತ್ತು ಹತ್ತು ಸ್ಥಾನೀಯ ವರ್ಗಗಳು ಸೇರಿಕೊಂಡಿರುತ್ತದೆ. ಇದರಲ್ಲಿರುವ ವರ್ಗಗಳು ಎಲ್ಲವೂ ವಿದೇಶಿ ಜಾತಿ/ವರ್ಗಗಳಲ್ಲ. ಮೇಲ್ವರ್ಗದ ನಾಲ್ಕು (ಸೈಯ್ಯದ್, ಶೇಖ್, ಪಠಾಣ್ ಮತ್ತು ಮೊಘಲ್)ಮತ್ತು ಹತ್ತು ಜಾತಿಗಳಲ್ಲಿ ಎರಡು ವರ್ಗ ಮಾತ್ರ ವಿದೇಶಿ ಹಿನ್ನೆಲೆಯವರು, ಅವುಗಳಲ್ಲಿ ಕೆಲವರು ಅರೆ-ಬರೆ ವಿದೇಶಿ ಮೂಲದವರು ಮತ್ತು ಉತ್ತರ ಭಾರತೀಯರು- ಪರ್ಶಿಯನ್ ಮೂಲದ ಲಬ್ಬಯೆ, ಸಿಂಧ್ ಮತ್ತು ಪಂಜಾಬ್ ಮೂಲದ ಜಾಟರು, ಅಫ್ಘಾನಿಸ್ತಾನ ಮೂಲದ ಕಕ್ಕರ್, ಗುಜರಾತ್ ಮೂಲದ ಚಪ್ಪರ್ ಬಂದ್, ಅಬಿಸಿನಿಯಾದ ಮೂಲದ ಗಾವ್ ಕಸಬ್‌ಗಳು, ತದನಂತರ ಮೈಸೂರಿನಿಂದ ವಲಸೆ ಬಂದವರು, ಜಾಟರು, ಕಕ್ಕರ್ ಅವುಗಳಲ್ಲಿ ಕೆಲವರು ಮೈಸೂರಿನಿಂದ ವಲಸೆ ಬಂದವರು (ಬೇಡರ್, ಸೌಧಾಗರ್) ಮತ್ತು ಅವರ ಸಂಖ್ಯೆ ನಿಕೃಷ್ಟ (ಎರಡು-ಮೂರು ಕುಟುಂಬ) ಎಂದು ಗಝೆಟಿಯರ್ ವಾದಿಸುತ್ತದೆ. ಇವುಗಳು ಬೇರೆ ಬೇರೆ ಕಾಲಘಟ್ಟದಲ್ಲಿ, ಬೇರೆ ಬೇರೆ ಮಿಲಿಟರಿ ಶಕ್ತಿಗಳೊಂದಿಗೆ ಬಿಜಾಪುರಕ್ಕೆ ವಲಸೆ ಬಂದರು- ಕೆಲವರು ಆದಿಲ್

309 Ibid, p. 282.

ಶಾಹಿ ಕಾಲದಲ್ಲಿ, (ಚಪ್ಪರ್ ಬಂದ್‌ಗಳು ಮತ್ತು ಜಾಟರು 1469–89ರಲ್ಲಿ) ಬೇಡರು ಟಿಪ್ಪುಸುಲ್ತಾನನ ಪತನದ ನಂತರ, ಮುಕೆರಿಗಳು ಮತ್ತು ಗಾವ್ ಕಸಬ್‌ಗಳು ಜನರಲ್ ವೆಲ್ಲೆಸ್ಲಿಯೊಂದಿಗೆ 1803ರಲ್ಲಿ, ಲಬ್ಬಯೆ 1503ರಲ್ಲಿ ಪೋರ್ಚುಗೀಸರೊಂದಿಗೆ ಇವುಗಳೊಟ್ಟಿಗೆ ಸ್ಥಾನೀಯವಾಗಿ ಮತಾಂತರ ಹೊಂದಿದ ವಂಶಸ್ಥರನ್ನು ಕೂಡ ಸೇರಿಸುತ್ತದೆ. ಇವುಗಳಲ್ಲಿ ಅರೆಬರೆ ಹಿಂದೂಗಳು ಕೂಡ ಇದ್ದಾರೆ. ಆದರೆ ಸಂಪೂರ್ಣವಾಗಿ ಹಿಂದೂ ಧರ್ಮದಿಂದ ಮತಾಂತರ ಹೊಂದಿದವರ ಪಟ್ಟಿ ಮತ್ತು ಮೂಲ ಜಾತಿಯನ್ನು ಈ ರೀತಿ ಮಾಡುತ್ತದೆ: ಹಣ್ಣು ಮಾರುವ ಭಾಗ್ ಬಾನ್‌ಗಳು, ದವಸ ಧಾನ್ಯ ಮಾರುವ ಭಥುಂಜಾ, ಕುರಿಕಟುಕರಾದ ಬಕರ್ ಕಸಬ್, ಉಪ್ಪಾರರಾದ ಗೌಂಡಿ, ಕಸ ಸ್ವಚ್ಛ ಮಾಡುವ ಜರಕಾರ್ ಅಥವಾ ದೂಲ್ ದುಲೊಯ, ನೇಕಾರರದ ಮೊಮಿನ್, ಹತ್ತಿ ಒತ್ತುವವರು, ಪಿಂಜಾರರು, ತೆನೆ ಕೊಯ್ಯುವವರಾದ ಪಟ್ವೆಗಾರ್, ತಾಮ್ರ ಡಬ್ಬಿ ತಯಾರಕ ಮತ್ತು ಕುಶಲಕರ್ಮಿಯರಾದ ಸೆಕಲ್ಗಾರ್, ಕ್ಷೌರಿಕರಾದ ಹಜ್ಜಾಮ್, ಅಡುಗೆಭಟ್ಟರಾದ ಭಟ್‌ಯಾರ್, ನೀರುಗಂಟಿಗಳಾದ ಪಾಲಕಿ, ಉರಿಹಗ್ಗ ತಯಾರಿಸುವ ಕಂಜರ್, ಕುದುರೆ ಮೇಲ್ವಿಚಾರಕರಾದ ಪೆಂಡಾರಿ ಮತ್ತು ಬೇಟೆಗಾರರಾದ ಸಿವಾರಿ, ನೃತ್ಯಗಾರರಾದ ಕಸ್ಬಾನ್, ಕುದುರೆ ವಾದ್ಯದವರಾದ ನಕರ್ಚಿಸ್, ಪಕ್ಕವಾದ್ಯ ಬಾರಿಸುವ ತಾಸ್ಚೀಸ್, ರಜಪೂತ ಹಿನ್ನೆಲೆಯ ಹಿಂದೂ ಮಾವುತರಾದ ಮಹಾವತ್‌ಗಳು. ಒಂಟೆ ಸವಾರರಾದ ಮತ್ತು ರಜಪೂತ ಹಿನ್ನೆಲೆಯ ಸರ್ ಬನ್‌ಗಳು, ಮೂಲತಃವಾಗಿ ಬಂಜಾರ ಅಥವಾ ಲಂಬಾಣಿ ಜಾತಿಯವರಾದ ಮುಕೆರಿಸ್, ಅದೇ ಜಾತಿಯ ಹೆಸರಿನ ಗೌಡಿಸ್‌ಗಳು, ನಕರಚೀಸ್, ಧುಲ್ ದುಲಯ್ಯ ಅಥವಾ ಸೋನಾರ್/ವಿಶ್ವಕರ್ಮ ಜಾತಿಯಿಂದ ಮತಾಂತರಗೊಂಡ ಝುರಕಾರ್, ಗಿಸದಿ ಜಾತಿಯ ಸೈಕಲ್‌ಗಾರ್, ಅದೇ ಜಾತಿಯ ಹೆಸರಿನಿಂದ ಮತಾಂತರಗೊಂಡ ಪಖಾಲಿಸ್ ಮತ್ತು ಹಜ್ಜಾಮ್, ಸಾಲಿ ಅಥವಾ ಕೋಸ್ಟಿ ಜಾಯಿಯ ಮೂಲದ ಮೊಮಿನ್‌ಗಳು, ಅಲೆಮಾರಿ ಜಾತಿ ಪರ್ದಿಸ್‌ನ ಮೂಲದ ಕಂಜರ್, ಮಿಶ್ರ ಜಾತಿ ಪೆಂಡಾರ್, ತಸ್ಚೀಸ್ ಮತ್ತು ಕಸ್ಬನ್, ಶಿಕಾರಿ ಜಾತಿ ಮೂಲದ ಸಿವರಿಸ್, ಈ ಮತಾಂತರಿಗಳು ಒಂದೋ ತಮ್ಮ ರಾಜಕೀಯ ನಾಯಕನ ಜಾತಿಯ ನಾಮಸೂಚಕಗಳನ್ನು ಇಟ್ಟುಕೊಳ್ಳುತ್ತಾರೆ, ಇಲ್ಲವೇ ಧರ್ಮಸೂಚಕ ಹೆಸರುಗಳನ್ನು ಇಟ್ಟುಕೊಳ್ಳುತ್ತಾರೆ. ಈ ಸಂದರ್ಭದಲ್ಲಿ ಭಾಷೆ ಕೂಡ ಸೂಕ್ಷ್ಮವಾಗಿ ವರ್ಗೀಕರಣಕ್ಕೆ ದಾರಿ ಮಾಡಿಕೊಟ್ಟಿರುವುದು ದಿಟ. ಈ ಹಿಂದೆ ಹೇಳಿದ ನಾಲ್ಕು ಮೇಲ್ವರ್ಗದ ಆಡುಭಾಷೆ ಉರ್ದು ಅಥವಾ ಹಿಂದೂಸ್ಥಾನಿ. ಆದರೆ ಗ್ರಾಮೀಣ ಪ್ರದೇಶದಲ್ಲಿರುವವರ ಭಾಷೆ ಕನ್ನಡ. ಇಲ್ಲಿ ಅಸ್ಪಷ್ಟ ಸಮುದಾಯವಿರುವುದನ್ನು ಗಝೆಟಿಯರ್ ಸೂಕ್ಷ್ಮವಾಗಿ ವಿವರಿಸುತ್ತದೆ. ಆದರೆ ಹೇಳುವುದಿಲ್ಲ. ಈ ಸೂಕ್ಷ್ಮತೆ

ನಾಮಕರಣ ಇತ್ಯಾದಿಗಳಲ್ಲಿ ಕಂಡು ಬರುವುದು ಸಹಜ. ಹುಸ್ಸೈನ್ ಎಂಬ ಹೆಸರು ಹುಸ್ಸೈನಪ್ಪನಾಗುತ್ತದೆ, ವಾಸ್ತವವಾಗಿ ಇವುಗಳನ್ನು ಸರ್ವೇಸಾಮಾನ್ಯವಾದ ಗುಂಪಾಗಿ ವರ್ಗೀಕರಿಸಲು ಅಥವಾ ಪಟ್ಟಿ ಮಾಡಲು ಒಂದು ಕಾರಣವಿದೆ. ಇವರು ಯಾರೊಂದಿಗೂ ಕೂಡ ವಿವಾಹ ಸಂಬಂಧಗಳನ್ನು ಇಟ್ಟುಕೊಳ್ಳಬಹುದು, ಕೆಲವೊಮ್ಮೆ ನೆಲೆನಿಂತ ಪ್ರದೇಶದ ಮಹಿಳೆಯರನ್ನು ಕೂಡ ವಿವಾಹವಾಗುತ್ತಾರೆ. ಅದಕ್ಕೆ ಸೀಮಿತತೆ ಇಲ್ಲ. ಗಝೆಟಿಯರ್ ಪ್ರಕಾರ ಪಟ್ಟಣದ ಮಹಿಳೆಯರು 'ಆಲಸಿಗಳು', ಹಳ್ಳಿ ಮಹಿಳೆಯರು 'ಕ್ರಿಯಾಶೀಲರು' ಎಂದಿರುವುದು ಕಂಡು ಬರುತ್ತದೆ. ಈ ಹಿಂದೆ ಹೇಳಿದ 24 ವಿಶಿಷ್ಟ ವರ್ಗಗಳಲ್ಲಿ/ಜಾತಿಗಳಲ್ಲಿ 5 ವರ್ಗಗಳು/ ಜಾತಿಗಳು ಅರೆ ವಿದೇಶಿಗಳು ಮತ್ತು ಉಳಿದವುಗಳು ದೇಸಿಯ ನೆಲೆಯ ಜಾತಿಗಳು– ಇವುಗಳ ವಿಶಿಷ್ಟ ಗುಣವೆಂದರೆ ಇವುಗಳಲ್ಲಿ ವಿವಾಹ ಸ್ವಬಾಂಧವ್ಯ ವಿವಾಹ. ಇವುಗಳಲ್ಲಿ ಹತ್ತು ವಿಶಿಷ್ಟ ವರ್ಗಗಳೆಂದರೆ ಮೊದಲನೆಯದಾಗಿ, ವ್ಯಾಪಾರಸ್ಥರಾದ ಸೌದಾಗರ್, ಎರಡನೆಯದಾಗಿ, ಸುಗಂಧ ದ್ರವ್ಯದ ವ್ಯಾಪಾರಿಗಳಾದ ಅತ್ತರ್‌ಗಳು. ಮೂರನೆಯದಾಗಿ ಕೈಕಡಗ ತಯಾರಿಸುವ ಮನ್ಯಾರ್‌ಗಳು, ಕುಶಲಕರ್ಮಿಗಳಾದ ಕಾಗ್ಸಿಸ್, ತವರದ ಡಬ್ಬಿ ಮಾಡುವ ಕಾಲ್‌ದಿಗಾರ್‌ಗಳು, ಅಶ್ವ ವೈದ್ಯರಾದ ನಲ್ ಬಂದ್‌ಗಳು, ನಾಲ್ಕನೆಯದಾಗಿರುವುದು ಸೇವಕರು. ಇದರಲ್ಲಿ ಅದು ಪಟ್ಟಿ ಮಾಡುವುದು ಬೇಡರು, ಹಕೀಮರು, ಮಾವುತರಾದ ಮಹಾವತ್, ಮತ್ತು ಒಂಟೆ ಸವಾರರಾದ ಸರ್ ಬನ್‌ಗಳು.

ಇವುಗಳ ನಡುವೆ ಗಝೆಟಿಯರ್ ಕೆಲ ಕೆಳಜಾತಿಗಳನ್ನು ಪಟ್ಟಿ ಮಾಡುತ್ತದೆ. ಅವುಗಳಲ್ಲಿ ಲಾಡ್ ಖಠೀಕ್ ಜಾತಿಯಿಂದ ಮತಾಂತರ ಹೊಂದಿದ ಕಟುಕರಾದ ಕಸಬರು. ಹಣ್ಣು ಹಂಪಲು ಮಾರುವ ಮತ್ತು ಮಾಲಿ ಅಥವಾ ಕುನ್ಬಿ ಜಾತಿಯಿಂದ ಮತಾಂತರ ಹೊಂದಿದ ಭಾಗ್ ಭಾನ್‌ಗಳು, ವೀಳೆದೆಲೆ ಮಾರುವ ತಂಬೋಲಿಗಳು. ಭೋಯಿ ಜಾತಿಯಿಂದ ಮತಾಂತರ ಹೊಂದಿದ, ದವಸ ಧಾನ್ಯದ ವ್ಯಾಪಾರಸ್ಥರಾದ ಬದುಂಜಾ, ಇವುಗಳಲ್ಲಿ ಪ್ರಚಲಿತವಾಗಿರುವ ಹಿಂದೂ ಸಂಸ್ಕೃತಿಯ ಆಚರಣೆಗಳನ್ನು ದಾಖಲಿಸುವಾಗ ಇನ್ನಷ್ಟು ಜಾತಿಗಳನ್ನು ಗಝೆಟಿಯರ್ ಗುರುತಿಸುತ್ತದೆ; ಇದು ತೆಳು ಧರ್ಮವನ್ನು, ಅಸ್ಪಷ್ಟ ಜಾತಿಯ ಇರುವಿಕೆಯನ್ನು ಗುರುತಿಸುವ ಪ್ರಕ್ರಿಯೆ ಎನ್ನಬಹುದು. ಈ ಜಾತಿಗಳೆಂದರೆ ಕುರಿ ಕಟುಕರಾದ ಬಾಕರ್ ಕಸಬ್, ಹತ್ತಿಯನ್ನು ತೀಡುವ ಪಿಂಜಾರ್‌ಗಳು, ಹುರಿಹಗ್ಗ ಮತ್ತು ಕೋಳಿ ಸಾಕುವ ಕಂಜರ್ಸ್‌ಗಳು, ಹುಲ್ಲು ಕತ್ತರಿಸುವ ಮತ್ತು ಕೆಲಸಗಾರರಾದ ಪಂಡಾರಿಗಳು ಅಲೆಮಾರಿಗಳಾದ/ಬಂಜಾರರಾದ ಮುಕೆರಿ ಇತ್ಯಾದಿ. ಅವರಲ್ಲಿದ್ದ ಹಿಂದೂ ಸಂಪ್ರದಾಯವನ್ನು ಗಝೆಟಿಯರ್ ಈ ರೀತಿ ಪಟ್ಟಿ ಮಾಡುತ್ತದೆ: ಅವರು ಇತರೇ ಮುಸ್ಲಿಮರೊಂದಿಗೆ ಬೆರೆಯುವುದಿಲ್ಲ,

ಮಸೀದಿಯಲ್ಲಿ ಪ್ರಾರ್ಥನೆ ಸಲ್ಲಿಸುವುದಿಲ್ಲ, ಗೋಮಾಂಸ ತಿನ್ನುವುದಿಲ್ಲ, ಹಿಂದೂ ದೇವತೆಗಳನ್ನು (ಸವದತ್ತಿಯ ಯಲ್ಲಮ್ಮ) ಆರಾಧಿಸುತ್ತಾರೆ, ಹಿಂದುಗಳಂತೆ ಬಟ್ಟೆ ಉಡುತ್ತಾರೆ, ಹಿಂದೂ ವ್ರತಗಳನ್ನು ಮತ್ತು ಹಬ್ಬಗಳನ್ನು ಆಚರಿಸುತ್ತಾರೆ.[310] ಅಂತಿಮವಾಗಿ ಈ ಗಝೆಟಿಯರ್ ಒಂದು ಅಂಶದ ಬಗ್ಗೆ ಗಮನ ಹರಿಸುತ್ತದೆ: ಅದೇನೆಂದರೆ 1876–77ರಲ್ಲಿ ಅಪ್ಪಳಿಸಿದ ಬರಗಾಲ ಬಹಳಷ್ಟು ಮುಸ್ಲಿಮ್ ಜಾತಿಗಳ ಮೇಲೆ ಪ್ರಭಾವ ಬಿದ್ದಿತ್ತು. ಕೆಲವು ಜಾತಿಗಳು ವಿನಾಶದ ಅಂಚಿಗೆ ತಲುಪಿದವು. ಕೆಲವು ಜಾತಿಗಳು ತಮ್ಮ ಕುಲಕಸುಬುಗಳನ್ನು ಬಿಟ್ಟು ಹೊಸ ಕಸಬುಗಳನ್ನು ಆಯ್ಕೆ ಮಾಡಿಕೊಂಡರು. ಇನ್ನೂ ಕೆಲವರು ವಲಸೆ ಹೋಗಬೇಕಾಯಿತು. (ಉದಾ: ಅತ್ತರ್‌ಗಳು, ಕಲ್ಯೆಗಾರ್, ಗೌಂಡಿಸ್, ಮೊಮಿನ್, ಕಸ್ಬನ್).

ಇದೇ ರೀತಿಯ ದೀರ್ಘವಾದ ವಿವರಣೆ ಸಿಗುವುದು ಕೆನರಾ (ಇಂದಿನ ಉತ್ತರ ಕನ್ನಡ ಜಿಲ್ಲೆಯ) ಗಝೆಟಿಯರ್‌ನಲ್ಲಿ. ಇದು 1883ರಲ್ಲಿ ಕ್ಯಾಂಪ್ಬಲ್‌ನ ಸಂಪಾದಕತ್ವದಲ್ಲಿ ಪ್ರಕಟವಾಯಿತು[311]. ಮೇಲ್ನೋಟಕ್ಕೆ ಈ ಗಝೆಟಿಯರ್ ಎರಡು ರೀತಿಯ ವರ್ಗೀಕರಣ ಮಾಡುತ್ತದೆ, ಆದರೆ ವಿವಾಹ ಕುರಿತಾದ ವಿಷಯ ಬಂದಾಗ ಮತ್ತೊಮ್ಮೆ ವರ್ಗೀಕರಣ ಮಾಡುತ್ತದೆ. ಅದು ಇಲ್ಲಿ ಜಾತಿಯ ಪದವನ್ನು ಉಪಯೋಗಿಸುವುದಿಲ್ಲ ಹೊರತು "ವಿಭಾಗ" ಅಥವಾ "ವರ್ಗ" ಪದವನ್ನು ಉಪಯೋಗಿಸುತ್ತದೆ. ಮೊದಲನೆಯದರಲ್ಲಿ ಇದು 12 ವಿಭಾಗಗಳನ್ನು: ನವಾಯತಿ, ಮೊಘಲ್, ದಾಕಿನ್, ಕೊಂಕಣಿ, ಮನಿಯಾರ್, ಮೊಮಿನ್, ಮಾಪಿಳ್ಳೆ, ಕಾಕರ್, ಗುಲಾಂ, ಸಿದ್ದಿ, ಧೋಬಿ, ಕಸ್ಯೆ. ಮದುವೆ ವಿಚಾರ ಬಂದಾಗ ಒಂಭತ್ತು ವಿಶಿಷ್ಟ ವರ್ಗಗಳನ್ನು ಮಾಡುತ್ತದೆ. ಈ ಸಂದರ್ಭದಲ್ಲಿ ಗಝೆಟಿಯರ್ ಉಪಯೋಗಿಸುವ ಪದ "ವರ್ಗ". ದಾಕನಿ, ಕೊಂಕಣಿ ಮತ್ತು ಮೊಘಲ್ ತಮ್ಮ ಸ್ವಬಾಂಧವ್ಯ ವಿವಾಹವನ್ನು ಮಾಡಿಕೊಳ್ಳುತ್ತಾರೆ. ಎರಡನೆಯ ವರ್ಗವೆಂದರೆ ಮನಿಯಾರ್ ಮತ್ತು ಮೊಮಿನ್‌ಗಳು– ಇವರ ವಿವಾಹದ ಸ್ವರೂಪವನ್ನು ಗಝೆಟಿಯರ್ ವಿವರಿಸುವುದಿಲ್ಲ. ಉಳಿದ ಏಳು ವರ್ಗಗಳು ವಿಶಿಷ್ಟ ಸಮುದಾಯವೆಂದು ಹೇಳುವಲ್ಲಿ ಕೂಡ ಅವರ ಮದುವೆಯ ಸ್ವರೂಪವನ್ನು ವಿವರಿಸುವುದಿಲ್ಲ. ಕೆನರಾ ಜಿಲ್ಲೆಯಲ್ಲಿ ಉನ್ನತ ಸ್ಥಾನಮಾನ ಹೊಂದಿದವರೆಂದರೆ ನವಾಯತರು, ಡಾಕನಿ/ಡಕ್ಕನಿ, ಮೊಘಲರು ಮತ್ತು ಕೊಂಕಣಿಗಳು. ತದನಂತರ ಬರುವವರು ಮನಿಯಾರ್ ಮತ್ತು ಮೆಮನ್. ಮೂರನೆಯ ಹಂತದಲ್ಲಿರುವವರೆಂದರೆ ಮಾಪಿಳ್ಳೆಗಳು, ಕಾಕರ್, ಗುಲಾಂ, ಸಿದ್ದಿಗಳು, ಕಸ್ಯೆಗಳು. ಮತ್ತು ಕೊನೆಯದಾಗಿರುವವರು ಧೋಬಿಗಳು.

310 Ibid p.286.
311 James M Cambell, , Gazetteer of Bombay Presidency, Vol.15, part I Kanara, Bombay 1883

ಇದನ್ನು ಉತ್ತರ ಭಾರತ ಅಥವಾ ಮೈಸೂರು ಪ್ರಾಂತ್ಯಕ್ಕೆ ತುಲನೆ ಮಾಡಿದರೆ, ವಿಶಿಷ್ಟ ರೂಪದ ಶ್ರೇಣೀಕೃತ ಸಾಮಾಜಿಕ ಸಂದರ್ಭವೆನ್ನಬಹುದು. ಇಲ್ಲೊಂದು ಗೊಂದಲವಿದೆ. ಈ ಗೊಂದಲಕ್ಕೆ ಕಾರಣ ಗಝೆಟಿಯರ್ ಉಲ್ಲೇಖಿಸುವ ಅರೆ-ಹಿಂದು, ಅರೆ -ಮುಸಲ್ಮಾನ ಜಾತಿಗಳು. ಇವುಗಳಲ್ಲಿ ಒಂದು ಜಾತಿ ಎಂದರೆ ಸುಲ್ತಾನ್ ಲಾಡ್. ಇವರ ಸಂಖ್ಯೆ ಕಡಿಮೆ- ಬರೇ 81- ಮುಸ್ಲಿಂ ಧರ್ಮದ ಮುಂಜಿಯನ್ನು ಮಾಡಿಸಿಕೊಳ್ಳುವುದಿಲ್ಲ, ಹಿಂದೂ ಧರ್ಮದ ಎಲ್ಲಾ ಆಚರಣೆ, ಸಂಪ್ರದಾಯಗಳನ್ನು ಅನುಸರಿಸುತ್ತಾರೆ. ಮದ್ಯ ಮಾರಾಟ ಮತ್ತು ಮಾಂಸ ಕಡಿಯುವುದು ಇವರ ಮೂಲ ಕಸಬು. ಇವುಗಳ ನಡುವೆ ಹಿಂದೂಗಳಾಗಿ ಮುಸಲ್ಮಾನರಾಗಿ ಮತ್ತೆ ಹಿಂದೂಗಳಾದ ಒಂದು ಜಾತಿಯನ್ನು ಗಝೆಟಿಯರ್ ಗುರುತಿಸುತ್ತದೆ. ಅವರನ್ನು ಟರ್ಕ್ ಬೆಬೀಸ್ ಎಂದು ಕರೆಯಲಾಗುತ್ತದೆ.[312] ಈ ಗಝೆಟಿಯರ್ ಬೇರೆ ಬೇರೆ ವರ್ಗಗಳ/ಜಾತಿಗಳ ಇತಿಹಾಸದ ಮೇಲೂ, ಅವರ ಕಸುಬುಗಳ ಮೇಲೂ ಬೆಳಕು ಚೆಲ್ಲುತ್ತದೆ. ನವಾಯತ್‌ರ ಕುರಿತು ಹೆಚ್ಚೂಕಡಿಮೆ ಈ ಹಿಂದೆ ಹೇಳಿದ ಕತೆಗಳಿವೆ, ಭೂಮಾಲೀಕರು ಮತ್ತು ವ್ಯಾಪಾರಸ್ಥರು, ಮೂಲತಃವಾಗಿ ಪರ್ಷಿಯಾದ ಕುಫದಿಂದ 7ನೇ ಶತಮಾನದಲ್ಲಿ ಪಲಾಯನ ಮಾಡಿ ಬಂದು ನೆಲಸಿದವರು. ಕೊಂಕಣಿ ಮತ್ತು ಮೀನುಗಾರರಾದ ದಾಲ್ದಿಗಳು ಮೂಲತಃವಾಗಿ ರತ್ನಗಿರಿಯ ರಾಜಪುರದವರು, ನೌಕೆಯ ಒಡೆಯರಾದ ಡಕ್ಕನಿಗಳು, ಮೊಮಿನ್‌ಗಳು ಬಿಜಾಪುರದವರು ಮತ್ತು ಡಕ್ಕನಿಗಳು ಬಿಜಾಪುರದ ಅರಸರಡಿಯಲ್ಲಿ ಸೈನಿಕರಾಗಿ ಕೆಲಸ ಮಾಡಿದವರು. ಮೊಘಲರ ಸಂಜಾತರು ಕೆನರಾದ ಮೊಘಲರು, ವ್ಯಾಪಾರಿಗಳಾದ ಮಾಪಿಳ್ಳೆಗಳು ಮಲಬಾರಿನವರು, ಸಾಣೆಗಾರಿಕೆ, ಬಳೆ ತಯಾರಿಸುವ, ಸಿಲ್ಕ್ ತಯಾರಿಸುವ, ಕುದುರೆ ಸಾಕುವ ಕಾಕರ್ ಮತ್ತು ಕುರಿ ಕಟುಕರಾದ ಕಸ್ಸೆಗಳು ಧಾರವಾಡದಿಂದ ವಲಸೆ ಬಂದವರು, ವ್ಯಾಪಾರಸ್ಥರಾದ ಗುಲಾಮರು ಡೆಕ್ಕನಿನವರ ಮತ್ತು ನವಾಯಿತಿಗಳ ಗುಲಾಮರಾಗಿದ್ದವರು, ಕೂಲಿ ಕಾರ್ಮಿಕರಾದ ಸಿದ್ದಿಗಳು ಆಫ್ರಿಕಾ ಮೂಲದವರು, ದೋಬಿಗಳು ಸ್ಥಾನೀಯವಾಗಿ ಮತಾಂತರಗೊಂಡವರು. ಇವುಗಳಲ್ಲಿ ಕೆಲವು ಹೆಸರುಗಳು ಸಂಪೂರ್ಣವಾಗಿ ಹೊಸತಾಗಿದ್ದವು. ಇದರಲ್ಲಿ ದಾಲ್ದಿಗಳನ್ನು, ಸುಲ್ತಾನ್ ಲಾಡ್‌ಗಳು. ವಿಚಿತ್ರವೆಂದರೆ ಈ ಕಾಲದ ಜನಗಣತಿ ಕೂಡ ಅವರ ಇರುವಿಕೆಯನ್ನು ಗುರುತಿಸುವುದಿಲ್ಲ.

ಇಂಪಿರಿಯಲ್ ಗಝೆಟಿಯರ್‌ನ ಎರಡನೆಯ ಹಂತದಲ್ಲಿ ಪ್ರತ್ಯೇಕ ಜಿಲ್ಲಾವಾರು ಗಝೆಟಿಯರ್‌ಗಳ ಬದಲಿಗೆ ಒಂದೇ ಗ್ರಂಥದಲ್ಲಿ ಎಲ್ಲಾ ಜಿಲ್ಲೆಗಳ ಮಾಹಿತಿಯ ಲಭ್ಯತೆಯನ್ನು ನೋಡಬಹುದು. 1909ರಲ್ಲಿ ಪ್ರಕಟಗೊಂಡ ಇಂಪೀರಿಯಲ್

312 Ibid p. 420.

ಗಝೆಟಿಯರ್ ಬಿಜಾಪೂರ ಜಿಲ್ಲೆಯಲ್ಲಿ ಕೆಲವು ಮುಸ್ಲಿಂ ಜಾತಿಗಳ ಇರುವಿಕೆಯನ್ನು ಗುರುತಿಸಿ ಪಟ್ಟಿ ಮಾಡಿತ್ತು. ಅದರ ಪ್ರಕಾರ, "ಮುಸಲ್ಮಾನರು ಬಹು ಮುಖ್ಯವಾಗಿ ಶೇಖ್ ಮತ್ತು ಅರಬ್ಬರು. ಶೇಕಡ 65ರಷ್ಟು ಜನಸಂಖ್ಯೆ ಕೃಷಿಯ ಮೇಲೆ, 18 ಶೇಕಡಾದಷ್ಟು ಜನಸಂಖ್ಯೆ ಕರಕುಶಲ ಮತ್ತು ಕೈಗಾರಿಕೆ ಮೇಲೆ ಅವಲಂಬಿತರು. ಇವರು ಬಹು ಮುಖ್ಯವಾಗಿ ಜಿಲ್ಲೆಯಾದ್ಯಂತ ಹರಡಿರುವ ನೇಕಾರರು. ನೇಕಾರರಲ್ಲಿ ಬೇರೆ ಬೇರೆ ಜಾತಿ ಮತ್ತು ವರ್ಗಗಳಿದ್ದರೂ, ಅವರಲ್ಲಿ ಬಹುಮುಖ್ಯವೆನಿಸುವುದು ಹಟ್ಕರ್, ಖೋಸ್ಟಿಸ್ ಮತ್ತು ಪದ್ಸಾಲೀಸ್."[313] ವಾಸ್ತವವಾಗಿ ಈ ಜಾತಿಗಳ ಉಲ್ಲೇಖ ಕರ್ನಾಟಕದ ಇತಿಹಾಸದಲ್ಲಿ ಪ್ರಥಮ ಬಾರಿಗೆ ಸಿಗುತ್ತದೆ ಅದರೆ ಮುಂದೆ ಅದು ಕಣ್ಮರೆಯಾಗುತ್ತದೆ. ದುರಂತವೆಂದರೆ ಈ ಗಝೆಟಿಯರ್ ಬೆಳಗಾವಿ ಮತ್ತು ಮುಂಬಯಿ ಪ್ರೆಸಿಡೆನ್ಸಿಯ ಇನ್ನೊಂದು ಜಿಲ್ಲೆಯಾದ ಧಾರವಾಡದಲ್ಲಿನ ಮುಸಲ್ಮಾನರ ಜಾತಿ ಕುರಿತು ಬೆಳಕು ಚೆಲ್ಲುವುದಿಲ್ಲ. ಅದೇನೆ ಇದ್ದರೂ ಈ ಗಝೆಟಿಯರ್ ಕೆನರಾ ಜಿಲ್ಲೆಯಲ್ಲಿ ನಾಲ್ಕು ವಿಭಿನ್ನ ವರ್ಗಗಳನ್ನು ಗುರುತಿಸಿತ್ತು: ಆಫ್ರಿಕಾ ಸಂಜಾತರಾದ ಸಿದ್ದಿಗಳು, ನವಾಯತ್‌ಗಳು, ಮತ್ತು ಮೇಲ್ವರ್ಗಗಳಾದ ಸೈಯ್ಯದ್, ಪಠಾಣ್ ಮತ್ತು ಶೇಖ್‌ಗಳು. ಇಲ್ಲಿ ಮೊಘಲರ ಇರುವಿಕೆ ಇಲ್ಲದಿರುವುದು ಬಹಳ ಗಮನಾರ್ಹ ವಿಷಯ.

ಮೈಸೂರು ಪ್ರಾಂತ್ಯದ ಪ್ರಥಮ ಗಝೆಟಿಯರ್ ಬಿ. ಲೆವಿಸ್ ರೈಸ್[314] ಸಂಪಾದಕತ್ವದಲ್ಲಿ 1876ರಲ್ಲಿ ಪ್ರಕಟವಾಯಿತು. ಅದರ ಪರಿಷ್ಕೃತ ಆವೃತ್ತಿ 1897ರಲ್ಲಿ ಪ್ರಕಟವಾಯಿತು. ಇದನ್ನು 1894ರಲ್ಲಿ ಪ್ರಕಟಗೊಂಡ ಇಂಪಿರಿಯಲ್ ಗಝೆಟಿಯರ್‌ನ ಹಿನ್ನೆಲೆಯಲ್ಲಿ ಮತ್ತು ಅದೇ ಚೌಕಟ್ಟಿನಲ್ಲಿ ನೋಡಬೇಕು. ಈ ಹಿಂದಿನ ಇಂಪಿರಿಯಲ್ ಗಝೆಟಿಯರ್ ಹಂಟರ್ ಸಂಪಾದಕತ್ವದಲ್ಲಿ ಪ್ರಕಟವಾಗಿದ್ದರೆ, ಅಂದಿನ ಮೈಸೂರು ಮತ್ತು ಕೊಡಗಿಗೆ ಸೀಮಿತಗೊಂಡ ಗಝೆಟಿಯರ್ ಬಿ. ಲೆವಿಸ್ ರೈಸ್ ಸಂಪಾದತ್ವದಲ್ಲಿ ಪ್ರಕಟವಾಯಿತು. ಇವುಗಳ ದಾಖಲಾತಿಯಲ್ಲಿ ಮಹತ್ತರವಾದ ವಿಭಿನ್ನತೆ ಇಲ್ಲದಿದ್ದರೂ, ಒಂದೆರಡು ಅಂಶಗಳನ್ನು ಇಲ್ಲಿ ಹೇಳಬೇಕಾದ ಅನಿವಾರ್ಯತೆ ಇದೆ, ಪ್ರಪ್ರಥಮವಾಗಿ, ಲೆವಿಸ್ ರೈಸ್ ಮಾಡುವ ವರ್ಗೀಕರಣ ಸ್ವಲ್ಪ ವಿಭಿನ್ನ. ಅವನು ಮುಸಲ್ಮಾನರನ್ನು 'ಏಸಿಯಾಟಿಕ್ ಮತ್ತು ಏಸಿಯಾಟಿಕೇತರ ರೇಸ್' (ಏಶಿಯಾ ಮತ್ತು ಏಶಿಯಾಯೇತರ ವರ್ಣಗಳು) ಎಂದು ವರ್ಗೀಕರಿಸುತ್ತಾನೆ. ಏಸಿಯಾಟಿಕ್‌ನನ್ನು "ರೆಪ್ಯುಟೆಡ್/ಪ್ರಸಿದ್ಧ" "ಪರಿಶುದ್ಧ" ವಿದೇಶಿ ಮೂಲಗಳಿರುವ ವರ್ಣಗಳು (ಸೈಯ್ಯದ್, ಶೇಖ್, ಮೊಘಲ್ ಮತ್ತು

313_Imperial Gaetteer of India, Provincial Series, Bombay Presidency, Vol 2, Government Press, , Calcutta 1902.p.33

314_B. Lewis Rice, Gazetteer Compiled for Government , Revised edition, Vol 1, Mysore in General , Westminister, London, 1876.

ಪಠಾಣ್) ಎಂದು ವ್ಯಾಖ್ಯಾನಿಸುತ್ತಾನೆ. ಇವುಗಳ ಮಧ್ಯೆ ವ್ಯಾಪಾರಸ್ಥ ವಿದೇಶಿ ವರ್ಗವನ್ನು ಕೂಡ ದಾಖಲಿಸುತ್ತಾನೆ. ಅವುಗಳಲ್ಲಿ ಅರಬ್, ಕಂದಾಹರಿ ಮತ್ತು ಬಲೂಚಿಗಳು. ಏಸಿಯಾಟಿಕೇತರವನ್ನು ಮಿಶ್ರಿತ ಏಸಿಯಾಟಿಕ್ ವರ್ಣಗಳೆಂದು ವರ್ಗೀಕರಿಸುತ್ತಾ, ಲೆವಿಸ್ ರೈಸ್ ಉಲ್ಲೇಖಿಸುವ "ವರ್ಣ"ಗಳೆಂದರೆ ಲಬ್ಬಯೆ, ಮಾಪಿಳ್ಳೆ, ಪಿಂಜಾರಿ, ಪಿಂಡಾರಿ ಮತ್ತು ಇನ್ನಿತರರು. ಇವುಗಳು ಒಂದೋ ವಿದೇಶಗಳಿಂದ ವಲಸೆ ಬಂದು ಸ್ಥಾನೀಯರನ್ನು ವಿವಾಹವಾದವರು ಇಲ್ಲವೇ ಮತಾಂತರಗೊಂಡವರು– ಸ್ವಇಚ್ಛೆಯಿಂದ ಇಲ್ಲವೇ ಬಲಾತ್ಕಾರವಾಗಿ. ಇಲ್ಲಿರುವ ಇವುಗಳ ನಡುವೆ ಒಂದೆರಡು ಹೊಸ "ವರ್ಣಗಳನ್ನು" ಗುರುತಿಸುತ್ತಾನೆ. ಅವುಗಳಲ್ಲಿ ಶರೀಫ್ ಮತ್ತು ಮೆಮನ್ ಬಹುಮುಖ್ಯ– ಮೇಲ್ವರ್ಗದವರು, ಶರೀಫ್ ಮೂಲ ತಿಳಿದಿಲ್ಲ, ಆದರೆ ಮೆಮೆನ್‌ಗಳು ಗುಜರಾತಿನ ಕಛ್‌ನವರು. ಇನ್ನೊಂದು ಅಂಶವೆಂದರೆ ಲೆವಿಸ್ ರೈಸ್ ಮತಾಂತರಿಗಳು ತಮ್ಮ ಹೆಸರಿನ ಮುಂದೆ ಶೇಖ್ ಸೈಯ್ಯದ್ ಎಂಬ ನಾಮವನ್ನು ಸೂಚಿಸುವ ಪ್ರಕ್ರಿಯೆ. ಇಲ್ಲಿ ಜಾತಿಗಳ ಸ್ವಲ್ಪ ವಿವರಣೆ ದೊರೆಯುತ್ತದೆ: ಮೆಮೆನ್‌ಗಳು ಮೂಲಭೂತವಾಗಿ ರಜಪೂತರು, ಹತ್ತಿಯನ್ನು ಸ್ವಚ್ಛಗೊಳಿಸುವ ಪಿಂಜಾರಿಗಳೊಂದಿಗೆ ಇನ್ನಿತರ ಮುಸಲ್ಮಾನರು ವಿವಾಹ ಸಂಬಂಧಗಳನ್ನು ಇಟ್ಟುಕೊಳ್ಳುವುದಿಲ್ಲ, ಪಿಂಡಾರ್‌ಗಳು ಮೂಲತಃವಾಗಿ ಜಾಟರು, ಅಫಘಾನಿಗಳು, ಮತ್ತು ಮರಾಠರು. ಮೊಘಲರ ಸರ್ಕಾರದಲ್ಲಿ ಕೆಲಸ ಮಾಡುತ್ತಿದ್ದವರು ಮತ್ತು 17ನೇ ಶತಮಾನದಲ್ಲಿ ಯುದ್ಧಗಳನ್ನು ಮಾಡುತ್ತಾ ಲೂಟಿಕೋರರೆಂದು ಕರೆಯಿಸಿಕೊಂಡವರು, ವಿಚಿತ್ರವೆಂದರೆ ಹಿಂದೂ ಜಾತಿಗಳನ್ನು ಪಟ್ಟಿ ಮಾಡುವಾಗ ಮುಸ್ಲಿಂ ಮತ್ತು ಹಿಂದೂ ಆಚರಣೆಗಳನ್ನು ಮಾಡುವ ಒಂದೆರಡು ಜಾತಿಗಳನ್ನು ಉಲ್ಲೇಖಿಸುತ್ತಾನೆ. ಇಲ್ಲಿ ವರ್ಣ ಮತ್ತು ವರ್ಗದ ಕುರಿತು ಗೊಂದಲವಿರುವುದು ಸ್ಪಷ್ಟ. ಒಂದೆಡೆ ಈ ವರ್ಗೀಕರಣವನ್ನು ವರ್ಣಾಧಾರಿತವಾಗಿ ವಾದಿಸಿದರೆ, ಇನ್ನೊಂದೆಡೆ ವರ್ಗಗಳೆಂದು ವಾದಿಸುತ್ತಾನೆ,

1894ರ ಇಂಪೀರಿಯಲ್ ಗಝೆಟಿಯರ್‌ನಲ್ಲಿ ಉಲ್ಲೇಖಿತ ಮೈಸೂರು ಇದಕ್ಕಿಂತ ವಿಭಿನ್ನವಲ್ಲ. ಅದರ ಪ್ರಕಾರ ಅಂದಿನ ಸಂದರ್ಭದಲ್ಲಿ 13 ಮುಸಲ್ಮಾನ ವರ್ಗಗಳಿದ್ದವು– ವಾಸ್ತವವಾಗಿ ಅವುಗಳ ಸಾಮಾಜಿಕ ಚೌಕಟ್ಟನ್ನು ನೋಡಿದರೆ ಅವುಗಳ ಜಾತಿಗಳಿಗಿಂತ ಕಡಿಮೆಯೇನಿರಲಿಲ್ಲ. ನಾಲ್ಕು ಮೇಲ್ಜಾತಿಗಳನ್ನು ಹೊರತು ಪಡಿಸಿ ಗಝೆಟಿಯರ್ ಗುರುತಿಸಿದ ಜಾತಿಗಳೆಂದರೆ ಲಬ್ಬಯೆ (6, 908), ಪಿಂಜಾರಿ (4, 558)[315] ಇವುಗಳು ಪೋಲಿಸ್, ಸೈನ್ಯ ಮತ್ತು ಇನ್ನಿತರ ಸರ್ಕಾರಿ ಇಲಾಖೆಯಲ್ಲಿರುವುದನ್ನು ಕೂಡ ದಾಖಲಿಸುತ್ತದೆ. ಉಳಿದವರು ವ್ಯಾಪಾರಸ್ಥರು,

315 Imperial Gazetteer of India, 1909 Op.cit, p. 203.

ಕಾಫಿ ತೋಟಗಳಲ್ಲಿರುವವರು. ಲಬ್ಬಯೆ ಮತ್ತು ಮಾಪಿಳ್ಳೆಗಳ ಬಗ್ಗೆ ಒಂದು ಸ್ವಲ್ಪ ವಿಭಿನ್ನ ವಿವರಣೆ ದೊರೆಯುತ್ತದೆ: ತಮಿಳು ಭಾಷಿಕ ಅರಬ್ ಮತ್ತು ದೇಶಿ ಮಹಿಳೆಯರ ಮಿಶ್ರ ಸಂತತಿಯವರು. ಇದೇ ರೀತಿ ಮಲೆಯಾಳಿ ಭಾಷಿಕ, ಕಾಫಿ ತೋಟಗಳಲ್ಲಿರುವ ಮಾಪಿಳ್ಳೆಗಳು ಆದರೆ ಅವರ ಮೂಲ ಇರುವುದು ಮಲಬಾರಿನಲ್ಲಿ. ಇನ್ನೊಂದು ಜಾತಿ ಪಿಂಜಾರ್‌ಗಳು, ಅವರೊಂದಿಗೆ ಯಾವ ಮುಸಲ್ಮಾನರು ಸಂಬಂಧಗಳನ್ನು ಇಡುವುದಿಲ್ಲ.

ಆದರೆ 1894ರ ಮದ್ರಾಸ್ ಕೈಪಿಡಿ ಅಥವಾ ವಸಾಹತುಶಾಹಿಯ ಗಝೆಟಿಯರ್ ಎನ್ನಲಾದ "ಮದ್ರಾಸ್ ಮ್ಯಾನುವಲ್"ಮಾಪಿಳ್ಳೆಯವರ ಇರುವಿಕೆಯೊಂದಿಗೆ ಉಳಿದ ಮುಸಲ್ಮಾನರನ್ನು ಕೂಡ ಗುರುತಿಸುತ್ತದೆ. ಅಲ್ಲದೇ ಈ ಕೈಪಿಡಿ/ಗಝೆಟಿಯರ್ ಮಾಪಿಳ್ಳೆ ಹೆಸರಿಗೆ ಒಂದು ಹೊಸ ಅರ್ಥವನ್ನು ನೀಡಲು ಯತ್ನಿಸುತ್ತದೆ. ಅದರ ಪ್ರಕಾರ ಮಾಪಿಳ್ಳೆಯೆಂದರೆ ಅರಬ್ ಜಗತ್ತಿನಿಂದ ವ್ಯಾಪಾರಸ್ಥರಾಗಿ ಬಂದ "ದೊಡ್ಡ /ಹಿರಿಯ ಮಕ್ಕಳು". ಇದೊಂದು ಗೌರವಾನ್ವಿತ ಹೆಸರು.[316] ಇಲ್ಲಿ ಕೈಪಿಡಿ ಸ್ವಲ್ಪ ವಿಭಿನ್ನವಾದ ವಾದವನ್ನು ಮುಂದಿಡುತ್ತದೆ. ಮಾಪಿಳ್ಳೆಗಳ ಜನಸಂಖ್ಯೆಗೆ ಬರೇ ಮತಾಂತರವೇ ಕಾರಣವಲ್ಲ, ಹೊರತು ಅದು "ಸ್ವಾಭಾವಿಕ"ವಾದ ಪ್ರಕ್ರಿಯೆಯ ಭಾಗವಾದ ಕಾರಣ ಜನಸಂಖ್ಯೆ ಹೆಚ್ಚಳವಾಯಿತು. ಇದೇ ರೀತಿಯ ವಾದವನ್ನು ವಿಲ್ಲಿಯಂ ಲೋಗನ್‌ನ 1887ರ ಮಲಬಾರಿನ ಕೈಪಿಡಿ ಅಥವಾ ಗಝೇಟಿಯರ್ ಮುಂದಿಡುತ್ತದೆ.[317] ಇನ್ನೊಂದು ವ್ಯಾಪಾರಸ್ಥ ಮುಸ್ಲಿಂ ಸಮುದಾಯವೆಂದರೆ ಭಟ್ಕಳದ ನವಾಯತರು. ಉಳಿದ ಕುಲಶಾಸ್ತ್ರೀಯ ಅಧ್ಯಯನಗಳು ನವಾಯತರು ಅರೇಬಿಯಾದಿಂದ ಪಲಾಯನ ಮಾಡಿದವರು ಎಂದು ವಾದಿಸಿದರೆ ಈ ಕೈಪಿಡಿ ಪ್ರಕಾರ ಅವರು ಇರಾನ್‌ನಿಂದ ಪಲಾಯನ ಮಾಡಿ ಉತ್ತರ ಕನ್ನಡದಲ್ಲಿ ನೆಲೆ ನಿಂತವರು ಎಂದು ವಾದಿಸಿಸಿತ್ತು.[318] ಇದೇ ರೀತಿಯ ಇನ್ನೊಂದು ವರ್ಗವೆಂದರೆ ದಾಕಿನ್ಸ್, ಉತ್ತರ ಭಾರತದಿಂದ ಬಂದ ಸ್ಥಳೀಯ ಮಹಿಳೆಯರನ್ನು ವಿವಾಹವಾಗಿ, ಕೃಷಿಕರಾಗಿ, ಸರ್ಕಾರಿ ನೌಕರರಾಗಿ ನೆಲೆ ನಿಂತವರು. ಕೆಲವು ಕಡೆ ಇವರನ್ನು ಡೆಕ್ಕನಿಗಳೆಂದು ಕರೆಯಲಾಗುತ್ತದೆ.

316 Madrs Manuals, South Kanara, Vol 1, Government Press, Madras , 1894, p.180
317 William Logan, Malabar, Vol.1, Government Press, Madras, 1951
318 P J. Strrock, Madras District Manuals , South Canara, Vol.1, Government Pres, Madras, 1894

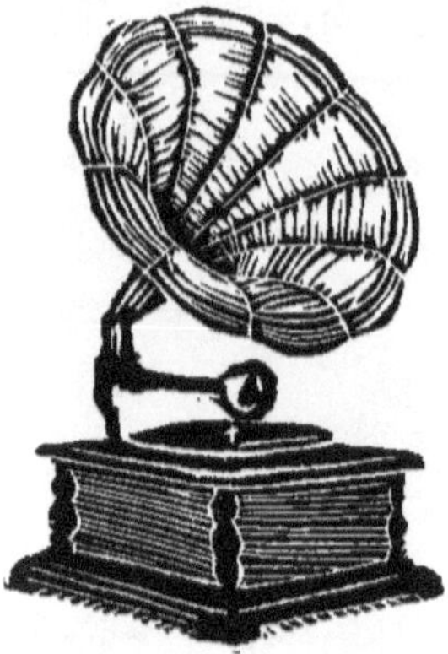

ಅಧ್ಯಾಯ

05

ಜಾತಿ, ಮೀಸಲಾತಿ ಮತ್ತು ಹೊಸ ರಾಜಕಾರಣ

ಇತ್ತೀಚಿನ ವರುಷಗಳಲ್ಲಿ ಕೆಲವು ಬಹುಮುಖ್ಯ ಚರ್ಚೆಗಳು ಮುನ್ನೆಲೆಗೆ ಬಂದಿವೆ, ಅವುಗಳನ್ನು ಈ ರೀತಿ ಪಟ್ಟಿ ಮಾಡಬಹುದು. ಮೊದಲನೆಯದಾಗಿ, ಜಾತಿಗಳ ಪಟ್ಟಿಯನ್ನು ಮಾಡುವ, ಗುರುತಿಸುವ, ದಾಖಲಿಸುವ ರಾಜಕಾರಣ ಸ್ವಾತಂತ್ರ್ಯದ ನಂತರ ಮುಗಿಯಿತೇ? ಎರಡನೆಯದಾಗಿ, ಜಾತಿಯ ರಾಜಕಾರಣದ ಹೊಸ ಸ್ವರೂಪವೇನು? ಮೂರನೆಯದಾಗಿ, ಮೀಸಲಾತಿಯು ಜಾತಿ ರಾಜಕಾರಣದ ಒಂದು ವಿಸ್ತೃತ ಭಾಗವಾಯಿತೇ? ಜಾತಿಯ ರಾಜಕಾರಣ ಅಂತಿಮ ವಿಶ್ಲೇಷಣೆಯಲ್ಲಿ ಮೀಸಲಾತಿ ರಾಜಕಾರಣದಲ್ಲಿ ಮುಕ್ತಾಯವಾಯಿತೇ? ಜಾತಿ ರಾಜಕಾರಣಕ್ಕೆ ವಿವಿಧ ಹಿಂದುಳಿದ ವರ್ಗಗಳ ವರದಿಗಳು, ಲೆಕ್ಕಾಚಾರಗಳು ಸಾಕ್ಷಿಯಾದವೇ? ಅಥವಾ ಪ್ರತಿಕ್ರಿಯಿಸಿದ ರೂಪವೇನು? ಕೊನೆಯದಾಗಿ, ಕುಲ ಕಸುಬಾಧಾರಿತ ಜಾತಿಗಳು ಪ್ರಸ್ತುತ ಸಂದರ್ಭದಲ್ಲಿ ಏನಾದವು? ಅವುಗಳ ಕಸುಬುಗಳು ಪಲ್ಲಟಗೊಂಡ ಸಂದರ್ಭದಲ್ಲಿ ಜಾತಿಗಳು ಉಳಿದುಬಿಟ್ಟವೇ?

ವಾಸ್ತವವಾಗಿ ಸ್ವಾತಂತ್ರ್ಯಪೂರ್ವದಲ್ಲಿ ಕುಲಶಾಸ್ತ್ರೀಯ ಅಧ್ಯಯನ, ಗಝೆಟಿಯರ್, ಸರ್ಕಾರಿ ದಾಖಲೆಗಳ ನಡುವೆ ಅತೀ ಹೆಚ್ಚು ಪ್ರಾಶಸ್ತ್ಯಕ್ಕೆ ಮತ್ತು ವಿವಾದಕ್ಕೆ ಕಾರಣೀಭೂತವಾದದ್ದು ಜನಗಣತಿಯ ರಾಜಕಾರಣವೆನ್ನಬಹುದು. ಜನಗಣತಿಯ ದಾಖಲಾತಿ ವಿವಿಧ ಮಟ್ಟದ ರಾಜಕಾರಣಕ್ಕೆ ದಾರಿಮಾಡಿಕೊಟ್ಟಿದ್ದು ದಿಟ. ಇದು ಬಹುಸಂಖ್ಯಾತ ಮತ್ತು ಅಲ್ಪಸಂಖ್ಯಾತವೆಂಬ ವೈರುಧ್ಯ/ಬೈನರಿಗಳನ್ನು ನಿರ್ಮಿಸಿತ್ತು, ಜಾತಿಗಳನ್ನು ಪ್ರತೀ ಜನಗಣತಿಯಲ್ಲಿ ವರ್ಗೀಕರಣ – ಪುನರ್ ವರ್ಗೀಕರಣ ಮಾಡುತ್ತಾ, ಜಾತಿಗಳಿಗೆ ಹೊಸ ಅಸ್ಮಿತೆಯನ್ನು ನೀಡುತ್ತಾ ಹೋಯಿತು, ಅಥವಾ ಜಾತಿಗಳನ್ನು ಕ್ರೋಢೀಕರಿಸಿತ್ತು, ಇಲ್ಲವೇ ಹೊಸತಾಗಿ ನಿರ್ಮಿಸಿತ್ತು, ಜಾತಿಯ ಪಟ್ಟಿಗಳು ಕೂಡ ಸ್ಥಿರವಾಗಿರಲಿಲ್ಲ, ಅದರ ಸಂಖ್ಯೆ ಒಂದು ಜನಗಣತಿಯಿಂದ ಮತ್ತೊಂದು ಜನಗಣತಿಗೆ ಹಿಗ್ಗುತ್ತಾ ಹೋಯಿತು, ಕುಗ್ಗಲೇ ಇಲ್ಲ. ಅದು ಹಿಂದೂ ಧರ್ಮದಲ್ಲಿ ಮಾತ್ರ ಜಾತಿಯನ್ನು ನೋಡಲಿಲ್ಲ, ಭಾರತದ ಸಂದರ್ಭದಲ್ಲಿ ಕ್ರೈಸ್ತರಲ್ಲಿ, ಮುಸಲ್ಮಾನರಲ್ಲಿ, ಸಿಖ್ಖರಲ್ಲಿ ಮತ್ತು ಇನ್ನಿತರ ಧರ್ಮಗಳಲ್ಲಿ ನೋಡಿತ್ತು. ಜಾತಿಯ ಹುಟ್ಟುವಿಕೆಯನ್ನು ಬರೇ ಶಾಸ್ತ್ರಗಳಲ್ಲಿ ನೋಡಲಿಲ್ಲ, ಹೊರತು, ವಿವಿಧ ಐತಿಹಾಸಿಕ ಘಟನೆಗಳಲ್ಲಿ, ವಿವಿಧ ಸಿದ್ಧಾಂತಗಳಲ್ಲಿ, ಬದಲಾವಣೆಗಳಲ್ಲಿ ನೋಡಿತ್ತು, ಇವುಗಳ ನಡುವೆ ತನ್ನದೇ ಥಿಯರಿಗಳನ್ನು ಪ್ರತಿಪಾದಿಸಿತ್ತು. ಈ ಸಿದ್ಧಾಂತಗಳು ಐರೋಪ್ಯದಲ್ಲಿ ಹುಟ್ಟಿದ ಸಿದ್ಧಾಂತಗಳಾಗಿದ್ದವು. ಜಾತಿಗಳನ್ನು ನಿರ್ಮಿಸುವಾಗಲೂ ಪಾಶ್ಚಾತ್ಯ ಸಿದ್ಧಾಂತಗಳನ್ನೇ ಉಪಯೋಗಿಸಿತ್ತು. ಪಾಶ್ಚಾತ್ಯ ಸಿದ್ಧಾಂತ, ಚೌಕಟ್ಟು, ಸಂರಚನೆಗಳ ಹಿನ್ನಲೆಯಲ್ಲಿ ಭಾರತದ ಸಮಾಜವನ್ನು, ಜಾತಿಯನ್ನು, ಚೌಕಟ್ಟನ್ನು, ಧರ್ಮವನ್ನು ಒಂದೋ ಅರ್ಥೈಸಿತ್ತು, ಇಲ್ಲವೇ ಗ್ರಹಿಸಿತ್ತು. ಅದು ಆರಂಭಗೊಳ್ಳುವುದು "ಕಾಸ್ಟ" ಎಂಬ ಪದದ ಪ್ರಯೋಗದಿಂದ ಮತ್ತು ಭಾರತದಲ್ಲಿ ಅದರ ಸಮೀಕರಣದಿಂದ. ಆ ಶಬ್ದ ಮುಂದೆ ಕಾಸ್ಟ್ ಎಂದು ಜನಪ್ರಿಯವಾಯಿತು. ಐರೋಪ್ಯ ಸಿದ್ಧಾಂತಗಳ ಪ್ರಭಾವ ನಮಗೆ ವಿವಿಧೆಡೆ ಕಂಡು ಬರುವುದು ಸಹಜ. ಅದು ಆರ್ಯನ್ ಸಿದ್ಧಾಂತವಿರಬಹುದು, ಕುಲಶಾಸ್ತ್ರೀಯ ಅಧ್ಯಯನವಿರಬಹುದು, ಜಾತಿಯ ಹುಟ್ಟುವಿಕೆಯ ಸಿದ್ಧಾಂತವಿರಬಹುದು, ವರ್ಣ ಅಥವಾ ವರ್ಣ ಸಂಕರ ಸಿದ್ಧಾಂತವಿರಬಹುದು, "ಅನಿಮಿಷ್ಟ್ ಜಾತಿಗಳ" ಸಿದ್ಧಾಂತವಿರಬಹುದು, ಕ್ರಿಮಿನಲ್ ಅಥವಾ ಅಪರಾಧಿ ಟ್ರೈಬ್ ಇರಬಹದು, ಅಥವಾ ಮುಸ್ಲಿಮರಲ್ಲಿ ಪಂಗಡ/ ಜಾತಿ ಸಿದ್ಧಾಂತವಿರಬಹುದು. ಇವುಗಳ ನಡುವೆ ಅವರ ಕೆಲವು ಕೊಡುಗೆಗಳನ್ನು ಸಾರಾಸಗಟಾಗಿ ನಿರಾಕರಿಸಬಾರದು. ಬುಡಕಟ್ಟುಗಳ ಬಗ್ಗೆ ಬರೆಯುವಾಗ ಅವರಲ್ಲಿ "ಹಿಂದೂವೀಕರಣದ" ಪ್ರಕ್ರಿಯೆ, ಅಥವಾ "ರಜಪೂತೀಕರಣ/ ಕ್ಷತ್ರೀಯಕರಣ" ಎಂಬಿತ್ಯಾಗಿ ಪ್ರಕ್ರಿಯೆಯನ್ನು ದಾಖಲಿಸಿತು. ಬಹುಶಃ ಇದೇ ಪ್ರಕ್ರಿಯೆ ಮುಂದೆ

ಎಂ.ಎನ್. ಶ್ರೀನಿವಾಸ್‌ರವರ ಅಧ್ಯಯನದಲ್ಲಿ "ಸಂಸ್ಕೃತೀಕರಣ"ವೆಂದು ಪುನರ್ ನಾಮಕರಣವಾಯಿತೇ? ಎಂಬ ಗೊಂದಲ ಇದೆ. ಹಿಂದೂ ಮುಸಲ್ಮಾನರ ನಡುವಿನ ಅಸ್ಪಷ್ಟ ಜಾತಿಗಳನ್ನು, ಸಮನ್ವಯ ಸಂಸ್ಕೃತಿಯನ್ನು, ತೆಳು ಗೋಡೆಗಳನ್ನು, ಭಾರತದಲ್ಲಿದ್ದ ವಿಶಿಷ್ಟ ನೂರಾರು ಜಾತಿಗಳನ್ನು, ಇತಿಹಾಸದಲ್ಲಿ ಗುರುತಿಸಲ್ಪಡದೇ ಇದ್ದ ಜಾತಿ- ಉಪಜಾತಿಗಳನ್ನು ಒಂದೋ ಸರಿಯಾಗಿ ಇಲ್ಲವೇ ತಪ್ಪಾಗಿ ಪಟ್ಟಿ ಮಾಡಿತ್ತು ಮತ್ತು ಗ್ರಹಿಸಿತ್ತು. ಆ ಪಟ್ಟಿಯಾಗದಿರುತ್ತಿದ್ದರೆ ಭಾರತದ ಸಾಮಾಜಿಕ ಚೌಕಟ್ಟಿನ ಒಳನೋಟಗಳು ಸಂರಚನೆಗಳು, ಸೂಕ್ಷ್ಮತೆಗಳು, ಸಂವೇದನೆಗಳು, ನಮ್ಮ ಅರಿವಿಗೆ ಬರುತ್ತಿರಲಿಲ್ಲ. ಅದೇ ಸಂದರ್ಭದಲ್ಲಿ ಮುಸ್ಲಿಮರಲ್ಲಿ ನಡೆಯುತ್ತಿದ್ದ "ಉಚ್ಛ ಜಾತೀಕರಣ" ಅಥವಾ ಅಶ್ರಫೀಕರಣ ಪ್ರಕ್ರಿಯೆಯನ್ನು ಕೂಡ ದಾಖಲಿಸಿತ್ತು. ಅದರ ಇತಿಹಾಸವನ್ನು ಕೆದಕಿತ್ತು. ಪ್ರಪ್ರಥಮ ಬಾರಿಗೆ "ಅಶ್ರಫೇತರ" ಜಾತಿಗಳ ಇರುವಿಕೆಯನ್ನು ಸ್ಪಷ್ಟಪಡಿಸಿತ್ತು. ಇಲ್ಲೊಂದು ಮಿಥ್ಯೆಯನ್ನು ಕೂಡ ಅದು ತಳ್ಳಿ ಹಾಗಿತ್ತು. ಅಶ್ರಫೀಕರಣ ಬರೇ ತಳಸಮುದಾಯದ ಜಾತಿಗಳಿಗೆ ಮಾತ್ರ ಸೀಮಿತವಾಗಿತ್ತು ಎಂಬ ವಾದವನ್ನು ಅದರ ದಾಖಲೆಗಳು ತಳ್ಳಿ ಹಾಕಿತ್ತು. ಮೇಲ್ಜಾತಿಗಳು ಮತ್ತು ಹಿಂದೂಯೇತರ ಧರ್ಮಗಳು ಅದರಲ್ಲಿ ಜೈನ ಧರ್ಮವೂ ಒಂದು, ಮತಾಂತರ ಹೊಂದಿದಾಗ ಅವುಗಳು ಕೂಡ ಅಶ್ರಫೀಕರಣದ/ಉಚ್ಛ ಜಾತೀಕರಣದ ಪ್ರಕ್ರಿಯೆಗೊಳಗಾದುದನ್ನು ಅದರ ದಾಖಲೆಗಳು ಸಾಬೀತು ಪಡಿಸಿದವು. ಅಲ್ಲದೇ ವಿಲೋಮ ಮತಾಂತರವನ್ನು ಕೂಡ ಅದು ದಾಖಲಿಸಿತ್ತು. ವಿಚಿತ್ರವೆಂದರೆ ಭಾರತದಲ್ಲಿ ಜಾತಿಯ ಹುಟ್ಟುವಿಕೆಗೆ, ಗಟ್ಟಿತನಕ್ಕೆ ಪರದೇಶದಿಂದ ಬಂದ ಜಾತಿ/ವರ್ಣಗಳು ಕಾರಣವೆಂದಿತ್ತು- ಹಿಂದೂಗಳಲ್ಲಿ ಆರ್ಯನರ ಆಗಮನ, ಮುಸಲ್ಮಾನರಲ್ಲಿ ಪರ್ಶಿಯಾ, ಅಫ್ಘಾನಿಸ್ತಾನ ಮತ್ತು ಮಧ್ಯ ಪ್ರಾಚ್ಯದಿಂದ ವಿವಿಧ ರೂಪದಿಂದ (ಸೈನಿಕರಾಗಿ, ಆಳುವ ವರ್ಗವಾಗಿ, ಅರಸರಾಗಿ) ಬಂದ ಸೈಯ್ಯದ್, ಶೇಖ್, ಮೊಘಲ್ ಮತ್ತು ಪಠಾಣ್‌ರು ಕಾರಣವೆಂದಿತ್ತು. ಇಲ್ಲಿ ಎರಡು ಅಂಶಗಳು ಸ್ಪಷ್ಟವಾಗಿ ಕಂಡು ಬರುತ್ತದೆ: ಒಂದು ಅಗಾಧವಾದ ಮಾಹಿತಿಯ ಕಲೆ ಮತ್ತು ಜ್ಞಾನದ ಸೃಷ್ಟಿ. ಕೆಲವೊಮ್ಮೆ ಈ ಅಗಾಧವಾದ ಮಾಹಿತಿ ಕಲೆಯೇ ವಸಾಹತುಶಾಹಿಗೆ ತಲೆನೋವಿನ ವಿಷಯವಾಗಿ ಪರಿವರ್ತನೆಯಾದದ್ದು ಸತ್ಯ. ಇದೇ ಕಾರಣಕ್ಕಾಗಿ ಕೆಲವು ದಾಖಲಾತಿಗಳನ್ನು ವಸಾಹತುಶಾಹಿ ಬಿಟ್ಟುಬಿಡಬೇಕಾಯಿತು. 1931ರ ನಂತರ ಜಾತಿಯ ಜನಗಣತಿ ಇದೇ ಕಾರಣಕ್ಕಾಗಿ ನಿಂತುಹೋಯಿತು. ವಿಚಿತ್ರವೆಂಬಂತೆ ಈ ಜಾತಿಯ ವರ್ಗೀಕರಣ ಮತ್ತೊಂದು ರಾಜಕಾರಣಕ್ಕೆ ದಾರಿ ಮಾಡಿಕೊಟ್ಟಿತ್ತು- ಜಾತಿಗಳೇ ತಮ್ಮ ಪುನರ್ ವರ್ಗೀಕರಣಕ್ಕೆ ಜನಗಣತಿಗಳ ಸಂದರ್ಭದಲ್ಲಿ ಮನವಿ ಸಲ್ಲಿಸುವುದು, ಬೇಡಿಕೆ ಇಡುವುದು ಸಾಮಾನ್ಯವಾಯಿತು. ಇದರ ಅರ್ಥವೆಂದರೆ

ಜಾತಿಗಳ ವರ್ಗೀಕರಣ ಎರಡು ಹಂತದಲ್ಲಿ ನಡೆದವು: ಒಂದು ವಸಾಹತುಶಾಹಿ ಹಂತದಲ್ಲಿ, ಎರಡು, ಜಾತಿಗಳ ಹಂತದಲ್ಲಿ. ಇವರೆಡನ್ನು ಅಂತಿಮ ಹಂತದಲ್ಲಿ ವಸಾಹತುಶಾಹಿಯೇ ಗುರುತಿಸಬೇಕಾಗಿದ್ದ ಕಾರಣ, ಅದನ್ನು ಬಗೆಹರಿಸುವುದು ಅಷ್ಟು ಸುಲಭದ ವಿಷಯವಾಗಿರಲಿಲ್ಲ. ಇವುಗಳು ಅಸ್ಮಿತೆ ರಾಜಕಾರಣದ ಭಾಗವೆಂದರೂ, . ಎಷ್ಟೋ ಜಾತಿಗಳ ಬೇಡಿಕೆಗಳನ್ನು ವಸಾಹತುಶಾಹಿ ಮನ್ನಿಸದೇ ತಿರಸ್ಕರಿಸಬೇಕಾಯಿತು, ತಳ್ಳಿಹಾಕಬೇಕಾಯಿತು. ಏಕೆಂದರೆ ಜಾತಿಗಳನ್ನು ಒಂದು ಪಟ್ಟಿಯಿಂದ ಇನ್ನೊಂದು ಪಟ್ಟಿಗೆ ಸೇರಿಸುವುದು, ತೆಗೆಯುವುದು, ಅಳಿಸಿ ಹಾಕುವುದು ಅಷ್ಟು ಸುಲಭದ ಕೆಲಸವಾಗಿರಲಿಲ್ಲ. ಹೊಸ ಜಾತಿಗಳನ್ನು ಹಳೆಯ ಜಾತಿಯ ಚೌಕಟ್ಟಿನಲ್ಲಿ ವಿವರಿಸುವುದು ಕೂಡ ಅಷ್ಟು ಸುಲಭವಾಗಿರಲಿಲ್ಲ. ಒಂದು ಸಣ್ಣ ತಪ್ಪು ಜಾತಿಗಳ ನಡುವಿನ ಸಮೀಕರಣವನ್ನೇ ಬದಲಾಯಿಸುವ ಸಾಧ್ಯತೆಗಳಿದ್ದವು. ಇವುಗಳ ನಡುವೆ ನೂರಾರು ಜಾತಿ ಸಂಘಟನೆಗಳು, ಗುಂಪುಗಳು ಹುಟ್ಟಿಕೊಂಡವು, ಜಾತಿಯ ಸಂಘರ್ಷಗಳು ನಡೆದವು.

ಎರಡನೆಯದು, ಈ ಮಾಹಿತಿ ಕಲೆ ಮತ್ತು ಜ್ಞಾನ ಸೃಷ್ಟಿಯ ಹಿಂದೆ ಇದ್ದ ಬೃಹತ್ ವಸಾಹತುಶಾಹಿಯ ಯೋಜನೆ. ಈ ಅಗಾಧವಾದ ಜ್ಞಾನ ಸೃಷ್ಟಿಯನ್ನು ಜನಗಣತಿಯೊಂದಿಗೆ, ವಿವಿಧ ಸರ್ಕಾರಿ ವರದಿಗಳು, ಗಝೆಟಿಯರ್‌ಗಳು, ಕಾನೂನುಗಳು, ಪ್ರವಾಸ ಕಥನಗಳು, ಮಿಶನರಿ ಕೆಲಸಗಳು, ಕೈಪಿಡಿಗಳು ಕೆಲಸ ಮಾಡಿದವು. ಮಾಹಿತಿ ಕಲೆಯ ಆರಂಭವನ್ನು 16ನೇ ಶತಮಾನದಲ್ಲಿಂದಲೇ ನೋಡಬೇಕು, ಅದರಲ್ಲೂ ಪ್ರವಾಸ ಕಥನಗಳಲ್ಲಿ, ಈಸ್ಟ್ ಇಂಡಿಯಾ ಕಂಪೆನಿಯ ಟಿಪ್ಪಣಿಗಳಲ್ಲಿ, ಮಾಹಿತಿ ರವಾನೆಯಲ್ಲಿ. ವಾಸ್ತವವಾಗಿ ಜನಗಣತಿ, ಗಝೆಟಿಯಿರ್, ಕುಲಶಾಸ್ತ್ರೀಯ ಅಧ್ಯಯನಗಳು ಬಂದದ್ದು ಸ್ವಲ್ಪ ತಡವಾಗಿ, ಇದರ ನಂತರ, ಈ ಸಂದರ್ಭದಲ್ಲಿ ದೊರೆತ ಭಾರತ ಕುರಿತಂತೆ ದೊರೆತ ದೇಶಿಯ ಕೃತಿಗಳು - ಅದು ಅಲ್ಬರುನಿಯ ಕೃತಿಯಾಗಿರಬಹುದು, ಅಲ್ ಬರದೂರಿಯ ಇತಿಹಾಸವಿರಬಹುದು, ಕಲ್ಹಣನ ರಾಜ ತರಂಗಿಣಿ ಇರಬಹುದು, ಶೆರಿಯಾರ್‌ನ "ಭಾರತವೆಂಬ ಅದ್ಭುತ" ಪ್ರವಾಸ ಕಥನವಿರಬಹುದು, ಇಬ್ನ್ ಬಟೂಟನ ಪ್ರವಾಸ ಕಥನವಿರಬಹುದು, ಕೌಟಿಲ್ಯನ ಅರ್ಥಶಾಸ್ತ್ರವಿರಬಹುದು, ಮೆಗಾಸ್ತನೀಸನ ಇಂಡಿಕಾವಿರಬಹುದು. ವಸಾಹತುಶಾಹಿಯ ಜ್ಞಾನ ಸಂಪತ್ತಿನ ಭಾಗವಾಗುವುದಿಲ್ಲ. ವಿಸ್ಮೃತಿಯ ಭಾಗವಾಗುತ್ತವೆ. ಅದೇನೆ ಇದ್ದರೂ 18/19ನೇ ಶತಮಾನದಲ್ಲಿ. ಈ ಜ್ಞಾನದ ಸೃಷ್ಟಿ ಮತ್ತು ಮಾಹಿತಿಯ ಕಲೆ ಇನ್ನೊಂದು ಪರಿಣಾಮ ಬೀರಿತ್ತು– ಇದು ನೂರಾರು ಹೊಸ ಪರಿಕಲ್ಪನೆಗಳನ್ನು, ಪದಪ್ರಯೋಗಗಳನ್ನು ಭಾರತಕ್ಕೆ ಪರಿಚಯಿಸಿತ್ತು. ಅವುಗಳಲ್ಲಿ ರೈತವಾರಿ ಎಂಬ ಪರಿಕಲ್ಪನೆ ಇರಬಹದು, ಜಮೀನ್ದಾರಿ ಪರಿಕಲ್ಪನೆ

ಇರಬಹುದು, ಮೀಸಲು ಕಾಡು ಎಂಬ ಪರಿಕಲ್ಪನೆ ಇರಬಹುದು, ರೆವೆನ್ಯೂ ಭೂಮಿಯ ಪರಿಕಲ್ಪನೆ ಇರಬಹುದು, ವೈಲ್ಡ್ (ಕಾಡಿನ) ಅರಣ್ಯವಾಸಿಗಳಿರಬಹುದು, ಅನಿಮಿಸ್ಟ್‌ಗಳಿರಬಹುದು. ಇಂತಹ ನೂರಾರು ವರ್ಗೀಕರಣ, ಪರಿಕಲ್ಪನೆಗಳನ್ನು ಪರಿಚಯಿಸಿತ್ತು. ಇವುಗಳು ಭಾರತದ ತುಂಬೆಲ್ಲಾ ನೂರಾರು ವರ್ಗಗಳನ್ನು, ಜಾತಿಗಳನ್ನು, ಆದಿವಾಸಿಗಳನ್ನು, ಬುಡಕಟ್ಟುಗಳನ್ನು, ಸಾಮಾಜಿಕ ಸಂಬಂಧಗಳನ್ನು ವ್ಯವಸ್ಥಿತವಾಗಿ ನಿರ್ಮಿಸಿದ್ದು, ಸಮೀಕರಿಸಿದ್ದು ಮತ್ತು ದಾಖಲಿಸಿದ್ದು ದಿಟ. ಇದಕ್ಕೆ ತಕ್ಕಂತೆ ಆದಿವಾಸಿ ಪ್ರದೇಶದಲ್ಲಿ "ದಿಖುಗಳನ್ನು"- ಹೊರಗಿನವರನ್ನು, ರೈತವಾರಿ ಪ್ರದೇಶದಲ್ಲಿ "ವರ್ಗದಾರ್", ಜಮೀನ್ದಾರಿ ಪ್ರದೇಶಗಳಲ್ಲಿ 'ಜಾಗೀರ್‌ದಾರ್'ಗಳನ್ನು ನಿರ್ಮಿಸಿತ್ತು. ಇವುಗಳ ಹಿಂದಿರುವ ಬೃಹತ್ ಯೋಜನೆ ಕೂಡ ಸ್ಪಷ್ಟವಾಗಿತ್ತು- ಭಾರತವನ್ನು ವಸಾಹತುಶಾಹಿಯ ಆಳ್ವಿಕೆಯೊಳಗೆ ಶಾಶ್ವತವಾಗಿ ಅಧೀನಗೊಳಿಸುವುದು. ಅದರ ಪ್ರತಿಚ್ಛಾಯೆಯನ್ನು ನಿರ್ಮಿಸುವುದು, ಅದರ ಯಜಮಾನಿಕೆಯನ್ನು ಗಟ್ಟಿಗೊಳಿಸುವುದು. ಮೆಕಾಲೆ ಹೇಳಿದಂತೆ "ಮಾನಸಿಕವಾಗಿ ಬ್ರಿಟಿಷರನ್ನಾಗಿಸುವುದು". ಅದರ ಮುಂದುವರಿಕೆಯಾಗಿ ನಾಗರೀಕತೆ ಅಥವಾ ಆಧುನಿಕತೆಯ ರೂಪಕವೆಂದು ಬಿಂಬಿತವಾದ ಶಿಕ್ಷಣ ವ್ಯವಸ್ಥೆ, ರೈಲ್ ನಿರ್ಮಾಣ, ಅಣೆಕಟ್ಟುಗಳ ನಿರ್ಮಾಣ ಇತ್ಯಾದಿ ಈ ಯೋಜನೆಯ ಭಾಗಗಳಾದವು. ಇವುಗಳನ್ನು ಭಾರತಕ್ಕೆ ಪರಿಚಯಿಸುವ ಸಂದರ್ಭದಲ್ಲಿ ವಸಾಹತುಶಾಹಿ ಹತ್ತು ಹಲವು ಕಥನಗಳನ್ನೇ ನಿರ್ಮಿಸಿತ್ತು: ಒಂದೆಡೆ ಅದಕ್ಕೆ ಭಾರತ "ವಿಲಕ್ಷಣ" ದೇಶ, "ಸ್ವರ್ಗ"ವೆಂದಾದರೆ ಇನ್ನೊಂದೆಡೆ ಅದರ ಕಥನಗಳ ಪ್ರಕಾರ ಭಾರತೀಯರಿಗೆ ನಿಯತ್ತುಗಳಿಲ್ಲ, ಲೋಲುಪರು, ಅನಾಗರೀಕರು,[319] ಅಜ್ಞಾನಿಗಳು, ಜಾತಿಯ ಸಂಕಟದಲ್ಲಿ ತೊಳಲಾಡುವವರು, ಮುಸಲ್ಮಾನರು ಇಂಗ್ಲೀಷ್ ವಿರೋಧಿಗಳು, ಹಿಂದೂಗಳು ಇಂಗ್ಲೀಷ್ ಪರವಾಗಿರುವವರು, ಈ ದ್ವಂದ್ವತೆಯಲ್ಲಿ ಎರಡನೆಯ ಕಥನ- ಅಜ್ಞಾನಿಗಳು, ಜಾತಿಯ ವಾಸ್ತವತೆಯಲ್ಲಿ ತೊಳಲಾಡುವವರು ಇತ್ಯಾದಿ ಗಟ್ಟಿಯಾದ, ಧೃಡವಾದ ಕಥನವಾಗಿ ಉಳಿಯಿತು. ಈ ಕಥನದ ಹಿಂದೆ ಮತ್ತೊಂದು ಅಂಶ ಅಡಕವಾಗಿರುವುದನ್ನು ನಾವು ಗಮನಿಸಬೇಕು. ಇತಿಹಾಸದಲ್ಲಿ ಒಮ್ಮೆ ವಿಜೃಂಭಿತವಾಗಿದ್ದ ಗ್ರೀಕ್, ರೋಮ್ ನಾಗರೀಕತೆಗಳ ಅವನತಿ ನಂತರ ಅದರ ನ್ಯಾಯಬದ್ಧ ವಾರಸುದಾರರೆಂಬ ಸಂಕಥನವನ್ನು ನಿರ್ಮಿಸುವ ಬೃಹತ್ ಯೋಜನೆ ಇಲ್ಲಿ ಅಡಕವಾಗಿತ್ತು. ಇದೇ ಕಾರಣಕ್ಕಾಗಿ ಈ ಹಿಂದೆ ಹೇಳಿದಂತೆ ಪ್ಲೇಟೋ, ಇಲಿಯಡ್, ಹೋಮರ್, ಅರಿಸ್ಟಾಟಲ್, ಗ್ರೀಕ್ ನಾಗರೀಕತೆ, ರೋಮ್ ಸಾಮ್ರಾಜ್ಯ, ವಸಾಹತುಶಾಹಿ ಕಥನಗಳಲ್ಲಿ ಪ್ರಜ್ಞಾಪೂರ್ವಕವಾಗಿ ಅತ್ಯಂತ ಜ್ಞಾನಿಗಳಾಗಿ,

319 Edward Said, Orientalism, Pantheon, 1978.

ವಿಜ್ಞಾನಿಗಳಾಗಿ, ಪ್ರಬುದ್ಧ ರಾಜಕೀಯ ತತ್ವಜ್ಞಾನಿಗಳಾಗಿ ಪದೇ ಪದೇ ಬರುತ್ತಾರೆ, ಅಲ್ಲದೇ ಅವರು ವಸಾಹತುಶಾಹಿಯ ಜ್ಞಾನದ, ಧರ್ಮದ ಭಾಗವಾಗುತ್ತಾರೆ. ಇದೇ ಕಾರಣಕ್ಕಾಗಿ ಕ್ರೈಸ್ತರಲ್ಲದ ಪ್ಲೇಟೋ, ಅರಿಸ್ಟಾಟಲ್ ಚರ್ಚ್‌ನ ಕಥನದ ಭಾಗವಾಗುತ್ತಾರೆ, ಬ್ರಿಟಿಷ್ ವಸಾಹತುವಿನ ಕಥನದ ಭಾಗವೂ ಆಗುತ್ತಾರೆ.

ಆದರೆ ಈ ಯೋಜನೆ ಶಾಶ್ವತವಾಗಿ ಉಳಿಯಲಿಲ್ಲ. ರಾಷ್ಟ್ರೀಯ ಹೋರಾಟದೊಂದಿಗೆ ಸಮನಾಗಿ ನಡೆದ ನೂರಾರು ರೈತ ಹೋರಾಟಗಳು, ಆದಿವಾಸಿ ಹೋರಾಟಗಳು, ದಲಿತ ಹೋರಾಟಗಳು, ಈ ಯೋಜನೆಯನ್ನು ವಿಫಲಗೊಳಿಸಿದವು.

ಯಾವಾಗ ಜನಗಣತಿಯಲ್ಲಿ ಜಾತಿಯ ದಾಖಲಾತಿ ನಿಂತು ಹೋಯಿತೋ, ಆಗ ಜಾತಿಯ ರಾಜಕಾರಣದ ಸ್ವರೂಪ ಬದಲಾಯಿತೇ ಹೊರತು ಅದು ಶಾಶ್ವತವಾಗಿ ಕೊನೆಗೊಳ್ಳಲಿಲ್ಲ. 1930–40ರ ನಡುವೆ ವಸಾಹತುಶಾಹಿ ಜಾತಿಯನ್ನು ಮೀಸಲಾತಿಯ ಅಸ್ತ್ರವನ್ನಾಗಿ, ಮುಖಾಮುಖಿಯ ಸಾಧನವಾಗಿ, ಅಥವಾ ಅನುಸಂಧಾನದ ರೂಪಕವಾಗಿ ಉಪಯೋಗಿಸಿತ್ತು. ಇವುಗಳ ನಡುವೆ ನೂರಾರು ಜಾತಿ ಸಂಘಟನೆಗಳು ಹುಟ್ಟಿದವು, ಪೈಪೋಟಿ ನಡೆಸಿದವು, ಜಾತಿಯನ್ನು ರಾಜಕಾರಣದ ಭಾಗವನ್ನಾಗಿಸಿದವು. ಉತ್ತರ ಭಾರತದಲ್ಲಿ ಮುಸ್ಲಿಂ ಸಂಘಟನೆಗಳು ಹುಟ್ಟಿಕೊಂಡವು. ಇದರ ಪ್ರಥಮ ಹೆಜ್ಜೆಯಾಗಿ 1928ರಲ್ಲಿ ಅಖಿಲ ಭಾರತ ಮೊಮಿನ್ ಸಮ್ಮೇಳನ ನಡೆಯಿತು. ಇದರ ಪೂರ್ವದಲ್ಲಿ ಸ್ಥಾನೀಯ ಮಟ್ಟದಲ್ಲಿ ಸಾಕಷ್ಟು ಅನ್ಸಾರಿ ಸಂಘಟನೆಗಳು ಹುಟ್ಟಿದ್ದವು, ಖಿಲಾಫತ್ ಚಳವಳಿಯಲ್ಲಿ ಭಾಗವಹಿಸಿದ್ದವು. ಮೊಮಿನ್ ಸಮ್ಮೇಳನ ಮಾತ್ರ ಒಂದು ಅಖಿಲ ಭಾರತದ ಮಟ್ಟದ ಸಂಘಟನೆಯಾಗಿತು. ಅದರ ಬೇರುಗಳು ಬಹಳ ಹಿಂದೆಯೇ ಬೆಳೆದಿತ್ತು. 1914ರಲ್ಲಿ ಕಲ್ಕತ್ತಾದಲ್ಲಿ ಫಲಾಲುಲ್ ಮೊಮಿನ್ ಸ್ಥಾಪನೆಯಾಗಿತ್ತು. 1915ರಲ್ಲಿ ಕಾಕಿನಾಡದಲ್ಲಿ ಮೊಮಿನ್‌ಗಳ ಒಂದು ಚಿಕ್ಕ ಸಮ್ಮೇಳನ ನಡೆದಿತ್ತು. 1924ರಲ್ಲಿ ಕಲ್ಕತ್ತಾದಲ್ಲಿ ಜಮಾತುಲ್ ಮೊಮಿನ್ ಅಸ್ತಿತ್ವಕ್ಕೆ ಬಂತು. ಅದೇನೆ ಇದ್ದರೂ ಇದು ನೇಕಾರ ಜಾತಿಗೆ ಸೇರಿದ ಜಲ್ಹಾಹಗಳ ಅಸ್ಮಿತೆ ರಾಜಕಾರಣದ ಭಾಗವೂ ಹೌದು. ಆದಕಾರಣ ಅದು ತೆಗೆದು ಕೊಂಡ ತೀರ್ಮಾನಗಳು ಕೂಡ ನೇಕಾರ ವೃತ್ತಿ ಕುರಿತಾಗಿತ್ತು ವಿಚಿತ್ರವೆಂದರೆ ಈ ಸಮ್ಮೇಳನ ಮುಸ್ಲಿಂ ಲೀಗ್ ಬದಲಿಗೆ ಕಾಂಗ್ರೆಸ್‌ನೊಂದಿಗೆ ಗುರುತಿಸಿಕೊಂಡಿತ್ತು. ಇದಕ್ಕೆ ಒಂದು ಕಾರಣವನ್ನು ನೀಡಲಾಗುತ್ತದೆ. ಮುಸ್ಲಿಂ ಲೀಗ್ ಮೂಲತಃವಾಗಿ ಮೇಲ್ಜಾತಿಯ ಮುಸಲ್ಮಾನರೊಂದಿಗೆ ಗುರುತಿಸಿದ ಕಾರಣ, ಮೊಮಿನ್ ಜಾತಿಗೆ ಕಾಂಗ್ರೆಸ್‌ನೊಂದಿಗೆ ಗುರುತಿಸಿಕೊಳ್ಳುವುದು

ಅನಿವಾರ್ಯವಾಯಿತು. [320] ವಾಸ್ತವವಾಗಿ ಇದರ ಅಸ್ಮಿತೆ ರಾಜಕಾರಣದಲ್ಲಿ ಒಂದು ಅಂಶ ಸ್ಪಷ್ಟವಾಗಿ ಕಂಡು ಬರುತ್ತದೆ. ಈ ಸಂಘಟನೆ ಮುಂದೆ ತನ್ನನ್ನು ಜಲ್ಹಾಹ ಜಾತಿ ಬದಲಿಗೆ ಮೊಮಿನ್ ಎಂದು ಗುರುತಿಸಿಕೊಳ್ಳಲು ಯತ್ನಿಸಿತ್ತು ಮತ್ತು ಅದರಲ್ಲಿ ಸಫಲ ಕೂಡ ಆಯಿತು. ಇದೇ ಸಂಘಟನೆ ಮುಂದೆ 1990ರ ದಶಕದಲ್ಲಿ ಪಾಸ್‌ಬಂದ್ (ತಳ ಸಮುದಾಯದ ಜಾತಿಗಳ) ಚಳವಳಿಗೆ ದಾರಿ ಮಾಡಿಕೊಟ್ಟಿತ್ತು. ಇವುಗಳ ನಡುವೆ ಹುಟ್ಟಿಕೊಂಡ ಇನ್ನೊಂದು ಸಂಘಟನೆ ಎಂದರೆ ಜಮಾತುಲ್ ಖುರೇಷಿ. ಇದು 1927ರಲ್ಲಿ ಸ್ಥಾಪನೆಯಾಯಿತು. ಇದು ಮೂಲತಃವಾಗಿ ಕಟುಕರ ಸಂಘಟನೆ. ಜಾತಿವಿನಾಶದ ವಾದಗಳ, ಸ್ಲೋಗನ್‌ಗಳ ನಡುವೆ ಜಾತಿ ಸಾಯಲಿಲ್ಲ. ಅದು ಇನ್ನಷ್ಟು ಗಟ್ಟಿಯಾಗಿ, ಆಳವಾಗಿ ವಿಸ್ತಾರವಾಗುತ್ತಾ ಹೋಯಿತು. ಸ್ವಾತಂತ್ರ್ಯ ಬಂದಾಗ ಭಾರತ "ಜಾತಿಗಳ" ದೇಶವಾಗಿತ್ತು. ಪ್ರಜಾಪ್ರಭುತ್ವ ಚೌಕಟ್ಟಿನಲ್ಲಿ ಮುಖಾಮುಖಿಯಾದಾಗ ಅದು ತನ್ನ ಸಾಂಪ್ರದಾಯಿಕ ಚೌಕಟ್ಟುಗಳೊಂದಿಗೆ ರಾಜಿ ಮಾಡಿಕೊಳ್ಳಬೇಕಾಯಿತು ಮತ್ತು ಅದು ಅನಿವಾರ್ಯವೂ ಆಯಿತು. ಈ ನಿಟ್ಟಿನಲ್ಲಿ ಜಾತಿಯ ಅಸ್ಮಿತೆಯನ್ನು ನಿರಾಕರಿಸುವ ಸಮುದಾಯದಲ್ಲಿ ಜಾತಿಗಳ ಅಸ್ತಿತ್ವವನ್ನು ಹುಡುಕುವುದು ಅಷ್ಟು ಸುಲಭ ಕೆಲಸವಾಗಿರಲಿಲ್ಲ. ಖ್ಯಾತ ಸಾಹಿತಿ ಯು. ಆರ್. ಅನಂತಮೂರ್ತಿ ತಮ್ಮ 'ಸಂಸ್ಕಾರ' ಕಾದಂಬರಿಯಲ್ಲಿ ಹೇಳಿದಂತೆ, ಜಾತಿಯನ್ನು ಅವನು ಬಿಟ್ಟರೂ, ಜಾತಿ ಅವನನ್ನು ಬಿಡಲಿಲ್ಲ.

ಸಮಾಜಶಾಸ್ತ್ರ ಮತ್ತು ಕುಲಶಾಸ್ತ್ರೀಯ ಅಧ್ಯಯನಗಳಲ್ಲಿ ಜಾತಿಯ ಹುಡುಕಾಟ

ಸ್ವಾತಂತ್ರ್ಯದ ನಂತರ ಜಾತಿಯ ವಿಷಯಗಳ ಪ್ರಾಮುಖ್ಯತೆ ಬದಲಾಯಿತು. 1931ರ ತನಕ ವಸಾಹತುಶಾಹಿ ಜಾತಿಯನ್ನು, ಪಂಗಡಗಳನ್ನು ದಾಖಲಿಸಿದರೆ, ಸ್ವಾತಂತ್ರ್ಯೋತ್ತರದಲ್ಲಿ ಜಾತಿಗಳನ್ನು ಗುರುತಿಸುವ ಮಹತ್ತರವಾದ ಕೆಲಸ ಸರಕಾರದ ಯೋಜನಾ ಆಯೋಗಗಳಿಗೆ, ಮೀಸಲಾತಿ ಆಯೋಗಗಳಿಗೆ ಮತ್ತು ಶಾಸ್ತ್ರಜ್ಞರಿಗೆ ಬದಲಾಯಿತು. ಅದರರ್ಥ ವಸಾಹತುಶಾಹಿ ಸಂದರ್ಭದಲ್ಲಿ ಅಕಾಡೆಮಿಕ್ ಮಟ್ಟದಲ್ಲಿ ಕೆಲಸಗಳು ಆಗಿಲ್ಲವೆಂದಲ್ಲ. ಸ್ವಾತಂತ್ರ್ಯೋತ್ತರದಲ್ಲಿ ಅಕಾಡೆಮಿಕ್ ಜಗತ್ತಿಗೆ ನಾಲ್ಕು ಮಟ್ಟದ ಜವಾಬ್ದಾರಿಗಳು ಬಂದವು: ಒಂದು, ವಸಾಹತು ಸಂದರ್ಭದಲ್ಲಿ ಜಾತಿಗಳನ್ನು ಪಟ್ಟಿ ಮಾಡಿದ ರೀತಿಯನ್ನು ಪುನರ್ ವಿಮರ್ಶಿಸುವುದು, ಎರಡು, ಮುಸ್ಲಿಮ್ ಜಾತಿಗಳಿಗೂ ಹಿಂದೂ ಜಾತಿಗಳಿಗೂ ಇರುವ ಸಮಾನಾಂತರ ಅಂಶಗಳನ್ನು ಕೆದಕುವುದು, ಮೂರು, ಜಾತಿಗಳನ್ನು ಗುರುತಿಸಿ ಒಂದಿಷ್ಟು ಹೊಸ

320 Santosh Kumar, Muslim Weavers' Politics in Early 20th Century Northern India Locating an Identity, Economic and Political Weekly, VII, No.15, April, 14 2012, p.62.

ಚರ್ಚೆಗಳನ್ನು ಹುಟ್ಟು ಹಾಕುವುದು ಮತ್ತು ಕೊನೆಯದಾಗಿ, ಮುಸ್ಲಿಮ್ ಅಥವಾ ಧರ್ಮಕ್ಕೆ ಹೊಸ ಪರಿಕಲ್ಪನೆಯನ್ನು, ಪರಿಭಾಷೆಯನ್ನು ನೀಡುವುದು. ಇದಕ್ಕಿಂತ ಹೊರತಾಗಿ ಸರ್ಕಾರಿ ಸಂಸ್ಥೆಗಳು ನಡೆಸಿದ ಕುಲಶಾಸ್ತ್ರೀಯ ಅಧ್ಯಯನಗಳನ್ನು ಈ ಸಂದರ್ಭದಲ್ಲಿ ಗಮನಿಸಬೇಕು.

ಸ್ವಾತಂತ್ರ್ಯದ ನಂತರ ಜಾತಿಗಳನ್ನು ಹುಡುಕುತ್ತಾ ಅವುಗಳ ಇತಿಹಾಸವನ್ನು ವಿಶ್ಲೇಷಿಸಿದವರಲ್ಲಿ ಭವಾನಿ ಶಂಕರ್ ಭಾರ್ಗವ ಮೊದಲಿಗರು. ಭಾರ್ಗವ 1949ರಲ್ಲಿ ತಮ್ಮ ಕೃತಿ 'ದಿ ಕ್ರಿಮಿನಲ್ ಟ್ರೈಬ್"ನಲ್ಲಿ ಹೇಗೆ ಹಿಂದೂ ಕ್ರಿಮಿನಲ್ ಟ್ರೈಬ್‌ಗಳು ವ್ಯವಸ್ಥೆಗೆ ಬೆದರಿ ಅಥವಾ[321] ಇಸ್ಲಾಂನ ಪ್ರಭಾವಕ್ಕೊಳಗಾಗಿ ಮತಾಂತರ ಹೊಂದಿದರು ಎಂದು ವಾದಿಸಿದ್ದರು. ಇದರಲ್ಲಿ ಪ್ರಾಚೀನ ಅಲೆಮಾರಿ ಜಾತಿಗಳಾದ ಬಟುಸ್, ಬಿಲುಚ್ಸ್, ಹರ್ನಿ, ಕರ್ವಾಲ್, ಪಾಕೀವಾರ, ಸನ್ನಿಯಾಸ್ ಇತ್ಯಾದಿಗಳನ್ನು ಪಟ್ಟಿ ಮಾಡಿದ್ದರು. ಹೆಚ್ಚಿನ ಜಾತಿಗಳು ಪಂಜಾಬ್, ಗುಜರಾತ್, ಸಿಂಧ್ ಪ್ರದೇಶದಲ್ಲಿ ಕಂಡು ಬರುತ್ತವೆ.

ಇದನ್ನು ಆರಂಭದ ಘಟ್ಟದ ಆಧ್ಯಯನ ಎನ್ನಬಹುದು. ಈ ಕಾಲಘಟ್ಟದಲ್ಲಿ ಬಂದಿರುವ ಎರಡು ಮಹತ್ವದ ಸಂಶೋಧನೆಗಳೆಂದರೆ ವಿಕ್ಟರ್ ಡಿಸೋಜವರ ಭಟ್ಕಳದ ನವಾಯತ್‌ರ ಕುರಿತಾದ ಸಮಾಜಶಾಸ್ತ್ರೀಯ ಅಧ್ಯಯನ[322] (1955) ಮತ್ತು ಸಮಾಜಶಾಸ್ತ್ರಜ್ಞ ಡುಮೊರವರ ಟಿಪ್ಪಣಿಗಳು. ವಸಾಹತುಶಾಹಿ ಭಟ್ಕಳದಲ್ಲಿ ನೆಲೆ ನಿಂತಿರುವ ಮುಸ್ಲಿಮ್ ನವಾಯತರನ್ನು ಪ್ರತಿಬಾರಿ ಪರ್ಶೀಯಾದಿಂದ ಬದುಕಿಗಾಗಿ ಓಡಿ ಬಂದವರು, ಮತ್ತು ಇಲ್ಲೇ ಜೈನರನ್ನು ಮದುವೆಯಾಗಿ ಬದುಕನ್ನು ಕಟ್ಟಿದವರು ಎಂದೆಲ್ಲಾ ಚಿತ್ರಿಸುತ್ತದೆ. ಇದನ್ನು ತಾತ್ವಿಕವಾಗಿ ಒಂದು ಕಡೆ ಒಪ್ಪಿಕೊಂಡರೂ, ವಿಕ್ಟರ್ ಡಿಸೋಜ ಅವರಲ್ಲಿರುವ ಧಾರ್ಮಿಕ ಪಳೆಯುಳಿಕೆಗಳನ್ನು, ಕರ್ನಾಟಕದ ಡಿಕನ್ಸ್, ಭಟ್ಕಳ ಮತ್ತು ಮಹಾರಾಷ್ಟ್ರದ ಕೊಂಕಣ ಪ್ರಾಂತ್ಯದ ಮೂರು ಕಡೆ ಕಟ್ಟಿಕೊಂಡ ವಿವಿಧ ಬದುಕುಗಳನ್ನು, ಅರಬ್ ವ್ಯಾಪಾರ ನಿರ್ಮಿಸಿದ ಹೈಬ್ರೀಡ್ ಸಂಸ್ಕೃತಿ ಮತ್ತು ಸಮುದಾಯ. ಲಬ್ಬಯೆ, ಮಾಪಿಳ್ಳ ಮತ್ತು ನವಾಯತ್– ಕುರಿತು ಆಳವಾಗಿ ಚರ್ಚಿಸುತ್ತಾ ಸಮಾಜಶಾಸ್ತ್ರೀಯ ಅಧ್ಯಯನಕ್ಕೆ ಹೊಸ ದೃಷ್ಟಿಕೋನವನ್ನು ನೀಡಿದರು. ದುರಂತವೆಂದರೆ ಅವರ ಆಧ್ಯಯನ ಸೀಮಿತತೆಯ ವ್ಯಾಪ್ತಿಯಿಂದಾಗಿ ಕುಲಶಾಸ್ತ್ರೀಯ ಅಥವಾ ಸಮಾಜಶಾಸ್ತ್ರದಲ್ಲಿ ಮಹತ್ವವನ್ನು ಪಡೆಯಲಿಲ್ಲ. ಅದೇ ಸುಮಾರಿಗೆ ಖ್ಯಾತ ಸಮಾಜಶಾಸ್ತ್ರಜ್ಞ ಲುಯಿ ಡುಮೊ ಮುಸ್ಲಿಮ್ ಅರಸರು ಹೇಗೆ

321 Bhawani Shanker Bharghava, The Criminal Tribes, Lacknowm India, 1949, p.2
322 Victor S D'Souaa, The Navayat of Kanara, :A Study of Cultural Contact, Kannada Reerach Institute, Dharwad, 1950

ಪ್ರಜ್ಞಾಪೂರ್ವಕವಾಗಿ ಹಿಂದೂ ಜಾತಿ ಪದ್ಧತಿಯನ್ನು ಸಂರಕ್ಷಿಸಿದರು ಎಂದು ವಾದಿಸುತ್ತಾರೆ[323]. ಇದರ ನಂತರ 1959ರಲ್ಲಿ ಗೌಸ್ ಅನ್ಸಾರಿಯವರು ಮಾಡಿದ ಸಂಶೋಧನೆ ಅಷ್ಟೇ ಮುಖ್ಯವೆನಿಸುತ್ತದೆ. ಅವರ ಕೃತಿ "ಮುಸ್ಲಿಂ ಕಾಸ್ಟ್ ಇನ್ ಉತ್ತರ ಪ್ರದೇಶ್"[324] ಬಹುಮುಖ್ಯವಾಗಿ ಮುಸ್ಲಿಮರಲ್ಲಿ ಮೂರು ಜಾತಿಗಳನ್ನು, ಅಶ್ರಫ್, ಅಜ್ಲಫ್ ಮತ್ತು ಅರ್ಜಲ್‌ಗಳನ್ನು ಗುರುತಿಸುತ್ತದೆ. ಗೌಸ್ ಪ್ರಕಾರ ಮುಸ್ಲಿಮರಲ್ಲಿರುವ ಜಾತಿಪದ್ಧತಿಗೆ ಹಿಂದೂ ಧರ್ಮದ ಪ್ರಭಾವ ಮತ್ತು ಸಂಪರ್ಕ ಬಹುಮುಖ್ಯ ಕಾರಣ, ಇದೇ ಸುಮಾರಿಗೆ ಖ್ಯಾತ ಸಮಾಜ ಶಾಸ್ತ್ರಜ್ಞ ಎಂ.ಎನ್ ಶ್ರೀನಿವಾಸ್, ಕೊಡಗಿನ ಬುಡಕಟ್ಟುಗಳನ್ನು ಗಮನದಲ್ಲಿರಿಸಿ "ಸಂಸ್ಕೃತೀಕರಣ" ಎಂಬ ಪರಿಕಲ್ಪನೆಯನ್ನು ಚಾಲ್ತಿಗೆ ತಂದಿದ್ದರು. ಸಮಾಜಶಾಸ್ತ್ರಜ್ಞರಾದ ಜಿ.ಎಸ್. ಗುರೆ "ವರ್ಣ ಸಂಕರ"ದ ಕುರಿತು ಹೊಸ ಚರ್ಚೆಗಳನ್ನು ಮುನ್ನೆಲೆಗೆ ತಂದಿದ್ದರು.[325] ಲೂಯಿ ಡುಮೋ ಮತ್ತು ಪೊಕೊಕ್ ಶ್ರೇಣಿಕೃತ ಭಾರತದ ಜಾತಿ ವ್ಯವಸ್ಥೆಯ ನಯ ನಾಜೂಕುಗಳನ್ನು ಅರ್ಥ ಮಾಡಿಕೊಳ್ಳಲು, ಅದರಲ್ಲೂ ಶುದ್ಧಿ ಮತ್ತು ಅಶುದ್ಧಿಗಳ ನಡುವಿನ ಸಂಬಂಧಗಳನ್ನು ಅರ್ಥಮಾಡಿಕೊಳ್ಳಲು ಯತ್ನಿಸಿದ್ದರು.[326] ಇವರೆಲ್ಲರ ಬರವಣಿಗೆಗಳ ಹಿಂದೆ ವಸಾಹತುಶಾಹಿಯ ಪ್ರಭಾವವಿರುವುದು ನಿಚ್ಚಳವಾಗಿ ಗೋಚರಿಸುತ್ತದೆ. ಎರಡು ಕಾರಣಗಳಿಂದ ಇದನ್ನು ಪುಷ್ಟೀಕರಿಸಬಹುದು. ಸಮಾಜ ಶಾಸ್ತ್ರಜ್ಞರು ಉಪಯೋಗಿಸುತ್ತಿದ್ದ "ಅಶ್ರಫ್/ ಅರ್ಜಲ್ಸ್" ಪರಿಭಾಷೆ ಹೊಸತಾಗಿರಲಿಲ್ಲ. ವಸಾಹತುಶಾಹಿಯ ವಿವಿಧ ಜನಗಣತಿಯಲ್ಲಿ ಇದರ ಉಪಯೋಗ, ಅದರಲ್ಲೂ 1911ರ ನಂತರ ಯಥೇಚ್ಛವಾಗಿ ಕಂಡುಬರುತ್ತದೆ. ಎರಡನೆದಾಗಿ, ಸಂಸ್ಕೃತೀಕರಣಕ್ಕೆ ಪರ್ಯಾಯವಾಗಿರುವ ರಜಪೂತೀಕರಣ ಮತ್ತು ಕ್ಷತ್ರೀಯಕರಣವನ್ನು ವಸಾಹತುಶಾಹಿ ಅದಾಗಲೇ ಉಪಯೋಗಿಸಿತ್ತು. ಆದಕಾರಣ ಸಂಸ್ಕೃತೀಕರಣ ಪರಿಕಲ್ಪನೆ ಆ ನಿಟ್ಟಿನಲ್ಲಿ ಹೊಸತಾಗಿರಲಿಲ್ಲ.

ಇದರ ಮುಂದುವರಿಕೆಯಾಗಿ 1960ರ ದಶಕದಲ್ಲಿ ಬಹು ಮುಖ್ಯವಾಗಿ ಉತ್ತರ ಭಾರತಕ್ಕೆ ಸೀಮಿತವಾದ ಅಧ್ಯಯನಗಳು ನಡೆದವು. ಅದರಲ್ಲಿ ಎರಡು ಅಧ್ಯಯನಗಳು, ಬಹಳ ಮುಖ್ಯ- ಜರೀನಾ ಅಹಮ್ಮದ್[327] ಮತ್ತು ಗೌಸ್

323 T. N. Madan, On Understanding Caste, Economic and Political Weekly , Vol. 6, No. 34, Aug. 21, 1971 , pp. 1805-1808

324 Ghause Ansari, Muslim Caste in Uttar Pradesh :A Study of Culture Contact, : Ethnographic and Folk Culture Society, Lucknow 1960

325 T. K. Oommen, Sociology in India: A Plea for Contexualization , Sociological Bulletin , , Vol. 32, No. 2 , September , 1983, pp. 111- 136

326 K. L. Sharma, Indian Sociology at the Threshold of the 21st Century: Some Observations, Sociological Bulletin , Vol 68, No.1, 2019, pp.7-24

327 Zarina Ahmed , Muslim Caste in Uttar Pradesh, The Economic Weekly, February 17, 1962, pp.325-35

ಅನ್ಸಾರಿ.[328] ಇವರು ಮುಸ್ಲಿಮರಲ್ಲಿ ಮೂರು ಬಹು ಮುಖ್ಯವಾದ ಜಾತಿಗಳನ್ನು ಗುರುತಿಸುತ್ತಾ ಮುಸ್ಲಿಮ್ ಜಾತಿಗಳು ಹಿಂದೂ ಜಾತಿಗಳಿಂದ ಸಾಮಾಜಿಕ ಜಡತ್ವ ಮತ್ತು ಅಂತರದಿಂದ ಹೇಗೆ ವಿಭಿನ್ನವಾಗುತ್ತವೆ ಎಂದು ವಾದಿಸಿದ್ದರು. ಇನ್ನೊಂದು ಅಧ್ಯಯನ ಉತ್ತರ ಭಾರತದ ಮೆವಾಟ್[329]. ಪ್ರಾಂತ್ಯದ ಮಿಯೋಗಳು ಹಿಂದೂ ಸಂಸ್ಕೃತಿಯನ್ನು ತಮ್ಮ ಪ್ರತಿನಿತ್ಯ ಜೀವನದ ಭಾಗವನ್ನಾಗಿರಿಸುವುದರ ಕುರಿತು ಬೆಳಕು ಚೆಲ್ಲಿತ್ತು. ಮಾತ್ರವಲ್ಲದೇ ಜಾತಿ ನಗರದಲ್ಲಿ ಯಾವ ಸ್ವರೂಪವನ್ನು ಪಡೆದಿದೆ ಎಂಬುದರ ಕುರಿತು ಕೂಡ ಬೆಳಕು ಚೆಲ್ಲಿತ್ತು.[330] ಇದೇ ಕಾಲದಲ್ಲಿ ಗುಜರಾತಿಗೆ ಸೀಮಿತಗೊಂಡ ಒಂದೆರೆಡು ಸಂಶೋಧನೆಗಳು ನಡೆದಿದ್ದವು. 1963ರಲ್ಲಿ ಎಸ್ ಮಿಶ್ರ ಗುಜರಾತಿನಲ್ಲಿ 130 ಜಾತಿಗಳಿದ್ದವು ಎಂದು ಲೆಕ್ಕಚಾರ ಮಾಡಿದ್ದರು[331]. ಇವುಗಳು ಕುಲಶಾಸ್ತ್ರೀಯ ಅಧ್ಯಯನಗಳಿಗಿಂತಲೂ ಸಮಾಜ ಶಾಸ್ತ್ರದ ಅಧ್ಯಯನವಾಗಿತ್ತು ಎನ್ನಬಹುದು.

ಜಾತಿ ವಿಷಯ ಕುರಿತಂತೆ ಅತೀ ಹೆಚ್ಚು ಕೆಲಸ ಮಾಡಿದ ವಿದ್ವಾಂಸರೆಂದರೆ ಇಮ್ತಿಯಾಜ್ ಅಹ್ಮದ್[332], ಇಮ್ತಿಯಾಜ್ ಅಹ್ಮದ್‌ರ ಕೃತಿಗಳು ಪ್ರಕಟಗೊಳ್ಳುವ ಸಂದರ್ಭದಲ್ಲಿ ಜಾತಿಗಳನ್ನು ಒಪ್ಪದಿರುವ ಧರ್ಮಗಳಲ್ಲಿ ಜಾತಿಯ ತರಹ ಇರುವ ಚೌಕಟ್ಟುಗಳನ್ನು ವಿವಿಧ ಧರ್ಮಗಳಲ್ಲಿ ಅದರಲ್ಲೂ ಮುಸಲ್ಮಾನರಲ್ಲಿ, ಲಿಂಗಾಯತರಲ್ಲಿ, ಜೈನರಲ್ಲಿ, ಸಿಖ್ಖರಲ್ಲಿ, ಯಹೂದಿಗಳಲ್ಲಿ ಮತ್ತು ಕ್ರಿಶ್ಚಿಯನ್ನರಲ್ಲಿ ಹುಡುಕುವ ಯತ್ನವನ್ನು ಮಾಡಲಾಗಿತ್ತು.[333] ಅದೇ ಸುಮಾರಿಗೆ ಡೂಮೊ[334] ಮತ್ತು ಮೆಂಡಲ್ ಬೌಮ್‌ರ[335] ಮಾಡಿದ ಎರಡು ಜಾತಿಗಳ ನಡುವಿನ ಸೌಮ್ಯತೆ-ಹಿಂದೂ ಜಾತಿ ಮತ್ತು ಮುಸ್ಲಿಮ್ ಜಾತಿ- ಮುಸ್ಲಿಮರ ಜಾತಿಗಳ ಅಸ್ತಿತ್ವಕ್ಕೆ ಹೊಸ ಚಾಲನೆಯನ್ನು ನೀಡಿತ್ತು. ಇವುಗಳ ನಡುವೆ ತಮಿಳುನಾಡಿನ ಲಬ್ಬಯೆಗಳ ಮೇಲೆ ನಡೆದ ಜಾಕಬ್ ಪಾಂಡಿಯನ್‌ರ ಸಂಶೋಧನೆಯನ್ನು,

328 , Ghous Ansari , Op.cit.

329 Partap C Aggarwal, Islamic Revival in Modern India: The Case of the Meos, Economic and Political Weekly , , Vol. 4, No. 42 , October 18, 1969, pp. 1677, 1679-1681

330 R. K. Mutatkar and A. Ansari, Muslim Caste in an Indian Town : A Case Study, Bulletin of the Deccan College Post-Graduate and Research Institute , Vol. 25, 1966, pp. 163-190, : Partap C. Aggarwal A Muslim Sub-Caste of North India: Problems of Cultural Integration, Economic and Political Weekly , Vol. 1, No. 4, Sep. 10, 1966, pp. 159-161

331 Julien Levesque. Debates on Muslim Caste in North India and Pakistan: from Colonial Ethnography to Pasmanda mobilization. CSH-IFP Working Papers 15 - May 2020

332 Imtiyaz Ahmed , (Ed.), Caste and Social Stratification among Muslims in India (2nd edn.), Manohar, 1978, Pp. 318, Imtiyaz Ahmed (Ed.), Family, Kinship, and Marriage among Muslims in India, Manohar, 1976, Pp. 367

333 Mattison Mines, Muslim, Social Stratification in India: The Basis for Variation, SouthWestern Journal of Anthropology , Vol. 28, No. 4 Winter, 1972, pp. 333-349

334 Charles Lindhol, Paradigms of Society: A critique of theories of caste among Indian Muslims European Journal of Sociology , Vol. 26, No. 1, 1985, pp. 131-141

335 Mattison Mines Op.cit, pp. 333-349

50ರ ದಶಕದ ವಿಕ್ಟರ್ ಡಿಸೋಜರ ಸಂಶೋಧನೆಗೆ ತಳುಕು ಹಾಕಬಹುದು. ಇದು ಕರಾವಳಿಯ ನವಾಯತರ ಇತಿಹಾಸದಂತೆ, ಲಬ್ಬಯೆಗಳ ಇತಿಹಾಸವನ್ನು ಅರಬ್ಬರ ಆಗಮನದಲ್ಲಿ ನೋಡುತ್ತಿತ್ತು. ಅಲ್ಲದೇ ಮುಸ್ಲಿಮರನ್ನು ವರ್ಣ ಸಿದ್ಧಾಂತದ ಚೌಕಟ್ಟಿನಲ್ಲಿ ನೋಡಬಾರದೆಂದು ಪ್ರತಿಪಾದಿಸುತ್ತಾ, ಅವರೊಳಗೂ ಶ್ರೇಣಿಕೃತ ವ್ಯವಸ್ಥೆ ಇರುವುದನ್ನು ಮಾತ್ರ ಧೃಡಪಡಿಸಿತ್ತು.[336]

ಇಮ್ತಿಯಾಜ್ ಆಹ್ಮದ್‌ರ ಕೊಡುಗೆ ಅನನ್ಯ. ಅವರ ಕೃತಿ "ಕಾಸ್ಟ್ ಅಂಡ್ ಸೋಶಿಯಲ್ ಸ್ಟ್ರಾಟೀಫಿಕೇಶನ್ ಅಮಾಂಗ್ ಮುಸ್ಲಿಮ್ ಇನ್ ಇಂಡಿಯಾ"[337] (1978). ತದನಂತರ ಬಂದ ಇನ್ನೊಂದು ಸಂಪಾದಿತ ಕೃತಿಯೆಂದರೆ, "ಫ್ಯಾಮಿಲಿ, ಕಿನ್ಷಿಪ್, ಆ್ಯಂಡ್ ಮ್ಯಾರೇಜ್ ಅಮಾಂಗ್ ಮುಸ್ಲಿಂಸ್ ಇನ್ ಇಂಡಿಯಾ" (1976) ಬಹುಮುಖ್ಯ ಇಮ್ತಿಯಾಜ್ ವಸಾಹತುಶಾಹಿಯ ದಾಖಲಾತಿಗಳಾದ ಜನಗಣತಿ, ವರದಿ, ಕುಲಶಾಸ್ತ್ರೀಯ ಅಧ್ಯಯನಗಳ ಮೇಲೆ ಅವಲಂಬಿತರಾಗದೆ ತಳಮಟ್ಟದ ಅಧ್ಯಯನಗಳ ಮೇಲೆ ಮತ್ತು ಅದರ ಸಾಕ್ಷ್ಯಾಧಾರಗಳ ಮೇಲೆ ಕಥನಗಳನ್ನು ಕಟ್ಟಿದರು. ಜಾತಿಯ ಚೌಕಟ್ಟುಗಳನ್ನು ನಿರಾಕರಿಸುತ್ತಾ ಬಂದ ಧರ್ಮದೊಳಗೆ ಜಾತಿ ತರಹದ ಚೌಕಟ್ಟುಗಳಿರುವುದನ್ನು ಗುರುತಿಸಿದರು. ಇಮ್ತಿಯಾಜ್ ಪ್ರಕಾರ ಜಾತಿಯ ಲಕ್ಷಣಗಳಾದ ಶ್ರೇಣೀಕೃತ ವ್ಯವಸ್ಥೆ, ಸಾಮಾಜಿಕ ಅಂತರ, ಜಡತ್ವ ಭಾರತಕ್ಕೆ ಮಾತ್ರ ಸೀಮಿತವಾಗಿಲ್ಲ, ದಕ್ಷಿಣ ಏಶಿಯಾದ ದೇಶಗಳಾದ ಪಾಕಿಸ್ತಾನ, ಬಾಂಗ್ಲಾದೇಶ, ಶ್ರೀಲಂಕಾಗಳಲ್ಲಿ ಈ ತರಹದ ಚೌಕಟ್ಟುಗಳನ್ನು ಕಾಣಬಹುದು. ಇದು ಸರ್ವೇಸಾಮಾನ್ಯ.

ಈ ಸಂದರ್ಭದಲ್ಲಿ ಹಲವು ರೂಪದ ಕಥನಗಳನ್ನು ನೋಡಬಹುದು. ಮೊದಲನೆಯ ಕಥನದಲ್ಲಿ ಇಮ್ತಿಯಾಜ್ ಅಹ್ಮದ್‌ರ ಕೊಡುಗೆ ಮತ್ತು ವಾದವನ್ನು ನೋಡಬಹುದು. ಇಮ್ತಿಯಾಜ್ ಮುಸ್ಲಿಮರಲ್ಲಿ ಜಾತಿಯೇ ಪ್ರಧಾನವೆಂದಾಗಲೀ, ಜಾತಿಯೇ ಅವರ ಅಸ್ಮಿತೆಯ ಕುರುಹು ಎಂದಾಗಲಿ ವಾದಿಸಲಿಲ್ಲ, ಭಾರತದ ಸಂದರ್ಭದಲ್ಲಿ ಇಸ್ಲಾಂ ಸ್ಥಾನೀಯವಾಗಿ ಹರಡಿದ್ದ ಹಿಂದೂ ಸಂಸ್ಕೃತಿಯನ್ನು ಕೂಡ ಒಳಗೊಂಡಿತ್ತು. ಆದಕಾರಣ ಮುಸ್ಲಿಮರಲ್ಲಿ ಜಾತಿಯ ತರಹದ ಚೌಕಟ್ಟಿಗಳಿರುವುದನ್ನು ಗುರುತಿಸಿದರು. ಇದರ ಮುಂದುವರಿಕೆಯಾಗಿ ಎರಡು ರೀತಿಯ ಇಸ್ಲಾಂ ಚಾಲ್ತಿಯಲ್ಲಿರುವುದನ್ನು ಗುರುತಿಸಿದರು: ಒಂದು, ಅತೀತವಾದ ಇಸ್ಲಾಂ ಮತ್ತು ಎರಡನೆಯದು ತೀರಾ ಅಕ್ಕಪಕ್ಕದಲ್ಲಿರುವ, ಹತ್ತಿರದಲ್ಲಿರುವ ನಿತ್ಯ

336_Jacob PandianThe Hindu Caste System and Muslim Ethnicity: The Labbai of a Tamil Village in South Indiam, Ethnohistory , Vol. 25, No. 2 1978, pp. 141-157

337

ಆಚರಣೆಗಳಲ್ಲಿ ಸಿಗುವ ಇಸ್ಲಾಂ. ಇಂತಹ ವಾದಗಳನ್ನು ಉಳಿದವರು ಕೂಡ ಮಾಡಿದ್ದಾರೆ. ಅದರಲ್ಲಿ ವಿದೇಶಿ ಶಾಸ್ತ್ರಜ್ಞರು ಇದನ್ನು 'ಜನಪದ[338] ಇಸ್ಲಾಂ ಎನ್ನುತ್ತಾರೆ ಅದೇ ರೀತಿಯಾಗಿ ವೀಣಾದಾಸ್ ಧರ್ಮವನ್ನು ಜನಪದ ಇಸ್ಲಾಂ ಎಂದೆಲ್ಲಾ ಕರೆದರು.[339] ವಾಸ್ತವವಾಗಿ ಧರ್ಮ ಜನಪದ ರೂಪದಲ್ಲಿ, ಜನಪದ ಭಾಷೆಗಳ ರೂಪದಲ್ಲಿ, ಜನಪದ ಹಾಡುಗಳ ಮೂಲಕ, ಗ್ರಂಥಕ್ಕೆ ಜನಪದ ರೂಪದ ಅರ್ಥವನ್ನು ನೀಡುವ ಮೂಲಕ ದಿನನಿತ್ಯದ ಜೀವನ ಮತ್ತು ಧರ್ಮದ ನಡುವಿನ ಸಂವಹನವನ್ನು ಏರ್ಪಡಿಸುತ್ತದೆ. ಜನಪದ ಇಸ್ಲಾಂನ ವಾದಗಳನ್ನು ಇನ್ನು ಕೆಲವರು ಪುಷ್ಟೀಕರಿಸದ್ದಾರೆ. ಅದರಲ್ಲಿ ಬೌದೌನ್ ದುಪರೆಟ್,[340] ಪ್ರಮುಖರು (2012) ಈ ವಾದದ ನಡುವೆ ತಟ್ಟೆಂದು ನೆನಪಾಗುವುದು ಸೂಫಿ ಹಾಡುಗಳು ಮತ್ತು ಮೊಹರಂ ಹಬ್ಬ. ಉತ್ತರ ಭಾರತದ ಸೂಫಿ ಸಂಸ್ಕೃತಿಯ ಹಾಡುಗಳು, ಇದನ್ನು ನೆನಪಿಸುತ್ತದೆ,

ಇದರ ಮುಂದುವರಿಕೆಯಾಗಿ ಹಲವು ಚರ್ಚೆಗಳು ಮುನ್ನೆಲೆಗೆ ಬಂದವು. ಮುಸ್ಲಿಮರಲ್ಲಿ ಜಾತಿಗಳೇನಾದರೂ ಇದ್ದರೆ ಅದನ್ನು ಅತ್ಯಂತ ಸಡಿಲ ರೂಪದಲ್ಲಿ ವ್ಯಾಖ್ಯಾನಿಸಬೇಕೆ ಹೊರತು ಹಿಂದುಗಳಲ್ಲಿರುವಂತೆ ಜಡತ್ವವಿರುವಂತೆಯಲ್ಲ. ಜಾತಿಯ ಬದಲಿಗೆ ಪಂಗಡಗಳೆಂದು ಏಕೆ ಬಿಂಬಿಸಬಾರದು, ಅಥವಾ ಮುಸ್ಲಿಮರನ್ನು ಒಂದು "ಬಿರಾದಾರಿ ಚೌಕಟ್ಟಿ"ನೊಳಗೆ ಸೀಮಿತಗೊಳಿಸಬಾರದು? ಜಾತಿಯ ಇರುವಿಕೆಯನ್ನು ಒಂದು ಇತಿಹಾಸದ ಚೌಕಟ್ಟಿನಲ್ಲಿ ನೋಡಬಾರದು.

ಇವುಗಳ ನಡುವೆ ಮತ್ತೊಂದು ವಾದ ಮುನ್ನೆಲೆಗೆ ಬಂತು. ಧರ್ಮದ ಶುದ್ಧೀಕರಣದ ಪ್ರಕ್ರಿಯೆ ಜಾತಿಯ ಅಸ್ಮಿತೆಗಳಿಗೆ ಮಾರಕವಾಗುತ್ತಿದೆ ಮಾತ್ರವಲ್ಲದೆ ಅದನ್ನು ವ್ಯವಸ್ಥಿತವಾಗಿ ಮರೆಯುವಂತೆ ಮಾಡಲಾಗುತ್ತಿದೆ. ಭಾರತದ ಸಂದರ್ಭದಲ್ಲಿ ಇದನ್ನು ವಾದಿಸಿದವರಲ್ಲಿ ಖ್ಯಾತ ಸಮಾಜಶಾಸ್ತ್ರಜ್ಞ ಟಿ. ಎನ್ ಮದನ್ ಕೂಡ ಒಬ್ಬರು. ಮಂಡಲ್ ಆಯೋಗ ಕೂಡ ಇದೇ ರೀತಿಯಾಗಿ ವಾದಿಸಿತ್ತು. ಮೂರನೆಯ ವಾದ ಇಸ್ಲಾಂನ ಶುದ್ಧೀಕರಣದ ಪ್ರಕ್ರಿಯೆಯೆಂಬುದು ಒಂದು ವಿಧಾನ, ವಾಸ್ತವ ಪ್ರಕ್ರಿಯೆ ಮತ್ತು ಅದು ಅಂತಿಮವಾಗಿ ಅತೀತ, ಇಸ್ಲಾಂ ಅನ್ನು ಸ್ಥಾಪಿಸುವ ಉದ್ದೇಶವನ್ನು ಇಟ್ಟುಕೊಂಡಿರುವ ಕಾರಣ ಜಾತಿ ಅಥವಾ ಇನ್ನಿತರ ಅಸ್ಮಿತೆಗಳು ಅಂತಿಮ ವಿಶ್ಲೇಷಣೆಯಲ್ಲಿ ನಗಣ್ಯವಾಗುತ್ತದೆ. ಈ ಪ್ರಕ್ರಿಯೆ ಒಂದು ಕ್ರಮಬದ್ಧ, ಸಂಪೂರ್ಣಗೊಂಡ ಇಸ್ಲಾಂ ಅನ್ನು ಸ್ಥಾಪಿಸುವ ಉದ್ದೇಶವನ್ನು

338 Baudouin Dupret, Thomas Pierret, Paulo G. Pinto and Kathryn Spellman-Poots, Ethnographies of Islam Ritual Performances and Everyday Practices , The Agha Khan University, Edinburg, 2012 p. 3

339 Veena Das, , For a folk-theology and theological anthropology of Islam, Contribution to Indian Sociology, November , 1984, pp.333-46

340

ಇಟ್ಟುಕೊಂಡಿರುತ್ತದೆ. ಜಾತಿಯ ಅಥವಾ ಜನಾಂಗೀಯ ಇರುವಿಕೆ ಮತ್ತು ಅದರ ಗುರುತಿಸುವಿಕೆ ಅಂತಿಮವಾಗಿ "ದೂರ ಸರಿದ ಇಸ್ಲಾಂ" ಆಗಿಬಿಡುತ್ತದೆ. ಆದಕಾರಣ ಸೂಫಿಸಂ, ಅಹಮದೀಯಾ ಪಂಗಡ ಇತ್ಯಾದಿಗಳನ್ನು ಈ ದೃಷ್ಟಿಯಲ್ಲಿ ನೋಡಬೇಕಾಗುತ್ತದೆ.

ಇವುಗಳ ನಡುವೆ ಜಾತಿಯನ್ನು ಕೆಲವರು ರಾಜಕೀಯ ಚೌಕಟ್ಟಿನಲ್ಲಿ ವಾದಿಸಿದ್ದಾರೆ. ಸತೀಶ್ ಸಬರ್‌ವಲ್[341] ಇದರಲ್ಲಿ ಒಬ್ಬರು. ಅವರ ಪ್ರಕಾರ ಮತಾಂತರವೆಂಬುದು ಬರಿ ಸಾಮಾಜಿಕ ಕ್ರಿಯೆಯಲ್ಲ, ಹೊರತು ಅದೊಂದು "ರಾಜಕೀಯ ಮತಾಂತರ"ದ ಕ್ರಿಯೆ, ಮುಸ್ಲಿಮರಲ್ಲಿ ಅಶ್ರಫ್ ಮತ್ತು ಅರ್ಜಲ್ಸ್‌ರ ನಡುವೆ ಇರುವ ವಿಭಿನ್ನತೆ ಸರ್ವೇಸಾಧಾರಣವಾಗಿರುವ ವಿಭಿನ್ನತೆಯಲ್ಲ, ಅದು ಹಿಂದೂಗಳಲ್ಲಿರುವ ಜಾತಿ ವಿಭಜನೆಯನ್ನು ನೆನಪಿಸುವಂತಹ ವಿಭಿನ್ನತೆ. "ರಾಜಕೀಯ ಮತಾಂತರವನ್ನು" ಎ. ಎಂ. ಶಾ ಗುಜರಾತಿನ ಸಂದರ್ಭದಲ್ಲಿ ಹೇಗೆ ಕೆಲವು ಜಾತಿಗಳು ರಾಜಕೀಯ ಕಾರಣಕ್ಕಾಗಿ, ಲಾಭಕ್ಕಾಗಿ, ಸ್ಥಾನಮಾನಕ್ಕಾಗಿ ಮುಸಲ್ಮಾನರಾದರು ಎಂಬುದನ್ನು ಹೇಳುತ್ತಾರೆ.[342]

ಈ ಸಂದರ್ಭದಲ್ಲಿ ಇನ್ನೊಬ್ಬ ಪ್ರಮುಖ ಸಮಾಜಶಾಸ್ತ್ರಜ್ಞ ಎಂ.ಎನ್. ಶ್ರೀನಿವಾಸನ್‌ರ 1980ರ ದಶಕದ ವಾದವನ್ನು ಗಮನಿಸಬೇಕು. ಅವರ ವಾದ ಉಳಿದವರ ವಾದದಿಂದ ವಿಭಿನ್ನವಾಗಿರಲಿಲ್ಲ. ಅವರ ವಾದವಿಷ್ಟೇ, ಮತಾಂತರ ನಂತರವೂ ಜಾತಿಗಳು ತಮ್ಮ ಮೂಲ ಜಾತಿಗಳ ಸಂಪ್ರದಾಯ, ಆಚರಣೆ ಇಟ್ಟುಕೊಂಡಿವೆ. 1980ರ ದಶಕದಲ್ಲಿ ಬಂದ ಅತ್ಯುತ್ತಮ ಸಂಶೋಧನೆಯೆಂದರೆ ಶಮೀಮ್ ಆಹಮದ್ ಮತ್ತು ಚಕ್ರವರ್ತಿಯವರದ್ದು.[343] ಇದು 1980ರ ದಶಕದ ಕುಲಶಾಸ್ತ್ರೀಯ ಸಂಶೋಧನೆಯಂದರೂ ಅದು ಜಾತಿಯ ವಿಶ್ಲೇಷಣೆಗೆ ಹೊಸ ಚೌಕಟ್ಟನ್ನು ನೀಡಿತ್ತು ಎಂದರೂ ತಪ್ಪಾಗಲಿಕ್ಕಿಲ್ಲ, ಇದು ವಸಾಹತುಶಾಹಿ ಮತ್ತು ಮುಸ್ಲಿಮರ ಜಾತಿ ಕುರಿತಂತೆ ಇರುವ ಸಾಂಪ್ರದಾಯಿಕ ನಂಬಿಕೆಗಳನ್ನು ಹುಸಿಗೊಳಿಸಿತ್ತು ಮತ್ತು ಹೊಸ ಚರ್ಚೆಯನ್ನೇ ಪ್ರಾರಂಭಿಸಿತ್ತು. ಅದರ ಪ್ರಕಾರ ಮೇಲ್ಜಾತಿಗಳಲ್ಲಿ ವಿಭಿನ್ನತೆ ಇಲ್ಲ ಎಂಬ ವಾದ ಒಂದು ದೊಡ್ಡ ಮಿಥ್ಯೆ. ಮೇಲ್ಜಾತಿಗಳನ್ನು ನಾಲ್ಕು ವರ್ಗ/ಜಾತಿಗಳಿಗೆ ಸೀಮಿತಗೊಳಿಸುವುದು ಕೂಡ ಸರಿಯಲ್ಲ. ಮೇಲ್ಜಾತಿಗಳಲ್ಲಿ ನಾಲ್ಕು ಜಾತಿಗಳ ಹೊರತಾಗಿ ಇನ್ನಷ್ಟು ಜಾತಿಗಳಿವೆ.

341 Satish Saberwal , On the Making of Muslims in India Historically, Sociological Bulletin , Vol. 55, No. 2 , May-August 2006, pp. 237-266

342 A.M.. Shah, Exploring India's rural past: A Gujarat village in the early nineteenth century, Oxford University Press, , New Delhi . 2002

343 Shamim Ahmad and A. K. Chakravarti Regional Characteristics of Muslim Caste Systems in India, GeoJournal , Vol. 5, No. 1 1981, pp. 55-60

ದಕ್ಷಿಣ ಭಾರತದಲ್ಲಿ ತಂಗಳ್, ಅರಬಿಗಳು ಈ ಜಾತಿಯ ಭಾಗ.ಈ ಹಿಂದೆ (ಪ್ರಥಮ ಅಧ್ಯಯನದಲ್ಲಿ) ತಿಳಿಸಿದಂತೆ ಮೇಲ್ಜಾತಿಗಳಲ್ಲಿ ಕೂಡ ಹತ್ತು ಹಲವು ಉಪ-ಜಾತಿ-/ಪಂಗಡಗಳಿವೆ, ಕೆಲವು ಜಾತಿಗಳು ಮತಾಂತರದ ನಂತರ ಮೇಲ್ಜಾತಿಗಳಾದ್ದನ್ನು ಇವರು ದಾಖಲಿಸುತ್ತಾರೆ.

1950ರ ದಶಕದಲ್ಲಿ ಆರಂಭಗೊಂಡ ಸಂಶೋಧನೆಯ ರೂಪಗಳು 2000 ದಶಕದ ನಂತರವೂ ಬದಲಾಗಲಿಲ್ಲವೆಂಬುದು ವಾಸ್ತವ. ಇದರ ಮುಂದುವರಿಕೆಯಾಗಿ ಮುಸ್ಲಿಮ್ ಜಾತಿ ಮತ್ತು ಹಿಂದೂ ಜಾತಿಗಳ ನಡುವಿನ ಸೌಮ್ಯತೆ ಕುರಿತು ಮತ್ತೆ ಮತ್ತೆ ವಾದಗಳು ನಡೆಯುತ್ತಾ ಬಂದವು, ಅಧ್ಯಯನಗಳು ನಡೆದವ ಹುಸೈನ್ ಖಾನ್[344] ಕರ್ನಾಟಕದ ಗುಲಬರ್ಗಾದ ಸಂದರ್ಭದಲ್ಲಿ ಇದೇ ರೀತಿಯ ಅಧ್ಯಯನವನ್ನು ಕೈಗೊಂಡರು. ಆಂಧ್ರಪ್ರದೇಶದಲ್ಲಿ ಎ.ಎ.ಸಾಹೇಬ್ ಕೈಗೊಂಡ ಸಂಶೋಧನೆ ಸ್ವಲ್ಪ ವಿಭಿನ್ನವಾದರೂ, ಹೊಸ ಚರ್ಚೆಗೆ ಅವಕಾಶ ಮಾಡಿಕೊಡಲಿಲ್ಲ.[345] ಇದರ ವಿಶಿಷ್ಟತೆ ಎಂದರೆ ಇದು ಏಳು ಶ್ರೇಣೀಕೃತ ಜಾತಿಗಳನ್ನು ಗುರುತಿಸಿತ್ತು- ಅತ್ಯಂತ ಮೇಲ್ಪದರದಲ್ಲಿರುವವರು ಸೈಯ್ಯದ್‌ಗಳು, ತದನಂತರ ಶೇಖ್‌ಗಳು, ಪಠಾಣರು, ಲಬ್ಬಯೆಗಳು, ಐದನೆಯ ಹಂತದಲ್ಲಿರುವವರು ಖುರೇಶಿಗಳು, ಅತ್ತರ್ ಸಾಯಿಬಾಲು, ಗೈರ್ ಮೆಹದಿ, ಆರನೆಯ ಹಂತದಲ್ಲಿರುವವರು ಏರಚೆಕೆಟ್ಟಕರೆ, ಗರಡಿ ಬೊರೆವಾಲೆ. ಈ ಶ್ರೇಣೀಕೃತ ವ್ಯವಸ್ಥೆಯ ಅಂಚಿನಲ್ಲಿರುವವರು ದಲಿತರಿಂದ ಮತಾಂತರಗೊಂಡ ಮುಸ್ಲಿಂ ದಡೆಕುಲರು. ಈ ಜಾತಿ ಮತಾಂತರಗೊಳ್ಳಲು ಸೂಫಿ ಸಂತ ಬಾಬಾ ಫಕ್ರುದ್ದೀನ್ ಕಾರಣವೆನ್ನುತ್ತಾರೆ. ದಡೆಕುಲಗಳು ಮೇಲ್ಜಾತಿಗಳೊಂದಿಗೆ ಮದುವೆ ಸಂಬಂಧಗಳನ್ನು ಇಟ್ಟುಕೊಳ್ಳುವಂತಿಲ್ಲ, ಮತಾಂತರ ಪೂರ್ವದ ಎಷ್ಟೋ ಹಿಂದೂ ಲಕ್ಷಣಗಳನ್ನು, ಅದರೊಟ್ಟಿಗೆ ಜಾತಿಯ ಸಮಿತಿಗಳನ್ನು, ಜತನವಾಗಿ ರಕ್ಷಿಸಿಕೊಂಡು ಬಂದಿದ್ದಾರೆ ಎಂದು ಸಂಶೋಧನೆ ವಾದಿಸುತ್ತದೆ. ದಡೆಕುಲ ನಂಬುವ ಇಸ್ಲಾಂ ಜಾನಪದ ರೂಪದ ಇಸ್ಲಾಂ. ಇದರ ಮುಂದುವರಿಕೆಯಾಗಿ ಮುಸಲ್ಮಾನರಲ್ಲಿರುವ ದಲಿತ ಜಾತಿಗಳ ಕುರಿತು ಉಳಿದವರು ಒಂದಿಷ್ಟು ಯತ್ನಗಳನ್ನು ಮಾಡಿದ್ದಾರೆ, ಇದು ಸಣ್ಣ ಮುಟ್ಟದ ಚರ್ಚೆಗೆ ಅನುವು ಮಾಡಿಕೊಟ್ಟಿದ್ದು ದಿಟ, ಪ್ರಮುಖವಾಗಿ ಮೀಸಲಾತಿಯ ಸಂದರ್ಭದಲ್ಲಿ- ಮುಸಲ್ಮಾನರಲ್ಲಿ ದಲಿತರಿದ್ದಾರೆಯೇ ಎಂಬುದರ ಕುರಿತು. ಈ ಸಂದರ್ಭದಲ್ಲಿ ಜೊಯಲ್ ಲೀಯವರ 2018ರ ದಲಿತರಂತೆ ಪ್ರತಿನಿತ್ಯ ಅವಮಾನಿತರಾಗಿ ಭಂಗಿಗಳಂತೆ ಬದುಕುವ ಹಲಾಲ್ಕೋರರ ಕುರಿತಾದ ಅಧ್ಯಯನ ಒಂದು ಪ್ರಮುಖ ಅಧ್ಯಯನ.[346] ಇವರನ್ನು

344 73C. G. Hussain Khan, Muslim Kinship in Dravidian Milieu: Economic and Political Weekly, Vol. 38, No. 46 Nov. 15-21, 2003, pp. 4902-4904

345 S. A. A. Saheb, Dudekula Muslims of Andhra Pradesh: An Ethnographic Profile, Economic and Political WeeklyVol. 38, No. 46 , Nov. 15-21, 2003, pp. 4908-491

346 Joel Lee, Who is the true Halalkhor? Genealogy and ethics in dalit Muslim oral traditions , Contributions to Indian Sociology, Vol.52, No..1, 2018, pp. 1-27

"ಮುಸ್ಲಿಮ್ ಭಂಗಿ", ಅಥವಾ "ಲಾಲ್ಬೆಗಿ"ಗಳೆಂದು ಕೂಡ ಕರೆಯಲಾಗುತ್ತದೆ. ಇವರ ಬದುಕನ್ನು ಲೀಯವರು "ಇಂಟಿಮೇಟ್ ಅನ್ಟಚೆಬಿಲಿಟಿ" ಅಥವಾ "ನಿಕಟ ಅಸ್ಪೃಶ್ಯತೆ" ಎಂದು ಕರೆಯುತ್ತಾರೆ–ಒಂದೆಡೆ ಅವರಿಗೆ ಸೀಮಿತವಾದ ಸ್ಮಶಾನವಿದೆ, ಸಾಮಾಜಿಕ ಅಂತರವನ್ನು ಕಾಯ್ದುಕೊಳ್ಳಲಾಗುತ್ತದೆ, ಅವರೊಂದಿಗೆ ವಿವಾಹ ಸಂಬಂಧಗಳನ್ನು ಇತರೇ ಮುಸಲ್ಮಾನರು ಮಾಡುವುದಿಲ್ಲ, ಆದರೂ ಅವರು "ಮುಸಲ್ಮಾನರು". ಇವುಗಳೆಲ್ಲದರ ಅರ್ಥವೇನೆಂದರೆ ಜಾಗತಿಕವಾಗಿ ಹರಡಿರುವ ಧರ್ಮ ಸ್ಥಾನೀಯವಾಗಿ ಜೀವಂತವಾಗಿರುವುದರ ಸಂಕೇತ ಎನ್ನಬಹುದು.

ಇವುಗಳ ನಡುವೆ ಜಾತಿಯ ಮತಾಂತರಕ್ಕೆ ಕಾರಣಗಳನ್ನು ಹುಡುಕುವ ಕೆಲವು ಪ್ರಯತ್ನಗಳನ್ನು ಸಮಾಜಶಾಸ್ತ್ರಜ್ಞರು ಮಾಡಿದ್ದು ದಿಟ. ಇದರಲ್ಲಿ ಸತೀಷ್ ಸಬರ್‌ವಾಲ್,[347] ಎ.ಎಂ ಶಾ,[348] ಮತ್ತು ಯೋಗೇಂದ್ರ ಸಿಕಂದ್ ಪ್ರಮುಖರು. ಸಬರ್‌ವಾಲ್ ಪ್ರಕಾರ ಇತಿಹಾಸದಲ್ಲಿ ಮತಾಂತರಕ್ಕೆ ಅಂದಿನ ರಾಜಕೀಯವೇ ಕಾರಣ, ಅದರಲ್ಲೂ ಪ್ರಮುಖವಾಗಿ ಆಸ್ತಿಯನ್ನು ವ್ಯವಸ್ಥೆಯಿಂದ ರಕ್ಷಿಸುವುದು, ರಾಜಕೀಯ ಅಧಿಕಾರದ ಲಾಭವನ್ನು ಪಡೆಯುವುದು ಇತ್ಯಾದಿಗಳು ಸೇರಿಕೊಂಡಿದ್ದವು.ಇದೇ ರೀತಿ ಶಾ ಜನಗಣತಿಯನ್ನು ಆಧಾರವನ್ನಾಗಿಸಿ ಗುಜರಾತಿನ ಸಂದರ್ಭದಲ್ಲಿ ವಾದಿಸುತ್ತಾರೆ. ಯೋಗೇಂದ್ರ ಸಿಕಂದ್[349] ಇದಕ್ಕಿಂತ ಸ್ವಲ್ಪ ಭಿನ್ನವಾಗಿ ವಿಶ್ಲೇಷಿದರು. ಬಹಳ ಮುಖ್ಯವಾಗಿ ರಜಪೂತರು ಮತ್ತು ಇನ್ನಿತರರು ಶುದ್ಧಿ ಕಾರ್ಯಕ್ರಮದಿಂದ ಹಿಂದೂ ಧರ್ಮಕ್ಕೆ ಪುನರ್ ಮತಾಂತರವಾದ ರಾಜಕೀಯವನ್ನು ಅನಾವರಣಗೊಳಿಸಿದರು.

ವಾಸ್ತವವಾಗಿ ಸ್ವಾತಂತ್ರ್ಯದ ನಂತರದ ಒಂದೆರಡು ಅಧ್ಯಯನಗಳನ್ನು ಹೊರತು ಪಡಿಸಿದರೆ, ಉಳಿದ ಸಂಶೋಧನೆಗಳು, ಅಧ್ಯಯನಗಳು ಕುಲಶಾಸ್ತ್ರೀಯ ಅಧ್ಯಯನಗಿಂತಲೂ ಸಮಾಜಶಾಸ್ತ್ರೀಯ ಅಧ್ಯಯನದ ಮೇಲೆ ಒತ್ತುಕೊಟ್ಟಿದ್ದೆ ಹೆಚ್ಚು. ಇವುಗಳ ನಡುವೆ ಕೆಲವು ಅಧ್ಯಯನಗಳು ಹೊಸ ಚರ್ಚೆಗಳನ್ನು, ಕಥನಗಳನ್ನು ಹುಟ್ಟು ಹಾಕಿದವು, ಹೊಸ ವರ್ಗೀಕರಣವನ್ನು ಮಾಡಿದವು, ಮುಸ್ಲಿಮರಲ್ಲಿರುವ ಜಾತಿಗಳ ಪಟ್ಟಿಗಳನ್ನು ತಯಾರಿಸಿದವು, ಒಟ್ಟಾರೆಯಾಗಿ ಮುಸ್ಲಿಮರಲ್ಲಿ ಜಾತಿಗಳನ್ನು ಗುರುತಿಸಿದ್ದು ಸ್ಪಷ್ಟ.

ಇವುಗಳ ನಡುವೆ ಬಹಳ ಮುಖ್ಯವಾದ ಕುಲ ಶಾಸ್ತ್ರೀಯ ಅಧ್ಯಯನ ನಡೆದದ್ದು 1980ರ ದಶಕದಲ್ಲಿ ಎಂದು ಹೇಳಬಹುದು. 1980ರ ದಶಕ ಎರಡು ಕಾರಣಕ್ಕಾಗಿ ಮಹತ್ವವೆನಿಸುತ್ತದೆ: ಸಮಾಜಶಾಸ್ತ್ರದ ಅಧ್ಯಯನ ಒಂದೆದೆ ತಳಸಮುದಾಯದ

347 Satish Saberwal , Op.cit. pp. 237-266

348 A.M.. Shah, Op.cit.

349 Yoginder Sikand and Manjari Katju, Mass Conversions to Hinduism among Indian Muslims Economic and Political Weekly , , Vol. 29, No. 34 , Aug. 20, 1994, pp. 2214-2219

ವರ್ಗಗಳಿಗೆ, ಅದರಲ್ಲೂ ರೈತ ಮತ್ತು ಆದಿವಾಸಿ ಹೋರಾಟವನ್ನು ಮುನ್ನೆಲೆಗೆ ತಂದರೆ, ಅದೇ ಸಂದರ್ಭದಲ್ಲಿ (1985ರಲ್ಲಿ) ಅಂಥ್ರೋಪೊಲಾಜಿಕ್ ಸೊಸೈಟಿ ಆಫ್ ಇಂಡಿಯಾ, ತನ್ನ ಪೀಪಲ್ ಆಫ್ ಇಂಡಿಯಾ ಯೋಜನೆಯ ಭಾಗವಾಗಿ ಒಂದು ವಿಸ್ತೃತವಾದ ಕುಲಶಾಸ್ತ್ರೀಯ ಅಧ್ಯಯನವನ್ನು ಕೈಗೊಳ್ಳುತ್ತದೆ. ಮೊದಲನೆಯದರಲ್ಲಿ ಎ.ಆರ್. ದೇಸಾಯಿ, ಕೆ.ಎಲ್ ಶರ್ಮ, ಧನಗರೆ, ಕ್ಯಾಥಲಿನ್ ಘಾಗ್ ಇತ್ಯಾದಿಯವರ ಕೊಡುಗೆ ಅನನ್ಯ. ಅಂಥ್ರೋಪೊಲಾಜಿಕ್ ಸೊಸೈಟಿಯ ಅಧ್ಯಯನಕ್ಕೂ ವಸಾಹತುಕಾಲದ ಕುಲಶಾಸ್ತ್ರಿಯ ಅಧ್ಯಯನಕ್ಕೂ ಕೆಲವು ವ್ಯತ್ಯಾಸಗಳಿರುವುದನ್ನು ಗುರುತಿಸಬಹುದು. ವಸಾಹತುಶಾಹಿ ಅಧ್ಯಯನ ನಾಲ್ಕು ಪ್ರಾಂತೀಯ ಸಂಸ್ಥಾನಗಳನ್ನು ಹೊರತುಪಡಿಸಿದರೆ, ಉಳಿದ ಸಂಸ್ಥಾನಗಳನ್ನು ಒಳಗೊಳ್ಳಲಿಲ್ಲ, ವಸಾಹತುಶಾಹಿಯ ಪ್ರದೇಶಗಳನ್ನು ಮಾತ್ರ ಒಳಗೊಂಡಿತ್ತು. ಇದರಲ್ಲಿ ಮೈಸೂರು ಸಂಸ್ಥಾನವೂ ಒಳಗೊಂಡಿತ್ತು. ನಂಜುಂಡಯ್ಯನವರ ಕುಲಶಾಸ್ತ್ರೀಯ ಅಧ್ಯಯನ ಇದಕ್ಕೆ ಸಾಕ್ಷಿಯಾಯಿತು. ಅದರೆ ಪೀಪಲ್ ಆಫ್ ಇಂಡಿಯಾ ಇಡೀ ದೇಶವನ್ನು ಮತ್ತು ಅತೀ ಹೆಚ್ಚು ಜಾತಿಗಳನ್ನು ಅಭ್ಯಸಿಸಲು ಯತ್ನಿಸಿತ್ತು. ಇಲ್ಲಿ ಅದು ಉಪಯೋಗಿಸಿದ ಪದ ಜಾತಿಗಿಂತಲೂ ಹೆಚ್ಚಾಗಿ ಸಮುದಾಯ. ಅದು ಒಟ್ಟಾರೆಯಾಗಿ 4696 ಜಾತಿಗಳನ್ನು ತನ್ನ ಕುಲಶಾಸ್ತ್ರೀಯ ಅಧ್ಯಯನಕ್ಕೆ ತೆಗೆದುಕೊಂಡಿತ್ತು. ಅದು ಕರ್ನಾಟಕದ ವಿವಿಧೆಡೆ ಹರಡಿರುವ ಕೆಲವು ಮುಸ್ಲಿಮ್ ಜಾತಿಗಳನ್ನು ಗುರುತಿಸುತ್ತದೆಯಲ್ಲದೇ, ಅವರ ಸಮಾಜೊ-ಆರ್ಥಿಕ ಬದಲಾವಣೆಯನ್ನು ದಾಖಲಿಸಿತ್ತು. ಅಲ್ಲದೇ 15 ಶೇಕಡಾದಷ್ಟು ಜನರು ಅಸ್ಪೃಶ್ಯ ಸಮಾಜಕ್ಕೆ ಸೇರಿದವರೆಂದು ಕೂಡ ದಾಖಲಿಸಿತ್ತು. ಅವುಗಳಲ್ಲಿ ಭಗ್ವಾನ್ ಒಂದು ಜಾತಿ, ಒಂದು ಕಾಲದಲ್ಲಿ ಮಾಲಿಗಳೆಂದು ಕರೆಯಲ್ಪಡುತ್ತಿದ್ದ ಈ ಜಾತಿಯ ಮುಖ್ಯ ಕಸುಬು ತೋಟಗಾರಿಕೆಯಾಗಿತ್ತು. ಇವತ್ತು ಹಣ್ಣು ಹಂಪಲುಗಳನ್ನು ಮಾರುವ ಕಸಬುದಾರರಾಗಿ ಬದಲಾಗಿದ್ದಾರೆ. ಪೀಪಲ್ ಆಫ್ ಇಂಡಿಯಾ ಪ್ರಕಾರ ಇವರ ಸಾಮಾಜಿಕ ಸ್ಥಾನಮಾನ ಅತ್ಯಂತ ಕೆಳಸ್ತರವಲ್ಲ, ಹೊರತು, ಮೇಲ್ವರ್ಗದ ಸೈಯ್ಯದ್ ಮತ್ತು ಕೆಳಸ್ತರದ ಚಪ್ಪರ್ ಬಂದ್ ನಡುವೆ ಇದೆ. ಮುಸ್ಲಿಮರಾದರೂ ಎಲ್ಲಮ್ಮ ದೇವಿ ಅವರ ಸಾಮಾಜಿಕ ಜೀವನದ ಭಾಗ. ಇದೇ ರೀತಿ ಇನ್ನೊಂದು ಮುಸ್ಲಿಮ್ ಜಾತಿಯೆಂದರೆ ಭಿಶ್ತಿ. ಉತ್ತರ ಕರ್ನಾಟಕದಲ್ಲೆಲ್ಲಾ ಹರಡಿರುವ ಈ ಭಿಶ್ತಿಗಳು ಮೂಲತಃವಾಗಿ ನೀರುಗಂಟಿಗಳಾಗಿದ್ದವರು, ಪಟ್ಟಣದಲ್ಲಿ "ಸಾಹೇಬರು-ಬ್ರಿಟಿಷ್"ರುಗಳಿಗೆ ನೀರು ಸರಬರಾಜು ಮಾಡುತ್ತಿದ್ದವರು. ಇವತ್ತು ಕಸುಬು ಬದಲಾಗಿ ಎತ್ತು ಬಂಡಿ, ಟಾಂಗಾ ಒಡಿಸುವ ಉದ್ಯೋಗವನ್ನು ತಮ್ಮದಾಗಿರಿಸಿದ್ದಾರೆ. ಜಮಾತ್ ಎಂಬುದು ಇಸ್ಲಾಮೀಕರಣಗೊಂಡ ಇವರ ಜಾತಿ ಪಂಚಾಯತ್.

ಅದೇನೂ ಇದ್ದರೂ ಭಾಗ್ವಾನ್‌ರಂತೆ ಎಲ್ಲಮ್ಮ ದೇವಿ ಇವರ ಇಷ್ಟ ದೇವತೆ. ಎಲ್ಲಮ್ಮನನ್ನು ಆರಾಧಿಸುವ ಇನ್ನೊಂದು ಜಾತಿಯೆಂದರೆ ಪೆಂಡಾರ್‌ಗಳು. ಅವರು ಮೂಲತಃವಾಗಿ ಪಿಂಡಾರಿಗಳೇ ಎಂಬುದರ ಕುರಿತು ಈ ಅಧ್ಯಯನ ಏನನ್ನೂ ಹೇಳುವುದಿಲ್ಲ, ಈ ಅಧ್ಯಯನದ ಪ್ರಕಾರ ಉತ್ತರ ಭಾರತದಿಂದ ಕರ್ನಾಟಕಕ್ಕೆ ವಲಸೆ ಬಂದು ಧಾರವಾಡದಲ್ಲಿ ನೆಲೆ ನಿಂತ ಪೆಂಡಾರ್‌ಗಳು ಒಂದು ಕಾಲದಲ್ಲಿ ಸೈನ್ಯದಲ್ಲಿ ಅಶ್ವಾರೋಹಿಗಳಾಗಿದ್ದವರು. ಈಗ ಬಡಗಿಗಳಾಗಿ, ಕಾರ್ಮಿಕರಾಗಿ, ಮೇಸ್ತ್ರಿಗಳಾಗಿ, ರಿಕ್ಷಾ ಚಾಲಕರಾಗಿ ಪರಿವರ್ತಿತವಾಗಿರುವ ಜಾತಿ ಎನ್ನಬಹುದು. ಕರಾವಳಿ ಪ್ರದೇಶದಲ್ಲಿ ಹರಡಿರುವ ಮುಸ್ಲಿಮ್ ಜಾತಿಯೆಂದರೆ ಬ್ಯಾರಿಗಳು. ವ್ಯಾಪಾರಸ್ಥರಾಗಿ ಉಳಿದಿರುವ ಜಾತಿಯಲ್ಲಿ ವಿವಿಧ ಭಾಷೆ, ಸಂಸ್ಕೃತಿ, ವಿವಿಧ ಆಚರಣೆಗಳು ಕಂಡು ಬರುತ್ತವೆ. ಇವರ ಕುರಿತು ಸ್ಟರೋಕ್ 1865ರಲ್ಲಿ[350] ಮದ್ರಾಸ್ ಜಿಲ್ಲೆಯ ಕೈಪಿಡಿಯಲ್ಲಿ ಟಿಪ್ಪಣಿಸಿದ್ದಾನೆ. ಚಪ್ಪರ್‌ಬಂದ್ ಕುರಿತು ಸಾಕಷ್ಟು ಚರ್ಚೆ ನಡೆದಿರುವುದು ದಿಟ. ಪೀಪಲ್ ಆಫ್ ಇಂಡಿಯಾದ ಯೋಜನೆಯಲ್ಲಿ ಚಪ್ಪರ್‌ಬಂದ್‌ಗಳ ಮೂಲ ಉಳಿದ ಕುಲಶಾಸ್ತ್ರೀಯ ಅಧ್ಯಯನದಿಂದ ಸ್ವಲ್ಪ ವಿಭಿನ್ನ. ಈ ಅಧ್ಯಯನದ ಪ್ರಕಾರ ಅವರ ಮೂಲ ಇರುವುದು ಬಿಹಾರದ "ಚಪ್ರಾ"ದಲ್ಲಿ. ಅವರ ಕುರಿತು ಧಾರವಾಡ ಗಝೆಟಿಯರ್ ಕೂಡ ಉಲ್ಲೇಖಿಸುತ್ತದೆ. ಚಪ್ಪರ್‌ಬಂದ್‌ಗಳು ಸಂಪೂರ್ಣವಾಗಿ ಮುಸಲ್ಮಾನರಾಗಿರುವುದರ ಕುರಿತು ಗುಮಾನಿಗಳಿವೆ. ಗ್ರಾಮೀಣ ಪ್ರದೇಶದಲ್ಲಿ ಹಿಂದೂ ದೇವತೆಗಳಾದ ಕಾರವ್ವ, ದುರ್ಗವ್ವ ಮತ್ತು ದ್ಯಾಮವ್ವರನ್ನು ಈಗಲೂ ಆರಾಧಿಸುತ್ತಾರೆ ಎಂದು ಅಧ್ಯಯನ ಹೇಳುತ್ತದೆ.[351] ಇನ್ನಿತರ ಜಾತಿಗಳೆಂದರೆ ಧೋಬಿ ಮುಸ್ಲಿಮ್. ಸಂಪ್ರದಾಯಿಕ ಕಸುಬಾಗಿದ್ದ ಬಟ್ಟೆ ತೊಳೆಯುವುದನ್ನು ಬಿಟ್ಟು ಕೂಲಿ ಕಾರ್ಮಿಕರಾಗಿ ದುಡಿಯುತ್ತಿರುವುದನ್ನು ಆಧ್ಯಯನ ದಾಖಲಿಸುತ್ತದೆ.

ನಲ್‌ಬಂದ್ ಇನ್ನೊಂದು ಜಾತಿ. ಈ ಜಾತಿ ಕುರಿತು ಈ ಹಿಂದೆ ಹೇಳಿದಂತೆ ಎಂತೋವನ್ 1922ರಲ್ಲಿಯೇ ತನ್ನ ಕುಲಶಾಸ್ತ್ರೀಯ ಅಧ್ಯಯನದಲ್ಲಿ ಉಲ್ಲೇಖಿಸಿದ್ದನ್ನು ಗಮನಿಸಬೇಕು. ಅವನ ಪ್ರಕಾರ ಈ ಜಾತಿಯ ಕಸುಬೆಂದರೆ ಕುದುರೆಗೆ ಮತ್ತು ಎತ್ತುಗಳಿಗೆ ಲಾಳ ಕಟ್ಟುವುದು ಮತ್ತು ವೈದ್ಯಕೀಯ ಚಿಕಿತ್ಸೆ ನೀಡುವುದು. ಅವರನ್ನು ಫರಿಯರ್ಸ್ ಎಂದೂ ಕೂಡ ಕರೆಯುತ್ತಾರೆ ತಮ್ಮನ್ನು ತಾವು ಶೇಖ್‌ಗಳೆಂದು ಗುರುತಿಸುತ್ತಾರೆ ಎಂದು ಕೂಡ ವಾದಿಸಿದ್ದ. ಎಂತೋವನ್ ನಲ್‌ಬಂದ್‌ಗಳು ಕರ್ನಾಟಕದಲ್ಲಿ ನೆಲೆಸಿದ್ದ ನಿರ್ಧಿಷ್ಟ ಪ್ರದೇಶಗಳನ್ನು ಗುರುತಿಸದೇ, ಬರೇ "ಕರ್ನಾಟಕ"ವೆಂದು ನಮೂದಿಸಿದ್ದ, ಪೀಪಲ್ ಆಫ್ ಇಂಡಿಯಾ ಕರ್ನಾಟಕದ

350 J. Sturrock, Op.cit.

351 K.S Singh, People of India , Karnataka, Vol.XXVI, Anthropological Survey of India, New Delhi, 2003, pp.37-76

ಬೀದರ್, ರಾಯಚೂರು, ಬೆಳಗಾವಿ, ಬಳ್ಳಾರಿ, ಧಾರವಾಡ, ಬಿಜಾಪುರ ಪ್ರದೇಶಗಳಲ್ಲಿ ನಲ್‌ಬಂದ್‌ಗಳು ಹರಡಿರುವುದನ್ನು ಗುರುತಿಸುತ್ತದೆ. ಕಳೆದ ಒಂದು ಶತಮಾನದ ನಡುವೆ ಅವರ ಕಸುಬುವಿನಲ್ಲಿ ಆದ ಬದಲಾವಣೆಯೆಂದರೆ ಕುದುರೆ ಲಾಳ ಕಟ್ಟುವ ಬದಲಾಗಿ ಬಡಗಿಗಳಾಗಿ, ಕಟ್ಟಡ ಕಾರ್ಮಿಕರಾಗಿ, ಬೀಡಿ ಸುತ್ತುವ ಕೆಲಸಗಾರರಾಗಿ, ರಿಕ್ಷಾ ಚಾಲಕರಾಗಿ ಬದಲಾಗಿರವುದು. ಈ ಪೀಪಲ್ಸ್ ಆಫ್ ಇಂಡಿಯಾ ಪ್ರಕಾರ ನಲ್‌ಬಂದ್‌ಗಳು ಪ್ರತಿನಿತ್ಯ ಮಾಂಸಹಾರಿಗಳಲ್ಲ, ದನದ ಮಾಂಸವನ್ನು ತ್ಯಜಿಸಿದವರು, ಸ್ವಬಾಂಧವ್ಯ ವಿವಾಹ ಮಾಡಿಕೊಳ್ಳುವವರು, ತಮ್ಮನ್ನು ಹೆಚ್ಚಾಗಿ ನಲ್‌ಬಂದ್‌ಗಳೆಂದು ಕರೆಯಲು ಇಚ್ಚೆ ಪಡುವವರು. ಮುಸ್ಲಿಮ್ ಸಸಂಪ್ರದಾಯವನ್ನು ಒಪ್ಪಿಕೊಂಡರೂ, ಹಿಂದೂ ಸಂಪ್ರದಾಯವನ್ನು ಸಂಪೂರ್ಣವಾಗಿ ಬಿಟ್ಟು ಕೊಡದವರು. ಇದಕ್ಕೆ ಸಾಕ್ಷಿಯಾಗಿ ಕೆಲವು ಆಚರಣೆಗಳನ್ನು ಉಲ್ಲೇಖಿಸಲಾಗುತ್ತದೆ: ಗರ್ಭಿಣಿಯಾದಾಗ ಗೋಧ್ ಬರ್ನ ಆಚರಣೆ, ತಾಳಿ ಕಟ್ಟುವುದು, ಋತುಮತಿಯಾದಾಗ ಹತ್ತು ದಿನ ಮನೆಯ ಮೂಲೆಗೆ ಸೀಮಿತಗೊಳಿಸುವುದು.[352] ಕೆಲವು ನಲ್‌ಬಂದ್‌ಗಳು ಹಿಂದೂ ದೇವತೆಗಳನ್ನು ಅದರಲ್ಲೂ ಕಾರವ್ವ, ದುರ್ಗವ್ವ, ದ್ಯಾಮವ್ವ, ಮಲ್ಲಮ್ಮ ದೇವತೆಗಳನ್ನು ಈಗಲೂ ಪೂಜಿಸುವುದು. ಕಸಾಯ್ ಅಥವಾ ಕಟುಕರು ಅರೆ ಹಿಂದೂಗಳು ಅರೆ ಮುಸಲ್ಮಾನರು. ಹಿಂದೂ ದೇವತೆ ಅಥವಾ ದೇವಿಗಳಾದ ಕಾರವ್ವ, ದ್ಯಾವಮ್ಮ, ಧಮ್ಮವ್ವ, ಯಲ್ಲಮ್ಮರೊಂದಿಗೆ ಮುಸ್ಲಿಮ್ ಹಬ್ಬಗಳಾದ ಬಕ್ರೀದ್, ಮೊಹರಂ ಇತ್ಯಾದಿಗಳನ್ನು ಆಚರಿಸುತ್ತಾರೆ. ತಮ್ಮ ಹೆಸರಿನ ಮುಂದೆ ಚೌಧುರಿ ಅಥವಾ ಬೆಪಾರಿ ಎಂದು ಕೂಡ ನಮೂದಿಸುತ್ತಾರೆ. ಉತ್ತರ ಕರ್ನಾಟಕದ ಬಿಜಾಪುರ, ಧಾರವಾಡ, ಮೈಸೂರು, ನಂಜನಗೂಡು, ಬೆಳಗಾವಿಯಲ್ಲಿ ಕಂಡು ಬರುವ ಆದರೆ ಅಫಘಾನಿಸ್ತಾನದಲ್ಲಿ ತಮ್ಮ ಮೂಲವನ್ನು ಹುಡುಕುವ ಜಾತಿಯೆಂದರೆ ಕಾಕರ್. 1799ರ ತನಕ ಮೈಸೂರು ರಾಜ್ಯದ ಸೈನಿಕರಾಗಿ ಸೇವೆ ಸಲ್ಲಿಸಿ ತದನಂತರ ಅಡುಗೆ ಭಟ್ಟರಾಗಿ, ಬಡಗಿಗಳಾಗಿ, ಚಾಲಕರಾಗಿ. ಮೇಸ್ತ್ರಿಗಳಾಗಿ, ಕಟ್ಟಡ ಕಾರ್ಮಿಕರಾಗಿ ಕೆಲಸ ಮಾಡಿದವರು. ಇವರು ಕೂಡ "ಶೇಖ್"ಗಳೆಂದು ಕರೆಯಿಸಿಕೊಂಡವರು. ಪೀಪಲ್ ಆಫ್ ಇಂಡಿಯಾ ಯೋಜನೆ ಮುಸ್ಲಿಮರಲ್ಲಿ ಇನ್ನೊಂದು ಪಂಗಡ/ಜಾತಿಯಾಗಿ ಗುರುತಿಸುವ ವರ್ಗವೆಂದರೆ ಉತ್ತರ ಕನ್ನಡದ ನವಾಯತ್‌ಗಳು. ಅವರ ಬಗ್ಗೆ ಮುಂಬಯಿ ಪ್ರಸಿಡೆನ್ಸಿಯ ವಿವಿಧ ಜನಗಣತಿಗಳು, ಕುಲಶಾಸ್ತ್ರೀಯ ಅಧ್ಯಯನಗಳು, ಪ್ರವಾಸಿಗ ಇಬ್ನ್ ಬಟೂಟ ಕೂಡ ಬೆಳಕು ಚೆಲ್ಲುವ ಕಾರಣ, ಅವರ ಕುರಿತು ಧೀರ್ಘವಾದ ವಿಶ್ಲೇಷಣೆ ಅಗತ್ಯವಿಲ್ಲ. ಅವರ ಕಥನಗಳಲ್ಲಿ ಮತ್ತೆ ಮತ್ತೆ ಬರುವ ವಿಷಯಗಳೆಂದರೆ ಅವರು ಮೂಲತಃವಾಗಿ ಅರೇಬಿಯಾದ ಖುರೇಷಿಗಳು,

352 K.S Singh, People of India Karnataka, Vol XXVI, Part iii, , Karnataka, Anthropological Survey of India, 2003 p. .1115.

ಅರಸ ಹಜ್ಜಾಜ್‌ನ ಕ್ರೌರ್ಯದಿಂದ ಓಡಿ ಬಂದು ಭಾರತದಲ್ಲಿ 7ನೇ ಶತಮಾನದಲ್ಲಿ ನೆಲೆನಿಂತವರು.ಅಲ್ಲಿನ ಸ್ಥಳೀಯ ಜೈನ್ ಮಹಿಳೆಯರನ್ನು ಮದುವೆಯಾಗಿ ಒಂದು ಹೈಬ್ರಿಡ್ ಜಾತಿಯಾಗಿ ಪರಿವರ್ತಿರಾದವರು. ಅವರಲ್ಲಿ ಈಗಲೂ ಜನಪದ ಪದ್ಯಗಳು, ಕತೆಗಳು ಜೀವಂತವಾಗಿವೆ. ಕರ್ನಾಟಕದ ಸಂದರ್ಭದಲ್ಲಿ ಮತ್ತೆ ಮತ್ತೆ ಮುನ್ನೆಲೆಗೆ ಬರುವ ಮತ್ತೊಂದು ಹೆಸರೆಂದರೆ ಲಬ್ಬಯೆಗಳು. ಕೆಲವು ಜನಗಣತಿ, ಅಧ್ಯಯನ ಅವರನ್ನು ಅರೆ–ಹಿಂದೂ, ಅರೆ ಮುಸ್ಲಿಮರೆಂದು ಮತ್ತು ವಿದೇಶಿಗಳೆಂದು ಚಿತ್ರಿಸಿದರೆ, ಇನ್ನೂ ಕೆಲವರು ಅವರನ್ನು ಬರೇ ಮುಸಲ್ಮಾನರೆಂದು ಚಿತ್ರಿಸುತ್ತದೆ. ಈ ಪೀಪಲ್ ಆಫ್ ಇಂಡಿಯಾ ಯೊಜನೆ ಲಬ್ಬಯೆಗಳನ್ನು ಅರಬ್ ಮೂಲದವರು, ಮತಾಂತರಗೊಂಡವರು, ಕೆಲವರು ಹಿಂದೂ ಸಂಪ್ರದಾಯವನ್ನು, ಹಬ್ಬಗಳನ್ನು ಆಚರಿಸುವವರು ಮತ್ತು ವ್ಯಾಪಾರಸ್ಥರು ಎಂದು ಚಿತ್ರಿಸುತ್ತದೆ. ಮತಾಂತರಗೊಂಡ ಇನ್ನಿತರ ಜಾತಿಗಳೆಂದರೆ ಕೊಡಗಿನ ಮಾಪಿಳ್ಳೆಗಳು ಮತ್ತು ಬಿಜಾಪುರದ ಮೊಮಿನ್‌ಗಳು. ಮೊಮಿನ್‌ಗಳು 15ನೇ ಶತಮಾನದಲ್ಲಿ ಗುಲಬರ್ಗಾದ ಸೂಫಿ ಸಂತ ಸೈಯ್ಯದ್ ಹುಸೈನ್ ಗೇಸುದರಾಜ್‌ರಿಂದ ಮತಾಂತರಗೊಂಡವರು. ಇವರು ಮೂಲತಃವಾಗಿ ನೇಕಾರರು, ಬಟ್ಟೆ ಹೊಲಿಯುವವರು. ಸ್ವಲ್ಪ ವಿಭಿನ್ನವಾದ ವರ್ಣನೆ ಪಿಂಜಾರ್ ಅಥವಾ ನಧಾಫ್‌ಗಳಲ್ಲಿ ಕಂಡು ಬರುತ್ತದೆ. ಅವರಲ್ಲಿ ಮತ್ತೆ ಮತ್ತೆ ಬರುವ ವರ್ಣನೆ ಎಂದರೆ ಅವರು ಮೂಲತಃವಾಗಿ ಔರಂಗಜೇಬನಿಂದ ಮತಾಂತರಗೊಂಡವರು, ಮತಾಂತರ ನಂತರ ತಮ್ಮ ಹೆಸರಿನ ಮುಂದೆ "ಶೇಖ್", "ಸೈಯ್ಯದ್", "ಪಠಾಣ್" ಎಂದೆಲ್ಲಾ ನಮೂದಿಸುತ್ತಾರೆ. ಇವರು ಮುಸಲ್ಮಾನರಾದರೂ ಇವರಿಗೆ ತಮ್ಮದೇ ಆದ ಸ್ಮಶಾನವಿದೆ, ಪಂಚಾಯತ್/ಜಮಾತ್ ಇದೆ. ತಮ್ಮನ್ನು ತಾವು ಖುರೇಷಿಗಳೆಂದು ಕರೆದುಕೊಳ್ಳುವ ಇನ್ನೊಂದು ಸಮುದಾಯ/ ಜಾತಿಯೆಂದರೆ ಕಟುಕರಾದ ಖುರೇಷಿಗಳು. ಇವರ ಇತಿಹಾಸದ ಮೂಲದಲ್ಲಿ ಅರೇಬಿಯಾ ಇದ್ದರೂ, ಇವರು ಹೆಜ್ಜಾಜ್ ರಾಜನ ಕ್ರೌರ್ಯದಿಂದ ಪಲಾಯನ ಮಾಡಿದವರಲ್ಲ. ಉತ್ತರ ಕನ್ನಡದ ಸಿದ್ದಿ ಬುಡಕಟ್ಟುಗಳ ಇತಿಹಾಸ ಇದರಿಂದ ಬಹಳ ವಿಭಿನ್ನವಲ್ಲ, ಅವರು ಪೋರ್ಚುಗೀಸರ ಗುಲಾಮರಾಗಿ ಇತಿಯೋಪಿಯಾದಿಂದ ಬಂದವರು, ಒಂದಿಷ್ಟು ಸಂಸ್ಕತಿಯ ನೆನಪುಗಳನ್ನು, ಮೌಖಿಕ ಸಂಸ್ಕೃತಿಯನ್ನು, ಸಂಪ್ರದಾಯವನ್ನು ಉಳಿಸಿಕೊಂಡವರು. ಮೊಹರಮ್ ಸಂದರ್ಭದ "ಎಲಿಯಂ" ನೃತ್ಯ ಇದಕ್ಕೆ ಸಾಕ್ಷಿ. ಇದಕ್ಕಿಂತಲೂ ವಿಭಿನ್ನವಾಗಿರುವ ಅಲೆಮಾರಿಗಳಂತೆ ದಾನಗಳ ಮೇಲೆ ಜೀವಿಸುವ ವರ್ಗವೆಂದರೆ ಧರ್ವೇಶ್ ಅಥವಾ ಫಕೀರ್‌ಗಳು. ಇವುಗಳ ನಡುವೆ ವಸಾಹತುಕಾಲದಲ್ಲಿ ಅಪರಾಧಿ ಅಥವಾ ಕ್ರಿಮಿನಲ್ ಟ್ರೈಬ್‌ಗಳೆಂದು ಕರೆಯಲ್ಪಡುತ್ತಿದ್ದ ಗಂಟಿಚೋರರಲ್ಲಿ ಕೆಲವು ಮುಸಲ್ಮಾನರಿರುವುದನ್ನು ಪೀಪಲ್

ಆಫ್ ಇಂಡಿಯಾ ಯೋಜನೆ ಗುರುತಿಸಿತ್ತು[353]. ಒಂದು ಕಾಲದಲ್ಲಿ ಖಲೀಫ ಎಂದು ತಮ್ಮ ಹೆಸರಿನ ಮುಂದೆ ನಮೂದಿಸುತ್ತಿದ್ದ ಕ್ಷೌರಿಕ ವೃತ್ತಿಯ ಹಜ್ಜಾಮ್ ಅಥವಾ ನಯೀಗಳ ಇರುವಿಕೆಯನ್ನು ಕೂಡ ಗುರುತಿಸಿತ್ತು. ಉಳಿದ ಮುಸ್ಲಿಂ ಜಾತಿಗಳಿಗೆ ಇರುವ ಪಂಚಾಯತ್ ಅಥವಾ ಹಜ್ಜಾಮ್ ಜಮಾತ್ ಇವರಲ್ಲಿಲ್ಲ. ಒಂದು ಕಾಲದ ಅಲೆಮಾರಿ ಜನಾಂಗವಾಗಿದ್ದ ಜಾತಿಗರ್ ಇದರಿಂದ ಹೊರತಾಗಿಲ್ಲ. ಇವತ್ತು ನೆಲೆ ನಿಂತ ಜಾತಿಯಾದರೂ, ಆಧುನಿಕತೆಯ ಮುಖಾಮುಖಿಯಲ್ಲಿ ತಮ್ಮ ಸಂಪ್ರದಾಯಿಕ ಕಸುಬಾದ ಕೋಣಗಳ ಕೊಂಬುಗಳನ್ನು ನುಣ್ಣಾಗಿಸುವ ಕೆಲಸವನ್ನು ಕಳೆದುಕೊಂಡು ಕೃಷಿ ಕಾರ್ಮಿಕ, ಬೀಡಿ ಕಾರ್ಮಿಕರಾಗಿರುವುದು ಅಷ್ಟೇ ದಿಟ. ಜಾತಿಗರ್‌ಗಳಲ್ಲಿ ಸ್ವಬಾಂಧವ್ಯ ಮದುವೆಗಳಿಲ್ಲ. ಅವರಿಗೆ ತಮ್ಮದೇ ಸ್ಮಶಾನಗಳಿವೆ. ಇವರು ಹೆಚ್ಚಾಗಿ ಕಂಡು ಬರುವುದು ಬಿಜಾಪುರ ಮತ್ತು ಧಾರವಾಡ ಜಿಲ್ಲೆಗಳಲ್ಲಿ. ಇವುಗಳೆಲ್ಲರ ನಡುವೆ ಮುಸಲ್ಮಾನರಿಂದ ಹಿಂದೂಗಳಾಗಿ ಪರಿವರ್ತಿವಾದ ಒಂದು ಜಾತಿಯನ್ನು ಪೀಪಲ್ ಆಫ್ ಇಂಡಿಯಾ ಗುರುತಿಸುತ್ತದೆ, ಅದನ್ನು ಮಲ್ಕಾನ ಮೆಹ್ತಾರ್ ಎನ್ನುತ್ತಾರೆ. ಅವರಿಗೆ ಪರಿಶಿಷ್ಟ ಜಾತಿಯ ಸ್ಥಾನಮಾನವಿದೆ ಎಂದು ಹೇಳುವ ಅಧ್ಯಯನ, ಅದು ಹೇಗೆ ಸಾಧ್ಯವಾಯಿತೆಂದು ಹೇಳುವುದಿಲ್ಲ. ಯಾಕೆಂದರೆ ಮತಾಂತರದ ನಂತರ ಅನುಸೂಚಿತ ಪಂಗಡವಾಗಲು ಭಾರತದಲ್ಲಿ ಅವಕಾಶವಿದೆ, ಆದರೆ ಪರಿಶಿಷ್ಟ ಜಾತಿಯ ಭಾಗವಾಗುವುದು ಅಷ್ಟು ಸುಲಭವಲ್ಲ, ಇವರು ಹಿಂದೂಗಳಾದರೂ, ಮುಸ್ಲಿಮ್ ದರ್ಗಾ, ಸಂತರನ್ನು ಆರಾಧಿಸುವ ಪರಿಪಾಠವನ್ನು ಈಗಲೂ ಬಿಟ್ಟಿಲ್ಲವೆಂದು ಅಧ್ಯಯನ ಹೇಳುತ್ತದೆ. ಇವುಗಳ ನಡುವೆ ಅಧ್ಯಯನ ಪಂಗಡಗಳನ್ನು, ಪಂಥಗಳನ್ನು ಕೂಡ ಹೆಸರಿಸುತ್ತದೆ: ಶಿಯಾ, ಸುನ್ನಿ, ಸೈಯ್ಯದ್, ಪಠಾಣ್, ಶೇಖ್, ಮೆಮೊನ್, ಮಹಾದಿಯಾ, ಇತ್ಯಾದಿ. ಇವುಗಳ ತಾತ್ಪರ್ಯ ಇಷ್ಟೇ: ಮುಸಲ್ಮಾನರಲ್ಲಿ ವಿವಿಧತೆ ಇದೆ. ಅದು ಜಾತಿಯಾಧಾರಿತವಾಗಿರಬಹುದು, ಪಂಥಧಾರಿತವಾಗಿರಬಹುದು. ಇಲ್ಲವೇ ಪಂಗಡಾಧಾರಿತವಾಗಿರಬಹುದು. ಮುಸ್ಲಿಮರಲ್ಲಿ ಬಹು ಮಂದಿ ಮತಾಂತರಗೊಂಡವರು, ಕೆಲವರು ಈಗಲೂ ಮತಾಂತರ ಪೂರ್ವದ ಸಂಪ್ರದಾಯ, ಆಚರಣೆಗಳನ್ನು ಉಳಿಸಿಕೊಂಡಿರುವುದು ಅಷ್ಟೇ ದಿಟ.

ಯೋಜನಾ ಆಯೋಗಕ್ಕೆ ಸಲ್ಲಿಸಿದ ಇತ್ತೀಚಿನ ಒಂದು ಸಂಶೋಧನಾ ವರದಿ ಮುಸಲ್ಮಾನರಲ್ಲಿ ಮೇಲ್ವರ್ಗ ಅಥವಾ ಆಶ್ರಫ್‌ಗಳ ಹೊರತಾಗಿ ಎರಡು ರೀತಿಯ

353 K.S Singh (ed), People of India, Karnataka, Vol XXVI, Part II, Anthropological survey of India, New Delhi 2003, pp.495-97

ಹಿಂದುಳಿದ ವರ್ಗ/ಜಾತಿಗಳಿವೆಯೆಂದು ವಾದಿಸಿತ್ತು. ಒಂದನೆಯದು ದಲಿತ ಜಾತಿಯಿಂದ ಮತಾಂತರಗೊಂಡ ಅರ್ಜಲ್ಸ್ ಜಾತಿಗಳು- ಇದನ್ನು ಸಾಚಾರ್ ವರದಿ ಕೂಡ ಉಲ್ಲೇಖಿಸುತ್ತದೆ. ಈ ಜಾತಿಗಳೆಂದರೆ ಹಲಾಲ್ಖೋರ್, ಹೆಲಾಸ್, ಲಾಲ್ಬೆಗಿಸ್ ಅಥವಾ ಭಂಗಿ, ಧೋಬಿ, ನಯೀ ಅಥವಾ ಹಜ್ಜಾಮ್- ಇದರಲ್ಲಿ ಕೆಲವು ಹೆಸರುಗಳು ಬಾಂಬೆ ಪ್ರೆಸಿಡೆನ್ಸಿಯ ಜನಗಣತಿಯ ದಾಖಲೆಯಲ್ಲಿ ದೊರೆಯುತ್ತದೆ. ಎರಡನೆ ವರ್ಗವೆಂದರೆ ಕಸುಬುಗಳಿಂದ ಮತಾಂತರಗೊಂಡ ಜಾತಿಗಳು. ಇವುಗಳು ಶುದ್ಧ ಜಾತಿಗಳು. ಅವುಗಳನ್ನು ಅಜ್ಲಫ್‌ಗಳೆಂದು ಕರೆಯುತ್ತಾರೆ. ಇವುಗಳಲ್ಲಿರುವ ಜಾತಿಗಳೆಂದರೆ ಮೊಮಿನ್, ಅಥವಾ ಜುಲ್ಹಾಹ (ನೇಕಾರ), ದರ್ಜಿ ಅಥವಾ ಇದ್ರಿಸ್ (ಟೇಲರ್), ರಾಹಿನ್ಸ್ ಅಥವಾ ಕುಂಜಾರ (ತರಕಾರಿ ಮಾರುವ ಜಾತಿಗಳು). ಇದನ್ನೇ ಹಿಂದೂ ಧರ್ಮದ ಜಾತಿಗೆ ಸಮೀಕರಿಸಿ ವಾದಿಸಲಾಗುತ್ತಿದೆ: ಮೊದಲನೆದಾಗಿ ಯಾವುದೇ ರೀತಿಯ ಸಾಮಾಜಿಕ ತಾರತಮ್ಯವನ್ನು ಎದುರಿಸದ ಮೇಲ್ವರ್ಗ (ಅಶ್ರಫ್), ಎರಡನೆದಾಗಿ, ಹಿಂದೂ ಒಬಿಸಿಗಳಿಗೆ ಸಮಾನವಾಗಿರುವ ಅಜ್ಲಫ್‌ಗಳು ಮತ್ತು ಕೊನೆಯದಾಗಿ ಹಿಂದೂ ದಲಿತರಿಗೆ ಸಮಾನವಾಗಿರುವ ಅರ್ಜಲ್ಸ್‌ಗಳು. ಇದರಲ್ಲಿರುವ ಎರಡನೆ ಮತ್ತು ಮೂರನೆ ಜಾತಿಯ ಸಮುದಾಯಗಳನ್ನು ಮುಸ್ಲಿಮ್ ಒಬಿಸಿಗಳೆಂದು ಕರೆಯಲಾಗುತ್ತಿದೆ. ಇದಕ್ಕೆ ಪೂರಕವೆಂಬಂತೆ ಉತ್ತರ ಪ್ರದೇಶದಲ್ಲಿ ಹಳ್ಳಿಯಲ್ಲಿ ನಡೆಸಿದ ಈ ಸಂಶೋಧನೆ 25 ಜಾತಿಗಳನ್ನು ಗುರುತಿಸಿತ್ತು. ಅವುಗಳಲ್ಲಿ ಜುಲ್ಹಾಹ (ನೇಕಾರ) ಮಿರಾಸಿ (ಹಾಡುಗಾರರು), ಲೋಹಾರ್, ದರ್ಜಿ, ಹಲ್ವೈ (ಸಿಹಿತಿಂಡಿ ತಯಾರಕರು), ಮನಿಯಾರ್‌ಗಳು (ಬಳೆಗಳನ್ನು ತಯಾರಿಸುವವರು), ಹಜ್ಜಾಮ್ (ಕ್ಷೌರಿಕರು), ಗೌಸಿ (ಹಾಲು ಮಾರುವವರು), ಕಸಯ್ (ಕಟುಕರು), ಧೋಬಿ (ಬಟ್ಟೆ ಒಗೆಯುವವರು) ಇತ್ಯಾದಿ. ವಾಸ್ತವವಾಗಿ ಈ ಹಿಂದೆ 1911ರ ಜನಗಣತಿ ಉತ್ತರ ಪ್ರದೇಶದಲ್ಲಿ 102 ಮುಸ್ಲಿಂ ಜಾತಿಗಳನ್ನು ಗುರುತಿಸಿತ್ತು, ಅವುಗಳಲ್ಲಿ ಹೆಚ್ಚು ಕಡಿಮೆ 97 ಜಾತಿಗಳು ಅಶ್ರಫೇತರರು ಆಗಿದ್ದವು. ಇವುಗಳಲ್ಲಿ ಕೆಲವು ಜಾತಿಗಳು ಹಿಂದೂ ಮತ್ತು ಮಸ್ಲಿಮ್ ಅಸ್ತಿತ್ವವನ್ನು ಉಳಿಸಿಕೊಂಡು ಬಿಟ್ಟಿದ್ದವು. ರಜಪೂತರು, ಕಾಯಸ್ತರು, ಕೊಯಿರಿ, ಕುಂಭಾರ್, ಮಾಲಿ, ಮೋಚಿ ಇತ್ಯಾದಿಗಳು.[354]

ಇವುಗಳ ನಡುವೆ ಒಂದೆರೆಡು ಅಲ್ಲಲ್ಲಿ ನಡೆದ ಸ್ವತಂತ್ರ ಕುಲಶಾಸ್ತ್ರಿಯ ಅಧ್ಯಯನಗಳನ್ನು ಉಲ್ಲೇಖಿಸಬೇಕು. ಬಾಬು ಖಾನ್ ಕರಡಿಗಳನ್ನು ಕುಣಿಸುವ ಖಲಂದರಿಯಾ ಮತ್ತು ಹಾವಾಡಿಗರ ಜೀವನ ಶೈಲಿ ಕುರಿತು ಅಭ್ಯಾಸ ಮಾಡಿದರು.

354 Socio -economic disability and unemployment problems among Muslims of Other Backwad classes submitted to Plannin g Commission , New Delhi , n.d

ಮದಾರಿಗಳೆಂದು ಕರೆಯಲ್ಪಡುವ ಇವರನ್ನು ಅಸ್ಪೃಶ್ಯರೆಂದೇ ನೋಡಲಾಗುತ್ತದೆ. ಖಲಂದರಿ ಜಾತಿಗಳಿಗೆ ಚೌಡೇಶ್ವರಿ ಬಹು ಮುಖ್ಯ ದೇವತೆ. ಮದುವೆ ಸಂದರ್ಭದಲ್ಲಿ ಹಿಂದೂ ಸಾಂಪ್ರದಾಯ ನಿಚ್ಚಳವಾಗಿ ಕಂಡು ಬರುತ್ತದೆ.

ಇವೆಲ್ಲವನ್ನು ಗಮನಿಸಿದರೆ ಒಂದು ಅಂಶ ಸ್ಪಷ್ಟ: ಮುಸ್ಲಿಮರ ಜಾತಿ ಕುರಿತಂತೆ ನಡೆದ ಸಂಶೋಧನೆಗಳು, ಚರ್ಚೆಗಳು ಬಹಳ ಕಡಿಮೆ. ವಾಸ್ತವವಾಗಿ ಜಾತಿ ವಿಷಯಗಳು ಮುನ್ನೆಲೆಗೆ ಬಂದದ್ದು ಇತ್ತೀಚಿನ ವರುಷಗಳಲ್ಲಿ. ಬಹಳ ವರುಷಗಳ ಕಾಲ ಮುಸಲ್ಮಾನರ ಸಮಸ್ಯೆಯೆಂದರೆ ಸೀಮಿತ ಸಮಸ್ಯೆಯೆಂದು ಪ್ರತಿಬಿಂಬಿಸಲಾಗುತ್ತಿತ್ತು. ಅವುಗಳಲ್ಲಿ ಕಾಶ್ಮೀರ ಕುರಿತಾದ 370 ಪರಿಚ್ಛೇದ, ತ್ರಿವಳಿ ತಲಾಕ್, ಆಲಿಘರ್ ಮುಸ್ಲಿಂ ವಿಶ್ವವಿದ್ಯಾನಿಲಯಕ್ಕೆ ಅಲ್ಪಸಂಖ್ಯಾತ ಸ್ಥಾನಮಾನ, ಗೋಹತ್ಯೆ ಇತ್ಯಾದಿ. ಅದರಾಚೆ ಇದ್ದ ವಿಷಯಗಳು ನಗಣ್ಯವಾದವು. ಎಲ್ಲೋ ಸೀಮಿತವಾಗಿದ್ದ ವಿಷಯಗಳು ಇಡೀ ಸಮುದಾಯದ ವಿಷಯಗಳೆಂಬಂತೆ ಬಿಂಬಿತವಾಗುತ್ತಿದ್ದವು. ಆರ್ಥಿಕ ಮತ್ತು ಸಾಮಾಜಿಕ ಹಿಂದುಳಿಯುವಿಕೆ, ರಾಜಕೀಯದಲ್ಲಿ ಪ್ರಾತಿನಿಧಿತ್ವ, ಮಹಿಳಾ ಸಬಲೀಕರಣ, ಮದ್ರಸಗಳ ಆಧುನೀಕರಣ ಇತ್ಯಾದಿಗಳು ಮುನ್ನೆಲೆಗೆ ಬರಲಿಲ್ಲ. ಇದರ ನಡುವೆ ಕೋಮು ಸಂಘರ್ಷ ಹೊಸ ಹೊಸ ಪೂರ್ವಾಗ್ರಹಗಳಿಗೆ, ಪಡಿಯಚ್ಚುಗಳಿಗೆ, ನಂಬಿಕೆಗಳಿಗೆ ಅವಕಾಶ ಮಾಡಿಕೊಟ್ಟವು. ಅಕ್ಬರ್ ಅಹ್ಮದ್ ಒಮ್ಮೆ ಹೇಳಿದಂತೆ ಭಾರತದ ವಿಭಜನೆಯ "ತಪ್ಪಿತಸ್ಥ ಜನರಾದರು" ("ಗಿಲ್ಟಿ ಮ್ಯಾನ್")ಗಳಾದರು, ಸಾಮೂಹಿಕವಾಗಿ "ಹೊರಗಿನವರಾದರು", ಇತಿಹಾಸದ ತಪ್ಪುಗಳಿಗೆ ಉತ್ತರದಾಯಿತ್ವವನ್ನು ನೀಡುವ ಸಮುದಾಯಗಳಾದರು. ತುಷ್ಟೀಕರಣದ ರಾಜಕಾರಣದ ಕಥನಗಳ ನಡುವೆ ಸಿಲುಕಿಬಿದ್ದರು, ವ್ಯವಸ್ಥಿತವಾಗಿ ಮತ್ತೆ ಮತ್ತೆ ಅಂಚಿಗೆ ತಳ್ಳಲ್ಪಟ್ಟರು, ಗೆಟ್ಟೋ ಸಂಸ್ಕೃತಿಯ ಭಾಗಗಳಾದರು. ಇವುಗಳ ನಡುವೆ ಮುಸ್ಲಿಮರ ನಡುವೆ ಇರಬಹುದಾದ ಜಾತಿಗಳ ಹುಡುಕಾಟ ಅಷ್ಟು ಸುಲಭವಾಗಿರಲಿಲ್ಲ, ಹೊರತು ಬಹಳ ಕಷ್ಟವಾಗಿತ್ತು. ಇವೆಲ್ಲಾ ಕಾರಣಕ್ಕಾಗಿ ಜಾತಿಯ ವಿಶ್ಲೇಷಣೆ ಕೆಲವೇ ಕೆಲವು ವಿದ್ವಾಂಸರಿಗೆ ಸೀಮಿತವಾಯಿತು.

ಆಯೋಗಗಳು ಮತ್ತು ಜಾತಿಯ ಅಸ್ಮಿತೆ ರಾಜಕಾರಣ

1947ರ ನಂತರ ಜಾತಿಗಳಿಗೆ ಅಸ್ಮಿತೆ ದೊರೆತದ್ದು ಬೇರೆ ಬೇರೆ ಮೀಸಲಾತಿ ಆಯೋಗಗಳ ಮೂಲಕ. ವಾಸ್ತವವಾಗಿ ಸ್ವಾತಂತ್ರ್ಯ ಸಿಕ್ಕಿದಾಗ ಜಾತಿಗಳ ದಾಖಲಾತಿಯ ಪ್ರಕ್ರಿಯೆ ನಿಂತು ಹೋಗಿತ್ತು. ಜನಗಣತಿಯಲ್ಲಿ ಇದು ಕೊನೆಯದಾಗಿ ಕಾಣಿಸಿಕೊಂಡದ್ದು 1931ರಲ್ಲಿ. ವಾಸ್ತವವಾಗಿ 1931ರ ನಂತರ ಜಾತಿಯ ಜನಗಣತಿ

ನಿಂತು ಹೋಗಲು ಬೇರೆಬೇರೆ ಕಾರಣವಿತ್ತು, ಈ ಹಿಂದೆ ಹೇಳಿದಂತೆ ವಸಾಹತು ಕಾಲದಲ್ಲಿಯೇ ಇದರ ಕುರಿತು ಸಾಕಷ್ಟು ಚರ್ಚೆ ನಡೆದುಹೋಗಿತ್ತು. ವಿಚಿತ್ರವೆಂದರೆ ಸ್ವಾತಂತ್ರ್ಯದ ನಂತರದ ವಾದಗಳು ಕೂಡ ಈ ಹಿಂದಿನ ವಾದಕ್ಕಿಂತ ವಿಭಿನ್ನವಾಗಿರಲಿಲ್ಲ: ಒಂದು, ಅಗಾಧವಾದ ವೆಚ್ಚವನ್ನು ಭರಿಸಲು ಅಸಾಧ್ಯವಾದದ್ದು, ಎರಡನೆಯದಾಗಿ, ಜಾತಿಯ ಜನಗಣತಿ ಸಂಘರ್ಷಗಳಿಗೆ ಅವಕಾಶ ಮಾಡಿಕೊಡುತ್ತದೆ ಎಂಬ ಗ್ರಹಿಕೆ. ಇದಕ್ಕಿಂತಲೂ ಮುಖ್ಯವಾಗಿ 1950ರಲ್ಲಿ ಸೆನ್ಸಸ್ ಸಮ್ಮೇಳನದಲ್ಲಿ ವಲ್ಲಭಭಾಯ್ ಪಟೇಲ್ ಹೇಳಿದ ಮಾತು ಬಹುಮುಖ್ಯವೆನಿಸುತ್ತದೆ[355]

"ಈ ಹಿಂದೆ ಇದ್ದ ಜಾತಿಯ ಅಂಕಿಅಂಶಗಳು ಭಾರತ ಜಾತಿ ಪ್ರಧಾನವಾದ ದೇಶ ಎಂಬ ಸಿದ್ಧಾಂತವನ್ನು ಸಾದರಪಡಿಸಲು ಉಪಯೋಗಿಸಲಾಯಿತು, ಅಲ್ಲದೇ ಜಾತಿಯ ವೈವಿಧ್ಯತೆಯನ್ನು ಸರ್ಕಾರದ ಪರಿಹಾರವನ್ನು ನಿರ್ಧರಿಸಲು ಕೂಡ ಉಪಯೋಗಿಸಲಾಯಿತು. ಇನ್ನು ಮುಂದೆ ಇದು ಬದಲಾಗುತ್ತದೆ" (Formerly there used to be elaborate caste tables which were required in India partly to satisfy the theory that it was a casteridden country and partly to meet the needs of administrative measures dependent on caste divisions. In the forthcoming census this will no longer be a prominent feature).

ವಿಚಿತ್ರವೆಂದರೆ ಆಯೋಗಗಳು ಗುರುತಿಸಿದ ಜಾತಿಗಳು ಅಂತಿಮ ವಿಶ್ಲೇಷಣೆಯಲ್ಲಿ ಮೀಸಲಾತಿ ರಾಜಕಾರಣದ ಭಾಗವಾದವು. ಜಾತಿ ಈ ನಡುವೆ ಅಸ್ಮಿತೆ ರಾಜಕಾರಣದ ಭಾಗವಾಯಿತು. ಮೀಸಲಾತಿ–ಜಾತಿಯ ಗುರುತಿಸುವಿಕೆ–ಅಸ್ಮಿತೆ ರಾಜಕಾರಣ ಜೊತೆ ಜೊತೆಯಾಗಿ ಹೋದವು. ವಾಸ್ತವವಾಗಿ ಮೀಸಲಾತಿಯ ರಾಜಕಾರಣ ಹೊಸತು ಎಂದು ವಾದಿಸಿದರೆ, ಅದು ಕೂಡ ಮಿಥ್ಯೆ. ಜಾತಿಯ ರಾಜಕಾರಣ ಮೀಸಲಾತಿಯ ರಾಜಕಾರಣದೊಂದಿಗೆ ಸಮೀಕರಣಗೊಂಡಿದ್ದು ಕೂಡ ವಸಾಹತು ಕಾಲದಲ್ಲಿಯೇ ಎಂದು ಹೇಳಿದರೂ ತಪ್ಪಾಗಲಾರದು. ಅದರ ಆರಂಭದ ಘಟ್ಟವನ್ನು 1910–20ರ ಸುಮಾರಿಗೆ ನೋಡಿದರೂ, ವಾಸ್ತವವಾಗಿ ಅದನ್ನು ಇನ್ನಷ್ಟು ಪೂರ್ವದಲ್ಲಿ ನೋಡಬೇಕು. ಅದಕ್ಕೆ ಉತ್ತಮ ಉದಾಹರಣೆ ಮೈಸೂರು ಪ್ರಾಂತ್ಯ. ಮೈಸೂರು ಪ್ರಾಂತ್ಯದಲ್ಲಿ ಬ್ರಿಟಿಷ್ ಕಮೀಷನರ್‌ರ ಆಳ್ವಿಕೆಯ ಸಂದರ್ಭದಲ್ಲಿ (1851–1881) ಬ್ರಾಹ್ಮಣೇತರರಿಗೆ ಮೀಸಲಾತಿಯನ್ನು ನೀಡಲಾಗಿತ್ತು, ಏಕೆಂದರೆ ಬ್ರಾಹ್ಮಣರು ಬೇರೆಬೇರೆ ಅಧಿಕಾರದ ಚೌಕಟ್ಟಿನ ಮೇಲೆ ಆ ಹೊತ್ತಿಗಾಗಲೇ ಹಿಡಿತವನ್ನು ಸಾಧಿಸಿದ್ದರು. 1874ರಲ್ಲಿ ಪೋಲಿಸ್ ಇಲಾಖೆಯಲ್ಲಿ ಶೇಕಡಾ 80ರಷ್ಟು ಹುದ್ದೆಗಳನ್ನು ಬ್ರಾಹ್ಮಣರಿಗೆ, ಮುಸಲ್ಮಾನರಿಗೆ ಮತ್ತು ಕ್ರಿಶ್ಚಿಯನ್ನರಿಗೆ ಮೀಸಲಾತಿಯನ್ನು

355 A. Mitra, Cenus of India 1951, Volume VI West Bengal, Sikkim and Chandranagore Part I A, Report 1953.p.1

ನೀಡಲಾಗಿತ್ತು. ದುರಂತವೆಂದರೆ ಈ ಸೀಮಿತ ಮೀಸಲಾತಿ ಬ್ರಾಹ್ಮಣರ ಹಿಡಿತವನ್ನು ಕಡಿಮೆ ಮಾಡಲಿಲ್ಲ. ಅದೇ ಸುಮಾರಿಗೆ ಮೈಸೂರು ಪ್ರಾಂತ್ಯದ ಕೆಲವು ಹುದ್ದೆಗಳನ್ನು ಹಿಂದುಳಿದ ವರ್ಗಗಳಿಗೆ ಸೀಮಿತಗೊಳಿಸಿತ್ತು. 1914ರಲ್ಲಿ ಹುದ್ದೆಗಳನ್ನು ನೇಮಕಾತಿ ಮೂಲಕ ಮಾಡಲಾಯಿತು. ಅದರಲ್ಲಿ ಅಸಿಸ್ಟೆಂಟ್ ಕಮೀಷನರ್ ಹುದ್ದೆಯನ್ನು ಹಿಂದುಳಿದ ವರ್ಗಕ್ಕೆ ನೀಡಲಾಯಿತು. ತದನಂತರದ ಕತೆ, ತಮಿಳು ಬ್ರಾಹ್ಮಣ –ಮೈಸೂರು ಬ್ರಾಹ್ಮಣ ಮತ್ತು ಬ್ರಾಹ್ಮಣೇತರ ನಡುವಿನ ಸಂಘರ್ಷ ಮತ್ತು ಲಸ್ಲಿ ಮಿಲ್ಲರ್ ಸಮಿತಿಯ ನೇಮಕ. ಈ ರೀತಿಯ ಬ್ರಾಹ್ಮಣೇತರ ಚಳವಳಿ ಹೈದ್ರಾಬಾದ್ ಕರ್ನಾಟಕದಲ್ಲಿ ನಮಗೆ ಸಿಗುವುದಿಲ್ಲ. ಹೈದ್ರಾಬಾದ್ ಸಂಸ್ಥಾನದಲ್ಲಿ ಅಧಿಕವಾಗಿ ಮುಸಲ್ಮಾನರು ಸರ್ಕಾರಿ ಅಧಿಕಾರಿಗಳಾಗಿದ್ದ ಕಾರಣ ಬ್ರಾಹ್ಮಣೇತರ ಚಳವಳಿ ಹುಟ್ಟಿಕೊಳ್ಳಲಿಲ್ಲ. ಮುಂಬಯಿ ಪ್ರೆಸಿಡೆನ್ಸಿಯಲ್ಲಿ ಈ ರೀತಿಯ ಚಳವಳಿ 12ನೇ ಶತಮಾನದಲ್ಲಿ ನಡೆದು ಹೋಗಿತ್ತು. ಅದು ಸಮಾಜೋ–ಸಾಂಸ್ಕೃತಿಕ ಚಳವಳಿಯಾಗಿತ್ತು. ಆಸಕ್ತಿಯ ವಿಷಯವೇನೆಂದರೆ ಲೆಸ್ಲಿ ಮಿಲ್ಲರ್ ಸಮಿತಿಯ ಮುಂದೆ ಮುಸಲ್ಮಾನರು ತಮ್ಮನ್ನು ವಿವಿಧ ಜಾತಿಗಳಿಗಿಂತ ವಿಭಿನ್ನವಾಗಿ ಅಥವಾ ಸಂಪೂರ್ಣವಾಗಿ ಬೇರೆಯವರಾಗಿಯೇ ಗುರುತಿಸಬೇಕೆಂದು ಮನವಿ ಸಲ್ಲಿಸಿದ್ದರು. ಮಿಲ್ಲರ್ ಸಮಿತಿಯ ಅನುಷ್ಠಾನದ ಪ್ರಭಾವವೆಂದರೆ ತದನಂತರ ಮುಸಲ್ಮಾನರು ಬಹಳ "ಯಾತನೆಗೊಳಗಾದರು" ಎಂದು ಚಿತ್ರಿಸಲಾಗುತ್ತಿತ್ತು.[356] ಈ ಅಂಶವನ್ನು 1970ರ ದಶಕದಲ್ಲಿ ನೇಮಕಗೊಂಡ ಹಿಂದುಳಿದ ವರ್ಗದ ಆಯೋಗ (ಹಾವನೂರು ಆಯೋಗ) ತನ್ನ ವರದಿಯಲ್ಲಿ ದಾಖಲಿಸಿತ್ತು. ಅದೇನೆ ಇದ್ದರೂ, ಒಟ್ಟಾರೆಯಾಗಿ ಮುಸ್ಲಿಮರು ಲೆಸ್ಲಿ ಮಿಲ್ಲರ್ ವರದಿಯನ್ನು ತಿರಸ್ಕರಿಸಲಿಲ್ಲ, ಹೊರತು ಸ್ವಾಗತಿಸಿದರು. ಇದೇ ರೀತಿಯಾಗಿ 1929ರಲ್ಲಿ ಮುಂಬಯಿ ಸರ್ಕಾರ ಮತ್ತು 1931ರಲ್ಲಿ ಜಮ್ಮು ಮತ್ತು ಕಾಶ್ಮೀರದ ಸರ್ಕಾರಗಳು ಸಮಿತಿಗಳನ್ನು ನೇಮಿಸಿದ್ದವು. ಮುಂಬಯಿ ಸರ್ಕಾರದ ಸಮಿತಿಯು ಹಿಂದುಳಿದ ವರ್ಗಗಳನ್ನು ಮೂರು ರೀತಿಯಾಗಿ ವರ್ಗೀಕರಿಸಿತ್ತು– ದಮನಿತ ವರ್ಗಗಳು, ಮೂಲ ಮತ್ತು ಬೆಟ್ಟಗಳ ಬುಡಕಟ್ಟುಗಳು ಮತ್ತು "ಇನ್ನಿತರ ಹಿಂದುಳಿದ ವರ್ಗಗಳು", 1927ರಲ್ಲಿ ಮದ್ರಾಸ್ ಪ್ರೆಸಿಡನ್ಸಿ ಪ್ರತೀ 12 ಹುದ್ದೆಗಳಲ್ಲಿ 5 ಹುದ್ದೆಗಳನ್ನು ಬ್ರಾಹ್ಮಣೇತರರಿಗೆ, 2 ಹುದ್ದೆಗಳನ್ನು ಬ್ರಾಹ್ಮಣರಿಗೆ, ಕ್ರೈಸ್ತರಿಗೆ ಹಾಗೂ ಮುಸಲ್ಮಾನರಿಗೆ ಮೀಸಲಾಗಿಟ್ಟಿತ್ತು. ವಾಸ್ತವವಾಗಿ ಮದ್ರಾಸ್ ಪ್ರಾಂತ್ಯದಲ್ಲಿ ಮೀಸಲಾತಿಯ ಆರಂಭದ ಘಟ್ಟ ವನ್ನು 1885ರಲ್ಲಿಯೇ ನೋಡಬಹುದು. ದಮನಿತ ಜಾತಿಗಳ ಶಿಕ್ಷಣಕ್ಕೆ ನೀಡುವ ಧನಸಹಾಯದಲ್ಲಿ ಇದನ್ನು ಕಾಣಬಹುದು. ಇದೇ ರೀತಿಯಾದ ಮೀಸಲಾತಿಯ ಧೋರಣೆಗಳು ಬರೋಡ, ಟ್ರವಾಂಕೂರ್ ಮತ್ತು

356 L.G Havanur, Karnataaka Backward Classes Commission, Report Vol 1, Part Bangalore, 1975, p.4

ಕೊಲ್ಹಾಪುರ ಸಂಸ್ಥಾನಗಳಲ್ಲಿ ಕಂಡುಬರುತ್ತವೆ. ಕೊಲ್ಹಾಪುರದ ಸಂಸ್ಥಾನವಂತೂ ಶೇಕಡಾ 50ರಷ್ಟು ಮೀಸಲಾತಿಯನ್ನು ಬ್ರಾಹ್ಮಣೇತರರಿಗೆ ಮೀಸಲಾಗಿಟ್ಟಿತ್ತು. ಈ ಸಂಸ್ಥಾನಗಳಲ್ಲಿ ನೇಮಿಸಿದ ಸಮಿತಿಗಳು ಹಿಂದುಳಿಯುವಿಕೆಯನ್ನು ನಿರ್ಧರಿಸಲು ತೆಗೆದುಕೊಂಡ ಮೂರು ಮಾನದಂಡಗಳೆಂದರೆ- ಜಾತಿ, ಇಂಗ್ಲೀಷ್ ಭಾಷೆಯ ಜ್ಞಾನ ಅಥವಾ ಹಿಡಿತ ಮತ್ತು ಪ್ರಾತಿನಿಧಿತ್ವ. ವಾಸ್ತವವಾಗಿ ಅಖಿಲ ಭಾರತ ಮಟ್ಟದಲ್ಲಿ 1919ರ ಮೊಂಟಿಗೋ- ಚೇಮ್ಸ್ ಫರ್ಡ್ ಸುಧಾರಣೆಯಲ್ಲಿ ದಮನಿತ ವರ್ಗಗಳ ಮೀಸಲಾತಿ ಕಂಡು ಬರುತ್ತದೆ. ಈ ದಮನಿತ (ಡಿಪ್ರೆಸ್ಸ್‌ಡ್) ವರ್ಗದಲ್ಲಿ ಪಟ್ಟಿಯಾದ ಜಾತಿಗಳೆಂದರೆ ಪರಿಶಿಷ್ಟ ಜಾತಿ ಮತ್ತು ಪಂಗಡ ಹಾಗೂ ಹಿಂದುಳಿದ ವರ್ಗಗಳು. ವಾಸ್ತವವಾಗಿ 1931ರ ಜನಗಣತಿಯ ಸಂದರ್ಭದಲ್ಲಿ "ಧಮನಿತ ಜಾತಿ"ಗಳು ಎಂಬ ಪದವನ್ನು ಬದಲಾಯಿಸಿ "ಎಕ್ಸ್ಟೀರಿಯರ್ ಜಾತಿ"ಗಳು ಎಂಬ ಪದವನ್ನು ಉಪಯೋಗಿಸಲಾಯಿತು. ಇದರಲ್ಲಿ ಅಸ್ಪೃಶ್ಯ ಜಾತಿಗಳನ್ನು ಮಾತ್ರ ಸೇರಿಸಲಾಯಿತು. ಜಾತಿಯ ಅಸ್ಮಿತೆಯಲ್ಲಿ ಬಹುದೊಡ್ಡ ಬದಲಾವಣೆ ಬಂದದ್ದು 1935ರ ಗವರ್ನಮೆಂಟ್ ಆಫ್ ಇಂಡಿಯಾ ಆಕ್ಟ್‌ನ ಸಂದರ್ಭದಲ್ಲಿ. ಈ ಸಂದರ್ಭದಲ್ಲಿ 'ಡಿಪ್ರೆಸ್ಸ್‌ಡ್ ಕಾಸ್ಟ್' ಎಂಬ ಶಬ್ದದ ಪ್ರಯೋಗದ ಬದಲಿಗೆ ಪರಿಶಿಷ್ಟ ಜಾತಿಗಳು ಎಂಬ ಶಬ್ದವನ್ನು ಉಪಯೋಗಿಸಲಾಯಿತು. ಅದೇ ರೀತಿ ವಿವಿಧ ಪ್ರಾಂತ್ಯಗಳಿಗಾಗಿ ಪರಿಶಿಷ್ಟ ಜಾತಿಗಳ ಪಟ್ಟಿಯನ್ನು ತಯಾರು ಮಾಡಲಾಯಿತು. ಪ್ರಾಚೀನ ಬುಡಕಟ್ಟು ಬದಲಿಗೆ "ಹಿಂದುಳಿದ ಬುಡಕಟ್ಟುಗಳು" ಎಂಬುದಾಗಿ ನಮೂದಿಸಲಾಯಿತು. ಈ ಸಂದರ್ಭದಲ್ಲಿ ಡಿಪ್ರೆಸ್ಡ್ ಕ್ಲಾಸ್ (ದಮನಿತ ವರ್ಗ) ವನ್ನು ನಿರ್ಧರಿಸುವ ಮಾನದಂಡಗಳು ಹೀಗಿದ್ದವು: ಬ್ರಾಹ್ಮಣರು ಈ ಜಾತಿಗಳಿಗೆ ಸೇವೆಯನ್ನು ಮಾಡುತ್ತಾರೆಯೇ? ಬೇರೆ ಜಾತಿಗಳಿಗೆ ನೀಡುವಂತೆ ಈ ಜಾತಿಗಳಿಗೆ ಕ್ಷೌರಿಕರು, ನೀರುಗಂಟಿಗಳು ದರ್ಜಿಗಳು ಸೇವೆಯನ್ನು ಮಾಡಬಲ್ಲರೇ? ಈ ಜಾತಿಗಳು ಮೇಲ್ಜಾತಿಗಳನ್ನ ಮುಟ್ಟುವುದರ ಮೂಲಕ ಭ್ರಷ್ಟರನ್ನಾಗಿಸುತ್ತದೆಯೇ? ಈ ಜಾತಿಗಳಿಂದ ಉಳಿದ ಜಾತಿಗಳು ನೀರನ್ನು ಕುಡಿಯಬಲ್ಲರೇ? ಈ ಜಾತಿಗಳಿಗೆ ಸಾರ್ವಜನಿಕ ಬಾವಿ, ಶಾಲೆ ಇತ್ಯಾದಿಗಳನ್ನು ಉಪಯೋಗಿಸಲು ಎಷ್ಟರಮಟ್ಟಿಗೆ ಅವಕಾಶವಿದೆ? ಇವುಗಳಿಗೆ ಎಷ್ಟರಮಟ್ಟಿಗೆ ದೇವಸ್ಥಾನವನ್ನು ಪ್ರವೇಶಿಸುವ ಸ್ವಾತಂತ್ರ್ಯವಿದೆ? ಶಿಕ್ಷಣ ಪಡೆದ ಈ ಜಾತಿಗಳಿಗೆ ಎಷ್ಟರಮಟ್ಟಿಗೆ ಸಮಾನವಾಗಿ ನೋಡಲಾಗುತ್ತದೆ? ಈ ಜಾತಿಗಳು ಅನಕ್ಷರತೆ, ಅಜ್ಞಾನ, ಬಡತನದಿಂದ ಸ್ವಯಂ ಆಗಿ ಬಳಲುತ್ತಿವೆಯೇ? ಜಾತಿಗಳ ದಮನೀಯ ಸ್ಥಿತಿಗೆ ಕಸುಬುಗಳೇ ಕಾರಣಗಳೇ? ಇತ್ಯಾದಿ. ವಾಸ್ತವವಾಗಿ ಇದು ಕುಲಶಾಸ್ತ್ರೀಯ ಪಂಡಿತ ಹಟ್ಟನ್‌ನ ಪ್ರಮೇಯ. ಇದನ್ನು 1931ರ ಜನಗಣತಿಯಲ್ಲೂ ಮತ್ತು 1935ರ ಕಾನೂನು ಮಾಡುವ

ಸಂದರ್ಭದಲ್ಲಿ ಬಳಕೆ ಮಾಡಲಾಯಿತು. ಇದೇ ಮಾನದಂಡದಿಂದಾಗಿ ದಲಿತ ಮುಸ್ಲಿಮರಿಗೆ ಮೀಸಲಾತಿ ವಿಸ್ತರಿಸಲಾಯಿತು. ಅಂಬೇಡ್ಕರ್ ಇದೇ ಕಾರಣದಿಂದಾಗಿ ಮುಸ್ಲಿಮರಲ್ಲಿ ದಲಿತ–ಮುಸ್ಲಿಮರಿದ್ದಾರೆ ಎಂದು ಪ್ರತಿಪಾದಿಸಿದ್ದರು.

ವಾಸ್ತವವಾಗಿ ಸ್ವಾತಂತ್ರ್ಯದ ಸಿಕ್ಕಿದ ಹಿನ್ನೆಲೆಯಲ್ಲಿ ಸಂವಿಧಾನ ರಚನಾ ಸಭೆಯಲ್ಲಿ ಬಹು ದೊಡ್ಡ ಚರ್ಚೆ ನಡೆದದ್ದು ಅಲ್ಪಸಂಖ್ಯಾತರಿಗೆ ಮೀಸಲಾತಿಯನ್ನು ನೀಡಬೇಕೆ? ಇಲ್ಲವೇ ಎಂಬುದರ ಕುರಿತಾಗಿತ್ತು. ಜಾತಿಗಳ ಕುರಿತಲ್ಲ. ಮೀಸಲಾತಿಯ ಕುರಿತಾದ ಸುದೀರ್ಘ ಚರ್ಚೆಯ ನಂತರ ಧರ್ಮಾದಾರಿತ ಮೀಸಲಾತಿಯನ್ನು ಉದ್ಯೋಗ ಮತ್ತು ಚುನಾವಣಾ ಕೇತ್ರಗಳಲ್ಲಿ ನೀಡಬಾರದೆಂಬ ತೀರ್ಮಾನವನ್ನು ರಚನಾ ಸಭೆ ಕೈಗೊಂಡಿತ್ತು. ಅದರರ್ಥ ಅವರ ಹಕ್ಕುಗಳನ್ನು ಮೊಟಕುಗೊಳಿಸಲಾಯಿತು ಎಂದರ್ಥವಲ್ಲ. ಅವರಿಗೆ ಎರಡು ರೀತಿಯ ಹಕ್ಕುಗಳು ದತ್ತವಾದವು– ಒಂದು ಅಲ್ಪಸಂಖ್ಯಾತರ ಹೆಸರಿನಲ್ಲಿ, ವಿಶೇಷವಾದ ಹಕ್ಕುಗಳು, ಅದರಲ್ಲೂ ಸಾಂಸ್ಕೃತಿಕ ಮತ್ತು ಶೈಕ್ಷಣಿಕ ಸಂಸ್ಥೆಗಳನ್ನು ಸ್ಥಾಪಿಸುವ, ರಕ್ಷಿಸುವ ಹಕ್ಕುಗಳು, ಮತ್ತು ಎರಡನೆಯದಾಗಿ ಮೂಲಭೂತ ಮತ್ತು ಸಾರ್ವತ್ರಿಕ ಹಕ್ಕುಗಳು– ಸ್ವಾತಂತ್ರ್ಯದ, ಅಭಿವ್ಯಕ್ತಿಯ ಹಕ್ಕುಗಳು ಇತ್ಯಾದಿ. ಅದೇ ಸುಮಾರಿಗೆ ಸಂವಿಧಾನ ರಚನಾ ಸಮಿತಿ ಹಿಂದುಳಿದ ದಮನಿತ ಜಾತಿಗಳ ರಕ್ಷಣೆ ಮಾಡುವ ಭರವಸೆಯನ್ನು ಕೂಡ ನೀಡಿತ್ತು. ಅದರೊಟ್ಟಿಗೆ ಹಿಂದುಳಿದ ವರ್ಗಗಳೆಂದರೆ ಯಾರು ಎಂಬ ಚರ್ಚೆ ನಡೆದರೂ, ಒಂದು ಒಮ್ಮತ ಅಭಿಪ್ರಾಯ ಈ ಸಂದರ್ಭದಲ್ಲಿ ಬಂದಿತ್ತು ಎಂದು ಖ್ಯಾತ ಚಿಂತಕ ಮಾರ್ಕ್ ಗ್ಯಾಲಂಟರ್ ವಾದಿಸುತ್ತಾರೆ. ಅವರ ಪ್ರಕಾರ ಹಿಂದುಳಿದ ವರ್ಗಗಳ ವ್ಯಾಖ್ಯೆಯಲ್ಲಿ ಪರಿಶಿಷ್ಟ ಪಂಗಡ ಮತ್ತು ಜಾತಿಗಳು ಮಾತ್ರವಲ್ಲದೆ ಶೈಕ್ಷಣಿಕವಾಗಿ, ಆರ್ಥಿಕವಾಗಿ ಮತ್ತು ಸಾಮಾಜಿಕವಾಗಿ ಹಿಂದುಳಿದವರನ್ನು ಈ ಪಟ್ಟಿಯಲ್ಲಿ ಸೇರಿಸಬೇಕೆಂಬ ಒಮ್ಮತ ಅಭಿಪ್ರಾಯ ಮೂಡಿತ್ತು.[357]

ಅದೇನೆ ಇದ್ದರೂ ಧಾರ್ಮಿಕ ನೆಲೆಗಟ್ಟುಗಳ ಆಧಾರ ಮೇಲೆ ಮೀಸಲಾತಿಯನ್ನು ನೀಡಬಾರದೆಂಬ ವಾದ ಎರಡು ಸಂದರ್ಭದಲ್ಲಿ ಸುಳ್ಳಾಯಿತು. ಮೊದಲನೆದಾಗಿ ಸಿಖ್ ಸಮುದಾಯಕ್ಕೆ ಮೀಸಲಾತಿಯನ್ನು ಘೋಷಿಸಿದಾಗ ಮತ್ತು ಬೌದ್ಧ ಧರ್ಮಕ್ಕೆ ಸೇರಿದವರಿಗೆ ಮೀಸಲಾತಿಯನ್ನು ನೀಡಿದಾಗ. ಎರಡು ಸಂದರ್ಭದ ವಾದಗಳೆಂದರೆ ಇವೆರಡು ಧರ್ಮಗಳು ಹಿಂದೂ ಧರ್ಮದ ಭಾಗಗಳು, ಬುದ್ಧ ವಿಷ್ಣುವಿನ ಅವತಾರ. ಎರಡನೆಯದಾಗಿ ಅವುಗಳು ಭಾರತೀಯ ಧರ್ಮಗಳು, ಭಾರತದ ನೆಲೆಗಟ್ಟಿನಲ್ಲಿ ಹುಟ್ಟಿದ ಧರ್ಮಗಳು.

357_Marc Galanter, Competing Equalities; Law and Backward Classes in India, Oxford University Press, New Delhi 1984

ವಾಸ್ತವವಾಗಿ "ಹಿಂದುಳಿದ ವರ್ಗಗಳೆಂದರೇನು" ಎಂಬುದರ ಬಗ್ಗೆ ಜಿಜ್ಞಾಸೆ ಇದೆ. ಕೆಲವರ ಪ್ರಕಾರ ಅದೊಂದು ಅಸಂಖ್ಯಾತ ಜಾತಿಗಳ ಪಟ್ಟಿ. ಈ ರೀತಿಯ ಸರ್ಕಾರಿ ಪಟ್ಟಿ ಕಾಲಕಾಲಕ್ಕೆ ಬದಲಾಗುತ್ತಾ ಹೋಗುತ್ತದೆ, ಬಹಳ ಮುಖ್ಯವಾಗಿ ಅದು ಹಿಗ್ಗುತ್ತಾ ಹೋಗುತ್ತದೆ. ಹೊರತು ಕುಗ್ಗುವುದಿಲ್ಲ, ಇಲ್ಲಿ ಎರಡು ಹಿಂದುಳಿದ ವರ್ಗಗಳ ಪಟ್ಟಿಯನ್ನು ನೋಡಬಹುದು– ಒಂದು ಕೇಂದ್ರದ ಪಟ್ಟಿ ಮತ್ತೊಂದು ರಾಜ್ಯದ ಪಟ್ಟಿ. ರಾಜ್ಯದ ಪಟ್ಟಿಯೇ ಅಖಿಲ ಭಾರತದ ಪಟ್ಟಿಯಾಗುವುದು ಬಹಳ ಕಷ್ಟ. ಕೆಲವು ರಾಜ್ಯದಲ್ಲಿ ಹಿಂದುಳಿದ ವರ್ಗಗಳೆಂದು ಪರಿಗಣಿತರಾದವರು, ಇನ್ನಿತರ ರಾಜ್ಯಗಳಲ್ಲಿ "ಪರಿಶಿಷ್ಟ ಜಾತಿಗಳೆಂದು" ದಾಖಲಾಗುವುದು ಇದೆ. ಆದಕಾರಣ ಮೀಸಲಾತಿ ಎಲ್ಲಾ ರಾಜ್ಯಗಳಲ್ಲಿ ಏಕರೂಪಿಯಾಗಿರುವುದಿಲ್ಲ, ಅದು ರಾಜ್ಯದಿಂದ ರಾಜ್ಯಕ್ಕೆ ಬದಲಾಗುತ್ತಾ ಹೋಗುತ್ತದೆ. ವಾಸ್ತವವಾಗಿ "ಹಿಂದುಳಿದ ವರ್ಗ" ಎಂಬ ಶಬ್ದದ ಪ್ರಯೋಗವೇನು ಹೊಸತೇನಲ್ಲ. ಈ ಹಿಂದೆ ಹೇಳಿದಂತೆ 1874ರಲ್ಲಿ ಅಂದಿನ ಮೈಸೂರು ಪ್ರಾಂತ್ಯ ಉಪಯೋಗಿಸಿತ್ತು. ಈ ಪಟ್ಟಿಯಲ್ಲಿ ಮುಸ್ಲಿಮರನ್ನು ಒಟ್ಟಾರೆಯಾಗಿ ಗುರುತಿಸಿತ್ತೇ ಹೊರತು ಜಾತಿಯಾಧಾರಿತವಾಗಿಯಲ್ಲ. ಅಂದಿನ ಮೈಸೂರು ಸಂಸ್ಥಾನ ನೇಮಿಸಿದ ಲೆಸ್ಲಿ ಮಿಲ್ಲರ್ ಸಮಿತಿ "ಇಂಗ್ಲಿಷ್" ಭಾಷೆಯನ್ನು ಮಾನದಂಡವಾಗಿ ಉಪಯೋಗಿಸಿತ್ತು. 1880ರ ಸಂದರ್ಭದಲ್ಲಿ ಈ ಪದದ ಪ್ರಯೋಗವನ್ನು ಪ್ರಾಥಮಿಕ ಶಾಲೆಗಳಲ್ಲಿ ಅನಕ್ಷರಸ್ಥರಿಗೆ ಅಭ್ಯಸಿಸಲು ನೀಡುತ್ತಿದ್ದ ಸಹಾಯಧನದ ರೂಪದಲ್ಲಿ ನೋಡಲಾಗುತ್ತಿತ್ತು ಎಂದು ಸಾಚಾರ್ ವರದಿ ವಾದಿಸಿತ್ತು. ಸಂವಿಧಾನ ರಚನಾ ಸಮಿತಿಯಲ್ಲಿ ಇದರ ಕುರಿತು ಸಾಕಷ್ಟು ಚರ್ಚೆಗಳಾದವು. ಈ ಚರ್ಚೆಯಲ್ಲಿ ಎರಡು ರೂಪದ ಅಭಿಪ್ರಾಯಗಳು ಮೂಡಿದ್ದವು. ಒಂದನೆಯ ಅಭಿಪ್ರಾಯ ಎಲ್ಲಾ ಸಮುದಾಯವನ್ನು ಒಳಗೊಂಡಿರುವ ಮತ್ತು ಅವುಗಳಿಗೆ ಸಕರಾತ್ಮಕ ಧೋರಣೆಯನ್ನು ಪ್ರತಿಪಾದಿಸಿತ್ತು. ಈ ವ್ಯಾಖ್ಯಾನದಲ್ಲಿ ದಲಿತರು ಮತ್ತು ಬುಡಕಟ್ಟುಗಳನ್ನು ಸೇರಿಸಲಾಗಿತ್ತು. ಎರಡನೆಯ ಅಭಿಪ್ರಾಯದಲ್ಲಿ ದಲಿತರಿಂದ ಮೇಲ್ಪದಲ್ಲಿರುವ ವರ್ಗ, ಆದರೆ ದಮನಿತ ವರ್ಗವನ್ನು ಇತರೇ ಹಿಂದುಳಿದ ವರ್ಗವಾಗಿ ನೋಡಲಾಯಿತು. ಈ ಎರಡು ವಿಶ್ಲೇಷಣೆಯಲ್ಲಿ ಕೇಂದ್ರಬಿಂದುವಾಗಿದ್ದದ್ದು ಹಿಂದೂ ಧರ್ಮದಲ್ಲಿದ್ದ ಹಿಂದುಳಿದ ವರ್ಗ. ಮದ್ರಾಸ್ ಪ್ರಾಂತ್ಯದ ಮೊಹಮ್ಮದ್ ಇಸ್ಮಾಯಿಲ್ ಸಾಹೇಬರು ಮುಸ್ಲಿಮರಲ್ಲಿ ಹಿಂದುಳಿದ ವರ್ಗಗಳಿವೇ? ಎಂಬ ಪ್ರಶ್ನೆ ಎತ್ತಿದ ನಂತರ ಮುಸ್ಲಿಮರಲ್ಲಿ ಹಿಂದುಳಿದ ವರ್ಗಗಳಿರುವುದರ ಕುರಿತಾದ ವಿಷಯ ಸಂವಿಧಾನ ರಚನಾ ಸಮಿತಿಯಲ್ಲಿ ಮುನ್ನೆಲೆಗೆ ಬಂತು. ಇದಕ್ಕೆ ಪೂರಕವೆಂಬಂತೆ ಮತ್ತೊಂದು ಚರ್ಚೆ ಮುನ್ನೆಲೆಗೆ ಬಂತು. ಜಾತಿಯನ್ನು ವರ್ಗಕ್ಕೆ ಸಮೀಕರಿಸಬಹುದೇ? ವರ್ಗವನ್ನು ಜಾತಿಯಂತೆ

ಪರಿಗಣಿಸಬಹುದೇ? ಬಹಳಷ್ಟು ಕೋರ್ಟ್ ತೀರ್ಪುಗಳು, ಆಯೋಗದ ವರದಿಗಳು ಇವುಗಳನ್ನು ಸಮೀಕರಿಸಿದ್ದು ಇದೆ. ಇದರಲ್ಲಿ ಸಮಾಜಶಾಸ್ತ್ರಜ್ಞರು ಮತ್ತು ಇನ್ನಿತರ ಮಾನವ ಶಾಸ್ತ್ರಜ್ಞರು ಕೂಡ ಹಿಂದೆ ಸರಿದಿಲ್ಲ (ಜಿ. ಎಸ್ ಘುರೆ, ಮನೊರಂಜನ್ ಮೊಹಂತಿ, ಜೆರಮಿ ಸೀಬ್ರೂಕ್ ಇತ್ಯಾದಿ) ಈ ಪ್ರಕ್ರಿಯೆಯಲ್ಲಿ ಜಾತಿ –ವರ್ಗವಾಗುತ್ತದೆ, ವರ್ಗ ಜಾತಿಯಾಗುತ್ತದೆ. ಆದಕಾರಣ ಹಿಂದುಳಿದ ಜಾತಿಗಳು, ಹಿಂದುಳಿದ ವರ್ಗಗಳಾಗಿ ವಿಶ್ಲೇಷಿಸಲ್ಪಡುತ್ತವೆ.

ಕಾಕ ಕಾಲೇಕರ್ ಆಯೋಗ ಮತ್ತು ಜಾತಿಯ ಗುರುತಿಸುವಿಕೆ

ಸ್ವಾತಂತ್ರ್ಯೋತ್ತರದ ವ್ಯಾಖ್ಯಾನದಲ್ಲಿ ಇದಕ್ಕೊಂದು ಹೊಸ ಸ್ವರೂಪವೇ ಸಿಕ್ಕಿತ್ತು. 1959ರಲ್ಲಿ ನೇಮಕಗೊಂಡ ಕಾಕ ಕಾಲೇಕರ್ ಆಯೋಗ ಈ ಮಾನದಂಡಗಳನ್ನು ಇನ್ನಷ್ಟು ವಿಸ್ತರಿಸಿತ್ತು. ಸಾಮಾಜಿಕ ನ್ಯಾಯ ಎಂಬ ಪದ ಅಥವಾ ಚರ್ಚೆ ಈ ಸಂದರ್ಭದಲ್ಲಿ ಮುನ್ನೆಲೆಗೆ ಬರಲಿಲ್ಲ. ಹೊರತು ಇದು ಸ್ವಾತಂತ್ಯದ ನಂತರ ಹಿಂದುಳಿದ ವರ್ಗಗಳನ್ನು ಗುರುತಿಸಲು, ದಾಖಲಿಸಲು ರಚಿತವಾದ ಪ್ರಪ್ರಥಮ ಆಯೋಗವಾಯಿತು. ಈ ಸಂದರ್ಭದಲ್ಲಿ ಮುಸ್ಲಿಮರು ಕಾಕ ಕಾಲೇಕರ್ ಆಯೋಗಕ್ಕೆ ನೀಡಿದ ಮನವಿ ಪತ್ರವನ್ನು ಗಮನಿಸಬೇಕು. "ಎಲ್ಲಾ ಮುಸಲ್ಮಾನರನ್ನು ಹಿಂದುಳಿದ ವರ್ಗಗಳೆಂದು ಪರಿಗಣಿಸಬೇಕು. ಅಲ್ಲದೇ ಅವರಿಗೆ ಶೈಕ್ಷಣಿಕ ಸಾಧನಗಳನ್ನು ನೀಡಬೇಕಲ್ಲದೆ, ಉದ್ಯೋಗದಲ್ಲಿ, ಮತ್ತು ಸರ್ಕಾರದಲ್ಲಿ ಸೂಕ್ತವಾದ ಪ್ರಾತಿನಿಧ್ಯತೆಯನ್ನು ನೀಡಬೇಕು."[358] ಈ ಮನವಿಯನ್ನು ಆಯೋಗ ಒಪ್ಪುವುದಿಲ್ಲ. ಅಷ್ಟು ಮಾತ್ರವಲ್ಲದೆ ನಾಲ್ಕು ಮೇಲ್ಜಾತಿಗಳ ಹೊರತಾಗಿ ಇನ್ನಿತರ ಜಾತಿಗಳು ಹಿಂದುಳಿದ ಮತ್ತು ದೀನ ಜಾತಿಗಳು ಎಂದು ಸಾಬೀತುಪಡಿಸಲು ಮುಂದಾಗಿದ್ದರು ಎಂದು ಆಯೋಗ ವಾದಿಸಿತ್ತು. ಇದೇ ಸಂದರ್ಭದಲ್ಲಿ ಮತಾಂತರಗೊಂಡ ಜಾತಿಗಳ ಕುರಿತಾದ ಅದರ ಕಾಳಜಿಯನ್ನು ಅರ್ಥ ಮಾಡಿಕೊಳ್ಳಬೇಕು. ಕಾಕ ಕಾಲೇಕರ್ ಬರೆಯುತ್ತಾರೆ, "ಜಾತಿ ಆಧಾರಿತವಾಗಿ ಪರಿಹಾರವನ್ನು ಸೂಚಿಸುವ ಸಂದರ್ಭದಲ್ಲಿ ಅದರ ಕೆಟ್ಟ ಅಪಾಯಗಳು ಮುಸಲ್ಮಾನರ ಮತ್ತು ಕ್ರೈಸ್ತರ ಮೇಲಾಗುವುದನ್ನು ಕಂಡು ನನ್ನ ಕಣ್ಣುಗಳು ತೆರೆದವು. ವಾಸ್ತವವಾಗಿ ಬಹು ಸಂಖ್ಯಾತ ಮುಸಲ್ಮಾನರು ಮತ್ತು ಕ್ರೈಸ್ತರು ಮೂಲತಃವಾಗಿ ಹಿಂದೂ ಸಮಾಜದಿಂದ ಮತಾಂತರಗೊಂಡವರೇ ಆಗಿದ್ದಾರೆ. ಇಸ್ಲಾಂ ಮತ್ತು ಕ್ರಿಶ್ಚಿಯಾನಿಟಿ ಮೂಲಭೂತವಾಗಿ ಜಾತಿಯನ್ನು ಒಪ್ಪುವುದಿಲ್ಲ. ಕೆಳಜಾತಿಗಳು ತಮ್ಮ ಹಿಂದೂ ಧರ್ಮದ ಜಾತಿಗಳನ್ನು ಬಿಟ್ಟು ಆಳುವ ವರ್ಗದ ಜಾತಿಗಳನ್ನು ಅಪ್ಪಿಕೊಳ್ಳಲು ಬಲವಾದ ಕಾರಣವೆಂದರೆ ಈ ಧರ್ಮಗಳು ಜಾತಿಯ ದೌರ್ಜನ್ಯದಿಂದ ಹಿಂದೂ ಜಾತಿಗಳನ್ನು ಬಿಡುಗಡೆಗೊಳಿಸುತ್ತದೆ ಎಂಬ

358 Government of India, Report of the Backward classes Commission Vol. 1, India, Simla 1955. p..26.

ಧೃಡವಾದ ನಂಬಿಕೆ ಇಲ್ಲಿತ್ತು."[359] ಇದರ ಮುಂದುವರಿಕೆಯಾಗಿ ವರದಿ,[360] "ಭಾರತಕ್ಕೆ ಇಸ್ಲಾಂ ಮತ್ತು ಕ್ರಿಶ್ಚಿಯಾನಿಟಿ ಆಗಮಿಸಿದ ನಂತರ ಹಿಂದೂ ಸಮಾಜದಲ್ಲಿ ಕೆಲವು ಬದಲಾವಣೆಗಳಾದವು, ಕೆಳಜಾತಿಯ, ಅದರಲ್ಲೂ ಬಹಿಷ್ಕೃತ ಜಾತಿಗಳು ಈ ಹೊಸ ಧರ್ಮಗಳಿಗೆ, ಅವಮಾನ ಮತ್ತು ಅದರ ತೀಕ್ಷ್ಣತೆಯಿಂದ ಪಲಾಯನ ಮಾಡಲು ಮತಾಂತರ ಒಂದು ಸಾಧನವಾಯಿತು. ಆದರೆ ಈ ಮತಾಂತರಗಳು ಕೂಡ ಅವರ ಮೂಲ ಜಾತಿಯ ತಳಹದಿಗಳನ್ನು ಅಲ್ಲಾಡಿಸಲಿಲ್ಲವೆಂದೇ ಹೇಳಬೇಕು. ಇವುಗಳ ಪ್ರಭಾವ ಈಗಲೂ ಕಂಡುಬರುತ್ತಿರುವುದು ಅಷ್ಟೆ ವಾಸ್ತವ". ಆದಕಾರಣ ಭಾರತದ ಸಂದರ್ಭದಲ್ಲಿ, ಸಮಾನತೆ ಮತ್ತು ಭ್ರಾತೃತ್ವ ಸಾರುವ, ಜಾತಿಯನ್ನು ಒಪ್ಪದಿರುವ ಧರ್ಮ, ಜಾತಿಗಳನ್ನು ಮತ್ತು ಅದರ ಎಲ್ಲಾ ನಕರಾತ್ಮಕ ಮೌಲ್ಯಗಳನ್ನು ಅಪ್ಪಿಕೊಳ್ಳುವ ಅನಿವಾರ್ಯತೆಯಲ್ಲಿ ಸಿಕ್ಕಿಕೊಂಡಿತ್ತು ಎಂದು ಆಯೋಗ ವಾದಿಸಿತ್ತು.

ವಿಚಿತ್ರವೆಂದರೆ ಈ ಆಯೋಗದ ಉದ್ಘಾಟನೆಯ ಸಂದರ್ಭದಲ್ಲಿ ಅಂದಿನ ಪ್ರಧಾನಿ ನೆಹರೂಗೆ "ಹಿಂದುಳಿದ ವರ್ಗಗಳು"ಎಂಬ ಪದದ ಉಪಯೋಗದ ಬಗ್ಗೆ ಅಸಮ್ಮತಿ ಇತ್ತು. ಏಕೆಂದರೆ ಹೆಚ್ಚೂ ಕಡಿಮೆ 90ರಷ್ಟು ಶೇಕಡಾ ಜನರು ಬಡವರು, ಹಿಂದುಳಿದವರು ಇರುವ ಅಂದಿನ ಸಂದರ್ಭದಲ್ಲಿ ಅವರನ್ನು "ಹಿಂದುಳಿದವರು" ಎಂದು ವರ್ಗೀಕರಿಸುವುದು ಸರಿಯಲ್ಲ. ದುರಂತವೆಂದರೆ ನೆಹರೂ "ಹಿಂದುಳಿದ ವರ್ಗ"ವೆಂದರೆ ಅವಮಾನದ ಸಂಕೇತವೇ? ಹೊಸ ಅಸ್ಮಿತೆಯ ರೂಪಕವೇ? ಹೊಸ ಸಾಮಾಜಿಕ ಸ್ತರವಿನ್ಯಾಸವೇ? ಎಂದು ಸಾದರಪಡಿಸುವುದಿಲ್ಲ. ಅದೇನೆ ಇದ್ದರೂ ಆಯೋಗ ಒಟ್ಟಾರೆಯಾಗಿ 2,399 ಜಾತಿಗಳನ್ನು ಹಿಂದುಳಿದ ಜಾತಿಗಳೆಂದು ಗುರುತಿಸಿದರೂ, ಅದರ ಮೀಸಲಾತಿಯ ಶಿಫಾರಸ್ಸುಗಳನ್ನು ಮುಂದೆ ಅನುಷ್ಟಾನಕ್ಕೆ ತರಲು ಸಾಧ್ಯವಾಗಲಿಲ್ಲ. ನಿಜ ಸಂಗತಿಯೆಂದರೆ ಪಾರ್ಲಿಮೆಂಟಿನಲ್ಲಿ ವರದಿಯ ವಿಷಯ ಬಂದಿದ್ದರೂ, ಚರ್ಚೆ ನಡೆಯಲಿಲ್ಲ. ವಾಸ್ತವವಾಗಿ ಇದು ಒಮ್ಮತದ ವರದಿಯಾಗಿರಲಿಲ್ಲ. ಕೆಲವರು ಇದರ ಮಾನದಂಡದ ಕುರಿತು ಆಕ್ಷೇಪವನ್ನು ವ್ಯಕ್ತಪಡಿಸಿದ್ದರು, ಅದರಲ್ಲೂ ಜಾತಿಯನ್ನು ಹಿಂದುಳಿದಿರುವಿಕೆಗೆ ಸಮೀಕರಿಸಿದ್ದನ್ನು, ಮೀಸಲಾತಿಯನ್ನು ಜಾತಿಯಾಧಾರಿತವಾಗಿ ನೀಡಿರುವುದನ್ನು ವಿರೋಧಿಸಿದ್ದರು. ವಿಚಿತ್ರವೆಂದರೆ ಕಾಕ ಕಾಲೇಕರ್ ಕೂಡ ಜಾತಿ ಆಧಾರಿತವಾದ ವರ್ಗೀಕರಣವನ್ನು ತಾತ್ವಿಕವಾಗಿ ಒಪ್ಪಿಕೊಳ್ಳಲಿಲ್ಲ, ಆದರೆ ಅದನ್ನು ವಿರೋಧದ ಅಸ್ತ್ರವನ್ನಾಗಿ ಬಳಸಲಿಲ್ಲ. ವಾಸ್ತವವಾಗಿ ತದನಂತರ ಬಂದ ಮಂಡಲ್ ವರದಿ ಇದನ್ನು ತೀಕ್ಷ್ಣವಾಗಿ ಟೀಕಿಸುತ್ತದೆ. ಕಾಕ ಕಾಲೇಕರ್ ಉಪಯೋಗಿಸಿದ ಮಾನದಂಡಗಳು

359 .Ibid. p.vi,
360 Ibid p.20

ಅಸಮರ್ಪಕವಾಗಿದ್ದವು, ಶಿಫಾರಸ್ಸು ಮಾಡಿದ ಮೀಸಲಾತಿ ಪ್ರಮಾಣಕ್ಕೆ ಯಾವುದೇ ವೈಚಾರಿಕ ವಾದಗಳಿರಲಿಲ್ಲ, ವರದಿಯಲ್ಲಿ ಆಂತರಿಕ ವೈರುಧ್ಯಗಳಿದ್ದವು ಇತ್ಯಾದಿ. [361]

ವಾಸ್ತವವಾಗಿ ಈ ಆಯೋಗದ ಒಂದು ವಿಶಿಷ್ಟ ಕೊಡುಗೆಯೆಂದರೆ ಅದು ಜಾತಿಗಳ ಪುನರ್ ವರ್ಗೀಕರಣ ಮತ್ತು ಅಸ್ಮಿತೆ ರಾಜಕಾರಣದ ವಿವಿಧ ಆಯಾಮಗಳನ್ನು ವಿವರಿಸಿತ್ತು. ಅದಕ್ಕಾಗಿ ಅದು ಕೆಲವು ಪ್ರಮುಖವಾದ ಪ್ರಶ್ನೆಗಳನ್ನು ಎತ್ತಿ ತನ್ನ ವಾದವನ್ನು ಮುಂದುವರಿಸಿತ್ತು.[362] ಒಂದನೆಯ ಪ್ರಶ್ನೆ ನಾಗರೀಕ ತನಗೆ ತೋಚಿದ ಜಾತಿಗಳಲ್ಲಿ ತನ್ನನ್ನು ತಾನು ಗುರುತಿಸಿಕೊಳ್ಳಲು ಎಷ್ಟರ ಮಟ್ಟಿಗೆ ಸ್ವತಂತ್ರ?. ಇದಕ್ಕೆ ಅದು ಉದಾಹರಣೆಯಾಗಿ ನೀಡಿದ್ದು ಮಹಾರಾಷ್ಟ್ರದ ಸೊನಾರ್‌ಗಳನ್ನು. ವಿಶ್ವಕರ್ಮರಾದ ಈ ಸಮುದಾಯ ತನ್ನನ್ನು ತಾನು ಬ್ರಾಹ್ಮಣನೆಂದು ಕರೆಯುವುದು ಎಷ್ಟರ ಮಟ್ಟಿಗೆ ಸೂಕ್ತ? ಇದೇ ವಿಶ್ವಕರ್ಮರು ಅಸ್ಸಾಂನಲ್ಲಿ ತಮ್ಮನ್ನು ಹರಿಜನರೆಂದು ಕರೆದುಕೊಳ್ಳುತ್ತಾರೆ. ಅದೇ ರೀತಿ ಬ್ರಾಹ್ಮಣನೊಬ್ಬ ಹರಿಜನನೆಂದು ಕರೆದ ಘಟನೆಯನ್ನೂ ಕೂಡ ಉಲ್ಲೇಖಿಸುತ್ತದೆ. ಎಷ್ಟೋ ದಲಿತ ಅರ್ಚಕರು ತಮ್ಮನ್ನು ತಾವು ಬ್ರಾಹ್ಮಣರೆಂದು ಕರೆದುಕೊಂಡದ್ದು ಇದೆ. ಇದಕ್ಕೆ ಪೂರಕವೆಂಬಂತೆ ಮಹಾರಾಷ್ಟ್ರದ ಸಂತ ತುಕರಾಮನನ್ನು ಕೂಡ ಉಲ್ಲೇಖಿಸುತ್ತದೆ. ಸಂತ ತುಕರಾಮ್ ಮೂಲತಃವಾಗಿ ಬನಿಯಾ ಜಾತಿಯವನಾದರೂ, ತನ್ನನ್ನು ತಾನು ಶೂದ್ರನೆಂದು ಕರೆಯುತ್ತಿದ್ದದ್ದು ವಾಸ್ತವವೆಂದು ಕಾಕ ಕಾಲೇಕರ್ ಆಯೋಗ ವಾದಿಸಿತು. ಇದಕ್ಕೆ ವಲ್ಲಭಭಾಯಿ ಪಟೇಲ್ ಕೂಡ ಸಾಥ್ ನೀಡಿದ್ದರು. ಅವರು ತಮ್ಮ ಜಾತಿಯಾದ ಪಟಿದಾರರನ್ನು ಶೂದ್ರವೆಂದು ಕೋರ್ಟ್‌ನಲ್ಲಿ ಹೇಳಿಕೆ ನೀಡಲು ಮಾನಸಿಕವಾಗಿ ತಯಾರಾಗಿದ್ದರು ಎಂದು ಆಯೋಗ ದಾಖಲಿಸಿತ್ತು. ಇವೆಲ್ಲದರ ಅರ್ಥವೇನೆಂದರೆ ಜಾತಿಯ ಅಸ್ಮಿತೆಗಳು ಸ್ಥಿರವಲ್ಲ, ಅಥವಾ ಜಡವಲ್ಲ.

ಎರಡನೆಯದಾಗಿ, ತಮ್ಮ ಜಾತಿಗಳಿಗೆ ಹೊಸ ಹೆಸರುಗಳಿಂದ ಗುರುತಿಸುವ ರಾಜಕಾರಣವನ್ನು ಆಯೋಗ ಗುರುತಿಸಿತ್ತು. ಏಕೆಂದರೆ ಹೊಸ ಅಸ್ಮಿತೆ ಅವರಿಗೆ ಸಾಮಾಜಿಕವಾಗಿ ಹೆಚ್ಚಿನ ಗೌರವವನ್ನು ಮತ್ತು ಸ್ಥಾನಮಾನವನ್ನು ನೀಡುತ್ತದೆ ಎಂಬ ನಂಬಿಕೆ ಇಲ್ಲಿ ಕೆಲಸ ಮಾಡುತ್ತಿತ್ತು. ಇದಕ್ಕೆ ಪೂರಕವಾಗಿ ಚಮ್ಮಾರರು ತಮ್ಮ ಜಾತಿಗೆ ರವಿದಾಸ್ ಎಂಬ ಹೊಸ ಅಸ್ಮಿತೆಯನ್ನು ನೀಡಿದ್ದನ್ನು ಆಯೋಗ ಗುರುತಿಸಿತ್ತು. ಸಂತ ರವಿದಾಸ್ ಇದೇ ಜಾತಿಗೆ ಸೇರಿದ ಕಾರಣ ಪುನರ್ ನಾಮಕರಣ ಬಹಳ ಸುಲಭವಾಗಿ ಸಾಧ್ಯವಾಯಿತು ಎಂದು ಕೂಡ ವಾದಿಸಿತ್ತು, ಎರಡನೆಯ ಜಾತಿಯೆಂದರೆ ಕ್ಷೌರಿಕರು.

361 Government of India, Report of the Backward Class Commission , First Part, Vol I and II, 1980, p/3
362 Ibid p.XVIII

ಇವರು ಕೂಡ ತಮ್ಮನ್ನು ತಾವು ಸೇನಾಗಳೆಂದು ಕರೆಯಲು ಇಚ್ಛಿಸುತ್ತಿದ್ದರು. ಇದಕ್ಕಿಂತ ವಿಭಿನ್ನವಾಗಿರುವುದು ವಾಲ್ಮೀಕಿ ಹೆಸರು. – ಇದು ಹೆಚ್ಚು ಗೊಂದಲವನ್ನು ಸೃಷ್ಟಿಸಿದ ಹೆಸರು. ಆಯೋಗದ ಪ್ರಕಾರ ವಾಲ್ಮೀಕಿ ಮೂಲತಃವಾಗಿ ಬ್ರಾಹ್ಮಣರೆಂದು ಗುರುತಿಸಲ್ಪಟ್ಟ ಕಾರಣ, ಬ್ರಾಹ್ಮಣರು ತಮ್ಮ ಹೆಸರಿನಲ್ಲಿ ವಾಲ್ಮೀಕಿ ಎಂದು ನಮೂದಿಸುವುದು ಸಾಮಾನ್ಯವಾಗಿದೆ ಇದೇ ರೀತಿ ಮೀನುಗಾರರು, ವಿಮುಕ್ತಿ ಜಾತಿಗಳು, ಜಲಗಾರ ಜಾತಿಗಳು ಕೂಡ ತಮ್ಮನ್ನು ವಾಲ್ಮೀಕಿಗಳೆಂದು ಕರೆಯುವ ವಾಡಿಕೆ ಇರುವುದನ್ನು ವರದಿ ಗುರುತಿಸಿತ್ತು. ಈ ರೀತಿಯ ಗೊಂದಲಗಳು ಜನಗಣತಿಯಲ್ಲಿ ಮತ್ತು ದಿನನಿತ್ಯದ ಚಟುವಟಿಕೆಗಳಲ್ಲಿ ಸಾಮಾನ್ಯವಾದ ವಿಷಯ.[363]

ಮೂರನೆಯದಾಗಿ, ಇಂಗ್ಲೀಷ್ ಅಕ್ಷರದ ಕಾಗುಣಿತದ ಮತ್ತು ಬರವಣಿಗೆಯ ತಪ್ಪುಗಳು ಹತ್ತು ಹಲವು ಜಾತಿಗಳನ್ನು ನಿರ್ಮಿಸಿದ್ದನ್ನು ಆಯೋಗ ಗುರುತಿಸಿತ್ತು. ಇವುಗಳು ಜಾತಿಯ ವರ್ಗೀಕರಣದ ಗೊಂದಲಗಳನ್ನು ಇನ್ನಷ್ಟು ತೀವ್ರಗೊಳಿಸಿದ್ದವು.[364] "ದಾಸ ಎಂಬುದು ಶೂದ್ರ ಸಮುದಾಯದ ಒಂದು ಭಾಗ. ದಾಸನೆಂದರೆ ಮೂಲತಃವಾಗಿ ಗುಲಾಮ, ಕೆಲಸಗಾರ. ಕೆಲವು ಉದಾತ್ತ ಪುರುಷರು, ಮೇಲ್ಜಾತಿಗಳು ತಮ್ಮ ಹೆಸರಿನೊಂದಿಗೆ ದಾಸವೆಂದು ನಮೂದಿಸುವುದು ಸರ್ವೇಸಾಮಾನ್ಯ. ಜೈನರಲ್ಲಿ ಕೂಡ ದಾಸ ಮತ್ತು ವಿಸ ಎಂಬ ಎರಡು ಪಂಗಡಗಳಿವೆ. ವ್ಯಾಪಾರಸ್ಥರಾದ ಜೈನರು ಈ ಗೊಂದಲದ ಭಾಗವಾಗಿರುವುದು ಕೂಡ ಸಹಜ. ಅವರ ಹೆಸರಿನಲ್ಲಿರುವ ದಾಸ ಎಂಬ ಪದ ಅವರನ್ನು ಶೂದ್ರನನ್ನಾಗಿಸುತ್ತದೆ (ಉದಾಹರಣೆಗೆ ಪುರುಶೋತ್ತಮ. ದಾಸ್ ಇತ್ಯಾದಿ)".

ನಾಲ್ಕನೆಯದಾಗಿ, ಪ್ರಾಬಲ್ಯತೆ ಎಂಬುದು ಮಧ್ಯಮ– ಕೆಳಜಾತಿಗಳಿಗೆ ಸೀಮಿತವಾದ ವಿಷಯವಲ್ಲ. ಇದರ ಇನ್ನೊಂದು ರೂಪವನ್ನು ಕೆಳ ಜಾತಿಗಳಲ್ಲೂ ನೋಡಬಹುದು. ದಲಿತರು ಕೂಡ ಇದಕ್ಕೆ ಅಪವಾದವಲ್ಲ. ದಲಿತರಲ್ಲಿರುವ ಮಹಾರ್ ಜಾತಿಗಳು, ಉತ್ತರ ಭಾರತದ ಚಮಾರ್‌ಗಳು, ಕೇರಳದ ಇಳವರು ಮತ್ತು ತಮಿಳುನಾಡಿನ ನಾಡರ್‌ಗಳು ಉಳಿದ ದಲಿತ ಜಾತಿಗಳ ಮೇಲೆ ತಮ್ಮ ಪ್ರಾಬಲ್ಯವನ್ನು ಸಾಧಿಸಿದ್ದನ್ನು ಆಯೋಗ ದಾಖಲಿಸಿತ್ತು.

ವಸ್ತುನಿಷ್ಠವಾಗಿ ನೋಡುವುದಾದರೆ ಅದಕ್ಕೆ ಮುಸಲ್ಮಾನರ ಕುರಿತು ಒಂದಿಷ್ಟು ಸಕರಾತ್ಮಕವಾದ ಧೋರಣೆ ಇತ್ತು ಎಂದು ಹೇಳಬಹುದು. ಅದರ ಪ್ರಕಾರ, ಎಲ್ಲಾ ಮುಸಲ್ಮಾನರನ್ನು ಹಿಂದುಳಿದ ಪಟ್ಟಿಯಲ್ಲಿ ಸೇರಿಸುವುದು ಸೂಕ್ತವಲ್ಲ,

363 Ibid 76.
364 Ibid 77

ಅವರಲ್ಲಿ ಸಾಮಾಜಿಕವಾಗಿಯೂ ಮತ್ತು ಆರ್ಥಿಕವಾಗಿಯೂ ಇರುವ ಹಿಂದುಳಿದ ವರ್ಗಗಳನ್ನು ಗುರುತಿಸಬೇಕೆಂದು ಆಯೋಗ ವಾದಿಸಿತ್ತು. ಮುಸಲ್ಮಾನರಲ್ಲಿ ಎಲ್ಲಾ ಜಾತಿಗಳು ಈ ಪಟ್ಟಿಯಲ್ಲಿ ಸೇರಿಕೊಳ್ಳಲಿಲ್ಲ. ಆದರೆ ಕುಲೀನ ಕಸುಬುಗಳನ್ನು ಮಾಡುತ್ತಿದ್ದ ವರ್ಗಗಳಾದ ಕ್ಷೌರಿಕ ವೃತ್ತಿಯವರು, ಕಂಬಾರರು, ಹಾಲು ಮಾರುವವರು, ಬಂಜಾರರು, ಮೋಮಿನ್/ ಜುಲ್ಹಾಹಗಳು ಅಥವಾ ನೇಕಾರರು, ಕಟುಕರು ಅಥವಾ ಕಸೈಗಳು, ಗಾಣಿಗರು ಅಥವಾ ತೇಲಿಗಳು, ಭಿಸ್ತಿ ಅಥವಾ ನೀರುಗಂಟಿಗಳು, ಫಕೀರರು ಅಥವಾ ಭಿಕ್ಷುಕರು, ಲಬ್ಬಯೆ, ಮಾಪಿಳ್ಳೆಗಳು. ಇವುಗಳಲ್ಲಿ ಕೆಲವು ಜಾತಿಗಳು ಕರ್ನಾಟಕದಲ್ಲೂ ಕಂಡು ಬರುತ್ತಾರೆ– ಪಿಂಜಾರರು, ಕಸೈ, ಲಬ್ಬಯೆ ಇತ್ಯಾದಿ. ಇವುಗಳು ಸಾಮಾಜಿಕವಾಗಿ ಮತ್ತು ಶೈಕ್ಷಣಿಕವಾಗಿ ಹಿಂದುಳಿದ ವರ್ಗಗಳು. ಈ ಹಿಂದೆ ಹೇಳಿದಂತೆ ಇದರಲ್ಲಿ ಒಂದು ವರ್ಗ ಕುಲಕಸುಬುಗಳ ಹಿನ್ನಲೆಯಿಂದ ಬಂದರೆ ಇನ್ನು ಕೆಲವು ದಲಿತ ಸಮುದಾಯದಿಂದ ಬಂದವುಗಳು ಇದೇ ಸಂದರ್ಭದಲ್ಲಿ ಆಯೋಗದ ವರದಿಯ ಈ ವಾಕ್ಯ ಅತ್ಯಂತ ಮುಖ್ಯವೆನಿಸುತ್ತದೆ.[365] 'ಅವರಿಗೆ ವಿಶೇಷವಾದ ಸವಲತ್ತುಗಳನ್ನು ನೀಡುವುದರಿಂದ ಭಾರತದ ಐಕ್ಯತೆಗೆ ಯಾವುದೇ ಅಡೆತಡೆಯಾಗುವುದಿಲ್ಲ, ಹೊರತು ಅದು ಇನ್ನಷ್ಟು ಗಟ್ಟಿಗೊಳಿಸುತ್ತದೆ."

ಕೊನೆಯದಾಗಿ ಅದು ಹಿಂದುಳಿದಿರುವಿಕೆಯನ್ನು ಗುರುತಿಸಲು ಹತ್ತುಹಲವು ಮಾನದಂಡಗಳು ಉಪಯೋಗಿಸಿತ್ತು. ಹಿಂದೂ ಸಮಾಜದಲ್ಲಿ ಜಾತಿಯ ಸ್ಥಾನಮಾನ, ಸರ್ಕಾರಿ ರಂಗದಲ್ಲಿ ತೃಪ್ತಿಕರವಲ್ಲದ ಪ್ರಾಧಿನಿಧಿತ್ವ, ವಾಣಿಜ್ಯ, ವ್ಯಾಪಾರ, ಕೈಗಾರಿಕೆಯಲ್ಲಿ ತೃಪ್ತಿಕರವಲ್ಲದ ಪ್ರಾತಿನಿಧಿತ್ವ, ನೈಸರ್ಗಿಕ ಸಂಪನ್ಮೂಲಗಳ ಮೇಲೆ ಜಾತಿಗಳಿಗಿರುವ ಹಿಡಿತ, ಅಲೆಮಾರಿ ಜೀವನ, ಹೀನಾಯ ಜೀವನ, ಇತ್ಯಾದಿಗಳು ಹಿಂದುಳಿದಿರುವಿಕೆಗೆ ಮಾನದಂಡವಾಯಿತು. ಅದರಲ್ಲಿ ವಿವಿಧ ಹಿಂದುಳಿದ ಜಾತಿಗಳು, ಮುಸ್ಲಿಮರನ್ನು ಒಳಗೊಂಡಂತೆ ಪಟ್ಟಿಯಲ್ಲಿ ಸೇರಿಕೊಂಡು ಬಿಟ್ಟವು. ಇದು ಇಡೀ ದೇಶದ ಮಟ್ಟಿಗೆ ಇರುವ ಜಾತಿಗಳನ್ನು ಎರಡು ರೀತಿಯಾಗಿ ವರ್ಗೀಕರಿಸಿತು: ಒಂದು ಹಿಂದುಳಿದ ಜಾತಿಗಳು (2399) ಮತ್ತು ಎರಡನೆಯದಾಗಿ, ಅತ್ಯಂತ ಹಿಂದುಳಿದ ಜಾತಿಗಳು (837) ಇದನ್ನು ಮಂಡಲ್ ಆಯೋಗ ಅಥವಾ ಎರಡನೆಯ ಹಿಂದುಳಿದ ಆಯೋಗ ಗುರುತಿಸಿತ್ತು.

ಕಾಕ ಕಾಲೇಕರ್ ಆಯೋಗದ ಶಿಫಾರಸ್ಸುಗಳನ್ನು ಜಾರಿ ಮಾಡಲಾಗದಿದ್ದರೂ, ಅದು ಅಖಿಲ ಭಾರತ ಮಟ್ಟದಲ್ಲಿ ಹಿಂದುಳಿದ ವರ್ಗಗಳನ್ನು ಗುರುತಿಸಲು ಮತ್ತು ವರ್ಗೀಕರಿಸಲು ಸಹಾಯ ಮಾಡಿತ್ತು. ಹಿಂದಿನ ಜನಗಣತಿಗಳು ಜಾತಿಗಳನ್ನು

365 Ibid p.XXXIII

ಸಂಖ್ಯಾಧಾರಿತವಾಗಿ ಗುರುತಿಸಿದರೆ, ಈ ವರದಿ ಜಾತಿಗಳನ್ನು ಮಾತ್ರವಲ್ಲದೇ ಅವುಗಳನ್ನು "ಹಿಂದುಳಿದ ವರ್ಗಗಳೆಂದು" ಪುನರ್ ವರ್ಗೀಕರಣ ಮಾಡಿದ್ದು ಹೊಸ ವಿಷಯವಾಗಿತ್ತು. ಇದು ಅಸ್ಮಿತೆ ರಾಜಕಾರಣಕ್ಕೆ ಹೊಸತನವನ್ನು ನೀಡಿದ್ದು ದಿಟ.

1970/80ರ ಸಾಮಾಜಿಕ ನ್ಯಾಯದ ಚರ್ಚೆ

1970ರ ದಶಕದಲ್ಲಿ ಎರಡು ಚರ್ಚೆಗಳು ಮುನ್ನಲೆಗೆ ಬಂದವು. ಮೊದಲನೆಯ ಚರ್ಚೆ ಹಿಂದುಳಿದ ವರ್ಗಗಳನ್ನು ಗುರುತಿಸುವುದು ಮತ್ತು ಪಟ್ಟಿ ಮಾಡುವುದು, ಎರಡನೆಯದಾಗಿ ಸಾಮಾಜಿಕ ನ್ಯಾಯದ ಪರಿಕಲ್ಪನೆ. ಈ ಚರ್ಚೆ ರಾಷ್ಟ್ರೀಯ ಮಟ್ಟದಲ್ಲಿ ನಡೆದಾಗ ಅದಕ್ಕೆ ತೀವ್ರ ವಿರೋಧ ಬಂದ್ದದ್ದು ಉತ್ತರ ಭಾರತದಲ್ಲಿ. ಇದೇ ಸಂದರ್ಭದಲ್ಲಿ ಕರ್ನಾಟಕ ಸಂಪೂರ್ಣವಾಗಿ ಶಾಂತವಾಗಿತ್ತು. ಕರ್ನಾಟಕದಲ್ಲಿ ಹಿಂದುಳಿದ ವರ್ಗದವರ ಪ್ರಜ್ಞೆ ಹೊಸತಾಗಿ ಹುಟ್ಟಿರಲಿಲ್ಲ, ಈ ಹಿಂದೆ ತಿಳಿಸಿದಂತೆ ಅದು ಮೈಸೂರು ಪ್ರಾಂತ್ಯದ 1874ರ "ಹಿಂದುಳಿದ ವರ್ಗದ" ಪರಿಕಲ್ಪನೆಯಲ್ಲಿಯೇ ಅಡಕವಾಗಿತ್ತು. ಅದಕ್ಕೆ ಪುಷ್ಟಿ ನೀಡಿದ್ದು ಲಸ್ಲಿ ಮಿಲ್ಲರ್ ಸಮಿತಿಯ ಶಿಫಾರಸ್ಸುಗಳು.

1970ರ ಸಾಮಾಜಿಕ ನ್ಯಾಯದ ಚರ್ಚೆಯ ಬಹುಮುಖ್ಯವಾದ ಅಂಶಗಳನ್ನು ಈ ರೀತಿ ಪಟ್ಟಿ ಮಾಡಬಹುದು. ಮೊದಲನೆಯದಾಗಿ, ಅಭಿವೃದ್ಧಿ ಮತ್ತು ಸಾಮಾಜಿಕ ನ್ಯಾಯ ಜತೆಜತೆಯಾಗಿ ಹೋಗಬಹುದೇ? ಮೀಸಲಾತಿ ಸಾಮಾಜಿಕ ನ್ಯಾಯವನ್ನು ತರಬಲ್ಲುದೇ? ಆರ್ಥಿಕ ಸಮಾನತೆ ಮತ್ತು ಸಾಮಾಜಿಕ ನ್ಯಾಯಕ್ಕೆ ಇರುವ ತಾತ್ವಿಕ ಸಂಬಂಧಗಳೇನು? ಭೂಸುಧಾರಣೆ ಬಡತನ ನಿವಾರಣೆಯೊಂದಿಗೆ ಸಾಮಾಜಿಕ ನ್ಯಾಯವನ್ನು ಒದಗಿಸಬಲ್ಲುದೇ? ಅಂಬೇಡ್ಕರ್ ಸಾಮಾಜಿಕ ನ್ಯಾಯದ ಹರಿಕಾರರೇ? ಇತ್ಯಾದಿ.

ಈ ದಶಕದಲ್ಲಿಯೇ ಬಂದದ್ದು ಕ್ರಾಂತಿಕಾರಿ ಭೂಸುಧಾರಣೆ, ಮಂಡಲ್/ ಹಾವನೂರು ಆಯೋಗಗಳ ವರದಿ, ಈ ಸಂದರ್ಭವನ್ನು ರೈತ ಚಳವಳಿ, ದಲಿತ ಚಳವಳಿ, ಪರಿಸರ ಚಳವಳಿ ಮಹಿಳಾ ಚಳವಳಿಗಳ ಆರಂಭದ ಕಾಲಘಟ್ಟವೆನ್ನಬಹುದು. ಇದೇ ಕಾಲಘಟ್ಟದಲ್ಲಿ ಪ್ರಕಟಗೊಂಡ ಒಂದು ಮಹತ್ವದ ಗ್ರಂಥವೆಂದರೆ ಜಾನ್ ರಾಲ್ಸ್‌ನ ಥಿಯರಿ ಆಫ್ ಜಸ್ಟೀಸ್, (1975). ವೈರುಧ್ಯವೆಂದರೆ ಈ ಕಾಲಘಟ್ಟದಲ್ಲಿ ರಾಜಕೀಯ ಇತಿಹಾಸದಲ್ಲಿ ಅಂಬೇಡ್ಕರ್ ದಾಖಲಾಗುತ್ತಾ ಹೋದರು. ಅದರ ಪೂರ್ವದಲ್ಲಿ ಅಂಬೇಡ್ಕರ್ ರಾಜಕೀಯ ಇತಿಹಾಸದಲ್ಲಿ ಮಹತ್ವವನ್ನು ಪಡೆದಿರಲಿಲ್ಲ. ಅವರ ಹೆಚ್ಚಿನ ಕೃತಿಗಳು ಕೂಡ ಪ್ರಕಟಗೊಂಡಿರಲಿಲ್ಲ. ಇದೇ ಕಾಲದಲ್ಲಿ ಅಂಬೇಡ್ಕರ್ ಪ್ರತಿರೋಧಗಳ ರೂಪಕವಾದರು. ಇದೇ ದಶಕದಲ್ಲಿ ರಾಜಕಾರಣದಲ್ಲಿ ಒಂದು ಮಹತ್ತರ

ಬದಲಾವಣೆಯಾಯಿತು. ಬಿಹಾರದಲ್ಲಿ ಮತ್ತು ಕರ್ನಾಟಕದಲ್ಲಿ ಹಿಂದುಳಿದ ವರ್ಗಗಳು ರಾಜಕೀಯ ಅಧಿಕಾರವನ್ನು ಪಡೆಯಲು ಸಾಧ್ಯವಾಯಿತು. ಕರ್ನಾಟಕದಲ್ಲಿ ಇದನ್ನು ದೇವರಾಜ್ ಅರಸ್ ಪ್ರತಿನಿಧಿಸಿದರೆ, ಬಿಹಾರದಲ್ಲಿ ಕರ್ಪೂರಿ ಠಾಕೂರ್ ಪ್ರತಿನಿಧಿಸಿದರು.

ಹಿಂದುಳಿದ ವರ್ಗಗಳ ರಾಜಕಾರಣದ ತೀವ್ರತೆ ಮುಂದಿನ ದಶಕದಲ್ಲಿ ಅದರಲ್ಲೂ 1980ರಲ್ಲಿ ಕಂಡುಬರುತ್ತದೆ. ವಿಚಿತ್ರವೆಂದರೆ ಈ ದಶಕಗಳಲ್ಲಿಯೇ ಮೀಸಲಾತಿಯ ಚರ್ಚೆ ಸಾಮಾಜಿಕ ನ್ಯಾಯದ ಪರಿಕಲ್ಪನೆಯ ಭಾಗವಾಯಿತು. ದುರಂತವೆಂದರೆ ಅಲ್ಪಸಂಖ್ಯಾತರು ಈ ಚರ್ಚೆಯ ಬಹು ದೊಡ್ಡ ಭಾಗವಾಗಲಿಲ್ಲ. ಆ ಸಂದರ್ಭದಲ್ಲಿ ನೇಮಕಗೊಂಡ ಆಯೋಗಗಳು ಅಲ್ಪಸಂಖ್ಯಾತರ ಕುರಿತು ಒಂದಿಷ್ಟು ಬೆಳಕು ಚೆಲ್ಲಿದರೂ, ಮುಸಲ್ಮಾನರ ವಿಷಯಗಳು ಕೆಲವೇ ವಿಷಯಗಳಿಗೆ ಸೀಮಿತವಾದವು. ಅವುಗಳು ಕೋಮು ಚೌಕಟ್ಟಿನ ವಿಷಯಗಳಾದವೇ ಹೊರತು ಸಾಮಾಜಿಕ ನ್ಯಾಯದ ವಿಷಯಗಳಾಗಿ ಪರಿವರ್ತಿತವಾಗಲಿಲ್ಲ. ಈ ವಿಷಯಗಳಲ್ಲಿ ಪ್ರಮುಖವಾಗಿ ಗುರುತಿಸಬೇಕಾದದ್ದು ಅಲಿಘರ್ ಮುಸ್ಲಿಂ ವಿಶ್ವವಿದ್ಯಾನಿಲಯದ ಸ್ವಾಯತ್ತದ ವಿಷಯ, ಕಾಶ್ಮೀರದ ಸಮಸ್ಯೆ, ತ್ರಿವಳಿ ತಲಾಕ್, ಏಕರೂಪದ ಸಂಹಿತೆ ಇತ್ಯಾದಿ.

ಮಂಡಲ್ ಆಯೋಗ ಸಾಮಾಜಿಕ ನ್ಯಾಯ ಮತ್ತು ಮೀಸಲಾತಿ/ಜಾತಿ ಅಸ್ಮಿತೆ

ಮಂಡಲ್ ಆಯೋಗದ ರಚನೆಯನ್ನು ಮೀಸಲಾತಿ ಮತ್ತು ಸಾಮಾಜಿಕ ನ್ಯಾಯದ ಮುಂದುವರಿಕೆಯ ಭಾಗವಾಗಿ ನೋಡಬೇಕು. ಈ ಆಯೋಗ ತನ್ನ ವರದಿಯನ್ನು 1980ರಲ್ಲಿ ಕೇಂದ್ರ ಸರ್ಕಾರಕ್ಕೆ ಸಲ್ಲಿಸಿತ್ತು. 1980 ಅಂತ್ಯದಲ್ಲಿ ಮಂಡಲ್ ಆಯೋಗದ ಶಿಫಾರಸ್ಸುಗಳನ್ನು ಜಾರಿಗೆ ತರಲು ಯತ್ನಿಸಿದಾಗ ಇಡೀ ಉತ್ತರ ಭಾರತ ಸಂಘರ್ಷಗಳ ಬೀಡಾಗಿತ್ತು.

ಮಂಡಲ್ ಆಯೋಗ ಜಾತಿಯ ಕುರಿತಾದ ಪ್ರಥಮ ಉಲ್ಲೇಖವನ್ನು ಋಗ್ವೇದದ ಪುರುಷ ಸೂಕ್ತದ ಚಾತುರ್ವರ್ಣದಲ್ಲಿ[366] ನೋಡುತ್ತದೆ, ಪ್ರಪ್ರಥಮವಾಗಿ ಸಾಮಾಜಿಕ ನ್ಯಾಯದ ಪರಿಕಲ್ಪನೆಯ ಸುದೀರ್ಘ ವಿಶ್ಲೇಷಣೆ ದೊರೆಯುವುದೇ ಮಂಡಲ್ ಆಯೋಗದ ವರದಿಯಲ್ಲಿ. ಮಾಜಿ ನ್ಯಾಯಾಧೀಶರಾದ ಸುಬ್ಬಾರಾವ್‌ರವನ್ನು ಉಲ್ಲೇಖಿಸುತ್ತಾ ಮಂಡಲ್ ವರದಿ ಎರಡು ರೂಪದ ಸಾಮಾಜಿಕ ನ್ಯಾಯದ ಪರಿಕಲ್ಪನೆಯನ್ನು ಮುಂದಿಡುತ್ತದೆ, ಒಂದನೆಯದಾಗಿ, ವಂಚಿತ ವರ್ಗಗಳಾದ ವಯಸ್ಸಾದವರು, ಬಡವರು, ಬಲಹೀನರು, ಮಕ್ಕಳು, ಮಹಿಳೆ ಇತ್ಯಾದಿಯವರ ಹಕ್ಕುಗಳನ್ನು ರಕ್ಷಿಸುವುದು ಮತ್ತು ಅವಕಾಶ ವಂಚಿತರಿಗೆ ಸಮಾನ ಅವಕಾಶವನ್ನು ಕಲ್ಪಿಸಿಕೊಡುವುದು, ಎರಡನೆಯದಾಗಿ, ಇದು ಉಳಿದ ಇನ್ನಿತರ ಹಕ್ಕುಗಳ ರಕ್ಷಣೆ.

366 Government of India, Report of the Baackward Classes , First Part Vol. I and II, 1980. p.14

ಅಲ್ಲದೇ ಉಳ್ಳವರು ಮತ್ತು ಇಲ್ಲದವರ ನಡುವೆ ಕಾಯ್ದುಕೊಳ್ಳುವ ಸಮತೋಲನದ ಚಕ್ರ. ಮಂಡಲ್ ಆಯೋಗದ ವಾದವನ್ನು ಉಲ್ಲೇಖಿಸುವುದಾದರೆ,"[367] In a limited sense, the right to social justice may be defined as the right of the weake, aged, destitute, poor, women, children and other underprivileged persons, to the protection of the State against the ruthless competition of life. It seeks to give the necessary adventitious aids to the underprivileged so that they may have equal opportunity with the more advanced in the race of life. It is a bundle of rights, in one sense it is carved of other rights;in another sense it is the preserve of other rights . It is the balancing wheel between the haves and have nots"

ಮಂಡಲ್ ಆಯೋಗದ ಒಂದು ಪ್ರಮುಖ ಅಂಶವೆಂದರೆ, ಅದು ಒಟ್ಟಾರೆಯಾಗಿ 3743 ಜಾತಿಗಳನ್ನು ಹಿಂದುಳಿದ ಜಾತಿಗಳೆಂದು ಗುರುತಿಸುತ್ತದೆ. ಜನಸಂಖ್ಯೆಯಲ್ಲಿ ಇವರ ಪ್ರಮಾಣ 52 ಶೇಕಡಾ. ಮುಸಲ್ಮಾನರಲ್ಲಿ ಹಿಂದುಳಿದ ವರ್ಗಗಳನ್ನು ಗುರುತಿಸಿತ್ತು. ಕರ್ನಾಟಕದಲ್ಲಿ ಒಟ್ಟಾರೆ 306 ಜಾತಿಗಳನ್ನು ಹಿಂದುಳಿದ ಜಾತಿಗಳಲ್ಲಿ ಗುರುತಿಸಿದ ಹಿಂದುಳಿದ ಆಯೋಗ ಕರ್ನಾಟಕದಲ್ಲಿ ಹತ್ತುಹಲವು ಮುಸ್ಲಿಂ ಜಾತಿಗಳನ್ನು ಕೂಡ ಪಟ್ಟಿ ಮಾಡಿತ್ತು. ಅವುಗಳಲ್ಲಿ ಮುಖ್ಯವೆನಿಸುವುದು: ಅನ್ಸಾರಿ, ಜುಲಾಯ್, ಭಗವಾನ್, ತಂಬೋಲಿ, ಬೇರಿ, ಚಪ್ಪರ್‌ಬಂದ್/ಚಪ್ಪರ್ ಬಂದ, ಧರ್ಜಿ, ಧೋಬಿ, ಫಕೀರ್, ಪಿಂಜಾರ್/ಪಿಂಜಾರಿ, ನಾಧಾಫ್, ಲಧಾಫ್, ಧುನಿಯ, ಮನಸೂರಿ, ನಲ್ ಬಂದ್, ಪಿಂಡರಿ/ಪೆಂಡಾರಸ್, ಕಸಬ್/ಖುರೇಷಿ, ಜಡಮಾಲಿ, ತಕರಾಸ್, ಜರ್ಗಾರ್ಸ್, ರಂಗಾರಿ, ರಂಗ್ರೇಜ್ ಇತ್ಯಾದಿ.[368] 2014ರಲ್ಲಿ ಪರಿಷ್ಕೃತ ಪಟ್ಟಿಯನ್ನು ಬಿಡುಗಡೆ ಮಾಡಿದ ಕೇಂದ್ರ ಸರ್ಕಾರ ಹಾವಾಡಿಗರಾದ ಗಾರುಡಿಗ, ಗಾರುಡಿ, ಗಾರುಡಿಗರನ್ನು ಸೇರಿಸಲಾಯಿತು. ಈ ವರ್ಗದ ಕುರಿತು ವೆಂಕಟಸ್ವಾಮಿ ಆಯೋಗ ಈ ರೀತಿಯಾಗಿ ವಿಶ್ಲೇಷಿಸಿತ್ತು. "ಈ ಸಮುದಾಯದ ಮೂಲಕಸುಬು ಹಾವುಗಳನ್ನು ಹಿಡಿಯುವುದು ಮತ್ತು ಡೊಂಬರಾಟವನ್ನಾಡುವುದು, ಅವರ ಸ್ಥಾನಮಾನ ಸಮಾಜದಲ್ಲಿ ಅತ್ಯಂತ ಕೆಳಗಿದೆ. ಇವುಗಳು ಸಾಮಾಜಿಕವಾಗಿ ಹಿಂದುಳಿದ ಕಾರಣ ಅವರ ಆರ್ಥಿಕ ಪ್ರಗತಿ ನಿಕೃಷ್ಟವಾಗಿದೆ.[369]"

ಮಂಡಲ್ ಆಯೋಗದ ಶಿಫಾರಸ್ಸಿನ ಭಾಗವಾಗಿ ಅಲ್ಪಸಂಖ್ಯಾತರಿಗೆ ಮತ್ತು ಇತರೇ ಹಿಂದುಳಿದ ವರ್ಗಗಗಳಿಗೆ ಒಟ್ಟಾರೆಯಾಗಿ 27ಶೇಕಡಾ

---

367 K. Subba Rao, "Social Justice and Law, National, New Delhi, nd. (quoted in Ibid, p.21.

368 Government of India, Report of the backward Class Commission, Second Part, Vol.III to VII 1980. pp.178-80

369 National Ciommission for Backward Classes , Advice No 207/Karnataka/2012

ಮೀಸಲಾತಿಯನ್ನು ನೀಡಲಾಯಿತು. ಇಲ್ಲೊಂದು ವಿಚಿತ್ರ ಸನ್ನಿವೇಶವಿದೆ. ರಾಷ್ಟ್ರೀಯ ಪಟ್ಟಿಯನ್ನು ಮಾಡುವಾಗ ಅಲ್ಪಸಂಖ್ಯಾತರ ಪಟ್ಟಿ ರಾಜ್ಯದಿಂದ ರಾಜ್ಯಕ್ಕೆ ಬದಲಾಗುತ್ತಾ ಹೋಗುತ್ತದೆ. ಆ ಪಟ್ಟಿಯನ್ನು, ಮತ್ತು ಅದರ "ಇತರೇ ಹಿಂದುಳಿದ ವರ್ಗದ ವಾದಗಳನ್ನು ಸೂಕ್ಷ್ಮವಾಗಿ ಗಮನಿಸಿದರೆ ಅದೊಂದು ಜಾತಿಯ ಪಟ್ಟಿಯೆಂದೆನಿಸುತ್ತದೆ. ರಾಜಸ್ಥಾನದಲ್ಲಿ 68ಕ್ಕೂ ಹೆಚ್ಚು ಜಾತಿಗಳು ಒಬಿಸಿ ಪಟ್ಟಿಯಲ್ಲಿವೆ, ಮಹಾರಾಷ್ಟ್ರದಲ್ಲಿ , ಆಂಧ್ರ ಮತ್ತು ತೆಲಂಗಾಣದಲ್ಲಿ 8 ಜಾತಿಗಳು. (Dudekula Laddaf, Pinjari or Noorbash (Muslim) Arekatika, Katika, Quresh (Muslim butchers) Muslim butchers). ಇದರಲ್ಲಿ ಬರುವ ದಡೆಕುಲರು ಮೂಲತಃವಾಗಿ ದಲಿತ ಹಿನ್ನಲೆಯಿಂದ ಬಂದವರು. ಇಲ್ಲಿರುವ ವೈರುದ್ಯವೆಂದರೆ ಕರ್ನಾಟಕದ ಒಂಬತ್ತು ಮುಸ್ಲಿಂ ವರ್ಗ/ಪಂಗಡಗಳನ್ನು ಹೊರತಾಗಿ ಇನ್ನಿತರರು ಇತರೇ ಹಿಂದುಳಿದ ವರ್ಗಗಳೆಂದು ಕೇಂದ್ರಿಯ ಪಟ್ಟಿ ಒಪ್ಪಿಕೊಳ್ಳುತ್ತದೆ. ಇತರೇ ಹಿಂದುಳಿದ ವರ್ಗಗಳ ಪಟ್ಟಿಯಿಂದ ಹೊರತಾಗಿರುವ ಪಂಗಡಗಳೆಂದರೆ ಕಚಿ ಮೆಮನ್, ನವಾಯತ, ಬೋಹ್ರ, ಸೈಯ್ಯದ್, ಶೇಖ್, ಪಠಾಣ್, ಮೊಘಲ್, ಮಹದಾವಿಯ ಮತ್ತು ಕೊಂಕಣಿ ಅಥವಾ ಜಮಾಯತಿ ಮುಸ್ಲಿಂ. ಇವುಗಳನ್ನು ಯಾವ ಆಧಾರದ ಮೇಲೆ ಹೊರಗಿಡಲಾಗಿದೆ ಎಂಬುದರ ಕುರಿತು ಯಾವುದೇ ಸ್ಪಷ್ಟನೆ ಸಿಗುವುದಿಲ್ಲ. ಮತ್ತೊಂದೆಡೆ ಕೆಲವು ಮುಸ್ಲಿಂ ಹಿಂದುಳಿದ ಜಾತಿಗಳ ಪಟ್ಟಿ ಸಿಗುತ್ತದೆ. ಇಲ್ಲಿರುವ ಮತ್ತೊಂದು ತಪ್ಪೆಂದರೆ ಹತ್ತು ಹಲವು ಮುಸ್ಲಿಂ ಜಾತಿಗಳು ಹಿಂದುಳಿದ ಪಟ್ಟಿಗೆ ಈಗಲೂ ಸೇರದಿರುವುದು ವಾಸ್ತವ. ಅದೇ ಸಂದರ್ಭದಲ್ಲಿ ಅದೇ ಕುಲ ಕಸುಬುಗಳಿಗೆ ಸೇರಿದ ಮುಸ್ಲಿಮೇತೇತರ ಜಾತಿಗಳು ಹಿಂದುಳಿದ ವರ್ಗದ ಪಟ್ಟಿಯಲ್ಲಿ ದಾಖಲಾತಿಯನ್ನು ಪಡೆಯುತ್ತವೆ.

ಅದೇನೆ ಇದ್ದರೂ ಮೀಸಲಾತಿ ಕುರಿತು ಸಾಕಷ್ಟು ಟೀಕೆಗಳು, ವಿಮರ್ಶೆಗಳು ಬಂದಿವೆ. ಕೆಲವು ತಜ್ಞರ ಪ್ರಕಾರ (ದೀಪಂಕರ್ ಗುಪ್ತ)[370] ಮೀಸಲಾತಿ ಆರ್ಥಿಕತೆಯ ಮೇಲೆ ಆಧಾರಿತವಾಗಬೇಕೇ ಹೊರತು ಜಾತಿ ಆಧಾರಿತವಾಗಿರಬಾರದು. ಏಕೆಂದರೆ ಅವರ ಪ್ರಕಾರ ಗ್ರಾಮೀಣ ಪ್ರದೇಶದ ಬಹಳಷ್ಟು ರೈತರು ಅಥವಾ ಹಿಂದುಳಿದ ವರ್ಗಗಳು ಬಹುಮುಖ್ಯವಾಗಿ ಶ್ರೀಮಂತ ರೈತರಾಗಿರುವುದು ದಿಟ. ಇದನ್ನು ಯಥಾವತ್ತಾಗಿ ಒಪ್ಪಿಕೊಳ್ಳಲು ಸಾಧ್ಯವಿಲ್ಲ. ಗ್ರಾಮೀಣ ಪ್ರದೇಶದಲ್ಲಿ ಬಡವರಾಗಿರುವ ನೂರಾರು ಜಾತಿಗಳಿರುವುದು ಅಷ್ಟೇ ಸ್ಪಷ್ಟ. ಎರಡನೆಯ ವಾದ ಅತ್ಯಂತ ಬಾಲಿಶವೆನ್ನಬಹುದು. ಅದರ ಪ್ರಕಾರ ಮೀಸಲಾತಿ ಅಧಿಕಾರಶಾಹಿಯಲ್ಲಿ, ಶೈಕ್ಷಣಿಕ ಸಂಸ್ಥೆಗಳಲ್ಲಿ ಅಧ್ಯಕ್ಷತೆ ಕಾರಣೀಭೂತವಾಗುತ್ತದೆ. ಮೂರನೆಯದಾಗಿ ಮೀಸಲಾತಿ

370 Dipankar Gupta. Caste, Race, Politics. Seminar, No 508 (1), 2001

ತೀವ್ರತರ ಉಪ ರಾಷ್ಟ್ರೀಯತೆಯ ಉದ್ಭವಕ್ಕೆ ದಾರಿ ಮಾಡಿಕೊಡುತ್ತದೆ. ಇದು ಕೂಡ ಬಹು ದೊಡ್ಡ ಮಿಥ್ಯೆ. ನಾಲ್ಕನೆಯದಾಗಿ ಅದು ಹಿಂದುಳಿದ ವರ್ಗಗಳನ್ನು ಆರ್ಥಿಕವಾಗಿ ಸಬಲೀಕರಣ ಮಾಡುವುದಿಲ್ಲ. ಕೊನೆಯದಾಗಿ ಇದು ಗುಂಪು ರಾಜಕಾರಣಕ್ಕೆ ಅವಕಾಶ ಮಾಡಿಕೊಡುತ್ತದೆ. ದುರಂತವೆಂದರೆ ಇವರ್‍ಯಾರೂ ಖಾಸಗಿ ವಲಯದಲ್ಲಿ ಮೀಸಲಾತಿಯನ್ನು ಪ್ರತಿಪಾದಿಸುವುದಿಲ್ಲ, ಅಲ್ಲದೇ ಮೀಸಲಾತಿ ವಿಷಯವನ್ನು ಜಾತಿಗಳ ಅಸ್ಮಿತೆ ರಾಜಕಾರಣದ ಭಾಗವಾಗಿ, ಸಾಮಾಜಿಕ ನ್ಯಾಯದ ಭಾಗವಾಗಿ ನೋಡುವುದಿಲ್ಲ. ಇದಕ್ಕೆ ತೀವ್ರ ವಿರುದ್ಧವಾಗಿರುವುದು ಖ್ಯಾತ ಸಮಾಜಶಾಸ್ತ್ರಜ್ಞೆ ಗೇಲ್ ಒಮ್ವೆಟ್[371]. ಆದಿತ್ಯ ನಿಗಮ್, ಕೆ ಬಾಲಗೋಪಾಲ್[372], ಮತ್ತು ಪಿ ರಾಧಾಕೃಷ್ಣರ[373] ನಿಲುವು. ಅವರು ಮೀಸಲಾತಿಯ ಅವಶ್ಯಕತೆಯನ್ನು ಒತ್ತಿ ಹೇಳುತ್ತಾರೆ. ಇವರ ಪ್ರಕಾರ ಮೀಸಲಾತಿ ಜಾತಿಯಾಧಾರಿತವಾಗಿರುವ ಸಂಪನ್ಮೂಲನಗಳ ಮೇಲಿನ ಹಿಡಿತವನ್ನು ಕಡಿಮೆಗೊಳಿಸುತ್ತದೆ, ಆದರೆ ಬಡತನವನ್ನು ಮತ್ತು ಆರ್ಥಿಕ ಶೋಷಣೆಯನ್ನು ಕಡಿಮೆ ಮಾಡುವುದಿಲ್ಲ. ಎರಡನೆಯದಾಗಿ ಇತಿಹಾಸದ ತಪ್ಪುಗಳನ್ನು ಮೀಸಲಾತಿ ಸರಿಪಡಿಸುತ್ತದೆ[374] ಇದು ಇತರೇ ಹಿಂದುಳಿದ ವರ್ಗಗಳೊಂದಿಗೆ ಬುಡಕಟ್ಟುಗಳ ಆಸಕ್ತಿಯನ್ನು ಕೂಡ ರಕ್ಷಿಸುತ್ತದೆ[375]. ಈ ರೀತಿಯ ಪರ –ವಿರೋಧದ ಕಥನಗಳು ಮಂಡಲ್ ಅಥವಾ ಮೀಸಲಾತಿಗೆ ಮಾತ್ರ ಸೀಮಿತಗೊಳ್ಳಲಿಲ್ಲ, ಅದು ಸಾಚಾರ್ ವರದಿ ಸಂದರ್ಭದಲ್ಲೂ ಬಂತು.

371 Gail Omvedt, "Twice Born" Riot against Democracy, Economic and Political Weekly, Vol. 25, No. 39 Sept. 29, 1990, pp. 2195-2197+2199-2201.

372 K.Balagopal, The Anti- Mandal Mania, Economic and Political Weekly, Vol 25 No 40, October 6 1990.

373 P. Radhakrishnan, Backward Classes_ In Defence of Mandal Commiission, Economic and Political Weekly, , Vol.17, Issue No 27.July 3 1982. pp.76-79

374 Aditya Nigam, Mandal Commiission and the Left, Economic and Political Weekly, Vo.24 Issue No 48-50 May 9 1990

375 Bharat Dogra, Mandal Commission -Will tribal interest suffer, Economic and Political Weekly, Vol. 25 Issue No 39 September 29 1990.

ಸಾಚಾರ್, ರಂಗನಾಥ್ ಮಿಶ್ರ ಸಮಿತಿ ಮತ್ತು ಮುಸ್ಲಿಮರ ಜಾತಿಗಳು:

ಮುಸ್ಲಿಮರಲ್ಲಿ ಜಾತಿಯ ಪ್ರಶ್ನೆಗಳು ಪುನಃ ಮುನ್ನೆಲೆಗೆ ಬಂದದ್ದು ಸಾಚಾರ್ ಸಮಿತಿಯ ವರದಿ ನಂತರ. 2005ರಲ್ಲಿ ಅಲ್ಪಸಂಖ್ಯಾತರ ಸಾಮಾಜಿಕ, ಆರ್ಥಿಕ ಮತ್ತು ಶೈಕ್ಷಣಿಕ ಸ್ಥಿತಿಗತಿಗಳನ್ನು ಅಭ್ಯಸಿಸಲು ಕೇಂದ್ರ ಸರ್ಕಾರ ನೇಮಿಸಿದ ಸಾಚಾರ್ ಸಮಿತಿ[376] ಅಲ್ಪಸಂಖ್ಯಾತರಲ್ಲಿ ಮೂರು ರೂಪದ ಜಾತಿಗಳಂತೆ ಇರುವ ಚೌಕಟ್ಟುಗಳನ್ನು ಗುರುತಿಸಿತ್ತು. ಅದಕ್ಕಿಂತಲೂ ಬಹುಮುಖ್ಯವಾಗಿ ಮುಸ್ಲಿಮರನ್ನು ಓಬಿಸಿ (ಇತರೇ ಹಿಂದುಳಿದ ವರ್ಗಗಳು) ಎಂದು ಕೂಡ ಗುರುತಿಸಿತ್ತು. ಹಿಂದೂ ಜಾತಿಗಳ ವಿಶೇಷತೆಗಳಾದ ಶ್ರೇಣೀಕೃತ ವ್ಯವಸ್ಥೆ, ಸ್ವಬಾಂಧವ್ಯ ಮದುವೆ ಮತ್ತು ಕುಲಕಸುಬುಗಳು ಮುಸಲ್ಮಾನರಲ್ಲಿ ಕೂಡ ಕಂಡು ಬರುತ್ತದೆ ಎಂದು ಸಾಚಾರ್ ವರದಿ ಉಲ್ಲೇಖಿಸಿತ್ತು. ಇದನ್ನು ಪುಷ್ಟೀಕರಿಸಲು ಅದು ಉಲ್ಲೇಖಿಸಿದ್ದು 1901 ಜನಗಣತಿ– ವಾಸ್ತವವಾಗಿ ಇದು ಜಾತಿಯನ್ನು ದಾಖಲಿಸಿದ ಪ್ರಪ್ರಥಮ ಜನಗಣತಿ ಕೂಡ ಆಗಿರಲಿಲ್ಲ. ಇದನ್ನು ಈ ಹಿಂದೆ ಹೇಳಿದಂತೆ ಔದ್ ಪ್ರಾಂತ್ಯದ ಜನಗಣತಿ 1869ರಲ್ಲಿ ಗುರುತಿಸಿತ್ತು. ಸಾಚಾರ್ ವರದಿ ಪ್ರಕಾರ 1901ರ ಜನಗಣತಿ ಮುಸಲ್ಮಾನರಲ್ಲಿ 133 ಜಾತಿಗಳನ್ನು ಗುರುತಿಸಿತ್ತು. ಅಲ್ಲದೇ ಜಾತಿಗಳ ಇರುವಿಕೆಯನ್ನು ಸ್ಪಷ್ಟಪಡಿಸಲು ಇನ್ನಷ್ಟು ದಾಖಲೆಗಳನ್ನು ಸಾಚಾರ್ ವರದಿ ಉಲ್ಲೇಖಿಸಿತ್ತು. ಅದರಲ್ಲಿ 1911ರ ಉತ್ತರ ಪ್ರದೇಶದ ಜನಗಣತಿ ಒಂದು. ಅದು ಒಟ್ಟಾರೆಯಾಗಿ 102 ಜತಿಗಳನ್ನು ಗುರುತಿಸಿದರೆ, ತೀರಾ ಇತ್ತೀಚಿನ ವರದಿ ಉತ್ತರ ಪ್ರದೇಶದ ಹಳ್ಳಿಯೊಂದರಲ್ಲಿ 18 ಜಾತಿಗಳನ್ನು ಗುರುತಿಸಿತ್ತು.

ಈ ಸಂದರ್ಭದಲ್ಲಿ ಮುಸಲ್ಮಾನರಲ್ಲಿ ನಾಲ್ಕು ಗುಂಪುಗಳಿರುವುದನ್ನು ದಾಖಲಿಸುತ್ತಾ, ಅವುಗಳನ್ನು ಮೂರು ಜಾತಿಗಳಾಗಿ ವಿಭಜಿಸಿತ್ತು. ಈ ನಾಲ್ಕು ಗುಂಪುಗಳಲ್ಲಿ ಮೊದಲನೆಯ ಗುಂಪು ತಮ್ಮ ಮೂಲವನ್ನು ವಿದೇಶದಲ್ಲಿ ಇರುವುದನ್ನು ಗುರುತಿಸುತ್ತದೆ. ಇವರನ್ನು ಅಶ್ರಫರು ಎಂದು ಕರೆಯಲಾಗುತ್ತದೆ. ಇವರು ಅರಬಸ್ತಾನ, ಅಫ್ಘಾನಿಸ್ತಾನ, ಪರ್ಶಿಯಾ ಮತ್ತು ಟರ್ಕಿಯಿಂದ ಲಾಗಾಯ್ತಿನಿಂದ ವಲಸೆ ಬಂದು ನೆಲೆಸಿದವರು. ಎರಡನೆಯ ಗುಂಪು ಹಿಂದೂ ಮೇಲ್ಜಾತಿಗಳಿಂದ ಮತಾಂತರ ಹೊಂದಿದವರು. ಮೂರನೆಯದಾಗಿ, ಸ್ವಚ್ಛವಾಗಿರುವ ಮತ್ತು ಮಧ್ಯಮ ಜಾತಿಗಳಿಂದ ಮತಾಂತರ ಹೊಂದಿದವರು, ಕೊನೆಯದಾಗಿ, ಅಸ್ಪೃಶ್ಯ ಜಾತಿಯಿಂದ ಅದರಲ್ಲೂ, ಭಂಗಿ, ಚಮಾರ್, ಇತ್ಯಾದಿ ಜಾತಿಗಳಿಂದ ಮತಾಂತರ ಹೊಂದಿದವರು. ಇವರಲ್ಲಿ ಎರಡು ಮತ್ತು ಮೂರನೆಯ

376 Prime Minister's High Level Committee , A Report on Social, Economic and Educational Status of the Muslim Community of India, November, 2006

ಜಾತಿಗಳನ್ನು "ಹಿಂದುಳಿದ ಜಾತಿಗಳೆಂದು" ಕ್ರೋಢೀಕರಿಸಿತ್ತು. ಆದಕಾರಣ ಹಿಂದುಳಿದ ವರ್ಗಗಳಲ್ಲಿ ಮುಸ್ಲಿಂ ದಲಿತರನ್ನು ಮತ್ತು ಮಧ್ಯಮ ಜಾತಿಗಳನ್ನು ಕ್ರೋಢೀಕರಿಸಿದ್ದು ದಿಟ. ಅದರಲ್ಲಿ ಹಲಾಲ್ಖೋರರು, ಹೆಲಾಸ್, ಲಾಲ್ ಬೇಗಿ ಅಥವಾ ಭಂಗಿ, ಧೋಬಿಗಳು, ಕ್ಷೌರಿಕರು ಅಥವಾ ಹಜ್ಜಾಮ್, ಕಟುಕರಾದ ಚಿಕ್ಸ್, ಭಿಕ್ಷುರರಾದ ಫಕೀರ್‌ಗಳು ದಲಿತ ಜಾತಿಗಳಿಂದ ಬಂದರೆ, ಜಲಾಹ ಅಥವಾ ಮೊಮಿನ್ (ನೇಕಾರರು), ಧರ್ಜಿ (ದರ್ಜಿ), ಕುಂಜಾರ್ (ತರಕಾರಿ ಮಾರುವ) ಇತ್ಯಾದಿಗಳು ಶುದ್ಧ ಜಾತಿಯಿಂದ ಮತಾಂತರ ಹೊಂದಿದ ಜಾತಿಗಳು.

ಒಟ್ಟಾರೆಯಾಗಿ ಸಾಚಾರ್ ವರದಿ ಮುಸ್ಲಿಮರಲ್ಲಿ ಮೂರು ಜಾತಿಗಳಿರುವುದನ್ನು 1901ರ ಜನಗಣತಿ ಆಧಾರದ ಮೇಲೆ ಗುರುತಿಸಿತ್ತು: ಅಶ್ರಫರು, ಅಜ್ಲಫ್‌ಗಳು ಮತ್ತು ಅರ್ಜಲ್‌ಗಳು. ಇವುಗಳಲ್ಲಿ ಮೊದಲಿನ ಎರಡು ಜಾತಿಗಳು ಬಹಳ ಮಹತ್ವ ಪಡೆಯುತ್ತದೆ. ಮೊದಲನೆಯ ಜಾತಿ ಮೇಲ್ಜಾತಿಯಾದರೆ, ಅಜ್ಲಫ್‌ಗಳು ಬಹುಮುಖ್ಯವಾಗಿ ಬಡಗಿ, ಕರಕುಶಲಕರ್ಮಿಗಳು, ಬಣ್ಣ ಬಳೆಯುವವರು, ಚರ್ಮಕಾರರು, ಹಾಲು ಮಾರುವವರು, ನೇಕಾರರು (ಜುಲಾಹ), ಹತ್ತಿ ಸುತ್ತುವವರು (ಧುನಿಯ), ಗಾಣಿಗ (ಕುಲು), ತರಕಾರಿ ಮಾರುವವರು (ಕಂಜ್ರ), ಕ್ಷೌರಿಕ (ಹಜ್ಜಾಮ್), ಧರ್ಜಿ (ಧರ್ಜಿ) ಜಾತಿಗಳು, ಮುಸಲ್ಮಾನರಾಗಿ ಮತಾಂತರ ಹೊಂದಿದ ನಂತರ ಇವರನ್ನು ನವ- ಮುಸಲ್ಮಾನರು. ನಸ್ಯ ಮುಸಲ್ಮಾನರು ಎಂದು ಕರೆಯಲಾಗುತ್ತದೆ.

ಮೊದಲನೆಯವರು ಆಶ್ರಫರು ಮೇಲ್ಜಾತಿಗೆ ಸೇರಿದವರು. ಅವರ ಸಂಖ್ಯೆ ಹೆಚ್ಚೂಕಡಿಮೆ 5%, ಇವರ ಮೂಲ ಇರುವುದು ಸೆಂಟ್ರಲ್ ಅಥವಾ ಮಧ್ಯಪೂರ್ವದಲ್ಲಿ, ಎರಡನೆಯವರು ಅಜ್ಲಫ್‌ಗಳು. ಅವರ ಜನಸಂಖ್ಯಾ ಪ್ರಮಾಣ ಅರ್ಜಲ್ಸ್‌ಗಳಿಗಿಂತ ಹೆಚ್ಚೂ ಕಡಿಮೆ 40.7% ಆದರೆ ಜೀವನಮಟ್ಟ ಮಾತ್ರ ಜನಸಾಮಾನ್ಯ ಅಲ್ಪಸಂಖ್ಯಾತರಿಗಿಂತಲೂ ಹೀನ. ಅವರು ಮೂಲತಃವಾಗಿ ಹಿಂದೂ ಧರ್ಮದ ಹಿಂದುಳಿದ ವರ್ಗದಿಂದ ಮತಾಂತರ ಹೊಂದಿದ ಸಮುದಾಯ. ಇವರಲ್ಲಿ ಹೆಚ್ಚೂಕಡಿಮೆ 82 ವಿವಿಧ ಗುಂಪುಗಳಿವೆ. ಕೊನೆಯದಾಗಿರುವ ಅರ್ಜಲ್ಸ್‌ಗಳ ಮೂಲ ಇರುವುದು ದಲಿತರಲ್ಲಿ, ಅವರು ದಲಿತ ಮುಸ್ಲಿಮರು. ಮತಾಂತರದ ನಂತರವೂ ಅವರ ಜೀವನಮಟ್ಟ ಹಾಗೂ ಜೀವನಶೈಲಿ ಹಾಗೇನೆ ಉಳಿದುಬಿಟ್ಟಿದೆ. ಇದಕ್ಕೆ ಪೂರಕವಾಗಿ ಸಾಚಾರ್ ಸಮಿತಿ ಗಮನಿಸಿದ ಇನ್ನೊಂದು ಅಂಶವನ್ನು ಪರಿಗಣಿಸಬೇಕು: ಅದು ಹಿಂದೂ ಓಬಿಸಿ ಮತ್ತು ಮುಸ್ಲಿಂ ಓಬಿಸಿಗಳ ನಡುವೆ ತುಲನೆಯನ್ನು ಮಾಡುತ್ತಾ, ಅವುಗಳ ನಡುವೆ ಇರುವ ಸಾಪೇಕ್ಷ ಅವಕಾಶ ವಂಚನೆಯ ವಾಸ್ತವಾಂಶಗಳನ್ನು ತೆರೆದಿಡುತ್ತದೆ. ವಾಸ್ತವವಾಗಿ ಸಾಚಾರ್ ಮುಸ್ಲಿಂ ಒಬಿಸಿ- ಹಿಂದುಳಿದ ವರ್ಗಗಳ ಕುರಿತು ಹೆಚ್ಚು ಒತ್ತು ಕೊಡುತ್ತದೆ.

ಸಾಚಾರ್ ವರದಿಯ ಇನ್ನೊಂದು ಮಹತ್ವವಾದ ಗುಣಾತ್ಮಕವಾದ ಅಂಶವೆಂದರೆ ಅದು ಮುಸಲ್ಮಾನರಲ್ಲಿರುವ ಜಾತಿಗಳನ್ನು ಬರೇ ಉತ್ತರ ಭಾರತದ ಬಿಹಾರ, ಬಂಗಾಳ, ಉತ್ತರಪ್ರದೇಶದದಲ್ಲಿ ಮಾತ್ರ ನೋಡುವುದಿಲ್ಲ, ಹೊರತು ದಕ್ಷಿಣ ಭಾರತದಲ್ಲೂ ಕೇರಳ, ಆಂಧ್ರಪ್ರದೇಶ, ತಮಿಳುನಾಡುಗಳಲ್ಲಿ ನೋಡುತ್ತದೆ. ಕೇರಳದ ಸಂದರ್ಭದಲ್ಲಿ ಉದಾಹರಣೆಯಾಗಿ ಮಾಪಿಳ್ಳೆಗಳನ್ನು ಉಲ್ಲೇಖಿಸುತ್ತದೆ. ಅದರ ಪ್ರಕಾರ ಮಾಪಿಳ್ಳೆಗಳಲ್ಲಿ ಐದು ಶ್ರೇಣೀಕೃತ ವರ್ಗ/ಜಾತಿಗಳಿವೆ: ತಂಗಳ್, ಅರಬ್, ಮಲಬಾರಿಸ್, ಪುಸಲ್ಲಾರ್ಸ್, ಒಸ್ಸಾವನ್. ಸಾಚಾರ್ ವರದಿ ಪ್ರಕಾರ, ತಂಗಳ್‌ಗಳು ತಮ್ಮ ಮೂಲವನ್ನು ಪ್ರವಾದಿಯ ಪುತ್ರಿಯರಾದ ಫಾತಿಮಾರಲ್ಲಿ ನೋಡುತ್ತಾರೆ, ಎರಡನೆಯ ಹಂತದಲ್ಲಿ ಅರಬರು. ಅವರು ಅರಬ ಮತ್ತು ದೇಸಿಯ ಮಹಿಳೆಯ ಸಂಕರದಿಂದ ಹುಟ್ಟಿದವರಾದರೂ ತಮ್ಮ ಅರಬ್ ಅಸ್ಮಿತೆಯನ್ನು ಮರೆತಿಲ್ಲ. ಮೂರನೆಯಯವರು ಮಲಬಾರಿಗಳು. ತಮ್ಮ ಮೂಲವಾದ ಅರಬ್ ಜಗತ್ತನ್ನು ಮರೆತುಹೋದರೂ, ಮಾತೃ ಸಂತತಿಯನ್ನು ಇವತ್ತಿಗೂ ಚಾಚು ತಪ್ಪದೇ ಪಾಲಿಸುತ್ತಾರೆ. ನಾಲ್ಕನೆಯ ಸ್ಥಾನದಲ್ಲಿರುವವರು ಪುಸಲ್ಲಾರ್ಸ್. ಬೆಸ್ತರ ಜಾತಿಯಾದ ಮುಕ್ಕಾವನ್ ಜಾತಿಯಿಂದ ಮತಾಂತರ ಹೊಂದಿದವರು, ಇವರ ಸ್ಥಾನಮಾನ ಕೂಡ ಕೆಳಸ್ತರದಲ್ಲಿದೆ. ಕೊನೆಯದಾಗಿ ಒಸ್ಸಾವನ್ ಜಾತಿಗಳು. ಇವರು ಮೂಲತಃವಾಗಿ ಕ್ಷೌರಿಕ ಜಾತಿಯಿಂದ ಮತಾಂತರ ಹೊಂದಿದವರು.[377] ಹೆಚ್ಚೂಕಡಿಮೆ ಇದೇ ರೀತಿಯ ಚೌಕಟ್ಟನ್ನು ಆಂಧ್ರಪ್ರದೇಶದಲ್ಲಿ ಕೂಡ ಗುರುತಿಸುತ್ತದೆ. ಅದೇನೆ ಇದ್ದರೂ. ಸಾಚಾರ್ ವರದಿಗೆ ಕರ್ನಾಟಕ, ಕೇರಳ, ಬಿಹಾರ್, ತಮಿಳುನಾಡು ರಾಜ್ಯಗಳ ಮೀಸಲಾತಿ ನೀತಿಗಳು "ಮಾದರಿಗಳಾಗಿದ್ದವು".

ಇದರ ಮುಂದುವರಿಕೆಯಾಗಿ ಸಾಚಾರ್ ವರದಿಯ ಪ್ರಕಾರ ಕೇಂದ್ರ ಮತ್ತು ರಾಜ್ಯ ಸರ್ಕಾರಗಳು ಹಿಂದುಳಿದ ವರ್ಗಗಳ ಪಟ್ಟಿಗಳನ್ನು ರಚಿಸುವಾಗ ಸಾಕಷ್ಟು ತಪ್ಪುಗಳನ್ನು ಮಾಡಿದೆ. ಇಲ್ಲಿ ಮೂರು ರೂಪದ ತಪ್ಪುಗಳಿವೆ. ಒಂದನೇ ತಪ್ಪುಹಲವು ಜಾತಿಗಳು ಹಿಂದುಳಿದ ಜಾತಿಗಳಾದರೂ ಕೇಂದ್ರದ ಪಟ್ಟಿಯಲ್ಲಿ ದಾಖಲಾಗದೇ ಉಳಿದುಬಿಡುವ ತಪ್ಪು. ವರದಿ ಪ್ರಕಾರ, 1990ರಲ್ಲಿ ನ್ಯಾಶನಲ್ ಬ್ಯಾಕ್‌ವರ್ಡ್ ಕ್ಲಾಸಸ್ ಕಮಿಷನ್ ರಚನೆಯಾದ ನಂತರವೂ ಈ ರೀತಿಯ ತಪ್ಪುಗಳು ಸಾಕಷ್ಟು ಮುನ್ನಲೆಗೆ ಬಂದಿವೆ. ಇದಕ್ಕೆ ಉದಾಹರಣೆಯಾಗಿ ಅದು ನೀಡುವುದು ಮಧ್ಯಪ್ರದೇಶ. ಉತ್ತರಪ್ರದೇಶ, ಮಹಾರಾಷ್ಟ್ರ ಮತ್ತು ಬಿಹಾರ. ಮಧ್ಯಪ್ರದೇಶ ಒಟ್ಟಾರೆಯಾಗಿ 91 ಜಾತಿಗಳನ್ನು ಹಿಂದುಳಿದ ವರ್ಗದಲ್ಲಿ ಪಟ್ಟಿ ಮಾಡಿದರೂ, 65 ಜಾತಿಗಳು ಮಾತ್ರ ಕೇಂದ್ರದ ಪಟ್ಟಿಯಲ್ಲಿ ದಾಖಲಾಗಿವೆ. ಉತ್ತರ ಪ್ರದೇಶದಲ್ಲಿ 75

377 Ibid, pp.103.

ಜಾತಿಗಳನ್ನು ಹಿಂದುಳಿದ ಜಾತಿಗಳನ್ನಾಗಿ ಗುರುತಿಸಿದರೂ, 74 ಜಾತಿಗಳು ಕೇಂದ್ರದ ಪಟ್ಟಿಯಲ್ಲಿವೆ. ಇದರಲ್ಲಿ ಎರಡು ಮುಸ್ಲಿಂ ಜಾತಿಗಳು –ಮಿಶ್ರಿಕರ್ ಮತ್ತು ನನ್ ಬೈ– ಕೇಂದ್ರದ ಪಟ್ಟಿಯಿಂದ ಹೊರಗಿವೆ. ಗುಜರಾತ್‌ನಲ್ಲಿ ಮುಸ್ಲಿಂ ಜಾತಿಗಳಾದ ಜಿಲಯ, ತರಿಯತ್ಯೆ, ಮಂಸೂರಿ, ಅರಬ್, ಸುಮ್ರ, ತಾರಕ್, ಕಲಾಲ್, ಮತ್ತು ಭವಿಯಾಗಳು ರಾಜ್ಯದ ಪಟ್ಟಿಯಲ್ಲಿದ್ದರೂ, ಕೇಂದ್ರದ ಪಟ್ಟಿಯಲ್ಲಿ ದಾಖಲಾಗಿಲ್ಲ. ಇದೇ ಸ್ಥಿತಿ ಬಿಹಾರದಲ್ಲಿ ಕಂಡು ಬರುತ್ತದೆ. ಅಲ್ಲಿ 6 ಮುಸ್ಲಿಂ ಜಾತಿಗಳು ಕೇಂದ್ರದ ಪಟ್ಟಿಯಿಂದ ಹೊರಗಿವೆ. ಎರಡನೆಯ ತಪ್ಪು ಕಂಡುಬರುವುದು ರಾಜ್ಯದ ಪಟ್ಟಿಯಲ್ಲಿ. ಕೆಲವು ಜಾತಿಗಳು ಕೇಂದ್ರದ ಪಟ್ಟಿಯಲ್ಲಿದ್ದರೂ, ರಾಜ್ಯದ ಪಟ್ಟಿಯಿಂದ ಹೊರಗಿವೆ. ಇದಕ್ಕೆ ಸಾಚಾರ್ ವರದಿ ನೀಡುವ ಉದಾಹರಣೆಗಳೆಂದರೆ ಬಿಹಾರದ ಕಲ್ವರ್, ರಾಜಸ್ತಾನದ ಮನ್ಸೂರಿ, ಉತ್ತರಪ್ರದೇಶದ ಅತೀಶ್‌ಬಾಜ್, ಪಶ್ಚಿಮ ಬಂಗಾಳದ ರಯೀನ್, ಕಲ್ವಾರ್, ರಂಗ್ವಾ ಮತ್ತು ಚುರಿಬಾರ್. ಮೂರನೆಯ ಹಂತದಲ್ಲಿ ಸಾಚಾರ್ ಸಮಿತಿ ಪ್ರಕಾರ ಮುಸ್ಲಿಂ ಹಿಂದುಳಿದ ವರ್ಗಗಳನ್ನು ಸರ್ಕಾರದ ಇನ್ನಿತರ ಯೋಜನೆಗಳು ದಾಖಲಿಸಿದ್ದರೂ, ಅವುಗಳು ಎರಡೂ ಸರ್ಕಾರಿ ಪಟ್ಟಿಗಳಲ್ಲಿ– ಕೇಂದ್ರ ಮತ್ತು ರಾಜ್ಯ – ದಾಖಲೆಯಾಗದೇ ಉಳಿದುಬಿಡುವ ವಿಚಿತ್ರ ಸನ್ನಿವೇಶವನ್ನು ಗಮನಕ್ಕೆ ತರುತ್ತದೆ. ಆಂಥ್ರಪಲಾಜಿಕ್ ಸರ್ವೆ ಆಫ್ ಇಂಡಿಯಾ ದ “ಪೀಪಲ್ ಆಫ್ ಇಂಡಿಯಾ”ದ ಯೋಜನೆಯ ದಾಖಲಾತಿಯನ್ನು ಸಾಚಾರ್ ವರದಿ ಉಲ್ಲೇಖಿಸುತ್ತದೆ. ಈ ಯೋಜನೆ ಗುಜರಾತ್‌ನಲ್ಲಿ 85 ಮುಸ್ಲಿಂ ಅಶ್ರಫೇತರ ಜಾತಿಗಳನ್ನು ಲೆಕ್ಕ ಹಾಕಿದರೂ, 22 ಜಾತಿಗಳು ಕೇಂದ್ರದ ಪಟ್ಟಿಯಲ್ಲಿ, 27 ಜಾತಿಗಳು ಮಾತ್ರ ರಾಜ್ಯದ ಪಟ್ಟಿಯಲ್ಲಿ ದಾಖಲಾಗಿ ಬಿಡುತ್ತವೆ. ಇದೇ ಸ್ಥಿತಿ ಬಿಹಾರದಲ್ಲೂ ಕಂಡು ಬರುತ್ತವೆ. ಅಲ್ಲಿ 37 ಜಾತಿಗಳನ್ನು ಅಶ್ರಫೇತರ ಜಾತಿಗಳಾಗಿ ಗುರುತಿಸಿದರೂ, ಅವುಗಳಲ್ಲಿ ಬರೇ 23 ಜಾತಿಗಳು ಕೇಂದ್ರದ ಪಟ್ಟಿಗೆ ಸೇರಿಕೊಂಡಿವೆ. ಉತ್ತರಪ್ರದೇಶದ 61 ಜಾತಿಗಳಲ್ಲಿ 32 ಜಾತಿಗಳು ರಾಜ್ಯ ಮತ್ತು ಕೇಂದ್ರದ ಪಟ್ಟಿಗೆ ಸೇರಿವೆ. ವಿಚಿತ್ರವೆಂದರೆ ಸಾಚಾರ್ ವರದಿ ಕರ್ನಾಟಕದ ಬಗ್ಗೆ ಹೇಳುವುದಿಲ್ಲ. ಬಹುಶಃ “ಮಾದರಿ ಮೀಸಲಾತಿ” ವಾದದ ನಡುವೆ ಇಂತಹ ವಿಷಯಗಳು ಸಮಿತಿಗೆ ಗೌಣವಾಗಿರಬಹುದು.

ಸಾಚಾರ್ ವರದಿ ಎದುರಿಸಿದ ಬಹಳ ಮುಖ್ಯವಾದ ಸಮಸ್ಯೆಯೊಂದಿದೆ. ಅದು ಮುಸ್ಲಿಂ ಅಸ್ಪೃಶ್ಯ ಜಾತಿಗಳ ಕುರಿತಾಗಿರುವುದು. ಅರ್ಜಲ್ಸ್‌ಗಳೆಂದು ಕರೆಯಲ್ಪಡುವ ಅಸ್ಪೃಶ್ಯ ಜಾತಿಗಳ ಸ್ಥಾನಮಾನ ಮತಾಂತರ ನಂತರವೂ, ಒಬಿಸಿಗಳೆಂದು ತೀರ್ಮಾನಿಸಿದ ನಂತರವೂ ಬದಲಾವಣೆಯಾಗಿಲ್ಲವೆಂಬುದನ್ನು ವರದಿ ವಾದಿಸಿತ್ತು. ಈಗಲೂ ಈ ಜಾತಿಗಳು ‘ಕಳಂಕಿತ’ರಾಗಿಯೇ ಇರುವುದನ್ನು ಅದು ಗಮನಿಸಿತ್ತು. ಪರಿಶಿಷ್ಟ ಜಾತಿಗೆ ನೀಡುವ ಸೌಲಭ್ಯ ಇವುಗಳಿಗೆ ಸಿಗುತ್ತಿಲ್ಲವೆಂದು ಕೂಡ ವಾದಿಸಿತ್ತು.

ಈ ರೀತಿಯ ಅವಕಾಶ ವಂಚನೆಗೆ ಇತಿಹಾಸವೇ ಇದೆ. 1936ರಲ್ಲಿ ವಸಾಹತುಶಾಹಿ ಹೊರತಂದ ಪಟ್ಟಿಯಲ್ಲಿ ಮುಸ್ಲಿಂ ಅಸ್ಪೃಶ್ಯ ಜಾತಿಗಳಾದ ಹಲಾಲ್‌ಕೋರರನ್ನು ಸೇರಿಸಿದರೂ, ಅವರಿಗೆ ಸೌಲಭ್ಯಗಳನ್ನು ನೀಡಲಿಲ್ಲ. 1950ರ ರಾಷ್ಟ್ರಪತಿಗಳ ಅಧ್ಯಾದೇಶ ಇದನ್ನು ಪುಷ್ಟೀಕರಿಸಿತ್ತು. ಈ ರೀತಿಯ ಅವಕಾಶದಿಂದ ವಂಚಿತವಾದ ಮತ್ತು ಪರಿಶಿಷ್ಟ ಜಾತಿಯ ಪಟ್ಟಿಯಿಂದ ಹೊರಗಿರುವ ಜಾತಿಗಳನ್ನು ಈ ರೀತಿ ಪಟ್ಟಿ ಮಾಡುತ್ತದೆ. ಗಧೇರಿ, ಗೊರ್ಕನ್, ಮೆಹತಾರ್ ಅಥವಾ ಹಲಾಲ್‌ಕೋರ್, ಧೋಬಿ, ಬಕೋ, ನಾಥ್, ಪಮರಿಯಾ, ಲಾಲ್‌ಬೇಗಿ ಇತ್ಯಾದಿ. ಸಾಚಾರ್ ವರದಿಯ ತಾತ್ಪರ್ಯವಿಷ್ಟೇ, ಮುಸ್ಲಿಮ್ ಅಸ್ಪೃಶ್ಯ ಜಾತಿಗಳನ್ನು ಹಿಂದೂ ಅಸ್ಪೃಶ್ಯ ಜಾತಿಗಳಂತೆ ಪರಿಗಣಿಸಬೇಕು. ಇದರ ಮುಂದುವರಿಕೆಯ ವಾದವನ್ನು ರಂಗನಾಥ ಮಿಶ್ರ ಆಯೋಗದ ವರದಿಯಲ್ಲಿ ನೋಡಬಹುದು.

ಈ ರೀತಿಯ ಗೊಂದಲ ಮುಸ್ಲಿಂ ಬುಡಕಟ್ಟುಗಳನ್ನು ವಿವರಿಸುವ ಸಂದರ್ಭದಲ್ಲಿ ಕಂಡು ಬರುವುದಿಲ್ಲ. ಸಾಚಾರ್ ವರದಿ ಪ್ರಕಾರ ಮುಸ್ಲಿಂ ಬುಡಕಟ್ಟು ಎಂಬುವುದು ಒಂದು ವಾಸ್ತವ. ಅವರ ಸಂಖ್ಯೆ ಅತ್ಯಂತ ಕಡಿಮೆಯಾಗಿದ್ದರೂ (1991ರ ಜನಗಣತಿ ಪ್ರಕಾರ 0.25 ಶೇಕಡಾ) ಅವುಗಳು ಮೀಸಲಾತಿಯನ್ನು ಲಾಗಾಯ್ತಿಯಿಂದ ಪಡೆದುಕೊಳ್ಳುವುದಕ್ಕೆ ಧರ್ಮ ಅಡ್ಡಿ ಬರಲಿಲ್ಲ. ಆದರೆ ಎಲ್ಲಾ ಮುಸ್ಲಿಂ ಬುಡಕಟ್ಟುಗಳು ಇದರ ಲಾಭವನ್ನು ಪಡೆದಿರುವುದು ಕೂಡ ಪರಿಪೂರ್ಣವಾಗಿ ಸತ್ಯವಲ್ಲ. ವರದಿ ಪ್ರಕಾರ ಎಷ್ಟೋ ಮುಸ್ಲಿಂ ಬುಡಕಟ್ಟುಗಳು ಈಗಲೂ ಬುಡಕಟ್ಟುಗಳಾಗಿ ದಾಖಲಾಗಿಲ್ಲ.

ಅದೇನೆ ಇದ್ದರೂ ಸಾಚಾರ್ ವರದಿ ಪ್ರಕಾರ ಮುಸ್ಲಿಂ ಹಿಂದುಳಿದ ವರ್ಗಗಳು ಹಿಂದೂ ಹಿಂದುಳಿದ ವರ್ಗಗಳಿಗೆ ಹೋಲಿಸಿದರೆ ಈಗಲೂ ವಂಚಿತ ವರ್ಗಗಳೇ: ಅವುಗಳಲ್ಲಿ ಸಾಕ್ಷರತೆ, ಶಿಕ್ಷಣ, ಉನ್ನತ ಶಿಕ್ಷಣ, ಸರ್ಕಾರಿ ಉದ್ಯೋಗ, ಸರ್ಕಾರಿ ರಂಗದಲ್ಲಿ ಪ್ರಾತಿನಿಧಿತ್ವ, ಬಡತನ, ಭೂ ಹಂಚಿಕೆ ಇತ್ಯಾದಿಗಳನ್ನು ತೌಲನಿಕವಾಗಿ ವಿಶ್ಲೇಷಿಸಿದರೆ ಮುಸ್ಲಿಂ ಹಿಂದುಳಿದ ವರ್ಗಗಳು ಈಗಲೂ ಹಿಂದೂ ಹಿಂದುಳಿದ ವರ್ಗಗಳಿಗಿಂತ "ವಂಚಿತ ವರ್ಗ"ಗಳೇ. ವಾಸ್ತವವಾಗಿ ಕರ್ನಾಟಕದ ಮುಸಲ್ಮಾನರ ಬಗ್ಗೆ ಬಂದಾಗ ಎರಡು ಅಂಶಗಳು ವರದಿಯಲ್ಲಿ ಸ್ಪಷ್ಟವಾಗುತ್ತದೆ: ಒಂದು ಕರ್ನಾಟಕದ ಮುಸಲ್ಮಾನರು ಉಳಿದ ಉತ್ತರ ಭಾರತದ ಮುಸಲ್ಮಾನರಿಗಿಂತ ಸ್ವಲ್ಪ ಸ್ಥಿತಿವಂತರು, ಎರಡನೆಯದಾಗಿ, ಕರ್ನಾಟಕದ ಮೀಸಲಾತಿ ಅದಕ್ಕೊಂದು 'ಮಾದರಿ'. ದುರಂತವೆಂದರೆ ಸಾಚಾರ್ ಸಮಿತಿ ಚರ್ಚಿಸದೇ ಇದ್ದ ಕೆಲವು ವಿಷಯಗಳಿದ್ದವು. ಅವುಗಳಲ್ಲಿ ಬಹುಮುಖ್ಯವೆನಿಸುವುದು ಕರ್ನಾಟಕದ ಮುಸ್ಲಿಂ ಜಾತಿಗಳು, ಕೇಂದ್ರ ಮತ್ತು ರಾಜ್ಯ ಪಟ್ಟಿಯಲ್ಲಿರುವ ತಾರತಮ್ಯ, ಮುಸ್ಲಿಂ ಬುಡಕಟ್ಟುಗಳು, ಮುಸ್ಲಿಂ ಅಪರಾಧಿ ಅಥವಾ ಕ್ರಿಮಿನಲ್ ಟ್ರೈಬ್‌ಗಳು.

ಇದರ ಹೊರತಾಗಿ ಸಾಚಾರ್ ವರದಿ ಮುಸ್ಲಿಮರಲ್ಲಿರುವ ಗೋತ್ರ ಪದ್ಧತಿ ಇರುವುದನ್ನು ಗುರುತಿಸುವುದಿಲ್ಲ. 1931ರ ಜಾತಿ ಜನಗಣತಿ ಅಲ್ಪಸಂಖ್ಯಾತರಲ್ಲಿ 400ಕ್ಕೂ ಹೆಚ್ಚು ಗೋತ್ರಗಳಿರುವುದನ್ನು ಪಟ್ಟಿ ಮಾಡಿತ್ತು. ಇದು ಜಾತಿ ವ್ಯವಸ್ಥೆಯಿಂದ ವಿಭಿನ್ನವೇನು ಆಗಿರಲಿಲ್ಲ. ಇಲ್ಲಿ ಸ್ವಗೋತ್ರ ಮದುವೆ ನಿಷಿದ್ಧ. ಹತ್ತು ಹಲವು ಗೋತ್ರಗಳು ತಮ್ಮ ಮೂಲವನ್ನು ಒಂದೋ ಋಷಿಗಳಲ್ಲಿ, ಇಲ್ಲವೆ ತಮ್ಮನ್ನು ತಾವು ಸೂರ್ಯವಂಶಿಗಳು, ಚಂದ್ರವಂಶಿಗಳೆಂದು ಕರೆಯುತ್ತಾರೆ. ಇಲ್ಲಿ ವಿಶಿಷ್ಟವಾದ ಜಾತಿಗಳು ಕೂಡ ಇವೆ. ಅವುಗಳು ಒಂದು ಕಡೆ ತಮ್ಮನ್ನು ತಾವು ಮುಸ್ಲಿಮರೆಂದು ಹೇಳಿಕೊಳ್ಳುತ್ತಾ ಇನ್ನೊಂದೆಡೆ ಕೃಷ್ಣನನ್ನು ಮನೆದೇವರೆಂದು ವಾದಿಸುವುದು ಇದೆ. ಇಂತಹ ಸೂಕ್ಷ್ಮ ವಿಚಾರಗಳು ಸಾಚಾರ್ ವರದಿಯಿಂದ ತಪ್ಪಿ ಹೋಗುತ್ತದೆ.

ಧಾರ್ಮಿಕ ಮತ್ತು ಭಾಷಾ ಅಲ್ಪಸಂಖ್ಯಾತರಲ್ಲಿರುವ ಹಿಂದುಳಿದಿರುವಿಕೆಯನ್ನು ಗುರುತಿಸಲು ರಾಷ್ಟ್ರೀಯ ಅಲ್ಪಸಂಖ್ಯಾತ ಆಯೋಗವು ರಂಗನಾಥ ಮಿಶ್ರರ ನೇತೃತ್ವದಲ್ಲಿ ಒಂದು ಆಯೋಗವನ್ನು 2004ರಲ್ಲಿ ರಚಿಸುತ್ತದೆ.[378] ಇದರ ವರದಿ ಕೂಡ ಈ ಹಿಂದಿನ ಸಾಚಾರ್ ವರದಿಯಿಂದ ವಿಭಿನ್ನವೇನು ಆಗಿರಲಿಲ್ಲ. ಆದರೆ ಕೆಲವು ಅಂಶಗಳು ಹೊಸತಾಗಿದ್ದವು. ಅದರಲ್ಲಿ ಪಕ್ಕಾ ಮನೆಗಳು, ಶೌಚಾಲಯ, ವಿದ್ಯುಚ್ಛಕ್ತಿ ಇತ್ಯಾದಿಗಳು ಇದ್ದವು. ಇದು ಕೂಡ ಮುಸ್ಲಿಮರನ್ನು ಹಿಂದುಳಿದವರೆಂದೇ ತೀರ್ಮಾನಿಸಿತ್ತು. ಈ ಆಯೋಗದ ವರದಿ ಮುಸ್ಲಿಮರಲ್ಲಿ ಝಾತ್ ಅಥವಾ ಜಾತಿಯ ಇರುವಿಕೆಯೊಂದಿಗೆ, ಕೆಳಜಾತಿಗಳೆಂದು ಕರೆಯಲ್ಪಡುವ ಅರ್ಜಲ್‌ಗಳ ಇರುವಿಕೆಯನ್ನು ಗುರುತಿಸಿತ್ತು. ದೈನಂದಿಕ ಜೀವನದಲ್ಲಿ ಜಾತಿಯ ಮಹತ್ವವನ್ನು, ಮುಸ್ಲಿಂ ಕಾನೂನುಗಳು ವಿವಾಹ (ಕುಫ್ವ) ಸಂದರ್ಭದಲ್ಲಿ ಸಮಾನಾಂತರ ಸಾಮಾಜಿಕ ಸ್ಥಾನಮಾನಗಳಿಗೆ ಒತ್ತು ನೀಡಿವೆ ಎಂದು ಹೇಳುತ್ತಾ ಮತ್ತೊಮ್ಮೆ ಜಾತಿಯ ಇರುವಿಕೆಯನ್ನು ಸಾದರ ಪಡಿಸಿತ್ತು,

ಇಲ್ಲೊಂದು ವಿಚಿತ್ರತೆ ಇದೆ. ಅಲ್ಪಸಂಖ್ಯಾತರಲ್ಲಿರುವ ದಲಿತರನ್ನು ಒಂದು ವಿಶಿಷ್ಟ ಜಾತಿಯಾಗಿ ಗುರುತಿಸಬೇಕೆ? ಬೇಡವೇ? ಎಂಬುದರ ಕುರಿತು ಚರ್ಚಿಸುವ ಸಂದರ್ಭದಲ್ಲಿ ಎರಡು ರೀತಿಯ ವಾದ–ಪ್ರತಿವಾದಗಳು ಮುನ್ನೆಲೆಗೆ ಬಂದಿದ್ದವು. ಒಂದನೆಯದಾಗಿ, ಇದು ಸಂವಿಧಾನದ ಮೂಲಭೂತ ಆಶಯಗಳಿಗೆ ವಿರುದ್ಧವಾಗಿರುವುದು. ಮತಾಂತರವೆಂಬುದು ಒಂದು ವೈಯಕ್ತಿಕ ವಿಚಾರ. ಇದೇ ಅಂಶ ಹಿಂದೂಯೇತರ ಧರ್ಮದ ದಲಿತರಿಗೆ ಸಂವಿಧಾನದ ಮೂಲಭೂತ ಆಶಯಗಳ ನಿರಾಕರಣೆಯ ಅಂಶವಾಗಿರಬಾರದು. ಎರಡನೆಯದಾಗಿ ಮತಾಂತರದ ನಂತರವೂ ದಲಿತರ ಸ್ಥಾನಮಾನದಲ್ಲಿ ಮಹತ್ತರವಾದ

378_Ministry of Minority Affairs , Report of the National Commission for Religious and Linguistic Minorities, 2007 p.154.

ಬದಲಾವಣೆಗಳು ಆಗಲಿಲ್ಲ. ಅಸ್ಪೃಶ್ಯತೆ, ಸಾಮಾಜಿಕ ದೌರ್ಜನ್ಯ ಇತ್ಯಾದಿ ಹಾಗೇನೆ ಉಳಿದು ಬಿಟ್ಟಿವೆ. ಮೂರನೆಯದಾಗಿ, ತಾರತಮ್ಯ ಬರೇ ಧರ್ಮದ ಚೌಕಟ್ಟಿನೊಳಗೆ ಸೀಮಿತಗೊಳ್ಳುತ್ತದೆ ಎಂಬುದು ಶುದ್ಧ ಸುಳ್ಳು. ಧಾರ್ಮಿಕ ಸಂಸ್ಥೆಗಳಾದ ಚರ್ಚ್, ಮಸೀದಿ, ಸ್ಮಶಾನ, ಪ್ರಾರ್ಥನಾ ಸ್ಥಳಗಳು ಕೂಡ ತಾರತಮ್ಯದ ತಾಣಗಳು. ಮೂರನೆಯದಾಗಿ ದಲಿತ ಮುಸ್ಲಿಮರನ್ನು ಹಿಂದೂ ದಲಿತರಿಗೆ ಹೋಲಿಸಿದರೆ, ದಲಿತ ಮುಸ್ಲಿಂರಿಗೆ ಸೌಲಭ್ಯಗಳ, ಅವಕಾಶಗಳ ನಿರಾಕಣೆಯೇ ಹೆಚ್ಚು. ಇದರ ಮುಂದುವರಿಕೆಯಾಗಿ ಸಾಂವಿಧಾನಿಕವಾಗಿ ದತ್ತವಾಗಿರುವ ಮೀಸಲಾತಿ, ಅಭಿವೃದ್ಧಿ ಯೋಜನೆಗಳಿಂದ ಮುಸ್ಲಿಂ ದಲಿತರು ವಂಚಿತರಾಗುತ್ತಾ ಹೋಗುತ್ತಾ ಮತ್ತೆ ಮತ್ತೆ ಅಂಚಿಗೆ ತಳ್ಳಲ್ಪಡುತ್ತಾರೆ. ಕೊನೆಯದಾಗಿ, ದಲಿತ ಮುಸ್ಲಿಮರನ್ನು ಹಿಂದುಳಿದ ವರ್ಗದ ಪಟ್ಟಿಯಲ್ಲಿ ಸೇರಿಸಿರುವುದು ಸರಿಯಾದ ಕ್ರಮವಲ್ಲ. ಇಲ್ಲಿ ಹಿಂದುಳಿದ ವರ್ಗಗಳನ್ನು ಮತ್ತೊಮ್ಮೆ ಪುನರ್‌ವರ್ಗೀಕರಣ ಮಾಡಿ ದಲಿತ ಎಂಬ ಹೊಸ ವರ್ಗೀಕರಣ ಮಾಡಬೇಕಾದ್ದದ್ದು ಅವಶ್ಯಕ. ಇದಕ್ಕೆ ತೀರಾ ವಿರುದ್ಧವಾದ ವಾದಗಳನ್ನು ಮಂಡಿಸಲಾಗಿತ್ತು. ಮೊದಲನೆಯದಾಗಿ ಮುಸ್ಲಿಂ ಅಥವಾ ಅಲ್ಪಸಂಖ್ಯಾತರಲ್ಲಿರುವ ದಲಿತ ವರ್ಗವನ್ನು ವಸಾಹತುಶಾಹಿ ಮತ್ತು ಸ್ವತಂತ್ರ ಭಾರತವೂ ಗುರುತಿಸಲಿಲ್ಲ. ಆದಕಾರಣ ಗುರುತಿಸುವಿಕೆಗೆ ಇತಿಹಾಸವಿಲ್ಲ. ಎರಡನೆಯದಾಗಿ, ಜಾತಿ ವ್ಯವಸ್ಥೆಯೆಂಬುದು ಹಿಂದೂ ಧರ್ಮಕ್ಕೆ ಮಾತ್ರ ಸೀಮಿತಗೊಂಡಿರುವ ವ್ಯವಸ್ಥೆ. ಮೂರನೆಯದಾಗಿ, ಮುಸ್ಲಿಂ ದಲಿತರನ್ನು ಈಗಾಗಲೇ ಹಿಂದುಳಿದ ವರ್ಗದಡಿಯಲ್ಲಿ ವರ್ಗೀಕರಿಸಿದ ಕಾರಣ ಅವರನ್ನು ಮತ್ತೊಮ್ಮೆ ವರ್ಗೀಕರಿಸುವುದು ಸಮಯೋಚಿತವಲ್ಲ. ಕೊನೆಯದಾಗಿ ಮುಸ್ಲಿಂ ದಲಿತರನ್ನು ಗುರುತಿಸಿದರೆ ಅದರ ನಷ್ಟ ಹಿಂದೂ ದಲಿತರಿಗೆ. ಅವರ ಮೀಸಲಾತಿಯ ಪ್ರಮಾಣದಲ್ಲಿ ಇನ್ನಷ್ಟು ಕಡಿತವಾಗುವ ಸಾಧ್ಯತೆ ಹೆಚ್ಚಿದೆ.

ಇವೆಲ್ಲಾ ವಾದಗಳ ನಡುವೆ ಆಯೋಗ ಮುಸ್ಲಿಂ ದಲಿತರಿಗೆ, ಪರಿಶಿಷ್ಟ ಜಾತಿಗಳಿಗೆ ನಿರ್ಧರಿಸಲ್ಪಟ್ಟ ಮೀಸಲಾತಿಯಲ್ಲಿ ಒಳ ಮೀಸಲಾತಿಯನ್ನು (10 ಶೇಕಡಾ) ನೀಡಲು ಶಿಫಾರಸ್ಸು ಮಾಡಿತ್ತು. ಮುಸ್ಲಿಂ ದಲಿತರನ್ನು ಹಿಂದುಳಿದ ವರ್ಗದ ಪಟ್ಟಿಯಿಂದ ಬೇರ್ಪಡಿಸಿ ಅವರನ್ನು ಪರಿಶಿಷ್ಟ ಜಾತಿಯೊಂದಿಗೆ ಗುರುತಿಸಬೇಕು, ಪರಿಶಿಷ್ಟ ಪಂಗಡದಲ್ಲಿರುವ ಅಲ್ಪಸಂಖ್ಯಾತರನ್ನು ಪುನರ್ ವಿಮರ್ಶೆಗೊಳಪಡಿಸಬೇಕು, ಅವರಿಗೂ ಒಳಮೀಸಲಾತಿ ಕಲ್ಪಿಸಬೇಕೆಂದು ಶಿಫಾರಸ್ಸು ಮಾಡಿತ್ತು. ಇದಕ್ಕೆ ಪ್ರತಿರೋಧ ಬಂದಿರುವುದು ಸಹಜವಾಗಿತ್ತು.

ಮೀಸಲಾತಿಯನ್ನು ಶಿಫಾರಸ್ಸು ಮಾಡುವ ಸಂದರ್ಭದಲ್ಲಿ ಆಯೋಗ ಎರಡು ವಾದಗಳನ್ನು ಮುಂದಿಟ್ಟಿತ್ತು: 1950ರ ರಾಷ್ಟ್ರಪತಿಯವರ ಅಧ್ಯಾದೇಶ ಮತ್ತು 1936ರ

ಪರಿಶಿಷ್ಟ ಜಾತಿಗಳ ಕಾನೂನನ್ನು ಪುರಸ್ಕರಿಸಲು ಯಾವುದೇ ವೈಜ್ಞಾನಿಕವಾದ ಸರ್ವೆಯನ್ನು ಮಾಡಿರಲಿಲ್ಲ. ಜಾತಿಯಾಧಾರಿತವಾದ ಜನಗಣತಿ 1931ರ ನಂತರ ಮಾಡದಿರುವುದೇ ದೊಡ್ಡ ಸಮಸ್ಯೆ ಎರಡನೆಯದಾಗಿ ಜಾತಿವ್ಯವಸ್ಥೆ ಭಾರತದ ವಾಸ್ತವತೆ, ಈ ವ್ಯವಸ್ಥೆ ಎಲ್ಲಾ ಧರ್ಮಗಳಲ್ಲಿ ಕಂಡು ಬರುವುದು ಸಹಜ.

ದುರಂತವೆಂದರೆ ರಂಗನಾಥ ಮಿಶ್ರ ಆಯೋಗದ ಶಿಫಾರಸ್ಸುಗಳು ಜಾರಿಗೆ ಬರದೇ ಹೋದವು. ಅದರ ಬಗ್ಗೆ ಚಿಕ್ಕಪುಟ್ಟ ಪ್ರತಿರೋಧಗಳು ಬಂದವೇ ಹೊರತು, ರಾಷ್ಟ್ರೀಯ ಮಟ್ಟದಲ್ಲಿ ದೊಡ್ಡ ಚರ್ಚೆಗೆ ಅಥವಾ ಪ್ರತಿರೋಧಕ್ಕೆ ದಾರಿ ಮಾಡಿಕೊಡಲಿಲ್ಲ.

ಕರ್ನಾಟಕದಲ್ಲಿ ಮೀಸಲಾತಿ ಗೊಂದಲ

ಕರ್ನಾಟಕದ ಮೀಸಲಾತಿ ಮತ್ತು ಜಾತಿ ರಾಜಕಾರಣ ರಾಷ್ಟ್ರೀಯ ಮಟ್ಟದ ರಾಜಕಾರಣದಿಂದ ಸ್ವಲ್ಪ ವಿಭಿನ್ನ. ಕರ್ನಾಟಕದ ಜಾತಿಯೊಂದಿಗೆ ಬೆಸೆದುಕೊಂಡ ಮೀಸಲಾತಿ ರಾಜಕಾರಣಕ್ಕೆ ಮತ್ತು ಸಾಮಾಜಿಕ ನ್ಯಾಯದ ಕಥನಕ್ಕೆ ಒಂದು ಶತಮಾನದ ಇತಿಹಾಸವಿದೆ. ಆದರೆ ಜಾತಿಯ ಗುರುತಿಸುವಿಕೆಯಲ್ಲಿ ಕರ್ನಾಟಕ ಮತ್ತು ವಸಾಹತುಶಾಹಿ ಹೆಚ್ಚೂಕಡಿಮೆ ಜೊತೆಜೊತೆಯಾಗಿ ಹೋದವು. ವಾಸ್ತವವಾಗಿ ಸಾಮಾಜಿಕ ನ್ಯಾಯದ ವಾದ ತೀವ್ರಗೊಂಡದ್ದು ಹಾವನೂರು ವರದಿಯ ನಂತರವೆಂದೇ ಹೇಳಬೇಕು. ಈ ರಾಜಕಾರಣ ಬರೇ ಮೀಸಲಾತಿಗೆ ಸೀಮಿತಗೊಂಡಿತ್ತು ಎಂದರೆ ಅದು ಅರ್ಧ ಸತ್ಯ. ಏಕೆಂದರೆ ಮೀಸಲಾತಿಯ ರಾಜಕಾರಣದಲ್ಲಿ ಜಾತಿಯ ಅಸ್ಮಿತೆಯ ರಾಜಕಾರಣ ಅಂತರ್ಗತವಾಗಿತ್ತು, ಜಾತಿಯ ಪುನರ್‌ವರ್ಗೀಕರಣದ ವಾದಗಳಿದ್ದವು, ಜಾತಿಗಳ ಅಂತಸ್ತುಗಳ ವಾದಗಳಿದ್ದವು, ಒಳ ಮೀಸಲಾತಿಯ ಬೇಡಿಕೆಗಳಿದ್ದವು. ಅಲ್ಲದೇ ಜಾತಿಗಳ 'ಶಕ್ತಿ' ಪ್ರದರ್ಶನವಿತ್ತು. ಜಾತಿ ಸಂಖ್ಯೆಗಳ ರಾಜಕಾರಣವಿತ್ತು. ಇವುಗಳ ನಡುವೆ ಅಲ್ಪಸಂಖ್ಯಾತರ ಜಾತಿಯ ರಾಜಕಾರಣವನ್ನು ಹುಡುಕುವುದು ಮತ್ತು ಗುರುತಿಸುವುದು ಅಷ್ಟು ಸುಲಭವಲ್ಲ. ಏಕೆಂದರೆ ಬಹಳಷ್ಟು ಸಂದರ್ಭದಲ್ಲಿ ಅವರು "ಬೇಡಿಕೆಯ ಗುಂಪು"ಗಳಾಗಿ ಹೊರಹೊಮ್ಮಲಿಲ್ಲವೆಂದೇ ಹೇಳಬೇಕು. ಒಂದೋ ಅಲ್ಪಸಂಖ್ಯಾತರು ಈ ಮೀಸಲಾತಿ ರಾಜಕಾರಣದಲ್ಲಿ ತಟಸ್ಥರಾಗಿ ಉಳಿದುಬಿಟ್ಟರು, ಇಲ್ಲವೇ ಮೌನವಾಗಿ ಎಲ್ಲವನ್ನು ಒಪ್ಪಿಬಿಟ್ಟರು. ಇದರರ್ಥ ಐಡೆಂಟಿಟಿ/ಅಸ್ಮಿತೆ ರಾಜಕಾರಣದಲ್ಲಿ ಅವರು ಭಾಗಿಗಳಾಗಿರಲಿಲ್ಲ ಎಂಬರ್ಥವಲ್ಲ. ಏಕೆಂದರೆ ಅವರ ಪ್ರಸ್ತಾಪಿತ ವಿಷಯಗಳು ರಾಷ್ಟ್ರಮಟ್ಟದಲ್ಲಿ ಆಗಲೇ ಚಾಲ್ತಿಯಲ್ಲಿದ್ದವು. ಅವುಗಳಲ್ಲಿ ತ್ರಿವಳಿ ತಲಾಕ್, ಶಾಬಾನು ಪ್ರಕರಣ, ಅಯೋಧ್ಯೆಯ ವಿಷಯ, ಕೋಮುವಾದ, ಗೋವಧೆ, ಸಾಚಾರ್ ವರದಿ

ಇತ್ಯಾದಿ. ಇವುಗಳಲ್ಲಿ ಅವರ ಭಾಗವಹಿಸುವಿಕೆ ತೀವ್ರವಲ್ಲದಿದ್ದರೂ, ವಸ್ತುನಿಷ್ಠವಾಗಿತ್ತು. ವಿಚಿತ್ರವೆಂದರೆ ಕೆಲವು ವಿಷಯಗಳು ಕರ್ನಾಟಕದ ಅಲ್ಪಸಂಖ್ಯಾತರಿಗೆ ತಟ್ಟಲೇ ಇಲ್ಲ. ಇವುಗಳಲ್ಲಿ ಆಲಿಘರ್ ವಿಶ್ವವಿದ್ಯಾನಿಲಯದ ಸ್ವಾಯತ್ತ ಪ್ರಕರಣ, ಕಾಶ್ಮೀರ ಸಮಸ್ಯೆ. ಆದರೆ ಕರ್ನಾಟಕದ ಸಂದರ್ಭದಲ್ಲಿ ಕೆಲವು ಹೊಸ ವಿಷಯಗಳು ಸೇರಲ್ಪಟ್ಟವು. ಅವುಗಳಲ್ಲಿ ಎನ್ ಆರ್ ಸಿ (ನಾಗರೀಕರ ರಾಷ್ಟ್ರೀಯ ರಿಜಿಸ್ಟರ್), ಬಾಬಾ ಬುಡನ್ ಗಿರಿ, ಹುಬ್ಬಳ್ಳಿ ಪ್ರಕರಣ, ಇತ್ಯಾದಿ. ಅದೇನೆ ಇದ್ದರೂ ಮೀಸಲಾತಿಯ ರಾಜಕಾರಣ ಮೂರು ಅಂಶಗಳನ್ನು ಎತ್ತಿ ತೋರಿಸಿತ್ತು: ಒಂದು, ಮುಸ್ಲಿಮರಲ್ಲಿರುವ ವಿಭಿನ್ನತೆ. ಅದು ಜಾತಿಯಾಧಾರಿತವಾಗಿತ್ತು ಎಂದರೂ ತಪ್ಪಲ್ಲ. ಎರಡನೆಯದು ಇದು ಜಾತಿಗಳನ್ನು ಗುರುತಿಸುತ್ತಾ ಬೈನರಿಗಳನ್ನು ಕೂಡ ನಿರ್ಮಿಸಿತ್ತು. ಹಿಂದುಳಿದ ಜಾತಿಗಳು ಒಂದು ಕಡೆ ಸಾಮಾಜಿಕ ಮತ್ತು ಆರ್ಥಿಕವಾಗಿ ಸಬಲೀಕರಣಗೊಂಡ ಜಾತಿಗಳು ಇನ್ನೊಂದೆಡೆ, ಮೂರನೆಯದಾಗಿ, ಒಂಭತ್ತು ಮುಸ್ಲಿಂ ಪಂಗಡ/ಗುಂಪು/ ಜಾತಿಗಳನ್ನು ಮೇಲ್ವರ್ಗವೆಂದು ಪರಿಗಣಿಸುತ್ತಾ ಅವರನ್ನು ಕೇಂದ್ರದ 'ಹಿಂದುಳಿದ ವರ್ಗದ' ಪಟ್ಟಿಯಿಂದ ಹೊರಗಿಟ್ಟಿತ್ತು. ಇವರನ್ನು ಹೊರಗಿಡುವಾಗ ಯಾವುದೇ ವೈಜ್ಞಾನಿಕ ಕಾರಣಗಳಾಗಲೀ, ಅದಕ್ಕೆ ಪೂರಕವಾದ ಅಂಕಿ-ಅಂಶಗಳನ್ನಾಗಲೀ ನೀಡಲಿಲ್ಲ, ಕೊನೆಯದಾಗಿ ಮೂರು ಪ್ರಶ್ನೆಗಳು ಇಲ್ಲಿ ಮುಖ್ಯವೆನಿಸುತ್ತವೆ. ಮೀಸಲಾತಿ ಮುಸ್ಲಿಮರಿಗೆ ವಿಭಿನ್ನವಾದ ಅಸ್ಮಿತೆಯನ್ನು ನೀಡಿತ್ತೇ? ಮೀಸಲಾತಿ ಮುಸ್ಲಿಮರಲ್ಲಿರುವ ಎಲ್ಲಾ ಜಾತಿಗಳನ್ನು ದಾಖಲಿಸುತ್ತಾ ಅಥವಾ ಗುರುತಿಸುತ್ತಾ ಹೋಯಿತೆ? ಕೊನೆಯದಾಗಿ ವಸಾಹತು ಕಾಲದ ದಾಖಲೆಗಳಲ್ಲಿ- ಅದರಲ್ಲಿ ಜನಗಣತಿ, ಗಝೆಟಿಯರ್, ಕುಲಶಾಸ್ತ್ರೀಯ ಅಧ್ಯಯನಗಳು, ಪೋಲಿಸ್ ವರದಿಗಳು- ಗುರುತಿಸಲ್ಪಟ್ಟ ಮುಸ್ಲಿಂ ಜಾತಿಗಳು ಏನಾದವು? ಎಲ್ಲಿಗೆ ಹೋದವು? ಅವುಗಳನ್ನು ಮೀಸಲಾತಿಯ ವರದಿಗಳು ದಾಖಲಿಸಿದ್ದಾವೆಯೇ? ಇದನ್ನು ವಿವರಿಸಬೇಕಾದರೆ ಕರ್ನಾಟಕದ ಪುನರ್ ರಚನೆಯ ನಂತರದ ಮೀಸಲಾತಿಯ ರಾಜಕಾರಣವನ್ನು ನೋಡಬೇಕು.

ಮೀಸಲಾತಿಯ ಗೊಂದಲಗಳು ಮತ್ತು ಮುಸ್ಲಿಂ ಜಾತಿಗಳು:

ಕರ್ನಾಟಕದ ಪುನರ್ ರಚನೆ ನಂತರ ಹೊಸ ಹಿಂದುಳಿದ ವರ್ಗಗಳ ಪುನರ್ ವರ್ಗೀಕರಣ ಮತ್ತು ಮೀಸಲಾತಿ ಅನಿವಾರ್ಯವಾಗಿತ್ತು. ಏಕೆಂದರೆ ಪುನರ್ ರಚನೆಯ ಪೂರ್ವದ ಹಿಂದುಳಿದ ವರ್ಗಗಳ ಗುರುತಿಸುವಿಕೆಯಲ್ಲಿ ಏಕರೂಪತೆ ಇರಲಿಲ್ಲ. ಒಂದು ಪ್ರಾಂತ್ಯದಲ್ಲಿ ಹಿಂದುಳಿದ ವರ್ಗಗಳೆಂದು ಗುರುತಿಸಿದರೆ, ಅದೇ ವರ್ಗ ಇನ್ನೊಂದು ಪ್ರಾಂತ್ಯದಲ್ಲಿ ಇನ್ನೊಂದು ವರ್ಗವಾಗಿ ಗುರುತಿಸಲ್ಪಟ್ಟಿತ್ತು. ಇದಕ್ಕೆ ಪೂರಕವಾಗಿ ರಾಜ್ಯದ ಪುನರ್ ರಚನೆಯ ನಂತರ ಎಲ್ಲಾ ಹಿಂದುಳಿದ

ವರ್ಗಗಳ ಒಂದು ಸಾಮಾನ್ಯ ಪಟ್ಟಿಯನ್ನು ತಯಾರಿಸಲಾಯಿತು. ಇದನ್ನು ಕೋರ್ಟ್ ತಿರಸ್ಕರಿಸಿತ್ತು. ಇದಕ್ಕೆ ಪೂರಕವೆಂಬಂತೆ 1959ರಲ್ಲಿ ಮತ್ತೊಂದು ಸರ್ಕಾರಿ ಆದೇಶವನ್ನು ಹೊರಡಿಸಿ ಎಲ್ಲಾ ಬ್ರಾಹ್ಮಣೇತರರನ್ನು, ಅದರಲ್ಲಿ ಮುಸ್ಲಿಮರು ಮತ್ತು ಕ್ರೈಸ್ತರನ್ನು ಒಳಗೊಂಡಂತೆ, ಹಿಂದುಳಿದ ವರ್ಗಕ್ಕೆ ಸೇರಿಸಲಾಯಿತು. ಇದನ್ನು ಕೋರ್ಟ್ ತಿರಸ್ಕರಿಸಿದ ಕಾರಣ, 1960ರಲ್ಲಿ ನಾಗನಗೌಡರ ನೇತೃತ್ವದಲ್ಲಿ ಸಮಿತಿಯೊಂದನ್ನು ರಚಿಸಲಾಯಿತು.

1961ರಲ್ಲಿ ರಚಿತವಾದ ನಾಗನಗೌಡ ಸಮಿತಿ ಜಾತಿ ಮತ್ತು ಸಮುದಾಯವನ್ನು ಮತ್ತು ಅದರೊಟ್ಟಿಗೆ ಸಾಕ್ಷರತೆ, ಶೈಕ್ಷಣಿಕ ಹಂತ ಮತ್ತು ಪ್ರತಿನಿಧಿತ್ವವನ್ನು ಮಾನದಂಡವಾಗಿ ತೆಗೆದುಕೊಂಡು ಹಿಂದುಳಿದ ವರ್ಗಗಳಲ್ಲಿ ಎರಡು ವರ್ಗಗಳನ್ನು ನಿರ್ಮಿಸಿತ್ತು: ಒಂದು, ಹಿಂದುಳಿದ ವರ್ಗ ಮತ್ತು ಹೆಚ್ಚಿನ ಹಿಂದುಳಿದ ವರ್ಗ. ಒಟ್ಟಾರೆಯಾಗಿ 399 ಜಾತಿಗಳನ್ನು ಗುರುತಿಸಿದ ಸಮಿತಿ, ಮುಸ್ಲಿಮರನ್ನು ಹಿಂದುಳಿದ ವರ್ಗವನ್ನಾಗಿ ಗುರುತಿಸಿತ್ತಲ್ಲದೇ ಹತ್ತು ಮುಸ್ಲಿಂ ಜಾತಿಗಳನ್ನು ಅತ್ಯಂತ ಹಿಂದುಳಿದ ಜಾತಿಗಳೆಂದು ಪರಿಗಣಿಸಿತ್ತು. ಅವುಗಳಲ್ಲಿ ಬಹುಮುಖ್ಯವಾಗಿ ಮಾಪಿಳ್ಳೆ, ಪಿಂಜಾರರು, ಚಪ್ಪರ್ ಬಂದ್, ಲದ್ದಾಫ್, ಕಸಬ್, ಕತರ್ಗ, ದಡೆಕುಲ, ಲಬ್ಬಯೆ, ಪಿಂಡಾರೆ. ಇದೇ ಸಂದರ್ಭದಲ್ಲಿ ಸಮಿತಿಯ ವರದಿ ಬಗ್ಗೆ ಸಾಕಷ್ಟು ಟೀಕೆಗಳು ಬಂದವು. ಬಹಳ ಮುಖ್ಯವಾಗಿ ವರದಿ ಲಿಂಗಾಯತರನ್ನು ಹಿಂದುಳಿದ ವರ್ಗಗಳ ಪಟ್ಟಿಯಲ್ಲಿ ದಾಖಲಿಸಿರಲಿಲ್ಲ. ಅವರನ್ನು ತದನಂತರ 1962ರ ಸರ್ಕಾರಿ ಅದೇಶದ ಮೂಲಕ ಸೇರಿಸಲಾಯಿತು. ಈ ವರದಿ ಶಿಕ್ಷಣದಲ್ಲಿ 50 ಶೇಕಡಾ ಮೀಸಲಾತಿಯನ್ನು ಮತ್ತು 45 ಶೇಕಡಾ ಮೀಸಲಾತಿ ಸರ್ಕಾರಿ ಉದ್ಯೋಗದಲ್ಲಿ ಹಿಂದುಳಿದ ವರ್ಗಕ್ಕೆ ನೀಡಲು ಶಿಫಾರಸ್ಸು ಮಾಡಿತ್ತು. ಆದರೆ, ಈ ವರದಿಯನ್ನು ಕೋರ್ಟ್‌ನಲ್ಲಿ ಪ್ರಶ್ನಿಸಲಾಯಿತು. ಆದರೆ ಸುಪ್ರೀಂ ಕೋರ್ಟ್ ಪ್ರಕಾರ ಸಮಿತಿ ತೆಗೆದುಕೊಂಡ ಮಾನದಂಡ ಬರೇ ಜಾತಿ ಮಾತ್ರ. ಇದೇ ಕಾರಣಕ್ಕಾಗಿ ನಾಗನಗೌಡ ಸಮಿತಿಯ ವರದಿಯನ್ನು ಕೋರ್ಟ್ ತಿರಸ್ಕರಿಸಿ ಉದ್ಯೋಗ, ಶಿಕ್ಷಣ ಮತ್ತು ವಾಸಸ್ಥಳ ಇತ್ಯಾದಿಗಳು ಕೂಡ ಮಾನದಂಡಗಳಾಗಬೇಕೆಂದು ತೀರ್ಪನ್ನು ನೀಡಿತ್ತು. ಎರಡನೆಯದಾಗಿ, ಒಟ್ಟಾರೆ ಮೀಸಲಾತಿ ಪ್ರಮಾಣ 68 ಶೇಕಡಾವಾಗಿದ್ದ ಕಾರಣ ಸುಪ್ರೀಂ ಕೋರ್ಟ್ ಶಿಫಾರಸ್ಸುಗಳನ್ನು ತಿರಸ್ಕರಿಸಿತ್ತು. ಸುಪ್ರೀಂ ಕೋರ್ಟ್ ಪ್ರಕಾರ ಈ ಮೀಸಲಾತಿ "ಸಂವಿಧಾನದ ಮೇಲೆ ಮಾಡಿದ ವಂಚನೆ."[379] ಇದರ ಪರಿಣಾಮವೆಂಬಂತೆ ಜಾತಿಯ ಬದಲಿಗೆ ವೈಯಕ್ತಿಕ ನೆಲೆಯಲ್ಲಿ ಮೀಸಲಾತಿಯನ್ನು ನೀಡಲು ನಿರ್ಧರಿಸಲಾಯಿತು. ಇದನ್ನು ತಾತ್ಕಾಲಿಕ ನೆಲೆಯಲ್ಲಿ ಅಳವಡಿಸಲಾಯಿತು,

379 , Government of India, Report of the Backward Class Commission , First Part, Vol I and II, 1980, p.8

1970ರ ದಶಕ ಬಹಳ ಮಹತ್ವದ ದಶಕ. ಕರ್ನಾಟಕದ ಸಂದರ್ಭದಲ್ಲಿ ಚಾರಿತ್ರಿಕ ಬದಲಾವಣೆಯ ಕಾಲಘಟ್ಟ, ಕರ್ನಾಟಕದ ಭವಿಷ್ಯವನ್ನೇ ಬದಲಾಯಿಸಿದ ದಶಕವೆನ್ನಬಹುದು. ಜಾತಿಯ ಸಮೀಕರಣದಲ್ಲಿ, ಭೂವ್ಯವಸ್ಥೆಯಲ್ಲಿ, ಮತ್ತು ರಾಜಕಾರಣದಲ್ಲಿ ಹೊಸತನವನ್ನು ತಂದ ದಶಕವದು. ಇದರ ಒಂದು ಅಂಶವನ್ನು ಮೀಸಲಾತಿ ರಾಜಕಾರಣದಲ್ಲಿ ನೋಡಬಹುದು. 1970ರ ದಶಕದಲ್ಲಿ ದೇವರಾಜ ಅರಸ್ ಸರ್ಕಾರವಿರುವ ಸಂದರ್ಭದಲ್ಲಿ ಹಿಂದುಳಿದ ವರ್ಗಗಳನ್ನು ಗುರುತಿಸಲು ಮತ್ತು ಮೀಸಲಾತಿಯನ್ನು ನಿರ್ಧರಿಸಲು ಮೊದಲನೆಯ ಹಿಂದುಳಿದ ಆಯೋಗವನ್ನು, ಎಲ್.ಜಿ. ಹಾವನೂರು ನೇತೃತ್ವದಲ್ಲಿ ರಚಿಸಲಾಯಿತು[380]. 1972ರಲ್ಲಿ ರಚಿತವಾದ ಈ ಆಯೋಗ ತನ್ನ ವರದಿಯನ್ನು 1975ರಲ್ಲಿ ಸಲ್ಲಿಸಿತ್ತು. ಇದರ ವಿಶಿಷ್ಟತೆಯೆಂದರೆ ಇದು ಬರೇ ಜಾತಿಯನ್ನೇ ಮಾನದಂಡವಾಗಿ ತೆಗೆದುಕೊಳ್ಳಲಿಲ್ಲ, ಹೊರತು ಆರ್ಥಿಕತೆ, ಉದ್ಯೋಗ ಮತ್ತು ವಸತಿಯನ್ನು ಕೂಡ ಮಾನದಂಡವಾಗಿ ತೆಗೆದುಕೊಂಡಿತ್ತು. ಇದು ಜಾತಿ ಮತ್ತು ಸಮುದಾಯವನ್ನು ಮೂರು ರೂಪದಲ್ಲಿ ವರ್ಗೀಕರಿಸಿ ಮೀಸಲಾತಿಯನ್ನು ಉದ್ಯೋಗ ಮತ್ತು ಶಿಕ್ಷಣದಲ್ಲಿ ಶಿಫಾರಸ್ಸು ಮಾಡಿತ್ತು: ಅಲ್ಲದೇ ವಿಶಿಷ್ಟವಾದ ಅಲ್ಪಸಂಖ್ಯಾತ ವರ್ಗವನ್ನು ಕೂಡ ನಿರ್ಮಿಸಿತ್ತು. ಅದು ಮಾಡಿದ ವರ್ಗೀಕರಣವೆಂದರೆ: ಹಿಂದುಳಿದ ಸಮುದಾಯಗಳು (16 ಶೇಕಡಾ), ಹಿಂದುಳಿದ ಜಾತಿಗಳು (10 ಶೇಕಡಾ), ಹಿಂದುಳಿದ ಬುಡಕಟ್ಟುಗಳು (6 ಶೇಕಡಾ). ವಿಚಿತ್ರವೆಂದರೆ ಸರ್ಕಾರಿ ಆದೇಶ ಬಂದಾಗ ಮೀಸಲಾತಿ ಸ್ವರೂಪವೇ ಬದಲಾಗಿತ್ತು- ಅದು ಶೇಕಡಾ 66ಕ್ಕೆ ಮುಟ್ಟಿತ್ತು. ಇಲ್ಲಿ ಜಾತಿಗಳ ಮತ್ತು ಮೀಸಲಾತಿಯ ಪುನರ್ ವರ್ಗೀಕರಣವನ್ನು ಮತ್ತೊಮ್ಮೆ ನೋಡಬಹುದು. ಪರಿಶಿಷ್ಟ ಜಾತಿಗಳಿಗೆ ಶೇಕಡಾ 15, ಪರಿಶಿಷ್ಟ ಪಂಗಡಗಳಿಗೆ ಶೇಕಡಾ 3, ಹಿಂದುಳಿದ ಸಮುದಾಯಗಳಿಗೆ ಶೇಕಡಾ 18, ಹಿಂದುಳಿದ ಜಾತಿಗಳಿಗೆ ಶೇಕಡಾ 10, ಹಿಂದುಳಿದ ಬುಡಕಟ್ಟುಗಳಿಗೆ ಶೇಕಡಾ 5 ಮತ್ತು ವಿಶೇಷ ಗುಂಪುಗಳಿಗೆ ಶೇಕಡಾ 15 ಮೀಸಲಾತಿಯನ್ನು ಸರ್ಕಾರ ನೀಡಿತ್ತು. ಇಲ್ಲಿ ವಿಶೇಷ ವರ್ಗವೆಂಬುದು ಹೊಸ ವರ್ಗೀಕರಣವಾಗಿತ್ತು. ಆಯೋಗದ ಲೆಕ್ಕಾಚಾರದಂತೆ ಮುಸ್ಲಿಮರ ಪ್ರಾತಿನಿಧ್ಯತೆ ಅಧಿಕಾರದಲ್ಲಿ ಕಡಿಮೆ. 10.63 ಶೇಕಡಾ ಮುಸ್ಲಿಂ ಜನಸಂಖ್ಯೆ ಇದ್ದರೂ, ಪ್ರವರ್ಗ 1 ಮತ್ತು11 ನಲ್ಲಿ 5.85 ಮತ್ತು ಪ್ರವರ್ಗ 111 ನಲ್ಲಿ 10.65 ಮತ್ತು ಪ್ರವರ್ಗ VI ನಲ್ಲಿ 12.96 ಶೇಕಡಾ ಇರುವುದನ್ನು ನೋಡಬಹುದು.[381] ಮುಸ್ಲಿಮರಿಗೆ ಮೀಸಲಾತಿ ಕುರಿತು ಉಲ್ಲೇಖಿಸುವಾಗ ಅದರಲ್ಲಿ ದ್ವಂದ್ವತೆ ಎದ್ದುಕಾಣುತ್ತಿತ್ತು. ಅದೇನೆ ಇದ್ದರೂ ಹಾವನೂರು ಆಯೋಗ ಮೂರು ವಿಧವಾಗಿ ಹಿಂದುಳಿದ ವರ್ಗಗಳನ್ನು

380 , L. G. Havanur Op.cit, Vol. I, Part I, 1975
381 R eport of the Karnataka Second Backward Classes Commission.

ಗುರುತಿಸಿತ್ತು. ಹಿಂದುಳಿದ ಸಮುದಾಯಗಳು, ಹಿಂದುಳಿದ ಜಾತಿಗಳು ಮತ್ತು ಹಿಂದುಳಿದ ಪಂಗಡಗಳು. ಇದೇ ಸಂದರ್ಭದಲ್ಲಿ ಮುಸ್ಲಿಮರಲ್ಲಿ ಹತ್ತು ಹಲವು ಜಾತಿ ತರಹದ ಗುಂಪುಗಳು ಇರುವುದನ್ನು ಗುರುತಿಸಿತ್ತು. ಇದೇ ಕಾಲದಲ್ಲಿ ಒಂದು ಬೇಡಿಕೆಯನ್ನು ಆಯೋಗ ತಿರಸ್ಕರಿಸಿತ್ತು. ಈ ಬೇಡಿಕೆಯೆಂದರೆ ಮುಸಲ್ಮಾನರನ್ನು ಸಾಮಾಜಿಕವಾಗಿ ಹಿಂದುಳಿದ ವರ್ಗಗಳೆಂದು ಪರಿಗಣಿಸಬಾರದು. ಏಕೆಂದರೆ ಧರ್ಮ ಜಾತಿಯ ಅಸ್ತಿತ್ವವನ್ನು ಉಪೇಕ್ಷೆ ಮಾಡುತ್ತದೆ. ಇದಕ್ಕೆ ವಿರುದ್ಧವಾಗಿ ಆಯೋಗ ಮುಸಲ್ಮಾನರಲ್ಲಿ ಮತಾಂತರದ ನಂತರವೂ ಮೂಲ ಜಾತಿಯ ಅಸ್ಮಿತೆ ಇರುವುದನ್ನು, ಮತ್ತದರ ತೀವ್ರತೆ ಸ್ವಲ್ಪ ಮಟ್ಟಿಗೆ ಕಡಿಮೆ ಇರುವುದನ್ನು ಗಮನಿಸಿತ್ತು ಮತ್ತು ದಾಖಲಿಸಿತ್ತು, ಅಲ್ಲದೇ ಅದರಲ್ಲಿ ಪಂಗಡಗಳು ಮತ್ತು ಉಪ ಪಂಗಡಗಳಿರುವುದನ್ನು ಕೂಡ ದಾಖಲಿಸಿತ್ತು. ಇದಕ್ಕೆ ಪುಷ್ಟಿ ಕೊಡುವಂತೆ ಶಿಯಾ ಮತ್ತು ಸುನ್ನಿಗಳಲ್ಲಿರುವ ಉಪ ಪಂಗಡಗಳಾದ ಖೋಜಾ, ಕಚ್ಚೀ ಮೆಮನ್, ಹನಫಿ, ಮಾಲೀಕಿ, ಶಾಫಿ, ಝ್ಯೈದ, ಅಕ್ಬರೀ, ಉಲ್ಲು ಇತ್ಯಾದಿ. ಇವುಗಳ ಹೊರತಾಗಿ ಅದು ಗುರುತಿಸಿದ ಜಾತಿಗಳೆಂದರೆ ಚಪ್ಪರ್ ಬಂದ್, ಲಡ್ಡಾಫ್, ಕಸಬ್, ಕಥಾರ, ದಡೆಕುಲ, ಲಬ್ಬಯೆ, ಭಗವಾನ್ಮ, ದರ್ವೇಶ್, ಮಕಾಂದರ್, ಫಕೀರ, ಜಾತೆಗೆರ, ಕಲಾಲ್, ಕಾಟುಕಾರು, ಕಸ್ಯೆ, ಲಬ್ಬೈ/ಲಾಕ್ಡಾಫ್/ ನದಾಫ್, ಮದಾರಿ. ಮಾಪಿಲ್ಲ/ ಮಾಪಿಲ್ಲಾ/ಕಾಕ. ಬ್ಯಾರಿ, ಮೊಹಮ್ಮದೀಯ, ಪೆಂಡಾರ್, ಘೂಲ್ ಮಾಲಿ, ಪಿಂಜಾರ್, ಖುರೇಶಿ/ಕುರೇಶಿ. ಇವೆಲ್ಲನ್ನು ಹೇಳಿದರೂ ಕೂಡ ಹಾವನೂರು ವರದಿ ಅಂತಿಮವಾಗಿ ಲಿಂಗಾಯತರನ್ನು, ಮುಸಲ್ಮಾನರನ್ನು ಮತ್ತು ಕ್ರಿಸ್ತರನ್ನು ಹಿಂದುಳಿದ ವರ್ಗದ ಪಟ್ಟಿಯಿಂದ ಹೊರಗಿಟ್ಟಿತ್ತು. ದೇವರಾಜ್ ಅರಸ್ ಈ ವರದಿಯನ್ನು ಸಂಪೂರ್ಣವಾಗಿ ಒಪ್ಪಿಕೊಳ್ಳಲಿಲ್ಲ. ಇದರ ಫಲಶ್ರುತಿಯಂಬಂತೆ ಮುಸಲ್ಮಾನರನ್ನು ಹಿಂದುಳಿದವರ ಪಟ್ಟಿಯಲ್ಲಿ ಸೇರಿಸಲಾಯಿತು. ಅರಸ್‌ರ ಈ ದೃಷ್ಟಿಕೋನ ಅಸ್ಮಿತೆ ರಾಜಕಾರಣಕ್ಕೆ ಹೊಸತನ ನೀಡಿದ್ದು ದಿಟ.[382]

ಇದನ್ನೇ ಮುಂದೆ ಮಂಡಲ್ ಆಯೋಗ ಕೂಡ ಗುರುತಿಸಿದ್ದು ದಿಟ. ಇವುಗಳಲ್ಲಿ ಕೆಲವು ಹೆಸರುಗಳು ಸ್ವಾತಂತ್ರ್ಯ ಪೂರ್ವದ ಜನಗಣತಿಗಳಲ್ಲಿ ಮತ್ತು ಇನ್ನಿತರ ದಾಖಲೆಗಳಲ್ಲಿ ಕಂಡು ಬರುತ್ತವೆ. ಇದು ಮುಸಲ್ಮಾನರಲ್ಲಿ ಅಸ್ಮಿತೆಯ ಸಂಚಲನಕ್ಕೆ ಹೊಸ ಸ್ವರೂಪವನ್ನು ನೀಡಿತ್ತು. ಇದರ ಪರಿಣಾಮವೆಂಬಂತೆ ವಿಧಾನಸಭೆಗೆ ಮುಸ್ಲಿಂ ಪ್ರಾತಿನಿಧ್ಯತೆ ಹೆಚ್ಚಾಯಿತು. 1978ರಲ್ಲಿ 16 ಮುಸ್ಲಿಮರು ವಿಧಾನಸಭೆಗೆ ಆಯ್ಕೆಯಾದರು, 1962ರಲ್ಲಿ ಇವರ ಸಂಖ್ಯೆ ಬರೇ ನಾಲ್ಕು ಆಗಿತ್ತು.

382 Ibid.p.71

1978ರ ಚುನಾವಣೆಗೆ ನಿಂತ ಮುಸ್ಲಿಮರ ಸಂಖ್ಯೆಯೇ ನೂರು.[383] ಹೆಚ್ಚೂ ಕಡಿಮೆ ಹತ್ತು ಶೇಕಡಾ. ಇವುಗಳ ನಡುವೆ ಹತ್ತು ಹಲವು ಮುಸ್ಲಿಂ ಸಂಘಟನೆಗಳು ಹುಟ್ಟಿಕೊಂಡವು. ದುರಂತವೆಂದರೆ ಈ ಅಸ್ಮಿತೆ ಜಾತಿಯಾಧಾರಿತವಾಗಿರಲಿಲ್ಲ, ಹೊರತು ಸಮುದಾಯ/ಧರ್ಮಾಧಾರಿತವಾಗಿತ್ತು.

ಇದರ ಮುಂದುವರಿಕೆಯನ್ನು ನಾವು 1983ರ ವೆಂಕಟಸ್ವಾಮಿ[384] ಆಯೋಗ ವರದಿ ಅಥವಾ ಎರಡನೆಯ ಹಿಂದುಳಿದ ಆಯೋಗದ ವರದಿಯನ್ನು[385] ನೋಡಬೇಕು. ಈ ಸಂದರ್ಭದಲ್ಲಿ ಎಲ್ಲಾ ರಂಗದಲ್ಲೂ ಮುಸ್ಲಿಮರ ಪ್ರಾತಿನಿಧ್ಯ ಕಡಿಮೆ ಇತ್ತು ಎಂದು ಈ ಆಯೋಗ ವಾದಿಸಿತ್ತು (ಇಂಜಿನಿಯರಿಂಗ್ ಕಾಲೇಜ್‌ನಲ್ಲಿ 8.5 ಶೇಕಡಾ, ಮೆಡಿಕಲ್ ಕಾಲೇಜ್‌ನಲ್ಲಿ 7.41 ಶೇಕಡಾ, ಎಪಿಎಂಸಿಯಲ್ಲಿ 1.56 ಶೇಕಡಾ, ಸರ್ಕಾರಿ ರಂಗದಲ್ಲಿ 3.02 ಶೇಕಡಾ, ಸರ್ಕಾರಿ ಬೋರ್ಡ್‌ಗಳಲ್ಲಿ 1.12 ಶೇಕಡಾ, ಜನತಾ ಪ್ರತಿನಿಧಿಗಳು 5.02 ಶೇಕಡಾ, ತಾಲ್ಲೂಕು ಅಭಿವೃದ್ಧಿ ಮಂಡಳಿಯಲ್ಲಿ 4.70 ಶೇಕಡಾ, ಪ್ರಥಮ ದರ್ಜೆ ಗುಮಾಸ್ತರು 4.16 ಶೇಕಡಾ ದ್ವಿತೀಯ ದರ್ಜೆ ಗುಮಾಸ್ತರು 3.63 ಶೇಕಡಾ ಇತ್ಯಾದಿ). ಇದು ಹಿಂದುಳಿದ ಸಮುದಾಯವೆಂದು ವರದಿ ತಿರ್ಮಾನಿಸಿದರೂ, ಅದು ಅಂತಿಮವಾಗಿ ಜಾತಿಗಳನ್ನು ಸಂಕೇತಿಸುತ್ತಿತ್ತು. ಅದು ಒಟ್ಟು 25 ಮುಸ್ಲಿಂ ಜಾತಿಗಳನ್ನು ಗುರುತಿಸಿತ್ತು. ಅದರಲ್ಲಿ ಕೆಲವು ಜಾತಿಗಳನ್ನು ವೃತ್ತಿ ಆಧಾರಿತ ಅಥವಾ ಕುಲಕಸುಬುಗಳ ಆಧಾರಿತವಾಗಿ ಗುರುತಿಸಲಾಯಿತು. ಇವುಗಳಲ್ಲಿ ಕೆಲವು ಹೆಸರುಗಳು 1931ರ ಬಾಂಬೆ ಪ್ರಾಂತ್ಯದ ಜನಗಣತಿಯಲ್ಲೂ, ಇನ್ನಿತರ ಜನಗಣತಿಯಲ್ಲೂ ಕಂಡು ಬರುತ್ತದೆ. ಅವುಗಳೆಂದರೆ ಚಪ್ಪರ್ ಬಂದ್, ದರ್ವೆಶಿ, ನದಾಫ್, ಫಕೀರ್, ಜಾತಗೇರ, ಕಲಾಲ್, ಕಟುಕಾರಿ/ಕಸ್ಯೆ, ಲಬ್ಬೆ, ಲಡಾಫ್. ಮದಾರ್, ಮಾಪಿಲ್ಲ/ಕಾಕ/ ಬ್ಯಾರಿ, ಮೊಹಮ್ಮದೀಯ, ಮೊಮಿನ್, ಪಿಂಡಾರ್, ಫೂಲ್ ಮಾಲಿ, ಪಿಂಜಾರ/ದುದೆಕುಲ, ಖುರೇಶಿ. ಇದೇ ಸುಮಾರಿಗೆ ಎರಡು ಪಂಗಡಗಳಾದ ಶಿಯಾ, ಸುನ್ನಿ ಮತ್ತು ಸುನ್ನಿಯೊಳಗಿರುವ ಶೇಖ್, ಸೈಯ್ಯದ್. ಇವುಗಳ ನಡುವೆ ಕೆಲವು ಅರೆ-ಅಲೆಮಾರಿ, ಅಲೆಮಾರಿ ಅಥವಾ ಹಿಂದುಳಿದ ಬುಡಕಟ್ಟುಗಳು/ಜಾತಿಗಳನ್ನು ಕೂಡ ಉಲ್ಲೇಖಿಸಿತ್ತು. ಗಾರುಡಿ, ಮದಾರಿ, ಧರ್ವೆಶ್, ಗಂಟಿಚೋರರು, ಚಪ್ಪರ್ ಬಂದ್.[386] ಇದು ಆಯೋಗಕ್ಕೆ ಇದ್ದಂತಹ ಗೊಂದಲವನ್ನು ವ್ಯಕ್ತಪಡಿಸುತ್ತದೆ. ಎರಡನೆಯದಾಗಿ ಈ ಆಯೋಗದ

383 Y. Rafeek Ahmed, Muslim Representation in Karnataka Vidhan Sabha, The Indian Journal of Political Science , Vol. 41, No. 1, March 1980, pp. 91-99

384 Report of the Karnataka Second Backward Commissio, Vol 1, Govt of Karnataka, 1986

385 Janaki Nair, Karnataka-Fighting for Backwardness, -Veenkatswamy Commission Report and after, Economicand Political weekly, Vol.21, No 42 October 18 1986, pp.1837-38

386 Report of the second Bakwaard classes Commission, Vol II, 1983 p. 111.

ವರದಿಗೆ ಸಾಕಷ್ಟು ಪ್ರತಿರೋಧಗಳು ಬಂದವು. ಏಕೆಂದರೆ ಇದರ ವರದಿ ಬಲಾಢ್ಯ ಜಾತಿಗಳಾದ ಒಕ್ಕಲಿಗರನ್ನು ಮತ್ತು ಇನ್ನಿತರ ಜಾತಿಗಳನ್ನು ಮೀಸಲಾತಿಯಿಂದ ಹೊರಗಿಟ್ಟಿತ್ತು. ಹೆಚ್ಚೂಕಡಿಮೆ 35 ಜಾತಿಗಳು ಹೊರಗೆ ಹೋದವು. ಅಲ್ಲದೇ ಒಟ್ಟು ಮೀಸಲಾತಿಯನ್ನು ಶೇಕಡಾವಾರು ಪ್ರಮಾಣವನ್ನು ಕಡಿತಗೊಳಿಸಿತ್ತು. ಈ ಸಂದರ್ಭದ ಪ್ರತಿರೋಧ ಹಿಂದಿನ ಪ್ರತಿರೋಧಕ್ಕಿಂತ ಸ್ವಲ್ಪ ವಿಭಿನ್ನವಾಗಿತ್ತು. ಹಾವನೂರು ಆಯೋಗದ ವರದಿಯನ್ನು ಕೋರ್ಟ್‌ನಲ್ಲಿ ಪ್ರಶ್ನಿಸಿದರೆ, ಈ ಆಯೋಗದ ವರದಿ ವಿರುದ್ಧ ಒಕ್ಕಲಿಗರು ಮತ್ತು ಲಿಂಗಾಯತರು ಜೊತೆ ಜೊತೆಯಾಗಿ ಬೀದಿ ಹೋರಾಟಗಳನ್ನು ನಡೆಸಿದ್ದು ದಿಟ. ಈ ಹೋರಾಟದಲ್ಲಿ ಮುಸಲ್ಮಾನರಿರಲಿಲ್ಲ. ಪ್ರತಿರೋಧಗಳಿಗೆ ಮಣಿದ ಅಂದಿನ ರಾಮಕೃಷ್ಣ ಹೆಗಡೆ ಸರ್ಕಾರ ಆಯೋಗದ ವರದಿಯನ್ನು ಸಾರಾಸಗಟಾಗಿ ತಿರಸ್ಕರಿಸಿತ್ತು.

ಮತ್ತೊಮ್ಮೆ ಜಾತಿಗಳ ಪುನರ್ ವರ್ಗೀಕರಣವನ್ನು 1990ರಲ್ಲಿ ನೇಮಕಗೊಂಡ ಚಿನ್ನಪ್ಪರೆಡ್ಡಿ ಆಯೋಗದ ವರದಿಯಲ್ಲಿ ನೋಡಬಹುದು. ಅದು ಮೂಲತಃವಾಗಿ ಹಿಂದುಳಿದ ವರ್ಗಗಳನ್ನು ನಾಲ್ಕು ಪ್ರವರ್ಗವನ್ನಾಗಿಸಿತ್ತು 1, 11, 111 ಮುಸ್ಲಿಮರಲ್ಲಿದ್ದ ಹಿಂದುಳಿದ ಜಾತಿಗಳಾದ ಜಲಗಾರ, ಕಸಬ್, ಕಸಯ್, ಸಿದ್ದಿ, ಸಿಕ್ಕಲ್ಗರ್, ನಳಬಂದ್, ಧೋಬಿ, ಕುಂಭಾರ್, ಚಪ್ಪರ್ ಬಂದ್, ದರ್ವೇಶಿ, ಘೂಲ್ ಮಾಲಿ ರಂಗ್ರೇಜ್ ಇತ್ಯಾದಿಗಳನ್ನು ಪ್ರವರ್ಗ 1ರಲ್ಲಿ ಗುರುತಿಸಲಾಯಿತು. ಉಳಿದ ಮುಸ್ಲಿಮರನ್ನು ಸಮಾಜೋ–ಆರ್ಥಿಕ ಆಧಾರದ ಮೇಲೆ 11ಬಿ ಪ್ರವರ್ಗಕ್ಕೆ ಸೇರಿಸಲಾಯಿತು.[387] ಪ್ರವರ್ಗ 1 ರಲ್ಲಿ ಅದು 52 ಜಾತಿಗಳನ್ನು, ಪ್ರವರ್ಗ 11ರಲ್ಲಿ 4 ಜಾತಿಗಳನ್ನು ಮತ್ತು ಧರ್ಮಗಳನ್ನು, ಪ್ರವರ್ಗ 3 ಒಂದು ಆರ್ಥಿಕ ವರ್ಗವಾಗಿ ಗುರುತಿಸಿತ್ತು. 1994 ರಲ್ಲಿ ಸರ್ಕಾರ ಒಂದು ಆದೇಶವನ್ನು ಹೊರಡಿಸಿತ್ತು. ಪ್ರವರ್ಗ 1 (ಅತ್ಯಂತ ಹಿಂದುಳಿದ ವರ್ಗ– 7 ಶೇಕಡಾ), ಪ್ರವರ್ಗ 2 (ಎ) (ತುಲನಾತ್ಮಕವಾಗಿ/ಸಂಬಂಧಪಟ್ಟಂತೆ ಹೆಚ್ಚು ಹಿಂದುಳಿದ ವರ್ಗ–20 ಶೇಕಡಾ), ಪ್ರವರ್ಗ 2 (ಬಿ)– ಹೆಚ್ಚು ಹಿಂದುಳಿದ –6 ಶೇಕಡಾ. ಪ್ರವರ್ಗ 3 (ಎ) ಹಿಂದುಳಿದ ಪ್ರವರ್ಗ (7 ಶೇಕಡಾ)ಪ್ರವರ್ಗ 3 (ಬಿ)– ತುಲನಾತ್ಮಕವಾಗಿ ಹಿಂದುಳಿದ–10 ಶೇಕಡಾ ಮೀಸಲಾತಿಯನ್ನು ನೀಡಿತ್ತು. ಇದರಲ್ಲಿ ಮುಸ್ಲಿಮರು ಪ್ರವರ್ಗ 1ರಲ್ಲೂ, ಪ್ರವರ್ಗ 2 (ಬಿ)ಯಲ್ಲೂ ಕಂಡುಬರುತ್ತಾರೆ.[388] ಈ ರೀತಿಯ ವರ್ಗೀಕರಣ ಈಗಲೂ ಚಾಲ್ತಿಯಲ್ಲಿದೆ. 2002ರಲ್ಲಿ ಸರ್ಕಾರದ ಆದೇಶದಲ್ಲಿ ಒಟ್ಟಾರೆ 95 ಜಾತಿಗಳನ್ನು ಗುರುತಿಸುತ್ತಾ, ಅದರಲ್ಲಿದ್ದ ಮುಸ್ಲಿಂ

387 Azhar Khan C, A Need for a Study of State Policies towards the Development of Religious Minorities in Karnataka, Working Paper, The Institute for Social and Economic Change, Bangalore2019,

388 The Karnataka Scheduled Castes , Scheduled Tribes and Other Backward Classes (Reservtion of Seats in Educational Institutions and of Appointment or Posts in the servicesunder the State Act, 1994.

ಜಾತಿಗಳೆಂದರೆ ಚಪ್ಪರ್ ಬಂದ್, ಪಿಂಜಾರ್, ಜಲಗಾರ, ಕಸಬ್, ಸಿದ್ದಿ, ಸಿಕ್ಕಲಗರ್, ನಲ್ಬಂದ್, ಧರ್ವೆಶಿ, ಫೂಲ್ ಮಾಲಿ, ಪುಲಾರಿ, ಫೂಲನ್, ಧೋಬಿ, ಕುಂಬಾರ, ರಂಗ್ರೇಜ್, ಪಿಂಜಾರ, ನಧಾಪ್, ಲಡಾಫ್, ದಡೇಕುಲ, ಮಂಸೂರಿ, [389] ಇವುಗಳಲ್ಲಿ ಬಾಜಿಗರ್, ಮಂಸೂರಿ ಇತ್ಯಾದಿಗಳನ್ನು ಮುಸ್ಲಿಂ ಜಾತಿಯಿಂದ ಹೊರಗಿಡಲಾಗಿದೆ ಎಂಬ ವಾದ ಇದೆ.

ಪ್ರವರ್ಗ 2ಬಿಯಲ್ಲಿ ಸಾಮಾಜಿಕ ಮತ್ತು ಆರ್ಥಿಕ ಮಾನದಂಡವನ್ನು ಪರಿಗಣಿಸಿ 4 ಶೇಕಡಾ ಮೀಸಲಾತಿಯನ್ನು ಮುಸಲ್ಮಾನರಿಗೆ ಸೀಮಿತಗೊಳಿಸಲಾಯಿತು. ತದನಂತರ 2006ರಲ್ಲಿ ಮುಸಲ್ಮಾನ ಜಾತಿಗಳಿಗೆ ಗುರುತಿಸುವಿಕೆಯ ಭಾಗವಾಗಿ ಸಂಖ್ಯೆಗಳನ್ನು ನೀಡಲಾಗಿತ್ತು. ಅವುಗಳಲ್ಲಿ 18 ಜಾತಿಗಳಿದ್ದವು. ಇವುಗಳಲ್ಲಿ ಮುಖ್ಯವಾಗಿದ್ದದ್ದು ಬ್ಯಾರಿ, ಮೇದಾರ್, ಮುಲ್ಲಾ, ಮುಸ್ಲಿಂ, ನಡಾಫ್, ನಾಡಾಫ್, ನಾಡಕ್, ನಾಡರ್, ನಾಪೆ, ಪಂಚಮಶಾಲಿ, ಪಠಾಣ್, ಸಾಮ್ರಾಟ್, ಸೈಯ್ಯದ್, ಶೇಖ್, ಸುನ್ನಿ, ಶ್ವೇತಾಂಬರ್, ಸ್ವನ್ನರೆ, ವಡೆ[390].

2016[391]ರಲ್ಲಿ ಕೇಂದ್ರ ಸರಕಾರ ಹಿಂದುಳಿದ ವರ್ಗ/ಪರಿಶಿಷ್ಟ ಜಾತಿ ಮತ್ತು ಪಂಗಡದಲ್ಲಿರುವ ಅಲೆಮಾರಿ, ಅರೆ-ಅಲೆಮಾರಿ, ವಿಮುಕ್ತಿ ಜಾತಿಗಳ ತಾತ್ಕಾಲಿಕ ಪಟ್ಟಿಯನ್ನು ಬಿಡುಗಡೆ ಮಾಡಿತ್ತು. ವಿಮುಕ್ತಿ ಜಾತಿಗಳಲ್ಲಿ ಒಂದೆರಡು ಮುಸ್ಲಿಂ ಜಾತಿಗಳನ್ನು ಕೂಡ ಇದರಲ್ಲಿ ಪಟ್ಟಿ ಮಾಡಿತ್ತು. ಅದರಲ್ಲಿ ಒಂದು ಕಾಲದಲ್ಲಿ ಕ್ರಿಮಿನಲ್ ಅಥವಾ ಅಪರಾಧಿ ಟ್ರೈಬ್ ಎಂದು ಗುರುತಿಸಲ್ಪಟ್ಟ ಚಪ್ಪರ್ ಬಂದ್, ವಿಮುಕ್ತಿಯನ್ನು ಹಿಂದುಳಿದ ವರ್ಗದ ಪಟ್ಟಿಯಲ್ಲಿ ಸೇರಿಸಲಾಯಿತು, ಇದರಲ್ಲಿ ಕಂಜರ್, ನಾತ್ ಕೂಡ ಹಿಂದುಳಿದ ಪಟ್ಟಿಯಲ್ಲಿ ಕಂಡುಬರುತ್ತಾರೆ. ಅಲೆಮಾರಿಗಳಲ್ಲಿ ಮಾದಾರಿ, ಧರ್ವೇಶ್, ಫೂಲ್ ಮಾಲಿ ಇತ್ಯಾದಿಗಳಿವೆ- ಇವುಗಳು ಹಿಂದೂ ಓಬಿಸಿಗಳೇ ಅಥವಾ ಮುಸ್ಲಿಂ ಓಬಿಸಿಗಳೇ ಎಂಬ ಗೊಂದಲ ಇದೆ. ತದನಂತರ ಹಾವಾಡಿಗರಾದ ಗಾರುಡಿ[392] ಅಥವಾ ಗಾರುಡಿಗರನ್ನು 2014ರಲ್ಲಿ ಓಬಿಸಿ ಪಟ್ಟಿಯಲ್ಲಿ ಸೇರಿಸಲಾಯಿತು.

ಇಂದಿನ ಸ್ಥಿತಿ:

ಕರ್ನಾಟಕದ ಜಾತಿಯ ಮತ್ತು ಮೀಸಲಾತಿಯ ರಾಜಕಾರಣವನ್ನು ನೋಡುವುದಾದರೆ ಒಂದು ಅಂಶ ಸ್ಪಷ್ಟವಾಗಿ ಗೋಚರಿಸುತ್ತದೆ. ಜಾತಿಯ

389 Karnataka State Gazetteer April 2002.
390 Caste code list: REDS 2006 http://adfdell.pstc.brown.edu/arisreds_data/public06/caste_codelist.pdf
391 Status of Inclusion of Denotified, Nomadic and Semi-Nomadic Tribes among Scheduled Castes/ Scheduled Tribes and Other Backward Classes (Provisional) 2016
392 12015/05/2011-BC II dt 17/02/2014

ಅಸ್ಮಿತೆಯ ದಾಖಲಾತಿಯಲ್ಲಿ ಮುಸಲ್ಮಾನರು ಈಗಲೂ ಹಿಂದಿಕ್ಕಿರುವುದು ವಾಸ್ತವ. ಅವರು ಮೀಸಲಾತಿಗಾಗಿ ಬೀದಿ ಚಳವಳಿಗಳನ್ನು ಮಾಡಿದ್ದು ಕಂಡುಬರುವುದಿಲ್ಲ. ಎಲ್ಲಿಯೂ ಬಲಾಢ್ಯ ಜಾತಿಗಳಂತೆ ಬೇಡಿಕೆಗಳನ್ನು ಮುಂದಿಟ್ಟು ಹೋರಾಟವನ್ನು ಮಾಡಲಿಲ್ಲ.

ಇವುಗಳ ಅರ್ಥ, ಜಾತಿಯ ರಾಜಕೀಯ ಮುಗಿದ ಅಧ್ಯಾಯವೇ? ಎಂಬ ಪ್ರಶ್ನೆ ಸಹಜವಾಗಿ ಮೂಡುತ್ತದೆ. ಎರಡು ಕಾರಣಕ್ಕಾಗಿ ಇದನ್ನು ಮುಗಿಯದ ಅಧ್ಯಾಯವೆನ್ನಬಹುದು. ಮೊದಲನೆಯದಾಗಿ, ಜಾತಿಗೊಂದು ಹುಟ್ಟಿಕೊಳ್ಳುವ ಸಂಘಟನೆಗಳು ಜಾತಿಯನ್ನು ಮುಂದಿಟ್ಟು ತಮ್ಮ ಅಸ್ಮಿತೆಯನ್ನು ಮತ್ತೆ ಮತ್ತೆ ಕೆದಕುತ್ತಾ ಇರುತ್ತವೆ. ಉತ್ತರ ಭಾರತದಲ್ಲಿ ಪಾಸ್ ಬಂದ್‌ಗಳ ಚಳವಳಿಯನ್ನು ಈ ದೃಷ್ಟಿಕೋನದಲ್ಲಿ ನೋಡಬೇಕು.[393] ಇಲ್ಲಿ ಎರಡು ವಾದಗಳಿವೆ. ಮೊದಲನೆಯದಾಗಿ ಅಶ್ರಫ್ ಜಾತಿಗಳ ಯಜಮಾನಿಕೆಯನ್ನು ಪ್ರತಿರೋಧಿಸಲು ತಳ ಸಮುದಾಯಗಳ ಸಂಘಟನೆ ಅತೀ ಅವಶ್ಯಕ. ಎರಡನೆಯದಾಗಿ ದಲಿತ ಮತ್ತು ಮುಸ್ಲಿಂ ಐಕ್ಯತೆ ಈ ಕಾಲಘಟ್ಟದ ಅವಶ್ಯಕತೆಗಳಲ್ಲಿ ಒಂದು. ಆದಕಾರಣ ಪಾಸ್ ಬಂದ್ ಚಳವಳಿ ಅನಿವಾರ್ಯವಾಯಿತು. ಇದರ ಮುಂದುವರಿಕೆಯಾಗಿ 1998ರಲ್ಲಿ ಪಾಸ್ ಬಂದ್ ಮುಸ್ಲಿಂ ಮಹಾಜ್ ಬಿಹಾರ್‌ನಲ್ಲಿ ಸ್ಥಾಪನೆಯಾಯಿತು. ಇದು ಜಾತಿ ಆಧಾರಿತ ಮೀಸಲಾತಿಯನ್ನು ವಾದಿಸಿತ್ತು. ಹೆಚ್ಚೂಕಡಿಮೆ ಇದೇ ಕಾಲದಲ್ಲಿ ಹತ್ತು ಹಲವು ಸಂಘಟನೆಗಳು ಹುಟ್ಟಿಕೊಂಡವು. ಮಹಾರಾಷ್ಟ್ರದಲ್ಲಿ ಅಖಿಲ ಭಾರತ ಮುಸ್ಲಿಂ ಒಬಿಸಿ ಸಂಘಟನಾ, ಪಾಟ್ನಾದಲ್ಲಿ ಅಖಿಲ ಭಾರತ ಹಿಂದುಳಿದ ಮುಸ್ಲಿಂ ಮೋರ್ಚಾ 1994ರಲ್ಲಿ ಸ್ಥಾಪನೆಯಾಯಿತು. ಇವುಗಳ ಬೇಡಿಕೆಯಲ್ಲಿ ಜಾತಿಯ ಮೀಸಲಾತಿ ಒಂದು ಪ್ರಮುಖ ವಿಷಯವಾಗಿತ್ತು.

ಕರ್ನಾಟಕದಲ್ಲಿ ಕಂಡುಬರುವ ಚಪ್ಪರ್ ಬಂದ್‌ಗಳ ಸಂಘಟನೆ ಹತ್ತುಹಲವು ರಾಜ್ಯಗಳಲ್ಲಿ. ಮಹಾರಾಷ್ಟ್ರ, ಗೋವಾ ಇತ್ಯಾದಿ ಕಡೆ ಈಗಾಗಲೇ ಹರಡಿದೆ, ಅದರ ಶಾಖೆಗಳು ಸ್ಥಾಪನೆಗೊಂಡಿವೆ. ಅವರ ಬೇಡಿಕೆಯಲ್ಲಿ ರಾಜಕೀಯ ಪ್ರಾತಿನಿಧಿತ್ವ ಕೂಡ ಒಂದು. ಎರಡನೆಯ ಸಂಘಟನೆ ಎಂದರೆ ಕರ್ನಾಟಕ ರಾಜ್ಯ ನಡಾಫ್/ಪಿಂಜಾರ್ ಸಂಘ. 1983ರಲ್ಲಿ ಸ್ಥಾಪನೆಗೊಂಡ ಈ ಸಂಘಟನೆಯ ಬೇಡಿಕೆ ಬಹಳ ಸೀಮಿತ ಎನ್ನಬಹುದು: ಮೂಲತಃವಾಗಿ ಪಿಂಜಾರ್/ನಡಾಫ್ ಅಭಿವೃದ್ಧಿ ನಿಗಮದ ಸ್ಥಾಪನೆ, ಪ್ರವರ್ಗ ಒಂದರಲ್ಲಿ ಜಾತಿಯ ಪ್ರಮಾಣಪತ್ರ, ಇತ್ಯಾದಿ. ಇದಕ್ಕೆ ಸುಮಾರಾಗಿ 2006ರಲ್ಲಿ ಅಖಿಲ ಕರ್ನಾಟಕ ಕರಡಿ ಆಟಗಾರರ

393 Julien Levesque, Debates on Muslim Caste in North India and Pakistan: From Colonial ethnography to Pasmanda Mobilization, CSH-IFP Working Papers 5, Pondicherry 2020.

ಪರಿಹಾರ ಹೋರಾಟ ಸಮಿತಿ ಅಸ್ತಿತ್ವಕ್ಕೆ ಬಂತು. ಅವರ ಬೇಡಿಕೆಗಳು ಕೂಡ ಸೀಮಿತವಾಗಿತ್ತು. ಎರಡು ಎಕರೆ ಜಮೀನು ಮತ್ತು ವಸತಿಹೀನರಿಗೆ ಮನೆ. ಇದೇ ಸಂದರ್ಭದಲ್ಲಿ 2005ರಲ್ಲಿ ಮುಸ್ಲಿಂ ಹಾವಾಡಿಗರ ಕರ್ನಾಟಕ ಹಾವಾಡಿಗರ ಸಂಘ ಸ್ಥಾಪನೆಯಾಯಿತು. ಇವರ ಬೇಡಿಕೆ ಮನೆ ಮತ್ತು ಸರ್ಕಾರಿ ಉದ್ಯೋಗಕ್ಕೆ ಸೀಮಿತವಾಗಿತ್ತು. ಸ್ವಾತಂತ್ರ್ಯಪೂರ್ವದಲ್ಲಿ ಬ್ರಿಟಿಷ್ ಮಿಲಿಟರಿ ಕಂಟೋನ್ಮೆಂಟ್‌ಗೆ ಗೋಮಾಂಸವನ್ನು ಪೂರೈಸುತ್ತಿದ್ದ ಖುರೇಶಿಗಳು ಸಂಘಟಿತರಾಗಿರುವುದನ್ನು ಅವರ ಜಾತಿಯ (ಕಸಾಯಿ) ಸಂಘಟನೆಗಳಲ್ಲಿ ನೋಡಬಹುದು. ಖುರೇಶಿಗಳಲ್ಲಿ ಒಟ್ಟಾರೆಯಾಗಿ ಮೂರು ಸಂಘಟನೆಗಳು ಕರ್ನಾಟಕದಲ್ಲಿ ಚಾಲ್ತಿಯಲ್ಲಿವೆ. ವಾಸ್ತವವಾಗಿ ಪ್ರಪ್ರಥಮ ಸಂಘಟನೆಯೆಂದರೆ ಜಮಾತುಲ್ ಖುರೇಷಿ, ಕರ್ನಾಟಕದಲ್ಲಿ ಇದರ ಸ್ಥಾಪನೆ 1950ರಲ್ಲಿಯಾದರೂ ಅದರ ಮೂಲ ಇರುವುದು 1920ರ ದಶಕದಲ್ಲಿ ಸ್ಥಾಪನೆಗೊಂಡ ಅಖಿಲ ಭಾರತ ಜಮಾತುಲ್ ಖುರೇಷಿ ಸಂಘಟನೆಯಲ್ಲಿ. ಎರಡನೆಯ ಸಂಘಟನೆ ಜಮಾತುಲ್ ಖುರೇಷಿ ಬೀಫ್ ಬುಚರ್ ಕಮ್ಯೂನಿಟಿ, ಇದು ಸ್ಥಾಪನೆಗೊಂಡದ್ದೇ 1960ರಲ್ಲಿ. ಮತ್ತು ಕೊನೆಯದಾಗಿ ಬೀಫ್ ಮರ್ಚಂಟ್ ಅಸೋಸಿಯೇಶನ್. ಇದರ ಸ್ಥಾಪನೆಯಾದದ್ದು 1983ರಲ್ಲಿ. ಇವರ ಬೇಡಿಕೆ ಪಟ್ಟಿ ಉಳಿದ ಜಾತಿಯ ಸಂಘಟನೆಗಿಂತ ಸ್ವಲ್ಪ ವಿಭಿನ್ನವಾಗಿದೆ: ಖುರೇಷಿ ಸಮುದಾಯ/ಜಾತಿ ಹಕ್ಕುಗಳಾದ ಬದುಕುವ ಹಕ್ಕು, ಉದ್ಯೋಗದ ಹಕ್ಕು, ಶಿಕ್ಷಣದ ಹಕ್ಕಿನ ಅನುಷ್ಠಾನ, ಇತ್ತೀಚಿನ ದಿನಗಳಲ್ಲಿ, ಗೋ ಹತ್ಯೆ ಕಾನೂನು ಜಾರಿಗೆ ಬಂದ ನಂತರ ಇನ್ನು ಕೆಲವು ಬೇಡಿಕೆಗಳು ಪಟ್ಟಿಯಲ್ಲಿ ಸೇರಿಕೊಂಡಿವೆ. ಅವುಗಳಲ್ಲಿ ಮಾಂಸ ಮಾರಾಟಕ್ಕೆ ಸೀಮಿತಗೊಂಡ ಮಾರ್ಕೆಟ್‌ಗಳ ಸ್ಥಾಪನೆ, ಕಸಾಯಿ ಸ್ಥಳಗಳ, ಮತ್ತು ಕಸುಬಿನ ಆಧುನಿಕ ತಂತ್ರಜ್ಞಾನದ ಅಳವಡಿಕೆ ಮತ್ತು ಸಾಗಾಣಿಕೆಯಲ್ಲಿ ಅಡೆತಡೆಗಳನ್ನು ನಿವಾರಿಸುವುದು. ಇವುಗಳ ನಡುವೆ ರಾಜಕೀಯ ಪ್ರಾತಿನಿಧಿತ್ವ ಬೇಡಿಕೆಯ ಪಟ್ಟಿಯ ಭಾಗವಾಗುತ್ತಿರುವುದು ಕೂಡ ಅಷ್ಟೇ ದಿಟ. ಇನ್ನೊಂದು ಜಾತಿಯಾದ ದರ್ವೇಶ್ ಮತ್ತು ಸೂಫಿಗಳ ಸಂಘಟನೆಯನ್ನು ಕೂಡ ನೋಡಬೇಕು. ಅಖಿಲ ಕರ್ನಾಟಕ ದರ್ವೇಶ್ ಮತ್ತು ಸೂಫಿ ಪ್ರವರ್ಗ–1 ಸಂಘಟನೆ ಈಗಾಗಲೇ ಚಾಲ್ತಿಯಲ್ಲಿದ್ದು, ಅದರ ಬೇಡಿಕೆಯೆಂದರೆ ಅನುಸೂಚಿತ ಜಾತಿಗಳ ಪಟ್ಟಿಯೊಳಗೆ ಧರ್ವೇಶಿಗಳಿಗೆ ಮೀಸಲಾತಿ ನೀಡುವುದು[394] ಇವುಗಳಲ್ಲಿ ಅತ್ಯಂತ ವೇಗವಾಗಿ ಆಧುನಿಕತೆಯನ್ನು ಅಪ್ಪಿಕೊಂಡವರು ಕರಾವಳಿ ಕಡೆಯ ಬ್ಯಾರಿಗಳು. ಒಂದು ಸಾಧಾರಣ ವ್ಯಾಪಾರಿ ಸಮುದಾಯವಾಗಿದ್ದ ಬ್ಯಾರಿಗಳು 1970ರ ದಶಕದ ನಂತರ ಆರ್ಥಿಕವಾಗಿ ಮುಂದುವರಿದ ಸಮುದಾಯವಾಗಿ ಬೆಳೆದದ್ದು ಆಶ್ಚರ್ಯವಲ್ಲ.

394 Deccan Herald, November 21 2013.

ಅದಕ್ಕೆ ಪೂರಕವೆಂಬಂತೆ 1970ರ ಮಧ್ಯಪೂರ್ವದ ಆರ್ಥಿಕ ಸ್ಫೋಟ, ಕರಾವಳಿಯ ಆಧುನಿಕತೆ ಮತ್ತು ಅಂತರರಾಷ್ಟ್ರೀಯ ಮಾರುಕಟ್ಟೆಯೊಂದಿಗಿನ ಕರಾವಳಿಯ ಬೆಸೆದುಕೊಂಡ ಕೊಂಡಿಗಳು, ಕರಾವಳಿಯ ಕೈಗಾರೀಕರಣ ಇತ್ಯಾದಿ ಒಂದು ತಳ ಸಮುದಾಯವನ್ನು ಆರ್ಥಿಕವಾಗಿ ಸಬಲೀಕರಣಗೊಳಿಸಿತ್ತು. ಈ ಸಮುದಾಯ ಇವತ್ತು ಖಾಸಗೀ ವಿಶ್ವವಿದ್ಯಾನಿಲಯವನ್ನು, ಮೆಡಿಕಲ್ ಕಾಲೇಜ್, ಇಂಜಿನಿಯರಿಂಗ್ ಕಾಲೇಜ್‌ಗಳನ್ನು, ಬ್ಯಾರಿ ಚೇಂಬರ್ ಆಫ್ ಕಾಮರ್ಸ್ ಮತ್ತು ಇಂಡಸ್ಟ್ರೀಸ್ ಸ್ಥಾಪಿಸುವಷ್ಟು ಬೆಳೆದಿದೆ. ಅದಕ್ಕಾಗಿಯೇ ಒಂದು ಬ್ಯಾರಿ ಸಾಹಿತ್ಯ ಅಕಾಡಮಿ ಕೂಡ ಇದೆ. ಕೆಲವೇ ದಶಕದಲ್ಲಿ ಬ್ಯಾರಿಗಳು ಅಂತರರಾಷ್ಟ್ರೀಯ ಮಟ್ಟಕ್ಕೆ ಸಂಘಟನೆಯನ್ನು ತೆಗೆದುಕೊಂಡು ಹೋದದ್ದು ದಿಟ. ಬ್ಯಾರಿ ಸಂಘಟನೆಗಳು ಮಧ್ಯ ಪೂರ್ವದಲ್ಲಿವೆ (ಅಬುದಾಬಿ). 2006 ಮತ್ತು 2010ರಲ್ಲಿ ದುಬೈಯಲ್ಲಿ ಅಂತರರಾಷ್ಟ್ರೀಯ ಸಮಾವೇಶವನ್ನು ಬ್ಯಾರಿ ಸಂಘಟನೆ ನಡೆಸಿತ್ತು. 1983ರಲ್ಲಿ ಬ್ಯಾರಿ ವೆಲ್ಫೇರ್ ಸಂಘಟನೆ ಸ್ಥಾಪನೆಯಾಯಿತು. ಅವರಲ್ಲಿ ರಾಜಕೀಯ ಪ್ರಶ್ನೆಗಿಂತ ಆರ್ಥಿಕ ಮತ್ತು ಸಾಮಾಜಿಕ ಪ್ರಶ್ನೆ ತೀವ್ರವಾಗಿರುವುದು ವಾಸ್ತವ. ವಿಚಿತ್ರವೆಂದರೆ ಇತ್ತೀಚಿನ ಮೀಸಲಾತಿಯ ಸಂದರ್ಭದಲ್ಲಿ (2021) ಬ್ಯಾರಿಗಳು ಮೂರು ವಾದಗಳನ್ನು ಮುಂದಿಟ್ಟಿರುವುದು ಅಷ್ಟೇ ವಾಸ್ತವ. ಮೊದಲನೆಯದಾಗಿ, ಸಮುದಾಯದ ಜನಸಂಖ್ಯೆಯ ಅನುಪಾತಕ್ಕನುಗುಣವಾಗಿ ಪ್ರಾತಿನಿಧ್ಯತೆ. ಎರಡನೆಯದಾಗಿ, ಮೀಸಲಾತಿಯ ಶೇಕಡಾವಾರುವಿನಲ್ಲಿ ಹೆಚ್ಚಳ, ಕೊನೆಯದಾಗಿ, ವಿವಿಧ ಆಯೋಗಗಳು ಗುರುತಿಸಿರುವ 17 ವೃತ್ತಿನಿರತ ಅತ್ಯಂತ ಹಿಂದುಳಿದ ಗುಂಪುಗಳಿಗೆ ಪ್ರತ್ಯೇಕ ಅಭಿವೃದ್ಧಿ ನಿಗಮದ ಸ್ಥಾಪನೆ. ಈ ಸಂದರ್ಭದಲ್ಲಿ ಈ ವಾದ ಮುಸಲ್ಮಾನರನ್ನು "ಜಾತಿ ಆಧಾರಿತವಾಗಿ" ನೋಡಲು ನಿರಾಕರಿಸುತ್ತದೆ.[395] ಇದನ್ನು ಇತ್ತೀಚಿನ ಬೆಳವಣಿಗೆ ಎನ್ನಬಹುದು.

ಇವೆಲ್ಲಾ ಜಾತಿ ಸಂಘಟನೆಗಳನ್ನು, ಮೀಸಲಾತಿ ರಾಜಕಾರಣವನ್ನು ನೋಡಿದರೆ ಒಂದೆರಡು ಅಂಶಗಳು ಸ್ಪಷ್ಟವಾಗಿ ಬಿಡುತ್ತವೆ. ಮೊದಲನೆಯದಾಗಿ, ಮುಸಲ್ಮಾನರು ಮೀಸಲಾತಿ ಹೋರಾಟದ ಮಂಚೂಣಿಯಲ್ಲಿ ಯಾವತ್ತೂ ಇರಲಿಲ್ಲ ಮತ್ತು ಮೀಸಲಾತಿಯ ಹೆಚ್ಚಳಕ್ಕಾಗಿ ಬೇಡಿಕೆಗಳನ್ನು ಮುಂದಿಡಲಿಲ್ಲ. ವಾಸ್ತವವಾಗಿ ಕರ್ನಾಟಕದಲ್ಲಿ ಇನ್ನೊಂದು ವಾದವಿದೆ. ಮುಸ್ಲಿಮರು ಮೀಸಲಾತಿ ಮತ್ತು ಜಾತಿಯ ಪುನರ್ ವರ್ಗೀಕರಣದ ರಾಜಕೀಯದಿಂದ ಮತ್ತು ಅಸ್ಮಿತೆ ರಾಜಕೀಯದಿಂದ ಸಂಪೂರ್ಣವಾಗಿ ವಿಮುಖರಾಗಿದ್ದಾರೆಯೇ? ಎಂಬ ಪ್ರಶ್ನೆ ಇದೆ. ಇವತ್ತಿನ ಸಂದರ್ಭದಲ್ಲಿ ಕುರುಬರು ತಮ್ಮ ಜಾತಿಯನ್ನು ಪರಿಶಿಷ್ಟ ಪಂಗಡಕ್ಕೆ

395 Interiew with B.M Haneef, on 20th March 2021

ಸೇರಿಸಲು ವಾದಿಸುವಾಗ, ಮುಸ್ಲಿಮರು ಜಾತಿಗಳ ಪ್ರತಿಕ್ರಿಯೆ ಏನು? ಇದನ್ನು ಅರ್ಥ ಮಾಡಿಕೊಳ್ಳಬೇಕಾದರೆ 2004ರ ಮುಸ್ಲಿಂ ಜಾತಿಗಳಲ್ಲಿ ಹಿಂದುಳಿದ ಜಾತಿಯಾದ ಧರ್ವೇಶಿಗಳ ಬೇಡಿಕೆಯನ್ನು ಗಮನಿಸಬೇಕು. 2004ರಲ್ಲಿ ಧರ್ವೇಶಿ ಸಂಘರ್ಷ ಸಮಿತಿ ತಮಗೆ ಭಿನ್ನವಾದ ಮೀಸಲಾತಿ ಬೇಕೆಂದು ಬೇಡಿಕೆಯನ್ನು ಇಟ್ಟಿತ್ತು. ಅದಕ್ಕೆ ಅವರು ನೀಡಿದ ಕಾರಣವೆಂದರೆ: "ಸಾಮಾಜಿಕವಾಗಿ ಮತ್ತು ಶೈಕ್ಷಣಿಕವಾಗಿ ಹಿಂದುಳಿದಿದ್ದೇವೆ. ಅಲ್ಲದೆ ಉಳಿದ ಮುಸ್ಲಿಂ ಉಪ-ಜಾತಿಗಳಂತೆ ನಮಗೆ ಸಹಜವಾದ ಲಾಭಗಳಿಲ್ಲ."[396]

ಎರಡನೆಯದಾಗಿ, ಬಹುಮುಖ್ಯವಾದ ಪ್ರಶ್ನೆಯೊಂದಿದೆ. ಜಾತಿಗಳು ಐತಿಹಾಸಿಕ ವಿಸ್ಮೃತಿಗೆ ಜಾರಿದ ಮೇಲೆ ಪುನಃ ಜಾತಿಯ ಅಸ್ಮಿತೆಯೊಂದಿಗೆ ಅದರ ಅನೂಕೂಲಗಳನ್ನು ಪಡೆಯಬಹುದೇ? ಈ ಪ್ರಶ್ನೆ 1990ರ ದಶಕದಲ್ಲಿ ಬಹುಮುಖ್ಯವಾಗಿ ಕಾಡುತ್ತಿತ್ತು. ಅದು ಈಗಲೂ ಕಾಡುತ್ತಿದೆ. ಮೀಸಲಾತಿ ಸಂದರ್ಭದಲ್ಲಿ ತಮ್ಮೊಳಗಿರಬಹುದಾದ ಜಾತಿಯನ್ನು ಹುಡುಕುವುದು ಅಥವಾ ನಿರ್ಮಿಸುವುದು ಬಹಳ ಕಷ್ಟದ ಸಂಗತಿ. ಅಸ್ಮಿತೆ ಕುರಿತಂತೆ 1990ರ ಹೈಕೋರ್ಟ್ ತೀರ್ಪನ್ನು ಗಮನಿಸಬೇಕು. 1990ರ ದಶಕದಲ್ಲಿ ಧರ್ವೇಶಿಗಳು ಸರ್ಕಾರದ ಮೀಸಲಾತಿ ಧೋರಣೆಯನ್ನು ವಿರೋಧಿಸಿ ಹೈಕೋರ್ಟ್‌ನ ಮೆಟ್ಟಲೇರಿದ್ದರು. ಆದಾಯ ಮಿತಿಯನ್ನು ಮೀರಿದ ಜಾತಿಗಳಿಗೆ ಮೀಸಲಾತಿ ನೀಡಬಾರದೆಂಬ ಸರ್ಕಾರದ ಆಜ್ಞೆ ಇದಕ್ಕೆ ಕಾರಣವಾಗಿತ್ತು. ಬಹಳ ಮುಖ್ಯವಾಗಿ ಸರ್ಕಾರಿ ಆಜ್ಞೆ ಹೀಗಿತ್ತು: "ಮುಸ್ಲಿಂ ಸಮುದಾಯದಲ್ಲಿರುವ ದರ್ವೇಶ್, ಚಪ್ಪರ್ ಬಂದ್, ನಲ್ ಬಂದ್, ಕಸ್ಸೈ, ಬಾಜಿಗರ್ ಇತ್ಯಾದಿಗಳು ಮೀಸಲಾತಿಯ ಅನುಕೂಲಗಳನ್ನು ತಮ್ಮ ಸಾಂಪ್ರದಾಯಿಕ ಕೌಟುಂಬಿಕ ಕಸುಬುಗಳನ್ನು ಪಾಲಿಸಿದರೆ, ಪಡೆಯುವ ಅವಕಾಶವನ್ನು ಕಾನೂನು ಒಪ್ಪಿಕೊಳ್ಳುತ್ತದೆ", ಇಲ್ಲಿ ಸಾಂಪ್ರದಾಯಿಕ ಕಸುಬು ಎಂದರೆ ಏನು? ಎಂಬುದರ ಕುರಿತು ಚರ್ಚೆಗಳು ಅನಿವಾರ್ಯವಾದವು. ಇಲ್ಲಿ ಸರ್ಕಾರದ ನಿಲುವಿನಲ್ಲಿ "ಭಿಕ್ಷೆ ಬೇಡುವುದು"[397] ಕುಲಕಸುಬಾದರೆ, ಹೈಕೋರ್ಟ್ ಇದರ ವ್ಯಾಪ್ತಿಯನ್ನು ಇದಕ್ಕೆ ಸೀಮಿತಗೊಳಿಸಲಿಲ್ಲ. ಅವರ ಪ್ರಕಾರ ದರ್ವೇಶ್ ಅಂದರೆ ಧಾರ್ಮಿಕ ಸನ್ಯಾಸಿ, ಫಕೀರ, ಇಸ್ಲಾಂ ಧರ್ಮದ ಅನುಭಾವಿಯ ಪರಂಪರೆಯ ಸದಸ್ಯ, ಆದಕಾರಣ "ಭಿಕ್ಷುಕತನ ವಾಸ್ತವತೆಯನ್ನು ಪ್ರತಿನಿಧಿಸುವುದಿಲ್ಲ". ಹೊರತು ಅದು ಪ್ರಾಸಂಗಿಕ ಮಾತ್ರವಲ್ಲದೇ ಧಾರ್ಮಿಕತೆಯನ್ನು ಪ್ರತಿಬಿಂಬಿಸುತ್ತದೆ[398].

396 The Hindu, December 16 2004

397 Karnataka High Court, Miss. Rafia Shaheen And Etc. vs State Of Karnataka And Others on 3 March, 1994, Equivalent citations: AIR 1994 Kant 295, ILR 1994 KAR 753, Karnataka Law Journal , Vol.2, 1994 p.404

398 Ibid.

ಇದು ಬಹಳ ಮಹತ್ವವಾದ ತೀರ್ಪು. ಒಂದೆಡೆ ಹಿಂದುಳಿದ ಜಾತಿಗಳ ಹೊಸ ಅಸ್ಮಿತೆಯನ್ನು ಇದು ಗುರುತಿಸಿತ್ತು. ಅದೇ ರೀತಿ ಇದು ಹಿಂದುಳಿದ ಜಾತಿಗಳಾದ ನಲ್ ಬಂದ್, ಚಪ್ಪರ್ ಬಂದ್ ಇತ್ಯಾದಿಗಳಿಗೆ ತಮ್ಮ ಸಾಂಪ್ರದಾಯಿಕ ಕಸುಬುಗಳಿಂದ ಹೊರತಾಗಿರುವ ಅಸ್ಮಿತೆಯನ್ನು ಕಟ್ಟಿಕೊಡಲು ಅವಕಾಶ ಮಾಡಿಕೊಟ್ಟಿತ್ತು.

ಎರಡನೆಯದಾಗಿ, ಮುಸಲ್ಮಾನರಲ್ಲಿ ಜಾತಿಯ ಅಸ್ಮಿತೆಗಳು ನಿಶ್ಚಲವಾಗಿರಲಿಲ್ಲವೆಂದೇ ಹೇಳಬೇಕು. ಕೆಲವೊಮ್ಮೆ ಕಥನಗಳಲ್ಲಿ, ದಾಖಲೆಗಳಲ್ಲಿ ಮುಸಲ್ಮಾನರು 'ಹಿಂದುಳಿದವರು' ಅಥವಾ 'ಅತೀ ಹಿಂದುಳಿದವರು', ವಿಮುಕ್ತಿ – ಅಲೆಮಾರಿ ಜಾತಿಗಳು ಅಥವಾ ಬರೇ 'ಮುಸಲ್ಮಾನರು' ಆದರು, ಇದನ್ನು ರಾಜಕೀಯವಾಗಿ ನಿರ್ಮಿಸಿದ ಅಸ್ಮಿತೆ, ಸರ್ಕಾರದ ನಿರ್ಮಿತಿಯ ಅಸ್ಮಿತೆ ಎನ್ನಬಹುದು. ಅದು ಸಂದರ್ಭಕ್ಕನುಗುಣವಾಗಿ ಬದಲಾಗುತ್ತಾ ಹೋಯಿತು. ದೇವರಾಜ ಅರಸ್‌ಗೆ ಅದೊಂದು ಸಾಮಾಜಿಕ ಕ್ರಾಂತಿಯ ಭಾಗವಾದರೆ, ದೇವೇಗೌಡರಿಗೆ ಸಾಮಾಜಿಕ ತಳಹದಿಯನ್ನು ಕಟ್ಟುವ ಮತ್ತು ವಿಸ್ತರಿಸುವ ಸಾಧನವಾಯಿತು. ಸಿದ್ಧರಾಮಯ್ಯ ಈ ವಿಷಯವನ್ನು ಮುಟ್ಟಲೇ ಇಲ್ಲ. ಏಕೆಂದರೆ ಅವರ ರಾಜಕೀಯ ತಳಹದಿಗಳು "ಅಹಿಂದ"ದೊಳಗೆ ಗಟ್ಟಿಯಾಗಿದ್ದ ಕಾರಣ, ಮೀಸಲಾತಿ ವಿಷಯ ಬಹುಮುಖ್ಯ ವಿಷಯವಾಗಲಿಲ್ಲ.

ಜಾತಿಯ ಸಂಘಟನೆಗಳು ಧರ್ಮಕ್ಕಿಂತಲೂ ಹೆಚ್ಚಾಗಿ ಜಾತಿಯ ಚರ್ಚೆಗಳನ್ನು ಮುನ್ನೆಲೆಗೆ ತಂದರೂ, ಅವು ದೃಢವಾದ ಗಟ್ಟಿಯಾದ ಧ್ವನಿಗಳಾಗಿ ಅಭಿವ್ಯಕ್ತಗೊಳ್ಳಲಿಲ್ಲ. ಉತ್ತರ ಭಾರತದ ಜಾತಿ ಸಂಘಟನೆಗಳಿಗೆ ಹೋಲಿಸಿದರೆ ಕರ್ನಾಟಕದ ಮುಸ್ಲಿಂ ಜಾತಿಗಳಿಗೆ ಒಟ್ಟಾರೆಯಾಗಿ ಮೀಸಲಾತಿ ಈಗಲೂ ಅತ್ಯಂತ ಪ್ರಮುಖ ವಿಷಯವಲ್ಲ, ಅದೊಂದು ಕ್ಷೀಣ, ಕೀರಲು ಧ್ವನಿ. ಇವುಗಳ ನಡುವೆ ಸಾಮಾಜಿಕ ಸಮಾನತೆ– ಅಸಮಾನತೆ, ಹಿಂದುಳಿದಿರುವಿಕೆ– ಬಲಾಢ್ಯ ಇತ್ಯಾದಿ ಬೈನರಿಗಳನ್ನು/ವಿರೋಧ ಕಥನಗಳ ನಿರ್ಮಿತಿಯನ್ನು ನೋಡಬೇಕು. ಈ ಎಲ್ಲಾ ಚರ್ಚೆಗಳ ನಡುವೆ ಮುಸಲ್ಮಾನರ ನಡುವೆ ಇದ್ದ ಹತ್ತು ಹಲವು ಜಾತಿಗಳು ಸರ್ಕಾರದ ಪಟ್ಟಿಯಿಂದ ಹೊರಗುಳಿದವು, ಕಥನಗಳಿಂದಲೂ ಹೊರಗುಳಿದವು. ಇದು ಕಥನಗಳ, ಜಾತಿಗಳ ದುರಂತವೂ ಹೌದು.

ಈ ರೀತಿಯ ಸಂಘಟನೆಗಳು ತಳ ಸಮುದಾಯದ ಜಾತಿಗಳು ಕೂಡ ಮೇಲ್ಜಾತಿಗಳಂತೆ ಸಂಘಟಿತರಾಗಬಹುದೆಂದು ತೋರಿಸಿಕೊಟ್ಟಿತ್ತು.

ಇವುಗಳೆಲ್ಲದರ ಅರ್ಥವೆಂದರೆ ಎಲ್ಲಾ ಮುಸ್ಲಿಂ ಜಾತಿಗಳು – ಕರ್ನಾಟಕ ಮತ್ತು ಅಖಿಲ ಭಾರತ ಮಟ್ಟದಲ್ಲಿ – ಸಂಘಟಿತವಾಗಿವೆ ಎಂದಲ್ಲ. ಬಹಳಷ್ಟು ಜಾತಿಗಳು ಈಗಲೂ ಸಂಘಟಿತವಾಗಿಲ್ಲ, ಒಂದೆರಡು ಜಾತಿಗಳನ್ನು ಹೊರತುಪಡಿಸಿದರೆ ಮುಸ್ಲಿಂ ಜಾತಿಗಳಲ್ಲಿ ರಾಜಕೀಯ ಕ್ರೋಢೀಕರಣವಾಗಿಲ್ಲವೆಂದೇ ಹೇಳಬೇಕು. ಏಕೆಂದರೆ ಮುಸಲ್ಮಾನರಲ್ಲಿ ಜಾತಿ ಸಂಘಟನೆಯ ಪ್ರಜ್ಞೆ ಹುಟ್ಟಿಕೊಂಡದ್ದೇ ಬಹಳ ತಡವಾಗಿ, ಬಹುಮುಖ್ಯವಾಗಿ ಸ್ವಾತಂತ್ರ್ಯದ ನಂತರವೆಂದೇ ಹೇಳಬೇಕು. ಕೊನೆಯದಾಗಿ ಮುಸ್ಲಿಮ್ ಜಾತಿಗಳ ಬೇಡಿಕೆಯ ಪಟ್ಟಿಗಳು ಬಹಳ ವಿಸ್ತೃತವಾಗಿಲ್ಲ, ಹೊರತು ಸೀಮಿತಗೊಂಡಿದೆ ಎಂದರೆ ತಪ್ಪು ಆಗಲಿಕಿಲ್ಲ.

ಇವುಗಳ ನಡುವೆ ಒಂದು ಪ್ರಶ್ನೆ ಇದೆ. ಜಾತಿಯ ಸಂಘಟನೆಗಳು ಮತ್ತು ಜಾತಿಗಳು ಜಾಗತಿಕ ಪ್ರಕ್ರಿಯೆಯಾಗಿರುವ "ಇಸ್ಲಾಮೀಕರಣಕ್ಕೆ ಹೇಗೆ ಪ್ರತಿಕ್ರಿಯಿಸುತ್ತಿವೆ". ಅವುಗಳು ಅದಕ್ಕೆ ಪ್ರತಿರೋಧವನ್ನು ವ್ಯಕ್ತಪಡಿಸುತ್ತಿವೆಯೇ? ಇಲ್ಲವೇ ಅದರೊಂದಿಗೆ ಅನುಸಂಧಾನ ಮಾಡುತ್ತಿವೆಯೇ? ವಾಸ್ತವವಾಗಿ ಬಹಳಷ್ಟು ಸಂಶೋಧಕರ ಪ್ರಕಾರ ಜಾತಿ ಎಂಬುದೇ "ಡಿವಿಯೆಂಟ್ ವ್ಯವಸ್ಥೆ" ಅಥವಾ ಇಸ್ಲಾಂನಿಂದ ವಿಮುಖವಾದ ವ್ಯವಸ್ಥೆ.[399] ಆದ ಕಾರಣ ಜಾತಿ ಎಂಬುದು ಧರ್ಮದ ಅಂತರ್ಗತ, ಅನನ್ಯ ಭಾಗವಲ್ಲ. ಇದೇ ವಾದವನ್ನು 'ಸೂಫಿಸಂ'ಅನ್ನು ವಿರೋಧಿಸುವಾಗಲೂ ಮಾಡಲಾಗುತ್ತದೆ. ವಾಸ್ತವವಾಗಿ ಜಾತಿಯ ಸಂಘಟನೆಗಳು ಇಸ್ಲಾಂ ಅಥವಾ ಧರ್ಮದ ಮೂಲವನ್ನೇ ಪ್ರಶ್ನಿಸುವುದಿಲ್ಲ. ಅವರ ಪ್ರಶ್ನೆಗಳೇನಾದರೂ ಇದ್ದರೆ ಅದು ಮೂಲತಃವಾಗಿ ತಳಸಮುದಾಯಗಳ ಇರುವಿಕೆಯನ್ನು ಗುರುತಿಸುವುದು ಮತ್ತು ಅದರ ಅಸ್ತಿತ್ವವನ್ನು ಮುನ್ನೆಲೆಗೆ ತರುವುದೇ ಹೊರತು ಧರ್ಮವನ್ನು ಸಾರಸಾಗಟಾಗಿ ತಿರಸ್ಕರಿಸುವುದಲ್ಲ. ಇಲ್ಲಿರುವ ಎರಡನೆಯ ಅಂಶವೇನೆಂದರೆ ಧರ್ಮವನ್ನು ಮೇಲ್ಜಾತಿ ಅಥವಾ ಅಶ್ರಫರ ಹಿಡಿತದಿಂದ ಬಿಡುಗಡೆಗೊಳಿಸಿ ಕಥನದ ಸ್ವರೂಪವನ್ನು ತಳಸಮುದಾಯದ ಪರವಾಗಿ ಬದಲಾಯಿಸುವುದು ಕೂಡ ಪ್ರಮುಖ ಅಂಶ. ಇವೆಲ್ಲವನ್ನು ನೋಡಿದರೆ ಒಂದು ಅಂಶ ಸ್ಪಷ್ಟವಾಗಿ ಕಂಡು ಬರುತ್ತದೆ. ಬ್ಯಾರಿಗಳನ್ನು ಹೊರತುಪಡಿಸಿದರೆ ಉಳಿದವರು ಧರ್ಮದೊಂದಿಗೆ ತೀವ್ರವಾಗಿ ಅನುಸಂಧಾನವನ್ನು ಮಾಡುವುದಿಲ್ಲ. ಉಳಿದ ಜಾತಿಗಳು ಅನುಸಂಧಾನ ಮಾಡುವಾಗ ಜಾತಿ ಮತ್ತು ಧರ್ಮ ಇವರೆಡನ್ನು ಸಮತೂಕವಾಗಿ ಅನುಸಂಧಾನ ಮಾಡುತ್ತಾರೆ.

ಇವುಗಳ ನಡುವೆ ಜನಗಣತಿಯ ಹೊಸ ರಾಜಕಾರಣವನ್ನು ನೋಡಬೇಕು. ಕೆಲವು ವರುಷದ ಹಿಂದೆ ಮತ್ತೊಮ್ಮೆ ಜಾತಿಯ ಜನಗಣತಿಯನ್ನು ದಾಖಲಿಸುವ

399 Charles Lindholm, Caste in Islam and the Problem of Deviant Systems: A Critique of Recent Theory, Contribution to Indian Sociology, , Vol.20 No 1.January 19862 pp.:61-73

ಯತ್ನ ಕೇಂದ್ರ (2011)ಮತ್ತು ರಾಜ್ಯದಲ್ಲಿ ನಡೆಯಿತು. ಕರ್ನಾಟಕ ರಾಜ್ಯ ಜಾತಿ ಜನಗಣತಿಯ ವರದಿಯನ್ನು ರಾಜಕೀಯ ಕಾರಣಗಳಿಗಾಗಿ ಈಗಲೂ ಬಿಡುಗಡೆ ಮಾಡಿಲ್ಲ. ಏಕೆಂದರೆ ಇಲ್ಲಿ ಒಂದೆರಡು ರಾಜಕೀಯ ಸಾಧ್ಯತೆಗಳಿದ್ದವು. ಮೊದಲನೆಯದಾಗಿ ಈ ಜಾತಿಯ ಜನಗಣತಿ ಪ್ರಬಲ ಜಾತಿಗಳ ಸಂಖ್ಯೆಯಲ್ಲಿ ಏರುಪೇರು ಮಾಡಬಹುದೆಂಬ ಗುಮಾನಿ, ಪ್ರಬಲ ಜಾತಿಗಳೆಂದು ಹೇಳಿಕೊಳ್ಳುವ ಜಾತಿಗಳು ತಮ್ಮ ಚಾರಿತ್ರಿಕ ಪ್ರಾಬಲ್ಯವನ್ನು ಕಳೆದುಕೊಳ್ಳಬಹುದೆಂಬ ಗುಮಾನಿ ಇಲ್ಲಿ ಕೆಲಸ ಮಾಡುತ್ತಿತ್ತು, ಎರಡನೆಯದಾಗಿ, ಇದು ರಾಜಕೀಯ ಅಧಿಕಾರದ ಮೇಲೆ ತೀಕ್ಷ್ಣವಾದ ಪ್ರಭಾವವನ್ನು ಬೀರಬಹುದೆಂಬ ತಣ್ಣನೆಯ ಹೆದರಿಕೆ– ಸರ್ಕಾರಗಳೇ ಉರುಳಿ ಹೋಗಬಹುದು. ಮೂರನೆಯದಾಗಿ ಇದು ಹೊಸ ಜಾತಿಯ ಸಮೀಕರಣಕ್ಕೆ ದಾರಿ ಮಾಡಿಕೊಡಬಹುದು. ಇದರ ಪರಿಣಾಮ ಮುಸಲ್ಮಾನರ ರಾಜಕೀಯದಲ್ಲಿ ಹೊಸತನವನ್ನು ತರುವ ಸಾಧ್ಯತೆಗಳಿದ್ದವು. ಮುಸಲ್ಮಾನರ ಜನಸಂಖ್ಯೆಯ ಲೆಕ್ಕಾಚಾರದಲ್ಲಿ ಬದಲಾವಣೆಯಾದರೆ ಒಂದೋ ಹೊಸ ಅಸ್ಮಿತೆಯ, ಹೊಸ ಬೇಡಿಕೆಗಳು ಮುನ್ನೆಲೆಗೆ ಬರಬಹುದೆಂಬ ಗುಮಾನಿ ಒಂದೆಡೆ ಪ್ರಬಲವಾಗಿದ್ದರೆ, ಇನ್ನೊಂದೆಡೆ ಇದು ತೀವ್ರತರವಾದ ಕೋಮುವಾದಕ್ಕೆ ಕಾರಣವಾಗುವುದು ಎಂಬ ಗುಮಾನಿ ಇಲ್ಲಿ ಕೆಲಸ ಮಾಡಿತ್ತು.

ಇದರ ನಡುವೆ ಹಿಂದುಳಿದ ವರ್ಗಗಳ ಜಾತಿ ಜನಗಣತಿಯನ್ನು 2021ರಲ್ಲಿ ಮಾಡುವುದಿಲ್ಲವೆಂದು ಕೇಂದ್ರ ಸರ್ಕಾರ ಘೋಷಿಸಿರುವುನ್ನು ಗಮನಿಸಬೇಕು. ಇದಕ್ಕಾಗಿ ಪ್ರತಿರೋಧಗಳು ಈಗಾಗಲೇ ಬಂದಿವೆ. ಮಹಾರಾಷ್ಟ್ರದ 100 ಗ್ರಾಮ ಪಂಚಾಯತಿಗಳು ಇದರ ವಿರುದ್ಧ ನಿರ್ಣಯಗಳನ್ನು ತೆಗೆದುಕೊಂಡು, ಜನಗಣತಿಯ ಪ್ರಕ್ರಿಯೆಯನ್ನು ಬಹಿಷ್ಕರಿಸಲು ನಿರ್ಧರಿಸಿವೆ. ಅದೇ ಸಂದರ್ಭದಲ್ಲಿ ಜಾತಿ ಜನಗಣತಿಯನ್ನು ವಿರೋಧಿಸುವವರ ಸಂಖ್ಯೆ ಕಡಿಮೆ ಏನಿಲ್ಲಾ.

ಜಾತಿ ಜನಗಣತಿಯನ್ನು ಬೆಂಬಲಿಸುವವರ ವಾದ ಹೀಗಿದೆ: ಅವರ ಪ್ರಕಾರ ಜಾತಿಯ ಜನಗಣತಿ ಅಸ್ಮಿತೆ/ಐಡೆಂಟಿಟಿ ರಾಜಕಾರಣವನ್ನು, ಜಾತಿ ಸಂಘರ್ಷವನ್ನು ತೀಕ್ಷ್ಣಗೊಳಿಸುತ್ತಾ, ಹಿಂದುಳಿದ ಜಾತಿಗಳ ಸಂಖ್ಯೆಯನ್ನು ನಿಖರಗೊಳಿಸಿ ಅವುಗಳನ್ನು ಶಕ್ತಿಶಾಲಿ ವರ್ಗವನ್ನಾಗಿಸಿ ಪರಿವರ್ತಿಸುತ್ತದೆ. ಅಲ್ಲದೇ ಅಧಿಕಾರದ ಚೌಕಟ್ಟಿನಿಂದ, ನೈಸರ್ಗಿಕ ಸಂಪನ್ಮೂಲಗಳ ಮೇಲಿನ ಹಿಡಿತದಿಂದ ಮೇಲ್ವರ್ಗಗಳನ್ನು ಪಲ್ಲಟಗೊಳಿಸುತ್ತದೆ.

ಇವುಗಳ ನಡುವೆ ಜಾತಿಯ ಜನಗಣತಿಯಿಂದ ಯಾಕೆ ಹಿಂಜರಿಯಬೇಕು ಎಂಬ ವಾದವೊಂದಿದೆ. ಇಡೀ ಸಮಾಜ, ಸರ್ಕಾರಿ ದಾಖಲೆಗಳು, ಸರ್ಕಾರಿ

ನೀತಿಗಳು ಜಾತಿಗಳ ಸುತ್ತವೇ ತಿರುಗುವ ಕಾರಣ ಜಾತಿ ಜನಗಣತಿಯಿಂದ ಹಿಂಜರಿಯುವುದು ಸಮರ್ಪಕವಲ್ಲ. ಅಲ್ಲದೇ, ಜಾತಿಯ ಜನಗಣತಿಯನ್ನು ಬೆಂಬಲಿಸುವವರ ಪ್ರಕಾರ 1931ರ ನಂತರ ಇದು ಪ್ರಪ್ರಥಮ ಬಾರಿಗೆ ನಿಖರವಾದ ಜಾತಿ ಸಂಖ್ಯೆಯನ್ನು ನೀಡುತ್ತದೆ. ಇದು ಜಾತಿಗಳ ಪುನರ್ ವರ್ಗೀಕರಣಕ್ಕೆ, ಮೀಸಲಾತಿಗೆ ಹೊಸ ಅವಕಾಶವನ್ನು ಮಾಡಿಕೊಡುತ್ತದೆ. ಇಲ್ಲಿ ಮತ್ತೊಂದು ವಾದವಿದೆ. ಈ ವಾದ ಜಾತಿ ಜನಗಣತಿಯನ್ನು ನಿಲ್ಲಿಸಿದ್ದು ವಸಾಹತುಶಾಹಿ ಎಂದು ಒಪ್ಪಿಕೊಳ್ಳದೆ, ಸ್ವತಂತ್ರ ಭಾರತವೆಂದು ವಾದಿಸುತ್ತದೆ. ಇವರ ಪ್ರಕಾರ 1951ರ ಜನಗಣತಿ ಕೊನೆಯ ಜನಗಣತಿ.

ಇಲ್ಲೊಂದು ಪ್ರಶ್ನೆ ಇದೆ. ಇಂದಿನ ಅಭಿವೃದ್ಧಿ/ಜಾಗತೀಕರಣದ ಭರಾಟೆಯಲ್ಲಿ ಕಸುಬು/ವೃತ್ತಿ ಮತ್ತು ಜಾತಿಗಳ ನಡುವಿನ ಕೊಂಡಿಗಳು ಕಳಚಿಬಿದ್ದವೇ? ಹೌದಾದರೆ ಜಾತಿಗಳ ಸ್ವರೂಪವೇನಾಗಿದೆ. ವಾಸ್ತವವಾಗಿ ಜಾತಿಗಳು ಹೊಸ ಕಸುಬು ಕಡೆ ವಾಲುವುದು ಸಾಮಾನ್ಯ ವಿಷಯ. ಆಧುನಿಕತೆ ಹೊಸ ತಂತ್ರಜ್ಞಾನ ಜಾತಿಯ ಕಸಬುಗಳನ್ನು ಬದಲಾಯಿಸಿದ್ದನ್ನು ಸ್ವಾತಂತ್ರ್ಯಪೂರ್ವದ ವಸಾಹತುಶಾಹಿ ವರದಿಗಳು, ಗಝೆಟಿಯರ್‌ಗಳು ಮತ್ತು ಕುಲಶಾಸ್ತ್ರೀಯ ಅಧ್ಯಯನಗಳು, ಹೇಳಿವೆ. ಉದಾಹರಣೆಗೆ ವಸಾಹತುಶಾಹಿ ಅಳವಡಿಸಿದ ರೈಲ್ವೆ ಒಂದೇ ಸಾಕು. ಅದು ಬಹಳಷ್ಟು ಜಾತಿಗಳ ಕುಲಕಸುಬನ್ನೇ ಬದಲಾಯಿಸಿಬಿಟ್ಟಿತ್ತು. ಶಿಕ್ಷಣ, ಹತ್ತು ಹಲವು ಜಾತಿಗಳಿಗೆ ಸರ್ಕಾರಿ ನೌಕರಿಯನ್ನು ನೀಡಿತ್ತು. ಮೂಲ ಕಸುಬು ಇದರಿಂದ ಮರೆಯಾಯಿತು. ಇದೇ ರೀತಿಯ ಬದಲಾವಣೆಯನ್ನು ಸಾಕಷ್ಟು ಸಂಶೋಧಕರು ಗುರುತಿಸುವುದು ಅಷ್ಟೇ ದಿಟ. ಸ್ವಾತಂತ್ರ್ಯಾ ನಂತರ ಸರ್ಕಾರ ತಂದ ನೂರಾರು ಕಾನೂನುಗಳು ಕೂಡ ಜಾತಿಗಳನ್ನು ವಿಮುಕ್ತಿಗೊಳಿಸಿವೆ. ಒಂದು ಕಾಲದಲ್ಲಿ ಅಪರಾಧಿ ಜಾತಿಗಳಾಗಿದ್ದ ಚಪ್ಪರ್ ಬಂದ್‌ಗಳು ಇವತ್ತು ವಿಮುಕ್ತ ಜಾತಿಗಳಾಗಿವೆ. ವಾಸ್ತವವಾಗಿ ಜಾಗತೀಕರಣ ಉತ್ತರ ಭಾರತದ ನೂರಾರು ಸಾಂಪ್ರದಾಯಿಕ ಕಸುಬುಗಳನ್ನು ಬದಲಾಯಿಸಿದೆ. ನೇಕಾರ ಜಾತಿಯ ಜೊಹಲಾ ಜಾತಿಗಳು ತಮ್ಮ ಕಸುಬುವನ್ನು ಕಳೆದು ಕೊಂಡಿರುವುದು ಅಷ್ಟೇ ದಿಟ. ಖಲೀದ್ ಅನ್ ಅನ್ಸಾರಿ ಹೇಳುವಂತೆ, "ಇವತ್ತಿನ ಮಾರುಕಟ್ಟೆ ಜಾತಿಯ ಅಸ್ಮಿತೆಗಳನ್ನು ಶಿಥಲಗೊಳಿಸಿರಬಹುದೇ ಹೊರತು ಸಂಪೂರ್ಣವಾಗಿ ನಾಶಪಡಿಸಿಲ್ಲ". ಇದನ್ನು ಅವರು ಬಿಹಾರದ ಪಾಸ್‌ಬಂದ್‌ಗಳ ಸಂದರ್ಭದಲ್ಲಿ ವಾದಿಸುತ್ತಾರೆ. ಅವರ ಪ್ರಕಾರ ಬಿಹಾರದಲ್ಲಿ ಪಾಸ್‌ಬಂದ್‌ಗಳನ್ನು ಈಗಲೂ ಜಾತಿಗಳ ಹೆಸರಿನಲ್ಲಿ ಕರೆಯಲಾಗುತ್ತದೆ.[400] ಇದೇ ಸ್ಥಿತಿ ಜಲಗಾರರಾದ ಹಲಾಲ್‌ಕೋರರಿಗಿದೆ. ದೆಹಲಿಯ ಖುರೈಷಿಗಳು ಕೂಡ ಇದರಿಂದ ಹೊರತಾಗಿಲ್ಲ.

400 Khalid Ani Ansari, Rethinking the Pasmanda Movement, Economic and Political Weekly, Vol.XLIV, no 13, March 28 2009, p.9.

ಕರ್ನಾಟಕದಲ್ಲಿ ಹಾವಾಡಿಗರು ಮತ್ತು ಖಲಂದರಿಯಾ ಜಾತಿಗಳು ಕೂಡ ಇದೇ ರೀತಿಯಾಗಿ ಕರೆಯಲ್ಪಡುತ್ತಾರೆ ಎಂದು ಸಾಮಾಜಿಕ ಕಾರ್ಯಕರ್ತ ಬಾಬು ವಾದಿಸುತ್ತಾರೆ.[401] ಸರ್ಕಾರ ಜಾರಿಗೆ ತಂದ ಕಾನೂನಾದ 'ವೈಲ್ಡ್ ಲೈಫ್ ಆ್ಯಕ್ಟ್ 1972' ಇವರ ಕಸುಬುವನ್ನೇ ಕಸಿದುಕೊಂಡಿರುವುದು ಅಷ್ಟೇ ದಿಟ.

ಈ ಜಾತಿಯ ಅಸ್ಮಿತೆ ರಾಜಕಾರಣದಲ್ಲಿ ರೂಪಕಗಳ ಅವಶ್ಯಕತೆ ಇದೆಯೇ ಎಂಬ ಪ್ರಶ್ನೆ ಒಂದಿದೆ. ಉತ್ತರ ಭಾರತದ ಪಾಸ್‌ಬಂದ್ ಚಳವಳಿ ಮೂರು ಐತಿಹಾಸಿಕ ರೂಪಕಗಳನ್ನು ತೆಗೆದುಕೊಳ್ಳುತ್ತದೆ. ದ್ವಿರಾಷ್ಟ್ರ ಸಿದ್ಧಾಂತವನ್ನು ವಿರೋಧಿಸಿದ ಮತ್ತು ನೇಕಾರ ಜಾತಿಗೆ ಸೇರಿದ ಅಬ್ದುಲ್ ಖಯ್ಯಾಮ್ ಅನ್ಸಾರಿ, 1965ರ ಭಾರತ–ಪಾಕಿಸ್ತಾನ ಯುದ್ಧದಲ್ಲಿ ಶೌರ್ಯವನ್ನು ತೋರಿದ, ದರ್ಜಿ ಜಾತಿಗೆ ಸೇರಿದ ಅಬ್ದುಲ್ ಹಮೀದ್ ಮತ್ತು ಕೊನೆಯದಾಗಿ ಶೆಹನಾಯಿ ಮಾಂತ್ರಿಕ ಹಲಾಲ್‌ಕೋರ ಜಾತಿಗೆ ಸೇರಿದ ಬಿಸ್ಮಿಲ್ಲಾ ಖಾನ್. ಇವರು ಹೊಸ ಪ್ರಜ್ಞೆ, ಹೊಸ ಅಸ್ಮಿತೆಯ ರೂಪಕಗಳು. ಈ ರೀತಿಯ ರೂಪಕಗಳನ್ನು ಕರ್ನಾಟಕದ ಮುಸ್ಲಿಮ್ ಜಾತಿಗಳು ಉಪಯೋಗಿಸುವುದಿಲ್ಲ ಅಥವಾ ಉಲ್ಲೇಖಿಸುವುದಿಲ್ಲ.

ಇವುಗಳ ನಡುವೆ ಮತ್ತೊಂದು ಅಂಶವನ್ನು ಗಣನೆಗೆ ತೆಗೆದುಕೊಳ್ಳಬೇಕು. ಅದೇನೆಂದರೆ ಜಾತಿಯ ಅಸ್ಮಿತೆಗಳು ಯಾವತ್ತೂ ಸ್ಥಿರವಾಗಿರುವುದಿಲ್ಲ. ಈ ಹಿಂದೆ ತಿಳಿಸಿದಂತೆ ಪ್ರತೀ ಜನಗಣತಿ ಸಂದರ್ಭದಲ್ಲಿ ಹತ್ತು ಹಲವು ಜಾತಿಗಳು ಮನವಿ ಸಲ್ಲಿಸುವುದು ಸಾಮಾನ್ಯವಾಗಿತ್ತು. ಅವರಿಗೆ ಜನಗಣತಿಯಲ್ಲಿ ಹೊಸ ಜಾತಿಯ ಅಸ್ಮಿತೆ ಬೇಕಾಗಿತ್ತು. ಆದಕಾರಣ ಜಾತಿಗಳು ಒಂದೋ ತಮ್ಮನ್ನು ಮೇಲ್ಜಾತಿಗಳೆಂದು ಗುರುತಿಸಿಕೊಳ್ಳಲು ಬಯಸುತ್ತಿದ್ದವು, ಇಲ್ಲವೇ ಜಾತಿಗಳಿಗೆ ಹೊಸ ಹೆಸರುಗಳನ್ನು ಸೂಚಿಸುತ್ತಿದ್ದವು. ಈ ರಾಜಕಾರಣ ಈಗಲೂ ಮುಂದುವರಿಯುತ್ತಿರುವುದು ಅಷ್ಟೇ ಸ್ಪಷ್ಟ. ಕುರುಬರು ತಮ್ಮನ್ನು ಅನುಸೂಚಿತ ಬುಡಕಟ್ಟುಗಳೆಂದು ಗುರುತಿಸಲು ಮಾಡುವ ಯತ್ನವನ್ನು, ಪಂಚಮಶಾಲಿಗಳು ತಮ್ಮನ್ನು ಪ್ರವರ್ಗ 2 (ಎ) ರಲ್ಲಿ ಸೇರಿಸಲು ಒತ್ತಡ ಹಾಕುವುದನ್ನು, ಒಕ್ಕಲಿಗರು ತಮಗೆ 8.5 ಶೇಕಡಾ ಮೀಸಲಾತಿಯನ್ನು ಆಗ್ರಹಿಸುವುದನ್ನು, ಕುಂಚಿಟಿಗರು ಪ್ರವರ್ಗ 3ಎ ಇಂದ ಪ್ರವರ್ಗ 1 ಕ್ಕೆ ವರ್ಗಾಯಿಸುವ ಬೇಡಿಕೆಗಳ ಹಿನ್ನಲೆಯಲ್ಲಿ ನೋಡಬೇಕು. ಇದೇ ಹಿನ್ನೆಲೆಯಲ್ಲಿ ಇತ್ತೀಚಿನ ಚಪ್ಪರ್ ಬಂದ್‌ಗಳ ಬೇಡಿಕೆಯನ್ನು ಗಮನಿಬೇಕು. ಕರ್ನಾಟಕ ರಾಜ್ಯ ಚಪ್ಪರ್ ಬಂದ್, ಪಿಂಜಾರ್‌ಗಳ ಬೇಡಿಕೆಯಾದ ಅನುಸೂಚಿತ

401_S.Babu, The Politics of inclusion and exclusion and constitutional rights in the context of implementation of Wild life Protection Act 1972 and its impact on the historically marginalised Semi-Nomadic Muslim tribes: Qalandars (Bear charmers) and Havadigas (Snake charmers) of Karnataka (unpublished paper)

ಬುಡಕಟ್ಟುಗಳ ಗುಂಪಿನಲ್ಲಿ ತಮ್ಮ ಜಾತಿಯನ್ನು ಸೇರಿಸಲು ಇಟ್ಟಿರುವ ಬೇಡಿಕೆ ಅಸ್ಮಿತೆ ರಾಜಕೀಯದ ಹೊಸ ಪ್ರಯತ್ನವೆನ್ನಬಹುದು. ಇಲ್ಲಿ ಅಸ್ಮಿತೆ ಕಥನ ಜಾತಿಯಿಂದ ಬುಡಕಟ್ಟಿಗೆ ಬದಲಾಗುವುದನ್ನು ನೋಡಬಹುದು: "ನಾವು ಬುಡಕಟ್ಟುಗಳು, ಶೈಕ್ಷಣಿಕವಾಗಿ, ಆರ್ಥಿಕವಾಗಿ ಮತ್ತು ರಾಜಕೀಯವಾಗಿ ಹಿಂದುಳಿದಿದ್ದೇವೆ."[402]

ಅದೇನೇ ಇದ್ದರೂ, ಜಾತಿಯಾಚೆ ಮುಸಲ್ಮಾನರನ್ನು ಅದರಲ್ಲೂ ಜಾತ್ಯಾತೀತ ಮತ್ತು ಉದಾರವಾದಿ ನೆಲೆಗಟ್ಟಿನಲ್ಲಿ, ಸಂಘಟಿಸುವ ಮತ್ತು ಅವರ ಸ್ಥಿತಿಗತಿಗಳ ಬಗ್ಗೆ ಆಲೋಚಿಸುವ ಕೆಲವು ಯತ್ನಗಳು ಕರ್ನಾಟಕದಲ್ಲಿ ಒಂದೆರಡು ಬಾರಿ ನಡೆದವು. ಇದರರ್ಥ ಜಾತಿಯ ಐಡೆಂಟಿಟಿ ಅಥವಾ ಅಸ್ಮಿತೆಯನ್ನು ಸಂಪೂರ್ಣವಾಗಿ ನಿರ್ಲಕ್ಷಿಸಲಾಗಿದೆ ಎಂದರ್ಥವಲ್ಲ. ಕಮ್ಯೂನಿಸ್ಟ್ ಪಕ್ಷ ಕೆಲವು ವರುಷದ ಹಿಂದೆ ಈ ಯತ್ನವನ್ನು ಮಾಡಿತ್ತು. ಇವುಗಳ ನಡುವೆ ಮುಸ್ಲಿಂ ಚಿಂತಕರ ಚಾವಡಿ ಕೂಡ ಧ್ವನಿಗೂಡಿಸಿತ್ತು. ಅಲ್ಲಲ್ಲಿ ಮುಸ್ಲಿಂ ಸಮಾವೇಶಗಳು ನಡೆದವು– ಹಾಸನ, ದಾವಣಗೆರೆ, ಮಂಗಳೂರು ಇತ್ಯಾದಿ 2019ರಲ್ಲಿ ನಾಗರೀಕತ್ವದ ವಿರುದ್ಧ ಬಹುದೊಡ್ಡ ಚಳವಳಿಗಳೇ ನಡೆದವು. ಅದೊಂದು ಸಂವಿಧಾನ–ರಾಷ್ಟ್ರೀಯತೆಯ ಚಳವಳಿ ಕೂಡ ಆಗಿತ್ತು– ಅಸಂಖ್ಯಾತ ಮಹಿಳೆಯರು ಸಾಂಪ್ರದಾಯಿಕ ತೊಡುಗೆಗಳೊಂದಿಗೆ ರಾಷ್ಟ್ರದ ಬಾವುಟವನ್ನು ಪ್ರದರ್ಶಿಸಿದ್ದು ಒಂದು ಚಾರಿತ್ರಿಕ ಘಟನೆಯಾಗಿತ್ತು. ಇವುಗಳ ನಡುವೆ ಎರಡು ಪ್ರಕ್ರಿಯೆಯನ್ನು ನೋಡಬಹುದು: ಜಾತಿಯ ಅಸ್ಮಿತೆಯ ಹುಡುಕಾಟದ ಪ್ರಕ್ರಿಯೆ, ಮತ್ತು ಸಮುದಾಯವಾಗಿ ಗುರುತಿಸಿಕೊಳ್ಳುವ ಪ್ರಕ್ರಿಯೆ. ಇವರೆಡೂ ಪ್ರಕ್ರಿಯೆಗಳು ಭಾರತದ ಸಂದರ್ಭದಲ್ಲಿ ಮಾತ್ರವೇ ಸಾಧ್ಯವಿದೆ ಎಂಬುದನ್ನು ನಾವು ಮನಗಾಣಬೇಕು.

ಇವತ್ತಿನ ಸಂದರ್ಭದಲ್ಲಿ ಮುಸಲ್ಮಾನರ ಮೀಸಲಾತಿ ಕುರಿತಂತೆ ಬಂದಿರುವ ಕೆಲವು ಪ್ರತಿರೋಧಗಳನ್ನು ಗಮನಿಸಬೇಕು. ಒಂದನೆಯ ಪ್ರತಿರೋಧದಲ್ಲಿ ಪಿಂಜಾರರನ್ನು ಪರಿಶಿಷ್ಟ ಬುಡಕಟ್ಟಿಗೆ ಸೇರಿಸಬಾರದು ಎಂದು ವಾದಿಸುವ ಇನ್ನಿತರ ಪರಿಶಿಷ್ಟ ಪಂಗಡಗಳಿವೆ. ಅದರಲ್ಲಿ ನಾಯಕರು ಪ್ರಮುಖರು.[403] ಎರಡನೆಯ ಪ್ರತಿರೋಧದ ಪ್ರಕಾರ ಮುಸಲ್ಮಾನರು ಒಟ್ಟಾರೆಯಾಗಿ 23 ಶೇಕಡಾದಷ್ಟು ಮೀಸಲಾತಿ ಪಡೆಯುತ್ತಾರೆ. ಆದಕಾರಣ ಈ ಮೀಸಲಾತಿಯನ್ನು ನಿಲ್ಲಿಸಬೇಕು. ಅಲ್ಲದೇ, ಮುಸಲ್ಮಾನರಿಗೆ ನೀಡುವ ನಾಲ್ಕು ಶೇಕಡಾ ಮೀಸಲಾತಿಯನ್ನು ಕಡಿತಗೊಳಿಸಿ, ಪಂಚಮಸಾಲಿಗಳಿಗೆ ಹಂಚಬೇಕು. ಈ ಪ್ರತಿರೋಧಕ್ಕೆ ಪೂರಕವಾಗಿ ಈ ಬೇಡಿಕೆ ಹುಟ್ಟಿಕೊಂಡಿದೆ: "1994–2020ರ ನಡುವೆ ಮುಸ್ಲಿಂ ಜನಾಂಗದವರು ಪ್ರವರ್ಗ 1 ಮತ್ತು ಪ್ರವರ್ಗ

402 The Hindu, Novemebr 25. 2016.
403 City Today Februarary 16 2018

2ಎ ನಲ್ಲಿ ಸರ್ಕಾರಿ ನೌಕರಿಗಳನ್ನು ಪಡೆದವರನ್ನು ನೌಕರಿಯಿಂದ ವಜಾ ಮಾಡಿ". ಪ್ರವರ್ಗ 1ರಲ್ಲಿ ಅದು 13 ಜಾತಿಗಳನ್ನು, ಅದರಲ್ಲೂ ಕಸಬಾ, ಕಸಾಯಿ, ಅಟಾರಿ, ಶಿಕ್ಕಲಿಗಾರ, ಶಿಕ್ಕಾಲಿಗೇರ್, ಸಿಕ್ಕಾಲಿಗೇರ, ಸಾಲಬಂಧ, ಟಕವಕರ, ಚಪ್ಪರ್ ಬಂದ್, ದರವೇಸು, ಜೋಹಾರಿ, ಘುಲ್ಲಮಾಲಿ, ಮತ್ತು ಪಿಂಜಾರಿಗಳನ್ನು ಗುರುತಿಸುತ್ತದೆ. ಇವರಿಗೆ ನೀಡಿರುವ ಮೀಸಲಾತಿ ನಾಲ್ಕು ಶೇಕಡಾ. ಪ್ರವರ್ಗ2ಎ ನಲ್ಲಿ ಅದು ಒಟ್ಟಾರೆಯಾಗಿ 17 ಜಾತಿಗಳನ್ನು ಗುರುತಿಸುತ್ತದೆ. ಅವುಗಳು ಹೀಗಿವೆ: ಧೋಬಿ. ಲೂಹಾರ್, ಸೊನಾರ್, ಅತಾರಿ, ಅಧಾರಿ, ಘೂಲ್‌ಮಾಲಿ, ಘುಲ್ ಮಾಲಿ, ಘುಲ್ಲಾರಿ, ಘೂರ್ಲಾಪ, ಕಸವಿನ, ದರ್ಜಿ, ಕಂಗಾರಿ, ಪುಟಕರ್, ಜಲೋಹಿ, ಪಟ್ವೆಗಾರ್, ಪಟ್ವೆಕಾರಿ ಮತ್ತು ಒಟ್ಟೆಗಿರ. ಇವರಿಗೆ 15 ಶೇಕಡಾ ಮೀಸಲಾತಿ ನೀಡಲಾಗಿಯೆಂದು ವಾದಿಸುತ್ತದೆ. ಕೊನೆಯದಾಗಿರುವುದು ಮುಸಲ್ಮಾನರಿಗಾಗಿಯೇ ಮೀಸಲಿಟ್ಟಿರುವ 4 ಶೇಕಡಾ ಮೀಸಲಾತಿ[404]. ಈ ವಾದದಲ್ಲಿ ಸಾಕಷ್ಟು ದೋಷಗಳಿವೆ. ಅವುಗಳೆಂದರೆ- ಬಹಳಷ್ಟು ಜಾತಿಗಳು ಹೆಚ್ಚೂಕಡಿಮೆ ಒಂದೇ ಹೆಸರಿನಿಂದ ಕರೆಯಲ್ಪಡುತ್ತವೆ. ಘುಲ್ ಮಾಲಿ, ಪಟ್ವೆಗಾರ್, ಕಸಾಯಿ, ಶಿಕ್ಕಲಿಗಾರ ಇತ್ಯಾದಿ, ಇವುಗಳನ್ನು ಬೇರೆಬೇರೆ ಜಾತಿಗಳಾಗಿ ಪರಿಗಣಿಸುವುದೇ ಇರುವುದು ಬಹುಮುಖ್ಯವಾದ ತಪ್ಪು, ಅಲ್ಲದೇ, ಒಂದೇ ಹೆಸರಿನ ಜಾತಿಗಳು ಎರಡು ಪ್ರವರ್ಗದಲ್ಲಿ ಕೂಡ ನಮೂದಿಸಲ್ಪಟ್ಟಿರುವುದನ್ನು ಈ ವಾದ ಗಮನಿಸುವುದಿಲ್ಲ (ಘುಲ್ಲ ಮಾಲಿ), ಈ ಪಟ್ಟಿ ಮಾಡುವ ಸಂದರ್ಭದಲ್ಲಿ ಪಂಗಡವನ್ನೇ ಧರ್ಮವೆಂದು ನಮೂದಿಸದಿರುವುದನ್ನು ಈ ವಾದ ಗಮನಿಸುವುದಿಲ್ಲ- ಮುಸ್ಲಿಮ್ ಅಂದರೆ ಧರ್ಮವಲ್ಲ, ಅದೊಂದು ಸಮುದಾಯ. ಇಸ್ಲಾಂಯೆಂಬುದು ಮಾತ್ರ ಧರ್ಮ, ವಿಚಿತ್ರವೆಂದರೆ ಎಲ್ಲಾ ಜಾತಿಗಳು ಏಕ ಕಾಲದಲ್ಲಿ ಸರ್ಕಾರಿ ಕಡತದೊಳಗೆ ಸೇರಿಕೊಳ್ಳಲಿಲ್ಲ. 2002ರಲ್ಲಿ ಕೆಲವು ಜಾತಿಗಳು ಪಟ್ಟಿಯಲ್ಲಿ ಸೇರಿದವು-ಅವುಗಳಲ್ಲಿ ನಧಾಫ್, ಪಿಂಜಾರ್, ಲಡಾಫ್, ದುಡೆಕುಲ, ಮನ್ಸೂರಿ ಮತ್ತು ಮನ್ಸುರಿ. ಇವುಗಳನ್ನು ಪ್ರವರ್ಗ 1ರಲ್ಲಿ ದಾಖಲಿಸಿದರೂ ಇವುಗಳಲ್ಲಿ ಗೊಂದಲವಿರುವುದು ಅಷ್ಟೇ ಸ್ಪಷ್ಟ. ನಧಾಫ್‌ರು ಬಹುಮುಖ್ಯವಾಗಿ ಪಿಂಜಾರ್‌ಗಳು ಕೂಡ ಹೌದು. ಅದೇರೀತಿ ಮನ್ಸೂರಿ ಮತ್ತು ಮನ್ಸುರಿ ನಡುವೆ ವ್ಯತ್ಯಾಸವೇ ಇಲ್ಲ.

ಈ ಪಟ್ಟಿಯನ್ನು ಮತ್ತು ವಾದವನ್ನು ನೋಡಿದರೆ ಕೆಲವು ಅಂಶಗಳು ಸ್ಪಷ್ಟವಾಗುತ್ತದೆ, ಇದು ಕೋಮು ಧ್ರುವೀಕರಣಕ್ಕಾಗಿ ಮಾಡಿರುವ ಒಂದು ಪ್ರಯತ್ನ. ವಾಸ್ತವವಾಗಿ ಎಷ್ಟೋ ಜಾತಿಗಳು ಈಗಲೂ ಸರ್ಕಾರಿ ಪಟ್ಟಿಯೊಳಗೆ ಬಂದಿಲ್ಲ, ಹೊರಗಿವೆ. ಅಲ್ಲದೇ ಎಷ್ಟೋ ಜಾತಿಗಳು ಇತಿಹಾಸದಲ್ಲಿ ಕಳೆದುಹೋಗಿವೆ,

404 Press statement,

ಇತಿಹಾಸದ ಪುಟಗಳನ್ನು ಸೇರಿವೆ. ಅವುಗಳ ಇರುವಿಕೆಯನ್ನು ಮತ್ತೊಮ್ಮೆ ಸಾಧಾರ ಪಡಿಸಬೇಕಾಗಿದೆ. ಎರಡನೆಯದಾಗಿ ಒಬಿಸಿ ಪಟ್ಟಿಯಿಂದ ಹೊರಗಿರುವ ಸೈಯ್ಯದ್, ಶೇಖ್, ಪಠಾಣ್, ಮೊಘಲ್, ನವಾಯತ್, ಮಹದಾವಿ ಇತ್ಯಾದಿಗಳ ಕುಲಶಾಸ್ತ್ರೀಯ ಮತ್ತು ಸಮಾಜೋ-ಆರ್ಥಿಕ ಅಧ್ಯಯನ ಮಾಡಬೇಕಾಗಿದೆ. ಮತ್ತು ಅವುಗಳನ್ನು ಕೂಡ ಮೀಸಲಾತಿಯ ಚೌಕಟ್ಟಿನೊಳಗೆ ಪರಿಗಣಿಸಬೇಕಾಗಿದೆ. ಮೂರನೆಯದಾಗಿ, ಈ ನಡುವೆ ಒಂದು ಮಹತ್ತರವಾದ ಪ್ರಶ್ನೆಯೊಂದಿದೆ. ಜಾತಿಗೊಂದರ ಅನುಪಾತದಲ್ಲಿ ಮೀಸಲಾತಿಯನ್ನು ನಿರ್ಧರಿಸಬೇಕೆ/ನೀಡಬೇಕೆ? ಅಥವಾ ಸಮಷ್ಟಿ ಸಮುದಾಯಕ್ಕೆ ಅನುಪಾತಕ್ಕೆ ತಕ್ಕಂತೆ ಮೀಸಲಾತಿಯನ್ನು ಕೇಳಬೇಕೆ? ಅಥವಾ ಪ್ರಸ್ತುತವಿರುವ ಮೀಸಲಾತಿಯ ಪ್ರಮಾಣವನ್ನು ಕನಿಷ್ಠ 13 ಶೇಕಡಾದಷ್ಟು ಹೆಚ್ಚಿಸಬೇಕೇ? ಎಂಬ ಪ್ರಶ್ನೆಗಳಿವೆ. ಇದಕ್ಕೆ ಇರುವ ಕಾರಣ ಬಹಳ ಸಾಮಾನ್ಯ: ಎಲ್ಲಾ ರಂಗದಲ್ಲಿ ಒಟ್ಟು ಸಮುದಾಯದ ಪ್ರತಿನಿಧಿತ್ವ ಕರ್ನಾಟಕದ ಒಟ್ಟು ಪ್ರತಿನಿಧಿತ್ವದ ಶೇಕಡಾವಾರುಗಿಂತ ಕಡಿಮೆ. ಇದನ್ನು ಪಂಚಾಯತ್, ಅಧಿಕಾರಶಾಹಿಯಲ್ಲಿ, ಅಸೆಂಬ್ಲಿ, ಪೋಲಿಸ್ ಇಲಾಖೆ, ಜಿಲ್ಲಾಡಳಿತದಲ್ಲಿ ಇತ್ಯಾದಿಗಳಲ್ಲಿ ಕಂಡುಬರುತ್ತದೆ. ಇದನ್ನು ಸಾಚಾರ್ ವರದಿ ಮಾತ್ರವಲ್ಲದೇ ಇನ್ನಿತರ ವರದಿಗಳು ಕೂಡ ಹೇಳಿವೆ. 1990ರ ದಶಕದಲ್ಲಿ ರೆಹಮಾನ್ ಖಾನ್ ಸಮಿತಿ ಕೂಡ ಇದನ್ನೇ ಹೇಳಿತ್ತು. ರಾಜಕೀಯ ಪ್ರತಿನಿಧಿತ್ವದ ಕೊರತೆಯನ್ನು ಇತ್ತೀಚಿನ ಕೆಲವು ಅಧ್ಯಯನಗಳು ಮತ್ತೆ ಒತ್ತಿ ಹೇಳಿವೆ. ಇದಕ್ಕೆ ಉದಾಹರಣೆಯಾಗಿ ಕರ್ನಾಟಕದ ನ್ಯಾಶನಲ್ ಲಾ ಸ್ಕೂಲ್ ಆಫ್ ಇಂಡಿಯಾದ ಅಧ್ಯಯನವೇ ಸಾಕ್ಷಿ.[405] ಈ ತಾರತಮ್ಯ, ಅಭಿವೃದ್ಧಿಯ ಕೊರತೆ, ತೀವ್ರತರ ಬಡತನ ಇನ್ನಿತರ ವಿಷಯಗಳಲ್ಲೂ ಕಂಡುಬರುತ್ತವೆ ಎಂದು ಅದೇ ನ್ಯಾಶನಲ್ ಲಾ ಸ್ಕೂಲ್ ಆಫ್ ಇಂಡಿಯಾದ ಅಧ್ಯಯನಗಳು ಹೇಳುತ್ತದೆ. ಅದರ ಅಧ್ಯಯನಗಳು ಕಟು ವಾಸ್ತವತೆಯನ್ನು ಎತ್ತಿ ತೋರಿಸುತ್ತವೆ. ಅದರ ಪ್ರಕಾರ ಬಹುಸಂಖ್ಯಾತ ಮುಸ್ಲಿಮರು ಈಗಲೂ ಶಿಕ್ಷಣದಿಂದ ವಂಚಿತರು, ನಗರಪ್ರದೇಶದ ಬಹುಸಂಖ್ಯಾತ ಬಡ ಮುಸಲ್ಮಾನರು ತಮ್ಮ ಬದುಕುಗಳನ್ನು ಕಟ್ಟುವುದು ಮತ್ತು ಜೀವಿಸುವುದು ಸ್ಲಂಗಳಲ್ಲಿ, ಕೊಳಚೆ ಪ್ರದೇಶದಲ್ಲಿ, ಬಹುಸಂಖ್ಯಾತ ಮುಸಲ್ಮಾನರು ಈಗಲೂ ಕಡುಬಡತನ ರೇಖೆಗಿಂತ ಕೆಳಗಿದ್ದಾರೆ, ಬಹುಸಂಖ್ಯಾತ ಮುಸಲ್ಮಾನರಿಗೆ ಅಭಿವೃದ್ಧಿಯ ಸಾಧನಗಳು ತಲುಪುವುದೇ ಕಡಿಮೆ. ಅವರ ವಠಾರಗಳಲ್ಲಿ ನೀರಿನ ಸರಬರಾಜು, ರಸ್ತೆಗಳು, ವೈದ್ಯಕೀಯ ವ್ಯವಸ್ಥೆ, ಆಸ್ಪತ್ರೆಗಳು, ಶೌಚಾಲಯಗಳು ಇತ್ಯಾದಿಗಳು ಇರುವುದು ತೀರಾ ಕನಿಷ್ಠ. ಇದರಲ್ಲಿ ಬಜೆಟ್ ಅನುದಾನದ ತಾರತಮ್ಯವೂ

405_Sony Pellissery, Minorities, Democracy and Capitalism, Chair on Religious Minorities, National Law School of India UniversityDecember 2016

ಒಂದು.[406] ಇಲ್ಲಿ ಜಾತಿಗಿಂತಲೂ ಸಮಷ್ಟಿ ಸಮುದಾಯದ ಪ್ರಶ್ನೆಯನ್ನು ಮುಂದಿಟ್ಟು ವಾದಿಸಲಾಗಿರುವುದು ವಾಸ್ತವ, ಇದೇ ವಾದವನ್ನು ಮುಸಲ್ಮಾನರ ವಿವಿಧ ಜಾತಿಗಳಿಗೆ ವಿಸ್ತರಿಸಿದರೆ ಇದಕ್ಕಿಂತ ವಿಭಿನ್ನವಾದ ಅಂಕಿ ಅಂಶಗಳಾಗಲೀ, ವಾಸ್ತವಾಂಶಗಳು ಸಿಗಲಾರದು- ಸಮುದಾಯದ ಬಡತನ, ಜಾತಿಯ ಬಡತನದಿಂದ ವಿಭಿನ್ನವೇನಲ್ಲ. ಅವರೆಡು ರಚನಾತ್ಮಕ (ಸ್ಟ್ರಕ್ಚರಲ್) ಉತ್ಪತ್ತಿಗಳು. ಇದು ಮೇಲ್ವರ್ಗದ ಸೈಯ್ಯದ್, ಶೇಖ್ ಇವರಿಗೂ ಅನ್ವಯವಾಗುತ್ತದೆ, ಕೆಳಸ್ತರದ ಚಪ್ಪರ್ ಬಂದ್, ಪಿಂಜಾರ್‌ಗಳಿಗೂ ಅನ್ವಯವಾಗುತ್ತದೆ. ಆದಕಾರಣ ಎಲ್ಲರನ್ನು ಸಮಾಜೋ-ಆರ್ಥಿಕವಾಗಿ "ಹಿಂದುಳಿದವರು" ಎಂದು ಪರಿಗಣಿಸುವುದು ಸೂಕ್ತ.

ಅದೇ ಸಂದರ್ಭದಲ್ಲಿ ಕೆಲವು ಮೇಲ್ವರ್ಗ ಎಂದು ಹೇಳಿಕೊಳ್ಳುವ ವರ್ಗ ವಾಸ್ತವವಾಗಿ ಅದು ಕೆಳವರ್ಗವೇ. ಏಕೆಂದರೆ ಅವುಗಳು ಮತಾಂತರದ ನಂತರ ಮೇಲ್ವರ್ಗ ಹೆಸರನ್ನು ತಮ್ಮ ಜಾತಿ ಸೂಚಕವಾಗಿ ಉಲ್ಲೇಖಿಸಿದರೂ ಅವರ ಸಾಮಾಜಿಕ ತಳಹದಿಯಲ್ಲಿ ಇರುವುದು ಕೆಳಸ್ತರದ ಸಾಂಸ್ಕೃತಿಕ ಹಿನ್ನೆಲೆ. ಇದಕ್ಕೆ ಉದಾಹರಣೆ ನೀಡುವುದಾದರೆ ಮುಸ್ಲಿಮರಲ್ಲಿರುವ 'ಶೇಖ್'ಗಳು. ಕರ್ನಾಟಕದ ಬಹುತೇಕ ಶೇಖ್‌ಗಳ ತಳಹದಿ ಇರುವುದು ವಿವಿಧ ಜಾತಿಗಳಲ್ಲಿ, ಅದರಲ್ಲಿ ಕೆಲವರು ತಮ್ಮ ಮೂಲವನ್ನು ಮಧ್ಯಪೂರ್ವದಲ್ಲಿ ನೋಡಿದರೂ, ಬಹುತೇಕರು ವಿವಿಧ ಜಾತಿಗಳಿಂದ ಮತಾಂತರಗೊಂಡವರು (ಪಿಂಜಾರ್/ನಡಾಫ್, ಲಬ್ಬಯೆ, ಧರ್ವೇಶಗಳು). ಇದೇ ಸ್ಥಿತಿ ಸೈಯ್ಯದ್ ಮತ್ತು ಪಠಾಣ್‌ರಲ್ಲಿಯೂ ಕಂಡುಬರುತ್ತದೆ. ಕರ್ನಾಟಕದ ಲಬ್ಬಯೆಗಳು ತಮ್ಮನ್ನು ಸೈಯ್ಯದ್‌ಗಳೆಂದು, ಪಠಾಣಗಳೆಂದು ಕರೆದು ಕೊಳ್ಳುತ್ತಿದ್ದರೆಂದು ಸರ್ಕಾರಿ ದಾಖಲೆಗಳು ಹೇಳುತ್ತವೆ. ಇದು 'ಅಶ್ರಫೀಕರಣ" ಉಚ್ಛ-ಜಾತೀಕರಣದ ಭಾಗವಾದರೂ, ಕೆಳಸ್ತರದಿಂದ ಮತಾಂತರಗೊಂಡವರ ಸ್ಥಾನಮಾನದಲ್ಲಿ ಮಹತ್ತರ ಬದಲಾವಣೆಯಾಗದಿರುವುದು ದಿಟ. ಆದಕಾರಣ ಮೀಸಲಾತಿಯಲ್ಲಿ ಮತ್ತು 'ಹಿಂದುಳಿದಿರುವಿಕೆಯನ್ನು ಪರಿಗಣಿಸುವಾಗ ಆರ್ಥಿಕ ಹಿನ್ನೆಲೆ ಮಾತ್ರವಲ್ಲದೆ ಸಾಮಾಜಿಕ-ಮತಾಂತರದ ಹಿನ್ನೆಲೆಯನ್ನು ಪರೀಕ್ಷಿಸುವುದು ಸೂಕ್ತ.

ಇವುಗಳ ನಡುವೆ ಹೊಸ ಚರ್ಚೆಗಳು ಮುನ್ನೆಲೆಗೆ ಬಂದಿರುವುದು ಸ್ಪಷ್ಟ. ಮೊದಲನೆಯದಾಗಿ ಮೀಸಲಾತಿಯನ್ನು ಮೂಲಭೂತ ಹಕ್ಕು ಎಂದು ಪರಿಗಣಿಸಬೇಕೇ ಅಥವಾ ಬೇಡವೇ ಎಂಬುದಾಗಿದೆ ಕೆಲವರ ಪ್ರಕಾರ

406_Abdul Aziz and Niraj Kumar, Analysis of Government of Karnataka Budgets for Minorities, Centre for Study of Social Exclusion and Inclusive Policy National Law School of India University (NLSIU) Bengaluru, December 2016

(ನಾಗಮೋಹನ್ ದಾಸ್ ಇತ್ಯಾದಿ)[407] ಇದು ಈಗಾಗಲೇ ಮಾನವ ಹಕ್ಕುಗಳ ಭಾಗವಾಗಿರುವುದರಿಂದ ಮೀಸಲಾತಿಯನ್ನು ಮೂಲಭೂತ ಹಕ್ಕು ಎಂದು ಪರಿಗಣಿಸುವುದರಲ್ಲಿ ತಪ್ಪೇನಿಲ್ಲ.

ಇದು ಬಹಳ ಮುಖ್ಯವಾಗಿ ನ್ಯಾಯಮೂರ್ತಿ ನಾಗಮೋಹನ್ ದಾಸ್ ನೇತೃತ್ವದಡಿಯಲ್ಲಿ ನೇಮಕವಾದ ಪರಿಶಿಷ್ಟ ಜಾತಿ ಮತ್ತು ಪಂಗಡಗಳಿಗೆ ಮೀಸಲಾತಿಯಲ್ಲಿನ ಪ್ರತಿಶತದ ಹೆಚ್ಚಳದ ಕುರಿತಂತೆ ವರದಿ ಬಂದ ನಂತರವೆಂದೇ ಹೇಳಬೇಕು. ಇದರ ಹಿನ್ನೆಲೆಯಲ್ಲಿ ವಾಲ್ಮೀಕಿ ಪರಿಶಿಷ್ಟ ಪಂಗಡದವರ ಮೀಸಲಾತಿಯಲಿನ ಹೆಚ್ಚಳದ ಬೇಡಿಕೆಯನ್ನು ನೋಡಬೇಕು–ಪರಿಶಿಷ್ಟ ಪಂಗಡದವರಿಗೆ ಪ್ರಸ್ತುತವಿರುವ 3 ಶೇಕಡಾದಿಂದ, 7 ಶೇಕಡಾದಷ್ಟು ಹೆಚ್ಚಳ ಮಾಡಬೇಕೆಂಬ ಬೇಡಿಕೆ ಇಲ್ಲಿದೆ. ಈ ಹಿನ್ನೆಲೆಯಲ್ಲಿ ನಾಗಮೋಹನ್ ದಾಸ್ ವರದಿ ಈ ಬೇಡಿಕೆಯನ್ನು ಒಪ್ಪಿ 50ಕ್ಕಿಂತ ಹೆಚ್ಚು ಮೀಸಲಾತಿಗೆ ಶಿಫಾರಸ್ಸು ಮಾಡಿರುವುದು ದಿಟ. ಇದನ್ನು ಸುಪ್ರಿಂಕೋರ್ಟ್‌ನ 50 ಶೇಕಡಾಕ್ಕೆ ಮಿತಿಗೊಳಿಸಿ ಸೀಮಿತಗೊಳಿಸಿರುವುದರ ಹಿನ್ನಲೆಯಲ್ಲಿ ಕೂಡ ಈ ಶಿಫಾರಸ್ಸು ಮತ್ತು ಬೇಡಿಕೆಯನ್ನು ನೋಡಬೇಕು. ಈ ಸುಪ್ರಿಂಕೋರ್ಟ್‌ನ ತೀರ್ಪು ಪರಿಪೂರ್ಣವಾದ ಸಾಮಾಜಿಕ ನ್ಯಾಯಕ್ಕೆ ಅವಕಾಶ ಮಾಡಿಕೊಡುತ್ತದೆ ಅಥವಾ ಮಾಡಿಕೊಟ್ಟಿತ್ತು ಎಂದರೆ ಅದೊಂದು ಮಿಥ್ಯೆ. ಆದಕಾರಣ ಸುಪ್ರಿಂ ಕೋರ್ಟ್‌ನ ತೀರ್ಪಿನ ಹಿನ್ನಲೆಯ ಸಾಮಾಜಿಕ ನ್ಯಾಯವನ್ನು "ಅರೆ–ಬರೆ ಸಾಮಾಜಿಕ ನ್ಯಾಯ"ವೆನ್ನಬಹುದು. ಯಾಕೆಂದರೆ ಎಷ್ಟೋ ಜಾತಿಗಳು ಈ ಸೀಮಿತತೆಯಿಂದಾಗಿ ಮೀಸಲಾತಿಯ ಅವಕಾಶಗಳಿಂದ ವಂಚಿತರಾಗಿರುವುದು ಸ್ಪಷ್ಟ. ಇದೊಂದು ಅವೈಜ್ಞಾನಿಕವಾದ ತೀರ್ಪು ಎಂದರೂ ಸುಳ್ಳಲ್ಲ. ಕೆಲವೊಮ್ಮೆ ಅಸಾಧಾರಣ ಕಾರಣಕ್ಕಾಗಿ 50 ಶೇಕಡಾಕ್ಕಿಂತಲೂ ಹೆಚ್ಚು ಮೀಸಲಾತಿಗೆ ಅವಕಾಶವನ್ನು ಕಲ್ಪಿಸಿರುವುದು ಸತ್ಯ. ಒಂಭತ್ತು ರಾಜ್ಯಗಳಲ್ಲಿ ಇದು ಅನುಷ್ಠಾನದಲ್ಲಿದ್ದರೂ ಕರ್ನಾಟಕ ಇದರಿಂದ ಹೊರಗುಳಿದಿದೆ. ಮೀಸಲಾತಿಯನ್ನು ಪ್ರಸ್ತುತ ಇರುವ ಮಿತಿಗಳಿಂದ ಹೊರತುಪಡಿಸಿದರೆ ಅದರ ಎರಡು ಪರಿಣಾಮಗಳಿವೆ: ಒಂದು, ಹೊಸ ಜಾತಿಗಳು ತಮ್ಮ ಅಸ್ಮಿತೆಗಾಗಿ ಮೀಸಲಾತಿ ಬೇಡಿಕೆಯನ್ನು ತೀವ್ರಗೊಳಿಸುವ ಸಾಧ್ಯತೆಗಳಿವೆ. ಇದು ಮತ್ತೊಮ್ಮೆ ಪೈಪೋಟಿ ರಾಜಕಾರಣಕ್ಕೆ, ಪ್ರತಿರೋಧಕ್ಕೆ, ಸಂಘರ್ಷಕ್ಕೆ, ಜಾತಿಗಳ ನಡುವೆ ಅಭದ್ರತೆಗೆ, ಹೊಸ ಅಸ್ಮಿತೆ ಕಥನಗಳಿಗೆ ದಾರಿ ಮಾಡಿಕೊಡಬಹುದು. ಇದಕ್ಕೆ ಸಾಕಷ್ಟು ಉದಾಹರಣೆಗಳಿವೆ. ಕೆಲವು ವರುಷದ ಹಿಂದೆ ಸಾದರ ಲಿಂಗಾಯತರಿಗೆ 2ಎ ಪ್ರರ್ಗದಲ್ಲಿ ಮೀಸಲಾತಿಯನ್ನು ಘೋಷಿಸಿದಾಗ ಅದನ್ನು ವಿರೋಧಿಸಿದವರು ಇನ್ನಿತರ

407 The New Indian Express, February 20 2020.

ಲಿಂಗಾಯತರು. ಮುಸ್ಲಿಮ್ ಪಿಂಜಾರ್‌ಗಳಿಗೆ ಬುಡಕಟ್ಟುಗಳಲ್ಲಿ ಮೀಸಲಾತಿಯನ್ನು ನೀಡಬಾರದೆಂದು ನಾಯಕ ಸಮುದಾಯ ವಿರೋಧಿಸಿದ್ದು ಇದೆ. ಮುಸಲ್ಮಾನರಿಗೆ ದಲಿತರೊಳಗೆ ಮೀಸಲಾತಿಯನ್ನು ನೀಡಬೇಕೆಂದು ರಂಗನಾಥ ಮಿಶ್ರ ಸಮಿತಿ ಶಿಫಾರಸ್ಸು ಮಾಡಿದಾಗ ಅದನ್ನು ವಿರೋಧಿಸಿದ್ದು ದಲಿತರು. ಎರಡನೆಯದಾಗಿ, ಸಾಮಾಜಿಕ ನ್ಯಾಯದ ಪರಿಕಲ್ಪನೆ ಇನ್ನಷ್ಟು ವಿಸ್ತರಿಸಿ, ದಾಖಲಾಗದ ಜಾತಿಗಳು ಸರಕಾರಿ ಪಟ್ಟಿಯಲ್ಲಿ ಸೇರಬಹುದು ಎಂಬ ನಂಬಿಕೆ ಇಲ್ಲಿದೆ. ಇದು ಒಳಗೊಳ್ಳುವಿಕೆ ರಾಜಕಾರಣವನ್ನು ಇನ್ನಷ್ಟು ಧೃಡಗೊಳಿಸಬಹುದು. ಇಲ್ಲೊಂದು ಬಹುಮುಖ್ಯವಾದ ಗುಮಾನಿಯಿದೆ. ಅದೇನೆಂದರೆ ಒಟ್ಟಾರೆ ಮೀಸಲಾತಿಯ ಪ್ರಮಾಣ ಹೆಚ್ಚಾದಾರೆ, ಅದರ ಮೂಲಭೂತ ಮಾನದಂಡಗಳು ಬದಲಾಗಬಹುದಲ್ಲದೇ.[408] ಅವು ಮತ್ತೊಮ್ಮೆ ಜಾತಿಯೊಳಗಿನ ಬಲಾಢ್ಯರನ್ನು ಇನ್ನಷ್ಟು ಬಲಾಢ್ಯರನ್ನಾಗಿಸಬಹುದು. ಇವುಗಳ ನಡುವೆ ಮುಸಲ್ಮಾನರಲ್ಲಿನ ಜಾತಿಗಳು ಯಾವ ರಾಜಕಾರಣವನ್ನು ಮಾಡಬಹುದು? ಎಂಬ ಪ್ರಶ್ನೆ ಇದೆ. ವಾಸ್ತವವಾಗಿ ಮುಸಲ್ಮಾನರ ಜಾತಿಗಳು ತಮ್ಮ ಅಸ್ಮಿತೆಗಾಗಿ, ಪುನರ್ ವರ್ಗೀಕರಣಕ್ಕಾಗಿ, ಪ್ರತಿಶತ ಹೆಚ್ಚಳಕ್ಕಾಗಿ ಬೇಡಿಕೆಯನ್ನು ತೀವ್ರಗೊಳಿಸಿದರೆ ಆಶ್ಚರ್ಯವಿಲ್ಲ. ಈಗಾಗಲೇ ಈ ರಾಜಕಾರಣ ಚಪ್ಪರ್ ಬಂದ್‌ಗಳಲ್ಲಿ ಮತ್ತು ಪಿಂಜಾರ್‌ಗಳಲ್ಲಿ ಕಂಡುಬರುತ್ತಿದೆ. ಇದನ್ನು ಈಗಾಗಲೇ ಬ್ಯಾರಿಗಳು ಸಮಷ್ಟಿ ಸಮುದಾಯದ ಪರವಾಗಿ ವಾದಿಸಿರುವುದನ್ನು ಇಲ್ಲಿ ಉಲ್ಲೇಖಿಸಬೇಕು.

ಇಲ್ಲಿ ಮತ್ತೊಂದು ಚರ್ಚೆ ಇದೆ. ಅದು ಬಹುಮುಖ್ಯವಾಗಿ ಒಳಮೀಸಲಾತಿ ಕುರಿತಾಗಿರುವುದು. ಕೆಲವು ವರುಷಗಳ ಹಿಂದೆ ನ್ಯಾಯಮೂರ್ತಿ ಸದಾಶಿವ ನೇತೃತ್ವದಡಿಯಲ್ಲಿ ಪರಿಶಿಷ್ಟ ಜಾತಿಗಳಲ್ಲಿ ಒಳ–ಮೀಸಲಾತಿಯನ್ನು ಗುರುತಿಸಲು ಆಯೋಗವೊಂದನ್ನು ರಚಿಸಲಾಗಿತ್ತು. ಇದು ಆರಂಭಗೊಂಡದ್ದೇ ಮಾದಿಗ ಹೋರಾಟದಿಂದ. ಈ ಹೋರಾಟದ ಫಲಶ್ರುತಿ ಎಂಬಂತೆ ಸದಾಶಿವ ಆಯೋಗ ಒಳ–ಮೀಸಲಾತಿಯನ್ನು ಶಿಫಾರಸ್ಸು ಮಾಡಿತ್ತು. ಆದರೆ ಸರಕಾರ ಅನುಷ್ಠಾನಕ್ಕೆ ತರಲಿಲ್ಲ. ಇದೊಂದು ರಾಜಕೀಯ ಮೌನವೆನ್ನಬಹುದು. ಅದೇ ಸಂದರ್ಭದಲ್ಲಿ ಒಳ ಮೀಸಲಾತಿ ಕುರಿತಂತೆ ಸುಪ್ರಿಂಕೋರ್ಟ್‌ನ ತೀರ್ಪನ್ನು ಗಮನಿಸಬೇಕು. ಅದರ ಪ್ರಕಾರ ಒಳ ಮೀಸಲಾತಿಯನ್ನು ಗುರುತಿಸುವ ವಿವೇಚನಾ ಅಧಿಕಾರ ರಾಜ್ಯಗಳಿಗಿವೆ. ಇದೇ ಕಾರಣಕ್ಕಾಗಿ ಒಳ ಮೀಸಲಾತಿಯ ಬೇಡಿಕೆಗಳು ಇನ್ನಷ್ಟು ತೀವ್ರವಾಗಿ ಬಂದಿರುವುದು ಅಷ್ಟೇ ಸ್ಪಷ್ಟ. ವಾಸ್ತವವಾಗಿ ಮುಸ್ಲಿಮ್ ದಲಿತರಿಗೆ ಇದರಿಂದ ಸಿಗುವ ಲಾಭ ಅಷ್ಟಕಷ್ಟೇ–1950ರ ರಾಷ್ಟ್ರಪತಿಯ ಅಧ್ಯಾದೇಶ ಅವರಿಗೆ ಪರಿಶಿಷ್ಟ ಜಾತಿಯೊಳಗೆ ಮೀಸಲಾತಿಯನ್ನು ನಿರಾಕರಿಸುತ್ತದೆ.

408 The Times of India, February 21 2021

ಒಳಮೀಸಲಾತಿ ಕುರಿತಂತೆ ಬಂದಿರುವ ಇನ್ನೊಂದು ವರದಿಯೆಂದರೆ ಅಸ್ನಾದಿ ಸಮಿತಿ ವರದಿ. ನಾಗರಹೊಳೆಯ ಆದಿವಾಸಿಗಳ ಸ್ಥಳಾಂತರ ಮತ್ತು ಪುನರ್ವಸತಿಯನ್ನು ಅಭ್ಯಸಿಸಲು ಹೈಕೋರ್ಟ್ 2004ರಲ್ಲಿ ಸಮಿತಿಯೊಂದನ್ನು ರಚಿಸಿತ್ತು. ಇದು ಒಟ್ಟಾರೆಯಾಗಿ 3418 ಕುಟುಂಬಗಳನ್ನು, ಅಂದರೆ 11568 ಆದಿವಾಸಿಗಳನ್ನು ಸ್ಥಳಾಂತರಗೊಂಡವರು ಎಂದು ದಾಖಲಿಸಿತ್ತು. ಅಲ್ಲದೇ ಆದಿವಾಸಿಗಳಿಗೆ ಪರಿಶಿಷ್ಟ ಪಂಗಡದೊಳಗೆ ಮೂರು ಮಟ್ಟದ ಒಳ-ಮೀಸಲಾತಿಯನ್ನು ಕಲ್ಪಿಸಲು ಶಿಫಾರಸ್ಸು ಮಾಡಿತ್ತು. ಮೊದಲನೆಯದು, ಅರಣ್ಯದ ಮೇಲೆ ಅವಲಂಬಿತವಾದ ಮತ್ತು ಅತ್ಯಂತ ಪ್ರಾಚೀನ ಆದಿವಾಸಿಗಳಿಗೆ ಸೀಮಿತಗೊಂಡ ಮೀಸಲಾತಿ, ಎರಡನೆಯದು ಅಲೆಮಾರಿ ಮತ್ತು ಅಂಚಿನಲ್ಲಿರುವ ಬುಡಕಟ್ಟುಗಳಿಗೆ ಮತ್ತು ಉಳಿಕೆ ಮೀಸಲಾತಿ ಇನ್ನಿತರೆ ಪರಿಶಿಷ್ಟ ಪಂಗಡಗಳಿಗೆ. ಈ ಚೌಕಟ್ಟಿನಲ್ಲಿ ವಿಶ್ಲೇಷಿಸಿದರೆ ಕೆಲವು ಮುಸ್ಲಿಮ್ ಬುಡಕಟ್ಟುಗಳನ್ನು ಗುರುತಿಸಬಹುದು. ಅವುಗಳೆಂದರೆ ಉತ್ತರ ಕನ್ನಡದಲ್ಲಿ ನೆಲೆಸಿರುವ ಆಫ್ರಿಕನ್ ಮೂಲದ ಸಿದ್ದಿಗಳು. ಅಲೆಮಾರಿ ಬುಡಕಟ್ಟುಗಳಾದ ಪಿಂಜಾರ್ ಮತ್ತು ಚಪ್ಪರ್ ಬಂದ್‌ಗಳು, ತಳಸ್ತರದ ಬುಡಕಟ್ಟುಗಳೆಂದು ಗುರುತಿಸಲ್ಪಟ್ಟಿರುವ ದರ್ವೇಶಿಗಳು ಇತ್ಯಾದಿಗಳು. ದುರಂತವೇನೆಂದರೆ ಸಿದ್ದಿಗಳ ಹೊರತಾಗಿ ಉಳಿದವರು ಪರಿಶಿಷ್ಟ ಪಂಗಡದೊಳಗೆ ದಾಖಲಾಗುವುದು, ಪ್ರತಿರೋಧಗಳ ನಡುವೆ, ಅಷ್ಟು ಸುಲಭವೇನಲ್ಲ.

ಈ ಹಿಂದೆ ಹೇಳಿದಂತೆ ಕೆಲವು ಜಾತಿಗಳು ಇತಿಹಾಸದಲ್ಲಿ ಮತ್ತು ಜಾತಿಯ ಕಥನಗಳಲ್ಲಿ ಹೇಗೆ ಕಣ್ಮರೆಯಾದವು? ಎಂಬ ಪ್ರಶ್ನೆ ಸಹಜವಾಗಿ ಮೂಡುತ್ತದೆ. 1871ರ ಕೊಡಗಿನ ಜನಗಣತಿಯಲ್ಲಿದ್ದ ಕಂದಟಾ, ಗುಳಿಗ, ಕಕಾರಿ, ಯೆನ್ನೆ ಗೌಳಿಗ ಜಾತಿಗಳು ಎಲ್ಲಿಗೆ ಹೋದವು? 1951ರ ಜನಗಣತಿ ಸಂದರ್ಭದಲ್ಲಿ ಅಂದಿನ ಮೈಸೂರಿನಲ್ಲಿ ಗುರುತಿಸಲ್ಪಟ್ಟ ಆದರೆ ದಾಖಲೆಯೊಳಗೆ ಶಾಶ್ವತವಾಗಿ ಸೇರಿಕೊಳ್ಳದ ಅವನ್, ಬಬುಹಿ, ಗುಜರ್, ಜಾಮ್, ಜಂಜುವ, ಖರಲ್, ಖಂಡಾರಿ, ನೇಮನ್, ನಯತ್ (ನವಾಯತ್?) ಜಾತಿಗಳು ಎಲ್ಲಿಗೆ ಹೋದವು? 1931ರ ಬಾಂಬೆ ಪ್ರೆಸಿಡೆನ್ಸಿಯ ಜನಗಣತಿಯಲ್ಲಿ ಬರುವ ವ್ಯಾಪಾರಸ್ಥರಾದ ಬಹೋರಿ, ವೇಶ್ಯೆಯರಾದ ಸುಳೆರ್, ಜಾಡಮಾಲಿಗಳಾದ ಮೆತ್ರಿ ಕೊಟ್ಲಿವ ಇತ್ಯಾದಿಗಳು ಎಲ್ಲಿಗೆ ಹೋದವು? ಇವೆಲ್ಲ ಒಂದು ಕಾಲದಲ್ಲಿ ಕರ್ನಾಟಕದ ವಿವಿಧ ಕಾಲಘಟ್ಟದ ಜನಗಣತಿಯಲ್ಲಿ ದಾಖಲಾದ ಜಾತಿಗಳು. ಇವುಗಳ ಹುಡುಕಾಟ ಅತೀ ಜರೂರು ಎಂದರೂ ತಪ್ಪಾಗಲಿಕ್ಕಿಲ್ಲ. ಎರಡನೆದಾಗಿ ಅಸ್ತಿತ್ವದಲ್ಲಿದ್ದರೂ ದಾಖಲಾಗದ ಜಾತಿಗಳ ಪಟ್ಟಿ ತಯಾರಿಸುವುದು ಅಷ್ಟೇ ಮುಖ್ಯವಾಗಿದೆ (ಮೆಹ್ತಾಗಳು, ಮನ್ನಾಗಳು ಇತ್ಯಾದಿಗಳು). ಇವುಗಳೊಂದಿಗೆ ಮೀಸಲಾತಿಯಿಂದ ವಂಚಿತವಾದ ಶೇಖ್, ಸೈಯ್ಯದ್, ಮೊಘಲ್, ಪಠಾಣ್,

ನವಾಯತ್, ಇತ್ಯಾದಿಗಳನ್ನು ಹಿಂದುಳಿದ ವರ್ಗಕ್ಕೆ ಸೇರಿಸುವ ಅಗತ್ಯತೆಯನ್ನು ತಳ್ಳಿಹಾಕುವಂತಿಲ್ಲ. ಇದಕ್ಕೆ ತೆಲಂಗಾಣ ಮಾದರಿಯಾಗಬಹುದು. ಇವುಗಳ ಅರ್ಥ ಜಾತಿಯ ಅಸ್ಮಿತೆ ರಾಜಕಾರಣ ಮತ್ತು ಮೀಸಲಾತಿ ರಾಜಕಾರಣ ಹೊಸ ರೂಪವನ್ನು ಪಡೆಯಬೇಕಾಗಿದೆ ಎಂಬರ್ಥ. ಇತಿಹಾಸದಲ್ಲಿ ಕಣ್ಮರೆಯಾಗಿರುವ ಜಾತಿಗಳನ್ನು ಹುಡುಕಾಡಿ ಪತ್ತೆ ಮಾಡದಿದ್ದರೆ ಈ ಅಸ್ಮಿತೆ ಇಲ್ಲದ ಜಾತಿಗಳು ಮತ್ತೆ ಮತ್ತೆ ಅಂಚಿಗೆ ತಳ್ಳಲ್ಪಡುತ್ತದೆ. ಕೊನೆಯದಾಗಿ, ಜಾತಿಯ ಗುರುತಿಸುವಿಕೆಯನ್ನು ಧಾರ್ಮಿಕ ನೆಲೆಯಲ್ಲಿ ಒಪ್ಪದಿದ್ದರೂ, ಸಾಮಾಜಿಕ ಮತ್ತು ರಾಜಕೀಯ ನೆಲೆಯಲ್ಲಿ ಒಪ್ಪಬೇಕಾದ ತುರ್ತು ಅಗತ್ಯತೆ ಇದೆ. ಇಲ್ಲದಿದ್ದರೆ ಇಡೀ ಸಮುದಾಯದ ಅಸ್ಮಿತೆ ಮತ್ತೊಮ್ಮೆ ಗಂಭೀರವಾದ ತುಮುಲಗಳಿಗೆ, ತಿಕ್ಕಾಟಗಳಿಗೆ ಸಿಲುಕುವ ಸಾಧ್ಯತೆ ಇದೆ. ಅಲ್ಲದೇ ಶಾಶ್ವತವಾಗಿ "ತಳ ಸಮುದಾಯವಾಗಿ" ಅಥವಾ ಸಬಾಲ್ಟರ್ನ್‌ಗಳಾಗಿ ಉಳಿಯುವ ಅಪಾಯ ಹೆಚ್ಚಿದೆ.

* * *

www.ingramcontent.com/pod-product-compliance
Lightning Source LLC
LaVergne TN
LVHW090313051026
849518LV00005B/1762
* 9 7 8 8 1 9 4 9 8 3 3 0 9 *